கொழுத்தாடு பிடிப்பேன்

கொழுத்தாடு பிடிப்பேன்
தேர்ந்தெடுத்த சிறுகதைகள்

அ. முத்துலிங்கம் (பி. 1937)

இலங்கையின், கொக்குவில் கிராமத்தில் பிறந்து வளர்ந்தவர். கொழும்பு பல்கலைக்கழகத்தில் விஞ்ஞானப் படிப்பை முடித்த பின், இலங்கையின் சாட்டர்ட் அக்கவுன்டன்ட் படிப்பையும் இங்கிலாந்தின் சாட்டர்ட் மனெஜ்மெண்ட் படிப்பையும் பூர்த்தி செய்து இலங்கையிலும் ஆப்பிரிக்காவிலும் இன்னும் பல நாடுகளிலும் ஐ.நாவுக்காகப் பணிபுரிந்தவர். 2000இல் ஓய்வு பெற்று, மனைவி ரஞ்சனியுடன் கனடாவில் வசிக்கிறார்.

பிள்ளைகள்: சஞ்சயன், வைதேகி. வைதேகியின் மகள்தான் அடிக்கடி இவர் கதைகளில் வரும் அப்ஸரா.

அறுபதுகளில் எழுத ஆரம்பித்து இன்றும் இவருடைய பணி தொடர்கிறது. சிறுகதை, கட்டுரை, நேர்காணல், நாடகம், விமர்சனம், நாவல் என எழுதிவருகிறார்.

க. மோகனரங்கன் (பி. 1967)
தொகுப்பாசிரியர்

கவிதைகளும் விமர்சனக் கட்டுரைகளும் எழுதிவரும் இவருக்குச் சிறுகதையிலும் மொழிபெயர்ப்புகளிலும் ஆர்வம் உண்டு.

இவருடைய நூல்கள்: 'நெடுவழித் தனிமை' (2000), 'சொல் பொருள் மௌனம்' (2004), 'இடம் பெயர்ந்த கடல்' (2007), 'மைபொதி விளக்கு' (2012).

மின்னஞ்சல் : mohankrangan@gmail.com

கைபேசி   : 9976727170

அ. முத்துலிங்கம்

கொழுத்தாடு பிடிப்பேன்
தேர்ந்தெடுத்த சிறுகதைகள்

தேர்வும் தொகுப்பும்
க. மோகனரங்கன்

காலச்சுவடு பதிப்பகம்

● அன்பார்ந்த வாசகருக்கு,

வணக்கம்.

காலச்சுவடு நூலை வாங்கியமைக்கு நன்றி.

நூலின் உள்ளடக்கம், உருவாக்கம், அட்டைப்படம் இன்ன பிற அம்சங்கள் பற்றிய உங்கள் கருத்துகளையும் ஆலோசனைகளையும் காலச்சுவடு வரவேற்கிறது. தகவல், எழுத்து, வாக்கியப் பிழைகள் தென்பட்டால் கட்டாயம் தெரிவித்து உதவுங்கள். நூல் தயாரிப்பில் கடும் குறைபாடு இருப்பின் மாற்றுப் பிரதி உங்களுக்குக் கிடைக்கக் காலச்சுவடு ஏற்பாடு செய்யும்.

மின்னஞ்சல்: *publisher@kalachuvadu.com*

காலச்சுவடு நாகர்கோவில் தலைமையகத்துக்கும் கடிதம் அனுப்பலாம்.

தங்கள்
எஸ்.ஆர். சுந்தரம் (கண்ணன்)
பதிப்பாளர் — நிர்வாக இயக்குநர்

கொழுத்தாடு பிடிப்பேன் ❖ தேர்ந்தெடுத்த சிறுகதைகள் ❖ ஆசிரியர்: அ. முத்துலிங்கம் ❖ © அ. முத்துலிங்கம் ❖ முதல் பதிப்பு: டிசம்பர் 2013, ஆறாம் பதிப்பு: ஜூலை 2023 ❖ வெளியீடு: காலச்சுவடு பப்ளிகேஷன்ஸ் (பி) லிட்., 669 கே.பி. சாலை, நாகர்கோவில் 629001

koZuttaaTu piTippeen ❖ Selected Short Stories ❖ Author: A. Muttulingam ❖ © A. Muttulingam ❖ Language: Tamil ❖ First Edition: December 2013, Sixth Edition: July 2023 ❖ Size: Demy 1 x 8 ❖ Paper: 18.6 kg maplitho ❖ Pages: 488

Published by Kalachuvadu Publications Pvt.Ltd., 669 K.P. Road, Nagercoil 629001, India ❖ Phone: 91-4652-278525 ❖ e-mail: publications@kalachuvadu.com ❖ Printed at Clicto Print, Jaleel Towers, 42 KB Dasan Road, Teynampet Chennai 600018

ISBN: 978-93-81969-86-1

07/2023/S.No. 516, kcp 4515, 18.6 (6) uss

சமர்ப்பணம்

எட்மண்ட் ஹேலியை பலர் அறிந்திருப்பார்கள். 76 வருடத்துக்கு ஒருமுறை தோன்றும் ஹேலி வால்நட்சத் திரத்தைக் கண்டுபிடித்தவர். இவர் 28 வயது இளைஞராக இருந்தபோது ஐஸாக் நியூட்டனைச் சந்தித்து கிரகங் களின் சுழல்பாதை வடிவம் பற்றியும் அவற்றின் ஈர்ப்பு விதி பற்றியும் கேள்விகள் கேட்டார். நியூட்டன் ஈர்ப்பு விதிகளை நிரூபித்து எழுதிய தாள் தொலைந்துவிட்டது. இரண்டு வருடங்களாக நியூட்டனை ஹேலி தொந்திரவு செய்தபடியே இருந்தார். இறுதியில் 1686இல் பிரபஞ்ச ஈர்ப்பு சம்பந்தமான ஆராய்ச்சி நூலை நியூட்டன் வெளியிட்டார். நியூட்டனை இளம் ஹேலி சந்தித்திரா விட்டால் இந்த அறிவியல் பாய்ச்சல் நிகழ்ந்திருக்குமா? சொல்ல முடியாது.

நான் மாணவனாயிருந்த காலத்தில் க. கைலாசபதியை யும் கா. சிவத்தம்பியையும் சந்தித்திருக்கிறேன். அவர்கள் அப்போது பேராசிரியர்களாக இல்லை. நிறைய புத்தகங்கள் தந்து, படிக்கவைத்து, விவாதித்து இருவரும் என்னை எழுதுவதற்கு ஊக்குவித்தார்கள். எங்களுக்கு இடையேயான நட்பு ஐந்தாறு வருடங்கள் மட்டுமே நீடித்தது. பின்னர் அவர்கள் வெளிநாடு செல்ல நானும் புறப்பட்டுவிட்டேன். அத்துடன் தொடர்பு முறிந்தது.

இப்பொழுது பலதடவை யோசித்துப் பார்த்திருக் கிறேன். அன்று மாணவப் பருவத்தில் அந்தச் சந்திப்பு நிகழ்ந்திராவிட்டால் என்ன நடந்திருக்கும்? இன்று நான் எழுத்துத் துறையில் என்னவாகியிருக்கிறேனோ அதற்கு இந்த இரண்டு பெருந்தகைகளுமே காரணம். அவர்களை நான் நன்றியுடனும் வணக்கத்துடனும் நினைத்துக்கொள்கிறேன்.

இந்நூல் க. கைலாசபதிக்கும் கா. சிவத்தம்பிக்கும்.

பொருளடக்கம்

முன்னுரை: கதை என்னும் மாயக்கம்பளம்	11
குதம்பேயின் தந்தம்	15
'ஒரு சாதம்'	31
வம்ச விருத்தி	46
வடக்கு வீதி	59
பூமாதேவி	69
யதேச்சை	82
ஒட்டகம்	95
கொழுத்தாடு பிடிப்பேன்	107
அடுத்த புதன்கிழமை உன்னுடைய முறை	117
மொசுமொசுவென்று சடை வைத்த வெள்ளை முடி ஆடுகள்	127
தாத்தா விட்டுப்போன தட்டச்சு மெசின்	136
போரில் தோற்றுப்போன குதிரை வீரன்	145
பூமத்திய ரேகை	156
எந்த நிமிடத்திலும் பறிபோகும் வேலை	164
மகாராஜாவின் ரயில் வண்டி	180
நாளை	191
தொடக்கம்	198
ஆயுள்	208

விருந்தாளி	218
அம்மாவின் பாவாடை	228
கறுப்பு அணில்	236
எதிரி	248
ஐந்தாவது கதிரை	259
தில்லை அம்பலப் பிள்ளையார் கோயில்	269
ராகு காலம்	281
தாழ்ப்பாள்களின் அவசியம்	290
புவியீர்ப்புக் கட்டணம்	299
வேட்டை நாய்	309
புகைக்கண்ணர்களின் தேசம்	318
சுவருடன் பேசும் மனிதர்	332
மயான பராமரிப்பாளர்	340
அமெரிக்கக்காரி	351
குதிரைக்காரன்	364
மெய்க்காப்பாளன்	377
ஐந்து கால் மனிதன்	387
புளிக்கவைத்த அப்பம்	393
எங்கள் வீட்டு நீதிவான்	406
தீர்வு	414
எல்லாம் வெல்லும்	425
மூளையால் யோசி	439
சூனியக்காரியின் தங்கச்சி	447
நிலம் எனும் நல்லாள்	455
ரயில் பெண்	463
ஓணானுக்கு பிறந்தவன்	473
எலி மூஞ்சி	480

முன்னுரை

கதை என்னும் மாயக்கம்பளம்

தமிழின் முதன்மையான கதைசொல்லிகளுள் ஒருவர் அ. முத்துலிங்கம். தனது நினைவினின்றும் மீட்டெடுத்த நிகழ்வுகளைத் தொகுத்து வாசகனுக்குச் சுவையுடன் சொல்வதற்குத் தனக்கென ஆகிவந்ததொரு உத்தியைக் கையாளுகிறார். கதையின் அடிப்படை இயல்புகளில் தலையாயது வாசிப்பவனை வசியம் செய்வது. இதை இவரளவு உணர்ந்திருப்பவர்கள், கடைபிடிப்பவர்கள் வேறு எவருமில்லை. அதனாலேயே பெரும்பாலும் சிறுபத்திரிகைகளில் அவற்றிற்கே உரிய தீவிரத்தன்மையுடன் எழுதி வந்தபோதிலும் ஒரு வெகுஜன எழுத்தாளருக்குரிய புகழையும், வாசக அங்கீகாரத்தையும் பெற்றிருக்கிறார்.

தொல் பழங்காலம்தொட்டே கதைசொல்லும் மரபு எல்லா மொழிகளிலும் வழங்கி வந்திருக்கிறது. அச்சுத் தொழில்நுட்பம் கண்டுபிடிக்கப்பட்டு பத்திரிகைகள், புத்தகங்கள் ஆகியவை வெளியாகத் தொடங்கிய பிறகு உருவாகியது எழுத்து மரபு. தமிழ்ச் சிறுகதைகளின் போக்கில் தொடக்கம் முதலே கதையைச் சொற்களில் நிகழ்த்திக் காட்டும் எழுத்து மரபும், சொல்லிச் செல்லும் வாய்மொழி மரபும் என இவ்விரண்டு முறைகளும் இணையாகவும், ஒன்றுடனொன்று ஊடாடியும் பயின்று வந்துள்ளன. எழுத்துமரபைக் கைக்கொண்ட சிறுகதையாசிரியர்கள் பலரும், தனிமனிதனை மையப்படுத்திய மேற்கத்திய வாழ்வியல்நோக்கு மற்றும் அழகியல் மதிப்பீடுகளைப் பின்பற்றும் நவீனத்துவர்களாகவே தமது கதைகளின் மூலம் வெளிப்பட்டனர். மாறாக, கதை சொல்லும் மரபையொட்டி எழுத

வந்தவர்களோ சிறுகதையின் நவீன வடிவத்தை பயன்படுத்திய போதிலும், நவீனத்துவத்தின் கருத்தியல் பாதிப்பினின்றும் விலகி நின்றனர். இவர்களுடைய கதைகள் வாழ்க்கையைக் குறித்த நேர்மறையானதொரு அணுகுமுறையுடன், உலகியல் மீது அழுத்தமான பிடிப்பும் கொண்டவையாக விளங்கின.

பொதுவாக, கதைசொல்லிகளுக்கு அவர்களுடைய கதைகளின் நிகழ்விடமாக ஒரு திட்டவட்டமான நிலப்பரப்பு இருக்கும் (எ-கா: கரிசல் காடு, நாஞ்சில் நாடு, காவேரிக்கரை, கொங்கு மண்டலம்). அதன் எண்ணிறந்த நுண்தகவல்களுடன் அழியாதவொரு பின்புலமாக அந்நிலம் அவர்களின் கதை களில் உயிர்த்திருக்கும். அவ்வகையில் நோக்கினால் முத்து லிங்கத்தின் மிகச் சில கதைகளிலேயே அவருடைய பூர்விக நிலம் பற்றிய விவரணைகளைக் காணமுடிகிறது. மற்றபடி அவருடைய பெரும்பாலான கதைகளின் நிகழ்விடம் ஆப்பிரிக்கா, அமெரிக்கா, கனடா, ஆப்கானிஸ்தான், பாக்கிஸ்தான், ஸ்வீடன், சோமாலியா, பிரான்ஸ் என உலகம் முழுவதும் மாறிக்கொண்டே இருப்பதைக் காணலாம். இம்மாற்றமும், இதனால் அடைய நேர்ந்த கலாச்சார முரண்களை அவர் எதிர் கொள்ளும் விதமும் சேர்ந்து அவருடைய கதைகளுக்கு ஒரு புதிய அழகையும், விலக்கமுடியாத கவர்ச்சியையும் அளிக் கின்றன. கதைசொல்லிகளுக்கு இனக்குழு மனப்பான்மையும், தன் சொந்த மொழி, பிரதேச, பண்பாட்டு அடையாளங்கள் சார்ந்து ஒருவிதப் பெருமிதமும் உள்ளூர இருக்கும். அதனா லேயே பிற அடையாளங்களைக் குறித்த ஐயமும் அலட்சிய மும் எள்ளலும் அவ்வப்போது அவர்களிடத்தே வெளிப்படுவ துண்டு. ஆனால், தன்னை வைத்துப் பிறரை அளவிடுமிந்த அங்குலப்புழுத்தன்மையானது முத்துலிங்கத்தின் கதைகளில் எங்கும் தென்படுவதில்லை.

தவிரவும், முத்துலிங்கம் தனது கதைகளில் குறிப்பமைதி, படிமத்தன்மை, இறைச்சிப்பொருள், குறியீட்டு உத்தியென எழுத்து மரபிலான சிறுகதைகள் கொண்டிருக்கும் அத்தனை சாதகமான அம்சங்களையும் இயல்பாக வரித்துக் கொண்டு விடுகிறார். இது பிற கதைசொல்லிகளிடம் அவ்வளவாகத் தென்படாததொரு பண்பு. மேலும், அவர் மனந் தோய்ந்து கற்றிருக்கும் மரபிலக்கியமும், சமய புராணிக உட்குறிப்புகளும் இடையிடையே ஊடிழையாக வரும்போது பெறும் கூடுதல் பிரகாசமும் இவரது கதைகளுக்குண்டு. பற்ற வைத்த பிறகு சத்தமே இல்லாமல் வானேறி பூத்துச்சொரியும் மத்தாப்பூ போல மிகுந்த சமத்காரத்தோடு பிரயோகிக்கும் வசனங்கள் வாசிப்பின்போது இதழ் பிரியாத புன்னகைகளைப் பிறப்பிக்கத் தவறுவதில்லை.

அ. முத்துலிங்கம், மூன்று தலைமுறைகளுக்கும் மேலாக உள்நாட்டுப் போரினால் அவதியுறும் ஒரு தேசத்தினின்றும் பணி நிமித்தம் புலம்பெயர்ந்தவர். தன் சிறகு நுனியில் ஒட்டி யிருக்கும் மகரந்தத் துகளின் மூலம் பெருங் காட்டையே சுமந்தலையும் வண்ணத்துப்பூச்சி போல் தனது சொற்களின் ஆழத்தில் தன்னுடைய பூர்வீகநிலம் பற்றிய நினைவுகளை சுமந்துதிரிபவரும் கூட. ஆயினும், அவருடைய கதைகளில் மனிதர்களிடையே உள்ளுறைந்திருக்கும் குரூரமும் வன்முறை யும் கீழ்மையும் பெரியஅளவில் இடம் பெறவில்லை. அப்படி இடம்பெறும் ஓரிரு கதைகளிலுமேகூட (தில்லையம்பலப் பிள்ளையார் கோயில், கொழுத்தாடு பிடிப்பேன்) அவை வெளிப்படையாக அல்லாத அளவிற்குக் குறிப்புணர்த்தலாக மட்டுமே அமைந்துள்ளன என்பது வியப்பான முரணே. கண்ணிற்கு அருகே பிடித்துப் பார்க்கையில் மிகப்பெரிதாகத் தோன்றும் பிம்பம்கூட தூரத்தில் வைத்துப் பார்க்கையில் சிறுத்துப்போவதைப் போல, வாழ்வைப் புறத்தே நிறுத்தித் தள்ளிநின்று பார்ப்பதால் கூடும் ஒருவித விவேகமும் கனிவுமே முத்துலிங்கத்தின் கதைகளில் மிளிரும் ஒளிக்கும் இன்னுணர்விற்கும் காரணமாகியுள்ளன.

இதுகாறும் முத்துலிங்கம் எழுதிய நூற்றிசொச்சம் கதை களினின்றும் இத்தொகுப்பிற்கான கதைகளைத் தேர்வுசெய்வது என்பது அவ்வளவு எளிதாக இல்லை. அனுபவமும் செய் நேர்த்தியும் ஒன்றுகூடி வராத ஆரம்பகாலக் கதைகள் சில வற்றைத் தவிர்த்து, ஏனைய கதைகள் ஒவ்வொன்றும் ஓரோர் விதத்தில் குறிப்பிடும்படியானதாகத் தோன்ற, எதை விடுவது எதைச் சேர்ப்பது எனும் குழப்பத்தைக் கடந்தபிறகு காலவரிசை, பொருட்செறிவு, வடிவ அழகு என பல நோக்கி லான யோசனைகளுக்குப் பிறகே இத்தொகுப்பு சாத்தியமாகி யுள்ளது.

வெவ்வேறு பிரதேசங்களில், விதவிதமான பண்பாட்டுச் சூழலில் கிடந்துழலும் மனிதத்தொகையின் விநோதமான வாழ்வியல் சித்திரங்களினால் ஆனதொரு அழகிய கம்பள மாக இத்தொகுப்பை நாம் உருவகித்துக்கொள்ளமுடியும். எனில், இதை நமது நினைவின் வரவேற்பறையில் விரித்து, ஏதோ ஒரு பகுதியை உற்றுநோக்குந்தோறும் நாம் ஆழ்ந்து போகும் யோசனைகளின் நீராழத்திற்கடியில் மீனின் கண்க ளென மினுங்கும் எளிய நம்பிக்கையை இதன் மறைபிரதியாகக் கொள்ளலாம்.

ஈரோடு **க.மோகனரங்கன்**
30.08.2013

ஆறுமணிக் குருவி

நான் பிறந்து வளர்ந்தது கொக்குவில் என்ற கிராமத்தில். அங்கே காகம் இருந்தது. அதற்கு இரண்டு செட்டை. ஆறுமணிக் குருவியும் (Indian Pitta) இருந்தது. அதற்கும் இரண்டு செட்டை. சரியாகக் காலை ஆறு மணிக்கு இந்தக் குருவி 'கீஈஈஈய்க், கீஈஈஈய்க்' என்று சத்தமிடும். காகத்துக்கு பறக்கும் எல்லை இரண்டு மைல் தூரம். ஆறுமணிக் குருவிக்கு எல்லையே கிடையாது. இமய மலைக்குப் பறந்துபோய் மீண்டும் திரும்பும். ஈழத்திலிருந்து புலம்பெயர்ந்தவர்கள் இந்த ஆறுமணிக் குருவிபோல. அவர்களுக்கு எல்லையே கிடையாது. உலகமே சொந்தம்.

அ. முத்துலிங்கம்

குதம்பேயின் தந்தம்

நாங்கள் நாலு பேரும் வந்து இறங்கினோம். நான், மனைவி, என் ஆறுவயது மகன், என் இரண்டு வயது மகள். மேற்கு ஆபிரிக்காவின் அடர்ந்த காட்டுக்குள் எங்களுக்காக ஒதுக்கப் பட்ட வீட்டிற்குச் சேதமின்றி வந்து சேர்ந்துவிட் டோம். அங்கே நூற்றுக்கணக்கான குடியிருப்புக்கள்; எல்லாம் கம்பனி வீடுகள்தான்.

காடுகள் வெட்டும் பகுதிக்கு நான் ஆலோசக ராக நியமிக்கப்பட்டிருந்தேன்; ஒரு வருட ஒப்பந்தம். என் மகன் அடிக்கடி வந்து என்னைக் கேட்பான் "அப்பா, உங்களுக்கு என்ன வேலை?" என்று. நான் 'வெட்டி விழுத்திற வேலை' என்று சொல்வேன். அவனும் விளங்கியது போல சிரித்துக் கொண்டே ஓடிவிடுவான்.

என் மனைவி, எவ்வளவு சொல்லியும் கேளாமல், பிடிவாதமாகத் தொடர்ந்து வந்து விட்டாள்; ராமனுடன் போன சீதை மாதிரி.

இதுதான் எனக்கு ஆபிரிக்காவில் முதல் அனுபவம். அவர்களின் பழக்கவழக்கங்கள், வாழ்க்கை முறைகள் பற்றியெல்லாம் ஒன்றுமே தெரியாது; புத்தகங்களில் படித்ததுதான்.

மாமியார் மாத்திரம் என் மனைவிக்கு ஓர் அரிய அறிவுரை கூறி அனுப்பியிருந்தார். "அங்கே யெல்லாம் ஆட்களை முழுசாக விழுங்கிவிடுவார் கள்; நீ கவனமாயிரு. பிள்ளைகளை மாத்திரம் தனிய விட்டுவிடாதே?" என்று. என் மனைவியும்

கொழுத்தாடு பிடிப்பேன்

அந்த புத்திமதியைச் சிரமேற்கொண்டு மகளை இடுப்பில் காவியபடியும், மகனைக் கையில் இறுக்கிப் பிடித்துக்கொண்டும் வந்து சேர்ந்தாள்.

என்னுடைய மேலதிகாரியின் பேர் 'லம்போ லெவாலி'. பெயரைப் போலவே அவரும் ஆடம்பரமாகவே இருந்தார். சிறுவயது முதல் இங்கிலாந்திலேயே படித்தவர். ஆறடிக்கும் மேலான உயரம்; அகலமான தோற்றம். இங்கிலீஸ் கதைத்தால் ஆங்கிலேயர் தோற்றார். பழக்கவழக்கங்களும் அப்படித்தான். அவர் நடக்கும் விதமும், இருக்கும் கம்பீரமும், பேசும் தோரணையும் அப்படி ஒரு பதவிசாக இருக்கும்.

என்னை எழும்பி நின்று வரவேற்று, வசதிகள் சரியாக இருக்கின்றனவா என்று விசாரித்துவிட்டு, வேலை விஷயமாக சுருக்கமாக உத்தரவுகளைப் பிறப்பித்தார். அன்றிரவு அவர் எங்களுக்காக ஏற்பாடு செய்த விருந்திற்கு கட்டாயம் வரும்படி நினைவூட்டினார்.

சந்திப்பு முடிந்து வெளியே வரும்போது நான் "ஆஹா! இப்படியான மேலதிகாரியுடன் அல்லவா வேலை செய்ய வேண்டும்!" என்று நினைத்துக்கொண்டேன்.

அன்று பின்னேரம் மனைவி துள்ளிக் குதித்துக்கொண்டு வெளிக்கிட்டாள். அவளுக்கு விருந்துகள், கேளிக்கைகள் என்றால் அப்படி ஒரு குதூகலம்.

லெவாலியின் வீடு இங்கிலாந்தில் பார்க்கும் ஒரு வீடு போலவே இருந்தது. காட்டுக்குள்ளே இப்படி வசதிகளுடன் வீடு கட்ட முடியுமா? வாசலிலே ஆள் உயரமான இரண்டு யானைத் தந்தங்கள் இரண்டு பக்கமும் நிமிர்ந்து நின்றன. வெண்மையாகவும், வழவழவென்றும் பார்க்க அழகாக இருந்தது.

குடிவகைகள் எல்லாம் அடுக்கியபடி ஒரு 'பார்'. அதிலே ஒருத்தன் நின்று வேண்டியவற்றை ஊற்றிக் கொடுத்துக்கொண்டிருந்தான். ஏறக்குறைய முப்பது விருந்தினர்கள் வந்திருந்தார்கள்; முக்கியமான அரசாங்க அதிகாரிகள், குடிகள் தலைவர் (Paramount Chief) கந்தோரில் வேலை செய்பவர்கள், இப்படி.

வாசலிலே நின்ற லெவாலி, "வாருங்கள், வாருங்கள், ரி.சீ" என்றார். என் மனைவியிடமும் கைகொடுத்து வரவேற்றார்.

பேயாட்டம் (devil dancing) என்று ஒரு ஆட்டம். முடிவே இல்லாமல் இது நடந்துகொண்டிருந்தது. விருந்தினர்கள்

எல்லாம் பங்கெடுத்துக்கொண்டார்கள். பார்க்க பயங்கரமாக, ஆனால் உற்சாகமாக இருக்கும்.

லெவாலியின் இரண்டாவது மனைவி, கட்டிளம் பெண், என் மனைவியிடம் வந்து பேசிக்கொண்டிருந்தாள். (இந்த இரண்டாவது மனைவி விஷயத்தில் மாத்திரம் லெவாலி ஆங்கிலேயரைப் பின்பற்றவில்லை; ஆபிரிக்கப் பழக்கத்தையே கைக்கொண்டார்).

அவள் என் மனைவியின் நெற்றியிலே இருந்த பச்சை நிறப் பொட்டைப் பார்த்துவிட்டு 'இது எந்த இனத்தைக் குறிக்கிறது' என்று கேட்டாள். என் மனைவிக்கு இது சட்டென்று புரியவில்லை. பின்னால் போகப் போகத்தான் நாங்கள் இதைப் புரிந்துகொண்டோம்.

அங்கே குழந்தைகள் பிறந்தவுடனேயே அந்த அந்த இனம் *(Tribe)* தங்கள் சின்னத்தைக் குழந்தையின் முகத்திலேயும், மார்பிலேயும் பொறித்துவிடுவார்கள். ஒரு கூரிய கண்ணாடித்துண்டினால் இப்படிக் கீறிக்கொள்வார்கள். இந்த வடு இறக்கும் வரை அழியாது. இதன்படி ஒரு இனத்தவர் தங்கள் இனத்தாரை உடனே அடையாளம் கண்டுகொள்வார்கள். என் மனைவி "இது இனத்தைக் குறிப்பதல்ல; அழகுக்காகத்தான் வைக்கிறோம்" என்று சொல்லியும் அவள் நம்பியதாகத் தெரியவில்லை.

இன்னும் ஒரு நங்கை, அவளுக்கு வயது பதினாறு இருக்கும், வந்து மனைவியுடன் ஒட்டிக்கொண்டாள். அவள் ஒரு 'லெபனிஸ்' கன்னி. உயர்ந்த குதிகால் அணி; தொடை தெரியும் ஸ்கர்ட், நீண்ட கழுத்து வைத்த இறுக்கமான மேல் சட்டையுடன் வெள்ளை வெளேர் என்று இருந்தாள். எல்லோருடைய கண்களும் அவள் மேல் தாவியபடியே இருந்தன.

அவள் என் மனைவியின் சேலையைத் தொட்டு தொட்டுப் பார்த்தாள்; பிறகு தடவிப் பார்த்தாள். அவளுக்கு அதில் அப்படி ஒரு மோகம். தனக்கு வெகு காலமாகவே சேலை உடுக்க ஆசையென்று சொன்னாள். அதற்கு மனைவி, "அதற்கென்ன நான் கட்டி விடுகிறேனே! இது ஒன்றும் பெரிய விஷயம் இல்லையே?" என்று சொன்னாள்.

ஆனால் அந்த இளம் பெண் முகத்தைத் தொங்கப் போட்டுக்கொண்டு கூறினாள்; "இது எங்கள் வீட்டில் நடக்காத காரியம். எனக்கு எவ்வளவோ விருப்பம்தான்; ஆனால் 'அசிங்கம்' என்று வீட்டிலே தடை போட்டு விடுவார்கள்."

என் மனைவி "என்ன, அசிங்கமா? சேலையா?" என்று கேட்டாள். அதற்கு அந்த நங்கை கண்களை அகலவிரித்து, முக்கால் வாசி மார்புகளைக் காட்டியபடியே, சொல்கிறாள்; "ஆமாம்; இடையைக் காட்டி சேலை உடுப்பதை எங்கள் வீட்டில் செக்ஸியாகக் கருதுகிறார்கள். இது நடக்காத காரியம்."

இந்தக் கதையைப் பின்னர் மனைவி என்னிடம் விவரித்த போது நானும்தான் கொஞ்சம் அதிர்ந்துவிட்டேன்.

நான் லெவாலியையே அவதானித்துக் கொண்டிருந்தேன். அவர் ஒவ்வொருவராகப் போய் சந்தித்து, கை கொடுத்து, உரையாடிக்கொண்டே வருகிறார். அவர் குடிப்பது என்றால் பிராந்திதான் குடிப்பார். அதுவும் சாதாரண பிராந்தி அல்ல; 'ரெமி மார்டின்'. அந்தக் காலத்திலேயே அதன் விலை 80 டொலர். அவர் குடிப்பதை அன்று பார்த்தேன்; பிறகும் பல தடவைகள் பார்த்திருக்கிறேன். ஒரு பொருளின் மதிப்பு அறிந்து ஒருவர் அனுபவிக்கும்போது அது ஒரு கலையாகவே உயர்ந்துவிடுகிறது.

எங்கள் ஊரில் ஆட்கள் பத்து சதம் கொடுத்து விட்டு 'பிளாவிலே' பனங்கள்ளை 'மடக் மடக்'கென்று குடிப்பது போன்ற விஷயம் அல்ல அது. லெவாலி ஆற அமரத்தான் அந்த சுவையை அனுபவிப்பார். முதலில் பிராந்தி கிளாஸை எடுப்பார். அது மேற்பக்கம் சுருங்கி, கீழ்பக்கம் அகன்று ஒரு நீண்ட காம்பின் மேல் நிற்கும். அதை இடது கையில் நடு விரலுக்கும், ஆள் காட்டி விரலுக்குமிடையிலே வைப்பார். பிறகு போத்தலை 'டங்' என்ற சத்தத்துடன் திறந்து பிராந்தியை கால்பாகம் ஊற்றுவார். அது விழும் சத்தம் 'கிளிங், கிளிங், கிளிங்' என்று கேட்க இதமாக இருக்கும்.

திராட்சை ரசத்தில் சூரிய ஒளியைக் கலந்தது போல ஒரு மின்னும் அழகு. அதையே கண்களால் சிறிது நேரம் பருகிக் கொண்டு இருக்கலாம். இப்போது உள்ளங்கையால் கிளாஸின் அடிப்பாகத்தை தழுவ கையின் சூடு பிராந்தியை கொஞ்சம் வெதுவெதுப்படைய வைக்கும். அப்போது பிராந்தி கிளாஸை மூக்கின் கீழ் கொண்டு வந்து அங்கும், இங்கும் அசைத்து அதை முகர்ந்து அதிலேயே கொஞ்ச நேரம் கிறங்கி நின்று பிறகு மெள்ளச் சரித்து சிறிது பிராந்தியை வாயின் உள்ளிழுத்து, சுவைத்துப் பருக வேண்டும்.

எது காரணம் கொண்டும் பிராந்தியை 'மடக் மடக்' என்று குடிக்கக் கூடாது. அது பிராந்தி தேவதைக்குச் செய்யும்

அ. முத்துலிங்கம்

மகா அவமரியாதை. இதனிலும் மிக முக்கிய விதி; பிராந்திக்கு ஐஸ் காட்டவே கூடாது. அது பிராந்தியின் பவித்திரத்தைக் கெடுத்துவிடும். இதெல்லாம் அவர் சொன்னதுதான்.

"ஐம்புலன்களையும் ஒருங்கே ஆக்கிரமிக்கிறது இந்த பிராந்தி ஒன்றுதான்" என்று லெவாலி அடிக்கடி கூறுவார். இதைப் பார்த்துக்கொண்டிருக்கும் போது அவருடைய உற்சாக மும் வாழ்க்கையை அனுபவிக்கின்ற ருசியும் எங்களிடமும் ஓடி வந்துவிடும்.

இப்படியாகத்தான் எங்களுடைய ஆபிரிக்க வாழ்க்கை யின் முதல் நாள் குதூகலத்துடனும், ஆச்சரியம் தரும் வகை யிலும் தொடங்கியது.

நாங்கள் வெளியே வரும் போது என் மனைவி "நீங்கள் என்ன? அவர் உங்களை 'ரி.சீ, ரி.சீ' என்று கூப்பிடுகிறாரே? இது என்ன புதுப்பேரா? 'ரவாலர்ஸ் செக்' என்று சொல்வது போலிருக்கிறதே" என்றாள்.

"என்னுடைய முழுப் பெயரையும் – 'திருச்சிற்றம்பலம்' என்று சொல்வதற்கிடையில் அவருடைய பல் எல்லாம் உடைந்து விடுகிறதாம். நான்தான் மனமிரங்கி 'ரி.சீ' என்று கூப்பிடலாம் என்று சொல்லிவிட்டேன்" என்றேன்.

"அவருடைய பேரைப் பாடமாக்க எங்களுக்கு மூன்று நாள் எடுத்ததே? 'லம்போ லெவாலி' என்று சொல்ல எவ்வளவு கஷ்டமாயிருக்கு; மூச்சு எடுக்குது. 'உங்கள் பேரை சுக்கிரீவன் என்று மாத்துவோமா?' என்று கேட்டோமே? இல்லையே? ஒருத்தரில் உண்மையான மதிப்பு இருக்குமெண்டால் நாங்கள் கொஞ்ச நேரம் செலவழித்து அவருடைய பேரைச் சரியாக உச்சரிக்கப் பழக வேணும். இது அவருக்குக் காட்டும் மரியாதை" என்றாள் என் மனைவி.

நான் "நீ சொல்வது உண்மை; முற்றிலும் உண்மை; உண்மையைத் தவிர வேறொன்றுமில்லை. ஆனால் அவர் எனக்கு சம்பளம் கொடுக்கிறாரே! நீ கொடுக்கிறாயா? இல்லை. அவர் நாளைக்கு களைத்துப் போய் இனிமேல் 'ரீ' என்று கூப்பிடுவதென்றாலும் 'ஆஹா'! என்பேன்; இல்லை 'கோப்பி' என்றாலும் 'சரி' என்பேன்", என்றேன்.

என் மனைவி "உங்களுக்கு முதுகெலும்பு இருக்க வேண்டிய இடத்தில் கடவுள் ஈக்கு குச்சியை வைத்துவிட்டார்" என்றாள்.

கொழுத்தாடு பிடிப்பேன்

நான் "அது உனக்கு எப்படியோ தெரிஞ்சு போச்சு! தயவு செய்து மற்றவைக்கு சொல்லிவிடாதே!" என்றேன்.

இரண்டு நாள் போனது. மூன்றாம் நாள்தான் இந்த பேச்சு வந்தது.

"அந்த யானைத் தந்தம் என்ன மாதிரி இருக்கு! எவ்வளவு உசரம்! என்ன வடிவு! எங்களுக்கும் அது மாதிரி இஞ்ச வாங்க ஏலாதோ? என்றாள் என் மனைவி.

"எங்கடை பக்கத்து நாட்டுக்கு பேர் 'ஐவரிகோஸ்ட்' அதாவது 'தந்தங்கள் ஏற்றுமதி செய்யும் நாடு'. ஒரு காலத்திலை அங்கையிருந்து ஆயிரக்கணக்கான தந்தங்களை உலகம் எங்கும் ஏற்றுமதி செய்தார்களாம். இந்த ஊர்தான் யானைகளுக்கு பேர் போனதாச்சே!" என்றேன்.

"லெவாலி வீட்டிலை நாங்கள் பார்த்த தந்தம் என்ன உயரமிருக்கும்? இதைத் தூக்குறதெண்டால் அந்த யானை இன்னும் எவ்வளவு பெரிசாயிருக்க வேணும்?"

"இந்த யானைகள் பன்னிரெண்டு அடி உயரம் வரைக்கும் வளரும்; எடை ஒரு ஏழு டன் ஆவது இருக்கும். ஒன்பது அடி நீளத் தந்தங்கள் கூட இருக்கு, ஒவ்வொரு தந்தமும் 100 கிலோ எடை தேறும். ஆனால் இஞ்ச ஆபிரிக்காவிலை யானைகள் இந்திய யானைகளைப் போல இல்லை. வேற மாதிரி" என்றேன்.

"என்ன மாதிரி?"

"இந்தியாவில் ஆண் யானைக்கு மாத்திரம் தான் தந்தம் இருக்கும். இஞ்சயோ ஆண், பெண் இரண்டுக்குமே தந்தம்; சம உரிமை" என்றேன்.

"வேற"

"மற்றம்படிக்கு ஆபிரிக்க யானை சரியான பெரிசு; பெரிய காதுகள், பெரிய தந்தங்கள் இப்படியாய் இருக்கும்."

"இந்த தந்தங்கள் யானை இளமையாயும், பலமாயும் இருக்கும் வரை யானைக்குப் பெரிய பாதுகாப்பாக இருக்கும். ஆனால் வயது போய் உடல் தள்ளாடத் தொடங்கினாலும் தந்தம் மாத்திரம் மெலியாமல் அப்படியே இருக்கும். யானை இந்த தந்தத்தைத் தூக்கிக் கொண்டு அலைஞ்சு சரியாய் அல்லல்படும், பாவம்" என்றேன்.

அ. முத்துலிங்கம்

"அப்ப நாளைக்கு ஒருக்கா விசாரிச்சுப் பாருங்கோ. இதை எங்கடை ஊருக்கு கொண்டு போனால் என்ன மதிப்பாயிருக்கும்" என்றாள்.

அடுத்த நாள் வேலையிலிருந்து வந்தவுடன் "என்ன, என்ன?" என்றாள் மனைவி; நான் முற்றிலும் மறந்துவிட்டேன். "என்ன விஷயம்?" என்று திருப்பிக் கேட்டேன்.

"இல்லை, யானைத் தந்தம் பற்றி கேட்கிறேன் எண்டு சொன்னீங்கள்" என்றாள்.

"இது என்ன அறுகம்புல்லா, போய் படக்கென்று பிடுங்கிக் கொண்டு வர? மயிலிறகு பிடுங்கிறதுக்குக் கூட மயிலைத் தேடிப் போக வேணும். இது யானைத்தந்தம். யானையிட்டை போய்ப் பிடுங்க ஏலுமா, எங்கடை அவசரத்துக்கு?"

"ஒன்றில் யானை சாகும் வரை காத்திருக்க வேணும்; இல்லை ஒரு யானையைக் கொல்ல வேணும். எது வசதி?" என்று சொல்லித் தப்பிக்கொண்டேன்.

எங்கள் ஊரில் 'தொட்டாட்டு வேலை' என்று ஒன்றிருக்கு. ஆங்கிலத்தில் *handyman* என்று சொல்வார்கள். குதம்பே எனக்காக ஏற்படுத்தப்பட்ட தொட்டாட்டு வேலையாள். எனது பலவித சௌகரியங்களையும் கவனிப்பதற்காக நியமிக்கப்பட்டவன்.

அவனைப் போன்ற மகா முட்டாளை நான் பார்த்ததே இல்லை. மிகவும் கஷ்டப்பட்டுத்தான் அவனை எனக்காகத் தேடிப் பிடித்திருப்பார்கள் போலும். ஆனாலும், ஒரு சௌகரியம். உள்ள தாபங்களையெல்லாம் அவன் மேல் கொட்டலாம்.

குதம்பேயிடம் தான் இந்த யானைத் தந்தம் வாங்கும் பொறுப்பைக் கொடுத்தேன். அவன் இதுவரை இருநூறு தந்தங்கள் வாங்கிப் பழகியவன் போல மிகச் சாதாரணமாக அந்த வேலையை ஒப்புக்கொண்டான்.

'இந்தா வருது', 'இந்தா வருது' என்று ஒவ்வொரு நாளும் ஒவ்வொரு கதை விட நாட்கள் நகர்ந்து கொண்டிருந்தன.

இதற்கிடையில் கம்பனியில் குதம்பே ஒரு 'லோன்' கேட்டிருந்தான். நானும் அதை வாங்கிக் கொடுத்தேன். அதோடு நிற்கவில்லை. ஒரு நாள் தன் கடைக்குட்டி மகனை பள்ளியில் சேர்க்க வேணும் 'இடமில்லையாம்' என்று அழுதுகொண்டு

வந்தான். அந்தப் பள்ளிக்கூட, தலைமையாசிரியருக்கு கடிதம் எழுதி எப்படியோ ஓர் இடம் எடுத்துக் கொடுத்தேன்.

ஆனால் நான் கேட்ட தந்தம் மாத்திரம் தரித்திரம் போல இழுத்துக்கொண்டே போனது. வீட்டிலேயும் இந்த விசர் சூடு பிடிக்கத் தொடங்கிவிட்டது. என் மனைவி இரவும் பகலும் இது பற்றியே சிந்திக்கத் தொடங்கினாள். கனவுகூடக் கண்டிருப்பாள் போலும். என்னை ஞாபகப்படுத்தாத நாளே இல்லை. இந்த ஞாபகமூட்டல் பிறகு கரைச்சலாக மாறி அதற்கும் பின் எரிச்சலூட்டத் தொடங்கியது. இதிலிருந்து தப்ப முடியாது போல எனக்குப்பட்டது.

குதம்பே வழக்கம் போல வாராந்திர அறிக்கையைக் கொண்டு வந்து என் முன் வைத்தான். நான் முதல் இரண்டு வரியை மட்டுமே படித்தேன். 'இதென்ன அறிக்கை இது? குப்பை! நீரே கொண்டு போம்' என்று முகத்திலடிச்சது போலச் சொல்லிவிட்டுத் திரும்பவும் என் வேலையில் மூழ்கினேன்.

குதம்பே முனகிக் கொண்டு சிறிது நேரம் நின்றான். பிறகு அறிக்கையை எடுத்துக்கொண்டு போய்விட்டான்.

குதம்பே ஒரு பஞ்சுப் பொதி. திட்டு வாங்குவதற்கென்றே பிறந்தவன். எவ்வளவுதான் திட்டினாலும் அவ்வளவையும் உள்ளுக்கு வாங்கி வைத்துக்கொள்வான். கொஞ்சமாவது முகம் சுருங்க வேண்டுமே? கிடையாது. திட்டுபவர்தான் களைத்துப் போய் ஓய்வெடுக்க வேணும்.

அலுவலகம் எனக்கு நரகமாகிவிட்டது. வீட்டிலேயோ இன்னும் மோசம். போதாக் குறைக்கு, இப்ப இரண்டு நாளாக என் மனைவி கதைப்பதுகூட இல்லை.

ஒருநாள் சனிக்கிழமை மத்தியானம் போல குதம்பே வீடு தேடி வந்தான். அவன் வீட்டுக்கு வருவது இதுதான் முதல் தடவை. வெய்யிலில் வேர்க்க விறுவிறுக்க நடந்து வந்திருந்தான். எனக்கு பார்க்க என்னவோ போலிருந்தது. விறாந்தையில் உட்காரச் சொல்லி "என்ன விஷயம்" என்றேன்.

"நைஜீரியாவிலே இருந்து ஒருத்தன் நாலு ஜோடி தந்தம் கொண்டு வந்திருக்கிறான். உங்களுக்கு சௌகரியமென்றால் நாளைக்கே அவன் கந்தோருக்கு வருவான். நீங்களே விலை பேசி வாங்கலாம்" என்றான்.

எனக்கு மட்டில்லாத சந்தோஷம். தந்த வேட்டைக்கு ஒரு முடிவு கிடைத்துவிட்டது போலப்பட்டது. குதம்பேக்கு குடிக்க ‘என்ன வேண்டும்’ என்று கேட்டேன். அந்த வெயிலில் வேறு என்ன கேட்பான். பீர் தான் கேட்டான். என்னுடைய ஆறு வயது மகன் ஒரு போத்தல் பீரையும் ஒரு கிளாசையும் கொண்டு வந்து வைத்துவிட்டு ஓடிவிட்டான். குதம்பே மடமடவென்று அதை இளநீர் குடிப்பது போல குடித்து முடித்தான்.

என் மகன் வெளியிலே விளையாடிக் கொண்டிருந்தான். அதைப் பார்த்துவிட்டு குதம்பே சொன்னான்: “இந்த ஊர் களிலே ‘துப்பும் பாம்பு’ *(Spitting Cobra)* இருக்கிறது. சிறு பிராணிகளைப் பார்த்து எட்டத்தில் இருந்தே ஒரு வித நஞ்சைத் துப்பிவிடும். அதன் கண்களைப் பார்த்துத் தான் துப்பும். அந்தப் பிராணி ஓட முடியாது தவிக்கும் போது இந்தப் பாம்பு போய் பிடித்து விழுங்கிவிடும்.”

இதைக் கேட்டுக்கொண்டிருந்த என் மனைவி பாய்ந்து போய் வெளியிலே விளையாடிக்கொண்டிருந்த எங்கள் மகனை ‘பிராந்து’ தூக்குவது போல் தூக்கிக்கொண்டு உள்ளே வந்துவிட்டாள்.

இது என் மனைவி என்னுடன் ‘டூ’ விட்ட நாள். பேசா மடந்தையாக இந்தப் பக்கமும் அந்தப் பக்கமுமாக வேலை இருப்பது போல் நடந்தபடியே இருந்தாள். அவளுக்கு ‘குதம்பே என்ன சொல்லுறான்? தந்தம் கிடைக்குமா?’ என்று அறிய ஆவல்.

கடைசியில் அவளுடைய ஆசை கட்டுக்கடங்காமல் போகவே சமையல் அறையில் இருந்து மெள்ள வெளியே வந்து ஓரமாக நின்றுகொண்டு ‘இஞ்சருங்கோ’ என்று கூப்பிட் டாள். நான் வெளியே வந்து ‘என்ன?’ என்று கேட்டேன். “முருங்கைக்காய்க்கு என்ன புளி போடிறது? பழப்புளியா? தேசிக்காய் புளியா?” என்றாள்.

எனக்கு மனத்தை வருத்தியது. படிப்பைப் பாதியிலேயே எனக்காக நிறுத்தியவள். பெற்றோரையும், சுற்றத்தாரையும் துறந்து என்னையே கதியென்று வந்தவள். பெரிய வீட்டில் செல்லமாக வளர்ந்தவள். முதன் முதலாக சமையல் அறையைப் பார்த்ததே இங்கேதான்; நான் இப்படிக் கருணையில்லாமல் இருக்கலாமா?

அவள் என்ன, சீதையைப்போல ‘மாயமானைப் பிடித்துத் தா?’ என்று கேட்டாளா? இல்லை, யானையைத்தான்

கேட்டாளா? யானைத் தந்தம்தானே வேண்டுமென்றாள். கேவலம், இதைக்கூட என்னால் செய்ய முடியாதா?

அன்று முருங்கைக்காயுடன் நல்ல சாப்பாடு. நாலு மைல் தூரம் காட்டிலே போய் தேடி ஆய வேண்டும். இதை 'பேய்க்காய்' (Devil stick) என்றுதான் அங்கே சொல்லுவார்கள்; தொடவே மாட்டார்கள். இப்படி அருமையாகக் கிடைக்கும் காய்க்கு ருசியே தனி. அது மாத்திரமல்ல, என் மனமும் அன்று வெகு சந்தோஷமாக இருந்தது.

அடுத்த நாள் கந்தோரில் தந்தம் வந்துவிடும் என்று எதிர் பார்த்தேன். வரவே இல்லை. குதம்பேயைக் கூப்பிட்டு விசாரித்தேன். அவன் கையைப் பிசைந்துகொண்டு நின்றான்.

நான் வீடு திரும்பிய போது என் மனைவி மந்தகாசமாக ஒரு புன்னகையோடு என்னை வரவேற்றாள். இந்த புன்னகையை விசேஷமான ஒரு சில நாட்களுக்கு மாத்திரமே அவள் ஒதுக்கி வைத்திருந்தாள்.

எனக்கு அந்த முகத்தைப் பார்க்கவே குற்ற உணர்வாக இருந்தது. நான் நடந்ததைச் சொன்னேன். அவள் முகம் வாடிவிட்டது. கண நேரத்தில், தாமரைப் பூப்போல விகசித்து இருந்த முகம் இப்படி வாழைப் பூப்போல கூம்பிவிட்டதே! இது எப்படி நடந்தது?

மறுநாள் குதம்பே நடந்ததைச் சொன்னான். அந்த நைஜீரிய வியாபாரி நல்ல விலை கிடைத்ததால் அந்த தந்தங்களை ஒரு லெபனிஸ் கடைக்காரருக்கு விற்று விட்டானாம். மேற்கு ஆப்பிரிக்காவில் ஆயிரக்கணக்கான லெபனிஸ்காரர்கள் மடியிலே பணத்தைக் கட்டிக்கொண்டு என்ன செய்வது என்று தெரியாமல் அலைந்துகொண் டிருப்பார்கள். நான் அவர்களோடு போட்டியிட முடியுமா?

இன்னும் இரண்டு மாதங்கள் இப்படியே ஓடிவிட்டன. என்னுடைய ஒரு வருட ஒப்பந்தத்தில் நாலே நாலு மாதங் கள்தான் மீதி இருந்தன. தந்தம் கிடைப்பது கனவாகிவிடும் போலிருந்தது.

ஒரு நாள் மாலை. நான் அலுவலகத்தில் நேரம் போவது தெரியாமல் வேலை செய்துகொண்டிருந்தேன். அப்போது குதம்பே அவசரமாக வந்தான். 'என்ன விஷயம்?' என்பது போலப் பார்த்தேன். அங்கே காட்டில் மரம் வெட்டும் குழுவோடு இவன் ரேடியோவில் தொடர்பு கொண்டானாம்.

வேலை இரண்டு நாள் அங்கே தடைப்பட்டுவிட்டதாம். ஒரு யானைக் கூட்டம் வேலை செய்யவிடாமல் அந்த இடத்தில் உலாவுகிறதாம். பிறகு மெல்லக் கீழே குனிந்து "அதிலே ஒரு யானைக்கு தந்தம் இருக்கு" என்றான்.

"அதுக்கு நான் என்னப்பா செய்ய வேணும்" என்றேன்.

"இந்த மாதத்து மரங்கள் வருமதி வெகு சொற்பம். எங்களுடைய இலக்கில் நாங்கள் அரைவாசி கூடத் தாண்ட வில்லை. இது இப்படியே போனால் இந்த மாதம் முற்றிலும் பெரிய நஷ்டம் காட்ட வேண்டிவரும். யானைகளின் தொல்லை பொறுக்க முடியாதென்றால் அவற்றைச் சுட அதிகாரமிருக் கிறது. சென்ற வருடம் இப்படி இரண்டு முறை செய்திருக் கிறோம். நீங்கள்தான் உத்தரவு போட வேண்டும்" என்றான்.

"பாப்பம், பாப்பம்" என்று இருந்துவிட்டேன்.

அடுத்த நாள் காலை முடிவு கேட்டு என்னை ரேடியோவில் கூப்பிட்டார்கள்.

"பிரவோ சார்லி, பிரவோ சார்லி"

"யானைகள் தொந்தரவு தாங்க முடியவில்லை. வேலைக்கு இடைஞ்சல்; என்ன செய்வது?" என்று கேட்டார்கள்.

"ஒரேயொரு யானையை வெடி வையுங்கள்; கூட்டத்தைக் கலைத்து விட்டு வேலையை கெதிப் படுத்தப் பாருங்கள்" என்று உத்தரவு கொடுத்தேன்."

ரேடியோ புத்தகத்தில் கையெழுத்தையும் இட்டு, தேதியை யும் போட்டேன்.

அன்றிரவு என் மகன் கேட்டான்:

"அப்பா, யானை எவ்வளவு காலம் சீவிக்கும்?"

"நூறு, இருநூறு என்று எங்கள் ஊர்களில் சொல்வ தெல்லாம் பொய், யானை 60, 70 வருடம் வரைதான் உயிர் வாழும்" என்றேன்.

"இந்த யானைத் தந்தம் எப்பிடிக் கிடைக்கும்?" என்றாள் மனைவி.

"நிச்சயமாக 'பாக்டரியில்' கிடைக்காது. யானையிட மிருந்துதான் கிடைக்கும். ஒன்றில் யானை சாக வேணும்; அல்லது அதைக் கொல்ல வேணும்"

"வேறு வழியே இல்லையா?"

"99 வீதம் தந்தங்கள் யானையைக் கொலை செய்தே கிடைக்கின்றன."

"அப்பா, எங்கடை வாத்தியார் சொல்லுறார் யானைகளின் எண்ணிக்கை சரியாய்க் குறைஞ்சு போச்சுதாமே? உண்மையா?"

"டோடா, டோடா" என்று ஒரு சாதிப் பறவை. உருண்டையான உடம்பும் சின்னக் கால்களுமாய் அந்தப் பறவை லட்சக்கணக்காய் ஒரு காலத்தில் இருந்தது. பறக்கக் கூடத் தெரியாது அந்த அப்பாவிப் பறவைக்கு. அதை மனுசன் விளையாட்டுக்காகச் சுட்டு சுட்டே கொன்றுவிட்டான். அந்த பறவை இனமே இப்ப உலகத்திலை இருந்து மறைஞ்சுப் போச்சுது. யானைக்கும் அந்தக் கதி வந்து விடுமோ என்று சிலர் பயப்படுகினம்" என்றேன்.

"அது உண்மையாகிவிடுமா? என்றாள் மனைவி.

"யானைகள் எப்பவும் கூட்டமாகத்தான் திரியும். ஏழு, எட்டு யானைகள் கொண்ட கூட்டம். ஒண்டுக்கொண்டு நல்ல ஒற்றுமையாயும், விசுவாசமாயும் நடந்து கொள்ளும். இந்தக் கூட்டத்துக்கு தலைவி பெண் யானைதான்."

"நான் சொல்லுறது உண்மையாய் நடந்த ஒரு கதை. ஒரு சமயம் வேட்டைக்காரன் ஒருத்தன் தந்தத்துக்காக ஒரு யானையைச் சுட்டுவிட்டான். அது சுருண்டு விழுந்தது, ஆனால் முழுவதும் சாகவில்லை. கூட்டத்திலிருந்த மற்ற யானைகள் அவனைத் துரத்திக்கொண்டு வர அவன் ஓடித்தப்பிவிட்டான்."

"ஒரு மாசம் கழிச்சு அவன் திரும்ப அதே இடத்துக்குப் போனான். செத்துப்போன யானையின் தந்தத்தை எடுக்க. ஆனால் அந்த யானை விழுந்த இடத்திலே அப்பிடியே உயிரோடு கிடந்ததாம். மற்ற யானைகள் அதை விட்டுப் போகவே இல்லை. சாப்பாடும் தண்ணியும் கொண்டுவந்து கொடுத்து எப்படியோ ஒரு மாசம் வரை அதைச் சாக விடவில்லையாம்."

"மனிதனுக்கு எவ்வளவு அழிவுபுத்தி இருக்குதோ அவ்வளவுக்கு யானைகளுக்குச் சினேக புத்தியும், தங்களைக் காப்பாற்றிக்கொள்ளுற உணர்வும் இருக்குது. இந்த விஷயத்தில் யானையின் சாதகம் பலமாக இருக்குமெண்டுதான் நான் நினைக்கிறேன்."

அன்று பின்னேரம் நான் வீடு திரும்பும்போது எங்கள் கம்பனி வாசலிலிருந்து ஒரு கால் மைல் தூரத்தில் மரங்கள் கொண்டு வரும் பெரிய 'லொறி' ஒன்று நின்றுகொண்டிருந்தது. அதைச் சுற்றிலும் நூற்றுக்கணக்கானவர்கள் ஆரவாரம் செய்து கொண்டும் சத்தம் போட்டு சிரித்துப் பேசிக்கொண்டும் நின்றார்கள். கார் அந்த லொறியின் சமீபத்தில் போன பின்தான் எனக்கு விஷயம் புரிந்தது.

அந்த லொறியின் மீது மல்லாக்காக மலைபோல ஒரு யானை செத்துப்போய் கிடந்தது. அதில் இருந்து பாய்ந்த ரத்தம் திட்டுத்திட்டாக ஓர் அங்குலம் உயரத்துக்கு காய்ந் திருந்தது. யானையின் வாயும், துதிக்கைப் பாகமும் சிதில மடைந்து ரத்தகளரியாக இருந்தது. யானையின் கால்கள் 'ஓ'வென்று மேலே ஆகாயத்தைப் பார்த்தபடி தூக்கி நின்றன. ஏசுநாதர் கைகள் இரண்டையும் மேலே தூக்கி ஆகாயத்தை பார்த்துக் கதறியது போல இருந்தது எனக்கு.

காரை ஓட்டிய சாரதி சொன்னான்: "மாஸ்டர், இன்றைக்கு இரவு முழுக்க நல்ல விருந்தும் கும்மாளமுமாக இருக்கும் இந்த யானையைத் தின்று தீர்ப்பதற்கு மூன்று நாள் பிடிக்கும். இது தவிர, இன்றைக்கு எங்கள் குடிகள் தலைவர் மூன்றாவது மனைவியையும் எடுத்திருக்கிறார்; பதினெட்டு வயதுப் பெண். அவளுடைய நடனத்தைப் பார்க்க ஊர் முழுக்க அங்கே கூடிவிடும். ஆனால் மிகவும் முக்கியமானது, இப்போ தெல்லாம் யானை இறைச்சி கிடைப்பது வெகு அபூர்வம்."

நான் வழியில் கண்ட காட்சியை மனைவியிடம் விவரித் தேன். மலைக்குவியல் போல அந்த யானை பெரிய லொறியில் செத்துப் போய்க் கிடந்ததையும் யானை விருந்து நடக்கப் போவதையும் சொன்னேன். ஆனால் அதன் காரணகர்த்தா யாரென்பதைச் சொல்ல மெள்ளத் தவிர்த்து விட்டேன்.

"ஊர் முழுக்க இந்த யானை இறைச்சியை மூன்று நாள் வரை தின்னுமாம். நல்ல ருசியாய் இருக்குமாம். அவர்களுக்கு பாட்டும் கொண்டாட்டமும்தான்" என்றேன்.

"யானை இறைச்சியைச் சாப்பிடுவினமா?" என்று என் மனைவி அதிர்ந்துபோய் கேட்டாள்.

"இறைச்சி எண்டு வந்த பிறகு யானை இறைச்சி என்ன, குதிரை இறைச்சி என்ன; எல்லாம் ஒண்டுதான்" என்றேன் நான்.

"அப்ப நாங்கள் மாவிலையும், பலாவிலையும் சாப்பிடுறோமா?"

கொழுத்தாடு பிடிப்பேன்

"ஏன் இல்லை? ருசியாக இருந்தால் விட்டு வைப்போமா? அதையும் தான் சாப்பிடுவோம்" என்றேன் நான்.

அடுத்த நாள் கார்ச்சாரதி லேட்டாகத்தான் வந்தான். எதிர் பார்த்தது போல குதம்பே வரவே இல்லை. இன்னும் பல பேரும் கந்தோருக்கு மட்டம். யானை விருந்து அப்படி ஆட்களை மயக்கிவிட்டது.

மறு நாள், சனிக்கிழமை நான் வழக்கம் போல வெளி விறாந்தையில் இருக்கிறேன். என் குட்டி மகள் காலடியில் இருந்து படம் போட்டுக்கொண்டிருக்கிறாள். என் மனைவி உள்ளுக்கு மும்முரமாகச் சமையல் செய்கிறாள்.

வெளியே விளையாடிக்கொண்டிருந்த என் மகன்தான் முதலில் கண்டான். 'குதம்பே, குதம்பே' என்று கத்திக்கொண்டே ஓடி வந்தான். குதம்பேயின் பெயர் இப்போது எங்கள் வீட்டிலே அப்படிப் பிரபலம். மனைவி கைவேலையைச் சடாரென்று போட்டுவிட்டு வெளியே ஓடிவந்துவிட்டாள். என் குட்டி மகள் மாத்திரம் கண்களை மலர்த்தி நிமிர்ந்து பார்த்துவிட்டு மறுபடியும் படம் போடத் தொடங்கினாள்.

குதம்பே வழக்கம் போல வேர்க்க விறுவிறுக்க ஓட்டமும் நடையுமாக வந்தான். நான் 'வாரும், வாரும்' என்று சொல்லி அவனை உள்ளே கூப்பிட்டு இருத்தினேன். என் மகன் சொல்லாமல், கொள்ளாமல் குதம்பேக்கு பிடித்தமான பீரை கொண்டு வந்து அவன் முன் வைக்கிறான். அவனும் 'மடக்மடக்' கென்று குடிக்கிறான்.

முதல் நாள் ராத்திரி நடந்த விருந்தைப் பற்றி வர்ணிக் கிறான், குதம்பே. விடிகாலை ஐந்து மணி வரைக்கும் கூத்தும் கும்மாளமும் தொடர்ந்ததாம். இதிலே விசேஷம் என்ன வென்றால் குடிகள் தலைவருக்கு இப்போது வயது 65 ஆகிறது. இது மூன்றாவது மனைவி; கொஞ்சும் குமரி அவள். 40 ஆடுகளும், 8 மாடுகளும் கொடுத்து அவளை வாங்கினாராம். இப்படியான மயக்கும் அழகி அவருக்கு மிகவும் மலிவாகவே கிடைத்துவிட்டதாக குதம்பே அபிப்பிராயப்பட்டான்.

என் மனைவியோ தவித்தபடி நின்றாள். 'பின்னால் யாராவது தலையில் ஏதாவது தூக்கி வைத்தபடி வருகிறார் களா?' என்று கண்களால் தேடினாள். 'ஒரு வேளை லொறியில் வருமோ? என்று அந்த வழியால் போகும் லொறிகளையும் திரும்பித் திரும்பிப் பார்த்தாள். அப்போது பார்த்து குதம்பே

எழுந்தான். கமக்கட்டில் வைத்திருந்த பேப்பர் சுருளை உருவினான். அதற்குள் இருந்து இரண்டு தந்தங்களை எடுத்து என் மனைவியின் கையில் மிக்க பணிவோடு வைத்தான். பிறகு என்னவெல்லாமோ சொன்னான். 'பெண் யானை' என்றது மாத்திரம் என் காதில் விழுந்தது. அவன் போய் விட்டான்.

'நாடி விழுந்துவிட்டது' என்பதன் பொருள் புரிந்தது அன்றுதான். நான் அப்படியே கொஞ்ச நேரம் நிலைத்து நின்றுவிட்டேன். தந்தத்தைப் பார்த்த மாத்திரத்தில் என் மனைவியின் கண்கள் பெரிதாக விரிந்தன. வாய் திறந்தது. பிறகு பொத்திக்கொண்டாள். மேல்மூச்சு வாங்க மெதுவாக அங்கே இருந்த கதிரையில் அமர்ந்துவிட்டாள். என் மகன், அவள் கையில் இருந்த தந்தங்களைப் பிடுங்கி தன் கால் சட்டைப் பைக்குள் வைத்துக்கொண்டு ஓடிவிட்டான், விளையாட.

உலகம் கவிழ்ந்தது தெரியாமல் என் மகள் காலடியில் இருந்து படம் போட்டுக்கொண்டிருந்தாள்.

அன்றிரவு 'டம், டம்' என்று மேளச் சப்தம் வெகு நேரம் வரை கேட்டுக் கொண்டேயிருந்தது. கூவும் குரலில் பெண்கள் பாடுவதும், ஆடுவதும் கடல் அலைபோல வந்து வந்து அடித்தது.

என் மனைவி நித்திரை கொண்டதாகத் தெரியவில்லை. ஒரு முறை எழும்பிப் போய் ஜன்னல் பக்கம் கொஞ்ச நேரம் நின்றாள். பிறகு திரைச்சீலையை இழுத்து விட்டு வந்து படுத்துக் கொண்டாள். திடீரென்று நடுவே எழும்பி கொஞ்சம் தண்ணீர் குடித்தாள்; திரும்பித், திரும்பிப் படுத்தாள். அடிக்கடி பெருமூச்சுவிட்டபடியே இருந்தாள்.

நானும் தூங்கவில்லை. ஆனால் கனவுகள் மட்டும் வந்தன. அந்த கனவிலே யானை காலை உயர்த்திக்கொண்டு மல்லாக் காகக் கிடக்கிறது; பிறகு ஏசுநாதர் வருகிறார்; ரத்தம் ஆறாக ஓடுகிறது. எனக்குத் தேகம் குளிருகிறது. திடுக்கிட்டு விழித்து விட்டேன். பலபலவென்று விடிந்திருந்தது. பிள்ளைகள் இரண்டு பேரும் அயர்ந்து தூங்கிக் கொண்டிருந்தார்கள்.

காலைச் சாப்பாட்டை கடமைக்காகச் சாப்பிடுகிறேன். மனைவி பரிமாறுகிறாள். என் முகத்தைப் பார்க்கவே அவளுக்கு கூசியது போலும். கடைசியில் பொறுக்க முடியாமல் கேட்டாள்;

"அந்தப் பெரிய யானையை, அதுவும் பெண் யானையை, இந்த தந்தத்துக்காகவா கொன்றார்கள்? பாவிகள்!"

அவள் கண்களிலே முத்தாக ஒரு சொட்டுக் கண்ணீர்.

இரண்டு நாட்களாக அந்தத் தந்தம் மேசை மேலேயே கிடந்தது. பிறகு அதைக் காணவில்லை. நானும் கேட்கவில்லை.

என்னுடைய பன்னிரெண்டு மாத ஒப்பந்தம் ஒரு நாள் முடிந்தது. கம்பனி லொறி வந்து எங்கள் சாமான்கள் எல்லா வற்றையும் மூட்டை கட்டி எடுத்துக்கொண்டு போனது.

விமான நிலையத்துக்கு நாங்கள் புறப்பட்டோம். மனைவி யும் நானும் லெவாலியிடம் சொல்லிக்கொள்ள அவர் வீட்டுக்குப் போனோம்.

லெவாலி சாய்ந்த கதிரையில் நீண்ட சுருட்டைப் புகைத்த வாறு உட்கார்ந்து இருக்கிறார். பின்னணியில் மெல்லிய இசை. நானும், மனைவியும் போய் அவரிடம் விடை பெறு கிறோம். பெருந்தன்மையாக எங்களுக்கு நன்றி கூறி அடிக்கடி தொடர்புகொள்ளச் சொல்கிறார். நாங்களும் எங்கள் அன்பைத் தெரிவிக்கிறோம். லெவாலி எங்களை வீட்டு வாசல் வரை வந்து மரியாதையாக அனுப்புகிறார்.

வாசலிலே இரண்டு யானைத் தந்தமும் இரண்டு பக்கமு மாக, கல்யாண வீடுகளில் வாழை மரம் கட்டுவது போல, உயரமாக நிற்கிறது.

நான் வெளியே வரும்போது மனைவியிடம் "யானைத் தந்தத்தை பார்த்தீரா?" என்று கேட்டேன்.

"ச்சீ, அது பார்க்கவே அருவருப்பாயிருக்கு" என்றாள்.

அ. முத்துலிங்கம்

‘ஒரு சாதம்’

பாதையை நிறைத்துப் பனி மூடியிருந்தது. கனடாவின் அன்றைய வெப்பநிலை மைனஸ் 20 டிகிரி. டாக்சி மெதுவாக ஊர்ந்து 32ஆம் நம்பர் வீட்டு வாசலில் போய் நின்றது. வீட்டின் பெயர் ‘ஒரு சாதம்’ என்று போட்டிருந்தது.

ஹோட்டலில் இருந்து அங்கே வர பரமனாத னுக்கு இருபது டொலர் ஆகிவிட்டது. காசைக் கொடுத்துவிட்டு ஓவர் கோட், மப்ளர், தொப்பி, பூட்ஸ் என்ற சம்பிர மங்களுடன் கையிலே பையை யும் தூக்கிக்கொண்டு டாக்சியில் இருந்து பனி சறுக்காத இடமாகக் காலை வைத்துத் தாண்டவம் செய்து ஒரு மாதிரி இறங்கிவிட்டான்.

வீட்டினுள்ளே சிவலிங்கம் ஒரு சாரமும், பனியனுமாக நின்றான். கனடாவில் வீடுகளை அந்தமாதிரிக் கட்டியிருந்தார்கள்; குளிர் அண்டவே முடியாது. பரமனாதன் ஆடைகளை ஒவ்வொன் றாகக் கழற்றி வாசலிலே குவித்தான்; ஓவர் கோர்ட், மப்ளர், தொப்பி, பூட்ஸ், அப்பா! அரைவாசி பாரம் குறைந்துவிட்டது.

சிவலிங்கத்தின் மனைவி பூர்ணிமா வந்தாள். அவளுடைய அழகு அழிவில்லாத அழகுதான். சிவலிங்கமும் பூர்ணிமாவும் பரிமாறிய காதல் கடிதங்களை எல்லாம் அந்தக் காலத்தில் எடிட் செய்ததே பரமனாதன்தான். பதின்மூன்று வருடங்களுக்குப் பிறகு அவர்களை பரமனாதன் முதன் முறையாகக் கனடாவில் பார்க்கிறான். சிவலிங்கத்துக்கு இப்போது இரண்டு பெண்

குழந்தைகள்; மூத்தவளுக்கு வயது பன்னிரண்டு இருக்கலாம்; அடுத்தவளுக்கு நாலு.

பரமனாதன் கேட்டான்: “இது என்ன புது விதமான வீட்டுப் பேர்? ‘ஒரு சாதம்’ என்று வைத்திருக்கிறாய்?”

“அதுவா? இந்தப் பனிக் குளிரில் வீடு தேடி வாறவைக்கு ஒரு பிடி சாதமாவது போட வேணும் என்ற பிடிவாதத்தில் வைத்த பேர்,” என்றான் சிவலிங்கம். இதைக் கேட்டுக்கொண்டிருந்த அவனுடைய மூத்த மகள் ‘களுக்’ என்று சிரித்துக் கொண்டே உள்ளே ஓடிவிட்டாள்.

‘சாதம்’ என்ற வார்த்தையைக் கேட்ட பரமனாதனுக்கு கதையை மாற்றப் பிடிக்கவில்லை. கடந்த பத்து நாட்களாக ஹோட்டலில்தான் அவன் வாசம். ரொட்டியும், வெண்ணெயும், பழங்களுமாகச் சாப்பிட்டு, சாப்பிட்டு அவனுக்கு அலுத்துப் போய்விட்டது. கனடாவின் படுபயங்கரக் குளிருக்கு அவனுடைய வயிறு நிறுத்தாமல் பசித்துக்கொண்டிருந்தது. சாதத்தை அவன் அங்கே கண்ணால் கூட காணவில்லை. “என்ன? சோறு கறி வகைகள் எல்லாம் இங்கே தாராளமாகக் கிடைக்குமா?” என்றான் பரமனாதன். அவன் மனமானது சம்பா அரிசிச் சோற்றையும், மீன் குழம்பு கறியையும் நினைத்துப் பறந்தது.

இதற்கு பூர்ணிமா, “இதென்ன இப்பிடிக் கேக்கிறியள்? இது ஒரு சின்ன யாழ்ப்பாணம்தான்; யாழ்ப்பாணத்தில் கிடைக்காததுகூட இங்கே கிடைக்கும். அப்ப பாருங்கோ” என்றாள். பரமனாதனுடைய வாய் அப்பவே ஊறத் தொடங்கிவிட்டது.

அப்போதெல்லாம் சிலோனில் பரமனாதனும் சிவலிங்கமும் அடிக்கடி ‘கிரின்லாண்ட்ஸில்’ சாப்பிடுவார்கள். சிவலிங்கத்தின் காதல் உச்சக் கட்டத்தில் இருந்த காலம் அது. இருவரும் சார்டர்ட் அக்கவுண்டண்ட் சோதனைக்கு படித்துக் கொண்டிருந்தார்கள். சிவலிங்கம் படிக்கவே மாட்டான்; பெட்டையின் பின்னாலேயே அலைந்து கொண்டிருந்தான். படிப்பைத் தவிர மற்ற எல்லாம் செய்து வந்தான்; படிக்காத புத்தகங்கள் இல்லை; எல்லாம் அறிவு சார்ந்த புத்தகங்கள். அந்தக் காலத்திலேயே அறிவு ஜீவி. ஒரு விஷயத்தை ஒருக்கால் சொன்னால் பிடித்துக் கொண்டு விடுவான். அபாரமான ஞாபக சக்தி. அவனோடு வாதம் செய்து வெல்வது நடக்காத காரியம்.

எல்லோரும் அதிசயிக்கும் படி ஒரே முறையில் சோதனை பாஸ் பண்ணிவிட்டான். அவன் முழு மூச்சாகப் படித்தது என்னவோ இரண்டு வாரங்களே! மிகப் பெரிய தனியார் கம்பெனி ஒன்றில் சேர்ந்து கிடுகிடுவென்று மேலுக்கு வந்து விட்டான். பூர்ணிமாவை, பெற்றோரை எதிர்த்து மண முடித்தான். அவனுடைய வாழ்க்கையானது இப்படி அந்தர லோக சுகபோகத்தில் சென்றுகொண்டிருந்த போதுதான் 1977 கலவரம் வந்தது. இவனுக்கு ஒரு பிரம்மாண்டமான வீடு கம்பெனி கொடுத்திருந்தது; அத்துடன் வேலைக்காரர்கள். அவனுடைய கம்பனியிலே பத்தாயிரத்துக்கு மேலான பேர் வேலை செய்தார்கள். அங்கே வேலை செய்த தமிழர்களை விரல்விட்டு எண்ணலாம். எல்லாம் சிங்களவர்கள். கலவரம் வந்தபோது எல்லாவற்றையும் துறந்துவிட்டு 'உயிர் தப்பினால் போதும்' என்று இந்தியாவுக்கு பூர்ணிமாவுடன் ஓடி வந்து விட்டான்.

அங்கே சிவலிங்கம் பட்ட இன்னல்களை விவரிக்க இயலாது. ஒரு உயர்ந்த பதவியில் சகல சௌகரியங்களுடனும் வாழ்க்கை நடத்திவிட்டு அகதியாக வந்து இம்சைப்படுகிற அவதி சொல்லி விளங்காது. கடைசியில், எவ்வளவோ கஷ்டப்பட்டு, அவனும் பூர்ணிமாவும் கனடாவுக்கு அகதி களாக வந்து தஞ்சம் புகுந்தார்கள். இத்தனை வருடங்களுக்குப் பிறகு பரமனாதன் முதன் முறையாக அவர்களைப் பார்க் கிறான். பூர்ணிமா அவர்களுடன் இருந்து சுவாரஸ்யமாகப் பேசிக்கொண்டிருந்தாள். சாப்பாடு அடுக்குகள் ஒன்றையும் காணவில்லை. முதலில் பரமனாதனுக்குப் கொஞ்சம் பயமாக இருந்தது; பிறகு திகில் பிடித்துவிட்டது. 'சாப்பாடு ஒரு வேளை கிடைக்காதோ? என்று நெஞ்சு அடிக்கத் தொடங்கி விட்டது.

பூர்ணிமா சொன்னாள்: "இஞ்சருங்கோ! 241ஐ டெலிபோனில் கூப்பிடுவமா?" பரமனாதன் பாவம், ஒன்றும் புரியாமல் இருவரையும் மாறி மாறிப் பார்த்தான். சிவலிங்கம் சொன்னான். "241 நம்பரை அழைத்து ஒரு பெரிய பீட்ஸா ரொட்டி ஓடர் பண்ணினால், ஒரு காசுக்கு இரண்டு ரொட்டி கொண்டு வந்து கொடுப்பார்கள்; ஒன்று பெரிசு, மற்றது சிறிசு. சிறிய ரொட்டி இலவசம். டூ போர் வன் (ஒரு காசுக்கு இரண்டு). பதினைந்து நிமிடங்களுக்கிடையில் வீட்டிற்கே கொண்டு வந்து தருவார்கள். அது பிந்தினால் ரொட்டி இலவசம். அதைத்தான் பூர்ணிமா கேட்கிறா? ஓடர் பண்ணுவமா?"

பரமனாதனுக்கு இடி விழுந்தது. "என்னடா! வந்திறங்கிய வுடன் ஏதோ ஒரு பிடி சாதம் என்றெல்லாம் கதைத்தாய். இப்ப மெல்ல ரொட்டி என்று சொல்கிறாயே!" என்றான்.

"ஓ, ஓ மறந்து விட்டேன். சாதம்தான், சாதம்தான்" என்று கூறிவிட்டு மனைவியைப் பார்த்தான், சிவலிங்கம், பூர்ணிமாவும் புன்சிரிப்புடன் மறுபடியும் டயல் பண்ணத் தொடங்கினாள். சிவலிங்கம் விஸ்தாரமாக கனடாக் கதை களைச் சொல்லிக்கொண்டிருந்தபோதே சாப்பாடு வந்து விட்டது. பரமனாதனுக்குத் தன் கண்களையே நம்ப முடிய வில்லை. 'ஆஹா! என்ன சாப்பாடு. சம்பா அரிசிச் சோறு, மீன்குழம்பு, கத்தரிக்காய் பொரியல், மாசுச் சம்பல், முருங்கைக் காய் கூட்டு, இது என்ன கனடாவா, அல்லது யாழ்ப்பாணமா? ருசி, மணம் எல்லாம் தூக்கி அடித்தது. இவ்வளவு சீக்கிரம் வீட்டுக்கே கொண்டு வந்து கொடுத்துவிட்டார்களே?" எல் லோருமாக மேசையில் சுற்றி வர இருந்து சுடச்சுட சாப்பிட் டார்கள். பரமனாதனுக்கு உலகமே மறந்து விட்டது. அவன் பசிக்காகச் சாப்பிடுகிறவன் அல்ல; நாக்குக்காகச் சாப்பிடும் பேர்வழி! விட்டு வைப்பானா?

பூர்ணிமா சொன்னாள்: "இங்கே புருசன் பெண்சாதி இரண்டு பேருமே அநேகமாக வேலைக்குப் போகினம். அதனாலே இஞ்ச கன குடும்பங்களில் இப்பிடித்தான் ஓடர் பண்ணிச் சாப்பிடுகினம். நல்ல சாப்பாடு, விலையும் பரவாயில்லை."

"நாங்கள் இங்கு வந்த மூட்டம் அகதிகள் உதவிப் பணத்தில்தான் மிகவும் சிக்கனமாக சீவித்தனாங்கள்; பிள்ளைகள் கனடா உணவு பழகிவிட்டார்கள். இப்படி நாங்கள் ஓடர் பண்ணிச் சாப்பிடுவது இப்ப கொஞ்ச நாளாய்த்தான்" என்றான் சிவலிங்கம். சாப்பாடு முடியுந் தறுவாயில் பூர்ணிமா, "உங்கடை ப்ரண்டு வீட்டுப் பேரைப் பற்றி கேட்டார். நீங்கள் ஏதோ சொல்லிச் சமாளித்து போட்டியள். இவருக்கு நாங்கள் இஞ்ச வந்து பட்ட பாட்டைக் கட்டாயம் சொல்ல வேணும்" என்றாள். சிவலிங்கத்திற்கு விஸ்தாரமாக கதை சொல்லுவது என்றால் அளவற்ற பிரியம், விடுவானா?

"இஞ்ச எல்லோருக்கும் நடக்கிறது போலத்தான் எங்களுக்கும் நடந்தது. ஆனால் எங்கடை கஷ்டம் கொஞ்சம் வித்தியாசமானது; அனுபவித்தால்தான் தெரியும்.

இருபத்தைந்து வருடங்களுக்கு முன் சிலோனில் நடந்த சம்பவம் இது. அப்ப ஒரு கம்பனிக்கு கணக்காய்வு செய்யப் போயிருந்தேன். அங்கே பொன்னுச்சாமி என்றொரு கிழவர்

நாற்பது வருடமாகவே வேலை பார்த்து வந்தார். பேரேடு களைத் தயாரித்து ஆய்வுக்கு ஐந்தொகை கொடுப்பது அவர் பொறுப்பு. கணக்கு எழுதுவதில் அவர் புலி. எந்தக் கஷ்டமான சிக்கல் என்றாலும் அவிழ்த்துவிடுவார்.

"நாற்பது வருட காலமாக வராத ஒரு கஷ்டம் அவருக்கு அப்போது வந்தது. அவருடைய ஐந்தொகை அந்த வருடம் பொருந்தவில்லை; ஒரு சதம் வித்தியாசத்தில் நெட்டிக்கொண்டு நின்றது. "பொன்னுசாமிக்கு இது ஒரு பெரிய சவால். இதை எப்படி அவர் ஏற்பார்? இரவு பகலாகக் கண் விழித்து முழுக் கணக்குகளையும் இன்னொரு முறை சரி பார்த்தார். அந்த ஒரு சத வித்தியாசத்தை அவரால் கண்டுபிடிக்க முடிய வில்லை. பெரிய மானப் பிரச்சனையாக இது உருவெடுத்து விட்டது. கணக்காய்வும் தள்ளிப்போய்க் கொண்டே வந்தது. ஒரு திங்கள் காலை நான் போகிறேன். பொன்னுச்சாமி தலைவிரி கோலமாய் என் முன்னே வந்து நிற்கிறார். அவர் கண்கள் எல்லாம் சிவந்து காணப்படுகின்றன. சனி, ஞாயிறு விடுமுறைக்கு அவர் வீட்டுக்கே போகவில்லை. இரவு பகலாகப் பேரேடுகளை மீண்டும் மீண்டும் சரி பார்த்திருக்கிறார்.

"அவருடைய கண்கள் கீழே பார்த்தபடி இருந்தன. தன் பைக்குள் கையை விட்டு ஒரு சதக் குற்றியை எடுத்து என் மேசை மேல் வைத்தார். 'தம்பி, இந்த ஒரு சதத்தை வைத்துக் கொள்ளுங்கள். என்னால் இந்த வித்தியாசத்தைக் கண்டு பிடிக்க முடியவே இல்லை. இது எனக்கு ஏற்பட்ட மிகப் பெரிய தோல்வி. என்னை விட்டு விடுங்கள்' என்றார். பொன்னுச்சாமியுடைய கஷ்டம் எனக்கு அப்பொழுது முற்றாக விளங்கவில்லை. ஆனால் அதே போன்ற ஒரு சங்கடம் எனக்கும் இங்கே கனடாவில் ஏற்பட்டது.

"நாங்கள் அகதிகளாக வந்து சீரழிந்த கதை நீண்டு கொண்டே போகும். அதை விட்டுவிடுவோம். என்னுடைய விண்ணப்பத்தை எழுதிக்கொண்டு கம்பனி கம்பனியாக ஏறி இறங்கினேன். நூற்றுக்கணக்கான விண்ணப்பங்களைத் தபாலிலும் அனுப்பினேன். அகதிகள் உதவிப் பணத்தில் சிக்கனமாக வாழ்க்கை நடத்தினோம். இங்கே பெண்களுக்கு வேலை கிடைப்பது வெகு சுலபம். பூர்ணிமாவுக்கு வேலை கிடைத்துவிட்டது. ஆனால் அவள் அப்போது கர்ப்பம். அதனால் வேலையை ஏற்றுக்கொள்ள முடியவில்லை.

"கனடாவில் மீண்டும் ஒருமுறை படித்து கணக்காளர் தேர்வு எழுதி முடித்தேன். வேலை கிடைப்பது இப்போது இன்னும் கஷ்டமாகிவிட்டது. விஷயம் இதுதான். என்னுடைய

படிப்புக்கும், அனுபவத்துக்கும் ஏற்ற வேலை எடுத்த வீச்சே தரமாட்டார்கள். கீழ் மட்டத்தில் சேர்ந்து படிப்படியாகத் தான் உயரவேணும். கடைசியில் எனக்குக் கிடைத்த வேலை வாட்ச்மேன் உத்தியோகம்தான். ஒரு இந்தியாக்காரர், சுந்தரம் என்று பேர், அவர்தான் எனக்கு அந்த வேலையை எடுத்துக் கொடுத்தார். அதற்கென்று பிரத்தியேகமான பயிற்சிகள் எல்லாம் தந்தார்கள். நான் இவ்வளவு படித்துவிட்டு இப்படி யாக காவல்கார வேலை செய்யவேண்டி வந்துவிட்டதே! விதியே என்று நொந்து கொண்டேன்.

"எங்கள் கம்பெனி முதல்வர் போகும் போதும் வரும் போதும் நான் அவருக்குத் தவறாமல் வணக்கம் சொல்வேன். அவருடைய கவனத்தை எப்படியும் ஈர்க்க வேண்டும் என்பதில் ஆர்வமாகச் செயல்பட்டேன். அவருடைய கடைக்கண் பார்வைபட்டால் என் கஷ்டமெல்லாம் தீர்ந்து விடுமே! "என் வேலையோ மிகவும் கடுமையானது. முன் பின் எனக்கு அப்படி வேலை செய்து பழக்கவில்லை. இரவு முழுவதும் ரோந்து வந்து மெஷினைப் பஞ்ச் பண்ணிய படியே இருக்க வேண்டும். பனியென்றால் ஓவர் கோட்டையும், பூட்சையும் மேலாடைகளையும் மீறி குளிர் உள்ளே போய் உயிரைத் தொடும்.

"ஒருநாள் என் வீட்டுக்குப் போய் காலுறையைக் சுழற்றிய போது காலுறையெல்லாம் இரத்தம். பூர்ணிமா அழுதுவிட்டாள். அன்று இரவு வெகு நேரமாக ஒரு விண்ணப்பம் தயாரித்தேன் எங்கள் கம்பெனி தலைவருக்கு. எப்படியும் ஒரு சின்ன வேலையாவது போட்டுத் தருமாறு என் தகுதிகளை எல்லாம் காட்டி விளக்கினேன். தருணம் பார்த்திருந்து ஒருநாள் அதை அவர் கையிலும் சேர்த்துவிட்டேன். அதன்பிறகு ஒவ்வொரு நாளும், அவர் போகும் போதும் வரும் போதும், அவருடைய முகத்தையே பார்த்தபடி இருப்பேன். ஏதாவது ஒருநாள் அவர் வாயிலிருந்து நல்ல வார்த்தை வருமா என்று ஏங்கினேன்.

"அந்தச் சமயத்தில்தான் *James Gleick* எழுதிய *Chaos* என்ற புத்தகம் வெளியாகி எங்கும் பரபரப்பாகப் பேசப்பட்டது. அறிவுஜீவிகளுக்காக எழுதப்பட்ட புத்தகம் அது என்று உனக்குத் தெரியும். நான் சிலோனில் இருந்தபோது புத்தகங் களை வாங்கி வாங்கி குவிப்பேன். வாங்கின புத்தகங்களை இரவு பகலாக வாசித்து முடித்து விடுவேன். இங்கே புத்தகங் களின் விலையோ எக்கச்சக்கம். ஒருநாள் தலைவர் கையில் அந்தப் புத்தகத்தைப் பார்த்தேன். அடுத்த நாளே புத்தகக் கடையில் போய் நானும் ஒன்று வாங்கி விட்டேன். பூர்ணிமா

என்னுடன் சண்டை போட்டாள், எங்கள் வரும்படிக்கு அது ஒரு அநாவதியமான செலவு என்று.

"அதற்குப் பிறகு அந்தப் புத்தகத்தை வைத்துக் கொண்டு உலாவத் தொடங்கினேன். தலைவர் வரும் சமயம் பார்த்து புத்தக அட்டை தெரியக்கூடியதாகப் பிடித்தபடியே அங்கு மிங்கும் அலைந்தேன்.

என்னுடைய யுக்தி ஒருநாள் பலித்தது. அவரசமாய் போன தலைவர் நின்று உற்றுப் பார்த்துவிட்டு 'ஆஹா! *James Gleick?'* என்றார். அவர் வாய் மூடுமுன் நான் அந்த எழுத்தாளர் கூறிய தத்துவங்கள் பற்றி என் கருத்தை எடுத்து விட்டேன். குளத்தின் நடுவே ஏற்படும் சிறு சலனம் எப்படி விரிந்து விரிந்து கரையை அடைகிறதோ அதே போன்று வளிமண்டலத்தில் ஏற்படும் அணுப்பிரமாணமான சிறு மாற்றம்கூட வானிலையை ஏன் பூதாகரமாகப் பாதிக்கிறது என்பதைப் பற்றி விளக்கினேன். அதனால்தான் கிரகணம் பற்றியெல்லாம் கச்சிதமாக முன்கூட்டியே கூறிவிடும் விஞ்ஞானம், பருவ நிலையை மாத்திரம் முன்னறிவித்தல் செய்வதற்குத் திக்குமுக்காடுகிறது என்பது பற்றிக் கூறினேன்.

ஒருதுளி காரியம் எப்படிப் பிரம்மாண்டமான தாக்கத்தை உண்டாக்குகிறது என்பதற்கு இது சான்று. 'இது எனக்கு மிகவும் பிடித்தமான கருத்து' என்று மூச்சுவிடாமல் சொல்லி நிறுத்தினேன். தலைவர் ஆடிவிட்டார். 'அட! மிக நல்ல வியாக்கியானமாய் இருக்கிறதே! குட், குட்' என்று சொல்லி விட்டு வேகமாய் போய்விட்டார்.

"அடுத்த நாள் எனக்கு ஓர் அதிசயம் காத்திருந்தது. கணக்காளர் பிரிவில் ஒரு அடிமட்ட வேலை எனக்குக் கிடைத்துவிட்டது. எனக்குண்டான மகிழ்ச்சிக்கு அளவே இல்லை. என் வேலை என்பது பத்தாம் வகுப்பு படித்தவனை பாலர் வகுப்பில் போட்டது போலத்தான். ஆனால் அதை நான் பொருட்படுத்தவில்லை. இரண்டு நாள் வேலையை இரண்டு மணி நேரத்தில் முடித்து விடுவேன். ஓய்வு நேரங் களில் மற்றவர்களுடைய வேலையையும் இழுத்துப் போட்டுக் கொண்டு செய்வேன். இரண்டு மாதத்தில் அந்தப் பிரிவு வேலையெல்லாம் எனக்கு தண்ணிபட்ட பாடு.

"என்னுடைய பகுதியில் எல்லோரிடமும் கம்ப்யூட்டர் இருந்தது; எனக்கு மட்டும் இல்லை. பகுதி தலைவரிடம் வழுவழுவென்று ஒரு கம்ப்யூட்டர். அந்த வழியால் போகும் போதெல்லாம் அதைத் தொட்டுத் தடவி விட்டுத்தான்

போவேன். நேரம் கிடைக்கும்போதெல்லாம் மற்றவர்களுடைய கம்ப்யூட்டரில் வரும் சிறிய பிரச்சினைகளை எல்லாம் தீர்த்து வைப்பேன்.

"இதற்கிடையில், ஐம்பது டொலருக்கு நான் ஒரு பழைய கம்ப்யூட்டர் வாங்கிவிட்டேன். மற்ற கம்ப்யூட்டர்கள் பென்ஸ் கார் என்றால் இதை 'திருக்கல்வண்டி' என்று சொல்லலாம். அவ்வளவு மெதுவாகப் போகும். கம்பெனியில் சிக்கலான சில வேலைகளை வீட்டில் கொண்டு வந்து இதில் தட்டிச் சரி செய்து விடுவேன்.

"அப்போது ஒரு நாள் எங்கள் பகுதி மேலாளர் சில நாள் லீவு போட்டார். அந்தப் பகுதி வேலைகள் எல்லாத்தையும் நான் பார்க்கும்படி வந்தது. விடுவேனா? அதிலும் அந்த கம்ப்யூட்டரில் வேலை செய்யக் கொடுத்து வைக்க வேணுமே? அப்படி வேலை செய்யும்போதுதான் ஒரு நாள் கவனித்தேன்; கம்ப்யூட்டர் அச்சடிக்கும்போது ஒரு சதம் தவறியிருந்தது.

"இது பெரிய விஷயமில்லை. ஆனால் இது திருப்பித் திருப்பி நடந்தது. என்ன செய்தும் போகவில்லை. எவ்வளவுதான் வித்தை காட்டினாலும் அந்த ஒரு சத வித்தியாசம் போவதாகத் தெரியவில்லை.

"கம்ப்யூட்டர் என்பது கணக்குகளைச் சரியாகவும், வேகமாகவும் போடுவதற்கென்றே பிறவியெடுத்தது. இப்படி பிழை நடக்கலாமா? 'விடேன், தொடேன்' என்று நான் இந்த ரகஸ்யத்தை உடைக்க முற்பட்டேன்.

"ஒரு நாள் தலைவர் தனியாக இருக்கும் சமயம் பார்த்து அவர் முன்பு போய் நின்றேன். அந்த ஆதிமூலத்துக்குள் என் போன்ற சாதாரண மனிதப் பதர்கள் காலடி எடுத்து வைக்க முடியாது என்றாலும் நான் துணிந்து போய்விட்டேன்.

"முதலிலேயே மன்னிப்பு கோரி, இப்படி அடிக்கடி வரும் ஒரு சத வித்தியாசத்தைப் பற்றி அவரிடம் சொன்னேன். அவர் அதைப் பொறுமையாகக் கேட்டுவிட்டு, புன்சிரிப்புடன் 'அதை பார்த்து விட்டாயா? உண்மைதான். நாங்கள் கடந்த ஆறு வருடங்களாக முயன்றும் அந்த ஒரு சதம் உதைப்பதை நீக்க முடியவில்லை. சில வெளி இடத்து நிபுணர்கள்கூட வந்து பிழையைத் திருத்துவதற்காக எண்பதாயிரம் டாலர் வரை செலவு செய்துவிட்டோம். இது தவிர, இது என்ன, ஒரு சதம் தானே! இதை ஆர் நுணுக்கமாகப் பார்க்கப் போகிறார்கள். இது விரயம் என்று முடிவு செய்துவிட்டோம். இதில் கவனத்தைத் திருப்பாதே' என்றார்."

“மகாத்மாகாந்தி இங்கிலாந்து அரசுடன் பேச்சுவார்த்தை நடத்துவதற்காக லண்டன் பயணமானார். எப்போதும்போல சாதாரண இந்தியக் குடிமகன் போல நாலு முழத்துண்டும், மேற்போர்வையும், செருப்புடனும் வெளிக்கிட்டார். அவருடைய உணவுப் பழக்கமோ உலகம் அறிந்தது. பேரிச்சம் பழம், ஆட்டுப் பால், வெண்ணெய் இப்படி வெகு எளிமையானது. இங்கிலாந்து அரசாங்கம் அவருடைய சாப்பாட்டில் அக்கறை கொண்டு ஒரு ஆட்டையும் கப்பலில் அவருடன் லண்டன் வரவழைத்திருந்தது. அப்போது லண்டன் பேப்பர்களில் இப்படி ஒருசெய்தி வந்ததாம்: ‘மகாத்மா காந்தியை அவர் ஏற்றுக்கொண்ட ஏழ்மை நிலையில் வைத்திருப்பதற்கு இங்கிலாந்து அரசு நாளொன்றுக்கு நூற்றுக்கணக்கான பவுண்டு செலவு செய்ய வேண்டி இருக்கிறது.’

“அது போலத்தான் இந்தக் கதையும் இருந்தது. நான் தைரியத்தையெல்லாம் வரவழைத்துக்கொண்டு. ‘ஐயா, எனக்கு ஒரு முறை இதைப் பார்க்க அனுமதி கொடுப்பீர் களா?’ என்று கேட்டேன். “அவர் சிறிது யோசித்தபடி இருந்தார். அந்த ஒரு நிமிடத்தில் என் மூச்சு ஓடாமல் நின்றது. கடைசி யில் என்ன நினைத்தாரோ ‘சரி’ என்று கூறிவிட்டார்.

“அன்றிரவு என் போராட்டம் ஆரம்பித்தது. கிழவனுக் கும் மீனுக்கும் நடந்தது போன்ற போராட்டம்; பீமனுக்கும் ஜராசந்தனுக்கும் நடந்த துவந்தயுத்தம் போன்று முடிவில்லாத ஒரு யுத்தம். “170 பக்கங்கள் கொண்ட ப்ரோகிராம் அது. நுணுக்கமாக, வரிவரியாக அதைச் சோதித்தபடியே வர வேண்டும். மூலை முடுக்கெல்லாம் தடவித் தடவி தேடிக் கொண்டே வருகிறேன். எங்கோ ஒரு மூலையில் அந்தத் தவறு ஒளித்திருந்துகொண்டு என்னைப் பார்த்தபடியே இருக்கிறது.

“என் நண்பர்கள் என்னைப் பார்த்து பரிகசிப்பதுண்டு; கம்ப்யூட்டரை இயக்க முன் நான் வழக்கம்போல சொல்லும் ஸ்தோத்திரத்தைச் சொல்லி துதிக்கிறேன்:

மனிதனை உய்விப்பதற்காக அவதரித்த கம்ப்யூட்டரே!
உனக்கு அநேக கோடி வணக்கங்கள்!
உன்னுடைய விஸ்வரூபத்தின் முன்
நான் சிறுதுளி.
உன் பரிபூரண கடாட்சம்,
என் மீது பாயட்டும்!
சகல கதவுகளையும் திறந்து
உன் ரகஸ்யங்களை என் வசமாக்குவாயாக!

உன் வாசலிலே புக அநுமதி கேட்டு நிற்கிறேன்.
நமஸ்காரம்! நமஸ்காரம்!

இப்படியாக அதை வணங்கி இயக்குகிறேன். அது கிர் ரென்ற சத்தத்துடன் உயிர் பெறுகிறது. தன் பரந்த உலகத்தை என் முன்னே விரிக்கிறது. ஒவ்வொரு கதவாகத்தட்டி விடையைத் தேடிக்கொண்டே வருகிறேன். விடையும் என் கைக்குள் சிக்காமல் தப்பிக்கொண்டே போகிறது.

"ஒரு நாள் அல்ல, இரண்டு நாள் அல்ல. பல நாட்கள் இப்படியாக பயனின்றி ஓடிவிட்டன. கந்தோரிலிருந்து வந்ததும் நேராகப் போய் கம்ப்யூட்டரின் முன் அமர்ந்துவிடுவேன். இரவு இரண்டு மணி, மூன்று மணி வரை வேலை செய்வேன். களைத்துப் போய் அப்படியே படுத்து தூங்கியும் இருக்கிறேன். மறு நாளும் இது போலவே போய் விடும். ஆனால் அந்த ஒரு சதம் என் கைக்குள் அகப்படாமல் தப்பிக்கொண்டு வந்தது.

"நான் உண்பதில்லை; வடிவாக உறங்குவதில்லை. வேறு ஒன்றிலும் கவனமில்லை. என் புத்தியெல்லாம் இதிலேயே செலவழிந்தது. உன்மத்தம் என்று சொல்வார்களே, அப்படி யான ஒருநிலைதான். கம்ப்யூட்டர் தேவதை என்னை உதாசீனப்படுத்தி அலைக்கழித்துக் கொண்டிருந்தாள்."

இந்த இடத்தில் சிவலிங்கம் கதையை நிற்பாட்டிவிட்டு மனைவி கொண்டு வந்து வைத்த காபியை சிறிது பருகினான்; பிறகு மறுபடியும் தொடர்ந்தான்:

"நாங்கள் கலாசலையில் படித்தபோது வேதியியல் பேராசிரியர் கூறியது உனக்கு ஞாபகமிருக்கிறதா? பென்சீனுடைய அணு அடுக்கு முறையைக் கண்டுபிடிக்க விஞ்ஞானிகள் பட்டபாடு. அதிலும் பிரடெரிக் கேகுலே என்ற விஞ்ஞானி ஒன்றல்ல. இரண்டல்ல ஏழு வருடங்கள் இதற்காகப் போராடினார். எப்படித்தான் படம் போட்டாலும் ஆறு கார்பன் அணுக்களையும், அறு ஹைட்ரஜன் அணுக்களையும் விகிதமுறை தவறாமல் அவரால் அடுக்க முடியவில்லை. கடைசியிலே ஒரு நாள் மாலை அவர் களைப்புடன் குதிரை வண்டியில் பிரயாணம் செய்து கொண்டிருந்தபோது சிறிது அயர்ந்துவிட்டார். அப்போது அவர் கனவிலே பாம்புகள் தோன்றினவாம். அதிலே ஒரு பாம்பு தன் வாலைப் பிடித்துத் தானே விழுங்கத் தொடங்கியது. இவருக்கு விழிப்பு திடீரென்று வந்து எழுந்துவிட்டார். அணுக்களை வட்டமாக வரிசைப் படுத்தும் எண்ணம் உதித்தது. அப்படியே செய்து பார்த்தபோது அந்த அணு அமைப்பு சரியாக வந்து விட்டது.

“இது மாதிரியான சம்பவம்தான் எனக்கும் இங்கே ஏற்பட்டது. ஆறு மாத காலம் இப்படியே விரயமாகக் கழிந்தது. போராட்டத்திற்கு முடிவே இல்லை. என் மனைவிக்கும் வெறுத்து விட்டது. ஒருநாள் கம்ப்யூட்டரைத் தூக்கி எறிவதற்கு கூடத் துணிந்து விட்டாள். ஒரு சரஸ்வதி பூசை நாள். மனைவி மும்முரமாக பூசை அடுக்குகள் செய்கிறாள். கம்ப்யூட்டரில் மூழ்கி இருந்த என்னிடம் வந்து சொல்கிறாள்:

“இண்டைக்காவது இதை விடுங்கோ! மூளைக்கு கொஞ்சம் ரெஸ்ட் கொடுத்துப் பாருங்கோ. ஒரு நாள் போனால் என்ன; நாளைக்கு வேலை செய்யலாம் தானே” என்று என்னை இழுத்துக்கொண்டு போய்விட்டாள். நானும் கம்ப்யூட்டரைத் தொடுவதில்லை என்று சத்தியம் செய்து மூடிவிட்டேன். ஆனாலும் என்ன பயன்? சாமி கும்பிடும் போதும் சரி, மனைவியுடன் பேசும்போதும் சரி, குழந்தையுடன் விளையாடும் போதும் சரி என் மனமானது கம்ப்யூட்டருடனேயே ரகஸ்ய மாகச் சல்லாபித்துக் கொண்டு இருந்தது.

“அன்றிரவு வழக்கத்துக்கு மாறாக பத்து மணிக்கே படுக்கப் போய்விட்டேன். நித்திரையிலே எனக்கு ஒரு கனவு வந்தது. அப்போது பளீர் என்று என் மூளையிலே ஒரு மின்னலடித்தது. அந்த தப்புக்கான விடை அங்கே என் முன்னே குதித்துக் கொண்டு நின்றது. எழும்பி விட்டேன். நேரம் மூன்று மணி காட்டியது. ப்ரோகிராமை எடுத்துப் பார்த்தேன். பதினேழாவது பக்கம், நாலாவது வரியில் நான் நினைத்த மாதிரியே இருந்தது. என் கண்களை நம்பவே முடியவில்லை.

“ஸ்ரீரங்கநாதர் நீண்டு சயனிப்பதுபோல் அந்தப் பிழை யானது நீளவாட்டில் படுத்துக் கொண்டிருந்தது. இதே பாதையால் முன்னூறு தடவையாவது போயிருப்பேனே! நான் பார்க்கவில்லையே! இன்று என்ன இவ்வளவு துல்லிய மாகத் தெரிகிறது. இவ்வளவு காலமும் ஏன் என் கண்கள் இதைக் கவனிக்கவில்லை?

“என் நெஞ்சு படக்படக்கென்று வேகமாக அடிக்கத் தொடங்கியது. வெளியிலேயோ பனி கொட்டுகிறது. மனைவி, குழந்தைபோல அமைதியாகத் தூங்கிக் கொண்டு இருக்கிறாள். மெதுவாக ஓவர் கோட்டையும், பூட்ஸையும் எடுத்துக் கொண்டு பூர்ணிமாவுக்கு ஒரு சிறு குறிப்பு எழுதி வைத்துவிட்டு ஓசைப் படாமல் நழுவுகிறேன்.

“அப்போது என்னிடம் காரில்லை. டாக்ஸி ஒன்றை டெலிபோனில் கூப்பிட்டு என்னுடைய கந்தோருக்கு போய்

இறங்கினேன். சுந்தரம்தான் காவல் காக்கிறான். செக்கியூரிட்டி கார்டை கதவிடுக்கில் சொருகி கதவைத் திறந்துகொண்டு உள்ளே போகிறேன். 'கம்ப்யூட்டர் தேவதையே! இன்று எனக்கு நீ இணங்கி விடு' என்று வேண்டிக்கொண்டே அதை இயக்குகிறேன்.

"கம்ப்யூட்டர் கிர்ரென்று உயிர்பெற்றுத் தன் வாசல்களை எனக்குத் திறக்கிறது. ஒவ்வொரு வாசலாகத் தட்டிக்கொண்டே செல்கிறேன். அங்கே என் அணங்கு கைகளைப் பரப்பிக் கொண்டு எனக்காகக் காத்திருந்தாள். பதினேழாவது பக்கத் திலே அந்தப் பிழையானது வியாபித்து நிற்கிறது. நிமிடத்தில் அதைச் சரி செய்துவிட்டு ஓட்டிப் பார்க்கிறேன். ஒரு சதம் போய் விட்டது; விளம்பரங்களில் சொல்வதுபோல் 'போயே போய்' விட்டது.

"என்னால் என் கண்களை நம்ப முடியவில்லை. இன்னும் ஒரு இருபது தடவை திருப்பித் திருப்பி ஓட்டிப் பார்த்தேன். ஒரு சத வித்தியாசம் மறைந்துவிட்டது. யாரிடமாவது சொல்லிக் கதற வேண்டும் போல இருந்தது. 'சுந்தரம் சுந்தரம்' என்று ஓடினேன். அவனைக் கட்டிப் பிடித்துக் கொண்டு உளறினேன். 'என்ன தம்பி, என்ன ஆச்சு? கம்ப்யூட்டரை உடைச்சுப் பிட்டியா?' என்றான். 'இல்லை, சுந்தரம் ஒரு சதம் ஒன்று இவ்வளவு நாளும் காணாமல் போச்சு. இன்று கிடைத்து விட்டது' என்று கூறினேன். அவன் ஒன்றும் புரியாமல் விழித்தான்.

"நான் அந்த ப்ரோகிராமை திருப்பித் திருப்பி ஓட வைத்து அதன் லாவண்யத்தை ரசித்தபடியே இருந்தேன். அந்த அழகு கொள்ளை அழகு; அதை எத்தனை தரம் பார்த்தாலும் ஆசை தீராது.

"அந்தச் சமயம் பார்த்து இன்னொரு அதிசயம் நடந்தது. பனிச் சறுக்கு விளையாட்டுக்கு எங்கள் தலைவர் அடிக்கடி போவதுண்டு. அன்று சனிக்கிழமை. அதிகாலையிலேயே அவர் கந்தோருக்கு வந்திருந்தார், தன்னுடைய உபகரணங் களை எடுப்பதற்காக. என்னைக் கண்டதும் திகைத்துவிட்டார்; என்னுடைய குழம்பிய தலையையும், சிவந்த கண்களையும் பார்த்து உண்மையாகவே அவர் அதிர்ந்துவிட்டார். 'என்ன நடந்தது?' என்று கேட்டார்.

"'அந்த ஒரு சதம், அதைக் கண்டுபிடித்துவிட்டேன்' என்றேன். அதைச் சொன்னபோது எனக்கு நாக்கு குழறியது; கண்களிலே பொலபொலவென்று கண்ணீர். 'எங்கே பார்ப்போம்?' என்றார். ஓட்டிக் காட்டினேன். 'இன்னொரு

முறை' என்றார். கம்ப்யூட்டர் மறுபடியும் ஓடி ஓய்ந்தது. 'ஆஹா!, போய்விட்டதே. ஆறு வருடமாக எங்களை அலைக் கழித்தது இன்றோடு ஒழிந்தது; எக்சலண்ட் வேர்க்; காங்கிரஜுலேசன்ஸ்' என்றார்.

"என் மனதில் ஏதோ ஒன்று நெருடியது. 'ஐயா, இதன் உண்மையான தாத்பரியம் உங்களுக்குத் தெரிகிறதா?' என்றேன். 'என்ன' என்று இன்னொருமுறை கேட்டார். 'இந்தப் பிழை நீக்கத்தால் இந்த வருடம் மட்டும் 384,000 டொலர் லாபம் அதிகமாகிறது; போன வருடம் இந்தத் தவறினால் 292,000 டொலர் இழந்துவிட்டோம். அது போனதுதான். அடுத்த வருட பட்ஜட்டின்படி 483,000 டொலர் லாபம் மிகையாக வரும் என்றேன்.

"தொடர்ந்து அதற்கான கணக்குகளையும் படபடவென்று போட்டுக் காட்டினேன். ஆறுதலாக அமைதியாக எல்லா வற்றையும் கேட்டார். அவர் முகத்தில் அவமானம், அதிர்ச்சி, மகிழ்ச்சி எல்லாம் ஓடியது. போய்விட்டார்.

"அடுத்த நாளே எனக்கு வேலை உயர்வு காத்துக் கொண்டிருந்தது. கம்பனியில் இருந்த எட்டு நிதி கட்டுப்பாட் டலுவலர்களில் நானும் ஒருவராக நியமிக்கப்பட்டேன். இதுதான் என் சரித்திரம்" என்றான்.

"மிச்சத்தையும் சொல்லுங்கோ" என்றாள் மனைவி.

"இது மனசுக்கு கொஞ்சம் கஷ்டமான விஷயம். புது வேலையில் உயர்த்தப்பட்ட உடனேயே என் வழக்கப்படி எல்லா வேலைகளையும் இழுத்துப் போட்டு கற்று விட்டேன். கம்ப்யூட்டர் மூலம் வேலைகளை எளிமையாக்கினேன்; நஷ்டத்தைக் குறைத்து லாபத்தை விரிவடையச் செய்தேன்.

"ஒருமுறை ஒரு சோதனையான காலம். கம்ப்யூட்டர் பிரிவு தலைமை அதிகாரி லீவிலே போய்விட்டார். சில அந்தரங்க அறிக்கைகள் தயாராக வேண்டி இருந்தது. கம்ப்யூட்டரில் ஒரு சிக்கல். ஆலோசகர்களைத் தருவிக்க நேரமில்லை. அவர்கள் ஒட்டாவாவில் இருந்து வரவேண்டும். இரண்டு நாட்களாகக் கம்பனி இயக்குனர்கள் ஓடிஓடி தாங்களாகவே அதை நிவர்த்தி செய்யப் பார்த்தார்கள். முடியவில்லை. கெடு நாளும் நெருங்கிக்கொண்டே வந்தது.

"தலைவர் என்னைத் தனிமையில் அழைத்து 'இதை பார்க்க முடியுமா? இதில் ஏதோ பெரிய சிக்கல், நாளைக்கே ரிப்போர்ட் தயாராக வேண்டும், உங்கள் உதவி மிகவும் அவசியம்' என்றார்.

"அந்தரங்கமான அறிக்கைகள் அவை. என் போன்றவர்கள் அவற்றைப் பார்க்க அனுமதி இல்லை. 'ஆபத்துக்குப் பாவம் இல்லை' என்று என் கையில் அது வந்துவிட்டது. கடவுளாக அனுப்பிய பிரசாதம்.

"நான் ப்ரோகிராமைப் பார்த்தேன். பார்த்தவுடனேயே தெரிந்துவிட்டது. ஆரம்பத்திலேயே பிழை. கனதூரம் போகத் தேவையில்லை. 'ஆஹா!, இதோ' என்று சொல்ல வாய் திறந்துவிட்டு சடாரென்று மூடிக்கொண்டேன். 'இது கொஞ்சம் சிக்கலாக இருக்கும்போலத் தெரிகிறது. நாளைவரை ரைம் கொடுங்கள்' என்று சொல்லி ப்ரோகிராமை பெற்றுக் கொண்டேன்.

"முதல் ஒரு நிமிடத்திலேயே பிழையைத் திருத்தி விட்டேன், மீதி இரவெல்லாம் ப்ரோக்கிராமை அணு அணுவாக ஆராய்ந்து மனதில் பதித்து வைத்துக் கொண்டேன். இப்படியான சந்தர்ப்பம் இனிமேல் கிடைக்காதல்லவா?

"அந்த சம்பவத்திற்குப் பின்புதான் எனக்கு இயக்குநர் பதவி கிடைத்தது. அதற்கு முன்பு அந்த வேலையில் இருந்த வரை நீக்கிவிட்டார்கள். அவர் நல்ல மனிதர். அன்பான சுபாவம். என்னைப் போல அகதியாக வந்து உயர்ந்தவர். அவரை நீக்கி எனக்கு அந்த வேலையைக் கொடுத்தபோது மிகவும் சங்கடமாகிவிட்டது."

"இப்பவும் அதே வேலைதானா? இனி எப்ப அடுத்த ப்ரோமஷன்? என்று பரமனாதன் கேட்டான்.

"என்னை நிமிரவிடாமல் ஒருவர் எனக்கு மேலே, என்மேல் அவருக்கு எப்பவும் ஒரு பயம். என்னால் தன்னுடைய வேலைக்கு ஆபத்து வந்துவிடுமோ என்று நித்தமும் கலங்கியபடி இருக்கிறார். நான் இதற்கு என்ன செய்யலாம்" என்றான்.

"எனக்கு உன்னைத் தெரியாதா? நான் உன்னை அடுத்த முறை பார்க்கும்போது நீ உன் மேலதிகாரியின் வேலைக்கு வெடி வைத்துவிட்டுத் தலைவரின் வேலையில் கண் வைத் திருப்பாய்" என்றான் பரமனாதன்.

அப்படிச் சொல்லிவிட்டு பரமனாதன் தன் நண்பனைப் பார்த்து புன்னகை செய்தான். சிவலிங்கத்தின்மேல் அவனுக்கு ஒரு அளவில்லாத மரியாதையும், அன்பும் சுரந்தது.

"வெறும் கையோடு அகதியாக ஓடி வந்த எங்களை கனடா அரவணைத்து வாழ இடம் கொடுத்தது. இந்த வீட்டை

நான் அடிமட்ட வேலையில் சேர்ந்தபோது கடனுக்கு வாங்கினேன். என்னுடைய சம்பளம் பத்து மடங்கு பெருகிவிட்டது. இது என் சொந்த வீடு. நான் மிக்க மகிழ்ச்சியாக இருக்கிறேன்" என்று சிவலிங்கம் கண்கலங்கியபடியே கூறினான்.

அப்போது அவனுடைய இளைய மகள், நாலு வயது இருக்கும்; ஒரு கரடி பொம்மையைத் தலைகீழாக இழுத்தபடி அரை நித்திரையில் வந்து, தகப்பனுடைய மடியில் தாவி ஏறினாள். சிவலிங்கம் அவளைத் தூக்கி அணைத்து வைத்துக் கொண்டு, "என் ஆசை மகளே, உனக்குத்தான் இந்த வீடு" என்றான்.

அப்போது அவனுடைய மூத்த மகள், மேசையில் படித்துக் கொண்டிருந்தவள், ஓடோடி வந்து தகப்பனின் மற்ற மடியில் துள்ளி ஏறி இருந்து கொண்டு "அப்ப எனக்கு, அப்ப எனக்கு" என்றாள்.

சிவலிங்கம் சொன்னான்: "உனக்கு இல்லாமலா என்ரை மகளே! புத்தம் புது வீடு ஒன்று உனக்குத்தானே வாங்கப் போறேன்."

"அப்ப என்ரை வீட்டுக்கு என்ன பேர் வைக்க போறீங்க? என்றாள் அவள்.

"'பத்து சதம்' என்று வைச்சால் போச்சு" என்றான் சிவலிங்கம்.

பரமனாதனின் மூளையில் பளீரென்று ஒரு மின்னல் அடித்தது. சிவலிங்கத்தினுடைய வீட்டின் பெயர் 'ஒரு சதம்' *(ORU SATHAM)*. பரமனாதன்தான் எப்போதும் போல முட்டாள் தனமாக அவசரப்பட்டு 'ஒரு சாதம்' என்று நினைத்து விட்டான்.

பரமனாதன் நண்பனைப் பார்த்து அர்த்தத்தோடு சிரித்தான். சிவலிங்கமும் பதிலுக்கு புன்முறுவல் பூத்தான்.

வம்ச விருத்தி

பாகிஸ்தானின் வடமலைப் பிராந்தியத்தில் அவர்கள் வெகு நேரமாகப் பயணம் செய்தார்கள். அஸ்காரி முன்னாலே சென்றார்; அவரைத் தொடர்ந்து அவருடைய ஒரே மகன் அலி, பன்னிரெண்டு வயதுகூட நிரம்பாதவன், போய்க் கொண்டிருந்தான். மூன்று துப்பாக்கிகளும், ஒரு கைத்துப்பாக்கியும் அவர்களிடம் இருந்தன. இவர்களுடன் முபாஸர் என்ற வேலைக்காரன் அவர்கள் குடிப்பதற்குத் தண்ணீரும், சாப்பிடுவதற்கு ரொட்டியும், பழங்களும் ஒரு கூடையில் வைத்து காவியபடியே பின்னாலே வந்தான்.

அந்த வேட்டைக்கு அன்று விடிகாலை மூன்று மணிக்கே அவர்கள் புறப்பட்டுவிட்டார்கள். பன்னி ரெண்டு மணி நேரம் அவர்கள் நடக்க வேண்டும். வெயில் தலைமேல் வரு முன்னரே அவர்கள் மலையடி வாரத்திற்கு வந்துவிட்டார்கள். பாறைகள் குத்துக்குத்தாக நின்றன. செங்குத்தான அந்தப் பாறைகளில் துவக்குகளையும் மாட்டிக்கொண்டு ஏறுவதென்பது எல்லோராலும் இயலாத காரியம்.

அஸ்காரி நிதானமாகவும் லாவகமாகவும் பாறை களில் கால்வைத்து ஏறினார். அலி ஆர்வத் தோடு வேக மாகப் பின் தொடர்ந்தான். அஸ்காரி யின் பார்வை மாத்திரம் அங்குமிங்கும் அலை பாய்ந்தபடியே இருந்தது. இது அலியினுடைய முதல் வேட்டை. அவனுடைய எதிர்காலமே அந்த வேட்டையில் அடங்கியிருந்தது. அல்லாவின்

கடாட்சம் இருந்தால் அலி திரும்பும்போது ஆண் மகனாகத் திரும்புவான். ஓர் அணிலையோ, முயலையோ காட்டுக் கோழியையோகூட சுடலாம்; பிழையில்லை. ஆனால் அஸ்காரி யின் பேராசை அலி ஒரு மலை ஆட்டை வேட்டையாட வேண்டுமென்பதுதான்.

அஸ்காரி ஆசையுடன் ஒருமுறை தன் மகனைப் பார்த்துக் கொண்டார். சிறுவனாக இருந்தாலும் அவன் புஜங்கள் திடகாத்திரமாக இருக்கின்றன. இவனை தவம் செய்தல்லவோ அவர் பெற்றுக் கொண்டார். எத்தனை கஸ்டங்களை அவர் அனுபவிக்க வேண்டியிருந்தது. அவருடைய முதல் மனைவி நூர்ஜஹான் பிழியப் பிழிய அழுதுவிட்டாள். பன்னிரெண்டு வருட காலம் அவருடன் வாழ்ந்தவள் ஆயிற்றே! அவளைத் துறந்துவிட்டு அவ்வளவு சுலபத்தில் இரண்டாவது மனைவியை எடுத்துவிட முடியுமா?

தனிமையில் இருக்கும்போது நூர்ஜஹானிடம் "நீ ஏன் கலங்குகிறாய்? நான் உன்மீது வைத்திருக்கும் அன்பின் ஆழம் உனக்குத் தெரியாதா? ஆண் வாரிசு வேண்டுமென்றல்லவோ இந்தக் காரியத்தை செய்யத் துணிந்தேன்" என்று அவள் மோவாயைப்பிடித்து கூறினார். பதிலாக நூர்ஜஹானுடைய கண்களில் மெல்லிய நீர்ப்படலம் கோத்து நின்றது.

முந்திய காலம் போல வேண்டியபோது இருக்கும் மனைவியைத் தள்ளி வைத்துவிட்டு புது மனைவியை இப்போ தெல்லாம் தேடிக்கொள்ள இயலாது. முதல் மனைவியின் சம்மதத்தை பெறவேண்டும். அஸ்காரி வேறு வழியின்றித்தான் இப்படி நூர்ஜஹானிடம் கெஞ்சவேண்டி இருந்தது.

அஸ்காரியின் தகப்பனாருக்கு இறக்கும்வரை அந்தப் பயம் இருந்தது, தனக்குப் பிறகு தன்னுடைய வம்சம் அழிந்து விடுமோ என்று. ஏனெனில் அவருடைய தகப்பனாருக்கு அவர் ஒரே ஆண் பிள்ளை. பாட்டனாருக்கும் அப்படித்தான். அவர்கள் வம்சத்தில் பல பெண்கள் பிறந்தாலும் ஆண் வாரிசு ஒன்றுதான். மூன்று தலைமுறைகளாக, எத்தனை பெண்கள் இருந்தாலும் ஓர் ஆண் பிள்ளைக்கு ஈடுவருமா?

அஸ்காரிக்கு இருபது வயது இருக்கும்போதே நிக்காஹ் ஏற்பாடுகள் தொடங்கிவிட்டன. பக்கத்து ஊரிலே நல்ல வசதியான இடத்தில் இருந்துதான் நூர்ஜஹான் வந்தாள். அவள் மயக்கும் அழகியில்லை. ஆனால் யௌவனப் பிராயத் தில் எந்தப் பெண்தான் கண்ணுக்கு அழகாக தெரியமாட்டாள்.

பஷீராத் அன்று அவளை பல்லக்கில் கொண்டுவந்து இறக்கினார்கள். ஊர் முழுக்க அங்கே கூடி நின்றது. பின்னா

லேயே நாலு வண்டிகளில் அவள் வீட்டுச் சீதனமும் வந்தது. பதினைந்து சால்வார் கமிஸ், தங்க நகைகள், வெள்ளிக் கொலுசுகள், சமையல் பாத்திரங்கள், கட்டில், மெத்தை, வீட்டுத் தளபாடங்கள் இதுவெல்லாம் தவிர இன்னுமொரு விசேஷமான சாமானும் இருந்தது. அது ஒரு ட்ரான்ஸிஸ்டர் ரேடியோதான். அந்தக் காலத்தில் அது ஒருவரிடமும் கிடையாது. அவள் கொண்டுவந்த சாமான்கள் எல்லாவற்றையும் பரப்பி வைத்தபோது ஊரில் எல்லாரும் வந்து அதிசயமாகப் பார்த்துப் பார்த்து அது பற்றியே பேசிக்கொண்டு போனார்கள். நூர்ஜஹானுக்கு எவ்வளவு பெருமை இருந்தது.

முதல் வருடமே அவர்களுக்கு ஒரு பெண் குழந்தை பிறந்தது. அஸ்காரிக்கு பெரிய ஏமாற்றம்; ஆனால் அவர் அதைக்காட்டவில்லை. இரண்டாவதும் பெண். அடுத்தடுத்து நாலு பெண் குழந்தைகள் பிறந்தன. ஊரிலே எல்லாரும் ஒரு மாதிரி இவரை இளப்பமாகப் பார்ப்பதுபோல பட்டது. அப்பொழுதுதான் அஸ்காரி ஹக்கீமை தேடி ஓடினார். மருந்துகள் பொட்டலம் பொட்டலமாக வாங்கி மனைவிக்கு கொடுத்துப் பார்த்தார். சரிப்படவில்லை. ஐந்தாவது பெண்ணும் பொட்டலம்போல பிறந்தபோது இவர் நூர்ஜஹானைப் பிரசவ அறை என்றுகூட பார்க்காமல் அடித்துவிட்டார்.

அஸ்காரியின் தகப்பனார் பயந்தது போலவே நடந்தது. அவர் ஆண் வாரிசுவைப் பார்க்காமலே இறந்து போனார். அஸ்காரி தன்னுடைய சந்ததி தனக்கு அஸ்தமனமாகி விடுமோ என்று நிறைய கவலைப்படத் தொடங்கினார்.

அந்த நேரம் பார்த்துத்தான் ஜிர்காவில் தன்னுடைய பிரச்சினையைக் கிளப்பினார் அஸ்காரி. இரண்டாவது மனைவியை எடுப்பது தவிர அவருக்கு வேறு வழி ஒன்றும் தோன்றவில்லை. நூர்ஜஹான், பாவம் அவள், கண்களில் நீருடன் தன்னுடைய கையெழுத்தைப் போட்டு தந்தாள். ஆனால் சம்மதம் வாங்கிய பிறகு பார்த்தால் இவள் இன்னுமொருமுறை கர்ப்பம். நாள் தவறினாலும் வருடாவருடம் இவள் கர்ப்பமாவது மட்டும் தவறியது கிடையாது. அஸ்காரி அவசரப்படாமல் பொறுத்திருந்து பார்த்தார். ஆனால் ஆறாவதும் பெண் குழந்தையாகத்தான் பிறந்தது.

முல்லா இமானுல்லா பரம ஏழை. ஆனால் அல்லாவின் பரிபூரண அருளால் குழந்தை செல்வத்துக்கு மட்டும் குறை வில்லை. அவருக்கு பதினொரு குழந்தைகள். இரண்டு நேரம் சாப்பிடுவதற்கும், உடுப்பதற்கும் வசதி இருந்தது. அவருடைய மூத்த பெண்ணை ஒருநாள் அவர் தலைநிமிர்ந்து பார்த்தபோது

திடுக்கிட்டுவிட்டார். அவள் இப்படி கிடுகிடென்று வளர்ந்து விடுவாள் என்று யார் எதிர்பார்த்தார்கள்?

முல்லா நேரம் தவறாமல் தொழுகை செய்வார். அதற்குச் சாட்சியாக அவருடைய நெற்றியிலே கொட்டைப் பாக்கு அளவில் ஒரு தழும்பு இருக்கும். அதைப் பார்த்தவர்கள் அவருக்கு அதிமரியாதை செலுத்தித் தள்ளிப் போவார்கள். குரல் வளம் அவருக்கு இந்த வயதிலும் கணீரென்றுதான் இருந்தது. அவருடைய தொழுகை அழைப்பு அடுத்த கிராமம் வரை கேட்கும்.

முல்லாவினுடைய மூத்த மகள் மெஹ்ருன்னிஸாவுக்கு பதினேழு வயது நடக்கும்போது அஸ்காரி வந்து இரண்டாந் தாரமாக பெண் கேட்டார். இமானுல்லா மெய்மறந்துவிட்டார். அல்லாவின் கருணையை நினைத்து நினைத்து வியந்தார். இம்முறை பல்லக்கில் மெஹ்ருன்னிஸா வந்து இறங்கிய போது அவள் பின்னால் வந்த டொங்காவில் ஓட்டை சட்டி பானைகளும், உடைந்த கட்டிலும்தான் வந்தது. ஏழை முல்லா விடம் வேறு என்ன இருக்கும்; திமுதிமுவென்று பார்க்கவந்த ஊர்சனங்கள் ஏமாந்து போய் திரும்பினர்.

ஆனால் அஸ்காரி ஏமாறவில்லை. அளக்கமுடியாத சௌந்தர்யத்தை மெஹ்ருன்னிஸா அள்ளிக்கொண்டு வந் திருந்தாள். அஸ்காரி ஆசை மேலிட்டு அணுகியபோது அவ ளுடைய அழகு இன்னும் பிரகாசித்தது. முதல் நாளிலிருந்தே அவருக்கு அவளிடம் மையல் ஏற்பட்டுவிட்டது. அவருக்கோ வயது முப்பத்தைந்து தாண்டிவிட்டது. மெஹ்ருன்னிஸாவுக்கு இன்னும் பதினேழு முடியவில்லை. மையல்வராமல் என்ன செய்யும்?

முல்லாவின் மகள் என்றாலும் மெஹ்ருன்னிஸாவுக்கு, இயற்கை அளித்த அழகை கணவனை அடிமைகொள்ள எப்படியெல்லாம் பிரயோகிக்க வேண்டும் என்று தெரிந் திருந்தது. அஸ்காரியை முதல் நாள், முதல் கணத்திலிருந்தே தன்வசமாக்கிவிட்டாள். அவருடைய முதல் மனைவி இவ்வளவு காலமாக அறியாத நுணுக்கங்களெல்லாம் மெஹ்ருன்னிஸா வுக்கு அத்துபடி. ஒரு பெண்ணிடம் இத்தனை விசேஷங்கள் இருப்பது அஸ்காரிக்கு தெரியாமல் போய்விட்டது. நூர்ஜஹான் இவ்வளவு காலமும் தன்னை ஏமாற்றிவிட்டாள் என்று நினைத்துக்கொண்டார்.

அஸ்காரிக்கு மெஹ்ருன்னிஸாவிடம் பிடித்தது அவ ளுடைய சூட்சுமமான குறிப்பறியும் தன்மையும், குக்கிராமத்துப் பெண்களுக்கு இயற்கையாகவே உள்ள புத்தி சாதுர்யமும்

தான். பிரியமுடன் அஸ்காரி வரும்போதெல்லாம் அவள் எதேச்சையாகத் தன் தலைத்திரையை நழுவ விடுவாள். அதை அவள் எப்படிச் செய்கிறாள் என்பது கடைசிவரை கண்டுபிடிக்க முடியாத ஒரு ரகஸ்யமாக போய்விட்டது.

அவள் கர்ப்பமானவுடன் அவளுக்கு விருப்பமான அல்வாவை ரஹ்மான் கடையில் வாங்கி ரகஸ்யமாக ஓடோடி வருவார். தனிமையில் இருக்கும்போது அதைக் கிள்ளி அவள் வாயில் ஊட்டுவார். அவள் காதுகளில் செல்லமாகக் காதல் வார்த்தைகளில் கொஞ்சுவார். அந்தக் கொஞ்சல்கள் கனகாலம் நீடிக்கவில்லை. அவளுக்கும் பெண் குழந்தைதான் பிறந்தது. மரியம் என்று பேர் வைத்தார்கள், அஸ்காரி பேயறைந்தவர் போல நடந்துகொண்டார். யாரையும் பார்க்க பிடிக்கவில்லை. அடிக்கடி ஆற்றங்கரையிலே போய் விச்ராந்தியாக உட்கார்ந்து கொண்டு தீவிரமாக யோசித்தார்.

அஸ்காரி தன்னைச் சுற்றிலும் ஒருமுறை பார்த்துக்கொண் டார். திடீரென்று ஒற்றையடிப் பாதை மறைந்து இப்போது காட்டுப் பாதையாக மாறிவிட்டது. அலி ஒரு பாறையில் ஏறி நின்று சுற்றிவரவும் பார்த்தான். அவன் சிறுவன்தானே! அவன் நினைத்ததுபோல் மலை ஆடுகள் கூட்டம் கூட்டமாக அந்தப் பிராந்தியத்தை நிறைத்து திரியவில்லை. இதுவரை அவர்கள் கண்டதெல்லாம் ஒரு காட்டுக் கோழியும், முயலும் தான். மலை ஆடு எப்படி இருக்கும் என்றுகூட அலிக்குத் தெரியாது.

சாம்பலும் பழுப்பும் கலந்த நிறமாக பாறைகளுடன் கரைந்துதான் அவை காணப்படும். கூட்டம் கூட்டமாக ஒரு காலத்தில் திரிந்த அந்த ஆடுகளின் எண்ணிக்கை இப்போது வெகுவாகக் குறைந்துவிட்டது. உயரம் இரண்டரை அடிதான் இருந்தாலும் நேரான கொம்புகளுடன் அவை கம்பீரமாக இருக்கும்.

அவைகளின் கால் அமைப்பு ஒரு பாறையில் இருந்து இன்னொரு பாறைக்குத் தாவுவதற்கு ஏற்றமாதிரி அமைந் திருக்கும். ஒவ்வொரு பாறையாக அவை அனாயாசமாகத் தாண்டும்போது பார்த்தால் பறப்பது போலவே இருக்கும்; கீழே நிலத்தை அடையும்போது முன்னங் கால்களை ஒருங்கே குவித்துவைத்துத்தான் இறங்கும்; சறுக்கி விழுந்ததென்பது கிடையாது. கண்களை அலைய விட்டபடியே மேயும்; ஒரு சிறிய அசுகை அவற்றைக் காற்றிலே தூக்கி எழுப்பிவிடும். அந்தரத்திலேயே செங்குத்தாக திரும்பும் வல்லமை படைத்தவை. மனிதனுடைய விவேகத்துக்கும், சக்திக்கும் சவாலாக கடவுளால் படைக்கப்பட்ட ஜீவன் அவை.

மலை ஆடுகள் பாகிஸ்தானின் வடமலைப் பிரதேசங் களில் பல்லாயிரம் ஆண்டு காலமாக உயிர் வாழ்ந்தவை. வரவர அவைகளுடைய இனம் இயற்கையின் சீற்றத்தாலும் மனிதனுடைய ஆக்கிரமிப்பாலும் குறுகிவிட்டது. இந்த மாதிரி மலை ஆடுகள் உலகின் வேறெந்தப் பரப்பிலும் கிடையாது. இவை வேரோடு மறைந்துவிடும் அபாயத்தை உணர்ந்த பாகிஸ்தானின் அரசு இந்த ஆடுகளை இடருற்ற உயிரினம் என்று அறிவித்திருந்தது. இவற்றை பிடிப்பதோ, வேட்டை யாடுவதோ சட்டத்திற்கு புறம்பானது.

ஆனால் இப்படியான அறிவிப்புகள் மூலை முடுக்கிலுள்ள கிராமங்களுக்கு வடிகட்டி வர கனகாலம் ஆகும். அப்படியே தெரிய வந்தாலும் கிராமத்து மக்கள் அதைச் சட்டை செய்யப் போவதில்லை. அந்த ஆடுகளோ, தம்மைப் பாதுகாக்க விசேஷ மான சட்டம் போட்ட விஷயம் தெரியாதபடியால், இன்னமும் பயந்தபடியே அந்த மலைப் பிராந்தியங்களின் செடிகளை மென்றபடி திரிந்து கொண்டிருந்தன.

அஸ்காரி ஆசையுடன் மெஹ்ருனை இன்னொரு முறை நினைத்துக் கொண்டார். அவளுடைய நினைவே அவருக்கு உற்சாகமூட்டியது. இவளை மணமுடித்து முதல் பிரசவம் பெண் குழந்தையாக இருக்கக் கண்டு அவர் மனம் என்ன பாடுபட்டது. இவளை தள்ளி வைக்கக் கூட நினைத்தாரே! அப்போதுதான் ஹஜ் யாத்திரை போவதென்ற தீர்மானத்துக்கு அவர் வந்தார்.

அந்த வருடம் ஹஜ் யாத்திரைக்காக 60,000 பேருக்கு பாகிஸ்தான் அரசு அனுமதி வழங்க முடிவு செய்திருந்தது. அஸ்காரியின் பெயரும் அந்தப் பட்டியலில் இருந்தது. அவ ருடைய பிரார்த்தனை எல்லாம் ஓர் ஆண் குழந்தை பிறக்க வேண்டுமென்பதுதான். அவர் உயிராக நேசிக்கும் மெஹ்ருன்னிஸா வும் இப்படி தன்னை ஏமாற்றுவாள் என்று அவர் கனவிலும் நினைக்கவில்லை. இப்ப மொலுமொலுவென்று ஏழு பெண் குழந்தைகள் அவர் வீட்டை அடைத்துக் கிடந்தனர். முதல் மனைவியிடம் பிறந்த மூத்த மகள் ரஸீமா பூப்பெய்திவிட்டாள். தலையில் முக்காடு போட்டுத்தான் அவள் இப்போதெல்லாம் காணப்படுகிறாள். தன் சந்ததியை வளர்க்க வேண்டும் என்ற ஆசையில் மண் விழுந்துவிடுமோ என்று அவர் பெருமூச்சு விட்டார்.

மெஹ்ருன்னிடம் இவருக்கு அளவு கடந்த மோகம். கடைசல் உடம்புபோல வழுவழுவென்றிருப்பாள். ஒரு வீச்சில் என்னவெல்லாமோ சொல்கிற கண். இவர் காதல் மேலிட்டு

நிற்கும் வேளைகளில் என்ன மாதிரி ஊகமாக இவரிடம் வந்து சேர்ந்துகொள்வாள். முல்லாவின் மகளாக இருந்து கொண்டு இந்த செப்படி வித்தையெல்லாம் எங்கே கற்றாள்? அவளை எப்படித் தள்ளி வைக்க முடியும்! மூன்றாவது மனைவி ஆண் மகவு தருவாள் என்பது என்ன நிச்சயம்?

ஹஜ்யாத்திரை மேற்கொண்டபோது அல்லாவின் அளப்பரிய கருணையால் தனக்கு ஒரு விடிவு காலம் கிட்டும் என்று எதிர்பார்த்தார். தையல் போடாத இரண்டு ஒற்றைத் துணிகளை உடுத்திக்கொண்டு அல்லாவின் சன்னிதியில் நின்றபோது அந்த ஜனவெள்ளத்தில் இவர் தன்னை ஒரு துளியாகத்தான் உணர்ந்தார். இடது தோளை மூடிக்கொண்டு வலதுகையின் துணியை இடுக்கிக்கொண்டு தல்பியாவை ஓதியபடி இடம்வரத் தொடங்கினார்:

லப்பய்க்க அல்லாஹும்மா லப்பய்க்க
லப்பய்க்க லா ஸரிக்க
லக லப்பய்க்க

ஓ அல்லாவே சரணம்
உன் அடிமை நான் இங்கே
உனக்கு சமானம் யார்
அல்லாவே
நான் இங்கே

அஸ்காரியின் கண்களில் நீர் பனித்தது. சஃபா மலைக்கும் மர்வா மலைக்கும் இடையில் 'சாய்' செய்யத் தொடங்கிய போது அவர் கண்களில் கண்ணீர் கொட்டியது. ஏழுதரம் மாறி மாறி ஓடினார். 'பச்சை குழந்தை இஸ்மாயில் தன் சின்னக் கால்களை உதைத்துக்கொண்டு தண்ணீருக்காகக் கதறியபோது நடுப் பாலைவனத்தில் தண்ணீர் ஊற்றைத் தோற்றுவித்தாய் அல்லவா? என் கண்ணீர் உனக்குத் தெரிய வில்லையா? குழந்தை இஸ்மாயிலின் சந்ததி பெருகியது போல என் வம்சம் விருத்தியாக ஒரு வழி செய்ய மாட்டாயா?'

குர்பானை முடித்து தலைமயிரையும் ஒட்டமழித்த பிறகு அவர் மனதிலே இத்தனை காலமும் அழுத்திய பாரம் இறங்கியதுபோல இருந்தது. திரும்ப ஊருக்கு வந்தபோது வழக்கம்போல ஹஜ்விருந்துகள் பல நாட்கள் தொடர்ந்தன. அவர் கொண்டுவந்த பவித்திரமான 'ஸம் ஸம்' தண்ணீரை வடக்குப் பார்த்தபடி எல்லோரும் ஓரொரு சொட்டு வாயிலே விட்டுக்கொண்டார்கள்.

மெஹ்ருன்னிஸாவை தனிமையில் அணுகுவதற்கு அவருக்கு மூன்று நாட்கள் எடுத்தன. என்ன வசீகரமாக

இருந்தாள். அவளுடைய புன்னகை ஒரு புதுவிதமான அர்த்தத் தோடு விகசித்தது. இவர் அவளுக்காக கொண்டுவந்த தங்கச் சங்கிலியை அவள் கழுத்திலே கட்டிவிட்டார். 'மரியமின் அம்மாவே, மரியமின் அம்மாவே' என்று கூப்பிடும் இவர் தனிமையில் இருக்கும்போது 'மெ...ஹ்...ரூ...ன்' என்று செல்லமாக அவள் காதுகளில் கூவினார். இம்முறை நிச்சயமாக பையன்தான் என்று இவர் உள்ளுணர்வுக்கு பட்டது.

'வாழ்ந்தால் அலிபோல் வாழ், இறந்தால் ஹுசைன் போல் இற' என்ற வாசகம் அவருக்கு மிகவும் பிடிக்கும். ஆனபடியால் பிறக்கும் குழந்தைக்கு அலி என்று பெயர் வைப்பதாகவே தன் மனத்திற்குள்ளே முடிவு செய்தார். அவருடைய மனைவியின் விருப்பம் வேறுவிதமாக இருக்கு மென்பது அப்போது அவருக்குத் தெரியாது.

இரண்டுநாளாக அவர் மனைவி பிரசவ வலியிலே துடித்தாள். மூன்றாம் நாள் இரவு ஓர் ஆண்மகவைப் பெற்றாள். பொன்னாங்காணி தண்டுபோல சிவப்பு நிறம்; கருநீலக் கண்கள்; தலை நிறைய சுருள் மயிர். அப்படியான ஓர் அழகை அவர் ஆயுசிலேயே பார்த்ததில்லை.

பிள்ளையினுடைய அழகைப் பார்த்து அவர் மனைவி. யூசுப் என்று பேர் வைக்கலாம் என்று யோசனை சொன்னாள். யூசுப்பையும் மிஞ்சிய ஓர் அழகான ஆண்மகனை இந்த மண்ணுலகம் பார்த்திருக்க முடியுமா; யூசுப் என்ற அடிமை ஸுலைகாவுடைய விருந்து மண்டபத்திற்குள் காலடி எடுத்து வைத்தபோது ஸுலைகாவுடைய அரசவை சேடியர் பழங்கள் நறுக்கிக் கொண்டிருந்தனராம். அவனுடைய பேரழகைப் பார்த்து மயங்கி கைவிரல்களை வெட்டிக் கொண்டனராம். அப்படியான ஒரு பேரழகுடன் பிறந்த பிள்ளைக்கு யூசுப் என்று பேர் வைப்பதுதான் பொருத்தம். அதனால் இருவரும் யோசித்து யூசுப் அலி என்று பேர் வைப்பதாக முடிவு செய்தனர்.

அஸ்காரியின் மகிழ்ச்சிக்கு அளவேயில்லை. ஹுஜ்ராவில் சனம் நிறைந்துவிட்டது. துப்பாக்கியை நூறு ரவுண்டு, இருநூறு ரவுண்டு என்று சுட்டு ஊர் முழுக்கப் பிரகடனம் செய்தார்கள். வண்ணக் கலர் ரவைத் துப்பாக்கிகளை வெடித்து வானத்தை மத்தாப்புபோல அலங்கரித்து ஆரவாரித்தார்கள். ஒரு கொழுத்த எருமை மாட்டை வெட்டி விருந்து போட்டார் அஸ்காரி. அவர் இனிமேல் ஜிர்கா கூட்டங்களுக்குத் தலைநிமிர்ந்து போகலாம்.

கொழுத்தாடு பிடிப்பேன்

அலி பிறந்த அன்று முன்கூட்டியே 'டாராவில்' சொல்லி வைத்து வாங்கிய பளபளவென்று மின்னும் புதிய கைத் துப்பாக்கி ஒன்று அலியினுடைய சின்னஞ்சிறு தலையணை யின் கீழ் வைக்கப்பட்டது. இனிமேல் அவன் தலையணையின் கீழ் அந்தத் துப்பாக்கி அவன் இறக்கும்வரை இருக்கும்.

அலி கிடுகிடுவென்று வளர்ந்து வந்தான். 'கண்ணை இமை காப்பது' என்று சொல்வார்களே அதுமாதிரித்தான் அவனைப் பார்த்தார்கள். ஏழு பெண் குழந்தைகள் பிறந்த வீட்டில் ஒரே ஆண் குழந்தை வேறு எப்படி வளரும்? வீடு முழுக்க அவனிடம் உயிரையே வைத்திருந்தது. இரண்டு வயது வரையில் அவனுடைய கால்கள் நிலத்தில் படவே இல்லை. ஒருத்தியின் இடுப்பிலிருந்து மற்றவளின் இடுப்புக்கு மாறிய படியே இருப்பான். அவனுடைய தளிர் ஸ்பரிசம் பட எல்லோரும் தவம் கிடந்தார்கள். சொந்த தாய்க்குக் கூட அவனை வைத்துக் கொஞ்ச முடியவில்லை.

இவனுடைய ராஜ்யம்தான் நடந்துகொண்டிருந்தது. இவன் பேச்சுக்கு மறு பேச்சில்லை. எல்லோரும் தனக்குச் சேவகம் செய்யவேண்டும் என்று எதிர்பார்த்தான். அழகும் ஆணவமும் சேர்ந்த ஒரு பையனாக வளர்ந்து வந்தான். ஏழு வயது வரையில் தாய் தமக்கையருடன் வீட்டிலேயே இருந்தான். பிறகு அவர்கள் வழக்கப்படி ஹுஜ்ராவுக்கு தகப்பனுடன் மாறிவிட்டான். அன்றிலிருந்து தாயையும் தமக்கையரையும் உதாசீனம் செய்துவிட்டு தகப்பனுடனேயே சுற்றத் தொடங் கினான். பள்ளிக்கூடம் என்று பேருக்குத்தான் போனான். அவன் கவனம் முழுக்க ஆற்றில் மீன் பிடிப்பதிலும், சிறு பிராணிகளுக்குப் பொறி வைப்பதிலுமாக போய்க்கொண் டிருந்தது. அஸ்காரியுடன் சேர்ந்து துவக்குகளையும், பிஸ்டல் களையும் சுத்தப்படுத்துவதும், வேட்டைக்குப் போவதும் அவனுக்கு மிகவும் பிடித்தமான விஷயங்கள்.

இவனுடைய அதிகாரத்திற்குத் தாய்மாரும் தமக்கையரும் நடுங்குவார்கள். ஒரு நாள் ஹுஜ்ராவில் விருந்தினர் வந் திருந்தார்கள். ஷெனானா வீட்டிற்குப் போய் சீக்கிரம் சாப்பாடு அனுப்பும்படி அதிகாரம் செய்துவிட்டு வந்தான். அப்படியும் சாப்பாடு வரவில்லை. இன்னொரு முறை போய் அதட்டிப் பார்த்தான். அப்ப இவனுடைய பெரியம்மாவின் இரண்டாவது மகள் நுஸ்ரத், அவளுக்கு பதினாறு வயதிருக்கும், எரிச்சல் தாங்காமல் "நீ சும்மா போய் உன் வேலையைப் பார், சாப்பாடு ரெடியானதும் தானே வரும்" என்று சொல்லிவிட்டாள். இவனுக்கு சொல்லமுடியாத கோபம் வந்துவிட்டது. அப்படி

யாரும் இதற்கு முன்பு இவனிடம் கதைத்ததில்லை. தன்னுடைய சின்னக் காலைத் தூக்கி அவளுடைய முழங்காலைப் பார்த்து ஓர் உதைவிட்டான். அவள் ‘உஃப் மோஃரே” என்று காலைப் பிடித்தபடியே இருந்துவிட்டாள். இவனுடைய தாயார் துப்பட்டாவை எடுத்து வாய்க்குள்ளே திணித்துச் சிரிப்பை அடக்கிக் கொண்டாள். பெரிய தாயார் மட்டும் தன்னுடைய தலைச்சீலையை நன்றாக முன்னுக்கு இழுத்துவிட்டு மற்றப் பக்கம் திரும்பிக்கொண்டாள்.

அதற்குப்பிறகு அலிக்கு வேண்டிய மரியாதை கிடைத்தது. எட்டு, ஒன்பது வயதிலிலேயே எல்லாவிதமான துப்பாக்கி களையும் கழட்டி சுத்தம் செய்து திருப்பி பூட்டியும் விடுவான். பத்து வயதிலேயே துப்பாக்கியைத் தூக்கிப் பிடித்துக் குறி பார்த்து சுடப் பழகிக்கொணடான். துப்பாக்கி சம்பந்தப்பட்ட எல்லா விஷயங்களும் அவனுக்கு தண்ணிபட்ட பாடு. ஒரு புதுத் துப்பாக்கி பற்றி பெரியவர்களுக்கிடையில் சர்ச்சை வந்தால் அதைத் தீர்த்து வைப்பது அலிதான்.

அந்தக் கிராமமும் மற்றக் கிராமங்கள் போல ஒரு சடங்கு வைத்திருந்தது. ஒரு சிறுவன் முதல்முறையாக காட்டுக்குப் போய் ஒரு மிருகத்தையோ பறவையையோ வேட்டையாடி வரும்போதுதான் உண்மையான ஆண்மகன் ஆவான். இந்த வேட்டையை வைத்து அவரவரின் தகுதியை ஊர் கணித்து விடும்.

அஸ்காரி அவருடைய வாழ்நாளில் அறுபது, எழுபது வேட்டைகளுக்குப் போயிருப்பார். காட்டுக்கோழி, வாத்து, மான், முயல், காட்டுப்பன்றி என்றுதான் வழக்கமான வேட்டை. ஆனால் இவை எல்லாவற்றிற்கும் சிகரம் வைத்தது போலத்தான் மலை ஆட்டு வேட்டை இருக்கும். அஸ்காரி இரண்டே இரண்டு முறைதான் மலை ஆட்டு வேட்டையில் வெற்றி பெற்றிருக்கிறார். அதைக் கொல்லுவதென்பது லேசுப்பட்ட காரியம் அல்ல. யாராவது வெற்றியுடன் திரும்புவார்களாகில் அன்று கிராமம் முழுக்க திமிலோகப்படும். வேட்டை பிரதா பத்தைச் சகலரும் சுற்றி இருந்து கேட்பார்கள். அந்த இறைச்சி யின் ருசியே ஒரு தனி ரகம்தான்.

அஸ்காரி தன் கையிலே இருந்த இரண்டு துப்பாக்கிகளில் ஒன்றை அலியிடம் கொடுத்தார். அது பரம்பரையாக அவருடைய பாட்டனார் காலத்தில் இருந்து வந்த துப்பாக்கி. அதற்குப் பின்னே ஒரு பெரிய கதை இருந்தது. அந்தத் துப்பாக்கிக்குத் தொண்ணூறு வயசு. அது ‘டாராவில்’ ஒரிஜினல் லீ என்ஃபீல்டு துப்பாக்கியைப் பார்த்து செய்தது.

ஒருமுறை ஒரு வெள்ளைக்காரன்கூட அதைப் பார்த்து அது ஒரிஜினல்தான் என்று ஏமாந்துவிட்டான்.

அவருடைய பாட்டனார் 'பட்டான்கிளர்ச்சியில்' பங்கு பெற்று பிரிட்டிஷ் சாம்ராஜ்யத்திற்கு எதிராகச் சண்டை போட்டவர். அப்போது அவருக்கு வயது பதினெட்டுத்தான். கர்ஸன் துரை 35,000 துருப்புகளை அனுப்பி அவர்கள் புரட்சியை முறியடித்தபோது அப்கானிஸ்தானுக்குத் தப்பியோடி பத்து வருட காலம் தலைமறைவாக இருந்தவர். அதற்குப் பிறகுதான் திரும்பி வந்து 'டாராவில்' இதை வாங்கினாராம்.

பாட்டனார் காலத்திலே பல வேட்டைகளுக்கு இந்தத் துப்பாக்கி போயிருக்கிறது. அவருக்குப் பிறகு அஸ்காரியின் தகப்பனார் அப்துல்லா இப்ராஹிமிடம் இது வந்து சேர்ந்தது. அஸ்காரியுடைய காலம்முடிந்த பிறகு அலிக்கு போய்ச் சேரும். இது ஒரு அதிர்ஸ்டமான துப்பாக்கி. இதில் குறி வைத்தால் அது தப்பாது. பல உயிர்களை இன்று வரை எடுத்திருக்கிறது.

அஸ்காரி திரும்பிப் பார்த்தார். அலியும் முபாஸரும் கொஞ்சம் தளர்ந்துவிட்டார்கள். விரைந்து வருமாறு சைகை காட்டிவிட்டு மேலும் தொடர்ந்தார். இப்போதெல்லாம் மலை ஆடுகளைக் காண்பதுவே அரிதாகிவிட்டது. மலையின் உச்சியில் ஒன்றோ, இரண்டோ தனித்துக் காணப்படும். மனிதவாடை பட்டதும் மாயமாய் மறைந்துவிடும். மாய மானைப்போல அது துரித மாகப் பறந்து பார்த்துக் கொண்டிருக்கும் போதே காற்றிலே ஐக்கியமாகிவிடும்.

அதிர்ஷ்டம் இருந்தால் இன்று அலியின் முதல் வேட்டை ஒரு மலை ஆடாக இருக்கும். அலி பன்னிரெண்டு வயதுப் பையனாக இருந்தாலும் அவனுடைய தோள்கள் துப்பாக்கியைத் தாங்கும் வலுவுடன்தான் இருந்தன. நெற்றியில் சிறிது வியர்வை அரும்பத் தடுமாற்றமில்லாமல் ஒவ்வொரு பாறையாக லாவக மாகப் பாய்ந்து குருவிபோல வந்து கொண்டிருந்தான் அலி. மலை ஆட்டுக்கு இவன் பெரிய சவாலாகத்தான் இருப்பான்.

வேட்டைக்காரர்களுக்குக் கண்களின் சக்தி வெகுதூரம் வரை இருக்கும். நாலாபக்கமும் கண்களைத் துழாவியபடியே வந்து கொண்டிருந்தார்கள். முயல், காட்டுக் கோழி எல்லாம் சுடும் தூரத்தில் இருந்தும் அவர்கள் அவற்றைத் தாண்டி வந்துவிட்டார்கள். பாறைகளின் உச்சியில் தனிமையில்

நின்று வேவுபார்க்கும் மலை ஆடு மட்டும் அவர்களுக்குத் தென்படவே இல்லை.

நேரம் பதினோரு மணியாகிக் கொண்டு வந்தது. இவர்கள் மூவருக்கும் களைப்பு மேலிட்டுவிட்டது. பாறைகளில் இருந்து சூடு மெதுவாக மேலே எழும்பிக்கொண்டிருந்தது. 'கொஞ்சம் இளைப்பாறலாமா?' என்று அஸ்காரி நினைத்த போதுதான் வெகுதூரத்தில் பாறையின் உச்சியில் நிழலாகப் பாறையோடு ஓர் ஆடு தன் சாதகத்தை முடிக்க வந்தவர்கள் எதிரில் வருவது தெரியாமல் செடியொன்றை நிமிண்டிக்கொண்டு நிற்பது தெரிந்தது.

அஸ்காரியின் இதயம் 'படக், படக்' என்று அடிக்கத் தொடங்கியது. அவருடைய வாழ்நாளிலேயே அந்த இதயம் இப்படி வீச்சோடு துடித்ததில்லை. மலை ஆடு நிமிர்ந்து இரண்டு பக்கமும் பார்த்துவிட்டு மறுபடியும் தன் வேலைக்குத் திரும்பி நிமிண்டத் தொடங்கியது.

அஸ்காரி காற்றின் திசை பார்த்து அலியையும், முபாஸரை யும் தன் பின்னால் வேகமாக வரும்படி சைகை காட்டினார், அலியும் முபாஸரும் நிலத்தோடு அமுங்கிப் போய் மெதுவாக முன்னேறினார்கள். மலை ஆட்டை நோக்கிச் சாவு ஊர்ந்து கொண்டிருந்தது. அந்த ஆடு அந்தச் சிறிய செடியில் மனதைப் பறிகொடுத்து அதைக் கடித்து இழுத்துக்கொண்டிருந்தது.

அலி ஒரு புதர் மறைவில் குந்தி முழங்காலில் உட்கார்ந்து கொண்டான். நிதானமாகத் துப்பாக்கியை நிமிர்த்தித் தோள்மீது தாங்கக் கொடுத்து குறி வைத்தான். சிறு பையன் ஆனாலும் வேட்டைக்காரன் பிள்ளையாதலால் அவன் கைகள் கன்கிரீட் போல ஆடாமல் அசையாமல் நின்றன.

கடைசி முறையாக அந்த ஆடு செடியைவிட்டு நிமிர்ந்து தன்னைச் சுற்றியுள்ள இந்த உலகத்தை ஒரு முறை பார்த்துக் கொண்டது. அஸ்காரி கண் சாடை காட்டினார். அலி ஆற அமர அவசரப்படாமல் விசையை நிதானமாக அமுக்கினான். படீரென்ற ஒலி காடு முழுக்க பரவியது. 'டும், டும்' என்று பாறைகள் எதிரொலித்தன. மலை ஆடு ஆறடி உயரத்துக்கு எம்பிப்போய் தூர விழுந்தது.

அஸ்காரி மகனைப் பார்த்தார். மகன் தகப்பனைப் பார்த்தான். இரண்டு பேரும் கைகளை உயர்த்தி 'கூஹாய்' என்று கத்திக்கொண்டே ஆட்டை நோக்கி ஓடினார்கள். முபாஸரும் கூடையைப் புதரடியில் போட்டுவிட்டுக் கத்தியை எடுத்துக்கொண்டு அவர்களைப் பின்தொடர்ந்தான்.

அன்று அவர்கள் கிராமத்தில் ஒரே கொண்டாட்டமாக இருக்கும். இந்தச் செய்தி மற்றக் கிராமங்களுக்கும் பரவிவிடும். அலியின் பிரதாபத்தைக் கேட்பதற்கு எல்லோரும் வந்து கூடுவார்கள். மலை ஆட்டு விருந்து இரவு முழுக்கத் தொடரும். அந்த இறைச்சியின் ருசி பற்றி எல்லோரும் சிலாகிப்பார்கள். அவன் ஒரு முழு ஆண்மகனாகிவிட்டான். அல்லாவின் கருணையால் அவர்கள் வம்சம் இனி இடையூறின்றித் தொடரும்.

அவர்கள் கிராமத்தை நோக்கி வேகமாக நடந்தார்கள். மைமலாவதற்கு முன்பே அவர்கள் போய்ச் சேர்ந்துவிட வேண்டும். அலியின் முகத்தில் பெருமிதம். முபாஸர் ஆட்டைத் தூக்கியபடி பின்னாலே இளைக்க இளைக்க வந்துகொண் டிருந்தான்.

இந்த உலகின் பரப்பிலே, பாகிஸ்தானின் வடமலைப் பகுதிகளில் மட்டுமே இந்த மலை ஆடுகள் உலவி வந்தன. அவற்றின் உலக எண்ணிக்கை நேற்று வரை 84 ஆக இருந்தது. இன்று அது 83ஆக சுருங்கிவிட்டது.

அலியும் தகப்பனும் தங்கள் வெற்றியைக் கொண்டாட கிராமத்தை நோக்கி எட்டி நடைபோட்டனர்.

வடக்கு வீதி

அலமேலு என்று யாழ்ப்பாணத்தில் ஒருவரும் பெயர் வைப்பதில்லை. அது காரணமா யிருக்கலாம். அவருக்கு அந்தப் பெயரில் அப்படி ஒரு மோகம். இறுக்கிப் பிடித்துக் கட்டிய இரட்டைப் பின்னல்களோடு அவள் காணப் படுவாள். அன்ன நடை என்று சொல்வதுண்டு; பிடி நடை என்றும் வர்ணிப்பதுண்டு. ஆனால் அலமேலுவின் நடை என்றால் மத்து கடைவது போன்ற ஓர் அழகு. இடைக்கு கீழே நேராக இருக்க மேலுக்கு மாத்திரம் இடமும் வலமும் அசைந்து கொடிபோல வருவாள். அந்த நேரங் களில் சோதிநாதன் மாஸ்ரர் மனசை என்னவோ செய்யும்.

மனசைத் தொடுவது ஒன்று; ஆனால் துளைப்பது என்பது வேறு. இப்ப கொஞ்சக் காலமாக இந்த எண்ணம் அவர் மனசைத் துளைத்து வேதனை செய்தது. தலையிடி வந்து போவதுபோல இதுவும் விரைவில் போய்விடும் என்றுதான் எதிர்பார்த்தார். போவதற்குப் பதிலாக அது நன்றாக வேரூன்றி நின்றுவிட்டது. அவருக்கு எரிச்சல் எரிச்சலாக வந்தது.

சோதிநாதன் மாஸ்ரர் பயந்தங்கொடிபோல நெடுக வளர்ந்திருந்தாலும் முதுகு கூனாமல் நிமிர்ந்துதான் நடப்பார். நெற்றியிலே பளிச்சென்று திருநீறு. மார்பிலே அங்கங்கே வெள்ளி மயிர்கள் குடியிருக்கும். ஏதாவது தீவிரமாக யோசனை செய்வதென்றால் அவர் மசாய் வீரன்போல

ஒற்றைக்காலில் நின்றுதான் அதைச் செய்து முடிப்பார். நிற்கும் காலில் பச்சை முடிச்சுகள் ஆலம் விழுதுகள்போல கீழும் மேலுமாக ஓடித்திரியும்.

அவருடைய வாடகை அறையில் நாற்பது வருடத்திய பத்திரிகை நறுக்குகள் இடத்தை அடைத்துக்கிடந்தன. அவ்வப் போது வெளியாகிய அவருடைய கட்டுரைகளும் அதில் அடக்கம். இவற்றையெல்லாம் ஒருநாளைக்குத் தரம் பிரித்து அடுக்கி வைக்கவேண்டும் என்று அவருக்கு ஆசைதான். ஆனால் அந்தச் சிறு அறையில் அது நடக்கிற காரியமா? இவ்வளவு காலமும் சிலந்தியுடனும், கரப்பான் பூச்சியுடனும், சொடுகுடனும் வாழ்ந்து பழகிவிட்டார். அவற்றைவிட்டுப் பிரிவதும் அவருக்குக் கஷ்டமாக இருந்திருக்கலாம்.

அவர் வெகு சிரத்தை எடுத்து அந்த அறையை அப்படி அழுக்குப்பட வைத்திருந்தார், என்றாலும்கூட வெளியே போகும்போது நன்றாகக் கஞ்சிபோட்டு சலவை செய்த உடுப்பை அணிந்து கைகளை 15 டிகிரி கோணத்தில் விரித்துக் கொண்டுதான் நடப்பார். பார்ப்பவர்களுக்கு உடனே மரியாதை செய்யத்தோன்றும். அப்பழுக்கில்லாத மனிதர் என்றுதான் எல்லோரும் அவரை நினைத்திருந்தார்கள்.

குறையே இல்லாத சோதிநாதன் மாஸ்ரரில் இரண்டே இரண்டு குறைகளை மட்டும் சொல்லலாம். கட்டுரை எழுதத் தொடங்கினால் அவருக்கு நிறுத்தத் தெரியாது. எழுதிக் கொண்டே போவார். பேப்பர் முடியவேண்டும் அல்லது மை முடியவேண்டும். இரண்டாவது, காலையிலே வரும் பேப்பரை யாராவது அவர் படிக்குமுன் கலைத்துவிட்டால் அவருக்குக் கெட்ட கோபம் வந்துவிடும். மற்றும்படிக்கு சாந்த சொரூபமானவர்.

இப்படிப்பட்ட சோதிநாதன் மாஸ்ரர் நித்திரை கொள்ள முடியாமல் தவித்தார். காரணம் அவருடைய மனதை ஒரு சிறுபெண் ஆழமாக காலைவிட்டு கலக்கிக் கொண்டிருந்தது தான்.

பூமியின் முகத்தை மூடி அந்தகாரம் சூழ்ந்திருந்தது. அந்த அதிகாலையிலேயே அவர் எழுந்துவிட்டார். கிணற்றடியில் போய் தண்ணீர் பிடித்துவந்து கேத்திலில் சூடாக்கித் தேநீர் போட்டு அருந்தினார். நேற்றுவரை மொட்டாக இருந்த நந்தியாவட்டை இன்று பூத்திருந்தது. அதிலே இரண்டு பூவைப் பிடுங்கி வந்து சாமி படத்துக்கு வைத்து அரைமணி நேரம் தியானம் பண்ணினார். அப்பவும் மனம் அமைதியடைய வில்லை.

வெளியே வந்து பார்த்தபோது சிவசம்பு வீட்டுப்பகுதி இன்னும் தூக்கத்திலேயே இருந்தது. வழக்கமாக அவர்களும் இந்நேரம் எழும்பி தங்கள் காரியங்களைத் தொடங்கியிருப் பார்கள். அலமேலுவின் பள்ளிக்கூட ஆரவாரங்கள் இன்னும் ஆரம்பமாகவில்லை.

அவளோ மொட்டவிழும் பிராயத்துப் பெண். ஒருவித பிரயத்தனமும் இன்றி இவர் மனதில் புகுந்து இவரை இம்சைப் படுத்தினாள். இந்த வெட்கக்கேட்டை யாரிடம் போய்ச் சொல்லி அழுவார். ஒரு பக்கத்தில் பிறவிப் பயனை அடைந்து விட்டதுபோல அவருடைய உள்மனது துள்ளியது. அதே சமயத்தில் பரம்பரை பரம்பரையாக சேர்த்துவைத்த கோழைத் தனமும் வெளியே வந்து அவரை வெருட்டியது. சோதிநாதன் மாஸ்ரர் ஒரு முடிவும் எடுக்க முடியாமல் சிறு பிள்ளைபோல தத்தளித்தார்.

கோயில் வீதிகளில் இரவுக்கிரவாகவே புதுக்கடைகள் எல்லாம் முளைத்துவிடும். இந்தக் கடைகளைப் பிரதானமாக மொய்ப்பது பெண்களும், குழந்தைகளும் தான். பெண்களுக்கு பாத்திரக்கடைகள், வளையல் கடைகள் என்று ஏராளமாக இருக்கும். சிறுவர்களுக்கு விளையாட்டுச் சாமான்கள் வைத் திருக்கும் கடைகளில் தான் மோகம் அதிகம். ஆனால் அவற்றை வாங்கும் பண வசதி எல்லாருக்கும் கிடைப்பதில்லை. ஆகவே அவர்கள் ஐந்து சதம், பத்து சதம் என்று கைகளிலே வைத்துக் கொண்டு இங்கும் அங்குமாக அலைவார்கள். கடலை, பம்பாய் மிட்டாய், ஐஸ் பழம் இதில் எதை வாங்குவது, எதை விடுவது. இதுதான் அவர்களது முக்கிய ஏக்கம். அந்தச் சிறுவர்கள் குழம்பிப்போய் ஒரு முடிவும் எடுக்கமுடியாமல் தவித்துப்போய் நிற்பார்கள்.

அந்த வீடு அதி பயங்கரமான பாதுகாப்புகளுடன் இருந்தது. அதன் சொந்தக்காரர்தான் சிவசம்பு. அவருடைய தாத்தா 'கள்ள யாவாரம்' செய்து கட்டிய வீடு. சுற்றிலும் இருக்கும் மதில் சுவர்களில் விதம்விதமான கண்ணாடித் துண்டுகள் பதித்திருந்தன. உள்ளே இரும்புக் கிராதிகள் காரண காரியமில்லாமல் கண்ட இடத்திலும் போடப்பட்டுக் கிடந்தன. நடுநடுவே வலைக் கம்பிகள் வேறு. முழுக்க முழுக்க கள்ளனை மனத்திலே நிறுத்திக் கட்டிய வீடு.

கள்ளனுக்கு அடுத்தபடி சூரியன். என்னதான் உக்கிரமாக வெய்யில் எரித்தாலும் ஒரு சின்ன ஒளிக்கீற்றுகூட உள்ளே போக முடியாதபடிக்கு ஒரு தந்திரத்துடனும், சூட்சுமத்துடனும் அது கட்டப்பட்டிருந்தது. நடுப்பகலில்கூட விளக்கை ஏற்றினால் தான் நடமாடமுடியும். இந்த வீட்டிலேதான் ஒரு அறையில் சோதிநாதன் வாடகைக்கு இருந்தார்.

சிவசம்புவுக்கு மாஸ்ரரைப் பிடிக்காது. ஏன் இந்த உலகத் திலேயே சிவசம்பு ஒரு 'கறுவம்' வைத்திருந்தார். கைகளைப் பின்னுக்கு கட்டியபடி ஆகாயத்தைப் பார்த்துக் கொண்டுதான் நடப்பார். சிறுநீர் பாயும் தூரத்துக்குகூட அவரை நம்புவதற்கு அந்த ஊரில் ஆள் கிடையாது. அவர் வேலை முடிந்து வீட்டுக்குப் பத்தடி தூரத்தில் வரும்போதே சேட்டைக் கழற்றி விடுவார். அவர் மனைவி வாசலிலே காத்திருப்பாள். கொஞ்சம் வெற்றிலை போட்டு, கொஞ்சம் பவுடர் பூசி, கொஞ்சம் கர்ப்பமாக பிரசாதம் வாங்குவதுபோல மிகவும் பவ்வியமாக அந்த சேட்டைக் கையிலே வாங்கி அவரை அவசரமாக உள்ளே கூட்டிக்கொண்டு போவாள். பார்ப்பவர்கள் மிகவும் அந்யோன்யமான தம்பதிகள் என்றுகூட நினைக்கலாம்.

ஆனால் உள்ளே போன சிறிது நேரத்திலேயே பல விநோதமான ஓசைகள் கிளம்பும். சிவசம்பு தன் மனைவியின் இடுப்பிலே ஓங்கி உதைக்கும் சத்தம் கேட்கும். பிறகு அவ ளுடைய கர்ப்பப் பிறப்புகளின் ஓலம். அவளுடைய ஓலம். ஊமையர்களின் வருடாந்தக் கூட்டம்போல வசனமில்லாத ஒலிகள். தினம் தினம் இது தவறாமல் நடக்கும். இருந்தாலும் இந்த மனுசி ஒரு நாளாவது வாசலில் நின்று அவரை வரவேற்கத் தவறியது கிடையாது.

அவர்களுடைய மூத்த பிறப்புதான் அலமேலு. வீட்டுச் சூழ்நிலையைத் தவிர்ப்பதற்காக அடிக்கடி மாஸ்ரரின் அறைக்கு ஓடி வரத்தொடங்கினாள். அப்படித்தான் அவருக்கும் அவள் மேல் ஒரு பரிவு ஏற்பட்டது. அந்தப் பரிவுதான் இன்று வேறு உருவம் எடுத்து அவரை மிரட்டிக்கொண்டு இருந்தது.

சோதிநாதனுக்கு கணக்குத்தான் பாடம். ஆனால் தமிழி லும் நல்ல புலமை பெற்றவர். அவர் ஓய்வுபெற்ற பிறகு பழந்தமிழ் இலக்கியங்களைத் தேடிப் படிப்பதில் மிக்க ஆர்வமாய் இருந்தார்.

முதன்முதலில் அலமேலு அவரிடம் தமிழ்ப்பாடத்தில் சந்தேகம் கேட்டுத்தான் வந்தாள். அவர் பாடம் சொல்லிக் கொடுக்கும் விதம் அவளுக்கு நல்லாய்ப் பிடித்துக்கொண்டு விட்டது. எந்தப் பாடமாயிருந்தாலும் கதைகளும், உதாரணங் களுமாக உணர்ச்சி வயப்பட்டுவிடுவார். கணக்குப் பாடம் எடுக்கும்போது யாராவது கண்ணீர்விட்டு உருகுவார்களா? சோதிநாதன் செய்வார்.

அலமேலுவின் உடம்பு முழுக்கச் சந்தேகங்கள் பொங்கும். அவளுடைய பல சந்தேகங்களைச் சோதிநாதன் தீர்த்துவைத் தாலும் பதிலுக்கு அலமேலுவும் அவருடைய ஒரு பெரிய

சந்தேகத்தை ஒருநாள் தீர்த்துவைத்தாள். ஆனால் அந்த விஷயம் அவளுக்கே தெரியாது.

விளக்கின் ஒளியில் அவள் மேசையில் இருந்து எழுதிக் கொண்டிருந்தாள். அவளுடைய கைவிரல்கள் குவிந்து போய் பென்சிலை இறுக்கிப் பிடித்திருந்தன. 'கைவழி நயனம்' என்பதுபோல அவளுடைய வாய் கோணியபடி கைபோன பக்கம் இழுத்துக்கொண்டு போனது. வெகு சிரமப்பட்டு தன்னுடைய பென்சில் இலகுவில் தர மறுத்த வார்த்தைகளை அவள் பலவந்தமாகப் பிடுங்கிக் கொண்டிருப்பதுபோல பட்டது.

தமிழ்ப் பாடல்களில் 'பந்தார் விரலி' என்ற தொடர் அடிக்கடி வரும். அதற்கு அர்த்தம் 'பந்துபொருந்திய விரல்கள்' என்று சொல்வார்கள். சோதிநாதனின் மனக்கண்ணில் சங்க காலத்துப் பெண்கள் நிரையாக வந்து போவார்கள். அவர்கள் கைவிரல்கள் எல்லாம் நகச்சுத்து வந்து எலுமிச்சம்பழம் சொருகியதுபோல உருண்டு திரண்டுபோய் இருக்கும்.

அலமேலு கைகளைக் குவித்து எழுதும்போதுதான் அவருக்கு உண்மையான அர்த்தம் புரிந்தது. ஒரு சிறந்த கண்ணாடிப் பந்துபோல அது இருந்தது. பல்லியின் வயிற்றில் குட்டி தெரிவதுபோல அவள் கைவிரல்களில் ஓடும் ரத்தம்கூட அவருக்கு தெரிந்தது. பந்துபோன்ற அந்த கைவிரல் குவியலை எடுத்து முத்தமிட வேண்டும் போலப் பட்டது.

ஆனால் அப்போதுகூட அவருக்கு அந்த வித்தியாசமான எண்ணம் தோன்றவில்லை.

அவருடைய மனைவி இறந்தபோது அவருக்கு நாற்பத் தைந்து வயது. அந்த மரணம் இடி விழுந்ததுபோல வந்தது. இரண்டு வருடம் கழித்து அவருடைய மகளுக்கு நல்ல இடத்தில் சடங்கு பேசி வந்தார்கள். அது கடவுள் செயல்தான் என்று அவருக்குப்பட்டது. இப்படியான சம்பந்தத்தை அவர் கனவி லும் நினைத்திருக்க முடியாது. பையன் அவுஸ்திரேலியாவில் வதிவிடம் பெற்று நல்ல வேலையில் இருந்தான். இருந்த ஒரே வீட்டையும் விற்று கலியாணத்தைச் சிறப்பாகச் செய்து மகளை அனுப்பிவைத்தார்.

அவருடைய மகன் கதை வேறு. ஒரு நாள் விடிய எழும்பிப் பார்த்தால் ஆளைக் காணவில்லை. இயக்கத்தில் சேர்ந்துவிட்ட தாகச் சொன்னார்கள். ஒரு கடிதம்கூட தனக்கு எழுதிவைக்க வில்லையே என்று அவருக்கு கவலை. ஒரு நாளைக்கு அவனைப் பார்ப்போம் என்ற நம்பிக்கை கனகாலம் இருந்தது. பிறகு அதுவும் போய்விட்டது.

கொழுத்தாடு பிடிப்பேன்

அவுஸ்திரேலியா போன கையோடு மகள் அடிக்கடி கடிதம் போட்டபடி இருந்தாள். பிறகு சில காலமாக வருடத் திற்கு ஒரு கடிதம் என்று ஆகிவிட்டது. தனித்து விடப்பட்ட மரமாய் சிக்காடா பூச்சிபோல அடிமண்ணுக்குள் போய்ப் புதைந்துகொண்டார்.

இந்தப் பூச்சி பதினேழு வருடம் மண்ணுக்கு அடியில் புதையுண்டு கிடந்து பின்னர் வெளியே வந்து இனச்சேர்க்கை யில் ஈடுபட்டு இறந்துபோகுமாம்.

அவர் மனைவி இறந்து பதினேழு வருடங்களாக இவர் செய்த தவம் ஒருநாள் திடீரென்று முறிவதற்கு இருந்தது. ஒளித்திருந்து எய்த பாணம்போல இவரைத் தாக்கும். ஆனால் இது அவருக்கு அப்ப தெரியவில்லை.

வீட்டை விற்ற நாளில் இருந்து அவர் சிவசம்பு வீட்டில் ஓர் அறையில் வாடகைக்கு இருந்தார். பனங்கட்டிக் குட்டான் போல சின்ன வயசாக இருக்கும்போதே அலமேலு அடிக்கடி தத்திதத்தி அவருடைய அறைக்கு வருவாள். கொஞ்சம் வளர்ந்து கண்கள் மேசைக்குமேல் தெரியும் வயசில் ஓசைப்படாமல் வந்து இவர் எழுதுவதையே கண்வெட்டாமல் பார்த்துக் கொண்டு நிற்பாள். இவர் கதிரையிலே ஏற்றிவிடுவார். சிறிது நேரத்தில் சறுக்கி இறங்கிப் போய்விடுவாள். அவள் வளர வளர அவளில் பல மாற்றங்கள் தென்பட்டன. இவர்தான் அவற்றை கவனிக்கத் தவறிவிட்டார்.

இப்பொழுதெல்லாம் அவள் கிட்ட வரும் சமயங்களில் இரண்டு நாள் தண்ணீரில் ஊறவைத்த பயறுபோல ஒரு விதமான பச்சை வாசனை வருகிறது. அவளுடைய குரல் உடைந்து ரஹஸ்யம் பேசுவதுபோல இருக்கிறது. எவ்வளவு தான் உரத்துப் பேசினாலும் கசகசவென்றுதான் கேட்கிறது.

அவர் அறியாமல் இந்த விஷயங்கள் நடந்து முடிந்து விட்டன. நேற்றுப் பார்த்தபோது மொட்டாக இருந்த நந்தியா வட்டை இன்று பூத்துப்போய்க் கிடக்கிறது. இரவுக்கிரவாகவே சதியாக ஒரு மணமும், அழகும் அதற்கு வந்து சேர்ந்து விட்டது. ஓர் இரவுக்குள் நடந்த இந்த அதிசயம் போலத்தான் இதுவும் இருந்தது.

சங்க காலத்துத் தமிழில் 'டீன் ஏஜ்' பெண்ணை 'மடந்தை' என்று சொன்னார்கள். ஆனால் மடந்தை என்ற சொல் அலமேலுவின் அழகை பூரணமாகக் கொண்டுவரவில்லை என்று இவருக்குப்பட்டது. அவளைப் பார்க்கும் போதெல்லாம் 'முற்றா முகிழ்முலை' என்ற பாடல் வரிகள்தான் அவர் ஞாபகத்துக்கு வரும். ஒரு டீன் ஏஜ் பெண்ணை இந்த

சொற்றொடர் முற்றிலும் வர்ணிக்கிறது என்று அவர் நினைத்தார். ஆனால் அப்போதுகூட அவருக்கு அந்த எண்ணம் வந்தது கிடையாது.

ஒரு நாள் பைதகரஸ் என்ற கிரேக்க ஞானி 2500 வருடங்களுக்கு முன்பு கண்டுபிடித்த சித்தாந்தத்தை அலமேலுவுக்கு விளக்கிக்கொண்டிருந்தார். இரவு நேரம், விளக்கின் ஒளி அவள் முகத்தில் பட்டு பட்டு விழுந்துகொண்டிருந்தது. உறைந்த மழைபோல கேசங்கள் அவள் கன்னத்தில் வழிந்து கிடந்தன. கண்களை கையகலத்துக்குப் பெரிதாக்கி அவர் சொல்லுவதையே அலமேலு கவனித்துக்கொண்டிருந்தாள்.

முதலில் அந்த மகா ஞானியின் வாழ்க்கையைப் பற்றிச் சொன்னார். இந்தப் பிரபஞ்சத்தின் சாகசங்கள் எல்லாம் ஓர் ஒழுங்கோடும் எண்ணங்களின் அடிப்படையிலும் நடப்பதை விளக்கினார். பிறகு அந்த ஞானி எப்படி முக்கோணங்களையும், சதுரங்களையும் உபாசித்தார் என்பதையும், அவற்றில் இருந்து அவர் சிருஷ்டித்த சித்தாந்தத்தின் மகிமையையும் கூறினார்.

ஒரு செங்கோண முக்கோணத்தில், அதன் கர்ணத்தின் வர்க்கமானது மற்ற இரண்டு பக்கங்களினதும் தனித்தனி வர்க்கங்களின் கூட்டுத்தொகைக்குச் சமமாகும்.

அலமேலு மேற்படி சித்தாந்தத்தை வரி பிசகாமல் திருப்பித் திருப்பி மனனம் செய்தாள். இந்த பழம்பெரும் சித்தாந்தத்தின் அருமையைச் சோதிநாதன் உற்சாகத்துடன் விளக்கி அதை மூன்று வெவ்வேறு வழிகளில் நிருபித்துக் காட்டினார்.

அலமேலு வைத்தகண் வாங்காமல் அவரையே பார்த்துக்கொண்டிருந்தாள். அவர் வாயிலிருந்து விழும் வார்த்தைகளை கையேந்தி பிடித்துக்கொண்டிருந்தாள். அவள் கண்களின் ரப்பைகள் துடித்தன. இந்த சித்தாந்தத்தை இவ்வளவு எளிதாக, இவ்வளவு உணர்ச்சி பூர்வமாக யாரும் இதற்கு முன்பு அவளுக்கு விளக்கியது கிடையாது. சோதிநாதனின் இமையோரத்தில் சில நீர்த்துளிகள் சேர்ந்திருப்பதை அவள் அப்போதுதான் கவனித்தாள்.

மேளக்கச்சேரி என்றால் இங்கே நாதஸ்வரத்துக்கு இரண்டாவது இடம்தான். சுற்றுவட்டார ஊர்களிலிருந்தெல்லாம் தவில் வித்துவான்கள் வந்திருப்பார்கள். இந்தத் தவில் சமாவைக் கேட்பதற்குச் சனங்கள் பொறுமையோடு இடம்பிடித்து மூன்று நான்கு மணித்தியாலங்கள்கூட சலிக்காமல் காத்திருப்பார்கள்.

தனியாவர்த்தனம் வழக்கமாக மேல் வீதியில்தான் நடக்கும் ஐந்து, ஆறு கூட்டம் என்று தவில் வாத்தியக்காரர்கள் சுற்றிவர நின்றுகொண்டே வாசிக்கும்போது பக்தர்கள் தங்களை மறந்து ரசிப்பார்கள். இந்த ஆவர்த்தனம் முதலில் பெரிசாகத் தொடங்கி ஒவ்வொரு சுற்றும் வரவர சிறுத்துக்கொண்டே போகும். விறுவிறுப்பும் கூடும். கடைசியில் தீர்மானம் வைக்கும் போது சில பேருக்கு ஆவேசம் வந்துவிடும்; சிலருக்குக் கண்ணீர் வந்துவிடும்.

இருபத்தைந்து நூற்றாண்டுகள் கடந்து கண்கள் கலங்க, திரும்பவும் எண்கள் மயமான இந்த உலகத்துக்கு வந்த போதுதான் சோதிநாதன் மறுபடியும் அலமேலுவைக் கண்டார்.

நேர்வடிவான தாடையைக் கைகளில் ஏந்தி முழங்கையில் முட்டுக்கொடுத்து அவரையே பார்த்தபடி இருந்தாள் அலமேலு. சீரில்லாத பல் வரிசை பளிச்சென்றது. அந்தக் கணத்தில் ஏதோ ஒன்று அவரைப் பற்றி இழுத்தது. பதினேழு வருடங்கள் தூங்கிய சிக்காடா பூச்சி அப்போது வெளியே வந்துவிட்டது.

அவளுடைய கன்னங்கள் சதுரமாகவும், அந்த மோவாய் முக்கோணமாகவும் இருந்தது. விடியவிடிய சந்திரவதனத்தைப் பாடிய தமிழ்ப் புலவர்கள் இந்த அழகைப்பாட மறந்துவிட்டார்கள். சதுரங்களும், முக்கோணமாகவும் பைதகரஸுக்காகவே படைக்கப்பட்ட இந்த முகம் விளக்கின் வெளிச்சத்தில் ஒரு பிரமையாக அவருக்குத் தெரிந்தது.

அன்று படுக்கப் போனபோது அவருடைய நித்திரை எதிர்த்திசையில் போய்விட்டது. மறுபடியும் யௌவனமாகி விட்டார். ஒரு நீண்ட பயணத்தின் ஆரம்பத்தில் நிற்பதுபோல குறுகுறுப்பாக மனம் துள்ளியது. விமான ஓடுதரை விளக்குகள் போல எண்ணங்கள் வந்து அவரைத் தாக்கின.

அவர் உதடுகளில் இன்னும் கொடுக்கப்படாத முத்தங்கள் பல இருந்தன. அவர் விரல் நுனிகளில் இன்னும் தொட்டுப் பார்க்கவேண்டிய சமாச்சாரங்கள் நிறைய இருப்பதுபோலப் பட்டது. அவர் வயிற்றுக்குள்ளே இவ்வளவு காலமும் அடக்கி வைத்திருந்த ஆசைகள் இப்போது வெளியே வரத் துடித்தன. எல்லாத்தையும் அவிச்சு, வடித்துப் பார்த்தால் மிஞ்சியது ஒன்றுதான். அலமேலுவை அவரால் மறக்க முடியவில்லை. அவர் வாழ்ந்த வாழ்க்கையின் உண்மையான காரணம் அவளிடத்தில்தான் இருப்பதுபோல அவருக்குப்பட்டது.

அவள் வாயிலே எச்சில் குமிழ்கள் செய்து ஊதிய காலத்திலே இருந்து அவளை அவருக்குத் தெரியும். ஆனால் இதற்குமுன் இப்படி நூதனமான அனுபவம் அவருக்கு

ஏற்பட்டதில்லை. அந்தச் சிறு பெண்ணின் மனதில் என்ன இருந்ததென்றும் தெரியவில்லை. இரண்டு பேருக்கும் சேர்த்து அவரிடம் போதிய காதல் இருந்தது. இவ்வளவு காதலை வைத்துக்கொண்டு என்ன செய்வது என்று திகைத்தார்.

மூன்று நாட்களாக அவர் வெளியே வரவில்லை. அழுக்குத் திரைச்சீலையும், தண்ணிப்பானையும், வட்டம் வட்டமாக நீர்பட்டத் தலையணையுமாக அவர் உள்ளே அடைந்து கிடந்தார். அப்படியாவது அவர் அடிவயிற்றில் மூண்ட ஆசைத்தீயை அடக்கிவிடலாம் என்று எண்ணினார்.

மூன்றாம் இரவு நடுநிசியில் அவருக்கு ஒரு ஞானோதயம் ஏற்பட்டது. கட்டை அறுத்துக்கொண்டு ஓடித்திரியும் காளை மாட்டை அடக்கி இழுத்துக்கொண்டு வருவதுபோல் மனதைத் திரும்பவும் இழுத்துப் பிடித்து அடக்கிவிட்டார். வயதுக்கு ஒவ்வாத சிந்தனைகளை நினைத்து நாணமாக வந்தது. ஓவென்று ஓடிய நதி சமநிலைக்கு வந்து அவர் அடிமனதில் ஒரு நிம்மதி பிறந்தது.

கிணற்றடியில் போய் முகம் கழுவிக்கொண்டு தேநீர் வைப்பதற்கு ஒரு வாளி தண்ணீர் பிடித்துக்கொண்டிருந்தார். துலாக்கொடி சரசரவென்று வழுக்கிக்கொண்டு வந்தது. அவர் வேட்டியை மடித்துக் கட்டிக்கொண்டு வாளியை எடுக்கப் போகும்போதுதான் அது நடந்தது.

அலமேலு வந்துகொண்டிருந்தாள். மத்து கடைவதுபோல அசைந்து. அவளுடைய தலைமயிர்க் கற்றைகள் கலைந்திருந்தன. அவை சூரிய ஒளிபட்டுத் தங்க நிறத்துடன் ஜொலித்தன. கண்கள் இன்னும் தூக்கம் கலையாமல் அரை மூடியில் இருந்தன. பாவாடையும் சட்டையும் உடுத்தியிருந்தாள். மேற்சட்டை அவசரத்தில் போட்டதுபோல ஒரு பக்கத்துக்கு தூக்கிக்கொண்டு நின்றது. பொங்கலுக்குப் பிடித்த அடுப்புக் கட்டி போல அவள் புஜங்கள் வழவழவென்றும், இறுக்கமாக வும் இருந்தன. அருகில் வந்ததும் அவளுக்கே உரிய பெண் வாசனை சொட்டு நீலம் தண்ணீரில் பரவுவதுபோல மெல்லப் பரவியது.

சோதிநாதன் மாஸ்ரர் கவிகள் பாட மறந்த சதுரமான முகத்தையும், முக்கோண வடிவமான தாடைகளையும் பார்த்தார். இன்றுதான் முதல்முதல் பார்ப்பதுபோல அவரால் கண்களை எடுக்க முடியவில்லை. பிறந்த நாளிலிருந்து அவரில் விடுபட்டுப்போன ஒரு துண்டு மீண்டும் சேர்ந்து கொண்டது போல ஓர் உணர்வு. இவ்வளவு காலமும் அவர் வாழ்ந்ததின்

அர்த்தம் அவர் முன்னே நின்றுகொண்டிருந்தது. அவள் புஜத்தை எட்டி ஒரு கையால் தொட்டு தடவினார்.

அலமேலு பதறிவிட்டாள். 'ஐயோ! அங்கிள், என்ன செய்யுது?' என்று சொல்லியபடி அவரைப்பிடித்து இரண்டு கைகளாலும் அணைத்துக் கொண்டுபோய் துணி துவைக்கும் கல்லிலே உட்கார வைத்தாள். தன்னுடைய இரண்டு கை களையும் மார்புக்கு பக்கத்தில் வைத்துக்கொண்டு அவர் மூன்றாக மடிந்துபோய் உட்கார்ந்தார். அவருக்கு வசதியாக அவளுடைய கால் பெருவிரல்கள் அவருக்கு முன்பாக இருந்தன. அவற்றை முதன்முதல் பார்ப்பதுபோல உற்று பார்த்தபடியே இருந்தார். அந்த நேரத்தில் அப்படி இருப்பதுதான் அவருக்குச் சரிபோலப் பட்டது.

சுவாமி புறப்பாடு ஆரம்பிக்கும்போது இரவு ஒரு மணி ஆகிவிடும். தெற்குவீதி தாண்டி மேல்வீதியில் நீண்ட மேளச்சமா முடித்து வடக்கு வீதிக்கு சுவாமி வரும்போது அதிகாலை நாலுமணி ஆகிவிடும். எல்லோருக்கும் நித்திரை கண்ணுக்குள் வந்துவிடும். பக்தர்கள் எல்லாம் மெல்ல மெல்ல கழன்று விடுவார்கள். அப்போது எண்ணிப் பதினைந்தே பேர் இருப்பார்கள். அதில் தவில்காரர், நாயனம், பந்தம் பிடிப்பவர், எண்ணெய் ஊற்றுபவர், குருக்கள் என்று எல்லோருமே அடக்கம். இப்படி சுவாமி இருப்பிடத்துக்கு போக முடியாமல் தவியாய்த் தவிப்பார்.

இதைத் தவிர்க்க ஒரு தந்திரம் செய்வார்கள். கோயில் முன்றலில் சதிராடிய தேவடியாள்கள் இப்ப வந்து வடக்கு வீதியில் ஒரு கும்மி அடிப்பார்கள். அவர்கள் தூக்கக் கலக்கத் தில் குனிந்து, குனிந்து உடலை வருத்திக் கும்மி அடிப்பார்கள். தலைமயிர் கலைந்திருக்கும்; கண்மை கரைந்திருக்கும்; நித்திரை யின் மணம் அங்கே நிறைந்திருக்கும். பக்தர்கள் எல்லாம் தங்கள் தங்கள் சயனத்தைத் தள்ளி வைத்துவிட்டு இந்த நித்திரை கும்மியை ரசிப்பதற்காக நிற்பார்கள். கும்மி முடிந்ததும் கூட்டம் கலையப் பார்க்கும். அதற்குமுன் சுவாமியை தரதர வென்று இழுத்துக்கொண்டு போய் இருப்பிடத்தில் சேர்த்து விடுவார்கள்.

திருவிழா என்றால் வடக்குவீதியைத் தாண்டிவிட்டால் நேராக இருப்பிடம்தான்.

சோதிநாதன் இப்போது வடக்குவீதியில் இருந்தார். நித்திரை கும்மியில் சிறு சபலம். இனிமேல் நேராக இருப் பிடம்தான்.

பூமாதேவி

இங்கே என்னடா என்றால் சமயலறைக் கேத்தில் கூட என்னை விசில் அடித்துக் கூப்பிடு கிறது! அவ்வளவு மரியாதை!

என்னுடைய அப்பா மிகவும் கண்டிப் பானவர். நான் சிறுவனாய் இருந்தபோது அவர் வீட்டில் இருக்கும் சமயங்களில் எல்லாம் மெல்ல மெல்ல அடிவைத்துத்தான் நடக்க வேண்டும். உரத்துப் பேசக் கூடாது; குஷியான சமயங்களில் பாடுவதற்கும் ஏலாது. ஏன் விசிலடிக்கக்கூட முடியாது. அப்படிப்பட்ட பாரம்பரியத்தில் வளர்ந்தவன் நான். ஆனால் இங்கே..!

நான் அமெரிக்காவுக்கு வந்து மிக வேகமாக முன்னேறியது இந்தத் தேநீர் போடும் துறையில் தான். இந்த அதிகாலையில் என் மகளுக்காகத் தேநீர் போட்டுக் கொண்டிருந்தேன். நேற்று எனக்கும் மகளுக்கும் கொஞ்சம் சண்டை. அதைச் சமாளிப்பதும் ஒரு நோக்கம். என் மகள் குளிய லறையில் இருந்து வெளியே வந்தாள். நான் மற்றப் பக்கம் முகத்தை தூக்கி வைத்துக் கொண்டு நின்றேன். கைகளைக் குவித்து என் முதுகிலே ஒரு பொய் அடி வைத்தாள், பெருத்த சத்தத்தோடு. சண்டை முற்றுப்பெற்றது என்று இதற்கு அர்த்தம். திரும்பிப் பார்த்தபோது நெளிந்து கொண்டே ஓடினாள்.

சண்டைக்குப் பெரிதாய் ஒரு காரணமும் இல்லை. அவவுடைய 'போய் பிரண்டின்' பிறந்த நாளை நான் மறந்துவிட்டேனாம். எப்படி

இருக்கிறது சங்கதி? தன் மகளுடைய நண்பர்களின் பிறந்த தினங்களை எல்லாம் மனனம் செய்வதுதான் ஒரு தகப்பனாருடைய தலையாய கடமையா? வேலை நிமித்தமாக மகள் நியூஜேர்ஸியில் தங்கி இருக்கிறாள். நான் நியூயோர்க்கிலிருந்து அவளைப் பார்ப்பதற்காக விழுந்தடித்து நேற்றுத்தான் வந்திருந்தேன். இன்று என்னவென்றால் தன் நண்பனைப் பார்ப்பதற்கு அவ ஓகஸ்டாவுக்கு போகிறாளாம். இதற்கிடையில் நான் இந்த சரித்திரப் பிரசித்தமான தேதியை மறந்துவிட்டேன் என்ற குற்றச்சாட்டு வேறு. மருட்டு விழிகளை இன்னும் கொஞ்சம் அகலத் திறந்து, ஒரே சமயத்தில் கெஞ்சலாகவும், றாங்கியாகவும் இந்தத் தூரப் பயணத்திற்கு என்னையும் தனக்குத் துணையாக வரும்படி அழைக்கிறாள். பிறந்தநாளுக்கு வருவதாக வாக்குக் கொடுத்திருக்கிறாளாம். ஒப்பந்தங்களைக் காப்பாற்ற வேண்டுமென்று சிறுவதிலேயே நான் அவளுக்குக் கற்றுக் கொடுத்த பாடம்தானே!

அமெரிக்காவில் காரில் ஏறியவுடன் சீட் பெல்ட்டைக் கட்டுவது ஒரு முக்கியச் சடங்கு. இத்தனை வருடங்களாகியும் நான் இந்தக் கலையில் பரிபூரண தேர்ச்சி பெறவில்லை. இதற்கு சாமர்த்தியமும், தந்திரமும் சரிசமமான அளவில் தேவைப்படும். அதிலும் இந்த விவகாரம் காருக்கு கார் மாறுபடும். சீட் பெல்ட் இப்படித்தான் இருக்கும் என்கிற உத்திரவாதமும் இல்லை. ஆனபடியால் எங்கள் செயல் முறைகளை நாங்கள் காருக்குத் தகுந்தபடி மாற்றியமைக்க வேண்டும்.

நண்பர் ஒருவருடைய கார் கொஞ்சம் அவசரபுத்தி கொண்டது. சீட்டில் ஏறி உட்கார்ந்த உடனேயே அது தன்பாட்டுக்கு வந்து உங்களை ஆரத்தழுவிக் கட்டிவிடும். ஒருமுறை தெரியாமல் தலையைக் கொடுத்து அது என்னை கொஞ்ச நேரம் மூச்சுத் திணற வைத்துவிட்டது. இன்னொரு சாதி சீட்பெல்ட், அதைக் கட்டும் வரைக்கும் 'கீ, கீ' என்று இரைந்து கத்திக்கொண்டே இருக்கும். கட்டி முடிக்கும் வரைக்கும் காரை நகர்த்த முடியாது.

என்னுடைய மகளின் காரில் சாதாரண சீட் பெல்ட்தான். வில்லங்கம் என்னவென்றால் குளிருக்கு எதிர்ப்பைக் காட்ட அணிந்திருந்த ஸ்வெட்டர், மப்ளர், ஓவர்கோட் என்ற கூட்டத்துடன் ஒரே சமயத்தில் ஏறி காரிலே அமர்வது ஒரு பிரம்மப் பிரயத்தனமான காரியம். அப்பொழுதே கார் நிறைந்து விடும். சிரமம் என்னவென்றால் வலது பக்கம் திரும்பி சீட்பெல்ட்டின் நுனியைக் கண்டுபிடித்து இழுத்தால் அதை மாட்டும் ஓட்டை மறைந்துபோகும். இவ்வளவு நேரமும்

இங்கேதான் இருந்தது, சனியன்! இப்போது காணவில்லை! மறுபடியும் ஓட்டையைக் கண்டுபிடித்து சீட்பெல்ட்டைத் தேடினால் மாட்டுக் கன்று அறுத்துக்கொண்டு ஓடுவதுபோல நுனி இழுத்துக்கொண்டு போய்விடும். பழையபடி ஆரம்பத்திலிருந்து தொடங்க வேண்டும். கடைசியில் ஒரு வழியாகப் பெல்ட்டைக் கட்டிமுடித்து காலை நீட்டிச் சாயும்போது பாதி தூரத்தைக் கடந்துவிட்டிருப்போம்.

ஆனால் என் மகளைப் பார்க்க வேண்டும். அர்ஜுனன் பாணம் எடுப்பதும், விடுப்பதும் தெரியாது; எதிரிகளின் தலைகள் உருளுவதுதான் தெரியுமாம். அதுபோலத்தான். அவள் சீட் பெல்ட்டை இழுப்பதுவோ, அணிவதுவோ கண்ணுக்குத் தெரியாது. 'க்ளிக்' என்று ஒரு சத்தம் கேட்கும், அவ்வளவுதான். இந்த அதிசயத்தை நான் பொறாமையுடன் கண்வெட்டாமல் பார்த்துக்கொண்டிருப்பேன்.

இவள் கார் ஓட்டும் அழகு தனியானது. நாலு வயதில் என் கைவிரல்களை இறுக்கிப் பிடித்தபடி மிரள மிரள வந்தவளா? நம்ப முடியவில்லை! நெற்றியில் விழுந்திருக்கும் இரண்டொரு கேசங்களைத் தவிர அவள் உடம்பில் வேறு ஆபரணம் ஒன்றுமில்லை. இந்த வயதிலேயே தனியார் கம்பனி ஒன்றில் உயர் பதவி வகிக்கிறாள். மிகப்பெரிய அதிகாரிகளையெல்லாம் முதற்பெயர் சொல்லி அழைக்கிறாள். நூற்றுக் கணக்கான தொலைபேசி எண்கள் அவள் ஞாபகத்தில் இருக்கின்றன. கடுகதியாகக் காரில் செல்லும்போதே செல்லில் விளிக்கிறாள். ஸ்டிக்கர் பொட்டை ஒட்டுவதுபோல ஒற்றைக் கையால் நம்பர்களை ஒத்திக்கொள்கிறாள். காரின் நாலு மூலைகளிலுமிருந்தும் ஒலிக்கும் மேற்கத்திய இசைக்கு மனதைப் பறிகொடுக்கிறாள். என்னுடைய ஆரம்ப கால வாழ்க்கை இந்த அமெரிக்காவில் இப்படியா இருந்தது?

அந்தக் கம்பனியில் நான் சேர்ந்தபோது எனக்காக ஒதுக்கப்பட்ட இடம் 'பேஸ்மென்டில்' ஒரு நகல் எடுக்கும் மெசினுக்கும், கோப்பி மெசினுக்கும் இடையில் இருந்தது. மேலே அலுவலக அறை, வரவேற்பறை எல்லாம். கீழே நிலவறையில்தான் ஏற்றுமதி சம்பந்தமான வேலைகளும், கணக்கு வழக்குகளும் ஒப்பேறின. கோப்பிக் கடையை மொய்க்கும் கூட்டம், நகல் மெசின் கிரமமாக எழுப்பும் சத்தங்கள், சிப்பம் கட்டுவோரின் ஆரவாரம், கம்ப்யூட்டரின் விசை ஒலிகள் எல்லாம் ஒரே கோலாகலம்தான். இது தவிர, நகல் எடுக்கும் மெசின் அவ்வப்போது ஒருவித வாசனையை என்பக்கமாக வீசிக்கொண்டே இருக்கும்.

கடைந்தெடுத்த முட்டாள்கள் அமெரிக்காவிலும் சரிசம மான அளவில் உற்பத்தியாகும் விஷயம் எனக்கு கனகாலமாகத் தெரியாது. நான் இங்கே இருப்பவர்கள் எல்லோரும் அதிபுத்திசாலிகள் என்றுதான் எண்ணியிருந்தேன். உண்மை என்னவென்றால் எங்கள் ஊர் 'ஆனாப் படிச்ச சுவானாதர்கள்' இங்கேயும் இருந்தார்கள்.

எனக்குப் பக்கத்தில் கம்ப்யூட்டரில் தட்டிக்கொண்டிருந் தவள் அமெரிக்காவின் பள்ளிக்கூட எல்லையைத் தாண்ட முடியாமல் *highschool dropout* என்று சொல்கிற பெருமையைப் பெற்றவள். சிற்றின்பத்துக்காகவே கடவுளால் படைக்கப்பட்ட உடம்பு; கலிபோர்னியா திராட்சை போன்ற கண்கள். ஒன்றில் நடனமாடியபடியே வருவாள், அல்லது முகத்தை உம்மென்று தூக்கிவைத்துக் கொண்டிருப்பாள். பெண்டுலம் போன்று அவள் மூட் இந்த எல்லைக்கும் அந்த எல்லைக்கு மாக ஊசலாடிக்கொண்டே இருக்கும்.

அவளுடைய வாழ்க்கையின் இரண்டு பிரதான அம்சங்கள் காதலும், விரக தாபமும்தான். இவளுக்காகவே டெலிபோன்கள் அடித்து அடித்து ஓய்ந்து போகும். அவளுக்கு ஒரே சமயத்தில் நாலு காதலர்கள் இருப்பார்கள். ஒருநாளைக்கு ஒருவர் என்று மிகச்சில சமயங்களில் ஒருவரும் அகப்படாவிட்டால் உலகம் கவிழ்ந்ததுபோலச் சோக காவியமாக மாறிவிடுவாள்; மற்ற நேரங்களில் காற்றில் மிதந்தபடி தன் கையால் கோப்பி ஊற்றி எல்லோருக்கும் தருவாள்.

கம்பனி அதிபருக்கு இந்தக் கோப்பியில் ஓர் அளவுகடந்த மோகம். 'தாம் தாம்' என்று நிலம் அதிரக் கீழ் தளத்திற்கு ஒரு நாளைக்கு நூறு தடவை வருவான், கோப்பி குடிப்பதற்கு. அவன் அகராதியில் மூன்று வார்த்தைகள் மிகவும் பிரசித்தி வாய்ந்தவை. அவன் என்ன வசனம் பேசினாலும் இந்த வார்த்தைகளில் ஒன்றாவது அங்கே வந்து சேர்ந்து கொள்ளும். அந்த மூன்றும் இடுப்புக்கு கீழே சம்பந்தப்பட்டவை. அவற்றை நீக்கிவிட்டு அவனை யாராவது பேசச்சொன்னால் பாவம் தத்தளித்து விடுவான். ஒரு கோப்பி வேண்டுமென்றாலும் அந்த வார்த்தையிலேதான் கேட்பான். ஒரு கோப்பு தொலைந்து போனாலும் அந்த வார்த்தையிலேயே திட்டுவான். இவன் எல்லாம் வீட்டிலே எப்படி மனைவி, பிள்ளைகளோடு சம்பாஷிப்பான்?

மூடர்களில் மூடன், அதிமூடன் என இரண்டு வகைகள் உண்டு அல்லவா? இவன் இரண்டாவது ரகத்தைச் சேர்ந்தவன். எங்கள் இதிகாசங்களை எல்லாம் ஆராய்ச்சி செய்ததில்

மூடர்களுக்கெல்லாம் மூடன் கம்சன்தான் என்பது என் கணிப்பு. அல்லாவிடில் தன் தங்கையின் வயிற்றில் பிறக்கும் எட்டாவது குழந்தைதான் தனக்கு யமனாவான் என்று தெரிந்திருந்தும் தேவகியையும், வாசுதேவரையும் ஒரே சிறை அறையில் பூட்டி வைத்திருப்பானா? எங்கள் கம்பனி அதிபர் இந்தக் கம்சனிலும் பார்க்க ஒரு படி மேலே என்றுதான் சொல்ல வேண்டும்.

தங்கத் தாம்பாளத்தை தட்டுவதுபோல் தன் நெஞ்சிலே விரல்களால் விளையாடியபடியே பேசுவான். ஒரு விஷயத்தை சொல்லவந்தால் படு விஸ்தாரமாகப் பிரட்டிப் பிரட்டி சொல்லுவான். சிலருக்கு வயிற்றுப்போக்கு இருப்பதுபோல் இவனுக்கு வாய்ப்போக்கு. விளக்கி முடிந்த பிறகு பார்த்தால் எருமை கலக்கிய குட்டை போல விஷயம் தெள்ளத் தெளிவாகத் தெரியும்.

எங்கள் நாட்டில் urgent, ordinary, rush என்று எழுதி வைத்திருக்கும் கோப்புகளைப் பார்த்திருப்பீர்கள். ஆனால் குப்பைக் கூடைகளில் இரண்டு விதமான கூடைகளை இவன் வைத்திருப்பதை இங்கேதான் கண்டேன். ஒரு கூடையில் ordinary என்று எழுதியிருந்தது. இன்னொன்றில் urgent என்று எழுதியிருந்தது. குப்பையில் கூட urgent என்று தரம் பிரித்து வைத்திருப்பவனை என்ன செய்ய முடியும்?

'நான் செய்த ஊழ்வினை காரணமாக இப்படி வந்து மாட்டிக்கொண்டேனே' என்று வருந்தாத நாட்களில்லை. ஆனால் இந்த அலுவலக அவலங்களும், இடிபாடுகளும் எதிர்வரும் சனிக்கிழமைகளில் மாயமாக மறைந்துபோகும். ஒவ்வொரு சனிக்கிழமை காலை பத்து மணிக்கு நானும் என் நாலு வயது மகளும் கைகோத்தபடி கதைத்துக் கொண்டே சலவைத் துணிகளைப் பையில்போட்டுச் சுமந்தபடி சலவைக் கூடத்துக்கு போய் வருவோம். இந்தச் சனிக்கிழமை நேரங்களை நான் ஆவலுடன் எதிர்பார்த்திருந்தேன். என் மகளும் அப்படியேதான். அந்தப் பத்து நிமிட நடைக்கிடையில் ஆயிரம் கேள்விகள் கேட்பாள். நானும் அவளுக்குப் புரிகிறதோ, இல்லையோ எனக்குத் தெரிந்தவரைக்கும் சரியான பதில்களைச் சொல்லிச் சமாளிப்பேன்.

அந்தச் சலவைக்கூடத்தில் ஏறக்குறைய முப்பது மெசின்கள் இருந்தன. நாங்கள் எங்கள் குலதெய்வமான Maytag 22 என்ற மெசினில்தான் எங்களுடைய உடுப்புக்களைக் கழுவுவோம். நாலு காசுக் குற்றிகளைத் துளையில் போட்டுத் தள்ளியவுடன் அந்த ராட்சச மெசின்கள் 'உஸ், உஸ் என்று

கொழுத்தாடு பிடிப்பேன் 73

மெதுவாகத் தொடங்கிப் பின் வேகமாகச் சுழலுவது பார்க்க வேடிக்கையாக இருக்கும். நாற்பது நிமிடம் இப்படி அலசோ அலசென்று அலசிவிட்டு ஓய்ந்துபோகும். நாங்கள் காத்திருந்து துணிகளை எடுத்து உலரியில் போட்டு மேலும் இருபது நிமிடங்கள் ஓடவிடுவோம். துணிகள் பளபளவென்ற மினுக்கத் துடனும், ஒரு மிருதுத்தன்மையுடனும் சுகந்தமான வாசனை யைப் பரப்பியபடி வந்துவிழும். இந்த மறக்கமுடியாத காத்திருப்பு நேரங்களில் மகளிடம் என் அந்நியோன்யம் மிக நெருக்கமாக இருக்கும்.

அங்கேயிருக்கும் தானியங்கி யந்திரத்தில் காசு போட்டு விதவிதமான இனிப்பு வகைகளை எடுக்கப் பழகிக் கொண்டாள். ஒவ்வொரு முறையும் அது வந்து விழும்போது சப்பாத்து நுனியில் நின்று தன் சின்னக் கைகளைத்தட்டி மகிழ்ச்சியைக் காட்டுவாள். எவ்வளவு தரம்தான் இப்படிச் செய்தாலும் அவளுக்கு அலுப்பதில்லை. அதுவும் ஒரு வழக்கமானச் சடங்காகிவிட்டது.

என்னுடைய மகளின் குணவிசேஷங்களில் ஒன்று கண்ணீர் எப்பவும் தளும்பிக் கரையை உடைக்க ரெடியாக இருப்பதுதான். என்ன சின்ன விஷயமாக இருந்தாலும் அவள் வாய் திறந்து சொல்லுமுன் கண்ணீர் அணையை உடைத்து பிரவாகமாகப் பொங்கும். ஒரு நாள் நாங்கள் அந்தக் கூடத்துக்கு வந்தபோது *Maytag 22*இல் ஒரு கிழவி சலவைக்குப் போட்டு விட்டு ஏதோ பின்னல் வேலையில் இருந்தாள். அடிக்கடி பின்னலை நிற்பாட்டி விட்டு இந்த மெசினை அவள் பார்ப்பதும், அது பயபக்தியுடன் வேலை செய்வதுமாயிருந்தது. இந்தக் காட்சியை என் மகளால் தாங்க முடியவில்லை.

'அப்பா! அப்பா! ஆரோ எங்கட மெசினை பிடிச்சிட்டினம்' என்று அழுதாள். அந்தக் கிழவியை ஒரு குரோதத்துடன் பார்த்தாள்.

என்பாடு பெரிய பாடாகப் போய்விட்டது. அந்த மெசினை நாங்கள் ஏதோ குத்தகைக்கு வாங்கிவிட்டதாக அவள் அவ்வளவு நாளும் நினைத்திருந்தாள். நான் விளக்கிய பிறகுதான் அதை ஒரு மாதிரி ஒப்புக்கொண்டாள் என்றாலும் அந்தக் கிழவியை அவளுக்குத் துண்டாய் பிடிக்கவில்லை.

ஆனால் என் வாழ்நாளிலேயே என் மகளை மிகவும் குதூகலத்தில் ஆழ்த்திய சம்பவம் ஒன்று விரைவிலேயே நடந்தது. அப்படியான சந்தோஷத்தை நான் அவள் முகத்தில் அதற்கு முன்பும் பின்பும் கண்டதில்லை.

வழக்கம்போல ஒரு சனிக்கிழமை காலை நாங்கள் சலவையை முடித்துவிட்டு வந்து மனைவியிடம் துணிகளை கணக்குக் கொடுத்துவிட்டு கைகட்டி நின்றோம். என் மனைவிக்குக் கண்பார்வை இருபதுக்கு இருபது. முதல் வேலையாக என் மனைவி 'எங்கை, இந்த சோடியில் ஒன்றைக் காணேல்லையே?' என்றாள். மகளுடைய கால் சொக்ஸ் ஒன்று மறைந்துவிட்டது. மனைவிகளை இதற்காகத்தானே கடவுள் படைத்திருக்கிறார்! அவ்வளவுதான். என் மகளுக்கு சுவிட்ச் போட்டதுபோல கண்ணீர் கொட்டத் தொடங்கியது. நிற்கவேயில்லை. மெசினிலிருந்து எடுக்கும்போது எங்கேயோ தவறிவிட்டது. கால் காசு பெறாத சமாச்சாரம் அது. உயிரைக் கொடுத்ததுபோல என் மகள் விக்கினாள். நான் எவ்வளவு தேற்றியும் நிற்கவில்லை.

அடுத்த சனிக்கிழமை எங்களுக்கு அந்தச் சலவைக் கூடத்தில் ஓர் அதிசயம் காத்திருந்தது. அங்கேயிருந்த விளம்பரப் பலகையில் என் மகளுடைய ஒரு கால் சொக்ஸ் தொங்கிக் கொண்டிருந்தது. அதற்குக் கீழே 'என்னுடைய சோடியை யாராவது கண்டீர்களா!' என்று எழுதியிருந்தது. அதைக் கண்டதும் என் மகள் குதி குதி என்று குதித்தாள். அந்தச் சின்ன விஷயம் அவள் முகத்தில் எவ்வளவு மகிழ்ச்சியைத் தோற்றுவித்தது! என்னால் ஆச்சரியப்படாமல் இருக்க முடியவில்லை.

இப்படியான ஒரு சனிக்கிழமை சேத்திராடனத்தின் போதுதான் Maytag 22க்கு நாங்கள் 'பூமாதேவி' என்ற பெயரைச் சூட்டினோம். அந்த முறை கொண்டுவந்த உடுப்புகள் அளவு கூடிவிட்டது. மெசினை நிறைத்தபிறகு இன்னும் கொஞ்சம் மீதி இருந்தது. அதை நான் திருப்பி எடுத்துப்போய் அடுத்த முறை கொண்டு வருவது என்று தீர்மானித்தேன். என்னுடைய மகளோ 'இன்னுமொருமுறை போடுவோம்' என்று அடம் பிடித்தாள். அப்போது எங்களிடையே பெரிய வாக்குவாதம் நடந்தது.

'நாங்கள் சலவையில் பாவிக்கும் கழிவுநீர் எங்கோ பூமியில் போய்ச் சேருகிறது. இதனால் சுற்றுச்சூழலுக்கு அவலம் ஏற்படுகிறது. ஒரு முழு மெசினை ஓட்டினால் அதற்கு காரணம் இருக்கிறது. ஆனால் அரை மெசினை ஓட்டிச் சுற்றுச்சூழலைக் கெடுப்பது தவிர்க்கக் கூடியது. மிகப் பெரிய சுயநலம்.

'பூமாதேவி மிகவும் நல்லவள். நாங்கள் அவளுக்கு இழைக்கும் ஆக்கினைகள் எல்லாவற்றையும் மறந்து எங்களுக்கு அள்ளி அள்ளித் தருகிறாள். அவளுடைய குணங்களில் மிகச்

கொழுத்தாடு பிடிப்பேன் 75

சிறந்தது இந்த மறதிதான். நாங்கள் திருப்பித் திருப்பி செய்யும் கொடுமைகளை மறந்து ஒரு தாயின் அரவணைப்போடு எங்களுக்கு நன்மையே செய்கிறாள். இப்படிப்பட்ட தாய்க்கு தேவைக்கு மேல் கேடு விளைவிக்கக் கூடாது. இல்லையா?' என்றேன். புரிந்ததோ, இல்லையோ நான் சொன்னதற்குத் தலையைப் பெரிதாக ஆட்டிச் சம்மதம் தெரிவித்தாள். பூமியைப் போல எங்கள் வசதிக்காக மாசுபடும் அந்த மெசினுக்கும் 'பூமாதேவி' என்று பேர் சூட்டினோம். அதற்கு பிறகு எங்கள் வீட்டில் கொஞ்ச காலமாக யார் எதை மறந்தாலும் 'பூமா தேவி, பூமாதேவி, என்று சொல்லி பகடி பண்ணுவது வழக்க மாகிவிட்டது.

இப்படியான ஒரு நாளில்தான் நான் என்னுடைய சின்ன மகளுக்கு 'ஒப்பந்தம்' பற்றியும் அதை மீறாமல் இருப்பதன் முக்கியத்துவம் பற்றியும் போதிக்கவேண்டி வந்தது. பூமாதேவியின் முன் சலவையை முடிப்பதற்காக நாங்கள் காத்திருந்த அந்த நாற்பது நிமிடங்களில்தான் இது நடந்தது.

என் சின்ன மகளுக்கோ அன்று பெரும் கவலை; முகம் நீண்டுபோயிருந்தது. அதுவும் ஒரு வடிவுதான். விஷயம் இதுதான். கீழ்வீட்டு பையனுக்கு அன்று பிறந்த நாள் விழா. என்னுடைய மகள் விழாவுக்கு வருவதாக வாக்களித்திருந் தாள். ஆனால் அதிலே எதிர்பாராத ஒரு கஷ்டம் சேர்ந்து கொண்டது. எனது நண்பர் ஒருவர் அன்று பின்னேரம் நாய்க்குட்டி ஒன்று தருவதாகச் சொல்லியிருந்தார். இதைக் கேள்விப்பட்டதும் மகள் பிறந்தநாள் விழாவுக்குப் போகாமல் எங்களுடன் நாய்குட்டியைப் பெறத் தானும் வரவேண்டும் என்று அடம்பிடித்தாள். விம்மி விம்மி அழுகை கரை முட்டிக் கொண்டு நின்றது. அப்பொழுதுதான், கடகடவென்று சத்தம் போடும் சலவை யந்திரங்களுக்கும், உலர்த்திகளுக்கும் நடுவே இருந்துகொண்டு என்மகளுக்கு உன்னதமான சலவைக்காரர் ஒருவருடைய கதையைச் சொன்னேன்.

திருக்குறிப்பு நாயனார் என்று ஒருவர். சிவபக்தர்களுடைய துணிகளைச் சலவை செய்வதே அவர் தொண்டு. கிழ வேதியர் ஒருவருடைய ஆடையைச் சலவை செய்வதற்கு ஒப்புக்கொண் டார். அந்தக் கிழவனார் 'எனக்கு ஒரேயொரு கந்தைதான் உள்ளது. இதை நீ தோய்த்து, உலர்த்தி, அந்திபடுமுன் தர வேண்டும்' என்று கேட்டுக்கொண்டார். நாயனாரும் இதற்கு உடன்பட்டு கந்தையைப் பெற்றுத் தோய்த்து காயப்போட்டார். அப்பொழுது பார்த்து 'திசையடங்கி வெளியடைத்து' மழை பிடித்துக் கொண்டது, நிற்கவேயில்லை. இரவாகிவிட்டது. கிழவர் தன்னுடைய ஆடையைக் கேட்டு குளிரில் வெட

வெடவென்று நடுங்கிக் கொண்டிருந்தார். ஒப்பந்தம் என்ன வென்றால் தோய்த்து, உலர்த்தி தரவேண்டுமென்பதுதான். தோய்ப்பது இவர் கடமை, ஆனால் உலர்த்துவது சூரிய னுடைய வேலை அல்லவோ? என்றாலும் வாக்குக் கொடுத்து விட்டாரே!

அந்தக்காலத்தில் இப்போதுபோல் சலவை யந்திரங்களும் இல்லை; உலர்த்திகளும் கிடையாது. என்ன செய்வார்? பாவம். தன் தலையைத் தூணிலே முட்டி சிவபிரானிடம் இரந்தார். அப்போது சிவபெருமான் வந்து சங்கடத்தைத் தீர்த்து வைத்தார் என்பதுதான் கதை.

மகளுக்குக் கதை நன்றாகப் பிடித்துக்கொண்டது. மறு பேச்சு பேசாமல் பிறந்தநாள் விழாவுக்குப் போனாள். அந்தச் சிறுவயதில் சொல்லிய கதையில் அடங்கிய கருத்தை இன்று வரை அவள் மறக்கவில்லை. கொடுத்த வாக்கை எப்படியும் காப்பாற்றிவிடுவாள்.

நான் வேலை பார்த்து வந்த கட்டடத்தில் கணப்பு வசதிகள் மிகக் குறைவு. அதிலும் அது பூமிக்குக் கீழே உள்ள அறை; குளிரின் ஆதிக்கம் தாங்கமுடியாது. அடுத்த கெடுவுக் குள் முடிக்க வேண்டிய வேலைகள் என்முன் வந்து குவிந்த வண்ணமே இருக்கும். நான் கிரிசாம்பாள் பரம்பரை. ஆகவே எதிர்த்துக் கதைக்கும் திராணி இல்லை. விரகதேவதையின் மிச்ச சொச்சங்களும் என் மேசையிலே வந்து விழும். நான் வேலைகளை முடிக்க சில சமயங்களில் இரவு பதினொரு மணியாகிவிடும். அகதியாக வந்து சேர்ந்த அந்த ஆரம்ப நாட்களில் குளிரைத் தாங்கும் உடைகளை அணியும் வசதியும் இருக்கவில்லை; அதற்கேற்ற அறிவும் இல்லை.

கையது கொண்டு மெய்யது பொத்தி
காலது கொண்டு மேலது தழுவி
பேழையில் இருக்கும் பாம்பென உயிர்க்கும் ஏழையான்

ஆக வேதனைப் படுவேன். என் வரவையே கண் விழித்துக் காத்திருக்கும் மனைவியை நினைப்பேன். இப்படி நாடுவிட்டு நாடு வந்து படும் இன்னல்களையும், சிறுமைகளையும் எண்ணிக் கண்ணீர் வரும் நேரங்களிலெல்லாம் என்னுடைய சின்ன வயது மகளை நினைத்துக்கொள்வேன். இந்தச் சமயங்களில் பல்லைக் கடித்துக்கொண்டும், மூக்கைப் பிடித்துக்கொண்டும், இடைக்கிடை கண்களை மூடிக்கொண்டும், என் காலத்தைக் கழித்துவந்தேன்.

அப்போதுதான் ஒருநாள் கடவுள் கண்விழித்தார்.

என் தகுதிக்கு ஏற்ற வேலை ஒன்று முற்றிலும் எதிர் பாராமல் எனக்கு கிடைத்துவிட்டது. அதுமாத்திரமல்ல ஊரும், வீடும்கூட மாற்றலாகியது. எங்கள் வாழ்க்கையின் திசையும் திரும்பியது.

ஆனால் பெரிய சோகம் என்னவென்றால் புதிய வீட்டில் சலவை மெசின் இருந்தது. அத்துடன் அந்த அற்புதமான சனிக்கிழமை காலை வேளைகள் மறைந்து போயின. என் மகளுடன் தனித்திருந்து சம்பாஷிக்கும் அந்த மகத்தான தருணங்களும் அருகிவிட்டன. அமெரிக்க வாழ்க்கையில் அந்த முதல் ஒன்பது மாதங்கள் இப்படியாக என் மனதில் மறக்க முடியாததாகப் பதிந்துவிட்டன. என் மகளும் மெல்ல மெல்ல விலகித் தன் உலகத்தில் வாழத் தலைப்பட்டாள்.

'எக்ஸிட் 241, எக்ஸிட் 241' என்று மனனம் செய்தவாறே வந்தேன். இந்த எக்ஸிட்டில் திரும்பினால் நல்ல கோப்பியும், அருமையான 'டோநாட்டும்' கிடைக்கும். அமெரிக்காவில், காரிலே ஒரு பயணிக்கு மேல் இருந்தால் அவர்கள் போவதற்கென்று பிரத்தியேகமான பாதை இருக்கும். அதிலே போனால் விசையாகப் போய்ச் சேர்ந்துவிடலாம். நளனுடைய தேர் போல எங்கள் கார் இந்தப் பாதையில் வாயுவேகம் மனோ வேகமாகச் சென்றுகொண்டிருந்தது. 'எக்ஸிட் 241' என்று நான் கத்துவதற்கிடையில் கார் அந்த இடத்தைக் கடந்துவிட்டது. 'மேலாடை வீழ்ந்த தெடுவென்றான், அவ்வளவில் நாலாறு காதம் நடந்ததே' என்பது போலக் காரும் கடந்து போய் விட்டது.

எனக்கு ஏமாற்றமாகிவிட்டது. ஒரு திருப்பத்தை விட்டால் மீண்டும் திரும்ப வருவது இடியப்பக் கூந்தலின் ஒரு நுனியைப் பிடித்து மற்ற நுனிக்கு வருவதுபோல. அவ்வளவு கஷ்டம். இந்த டோநட் பிரபலமானது. வாயில் போட்டால் உடனுக் குடன் கரைந்து போகும். ஐம்பது மைல் தூரத்தில் இருந்துகூட ஆட்கள் வருவார்களாம்! அவ்வளவு பிரக்கியாதி பெற்றது.

மகள் என் பக்கம் திரும்பி 'sorry அப்பா' என்றாள். இனி என்ன செய்வது? அடுத்து வந்த திருப்பத்தில் மறக்காமல் காரைத் திருப்பினாள். சீஸ் பேகரும், காப்பியும் ஓடர் பண்ணினோம். எனக்கோ பசி. மகள் 'அப்பா! அப்பா!' என்று கத்துவதற்கு முன்பாக நான் உறிஞ்சியால் சுடு கோப்பியை உள்ளே இழுத்துவிட்டேன். வாய் வெந்துபோனது. இப்படி எத்தனை முறை எனக்கு நடந்துவிட்டது? அப்படியும் புத்தி வரவில்லையே! திருப்பித் திருப்பி மறந்துவிடுகிறேனே! வேகமான அந்த உணவகத்தில் இப்படியாக நாக்கை வேக

வைத்துக்கொண்டு வெளியேறினேன். என் மகள் பிளாஸ்டிக் குவளைகளை சிவப்பு குப்பைத் தொட்டியிலும், மற்றவற்றை வெள்ளைத் தொட்டியிலும் போட்டுவிட்டு வந்தாள். என் அவஸ்தையைப் பார்த்துச் செல்லமாக என்னை இடித்து விட்டு இதழ் விரிக்காமல் சிரித்தாள்.

பிள்ளைத் தமிழில் செங்கீரைப் பருவம், சப்பாணிப் பருவம், அம்புலிப் பருவம், அம்மானைப் பருவம் என்று வரும் அல்லவா? அதுபோல இந்த அமெரிக்காவிலும் பல பருவங்கள் வந்து வந்து போகும். அவளுடைய முதல் பருவம் 'பாபி டோல்' பருவம்தான். ஒரு காலத்தில் இந்தப் பாவைகள் வீட்டிலே 'நீக்கமற நிறைந்து' கிடந்தன. இந்த பேதைப் பருவம் மிகவும் சந்தோஷமானது. ஒரு தனி உலகம். மணிக்கணக்காக இவற்றை வைத்து விளையாடிக் கொண்டிருப்பாள்.

பதினொரு வயது என்று நினைக்கிறேன். அப்பொழுது தான் முதன்முதலாக நாலுநாள் 'காம்பிங்' போனாள். எங்களை விட்டு இதற்குமுன் ஒருநாள்கூடப் பிரிந்து இருந்ததில்லை. ஆவலோடு எதிர்பார்த்து இருந்தவள் அந்த நாள் வந்ததும் தயக்கம் காட்ட ஆரம்பித்துவிட்டாள். நாங்கள் தேற்றி அனுப்பி வைத்தோம். நாலாம் நாள் இரவு திரும்பி வந்ததும் எங்களைக் கட்டிக்கொண்டாள். அந்த நாலு நாள் கதைகளையும் இரண்டு நாட்களாகச் சொன்னபடியே இருந்தாள். அந்தக் குழந்தை அனுபவித்த பிரிவுத் துயரும், பிறகு திரும்பியவுடன் அடைந்த குதூகலமும் மறக்க முடியாததாக இருந்தது.

சங்கீதப் பித்து தலைக்கேறியது இதற்குப் பிறகுதான். 'டீன் ஏஜ்' என்ற மடந்தைப் பருவம். 'பொப் மார்லி' என்ற பாடகன் அப்ப பிரபலம். அவனுடைய ஒலிப்பேழைகளை எல்லாம் வாங்கிச் சேர்த்தாள். வீட்டிலே அவனுடைய பாடல்கள் ஐந்தரைக்கட்டை சுருதியில் அதிர்ந்து கொண் டிருக்கும். 'விரிந்த சடையும் வெறும் மேனியுமாக' அவனுடைய பிம்மாண்டமான படங்கள் அவளுடைய அறையை முழுக்க முழுக்க அலங்கரித்தன. டெலிபோன் வாயைப் பொத்திக் கொண்டு, நாங்கள் அந்த இடத்தைவிட்டு அகலும் வரை காத்திருக்கும் வழக்கம் இந்த வயதில்தான் அவளிடம் ஆரம்ப மாகியது.

நான் சாடையாகக் கண்ணயர்ந்துவிட்டேன். கார் ஒரு பெற்றோல் கூடத்தில் நின்றுகொண்டிருந்தது. அது தானியங்கி பெற்றோல் கூடம். காரில் பெற்றோல் நிறைந்ததும் தானாகவே நின்றுவிடும். மறக்காமல் 'லெட்' இல்லாத பெற்றோலையே போட்டாள். கடன் அட்டையைக் கொடுத்து கணக்கைச்

கொழுத்தாடு பிடிப்பேன்

சரிசெய்தாள். முன்பின் தெரியாத அந்த இளம் ஊழியர் ஏதோ சொன்னான். இவள் விழுந்து விழுந்து கண் பொங்கச் சிரித்தாள். 'நல்ல நாளாகட்டும்' என்று சொல்லி அவன் அட்டையைத் திருப்பினான். இவள் 'உமக்கும் அப்படியே' என்று கூறி வாங்கிக் கொண்டாள். அந்தக் கணத்தில் இவள் முற்றிலும் ஓர் அமெரிக்கப் பெண்ணாக மாறிவிட்டதுபோல் எனக்குக் காட்சியளித்தாள்.

ஒருமுறை சற்று வளர்ந்து, அமெரிக்கக் கலாச்சாரம் கொஞ்சம் உரஞ்சுப்பட பிறகு, பகவான் கிருஷ்ணருடைய கதையைச் சொல்லிக் கொண்டிருந்தேன். பலராமனுடைய பிறப்பைப் பற்றி வர்ணிக்கும்போது கொஞ்சம் தடங்கல் வந்துவிட்டது பலராமன் வாசுகியினுடைய வயிற்றிலே உண்டாகி, மாயையினால் ரோகிணியின் கருப்பைக்கு மாறிய வரலாற்றில்தான் சிக்கல். நான் 'வாசுகிதான் பலராமனுடைய உயிரியல் அன்னை; ரோகிணி வெறும் கர்ப்பப்பையில் காவிய தாய்தான்' என்று கூறினேன். அவளுக்கு அர்த்தமாகவில்லை. சிறிது யோசித்துவிட்டு ஏதோ புரிந்துகொண்டவள் போல் 'ஓ, *surrogate mother*' என்றாள். எங்கள் புராணங்களைக்கூட அமெரிக்கன் நடைமுறையில் விளக்கினால்தான் புரியும் என்ற நிலை வந்தபோது நான் என் மகளைக் கொஞ்சம் கொஞ்சமாக இழந்துகொண்டு வருவதுபோல எனக்குப்பட்டது.

ஒப்பந்தத்தைக் காப்பாற்றுவதற்காக 400 மைல் தூரம் போக ஒப்புக்கொண்டிருக்கிறாள். கார் இப்போது பொஸ்டன் நகரத்தை நெருங்கிக்கொண்டிருந்தது. இங்கேதான் நான் என்னுடைய அமெரிக்க வாழ்க்கையின் முதல் ஒன்பது மாதங்களைக் கழித்தேன். இங்கேதான் நிலவறையின் குளிரில் நடுங்கிக்கொண்டே அமெரிக்காவின் தொழில்முறை அரிவரி களை கற்றுக்கொண்டேன். இங்கேதான் என்னுடைய மறக்க முடியாத இன்பமான சனிக்கிழமை காலைகள் வந்து வந்து போயின; மகளுடைய பிஞ்சு விரல்களைப் பிடித்தபடி சலவைக் கூட யாத்திரை போனேன். அகலத் திறந்த அவள் விழிகளைப் பார்த்தபடி பூமித்தாய் பற்றியும், நாயன்மார் பற்றியும், நாங்கள் விட்டு ஓடிவந்த எங்கள் அருமை யாழ்ப்பாணத்தின் பாரம்பரியம் பற்றியும் கதைகள் பேசினோம்.

அப்போது திடீரென்று நாங்கள் போய்வந்த, எங்கள் இருதயத்துக்கு மிகவும் நெருங்கிய, சலவைக்கூடம் தென்பட்டது. நான் ஒரு சிறு பையனின் ஆர்வத்தோடு 'அங்கை பார்! பூமாதேவி' என்று கத்தினேன்.

என் மகளுக்கு நான் கத்தியது அர்த்தமாகவில்லை. தலையை அவள் திருப்பக்கூட இல்லை. `என்னப்பா பூமாதேவி? What do you mean?" என்றாள்.

சலவைக்கூடம் அப்படியேதான் இருந்தது. விளம்பரப் பலகை கொஞ்சம் மங்கலாகிவிட்டதுபோலப் பட்டது. அங்கே இப்போது முப்பது சலவை மெசின்களும், முப்பது உலர்த்தி களும் வேகமாகச் சுழன்று இந்த மனிதப்பிறவிகளின் உய்வுக் காக பூமாதேவியை மேலும் கொஞ்சம் மாசுபடுத்திக் கொண்டிருக்கும்.

கார் விரைந்து கொண்டிருந்தது.

'என்னப்பா, Suddenly you are quiet? என்றாள் என் மகள்.

மனித மனத்தின் விசித்திரத்தைப் பற்றி யார் என்ன சொல்வது? நான் ஆழ்ந்த சிந்தனையில் இருந்தேன். மகள் மறுபடியும் 'என்னப்பா?' என்றாள். 'ஒன்றுமில்லை' என்றேன்.

கார், ஒருவருக்கு மேற்பட்ட பயணிகள் போவதற்காக ஏற்படுத்தப்பட்ட பிரத்தியேகமான, வளைவேயில்லாத நெடுஞ்சாலையில், நளனுடைய தேர்போன்று வாயுவேகம் மனோவேகமாக, அமெரிக்காவின் நிர்ணயிக்கப்பட்ட உச்ச வரம்பு வேக எல்லையையும் தாண்டி, கட்டடங்கள், வாகனங்கள், மரங்கள், மனிதர்கள், பழைய ஞாபகங்கள் என எல்லாவற்றையும் பின்னே தள்ளிவிட்டு, ஒரு குறிப்பிட்ட இலக்கை நோக்கி விரைந்துகொண்டிருந்தது.

யதேச்சை

மகா சமுத்திரத்தில் மிதக்கும் இரண்டு சிறு மரத்துண்டுகள் தற்செயலாக ஒரு கணம் தொட்டு மீண்டும் பிரிவது போல யதேச்சையாகச் சில சம்பவங்கள் நடந்துவிடுகின்றன. இவை சமயங் களில் பாரதூரமான விளைவுகளுக்கும் காரண மாகிவிடுகின்றன. இவற்றின் பெறுபேறுகளை முன்கூட்டியே சொல்லும் வல்லமை யாருக்கு இருக்கிறது?

தொண்டுக்கிழவி கையை முண்டு கொடுத்து எழும்புவதுபோல மெதுவாகத்தான் அன்று விடிந்தது. அது ஒரு வெள்ளிக்கிழமை. பங்குனி மாதத்தின் முற்பகுதி. ஆப்கானிஸ்தானின் தெற்கு மலைச்சிகரங்கள் வெள்ளி முடிதரித்து கண்ணைப் பறித்துக்கொண்டிருந்தன. அனாதி காலமாக 'அறக் கூஸியா' என்று அழைக்கப்பட்டு அலெக்ஸாந்த ரால் கண்டஹார் என்று நாமம் சூட்டப் பெற்ற அந்த நகரம் சலசலத்துக்கொண்டிருந்தது. ஷார்வாலி மைதானத்தை நோக்கிச் சனங்கள் எல்லாம் ஒருவித பதட்டத்துடன் சஞ்சரித்துக் கொண்டிருந்தார்கள். தாலிபான் படையினர் அங்கங்கே முச்சந்திகளிலும், நாற்சந்திகளிலும் நின்றவாறு வாகனங்களையும், பயணிகளையும், பாதசாரிகளையும் பரிசோதித்து மைதானத்துக்கு அனுப்பிக்கொண்டிருந்தார்கள். சனக்கூட்டம் சேரச்சேர அந்த இரைச்சல் ஓவென்று எழுந்து கொண்டிருந்தது. இந்த ஆரவாரங்களுக்கெல்லாம் பரபரப்பான ஒரு காரணம் இல்லாமலில்லை.

ரஸ்ய துருப்புகள் படு தோல்வியடைந்த பிறகும் நாஜிபுல்லாவின் ஆட்சி சிறிது காலம் நீடித்தது? ஒரு நாள் அவரும் கீழிறக்கப்பட்டுக் குரங்கு அப்பம் பிரித்தக் கதையாக ஆப்கானிஸ்தான் துண்டு துண்டாகப் பங்கு போடப்பட்டது. அப்போது நடந்த மாணவர் புரட்சியில் சில இடங்கள் தாலிபான் வீரர்கள் வசம் சிக்கின. அப்படிச் சிக்கிய நகரங் களில் ஒன்றுதான் கண்டஹார்.

தாலிபான் வீரர்களுக்கு ஓர் அதிசயமான கட்டளை. அதை நிறைவேற்றுவதில் அவர்கள் கண்ணும் கருத்துமாக இருந்தார்கள். குறைந்தபட்சம் நாலு விரற்கடை நீளம் தாடி உள்ளவர்களே அந்த மைதானத்துக்குள் அனுமதிக்கப்பட் டார்கள். நீளமான தாடி வாய்த்தவர்கள் கைகளை வீசிக் கொண்டே உல்லாசமாக உள்ளே போனார்கள். கொஞ்சம் குறைந்த தாடிக்காரர்கள் தாலிபான் வீரர்களால் மேலும் கீழும் ஆராயப்பட்டனர். இன்னும் சிலர் தங்கள் குறுந்தாடி களின் வீரப்பிரதாபங்களை எவ்வளவோ எடுத்துரைத்தும் நிர்த்தாட்சண்யமாக விரட்டி அடிக்கப்பட்டனர்.

அனுமதி மறுக்கப்பட்டவர்கள் திரும்ப மனமில்லாமல் துடக்கு வீட்டுக்கு வந்தவர்கள்போல எட்டத்தில் நின்று எட்டியெட்டிப் பார்த்தார்கள். மாடு மேய்க்கும் சிறுவர்கள் தங்கள் காரியத்தை மறந்துவிட்டு இந்த விசேஷத்தில் மனதைப் பறிகொடுத்து அங்கேயே நின்றார்கள். இன்னும் சில சவலைப் பிள்ளைகள் 'வெக்கத்தைக் காட்டிக்கொண்டு' அங்கங்கே அரைப் புள்ளிகளாகவும், கால் புள்ளிகளாகவும் சிதறிக் கிடந்தனர்.

இந்தச் சந்தடிகளில் அகப்படாது வெகுதூரத்தில் இருந்த ஒரு வீட்டின் தாழ்வாரத்திலே நின்று அந்தக் கிழவர் வெளியே செல்வதற்குச் சாவதானமாக தன்னை ஆயத்தம் செய்து கொண்டிருந்தார். இன்று நடக்கப்போகும் விழாவில் அவர்தான் நாயகன்; சிலர் அவரை எதிர் நாயகன் என்றும் சொல்லக்கூடும். கிழவனாருக்கு வயது அறுபதைத் தாண்டிவிட்டது என்றாலும் என்ன கம்பீரமான உருவம்!

நாற்சார் வீடு ரஸ்யக் குண்டுவீச்சின் அனுக்கிரகத்தால் ஒருசார் வீடாக மாறியிருந்தது. பழைய காலத்து மன்னர்கள் கட்டியது போலச் சற்சதுர ஓட்டைகள் அங்கங்கே துப்பாக்கி யால் சுடுவதற்கு வாகாக விடப்பட்டிருந்தன. முற்றத்தை ஒட்டியபடி இருக்கும் குடிசைதான் பெண்களின் ராச்சியம். கிழவரின் ஆட்சி தாழ்வாரத்தோடு முடிந்துபோகும்.

கொழுத்தாடு பிடிப்பேன்

இப்படியான வீடுகளில் இன்ன பிராயத்தினருக்கு இன்ன வேலை என்று ஒரு வரைமுறையிருக்கும். இருபதுபேர்கொண்ட கூட்டுக்குடும்பம் அது. கிழவி வாசலிலே குந்தியிருந்து தயிர்க் கட்டிகளை உருட்டி உருட்டி வெய்யிலில் காயவைத்துக் கொண்டிருந்தாள். நல்ல கற்களாய் பொறுக்கி வைத்து 'உறக்ஷா, உறக்ஷா' என்று காகங்களைக் கலைத்தபடியே இருந்தாள். கிழவிக்கு ஒரு கண் குருடு. அண்டங்காக்கா ஒன்று தலையைச் சாய்த்துக்கொண்டு அடிக்கடி வந்து கிழவியை ஏய்க்கப்பார்த்தது. கிழவி விடுவதாக இல்லை; ஒற்றைக் கண்ணும் கருத்துமாக இருந்தாள். இது பார்க்க வேடிக்கையாக இருந்தது.

இந்த நேரத்திலே வழக்கமாக வீட்டிலே உள்ள ஆண்கள் வயல்வெளிக்கும், சிறுபிள்ளைகள் சுள்ளி பொறுக்கவும் போய்விடுவார்கள். அந்த வீட்டுப் பெண்களுக்கோ தாங்கள் பெற்றுப்போட்ட பிள்ளைகளைப் பார்க்கவே நேரம் சரியாக இருக்கும். யௌவன வயதிலே விதவையான பெண்களுக் கென்று விதிக்கப்பட்ட தொன்றுதொட்ட வேலைகள் ரஸீமாவுக்காக காத்திருக்கம். நாள்தோறும் சூரியன் முதுகிலே அடிக்கும் வரை துணிகளைக் கைவலிக்க அடித்து அடித்து துவைத்துக்கொண்டிருப்பாள். அது முடிந்ததும் தலை நிமிர்த்த முடியாத சமையல் வேலைகளில் மூழ்கிவிடுவாள்.

ஆனால் இன்று அவளுக்கு இன்னுமொரு முக்கிய வேலை இருந்தது. சாக்குப்பையில் கட்டிக் கூரையில் தொங்கவிட் டிருக்கும் 'லாண்டி' இறைச்சியில் கிழவருக்கு மனம் லயித்து விட்டது. குளிர்காலம் முடிகிறது காரணமாயிருக்கலாம்; அல்லது விசேஷமான இந்த நாளைக் கொண்டாடுவதற் காகவும் இருக்கலாம்.

உப்புப்போட்டு வெய்யிலில் காயவைத்து முறுகிப்போன இறைச்சிக் கீலங்களை ஒவ்வொன்றாக எடுத்து ஒரு கனமான தடியினால் அடித்து அடித்து மெதுவாக்கிக் கொண்டிருந்தாள். பெரிய சட்டியில் 'ஷோர்வா' என்று சொல்லப்படும் சூப் காய்ச்சும்போது இந்த இறைச்சித் துண்டுகளும் போடப்படும். சூப் கொதித்த பிறகு இறைச்சியைத் தனியாக எடுத்து வைத்துக்கொண்டு சட்டியிலே சோளரொட்டியைப் போட்டு நனைய வைத்து ஆண்கள் எல்லாரும் சுற்றிவர இருந்து சாப்பிடுவார்கள். அதற்குப் பிறகு இறைச்சித் துண்டுகளைப் பங்குபோட்டுக்கொண்டு சுவைப்பார்கள்.

பெண்கள் சாப்பாடு பிறகுதான். அல்லாவின் கடாட்சம் இருந்தால் இன்று ரஸீமாவுக்கு ஒரு கீலம் இறைச்சி கிடைக்கக் கூடும்.

கிழவி எறிந்த கல்லிலே காகம் ஒன்று எவ்விப்பறந்தது. கிழவி கல்லாலே எறியும் போதெல்லாம் ரஸீமாவின் நெஞ்சிலே பட்டதுபோல இருந்தது. ஆணையும் பெண்ணையும் நிறுத்தி வைத்து கல்லாலே எறிந்து கொல்வார்களாம். தாலிபான் ஆட்சியில் அப்படித்தான் என்று பேசிக்கொள்கிறார்கள். அதோடு ஒப்பிடும்போது இன்று நடக்கும் நாடகம் எவ்வளவோ மேல் என்று அவளுக்குத் தோன்றியது.

ஒரு நிக்காஹ் வீட்டிற்குப் போவதுபோல அவ்வளவு நிதானமாகக் கிழவர் தன்னை அலங்கரித்துக்கொண்டார். நீண்ட வெண்தாடியை நீவிவிட்டு, வெள்ளைச் சல்வாரைப் போட்டு இடைக்கயிற்றை இறுக்கி முடிச்சுப்போட்டார். ஸ்வத்துவில் இருந்து அவர் வரவழைத்த பச்சைக்கரை போர்வையை எடுத்து வலது தோளில் போட்டு இடது கக்கத்தில் இடுக்கிக்கொண்டார். ஷாம்ளா துணியை நாலு சுற்றுச்சுற்றி தலைப்பாகை கட்டி குஞ்சம்போல மீதித்துணியை இடது தோள்மேல் தொங்கவிட்டார். விசிறி மடிப்பு உயர மாகவும் கலாதியாகவும் இருக்கவேணும் என்பதில் கிழவருக்கு மிகுந்த கவனம். ‘கலையாத கம்பீரத்துக்கு குலையாத விசிறி மடிப்பு’ என்ற புஷ்து பழமொழியை நன்றாக அறிந்தவர் அவர்.

ரஸீமா இவருடைய எடுப்புச்சாய்ப்புகளைத் தலையை மூடியிருந்த சாதர் துணியின் இடுக்கு வழியாக ஓர் அருவருப் புடன் பார்த்துக்கொண்டிருந்தாள். அவள் மனத்திலே அடித்த பிரளயத்தை அவள் கண்கள் காட்டவில்லை. அவளுடைய மாமனாரின் இந்த அட்டகாசமான அலங்காரம் அவளுக்கு எரிச்சலாக இருந்தது.

வீட்டில் உள்ள மற்றப்பெண்களும், பிள்ளைகளும் ஓர் அதிசயமான எதிர்பார்ப்புடன் இவரை வழியனுப்பிவைக்க வந்தார்கள். சுவரிலே மாட்டியிருந்தத் துப்பாக்கியை எடுத்துக் கொண்டார். பல்லுத்தீட்ட கரியிருக்கும் வீடுகளிலெல்லாம் துப்பாக்கியும் இருக்கும். பரம தரித்திரன் என்றாலும் அன்றாட பாவிப்புக்கு ஒரு துப்பாக்கி அவனிடம் இல்லாமலிருக்காது. இந்தத் துப்பாக்கியே ஒரு பால் மாட்டை விற்று அவர் வாங்கியதுதான். கிழவனார் அதைத் தூக்கிக்கொண்டு வெளியே போகக் காலடி வைத்தார். ரஸீமாவின் மனம் வேதனையில் வெடித்துவிடும் போல் பொங்கியது. கையிலே இருந்த கனமான தடியினால் ‘லாண்டி’ இறைச்சியைப் பலம்கொண்ட மட்டும் அடிக்கத் தொடங்கினாள்.

அந்தத் திடல் இப்படியான நெரிசல் கூட்டத்தை இதற்கு முன் கண்டதில்லை. இதுமாதிரி விவகாரமும் அங்கே நடந்த தில்லை. சனங்களின் பதட்டத்துக்கும், ஆவலுக்கும் ஈடு கொடுக்கக் கூடியதாக அந்த மைதானம் அமைந்திருக்கவில்லை. ரஸ்ய விமானங்கள் விளைவித்த அழிவுகளை, தாலிபான் தேசப்பிதாக்கள் மேலும் விருத்தியாக்கியிருந்தனர். கட்டடங் களும், சுவர்களும் சுற்றிவர அரை இடிபாடுகளுடன் நின்றன. நடுவிலே பஷ்கனா மரம் ஒன்று மெலிந்துபோய் நின்றுகொண் டிருந்தது. ஒலிபெருக்கிக்காரர்கள் ஒலி பெருக்கியின் வாய்களை மரங்களிலும், சுவர்களிலும், பஸ்களின் கூரைகளிலும் கட்டி வைத்துச் சரிபார்த்தார்கள்.

சனங்கள் மத்தியில் கலகம் மூளாதவாறு காருண்யத்தோடு பார்த்துக்கொண்டார்கள் படைவீரர்கள். இந்தக்காரியத்தை அவர்கள் திமிசுக்கட்டை பூட்ஸ் ஒலியாலும், கனமான துப்பாக்கியின் அடிப்பாகத்தாலும் நிறைவேற்றிக் கொண்டிருந் தார்கள். எந்தத் திசையிலிருந்து மரணக் கைதியைக் கொண்டு வருவார்கள், எங்கே நிறுத்துவார்கள் என்ற விபரம் ஒருவருக்கும் தெரியாததால் சனக்கூட்டம் தங்கள் இருப்பிடங்களை அடிக்கடி மாற்றிக்கொண்டிருந்தது.

அப்போது புழுதி அப்பிய லாரியொன்று வந்து சடக் கென்று நின்றது. நீண்ட தாடிகளோடு மூன்று தாலிபான் நீதிபதிகள் இறங்கினார்கள். ஒருவருக்கு வெண்தாடி, அடுத்தவ ருக்கு வெள்ளையும் கறுப்பும் கலந்த தாடி, அதற்கடுத்தவருக்கோ முற்றிலும் கறுப்பு நிறத்தாடி. இப்படியாக ஏறுமுகத்தில் இந்த தாடிச்சங்கதி இருந்தது. அவரவர்களுக்கு நியமித்த இடங்களில் போய் அமர்ந்து கொண்டார்கள். மூத்தவராய் தெரிந்தவர் எழுந்து ஒலி பெருக்கியில் பேசத்தொடங்கினார்.

'பிஸ்மில்லா அல் ரஹ்மான் அல் ரஹீம். படுபாதகமான ஒரு கொலையைச் செய்த காசிம் அலேமி என்பவருக்கு தண்டனை கொடுப்பதற்காக நாங்கள் இங்கே கூடியிருக்கிறோம். தாலிபான் நீதி மன்றம் அவருக்கு மரண தண்டனை விதித் திருக்கிறது.' அவர் கையை உயரத் தூக்கிக் காட்டியதும் இரண்டு தாலிபான் வீரர்கள் பலியாட்டைக் கொண்டு வருவதுபோல் மரணக்கைதியை இழுத்து வந்தனர்.

காசிம் அலேமி ஓர் அழகன். நிமிர்ந்த முதுகு, சிவந்த தேகம், நேரான தாடி, நீலநிறக்கண்கள். இன்று அவனை இழுத்து வந்தபோது அவன் உடம்பு கூனிக்குறுகி உருக் குலைந்துபோய்க் கிடந்தது. இளைத்து எலும்புகள் தெரிந்தன. கைகள் பின்னுக்குக் கட்டப்பட்ட நிலையில் பரிதாபமாகக் காணப்பட்டான்.

கைகளைத்தான் கட்டமுடியுமேயன்றி அவன் மனதைக் கட்ட முடியவில்லை. விட்டகுறை தொட்டகுறை போலத்தான் அவர்களுடைய சிநேகம் இருந்தது. அந்தச்சிறு வயதிலேயே ரஸீமாவுக்கு அவனிடத்தில் ஒரு தீராத பிரேமை. சுள்ளி பொறுக்கும் சாட்டில் அவனுடனேயே சுற்றிக்கொண டிருந்தாள். விவரம் தெரியாத அந்தப்பிராயத்தில் அவர்களுக் குள் பேசி எத்தனையோ முடிவுகள் எடுத்துக்கொண்டார்கள். விளையாடுவதை விட்டுவிட்டு காசிம் சில சமயம் ரஸீமாவை உற்றுப்பார்த்தபடியே இருப்பான். அப்போதே அவளுக்கு ஒரு சிறு அசைப்பில் கன காரியம் சொல்கிற கண்கள்.

அவள் மொட்டவிழ்த்ததும், காரியங்கள் கிறுகிறுவென்று ஒப்பேறின. காசிம் சிறுவன்தானே. அவனை யாரும் கணக்கில் சேர்த்துக்கொள்ளவில்லை. அஹமத் அப்பொழுதே ஒரு முழு ஆம்பிளை. அஹமத்துக்கு ரஸீமாவை மணமுடித்து வைக்கும் போது அவளுக்கு வயது பதின்மூன்றுதான் அஹமத்துக்கு ஒரு தம்பி இருந்தான், நியாஸி என்று பேர். நியாஸிக்கு அப்போது மூன்று வயது. ரஸீமாவுக்கும் நியாஸிக்கும் இடையில் பத்து வயசு வித்தியாசம். மணமுடித்த புதிதில் ரஸீமாவுடைய பொழுது நியாஸியை தூக்கிவைத்து விளையாட்டுக் காட்டிக் கொண்டிருப்பதிலேயே கழிந்தது.

இரண்டு வருடம் போனபிறகு அவள் தலையிலே ஒரு பெரிய இடி வந்து விழுந்தது. அவள் கணவன் அஹமத் கண்ணிவெடி ஒன்றிலே சிக்கி இறந்துவிட்டான். போர்க் காலத்தில் ரஸ்ய விமானங்கள் வீசிய கண்ணிவெடிகள் முழுவதையும் அகற்ற அறுபது வருடம்வரை எடுக்கும் என்று கணக்கு சொல்லிக்கொண்டார்கள். மாதத்திற்கு ஒருவராவது கண்ணிவெடிக்கு பலியாவது வழக்கம். இந்தமுறை கொசுவத்திச் சுருள்போலக் கிடந்த வெடி ஒன்றில அஹமத் மாட்டிவிட்டான்.

அவர்கள் வழக்கப்படி இனி அவள் நியாஸிக்குத்தான் வாழ்க்கைப்படவேண்டும். விதவையான ரஸீமா, ஐந்து வயதான நியாஸியை இடுப்பிலே தூக்கி வைத்துக்கொண்டு திரிந்தாள். ஊர்ப்பெண்கள் எல்லாம் 'என்னடி, உன்ர புருஷன் இடுப்பையே விட்டு இறங்கமாட்டாரோ? என்று கேலி செய்வார்கள். 'வடலி வளர்த்து கள்ளுக்குடிப்பதுபோல' நியாஸியை வளர்த்து சீக்கிரத்திலே அவள் தனக்கு ஒரு மணவாளனைத் தயார் செய்து கொண்டுவிடவேண்டும்.

சொட்டு சொட்டாகப் பால் கறந்து பாத்திரம் நிறைவது போல நியாஸிக்கு பதினெட்டு வயது முட்டிக்கொண்டு வந்து நின்றது. அடுத்த அறுவடையோடு அவளுக்கும் நியாஸிக்கும்

நிக்காஹ் என்று பெரியவர்கள் பேசிக்கொண்டார்கள். அப்பொழுது அவள் பெண்மையின் உச்சக்கொப்பில் இருந்தாள்.

இரவானதும் வேலைக்களைப்பில் இமைகள் கனத்துவிடும். நீண்ட கழுத்து தண்ணீர் பானைக்கும், 'தண்டூர்' அடுப்புக்கும் இடையில் ஊர்ந்து வந்து படுத்தால் அவளுக்கு நித்திரை வராது. ஆசுஆசென்று வெப்பமான மூச்சுக்காற்று வந்தபடி இருக்கும். போர்வையை உதறிவிட்டு 'வெளிக்கு' போகும் சாக்கில் அரவமில்லாமல் வெளியிலே வருவாள். அண்ணாந்து ஆகாயத்தைப் பார்த்தபடியே நிற்பாள். சந்திரன் எவ்வளவுதான் உக்கிரமாகக் காய்ந்தாலும் ஏன் சுடுவதில்லை என்று குழம்புவாள். மனம் அமைதியிழந்து ரணம் வடியும். அவளுடைய திரேகம் எதையோ தேடித்தவிக்கிறது என்று புரிந்துகொள்வாள். அந்த நேரங்களில் காசிம் அவள் மனதிலே வந்து தொந்தரவு கொடுக்கத்தொடங்கினான்.

அப்போதுதான் ஒருநாள் அது நடந்தது.

காதல் வேகமாக வளருவது நகரங்களில்தான் என்று சொல்லிக்கொள்கிறார்கள். அது சுத்தப்பொய். உண்மையில் குடிசைகளிலும், குக்கிராமங்களிலும், காடுகளிலும் வனாந்தரங்களிலும்தான் காதல் கண்கடை தெரியாத வேகத்தில் வளர்கிறது.

நகரங்களிலே என்றால் கண்ணால் பார்த்துக் கைகளால் பேசி ஆற அமரப் பழகுவதற்கு அவகாசம் கிடைக்கும். ஆனால் அந்த வரப்பிரசாதம் ஏழைக் கிராமவாசிகளுக்கு கிடைப்பதில்லை. ஒரு சந்தர்ப்பத்தை நழுவவிட்டால் அதேமாதிரி ஒரு சமயத்துக்கு இன்னொரு இருபது வருடங்கள் வரை காத்திருக்க வேண்டி நேரலாம்.

சமுத்திரத்திலே மிதக்கும் இரண்டு சிறு மரத்துண்டுகள் எதேச்சையாக ஒருகணம் முட்டி மறுபடியும் பிரிவதுபோல மிகவும் தற்செயலாகத்தான் அது நடந்தது.

வாசல் படியில் காலை வைத்துக்கொண்டு நின்றது பனிக்காலம். அவசர அவசரமாகப் பனிக்காலத்துக்கு வேண்டிய உணவு வகைகளைச் சேகரிப்பதிலேயே அந்தக்கிராமம் மும்முரமாக இருந்தது. பெண்களை வெளியே வேலைக்கு அனுப்பும் வழக்கம் அவர்களிடம் கிடையாது. ஆனால் இந்த அவசர நாட்களிலே மாத்திரம் வயல்வெளிக்குப் பெண்கள் போய்வருவார்கள். சோளக்காட்டில் இன்னும் கொஞ்ச வேலை இருந்தது.

அந்தச் சிறுமி மட்டும் ரஸீமாவுக்குத் துணையாக வந்துகொண்டிருந்தான். தாலிபான் சட்டம் ஒன்பது வயதுப்பிராயம்

தாண்டிய பெண்கள் பள்ளிக்கூடத்திற்குப் போகக்கூடாது என்று சொன்னது. அந்த வாய்ப்பை பயன்படுத்திய முதல் சிறுமி அவள்தான். வேலை முடிந்து மற்றவர்களெல்லாம் முன்னே போய்விட்டார்கள். பத்துமணி நேரம் உழைத்ததற்குக் கூலியாக ஒரு கடகம் சோளக்கட்டு அந்தச்சிறுமியின் தலை மேல் இருந்தது. சிறுமிகளுக்கே இயல்பாக இருக்கும் சுறுசுறுப் புடன் அவள் முன்னாலேயே வீட்டுக்கு ஓடிவிட்டாள்.

ரஸீமாவின் மனம் என்றுமில்லாத குதூகலத்தில் இருந்தது. காரணம் தெரியவில்லை. இரண்டு பக்கமும் பார்த்துவிட்டு முகத்தை மறைத்திருந்த சாதர் துணியை எடுத்துவிட்டாள். இளைத்துப்போன காற்று அவள் முகத்தை வந்து மெத்துமெத் தென்று தட்டியது. காற்றும் சூரியனும் அவளுக்கு அன்னிய மானவை. ஆண்டவன் கொடுத்த அந்த செல்வத்தை அவள் அனுபவித்ததில்லை. முகத்தை ஆகாயத்தை நோக்கி உயர்த்தி மடிந்துபோகும் சூரியனுடைய செல்லக்கதிர்கள் அவளை மெல்ல ஸ்பரிசிக்க, சில்லென்ற காற்று முகத்தை வருட, தன்னிலையில் இல்லாமல் ஒரு ரகஸ்ய உலகில் அவள் சஞ்சரித்துக் கொண்டிருந்தாள்.

நாள் முழுக்க குகைக்கிணற்றில் வேலை செய்துவிட்டு களைப்போடு மேலே வந்த காசிம் அலேமி இந்த அதிசயக் காட்சியைக் கண்டான். குக்குறுப்பான் குருவியைப்போல மிதந்துகொண்டிருந்த ரஸீமா அவனைக்காணவில்லை.

அவன் அவளுடைய பால்யதோழன். பதினொரு வயதில் முக்காடு போட்டபோது அவள் பார்வையிலிருந்து மறைந்தவன். வாலிபனானதும் முஜாஹிதீன் இயக்கத்தில் சேர்ந்து ரஸ்யப் படைகளை விரட்டியடித்துப் போர் முடிவில் திரும்பியவன். காசிம் அவள் முன்னே திடுதிப்பென்று தோன்றினான். பொங்கி வரும் பாலில் தண்ணீர் தெளித்தவுடன் கப்பென்று பால் அடங்குவதுபோல ஓர் அமைதி. பாதாளக்கிணற்றுக்கு பக்கத்தில் இருந்த மறைவுக்கு அவள் கையை மெல்லப்பற்றி அழைத்து வந்தான். மறுக்காமல் பின்னே வந்தாள் அவள். ஆகாயத்தில் பறவைகள் சோபன சமிக்ஞைகள் எழுப்பின. பனிக்காலத்தில் சமைந்துபோய் இருந்த சிற்றாறு சூரியனைக் கண்டு வெட்கத்தைவிட்டு கிளர்த்தெழுந்தது போல அவள் திரேகம் சிலிர்த்தது. ஆயிரம் மடைகளை ஒரே நேரத்தில் திறந்துவிட்டது போல வெள்ளம் பொங்கியது.

அழகை எப்படியும் அமுக்கிவிடவேண்டும் என்ற தீவிர கொள்கையில் பாரம்பரியமாகச் சிருஷ்டிக்கப்பட்டவை அந்த முரட்டு உடைகள். மலைப்பாம்புபோல அவள் உடலை

ஈவிரக்கமில்லாமல் சுற்றிக்கிடந்தன. பனங்குருத்து ஓலைபோல மடித்து மடித்து ஒன்றன்மேல் ஒன்றாகச் செய்த சால்வார் கமிஸ் அது. சிறிய உடலை மூட இவ்வளவு துணிக்குவியலா? அவனுக்கே பிரமிப்பாக இருந்தது.

வானம் வழிவிட்டது. காற்று கைகட்டி ஒதுங்கியது. அந்த மோகனமான நிசப்தத்தைக் கலைக்க ஒரு வார்த்தைதானும் அங்கே பேசப்படவில்லை. மேகக்கூட்டத்தைப் பார்த்தபடி கிடந்தாள் அவள். அவன் தழுவிய அந்தக்கணத்தில் முகில் குடம் ஒன்று உடைந்தது. அந்த மழையில் இருவரும் நனைந்தார்கள்.

இருட்டு முழங்கால் அளவுக்கு வந்துவிட்டது. வீட்டுக்கு எப்படி வந்தாளென்பது அவளுக்கு ஞாபகமில்லை. எல்லோரும் சோளத்தைச் சுட்டு எடுப்பதில் மும்முரமாய் இருந்தனர். முகத்திரையை நன்றாக முன்னுக்கு இழுத்துவிட்டாள். உள்ளத் தின் பிரகாசம் கண் வழியாகத் தெரியாமல் இருக்க கண்களை மூடிக்கொண்டாள். ஆயிரம் தீப்பந்தங்களைக் கொளுத்தி வைத்து ஒரேயடியாக ஊதி அணைத்துவிட்டது போல அவளுக்கு இருந்தது.

ரஸீமாவின் மாமனார் வெள்ளைத்தாடி பிரகாசிக்க இப்போது களத்தில் பிரவேசித்தார். அவர் கையிலே ஒரு AK47 துப்பாக்கி இருந்தது. கிழவனாருடைய கண்கள் ஒரு கணம் காசிமின் கண்களை எரித்துவிடுவது போலப்பார்த்தன. பதினெட்டே வயதான அவருடைய மகன் நியாஸியைக் கொன்றவனை, ஒரு குரோதத்தோடு பார்த்து மனதிலே பதிந்துகொண்டார்.

காசிமின் கண்களைக் கறுப்புத்துணியினால் இறுக்கிக் கட்டினார்கள். தாலிபான் வீரன் ஒருவன் அவனை மரத்தி னருகே கொண்டுபோய் நிறுத்தினான். பின்கைகள் கட்டப் பட்ட நிலையில், கண்களும் மறைக்கப்பட்டு செய்வதறியாது சிறிது நேரம் நின்றான்; பிறகு கர்ப்பநிலைக்கு வந்து குந்திய வாக்கில் இருந்துகொண்டான்.

கிழவனார் துப்பாக்கியின் விசையைத் தானியங்கி நிலையி லிருந்து ஒவ்வொரு தோட்டாவாகச் சுடும் நிலைக்கு மாற்றினார். தாலிபான் நீதிபதிகள் அவருடைய துப்பாக்கியை வாங்கி மேலும் கீழுமாகச் சோதித்தார்கள். மூன்று துப்பாக்கி ரவை களைக் கிழவர் துப்பாக்கியினுள் போட்டார். காசிமின் உயிரை மூன்று தோட்டாக்களில் எடுப்பதற்கு அவருக்கு அனுமதி யிருந்தது. இப்போது சனத்திரள் கட்டுக்கடங்காமல் போகத் தொடங்கியது. இந்த ஆலாபனைகளை எல்லாம் சகிக்கும்

பொறுமையில் அவர்கள் இல்லை. 'சுடு, சுடு, சுடு, கொலை காரனைச் சுடு' என்ற ஓசை மெதுவாக எழும்பியது. வர வர இந்த ஒலி கடல் அலைபோல வளர்ந்து பெரும் இரைச்ச லாக மாறியது.

கடவுளுக்கும் காற்றுக்கும் மட்டுமே தெரிந்திருந்த அந்த ரகஸ்யம் இன்னும் ஒருவனுக்கும் தெரிந்திருந்தது. அவள் தூக்கி வளர்த்த நியாஸ், பதினெட்டு வயது நிரம்பியவன், அவனுக்கு எப்படியோ இது தெரிந்து போய்விட்டது.

மறுநாள் நியாஸிக்கும், காசிமுக்கும் இடையில் வாக்கு வாதம் ஏற்பட்டு கைகலப்பில் முடிந்தது. அது கூட தற்செய லாகத்தான் நடந்தது. இரண்டு தரப்பும் முன்கூட்டியே ஆயத்தம் செய்து இந்தச்சண்டையில் இறங்கவில்லை. வழக்கம் போலக் கூடிய ஷுரா கூட்டத்தில் வாய்க்கால் தகராறில்தான் இது ஆரம்பமாகியது.

ஊர் முன்னிலையில் நடந்த இந்த விவகாரத்தில் ரஸீமா வின் பெயரே பிரஸ்தாபிக்கப்படவில்லை. சண்டைக்கான உண்மைக் காரணம் இப்படி மறைக்கப்பட்டுவிட்டது. வார்த்தைகள் முற்றி வசவுகள் வெடித்தன. நியாஸிதான் வேண்டுமென்றே சண்டையைத் தொடக்கினதாகப் பலரும் அபிப்பிராயப்பட்டார்கள். சண்டையின் உச்சக்கட்டத்தில் நியாஸியைத் துப்பாக்கியால் சுட்டுக்கொன்றுவிட்டான், காசிம்.

தாலிபான் நீதிபதிகள் நடத்திய விசாரணையில் குற்றத்தை முற்றாக ஒப்புக்கொண்டான் காசிம். அவனுக்கு மரண தண்டனை விதிக்கப்பட்டது. ரஸீமாவின் விவகாரம் வெளியே தெரிய வந்திருந்தால் தாலிபான் சட்டப்படி இருவரும் கல்லால் எறிந்து கொல்லப்பட்டிருப்பார்கள். உயிர்போனாலும் அவன் ரஸீமாவை காட்டிக்கொடுக்கமாட்டான். ஒரு முஜாஹிதீன் போராளி செய்யக்கூடிய காரியமா அது.

'அல்லாவின் கருணை அளப்பரியது. குற்றம் செய்வது மனித இயல்பு. மன்னிப்பது அல்லாவின் செயல். கொலை யாளியை மன்னிப்பது இப்போது உங்கள் கையில் இருக்கிறது. நீங்கள் அவரை மன்னிப்பீர்களா? என்றார் நீதிபதி.

அப்பொழுது கிழவனார் தாடியைத் தடவிவிட்டுக் கொண்டு நடுமைதானத்துக்கு வந்தார். வலது கையைத்தூக்கி நெஞ்சிலே வைத்துக்கொண்டு, ஒலிபெருக்கியில் இப்படி அறிவித்தார்: 'ஈவிரக்கமில்லாமல் கொலை செய்யப்பட்ட நியாஸியின் தந்தை நான். இந்தப் பாபியை நான் ஒருபோதும்

மன்னிக்கமாட்டேன். மன்னிக்கமாட்டேன், மன்னிக்க மாட்டேன்.'

ஆயிரக்கணக்கானவர்களின் நெஞ்சங்கள் 'பட்பட்' என்று அடிக்கும் சத்தத்தை தவிர வேறு ஒன்றும் கேட்கவில்லை. ஒரு பத்தடி தூரத்தில் கிழவனார் துப்பாக்கியைத் தூக்கி வைத்து குறி பார்த்தார். அந்த நிசப்தம் பயங்கரமாக இருந்தது.

கண்கட்டிய நிலையில் திசை அறியாத காசிம் சனங்கள் இருந்த பக்கம் தலையைத் திருப்பி தீனமான குரலில் கத்தினான். 'ஓ! ஹாஜி சாஹிப்! ஹாஜி சாஹிப்! என்னை மன்னித்து விடுங்கள்!' கிழவரின் மனம் கல்லாக இருந்தது.

அவர் துப்பாக்கியை நிதானமாக நிமிர்த்தித் துளையின் மூலம் பார்த்தார். நப்போல அவன் வளைந்திருந்தான். வலது கண்ணுக்கும், காதுக்கும் இடையிலான பிரதேசத்தில் குறி வைத்தார். துப்பாக்கியை ஆடாமல் பிடித்துக்கொண்டு விசையின்மேல் விரலை வைத்தார்.

சனங்களின் கூச்சல் அறவே நின்றுவிட்டது. மூச்சை உள்ளே எடுத்தவர்கள் வெளியே விடவில்லை; வெளியே விட்டவர்கள் உள்ளே இழுக்கவில்லை. கிழவனார் விசையை இழுத்தார். 'பஸ்க்' என்று ஒரு சத்தம் மட்டுமே கேட்டது. தோட்டா பறந்ததோ, தாக்கியதோ யார் கண்ணுக்கும் புலப்படவில்லை. என்ன நடந்ததென்று விளங்காமல் ஒருவரை ஒருவர் பார்த்தனர். அந்தத்தோட்டா பொய்த் தோட்டா போலப்பட்டது. சத்தம் கேட்டதே ஒழிய ஒரு சேதமும் விளைவிக்கவில்லை. கிழவனாரும், சனங்களும், நீதிபதிகளும் இதை உணரச் சிறிதுநேரம் பிடித்தது.

இப்போது கிழவனார் இரண்டாவது தடவையாகக் குறிபார்க்கத் தொடங்கினார். காசிம் தலையை மேலும் கீழும் அசைத்தபடி பைத்தியக்காரன் போலக் கத்திக்கொண் டிருந்தான். அவ்வளவிற்கும் திடமாக இருந்த கிழவனார் முகத்தில் லேசாக பயப்பிராந்தி அரும்பியது. சனங்களின் எதிர்பார்ப்பு வேறு. அந்த நிசப்தம் அவரைத் தடுமாற வைத்தது. கிழவனார் பார்த்தார். முதுகுத்தண்டு பெரிய பரப்பாகத்தெரிந்தது. அதிலே குறிவைத்து வீழ்த்திவிட்டால் பிறகு நிதானமாக மூன்றாவது குண்டை தலையிலே சுட்டு காரியத்தை முடித்துவிடலாம்.

முதுகைக் குறிபார்த்து சுட்ட அந்தவேளை காசிம் தலையைப் பலமாக சாய்த்தபடி ஒரு துள்ளுத்துள்ளினான். குண்டு அவனுடைய தோள்பட்டையைச் சிராய்த்துக்கொண்டு போனது. மெல்லிய ரத்தக்கசிவு ஏற்பட்டது.

‘செத்துக்கொண்டிருக்கிறோம்’ என்ற நினைப்பில் காசிம் குந்தியிருந்த வாக்கிலேயே துள்ளித் துள்ளிப் பாய்ந்தான். தலையறுத்த கோழிபோல இவன் நாலாபக்கமும் குதித்தான். எல்லோரும் கொஞ்சநேரம் இதை ஆடாமல் அசையாமல் பார்த்துக் கொண்டிருந்தார்கள். இவன் இப்படியே நகர்ந்து நகர்ந்து சனத்திரளுக்குப் பக்கத்திலே வந்து விழுந்தான். சனங்கள் அப்போது அவனைச் சூழ்ந்துகொண்டார்கள்.

கிழவர் பாடு திண்டாட்டமாகிவிட்டது. ‘சுடாதே! சுடாதே! அல்லா மன்னித்துவிட்டார், சுடாதே! என்று கத்தத் தொடங்கினான் ஒருத்தன். அதைத்தொடர்ந்து மற்றவர்களும் கூச்சல் போட்டார்கள். கிழவர் கொஞ்சநேரம் செய்வதறியாது நின்றார். மூன்றாவது தோட்டாவை நிலத்தை நோக்கிச்சுட்டார். சுட்டுவிட்டுத் துப்பாக்கியைத் தூக்கிப்பிடித்தபடியே நடக்கத் தொடங்கினார். அவர் மனதிலே இருந்த பெரிய பாரம் தோட்டா கிளப்பிய புழுதிபோல பறந்துபோனது.

சனங்கள் கலையத்தொடங்கினார்கள். அல்லாவின் அற்புதத்தை வியந்து கதைத்தபடியே அவர்கள் ஷுஹர் தொழுகைக்கு புறப்பட்டார்கள். மூன்று தோட்டக்களுக்குத் தப்பிய காசிம் அல்லாவினால் மன்னிக்கப்பட்டுவிட்டான். மாட்டுக்காரச் சிறுவர்கள் உதிர்ந்த தோட்டக்களைப் புழுதியில் விழுந்து விழுந்து தேடினர். சனங்கள் கலைந்தபிறகும் துப்பாக்கி யின் புகை மணம் நெடுநேரமாக அந்த இடத்திலேயே படிந்து நின்றது.

ரஸீமாவின் வீடு வெறிச்சென்று இருந்தது. ஆண்கள் எல்லோரும் மைதானத்துக்குப் போய்விட்டார்கள். பெண்கள் வேலையில் மும்முரமாக இருப்பதுபோல் ஒருவருக்கொருவர் போக்குக்காட்டியபடி இருந்தார்கள். ரஸீமா தலைத்துணியை இழுத்து விட்டுக்கொண்டு தன் வேலைகளைக் கவனித்துக் கொண்டிருந்தாள். அவள் கைகள் ‘குருத்’ பலகையை ஓர் ஆவேசத்துடன் தேய்த்துக்கொண்டிருந்தாலும் அவள் காதுகள் மட்டும் கூர்மையாக இருந்தன.

மைதானத்தின் நடுவே கண்கட்டப்பட்டு நிற்கும் காசிமின் ரகஸ்யம் அவள் ஒருத்திக்கே தெரியும். ஒரு நாள் சிலகணங்களை அவளோடு பாதாளக் கிணற்றின் மறைவில் கழித்தவன்; இன்னும் சில வினாடிகளில் இறந்துவிடுவான்.

அவ்வப்போது ஒலிபெருக்கி அவளுக்குக் கேட்டுக்கொண் டிருந்தது. தாலிபானுடைய பேச்சுரை கேட்டது. பிறகு மாமனாருடைய கம்பீரமான குரல். அதைத்தொடர்ந்து தீனமான குரலில் காசிம் உயிருக்கு மன்றாடுவது போன்ற

மெல்லிய ஒலியும் காற்றில் வந்தது. அவளுக்குத் தொண்டையை அடைத்துக்கொண்டது. கிழவர் அவனை மன்னித்துவிட மாட்டாரா என்று மனம் பதறியது.

வேட்டுச் சத்தங்களை ரஸீமா எண்ணியபடியே வந்தாள். முதலாவது வேட்டு மிகச்சன்னமாக ஒலித்தது; அதைத் தொடர்ந்து இரண்டாவது சத்தம் பலமாகக் கேட்டது. பிறகு சனங்களின் ஆரவாரம் ஓவென்று காற்றிலே வந்தது. கடைசியில் மூன்றாவது வேட்டு.

ரஸீமா துப்பட்டாவை வாய்க்குள் அடைத்துக்கொண்டு விம்மத் தொடங்கினாள். அவள் உடம்பு முழுக்கக் குலுங்கியது. அடக்க அடக்க துக்கம் கொப்பளித்துக்கொண்டு வந்தது. எல்லாமே முடிந்துவிட்டது.

லாண்டி இறைச்சி இப்போது கொதி நிலையை அடைந் திருந்தது. அவளுடைய மனக்கொந்தளிப்பை அறிந்திருந்தது போல ஒரு வேகத்தோடு அது பொங்கிப்பொங்கி கொதித்தது. நிற்கவில்லை.

ரஸீமாவின் விக்கலும் நிற்கவில்லை. கொலைபட்டு இறந்துபோன கொழுந்தனை நினைத்து அழுகிறாள் என்று சிலர் நினைத்துக்கொண்டார்கள். கணவன் ஞாபகம் வந்து விட்டது போலும் என்று இன்னும் சிலர் நினைத்தார்கள்.

காசிம் மரணதண்டனையில் இருந்து தப்பிய விஷயம் அவளுக்குத் தெரியாது. அந்தரங்கமான இடத்தில் அவன் பதித்த நகக்குறி காயும் முன்பு இறந்துவிட்டான் என்ற எண்ணத்தை அவளால் தாங்கமுடியவில்லை. அடக்கி அடக்கி விம்மிக்கொண்டிருந்தாள்.

அந்த ஒலி வெகுநேரமாகக் கேட்டுக்கொண்டிருந்தது.

சமுத்திரத்திலே மிதக்கும் இரண்டு மரத்துண்டுகள் ஒன்றை யொன்று ஒரு கணம் தொட்டு மீண்டும் பிரிவதுபோல அவளுடைய வாழ்விலே அவனைச் சந்திக்கும் சந்தர்ப்பம் இனிமேலும் ஒருமுறை வரக்கூடும். இன்னொரு பதினைந்து ஆண்டுகள் அதற்காக அவள் காத்திருக்கவேண்டி நேரிடலாம்.

அது ஒரு பெரிய காரியமாக இருக்காது.

அ. முத்துலிங்கம்

ஒட்டகம்

சோமாலியாப் பெண்கள் அப்படித்தான். உலகத்தைப் பிரட்டிப் போட்டாலும் மாறமாட் டார்கள். அவசரமில்லாத நடை. ஒரு காலை ஊன்றி, மறு காலை நிதானமாக வைத்து நடப் பார்கள். மைமுனும் அப்படித்தான் நடந்துகொண் டிருந்தாள். கபில நிறம். நீள்வட்ட முகம். உயர்ந்த கழுத்து. ஒட்டகம்போல நடை. உரசி உரசி வந்து கொண்டிருந்தாள்.

அவள் மொட்டாக்கு இட்டிருந்தாள். அந்தத் துணி தலையை முற்றிலும் மறைத்து மார்பு வழியாக வந்து முதுகிலே சென்று மறைந்தது. அவள் தலை மயிரைப் பற்றி அறியும் ஆவலையும் அது தூண்டிவிட்டது. அவள் முதுகிலே வெறுமை யான தண்ணீர் குடம் ஒன்று தொங்கியது. காட்டுப் புல்லினாலும் நாரினாலும் இறுக்கிப் பின்னிச் செய்தது. பள்ளிப் பிள்ளைகளைப் போல அவள் அதை முதுகிலே கட்டிக்கொண்டிருந்தாள். அது முதுகோடு ஒட்டிக்கொண்டு அவளுக்கு வழித் துணையாக வந்து கொண்டிருந்தது.

அவள் எட்டு மைல் தூரம் போய் தண்ணீர் பிடித்து வரவேண்டும். போக வர பதினாறு மைல்கள். ஏதோ மேய்ச்சலுக்குப் போவதுபோல நித்திய நியமமாக அவள் அதைச் செய்து கொண் டிருந்தாள். இன்று அவள் வேண்டுமென்றே கொஞ்சம் தாமதமாக வந்திருந்தாள். அவள் சிநேகிதிகள் முன்னர் போய்விட்டார்கள்.

வழிநெடுக அகாஸியா முள் மரங்கள். ஆள் உயர கத்தாழைகள்; உயரமற்ற புதர் மரங்கள். பயந்த சுபாவம் கொண்ட பற்றைகள். மைமுன் தன் பாதையை அந்த வழியில்லாத காட்டில் இலகுவாகக் கண்டுபிடித்து நடந்து கொண்டிருந்தாள்.

வழக்கம்போல் அதிகாலையில் ஹைனாவின் கூவல் அவளை எழுப்பிவிட்டது. களிமண்ணினாலும், மெல்லிய மரத்தடிகளினாலும் கட்டிய வீடு அது. புல்லினால் வேய்ந்த கூரை. குளிரைத்தடுக்கும் வல்லமை இல்லாதது. அந்த காலைக் குளிரில் ஒட்டகத்தின் ரோமத்தில் செய்த சௌகரியக் குறைவான பாயில் கண்களை விழிக்காமல் சுருண்டு படுப்பதற்கு அவளுக்கு மிகுந்த ஆசையாக இருக்கும்.

ஆனால் ஹைனா முதலாவது எதிரி என்றால் அவளுடைய தாயார் இரண்டாவது எதிரி. மைமுன் எழும்பும்வரை அவள் தாயார் காயம் பட்ட விலங்குபோல கத்தியபடியே இருப்பாள். இந்த காலை நேரத்துச் சுகத்தை தினமும் இப்படி கெடுப்பது மைமுனுக்கு மகா கொடூரமாகப் பட்டது. தண்ணீருக்காக இந்த அலைச்சல் படவேண்டி இருந்தது. அவள் தாயாருக்கு கூட அவள் படும் இம்சை புரியவில்லை. இதில் மைமுனுக்கு நிறைய வருத்தம்.

அவள் தகப்பனர் நூர் அந்த ஊர் குடித்தலைவர், நபதூன். அவரிடம் ஆடுகள், மாடுகள், ஒட்டகங்கள் என எல்லாம் இருந்தன. பொதி சுமப்பதற்குக் கழுதைகள் கூட நிறைய இருந்தன. பலபலவென்று விடியுமுன்பாகவே அவையெல்லாம் மேய்ச்சலுக்குப் போய்விடும். ஒரு கழுதையை அனுப்பி தண்ணீர்ப் பானைகளை நிரப்பி வந்தால் அவளுக்கு வேலை மிச்சம். அப்படித்தான் சால்மா வீட்டில் செய்கிறார்கள். கழுதைகளை அனுப்பி வைக்கும்படி அவள் தாயார் அடிக்கடி கேட்டுக் கொள்வாள். ஆனால் மைமுனின் தகப்பனார் மிகக் கவனமாக அதை மறந்து விடுவார்.

அவருக்கு இரண்டு மனைவிகள். அவருடைய மேய்ச்சல் வட்டம் ஐம்பது மைல் தூரம் இருக்கும். அந்த எல்லைக்கு மந்தை மேய்ச்சலுக்குப் போகும்போது அவர் அங்கேயே இரண்டாவது மனைவியோடு தங்கிவிடுவார். இப்படி வருடத்துக்கு இரண்டு மாதங்களாவது காணாமல் போய்விடுவார்.

மதியம் இரண்டு மணி ஆகிவிட்டதென்றால் நூர் அகாஸியா மரத்தைத் தேடி வந்துவிடுவார். அங்கே அவருடைய கூட்டாளிகள் காத்திருப்பார்கள். ச்சாட் என்று சொல்லப்படும் போதை இலையைக் கொடுப்பிலே எல்லோரும் இடுக்கிக்

அ. முத்துலிங்கம்

கொண்டு, அந்தச் சாறு தொண்டையிலே மெல்ல இறங்க இறங்க அவர்கள் மேலே மேலே போய் மிதப்பார்கள்.

இந்த நேரத்தில் சோமாலியாவில் எல்லா ஆண்களும் அப்படித்தான் இருப்பார்கள். பின் மதியத்தில் தொடங்கி இரவு படுக்கப்போகும் வரைக்கும் இது தொடரும். உள் சுவாசம், வெளி சுவாசம் என்று விட்டபடி கைகால்களைப் பரப்பி அவர்கள் இந்த போதை சாம்ராஜ்யத்தில் தங்களை மறந்து சஞ்சரிப்பார்கள்.

ஐ.நா.சிறகம் இப்படித்தான் ஒரு சாயங்கால வேளையில் அவர்களிடம் வந்தது. நூரும் ஊர் மூப்பர்களும் அப்போது ச்சாட் போதையில் இருந்தார்கள். ஐ.நா. ஊழியர்கள் ஒவ்வொரு கிராமமாக வந்து அவர்கள் தேவைகளை விசாரித்துக் கொண டிருந்தார்கள். சிலர் ஆழ்கிணறு தோண்டித் தரும்படி வேண்டினர். சிலர் வாய்க்கால் கேட்டனர். சிலர் பம்புசெட் என்றார்கள். இவர்களுடைய முறை வந்தது. பெண்கள் ஆழ்கிணறு வேண்டுமென்று கெஞ்சினர். ஆனால் ஊர்ப் பெரியவர்கள் கூடி மசூதி ஒன்று கட்டித் தரும்படி கேட்டார்கள். அவ்வளவு பணவசதி இந்தக் கிராமத்துக்கு ஒதுக்கப்படவில்லை. 'நீ மசூதியை கட்டித்தா, மீதியை அல்லா பார்த்துக்கொள்வார்' என்று ஊர் மக்கள் சார்பாக நூர் அடித்துச் சொல்லிவிட்டார். வாழ்க்கையில் அவர் செய்த மிகச் சிறந்த பிழை இதுதான்.

அந்த ஊழியர்கள் நெடுஞ்சாண்கிடையாக விழுந்து இவர்கள் சொல்வதை ஏற்பார்கள் என்று நினைத்தார். அவர்கள் என்றால் பக்கத்து கிராமத்துக்குப் போய்விட்டார்கள். அங்கே தூர்ந்து கிடந்த கிணற்றைப் பழுதுபார்த்து இன்னும் ஆழ மாக்கினார்கள். வருடம் முழுவதும் நீர் சுரக்கிறது. தினம் தினம் எட்டு மைல் தூரம் மைமுன் தண்ணீருக்காக அங்கேதான் போகிறாள்.

சூரியன் மேலே மேலே ஏறிக்கொண்டிருந்தான். மைமுன் தனக்குத் தெரிந்த ஒரு குறுக்குப் பாதையில் இறங்கினாள். அங்கே பார்த்த இடமெல்லாம் ச்சாட் பயிரிட்டிருந்தார்கள். வேப்பம் செடிகள் போல அவை கூர்மையாகவும் செழிப்பாகவும் வளர்ந்திருந்தன. ஆடுகள் மேயாமலிருக்க முள்வேலி போட் டிருந்தார்கள். ஆடுகள் மேய்ந்தால் அவைவேறு போதையில் துள்ளித் திரிந்து கலகம் விளைவிக்கும்.

வழியிலே ஒட்டகம் ஒன்று முன்னம் கால்கள் இரண்டை யும் மடித்து, தொழுகையில் இருப்பதுபோல படுத்திருந்தது. உணவும், உடையும், உறைவிடமும் தருவது. அதனுடைய கழுத்து ஆடாமல் அசையாமல் மிதந்துகொண்டு நின்றது.

அண்ணாந்து பார்த்தாள். நதி நகர்வதுபோல கண்ணுக்குத் தெரியாமல் ஓர் உருண்டை அதனுடைய கழுத்தில் மேலே ஏறிக்கொண்டிருந்தது. பெண் ஒட்டகம். இடது செவியின் நுனி வெட்டப்பட்டு இருந்தது. அதற்கு முன் நின்று மரியாதை செய்ய வேண்டும் போலத் தோன்றியது. அப்படியே நின்று செய்தாள்.

அந்த மரத்தைக் கடக்கும்போது அவளுடைய இதயம் கொஞ்சம் வேகமாக அடித்துக்கொள்ளும். அது ஒரு குர்ரா மரம். பெரிய நிழல் தரும் மரம். ஒட்டகத்தின் தடித்த உதடுகளுக்கு எட்டாத உயரத்தில் அது படர்ந்திருந்தது. கனகாலமாக இந்த இடத்தில் ஒரு தாயின் எலும்புக் கூடும், ஒரு குழந்தையின் எலும்புக்கூடும் கிடந்தன. தாயின் எலும்புக் கூட்டை இப்பொழுதெல்லாம் காணவில்லை. பிள்ளையின் எலும்புக்கூடு மாத்திரம் எஞ்சிக் கிடந்தது.

இந்த எலும்புக் கூடுகளின் கதை ஊரில் எல்லோருக்கும் தெரிந்திருந்தது. நாலு வருடத்திற்கு முன்பு மழை இல்லை; பயங்கரமான வறட்சி. தண்ணீர் நிலைகள் எல்லாம் வற்றி விட்டன. இந்தத் தாயும் கைக்குழந்தையும் குடிக்கத் தண்ணீர் தேடி அலைந்தார்கள். பத்து மைலுக்கப்பால் ஒரு ஆழ் கிணறு இருந்தது. அதிலே தண்ணீர் கிடைக்கலாம் என்று அவ்வளவு தூரம் நடந்து வந்தார்கள். அங்கே வந்து பார்த்தால் அதிலேயும் தண்ணீர் இல்லை. என்ன செய்வதென்று தெரியாமல் வந்த வழியே திரும்பினார்கள். களைப்பு மேலிட்டு இந்த குர்ரா மரத்தின் நிழலில் தங்கினார்கள்.

யார் முதலில் இறந்தது என்று தெரியவில்லை. முதலில் குழந்தை போயிருக்கலாம். அழுது அழுது தாய் பிறகு உயிரை விட்டிருப்பாள். ஒருவேளை தாய் முதலில் இறந்து பிறகு பிள்ளை செத்திருக்கலாம். அந்தக் குழந்தை தாயைப் பிடித்து இழுத்து, இழுத்து அழுது களைத்துப்போய் இறந்திருக்கலாம்.

மைமுன் கிட்டவந்து அந்தக் குழந்தையின் எலும்புக் கூட்டைப் பார்த்தாள். பெண் குழந்தையா, ஆண் குழந்தையா என்று தெரியவில்லை. உள்ளங்கையில் அடங்கும் அந்தச் சிறிய மண்டை ஓட்டில் ஒரு சிறிய துணி ஒட்டிக்கொண்டு இருந்தது. அது பூப்போட்ட துணிபோலத் தெரிந்தது. அது பெண்குழந்தையாக இருக்கலாம் என்று ஊகித்துக் கொண்டாள்.

இப்ப சில நாட்களாக அவளுக்குத் தனிமை தேவைப் பட்டது. அதுதான் அமீனாவை முன்னாலே போகவிட்டு இவள் பின்னாலே வந்துகொண்டிருந்தாள். தனிமையில் சிந்திப்

பதற்கு அவளிடம் நிறைய சங்கதிகள் இருந்தன. இந்த யோசனையில் பெரும் இடத்தை அலிசாலா பிடித்துக் கொண்டிருந்தான். அவனுடைய முகம் அவளுக்கு அடிக்கடி தோன்றியது. பதினைந்து வயதுப் பிராயத்தவளுக்கு இது புதுமையாக இருந்தது.

மைமுன் என்றால் வசப்படுத்தியவள் என்று அர்த்தம். இப்படி அவள் தன் எதிர்காலத்தை வசப்படுத்தும் எண்ணத்தில் தனிமையில் நடந்துகொண்டிருந்தாள். அதேநேரத்தில் மைமுனின் தகப்பனார் அவளுடைய தலைவிதியை நிர்ணயிக்கும் ஒரு காரியத்தில் இறங்கியிருந்தார். அது அவளுக்குத் தெரியாது.

பளபளவென்று மின்னும் நாள் அது. தூரத்திலே ஓர் ஒட்டகக் கூட்டம். அவன் வந்துகொண்டிருந்தான். வெள்ளையாக ஈமாத் துணியில் ஒரு தலைப்பா. கையிலே ஒட்டகக்குச்சி. ஒட்டகக் கயிற்றை முன் எடுத்து தோள்பட்டையில் மாட்டிக் கொண்டிருந்தான். ஒட்டகத்துக்கு முன்பு மெதுவாக நடந்து வந்துகொண்டிருந்தான். ஒட்டகத்தின் நீண்ட கழுத்தும் அந்தத் தலையும் மேலும் கீழுமாக அசைந்துகொண்டிருந்தது. அந்தக் காட்சி மிகவும் அழகாக இருந்தது.

சோமாலியாவில் மனிதர்களைப் பார்க்கிலும் ஒட்டக எண்ணிக்கை அதிகம். பொதி சுமப்பதற்குத்தான் ஒட்டகம். அதன் பின்னே செல்வார்கள்; அல்லது முன்னே போவார்கள். பயணம் செய்வது என்பது கிடையாது. அலிசாலாவும் அப்படித்தான் அதன் முன்னே மிக்க மரியாதையுடன் நடந்து வந்துகொண்டிருந்தான்.

அவனுடைய முகம் தெரிந்தது. தயக்கமான கண்கள்; இன்னும் தயக்கமான தாடியும், மீசையும். முளைப்பதா, வேண்டாமா என்ற தயக்கம். எதையோ சொல்ல விரும்புவது போன்ற முகம். ஒல்லியாக இருந்தான். அவன் அருகில் வந்ததும் இவள் நடப்பதை நிறுத்திவிட்டு அவனையே பார்த்துக் கொண்டிருந்தாள். அவளுடைய இருதயம் ஓர் அலகு வேகம் கூடியது.

அது விவகாரமான ஒட்டகம். அவர்கள் சம்பாஷணையில் குறுக்கிடாமல் நின்றது. ஒரு நூறு வருடங்கள் அப்படியே நிற்கப்போவது போன்ற ஆயத்தங்களுடன் கால்களை அகட்டி வைத்து கழுத்தை உயர்த்தி நின்றது.

‘அஸ்ஸலாம் அலைக்கும்.’

‘அலைக்கும் ஸலாம்.’

'சமாதானம் உண்டாகட்டும்'

'சமாதானம் உண்டாகட்டும்.'

'நான் உன்னைப் பார்க்கிறேன்'

'நான் உன்னைப் பார்க்கிறேன்'

'புதினங்கள் உண்டா?'

'புதினங்கள் அநேகம்'

'இன்று தாமதமாக வந்துவிட்டாயே!'

'அதற்கு நான் என்ன செய்ய; சூரியன் தாமதமாக அல்லவோ இன்று எழுந்திருந்தான், கவனிக்கவில்லையா ?'

'உண்மைதான், சூரியனும் சோம்பலாகிக்கொண்டு வருகிறான் உன்னைப்போல.'

'நான் ஒன்றும் சோம்பலில்லை பார், எவ்வளவு தூரம் போய் வருகிறேன். ஒரு ஹான் தண்ணீர் சுமக்கிறேன். உன்னைப் போல ஒட்டகத்துக்கு முன்னே கைவீசிக்கொண்டு நடக்கிறேனா ?'

முகம் பார்த்துப் பதில் சொன்னாள். வலது கையை இடது இடுப்பில் வைத்து ஒரு காலில் சரிந்து நின்றாள். மற்றக்கை மொட்டாக்கு துணியை நளினமாகப் பிடித்தபடி இருந்தது.

அப்பொழுது அவள் மந்தையில் எதையோ பார்த்து அருண்டாள். அவள் கண்களில் ஒரு புதுவிதமான இரக்கம் தெரிந்தது.

'மறுபடியும் அந்த ஒட்டகக் குட்டியை கட்டிப்போட்டு விட்டாயே!'

அந்த மந்தையிலே ஒரு சின்ன ஒட்டகம். அடிக்கடி மந்தையை விட்டு ஓடிவிடும். அதன் முன்னங்கால்களை இணைத்து இடைவெளி விட்டு ஒரு கட்டு. அந்தக்குட்டி கால்களைத் தடக் தடக் என்று சிரமத்துடன் எடுத்து வைத்து மந்தையுடன் சேர்ந்து நடந்துகொண்டிருந்தது.

'நான் என்ன செய்ய. அது பொல்லாத குட்டி. எப்பவும் ஓடிக்கொண்டே இருக்கிறது. அதைப் பார்ப்பதற்கு எனக்கு நேரம் போதாது. இன்னொரு ஆள் தேவை. நீ வந்துவிடு.'

'அதைப் பிறகு பார்க்கலாம். இப்ப அவிழ்த்து விடு.'

அவள் குரல் சிணுங்கலாகவும் இருந்தது; அதிகாரமாகவும் இருந்தது. அலிசாலாவின் மனது இளகிவிட்டது. உனக்காக செய்கிறேன் என்று சைகையால் காட்டியபடி அதன் கால்களை

அவிழ்த்துவிட்டான். அந்தக் குட்டி கால்களை உதறித் துள்ளி தன் சந்தோஷத்தைக் காட்டிக்கொண்டது.

அவள் அறியாச் சிறுமியாய் இருந்த காலத்தில் ஒட்டகக் கூட்டத்தோடு திரிவாள். பொதி ஏற்றும்போது அவர்கள் பாடுவார்கள். ஒவ்வொரு பொதிக்கும் ஒவ்வொரு பாட்டு. ஒட்டகத்தை ஏமாற்றும் பாட்டு சிறுமிகளின் பாட்டு.

ஒட்டகமே ஒட்டகமே
என் ஆசை ஒட்டகமே
இந்த விறகுகட்டை மாத்திரம் சுமந்து வருவாயா
உனக்கு நிறைய புல்லுக்கட்டு தருவேன்.
ஒட்டகமே ஒட்டகமே
என் ஆசை ஒட்டகமே
என் படுக்கைகளை மாத்திரம் சுமந்து வருவாயா
உனக்கு முதுகு தேய்த்து விடுவேன்.
ஒட்டகமே ஒட்டகமே
என் ஆசை ஒட்டகமே
என் ராசகுமாரனை மாத்திரம் சுமந்து வருவாயா
உனக்கு கட்டி முத்தம் கொடுப்பேன்.

இந்தக் கடைசி வரிகள் அவளாகவே சேர்த்துக் கொண்டது. அடிக்கடி அவள் இந்தப் பாடலைப் பாடுவாள். தனிமையில் இருக்கும்போது கடைசி வரிகளை உரத்து சொல்லுவாள். அது அவள் காதுகளுக்குக் கேட்க இனிமையாக இருக்கும்.

அலிசாலா வேறு பிரிவைச் சேர்ந்தவன். அவன் வந்து பெண் கேட்டால் அவள் தகப்பனார் நிச்சயமாகச் சம்மதிப்பார். வேறு பிரிவில் பெண் எடுப்பது அவர்கள் வழக்கம். அந்த இனம் பகைமையை விடுத்து சிநேகமாகிவிடும் என்ற நம்பிக்கை. இவனுடைய பெயர் வீட்டிலே அடிக்கடி பேசப்படுகிறது. இவர்கள் 'பறவை தின்னிகள்' என்ற ஒரு குறை மாத்திரம் இருந்தது. இருபது ஒட்டகங்கள் சீர்கொண்டு அலிசாலா வருவதில் சிரமம் இருக்காது என்று எதிர்பார்த்தார்கள்.

கிணற்றடியில் ஒரே பெண்கள் கூட்டம். பச்சைப் பசேல் என்று மரங்கள். பார்ப்பதற்குப் பாலைவனப் பூங்கா போன்று குளுமையாக இருந்தது. கிணற்றுக் கட்டிலே அமீனா சாய்ந்தபடி காணப்பட்டாள். தொடையிலே ஒரு கை தொட்டுக்கொண்டு இருந்தது. மற்றக்காலை ஒய்யாரமாக விசிறியபடி இருந்தாள்.

மைமுன் முக்காட்டை எடுத்துவிட்டாள். அவளுடைய சிகை வசீகரத் தன்மையுடன் இருந்தது. கைகளை விட்டு அவற்றைக் கலைத்து காற்றை வெளியே விட்டாள். தண்ணீரை முகத்தில் அடித்து ஆசை தீர பருகிக்கொண்டாள். அவள் கண்கள் பிரகாசமாகின.

இரு சிநேகிதிகளும் முகத்தைத் திருப்பிக் கொண்டார்கள். ஒன்றுமே பேசவில்லை. தண்ணீர்க் குடத்தை எடுத்து முதுகிலே மாட்டுவதற்கு மட்டும் அமீனா உதவி செய்தாள். இருவரும் புறப்பட்டார்கள். குடத்திலிருந்து தண்ணீர் கொஞ்சம் கசிவது போல மைமுனுக்கு பட்டது. அடுத்த நாள் மறக்காமல் பானைக்கு அலஸு மரத்து பிசின் தடவவேண்டும் என்று நினைத்துக்கொண்டாள்.

வறுமையில் வாடிய இரண்டு தங்க நரிகள் நிலத்தை மணந்தபடி அவர்களைத் தாண்டி ஓடின. ஒரு மஞ்சள் குருவி 'உய்க், உய்க்' என்று சத்தம் செய்தது. மைமுனுக்கு திடீரென்று சிறுநீர் கழிப்பதற்கு பேரவா பிறந்தது. நெளிந்தபடி அமீனாவை ஒரு அரைக்கண் பார்வை பார்த்தாள். அவளும் மைமுனின் உடல் மொழியைப் புரிந்துகொண்டு தலையை அசைத்தாள்.

தண்ணீர்ப் பானையை மெதுவாக இறக்கி வைத்தார்கள். இரண்டு கற்களை எடுத்து உரசி சத்தம் செய்தபடியே பற்றை மறைவில் ஒதுங்கினார்கள். மைமுன் காலை அகட்டி குந்திய சிறிது நேரத்திலே ஒருவித உற்சாகத்துடன் நீர் பிரிந்தது. பாம்பு சீறுவது போன்ற சத்தத்துடன் அது நிலத்தை அடைந்தது. மைமுனுக்கு பெரும் சுமை ஒன்று இறங்கிய சுகம். அந்த நேரத்தில் அலிசாலாவின் நிச்சயமற்ற கண்கள் நினைவுக்கு வந்தன. அவனைத் தீவிரமாக காதலிக்கலாமா என்ற எண்ணம் அவளுக்கு மறுபடியும் தோன்றி மறைந்தது.

'உன்னுடைய ஆள் அங்கே சுற்றிக்கொண்டு இருந்தானே', இப்படிச் சொல்லி அமீனா அவர்களுக்கிடையே இறுகிப் போன காற்றை மெல்ல உடைத்தாள். பிறகு சிநேகிதிகள் இருவரும் கலகலவென்று பேசத்தொடங்கினார்கள். அவர்கள் அந்நியோன்யம் தானாகவே பற்றிக்கொண்டது. அமீனா அவளுடைய வழக்கமான புலம்பலைத் தொடங்கினாள்.

'இவனை நம்பி இராதே. இவன் உனக்கு மஹர் கொண்டு வரப்போவதில்லை. வேறு ஆளைப் பார். இவன் பெண்கேட்டு வரும்போது உனக்கு நாற்பது வயது தாண்டி விடும். அதற்குப் பிறகு உனக்கு எப்படி பிள்ளை பிறக்கப் போகிறது.'

'பிள்ளை கிடக்கட்டும். ஒரு நாளைப்போல் ஒட்டகம் செய்யாத வேலையெல்லாம் செய்கிறேன். என்னைப்போய் சோம்பல் என்று சொல்கிறானே.'

மைமுனுடைய தாயார் இருபது வருடங்களில் பதினொரு பிள்ளைகளைப் பெற்றவள். ஒட்டகங்களில் கூட பத்துக் குட்டிகள் ஈன்றதும் அவற்றின் இடது காது நுனியை அடையாள மாக வெட்டி விடுவார்கள். அந்த ஒட்டகம் அதற்குப் பிறகு

இளைப்பாற அனுமதிக்கப்படும். அந்தச் சலுகை கூட பெண் களுக்கு இல்லை. அவர்கள் சாகுமட்டும் பெற்றுக்கொண்டே இருக்கவேண்டும்.

மைமுன் உதடுகளை விரிக்காமல் கறுப்புப் புன்னகை ஒன்றை உதிர்த்தாள்.

'அமீனா, என் இனிய சிநேகிதியே! நான் என்ன செய்யப் போகிறேன் என்று உனக்குத் தெரியுமா? என்னை அவ்வளவு சுலபத்தில் அடிமைப்படுத்த முடியாது', இப்படிச் சொல்லிக் கொண்டே அவள் அருகில் வந்து அமீனாவின் காதுகளில் ஏதோ ரகஸ்யம் சொன்னாள். இருவரும் ஒரு சதியாலோ சனையை முடித்த திருப்தியோடு விழுந்து விழுந்து சிரித்தார்கள். கண்ணில் நீர் பொங்கச் சிரித்தார்கள். தண்ணீர்க் குடம் குலுங்கச் சிரித்தார்கள். வீடு வரும்வரை இப்படிச் சிரித்துக் கொண்டே வந்தார்கள்.

வீட்டிலே இன்னும் நிறைய வேலைகள். தண்ணீர் குடத்தை இறக்கி வைத்தாள். அவளுடைய தாயார் வழக்கம் போலச் சந்தைக்கு போய்விட்டாள். காட்டிலே போய் விறகு பொறுக்கி இரவுச் சமையல் செய்யவேண்டும். பிறகு மீத மிருக்கும் ஒட்டகப் பாலைச் சந்தைக்கு எடுத்துப்போக வேண்டும்.

இரவுச் சமையலை விரைவாக முடித்தாள். பாலிலே உதிர்ந்த சோளத்தைப் போட்டு காய்ச்சினாள். நம்பிக்கை ஊட்டும் நறுமணத்துடன் அது பொங்கியது.

சுரைக்குடுவையை எடுத்துக்கொண்டு வெளியே வந்தாள். ஒட்டகம் அவளுக்காக பொறுமையுடன் நின்றுகொண்டிருந்தது. இடது காலில் நின்று வலது காலை மடித்து முழங்காலில் ஊன்றிக்கொண்டாள். உறுதியான வடிவம் கொண்ட வலது தொடைக்கும் மெலிந்த வயிற்றுக்கும் இடையில் குடுவையை வைத்தாள். அது அங்கே கச்சிதமாகப் பொருந்தி நின்றது. பாலைக் கறக்கத் தொடங்கினாள். சரி கணக்காக அது குடுவையைப் போய் ஒரு வித கதகதப்புடன் நிறைத்தது. முழங்கையை நக்கியபடி குடுவையை எடுத்துக்கொண்டு சந்தைக்கு விரைந்தாள்.

ஊரடங்கி நிசப்தமானபோது அவள் படுக்கச் சென்றாள். அடுத்தநாள் அதிகாலையை நினைக்கும்போது அவளுக்கு பயமாக இருந்தது. இந்த ஹைனாவும் அவளுடைய அம்மாவும் அவளுக்கு விரோதம் செய்கிறார்கள். விடியுமுன்பாகவே அவளை எழுப்பிவிடுவார்கள். ஆசை தீர நித்திரை கொள்ளும் சுகம் எப்படி இருக்கும் என்று அவளுக்குத் தெரியாது. அந்த அதிகாலை நித்திரைக்காக அவள் எதுவும் செய்யத் தயாரா

யிருந்தாள். இந்த சிந்தனைகளுக்கிடையில் அவள் இமைகள் ஒன்றையொன்று தீண்டின.

அடுத்த நாள் அவளுடைய விடியற்கால அவலங்கள் ஒரு முடிவுக்கு வந்தன.

ஹைனாவின் தொந்திரவு இல்லை. அம்மாவும் மௌன மாகிவிட்டாள். தூரத்தில் மேய்ப்பர்களின் மேய்ச்சல் ஓசைகள் மாத்திரம் கேட்டன. இவ்வளவு அழகான விடியலை அவள் கண்டதில்லை.

பக்கத்து ஊரில் இருந்து பெருங்கூட்டம் ஒன்று வந் திருந்தது. பலபலவென்று விடியும்போதே வந்துவிட்டது. நூரும் ஊர்ப் பெரியவர்களும் கிராமத்து எல்லையிலே நின்று அவர்களை வரவேற்றார்கள். அவர்கள் வழக்கப்படி வேரோடு பிடுங்கிய சோளப் பயிர்களை கைகளிலே தூக்கி அசைத்து அசைத்து அவர்களை அழைத்துக்கொண்டு வந்தார்கள். ஒரு சைன்யம் திரண்டு வருவதுபோல அது இருந்தது.

மைமுனைப் பெண்கேட்டு வந்திருந்தது அந்தக் கூட்டம். ஒருநாள் பயணத் தொலைவில் இருந்து வந்திருந்தார்கள். அந்த ஊர் நபதூன் அவர். ஐம்பது வயதுக்காரர். மூன்றாம் தாரமாக மைமுனை மணக்கச் சம்மதம் தெரிவித்திருந்தார். ஐம்பது ஒட்டகங்களைச் சீர் கொடுப்பதாக பேசிக்கொண் டார்கள். ஊர் முழுக்க இந்த அதிசயத்தைப் பார்க்கத் திரண்டு வந்திருந்தது.

மைமுனின் தாயார் தட்டையாக மறுத்துவிட்டாள். இவ்வளவு தூரத்தில் மகளைக் கட்டிக்கொடுத்தால் பின்பு அவளைப் பார்ப்பது என்பது நடக்காத காரியம். அலிசாலா பெண்கேட்டு வருவான் என்று எதிர்பார்த்தாள். மைமுன் அவனிலே எத்தனை ஆசை வைத்திருந்தாள் என்பது அவளுக்குத் தெரியும்.

நூர் அப்போது ச்சாட் போதையில் இல்லை. இறையச்சம் உடையவர். ஆதலால் மறு வாசிப்பில் ஐம்பது ஒட்டகங்களுக்காக மகளை விற்பதா என்று தயங்கினார். தாயும் தகப்பனுமாக மகளிடம் வந்தார்கள். சிக்கல் இல்லாதச் சொற்களைத் தெரிவு செய்து அவளிடம் யோசனை கேட்டார்கள். எப்பவும் மைமுனிடம் அதிசயிக்க வைக்கும் சில நிமிடங்கள் கைவசம் இருக்கும். அவள் தயங்காமல் சம்மதம் தெரிவித்துவிட்டாள். பிடிவாதமாகக் கூட இருந்தாள். அவர்களுக்கு ஆச்சரியம் தாங்க முடியவில்லை.

நிக்காஹ் முடிந்த கையோடு மைமுன் தன் கணவன் வீட்டுக்குப் புறப்பட்டாள். அவர்கள் கொண்டு வந்திருந்த ஒட்டகங்களும், கழுதைகளும் பயணத்திற்குத் தயாராக நின்றன.

அ. முத்துலிங்கம்

அந்தச் சமயம் பார்த்து அவளுடைய பிராண சிநேகிதி அமீனா வந்து சேர்ந்தாள். அவள் காதுகளில் மைமுன் ரகஸ்யம் பேசிவிட்டு வீடு வந்து சேரும் வரை சிரித்தது ஞாபகத்துக்கு வந்தது. 'இவள் உண்மையாக அல்லவோ சொல்லியிருக்கிறாள், பாவி' என்று அமீனா நினைத்துக் கொண்டாள்.

'நான் ஒரு ஐம்பது வயதுக் கிழவனை மணக்கப் போகிறேன். அவனுக்கு மூன்றாவது மனைவியாக. அவன் ச்சாட் சாப்பிடுபவனாக இருக்கவேண்டும். அந்த மயக்கத்தில் அவன் என்னை அதிகம் அணுகமாட்டான். மிஞ்சிப் போனால் இரண்டு குழந்தைகளுடன் தப்பி விடுவேன்.' இப்படிச் சொல்லி விட்டு அவள் ஓவென்று சிரித்தாள். பரிகாசம் என்றுதான் முதலில் அமீனா நினைத்திருந்தாள். அப்படியில்லை. இவள் உண்மையாகத்தான் கூறியிருக்கிறாள்.

அமீனாவுக்குச் சொல்லாத இன்னொரு காரணமும் இருந்தது. அதுவும் சீக்கிரத்திலேயே அவளுக்குத் தெரியவரும்.

புறப்படும் சமயம். திடீரென்று மைமுன் அழத் தொடங் கினாள். காரணம் தெரியவில்லை. 'ஹூயா, 'ஹூயா' என்று அழைத்து தாயாரைக் கட்டிக்கொண்டு விக்கி விக்கி அழுதாள்.

'அடி, பாவிப்பெண்ணே! எதற்காக இப்படி அழுகிறாய். சொல்லித் தொலை. உன் விருப்பப்படிதானே ஒரு முழு நாள் பிரயாண தூரத்தில் இருக்கும் இந்தச் சின்ன ஊரில் உன்னக் கட்டிக்கொடுக்கச் சம்மதித்தோம். நீ இங்கே ராசாத்தி மாதிரி இருந்திருக்கலாமே! பாதகத்தி, இப்ப போய் அழுகிறாயே!'

மைமுனால் அப்பவும் அழுகையை அடக்க முடியவில்லை. மாலை மாலையாகக் கண்ணீர் வழிந்தது. விம்மியபடியே சொன்னாள்.

'உண்மையான காரணத்தைச் சொல்லட்டுமா, ஹூயா'.

'கூறுகெட்டவளே, சொல்லடி, இப்பிடி குடியைக் கெடுத்துவிட்டாயே!'

'ஹூயா, அந்த ஊரில் தண்ணீர் கொட்டி கொட்டி வருமாம். வருடம் முழுக்க வற்றாதாம். தினம் தினம் பதினாறு மைல் தூரம் நடக்கத் தேவையில்லை.'

இதைச் சொல்லிவிட்டு மைமுன் தன் தாயின் முகத்தை ஏக்கத்தோடு பார்த்தாள். பார்த்துவிட்டு இன்னொருமுறை அழத்தொடங்கினாள்.

❍ ❍ ❍

மைமுனின் தகப்பனாருக்கு முதலில் கொஞ்சம் அதிர்ச்சி யாகத்தான் இருந்தது. ஆனாலும் தேற்றிக்கொண்டார். ஒரு நாள் பயணம்தானே, மகளை அடிக்கடிப் பார்க்கலம் என்று நினைத்தார். ஆனால் அப்போது அவருக்குத் தெரியவில்லை. அதுதான் அவளைப் பார்ப்பது கடைசித் தடவை என்று.

விரைவில் அவரது மனைவி இறந்துபோனாள். ச்சாட் போதையில் உடல்நிலை கெட்டு மனம் குலைந்து எஞ்சி யிருக்கும் நாட்களை அவர் மற்றவர்கள் தயவில் கழிக்க நேரிடும். அந்த நேரங்களில் எல்லாம் அவர் மைமுனின் சிந்தனையாகவே இருப்பார்.

ஒருவரும் பார்க்கவில்லை என்ற அந்தரங்கமான சமயத்தில் அவள் அகாஸியா மரத்தின் கீழ் கல்லிலே குந்தியிருந்தது ஞாபகத்துக்கு வரும். ஓர் உடைந்துபோன கண்ணாடித் துண்டில் முகத்தைப் பார்த்து தலையை வாரியதையும், அவளாகவே இட்டுக்கட்டிய குழந்தைகள் பாட்டை அவள் குரல் மெல்லியதாக முணுமுணுத்ததும் நினைவுக்கு வரும்.

ஓட்டகமே ஓட்டகமே
என் ஆசை ஓட்டகமே
என் ராசகுமாரனை மாத்திரம் சுமந்து வருவாயா
உனக்கு கட்டி முத்தம் கொடுப்பேன்.

அலிசாலாவில் அவள் எவ்வளவு காதல் வைத்திருந் திருப்பாள். அவ்வளவையும் ஒரு கணத்தில் தூக்கி எறிந்து விட்டாளே. அதிகாலையில் தண்ணீருக்குப் போய் வருவதை அவள் எவ்வளவு தூரம் வெறுத்திருக்க வேண்டும்.

ஒருவேளை ஐ.நா. சிறகம் கேட்டபோது கிணறு வேண்டும் என்று கூறியிருந்தால் மைமுன் அலிசாலாவை மணமுடித்து அவருடைய ஊரிலேயே தங்கி இருந்திருக்கக் கூடும். வெகு காலத்திற்குப் பிறகு அவர் மனதில் இந்தச் சிந்தனைகள் எல்லாம் திருப்பி திருப்பி ஓடும்.

ஆனால் அப்போது அவருக்கு அது தெரியவில்லை.

கொழுத்தாடு பிடிப்பேன்

ஓம் கணபதி துணை.

The Immigration Officer
200 St. Catherine Street, Ottawa, ON
K2P 2K9.
(Please translate to Sri Lankan Tamil language)

(இதை ஆங்கிலத்தில் மொழிபெயர்ப்பவர் வசனங் களின் ஓடரை மாற்றாமலும், எனது கருத்துக்கள் சரியாக வரும்படியும் தெட்டத் தெளிவாக எங்கள் கலாச்சார வித்தியாசங்களை விளங்கப்படுத்தியும் மொழிபெயர்க் கும்படி தாழ்மையுடன் வேண்டிக் கொள்கிறேன்.)

கனம் ஐயா அவர்களுக்கு,

சண்முகலிங்கம் கணேசரட்னம் ஆகிய நான் 90.03.18 அன்று மாலை ரொறொன்ரோ ஏர்போர்ட்டில் வந்து இறங்கினேன். எனக்குச் சொல்லித்தந்தபடி அங்கே இருந்த உத்தியோகத்த ரிடம் நான் தஞ்சம் கேட்டு விண்ணப்பம் செய் தேன். என்னுடைய மனைவியின் தங்கச்சி விஜய லட்சுமியும், அவளுடைய புருசன் பாலச்சந்திரனும் என்னை ஏர்போர்ட்டில் வந்து சந்தித்தார்கள். விஜயாவை இதுவே முதல் முறை நான் நேருக்கு நேர் சந்திப்பது. அவவுடைய முகவெட்டு கிட்டத் தட்ட என்னுடைய மனைவியினுடையதைப் போலவே இருந்ததால் அவர்களை அடையாளம் காண்பதில் எனக்கு எவ்விதக் குழப்பமும் இல்லை.

என்னை அழைத்துக் கொண்டுபோய் தங்களுடன் இருக்க வைத்தனர். அந்தச் சிறிய வீட்டில் எனக்காக ஒரு முழு அறையை ஒதுக்கித் தந்தார்கள். நான் என் வாழ்க்கையில் அதற்குமுன் இப்படி ஒரு தனி அறையை அனுபவித்தவன் அல்ல. ஆகவே எனக்கு என் சகலனில் மரியாதை அதிக மாகியது.

என் சகலனாகட்டும், விஜயாவாகட்டும் என்னை வடி வாகவே பார்த்தார்கள். இங்கே எனக்கு எல்லாமே புதுமை யாக இருந்தது. தபால்காரன் தபால்களை வீட்டிலேயே கொண்டு வந்து கொடுத்தான். எந்த இடத்திலும், எந்த நேரத்திலும் பைப்பில் இடது பக்கம் சுடு நீரும், வலது பக்கம் குளிர் நீரும் வந்தது.

பஸ்ஸிலே எப்படி றான்ஸ்பர் எடுப்பது, டெலிபோன் கார்ட்கள் எப்படி பாவிப்பது எல்லாம் எனக்குச் சொல்லித் தந்தார்கள். நான் வந்து நாலாவது கிழமையே ஒரு ரெஸ்ரோறன்டில் எனக்கு கைக்காசுக்கு கோப்பை கழுவும் வேலையும் கிடைத்தது.

வாழ்க்கை இப்படியே இருக்கும் என்று ஆரம்பத்தில் மகிழ்ந்து போனேன். விடியோ படங்கள் புதுசு புதுசாக வாடகைக்கு எடுக்கலாம். ஊரிலே சாப்பிட முடியாத உணவு வகைகள் எல்லாம் இங்கே கிடைத்தன. என் சம்பளத்தில் மாசா மாசம் சீட்டுப் போடச் சொன்னார்கள். அவர்களுக்கு றூம் வாடகை கட்டி, மாசச்சீட்டு *250* டொலர் போக மிச்சக் காசில் ஊருக்கும் அனுப்பினேன்.

என்னுடைய சகலனுக்கு இரண்டு வேலை. இரவு பதினொரு மணிக்குத்தான் வருவார். விஜயா கால்சட்டையும் கோட்டும் அணிந்து கைப்பையும் தூக்கிக்கொண்டு டேகேர் வேலைக்கு காலையிலேயே போய்விடுவா. அரை நாளுடன் அவவுடைய வேலை முடிந்துவிடும். என்னுடையது முதலாவது ஷிப்ட் முடிந்து மூன்று மணியுடன் வீட்டுக்கு வந்த கொஞ்சம் அயர்வேன். பிறகு ஏதாவது வீட்டு வேலைகள் செய்து கொடுப்பேன். அநேகமாக மார்க்கட்டுக்குப்போய் சாமான் வாங்கி வருவது என் பொறுப்பில்தான் இருக்கும்.

இரவு சகலன் வந்ததும் சேர்ந்து இருந்து சாப்பிடுவோம். விஜயா அழகாகச் சமைப்பா. அவவுடைய றால் குழம்பின் ரேஸ்ட் மறக்க முடியாதது. நான் றால் சாப்பிட்டது கடைசியாக அன்றுதான். என்னைப் பொலீஸ் பிடித்துக் கொண்டுபோன நாள். அதற்குப் பிறகு இரண்டு வருடங்கள் இந்த மறியலில் நான் அனுபவிக்காத சித்திரவதை இல்லை.

இங்கு தரும் சாப்பாடு வித்தியாசமானது. ஐந்து நேரங்களுக்கு இரண்டு முட்டை வீதம் பத்து முட்டை, நாலு நேரம் மீன்துண்டு, மூன்று நேரம் ஒவ்வொரு கோழிக்கால், நாலு நேரம் சாலட் என்று சொல்லும் வேகவைக்காத கீரை வகை தருவார்கள். எனக்கு ஹைபிறசரும், சலரோக வியாதியும் உண்டு. நான் இப்போ நோயாலும் மன வேதனையாலும் மிகவும் கஸ்ரப்படுகிறேன்.

நான் கனடாவுக்கு உல்லாசப் பயணியாக வரவில்லை. என்னுடைய விண்ணப்பத்திலும், விசாரணைகளிலும், திருப்பித் திருப்பி சொன்னதுபோல எங்கள் நாட்டில் நடக்கும் யுத்தத்திலிருந்து தப்புவதற்காகச் சொந்த மனைவியையும், தேவதைகள் போன்ற பிள்ளைகளையும் விட்டு தப்பி ஓடி வந்தவன். என்னுடைய குடும்பத்தை ஒரு வழியாக ஒப்பேற்றி விடலாம் என்ற ஆசையிலே மூன்று மாதகாலம் பிரயாணம் செய்தேன். நேராக பிளேனில் ஏறி நேராக வந்து இங்கே இறங்கவில்லை. வள்ளத்திலும், ரயிலிலும், மேலே விழவிழ தள்ளி உட்கார்ந்து இரவு முழுக்க கண்விழித்து பலாப்பழ லொறியிலும், கொன்ரெய்னரிலும், பிளேனிலுமாக எண்பத்து ஒன்பது நாட்கள் பயணம் செய்து வந்தவன். கொலம்பஸ் அமெரிக்காவுக்கு வந்துசேர எடுத்தது 71 நாட்கள்தான். நான் என் கனவு மூட்டைகளைத் தவிர வேறு ஒரு மூட்டையும் கொண்டு வராதவன்.

என்ரை குஞ்சுகளை நான் ஊரிலே விட்டுவிட்டு வந்து இங்கே உத்தரிக்கிறேன். என்னை அவர்கள் மறந்துவிடுவார்கள். என் முகம் இன்னும் ஞாபகம் இருக்கோ தெரியாது. நான் ஊரை விடும்போது பெரியவனுக்கு 7 வயது, இரண்டாமவனுக்கு 5, பஞ்சலோகத்தில் செய்த என்ரை மகளுக்கு 4 வயது, கைக்குழந்தைக்கு 6 மாதம்தான்.

பெரியவன் வகுப்பில் வலுகெட்டிக்காரன். ஆமெணக்கெண்ணய் குடிக்க வைத்தால் நேரே ஓடலாம் என்ற அறிவுகூட இன்றி என்னையே சுத்தி சுத்தி ஓடுவான். சின்னவன் நான் கிணற்றில் தண்ணி அள்ளிக் குளிக்கும்போது எனக்குக் கீழே நின்று அந்தத் தண்ணியிலேயே குளிப்பான். வெள்ளை லேஸ் வைத்து அலங்காரம் செய்த சட்டையைப் போட்டுக்கொண்டு என் சின்ன மகள் தத்தக்க புத்தக்க என்று ஓடி வருவாள். பாயிலே படுக்கும் என்னைத் தொட்டுக் கொண்டு படுப்பதற்குச் சண்டை போடுவார்கள். இந்த தெய்வங்களை இனி எப்ப பார்க்கப் போறேனோ தெரியாது.

எங்கள் நாட்டில் தங்க நிறமான பூரணச் சந்திரன் வருவான். இங்கே நீல நிறத்தில் சந்திரன் தெரியும்போதே எனக்கு ஏதோ

தீமை நடக்கப்போகுது என்று தெரிந்துவிட்டது. பக்கத்து அறையில் இருந்தவன் நேற்றிரவு என்ன காரணமோ திடீரென்று செத்துவிட்டான். அவனுக்கு நான் ஒரு முட்டை கடன்தர வேண்டும். அவனுடைய பெயர் தெரியாது. ஆனால் அவன் சாவதற்குச் சம்மதிக்கவில்லை. திறந்த கண்களால் இன்னும் இந்த உலகத்தைப் பார்த்துக்கொண்டு இருந்தான்.

அவன் ஒரு பெயர் உச்சரிக்கமுடியாத ஆப்பிரிக்க நாட்டிலிருந்து வந்தவன். அங்கே சிவப்பு மாட்டுக்கு ஒரு சொல்லும், கறுப்பு மாட்டுக்கு இன்னொரு சொல்லும் இருக்கிறதாம். இடது கால் செருப்புக்கு ஒரு வார்த்தை என்றால், வலது கால் செருப்புக்கு இன்னொரு வார்த்தை என்றும் சொன்னான். ஒரு முட்டை கடன்தர வேணும் என்றால் ஒரு வார்த்தையும் இரண்டு முட்டை கொடுக்க வேணும் என்றால் அதற்கு இன்னொரு வார்த்தையும் அந்த நாட்டில் இருக்கலாம்.

இங்கே சில வசதிகள் உண்டு. இப்படி வசதிகளுக்கு முன்பே பழக்கப்பட்டிருக்காததால் நான் ஆரம்பத்தில் கஷ்ரப் பட்டுவிட்டேன். திறப்புகளைத் தொலைக்காமல் வைப்பதற்குப் பழகியிருந்தேன். கனடாவில் எல்லாம் தானாகவே பூட்டி விடும் கதவுகள். இவை ஆபத்தானவை. நிறைய ஞாபக சக்தியை அவை உபயோகித்துவிடும். இங்கே தலையில் தொப்பி அணிந்து இடையில் குண்டாந்தடி செருகிய கார்டுமார் பெரும் சத்தம் போடும் இரும்புக் கதவுகளை எங்களுக்காகத் திறந்துவிடு வார்கள்; பின்பு பூட்டுவார்கள். நாங்கள் ஒன்றுமே செய்யத் தேவையில்லை. கதவுகள் தானாகவே பூட்டிக்கொள்ளுமோ என்ற அஞ்சி நடுங்க வேண்டாம். கைகளை ஆட்டிக்கொண்டு உள்ளே போவதும் வருவதுமே எங்கள் வேலை.

என்னுடைய சகலன் வீட்டில் நான் மிகவும் எச்சரிக்கை யாகவே இருந்தேன். அங்கே தானாகவே பூட்டிக்கொள்ளும் கதவு. திறப்புகளைக் கையிலே காவியபடிய இருக்கவேணும். திறப்புகளைத் தூக்கிக்கொண்டு நாங்கள் எல்லோரும் எங்களுக்கு விதிக்கப்பட்ட நேரங்களில் வேலைகளுக்குப் போவோம், வருவோம்.

ஐயா, என் வாழ்க்கையில் இதுவே சறுக்கலான காலம். போகப்போக அவர்கள் பணம் பணம் என்று பறப்பது எனக்குத் தெரிய வந்தது. குடும்பச் சூழ்நிலையும் நல்லாக இல்லை. என்னுடன் விஜயா பழகுவது கொஞ்சம் பயத்தைக் கொடுத்தது. எப்படியும் என்னுடைய தஞ்சக் கோரிக்கை கேஸ் முடிந்தவுடன் வேறு வீடு மாறவேண்டும் என்று

முடிவுசெய்தேன். இவ்வளவு உதவி செய்த சனங்களை மறக்காமல் கழரவேண்டும் என்று மனசுக்குள் தீர்மானித்து சமயம் பார்த்திருந்தேன். ஆனால் அது கடவுளுக்கு எப்படியோ தெரிந்துவிட்டது.

எங்களுக்குள் பிரச்சினை பின்னேரங்களில் டிவி பார்ப் பதில்தான் தொடங்கியது. விஜயாவின் கதைகளும் போக்கும் சரியில்லை. பேசும்போது தேவைக்கு அதிகமான நளினம் காட்டினா. அவவுடைய விரல்களும் அதன் மிச்சப் பகுதியும் என் மனைவியை ஞாபகமூட்டின. ஒருநாள் நான் வேலையி லிருந்து அலுப்போடு வந்து நேரத்துக்குப் படுத்துவிட்டேன். எனக்கு விஜயா சிவப்பு முட்டை பொரித்து சாப்பாடு போட்டா. புருசன் வந்தபோது அவருக்கு வெறும் மரக்கறி சாப்பாடுதான். நான் படுத்திருந்தபோது அவர்கள் சண்டை போட்டது எனக்குக் கிளியராக கேட்டது.

இன்னும் ஒரு முக்கியமான விஷயம். இவர்களுக்கு ஒரே மகள். அவளுடைய பெயர் பத்மலோசனி. முதலில் அவளை பத்மா என்று அழைத்து அது ஸ்ரைல் இல்லாத படியால லோசனி என்று மற்றினார்கள். பிறகு அதுவும் சுருக்கப்பட்டு லோ என்றாகிவிட்டது. இது ஒரு மொத்தமான பிள்ளை. இவளை விஜயா அடிக்கடி கலைத்தபடியே இருப்பா. 'பெரியப்பாவை சும்மாவிடு அவர் களைப்பாக இருக்கிறார்' என்றோ 'போய்ப் படி' என்றோ 'கீழ் வீட்டிலே போய் புத்தம் வாங்கி வா' என்றோ விரட்டுவதுதான் வேலை.

இவள் சிறு பெண் என்றாலும் விவேகமானவள். படிப்பு கெட்டித்தனம் அல்ல. அவளுடைய மூளை கள்ளத்தனம் கொண்டது. நேராக ஒரு காரியத்தைச் செய்வாள் என்றில்லை. எப்பவும் விஷமமும், சூழ்ச்சியும் தந்திரமும்தான். அவளுடைய காதுகள் கூர்மையானவை. படிகளில் ஏறிவரும் சத்தத்தை வைத்தே வீட்டுக்கு யார் வருகிறார்கள் என்று ஊகித்து விடுவாள். இது அந்த அங்கிள், மேல் வீட்டுக்கு போறார். இது கீழ் வீட்டு அன்ரி, வீடியோ எடுக்க வாறா என்று சரியாகச் சொல்வாள். வீட்டிலே தமிழ் வீடியோப் படங்களைப் பார்க்கும் நேரங்களில் 'ஆ . . . சரி இனி கட்டிப்பிடிச்சு பாடப்போகினம்' என்று அவள் சொன்னால் அப்படியே நடக்கும்.

பின்னேரங்களில் ஹோலுக்குள் இருந்து ஹோம்வோர்க் செய்யுறன் எண்டு சொல்லி முழுசி முழுசிப் பார்த்துட்டு பெரியவர்களுக்கான டிவி சானலை ஒன் செய்துவிடும். அதில் வரும் மோசமான காட்சிகளை மியூட் பட்டனை

அழுத்திவிட்டு சத்தம் கேட்காமல் பார்க்கும். இப்படி பழகிப் பழகி இந்த விஷயங்களில் இதுக்கு ஒரு நாட்டம் வந்து விட்டது.

பெரியவர்களின் மூளையைக் காட்டிலும் இதுக்கு பத்து மடங்கு மூளை. ஒருநாள் தாய் வீடியோக் கடைக்குப் போறதாய் சொல்லிப் போட்டு இறங்கிப் போய்விட்டா. இந்தப் பிள்ளை டெலிபோனில் ரீ டயல் பட்டனை அமுக்கி நம்பரைப் பார்த்துவிட்டு 'இந்த அம்மா பொய் சொல்லி இருக்கிறா, இவ சீட்டு அன்ரியிட்டை சாறி பார்க்க போனவ' என்று சொல்லி பிடிச்சுக் குடுத்துப் போட்டுது. இதை வெச்சுக்கொண்டு ஒரு கள்ளமும் செய்ய ஏலாது.

தானாகவே பட்டுபட்டென்று பூட்டிக்கொள்ளும் கதவுகள் கொண்ட இந்த வீட்டில் பாத்ரூம் கதவுகள் மட்டும் ஒழுங்காக வேலை செய்யாது. ஒரு நாள் தெரியாமல் நான் கதவைத் திறந்தபோது விஜயா குளித்துக் கொண்டிருந்தா. நான் பதகளித்துப் போனேன். இவ ஒன்றுமே நடக்காத மாதிரி மெல்லிசாய் சிரித்தபடி நின்றா. பக்கத்தில் கொழுவி இருந்த டவலை இழுத்து மூடலாம் என்ற எண்ணம்கூட இல்லாமல். நான் சொறி என்றுவிட்டு திரும்பிவிட்டன்.

இதை இந்தக் குண்டுப் பிள்ளை பார்த்துவிட்டது. 'அம்மாவைப் பெரியப்பா நேக்கட்டாய் பார்த்திட்டார்' என்று கத்தத் தொடங்கிவிட்டது. அவளுடைய வாயை அடைக்க பெரிய லஞ்சம் தேவைப் பட்டிருக்கும். எப்படியோ அன்று சகலன் வேலையில் இருந்து திரும்பியபோது இந்தப் பிள்ளை வாயைத் திறக்கவில்லை.

இது தெரியாமல் நான் செய்த தவறு. ஆனால் தெரிந்து ஒருநாள் தவறு செய்ய நேர்ந்தது. அதற்குப் பிறகு அப்படி செய்வதில்லை என்று கடுமையான தீர்மானமும் செய்தேன். அந்தத் தீர்மானத்தை எவ்வளவுக்கு வெற்றியாகச் செய்து முடித்தேன் என்று சொல்லமுடியாது. காரணம் அது நடந்து சில நாட்களுக்குள்ளேயே நான் பொலீஸில் மாட்டிவிட்டேன்.

விஜயா பின்னரேங்களில் காலுக்கு மேல் கால்போட்டு இருந்து ஓய்வெடுப்பா. இரண்டு பெசென்ற் பால் கலந்து கடும் சாயம் கொண்ட தேநீரைச் சிறு சிறு மிடறுகளாக உறிஞ்சிக் குடிப்பா. என் மனைவியும் அப்படியே. இது இன்பமான நேரம். சிரிக்கக்கூடிய சமயங்களை இவ வீணாக்குவ தில்லை. சின்ன ஜோக்குக்கும் கிக்கிக் என்று குலுங்கி குலுங்கி சிரிப்பா.

இப்படி என் மனம் அடங்காத ஒரு நாளில் இவ உள்ளுக்குப் போய் உடுப்பு மாத்தினா. கதவு நீக்கலாக இருந்தது அவவுக்கு தெரியும் என்றே நினைக்கிறேன். ஒடுக்க மான ஜீன்ஸ் கால் சட்டையை ஒரு காலுக்குள் விட்டா, பிறகு மற்றக் காலையும் விட்டா. அது வேகமாக வந்து அவவுடைய அகலான உட்காரும் பகுதியில் தடைபட்டு நின்றது. இவ குண்டியை அற்புதமான ஒரு ஆட்டு ஆட்டி ஜீன்ஸை மேலே இழுத்துக்கொண்டா. அந்த தொடைகள் ஜீன்ஸை ஒரு சுருக்கம்கூட இல்லாமல் நிறைத்தன. என் மனம் அன்று பட்ட பாட்டைச் சொல்ல முடியாது. ஒரு பெண்ணைத் தொட்டு எவ்வளவு காலமாகிவிட்டது. அப் பொழுது ஒரு பழக்கமான வாசனை அள்ளி வீசி என் தேகத்தைச் சுட்டது.

ஐயா, அந்த நேரம் பார்த்துத்தான் இது நடந்தது. அதைச் சொன்னால் உங்களுக்கு நம்புவது கஷ்டமாக இருக்கும். கடவுள் வந்து சொன்னால் ஒழிய யார் நம்புவார்கள். இந்தத் தொக்கைப் பிள்ளை என்னை ஓய்வெடுக்கவிடாது. கதவை சாத்தி வைத்தாலும் உள்ளே திறந்துகொண்டு வந்து விடும். வந்தால் ஃபானைப் போடும், ரேடியோவைப் போடும். ஜன்னலைத் திறக்கும், பூட்டும். இருக்கிற சாமான்களை இடம் மாத்தி வைக்கும். ஆராயாமல் போகாது.

என்னுடைய கட்டில் கனடாவில் ஒரு கடையிலும் வாங்க முடியாதது. ஒரு தச்சனைக் கொண்டு செய்வித்த ஒடுக்கமான கட்டில். இந்தப் பிள்ளை அதில் ஏறித் துள்ளி விளையாடும். என்னுடைய நித்திரையை எத்தனை வழி வகைகள் இருக்கோ அத்தனை வழி வகைளையும் பாவித்து குழப்பிவிடும். அன்றைக்கும் அப்படித்தான். ஒரு துணிப் பொம்மையின் காலைப் பிடித்து இழுத்தபடி வந்து ஏதேண்டா லும் விளையாடுவம் என்று கரைச்சல் படுத்தியது. 'குழப்படி செய்யாதே, போ. அம்மாவிட்டை சொல்லுவேன்' என்று வெருட்டினேன். 'அம்மா இல்லை. அவ கீழ்வீட்டு அன்ரியிடம் கதைக்கப் போட்டா' என்றது. பிறகு 'கொழுத்தாடு பிடிப்பேன்' விளையாட்டை ஆரம்பித்தது. (இது எங்கள் ஊர் விளையாட்டு. இதை மொழிபெயர்ப்பாளர் விளக்க வேண்டும்.)

நான் 'கொழுத்தாடு பிடிப்பேன்' என்று சொன்னால் அது 'கொள்ளியாலே சுடுவேன்' என்ற கத்தியபடியே கட்டிலைச் சுற்றி சுற்றி வெருண்டபடி ஓடும். இப்படி மாறி மாறி விளையாடி னோம். இந்த விளையாட்டு மும்முரத்தில் சாரம் நழுவியதை நான் கவனிக்கவில்லை. முந்தி நான் சொல்லி இருக்கிறேன், இந்தப் பிள்ளைக்குக் காது சரியான கூர்மை என்று. அன்று எப்படி தவறவிட்டதோ எனக்குத் தெரியாது.

திடீரென்று கதவை உடைப்பது போல யாரோ திறந்தார்கள். பார்த்தால் என்னுடைய சகலன் குழம்பிய தலையோடும், பொத்தான் போடாத சேர்ட்டோடும் வேகமாக வந்தார். எனக்குத் தெரிந்ததெல்லாம் அவருடைய மயிர் முளைத்த கறுப்புக் கைகளும், கட்டையான விரல்களும் தான். அவருடைய குத்து என் கழுத்திலேதான் வந்து விழுந்தது. நான் அள்ளுப்பட்டு போய் சுவரிலே தலையை இடித்துக் கொண்டு ரத்தம் ஒழுகக் கிடந்தேன். இந்தப் பிள்ளை குழறி அழத் தொடங்கிவிட்டது. 'நான் ஒண்டும் செய்யவில்லை. எல்லாம் பெரியப்பாதான் செய்தவர்' என்று திருப்பி திருப்பிச் சொன்னது.

அவர் 911க்கு எப்ப அடிச்சாரோ தெரியாது. நான் நிமிர பொலீஸ் நிக்குது. கட்டிலிலே பிள்ளையின் நிக்கர் கிடந்தது. அவர்கள் அதைத்தான் முதலில் தூக்கிப் பார்த்தார்கள். என்ரை மண்டையிலே காயம் எப்படி வந்ததென்று அவர்கள் விசாரிக்க வில்லை. ரத்தம் ஒழுகி சேர்ட் எல்லாம் நெஞ்சோடு ஒட்டிக் காய்ந்த பிறகுதான் கட்டுப் போட்டார்கள். என்னைத் திரும்பிப் பார்க்க ஒரு நாய்கூட இந்த நாட்டில் வரவில்லை. என்ரை மனைவிக்கு என்ன எழுதி மனதைக் கெடுத்தார்களோ நான் அறியேன். நகை சுற்றிவரும் மெல்லிய தாள் போல ஒன்றில் இரண்டு பக்கமும் இங்க் தெரிய அவள் எழுதும் கடிதம் பிறகு வரவே இல்லை.

இந்த நரகத்திலிருந்து எனக்கு விமோசனமே இல்லை. அந்தப் பிள்ளையின் விவேகத்தைக் கணக்கு வைக்க முடியாது. அதனுடைய உடலும் பெரியது, புத்தியும் பெரியது. அநியாய மாய்ப் பிளான் பண்ணி என்னை மாட்டிவிட்டினம். என் னிடம் கையாடிய ஆறாயிரம் டொலர் சீட்டுக் காசை இனி நான் பார்க்க மாட்டேன். என்னை மறியலுக்கு அனுப்பி போட்டு வசதியாய் இருக்கினம். அங்கே நடந்த வண்ட வாளங்களை நான் ஒருத்தருக்கும் மூச்சு விடவில்லை. விட்டால் ஒரு குடும்பமே நாசமாகிவிடும்.

என்ரை அறையில் இருக்கும் மற்றவன் ஒரு கேய் என்று சொல்லுகினம். மிகவும் துக்கமானவன். எந்த நேரம் பார்த்தா லும் எட்டாக மடித்து வைத்த ஒரு கடிதத்தைப் பார்த்தபடியே இருப்பான். அந்த கடிதம் மடிப்புகளில் கிழிந்து தொங்கியது. 27ஆம் செல் டானியலை வச்சிருக்கிறான் என்று பேசிக்கொண் டார்கள். இவனிடம் உள்ள ஒரே குறை நான் எப்ப எங்கடை செல்லில் மூத்திரம் பெய்ய வெளிக்கிட்டாலும் அதே நேரத்தில் இவனும் பக்கத்தில் நின்றுகொண்டு செய்வான். இவன் நித்திரை செய்து நான் பார்த்ததில்லை. வெகு நேரம் தூங்காமல்

அ. முத்துலிங்கம்

அடிக்கடி சிலுவைக்குறி இட்டபடி எனக்கு மேல் கால்களைத் தொங்கப்போட்டபடி இருப்பான். நடு இரவுகளில் நான் விழித்துப் பார்த்தால் நீண்ட ஸ்டோக்கிங்ஸை தோச்சு காயப்போட்டது போல அவன் கால்கள் கட்டிலின் மேல் தொங்கும்.

இரவு வந்தவுடன் நிழல்களும் வந்துவிடும். எங்களுடன் ஒரு கரப்பான் பூச்சியும் வசித்தது. அது இடது கைப்பழக்கம் கொண்டது. ஒரு நாள் இதைக் காணாவிட்டாலும் எங்கள் மனம் பதைபதைத்துவிடும். நாள் முழுக்கத் தேடுவோம். ஒல்லியான சுண்ணாம்புக் கலர் பேர்ச் மரம்தான் முதலில் இலைகளைக் கொட்டும். பிறகு மற்ற மரங்களும் இலைகளை உதிர்க்கும். சிறைக்கூடத்தின் முகப்புக் கோபுரத்தில் பறக்கும் கொடியின் நடுவில் உள்ள மேப்பிள் இலை மட்டும் எந்தக் காலமும் கொட்டுவதில்லை.

என்ரை தேவதைகளை என்னிடமிருந்து பிரித்துவிட்டார்கள். புத்தபிக்குகள் அணியும் அங்கிக் கலரில் கால் சட்டையையும் மேல் சட்டையையும் சேர்த்து தைத்த ஒரு நீளமான உடுப்பை 24 மணிநேரமும் அணிந்தபடி நான் அவர்களையே நினைத்துக்கொண்டிருக்கிறேன். 160 வருடங்களுக்கு முன்பு அடைத்து வைத்த முதல் ஐந்து கைதிகளின் பெயர்களை இங்கே பொறித்து வைத்திருக்கிறார்கள். நான் படுக்கும் படுக்கையில் இதற்குமுன் ஆயிரம் பேர்களாவது படுத்து எழும்பியிருப்பார்கள். படுத்த சிலர் எழும்பாமல்கூட விட்டிருப்பார்கள். கொலக்ட் கோல்கள் வாய்க்காத, கடிதங்கள் கிடைக்காத, விசிட்டர்கள் ஒருவருமே அனுமதிக்கப் படாத அந்நிய நாட்டு கைதி ஒருவன் இங்கே வாழ்ந்தான். அவன் பெயர் இது என்று பின்னால் பொறித்து வைப்பார்களோ தெரியவில்லை.

'ஜூலை 1, 1867ல் சில மாகாணங்கள் ஐக்கியமாகி கனடா என்ற புதிய நாட்டை ஏற்படுத்தின. இது தற்பொழுது 10 மாகாணங்களையும் 2 பிரதேசங்களையும் கொண்டுள்ளது. கனடாவின் முதல் பிரதமர் சேர் ஜோன் ஏ. மக்டோனல்ட். கனடாவின் ராணியாகிய மேன்மை தங்கிய இரண்டாவது எலிஸபெத்துக்கும், அவரின் வாரிசுகளுக்கும், அவரின் பின் பதவிக்கு வருபவர்களுக்கும் நான் சட்டத்திற்கு அடக்கமானவனாகவும், விசுவாசமானவனாகவும், தேசபக்தி கொண்டவனாகவும் இருப்பேன் என்று சத்தியப் பிரமாணம் செய்கின்றேன்.'

மேன்மை தங்கிய ஐயா, எப்போதாவது எனக்குக் குடியுரிமை கிடைக்கும் என்ற எண்ணத்தில் மேலே

சொன்னவற்றை நான் மனப்பாடம் செய்து வைத்திருக் கிறேன். என்ரை றிவியூ அப்பீலைத் தள்ளுபடி செய்து என்னைத் திருப்பி அனுப்புமாறு கெஞ்சிக் கேட்டுக் கொள்கிறேன். நான் இங்கு கள்ளமாக வந்து சேர்ந்தமாதிரியே என்னைக் கொன்ரெய்னரில் போட்டு அனுப்பினாலும் சம்மதமே.

என்ரை மனைவிக்கு ஐந்தாவது குழந்தை பிறந்திருப்ப தாகச் செய்தி கிடைத்திருக்கிறது. என்னுடைய உதவி யில்லாமல் இது நடக்க வழியில்லை. இது சுத்தப்பொய்.

இங்கிருந்து 10000 மைல் தொலைவில், இலுப்பைப்பூ கொட்டுகிற இரவில் எண்ணையை மிச்சம் பிடிப்பதற்காகத் திரியைக் குறைத்து வைத்து ஏழு மணிக்கே படுக்கப்போகும் சனங்கள் கொண்ட ஒரு சிறு கிராமம் இருக்கிறது. விரித்த வுடன் சுருண்டு விடும் தன்மை கொண்ட ஒரு பாயை விரித்து, ஒரு பக்கத்தில் இரண்டு பிள்ளைகள், மறு பக்கத்தில் இரண்டு பிள்ளைகள் என்று சரி சமமாக தன்னைப் பிரித்துக் கொடுத்து, வானத்தில் ஹெலிகொப்ரர்கள் பறக்காத ஓர் இரவிலே, வெள்ளிகளுக்கு நடுவாகத் தோன்றும் ஒரு சிவப்புக் கிரகத்தைப் பார்த்தபடி படுத்திருக்கும் என் மனைவியைக் கொண்ட இந்த அற்புதமான கிராமத்துக்கு நான் திரும்பிப் போகவேண்டும். அங்கே ரோடு போடுபவர்களுக்குக் கல் சுமந்து கொடுத்து என்ரை வாழ்க்கையை ஓட்டிவிடுவேன். மீண்டும் உத்திரவாதம் தருகிறேன். இந்தக் கொழுத்த பிள்ளை யின் வயது பத்து என்பது எனக்குத் தெரியவே தெரியாது.

நிச்சயமாகச் சொல்கிறேன். நான் குடியுரிமை கிடைக்கும் ஆசையில் கஷ்ரப்பட்டு மனப்பாடம் செய்த எல்லாவற்றையும் விரையில் மறந்துவிடுவேன் என்றும் உறுதி கூறுகிறேன். என்னை எப்படியும் திருப்பி அனுப்பிவிடுங்கள்.

இப்படிக்கு,

உங்கள் கீழ்ப்படிவான,
சண்முகலிங்கம் கணேசரட்னம்
சிறைக்கூடம் எண் 37
Kingston Penetentiary
555, King Street W

அடுத்த புதன்கிழமை உன்னுடைய முறை

வாரத்தில் ஏழு நாட்கள் இருப்பதில்தான் முதல் பிரச்சனை ஆரம்பமானது. இதை மாற்றுவது அவனுடைய ஆற்றலுக்கு அப்பாற்பட்டது. வாரத்தில் ஆறு நாட்கள் இருந்திருக்கலாம். எட்டு நாட்கள்கூட பரவா யில்லை. ஒற்றைப் படையாக ஏழு நாட்கள் வந்ததில்தான் விவகாரம். 1700 வருடங்களுக்கு முன்பு ரோமாபுரி பெரும் சக்கரவர்த்தி கொன்ஸ்டன்ரைன் வாரத்தில் ஏழு நாட்கள் என்று தீர்மானித்ததை அவன் எப்படி மாற்ற முடியும்.

இதனால் மணமுடித்த ஆரம்பத்தில் சில தொந்திரவுகள் ஏற்பட்டுத் தீர்க்கப்பட்டன. அவன் மனைவி கருவுற்றபோது அவை இன்னும் தீவிரமடைந்தன. லவங்கி பிறந்தபோது கனவிலும் அவன் நினைத்திராத பல பிரச்சனைகள் உருவாயின. ஆனால் அவன் மனைவி பட்டியல் போடுவதில் திறமைசாலி. எந்தப் பிரச்சனையையும் பட்டியல் போட்டு தீர்த்துவிடுவாள். லவங்கி பிறந்தபோது ஏற்பட்ட மேலதிக வேலைகளுக்கும் பட்டியல் தயாரித்து அவற்றைச் சமமாகப் பங்கிட்டுக் கொண்டார்கள். குழந்தைக்கு உடை மாற்றுவது, குளிக்க வார்ப்பது, மழலைக் கீதம் பாடுவது, நித்திரையாக்குவது, உணவு பால் கொடுப்பது, விளையாட்டுக் காட்டுவது, நாப்பி மாற்றுவது எல்லாம் பட்டியலில் இருந்தன.

எவ்வளவு எளிய வேலை என்றாலும் அது பட்டியலின் பிரகாரம் சரிசமமாகப் பிரிக்கப்பட்டது.

அப்போதுதான் புதன்கிழமை பிரச்சனை உருவானது. ஞாயிறு, திங்கள், செவ்வாய் அவனுடைய முறை. வியாழன், வெள்ளி, சனி அவளுடைய முறை. புதன்கிழமை நடுவே வந்தது. அதை யார் செய்வது, அதற்கும் அவள் வழி கண்டு பிடித்து சுமுகமாகத் தீர்த்துவைத்தாள். ஒரு மாதம் புதன் கிழமை அவன் வசம், அடுத்த மாதம் அவள் வசம்.

பிறந்து பத்து மாதங்களில் லவங்கியின் எடை 14 றாத்தல் கூடியிருந்தது. அதில் ஏழு றாத்தல் அவனுக்குச் சொந்தம், மீதி ஏழு றாத்தல் அவளுக்குச் சொந்தம். திங்கள் காலை ஏழு மணிக்கு அவன் லவங்கிக்குப் பால் கொடுத்து, ஆடை யணிந்து காரின் பின் இருக்கையில் வைத்துக்கட்டி அவளைக் குழந்தைகள் காப்பகத்துக்கு எடுத்துச் செல்வான். மாலையில் அவள் லவங்கியை அழைத்து வருவாள். இந்த வேலைப் பங்கீடு கறாரான ஒழுங்குடன் நடைபெற்றது.

தவழத் தொடங்கியபோது லவங்கிக்குப் பெரிய குழப்பம் உண்டானது. அவளுடைய பொம்மை ஒன்றை நெடுநேரம் கூர்ந்து பார்ப்பாள். தவழும் நிலைக்கு வந்து தயாராவாள். பிறகு தலையைக் கீழே போட்டுக்கொண்டு உந்தி உந்தி பின்பக்கம் போய்விடுவாள். அந்தப் பொம்மை இன்னும் தூரமாகிவிடும். தன் இயக்கத்தில் ஏதோ தவறு இருப்பது லவங்கிக்கு வெகுகாலமாகத் தெரியவில்லை. இறுதியில் எப்படியோ முன்னுக்கு தவழப் பழகிவிட்டாள்.

புத்தகங்களில் லவங்கிக்கு அளவில்லாத பிரியம். அவன் படித்தால் கேட்டுக்கொண்டே இருப்பாள். சில வேளைகளில் வேண்டுமென்றே புத்தகத்தை அவன் தலைகீழாக வைப்பான். அதைத் திருப்பி வைக்கலாம் என்பது லவங்கியின் மூளையின் எல்லைக்குள் வராது. எதிர்ப்பக்கம் தவழ்ந்து போய் உட்காரு வாள். அவன் மனைவியைப் பார்த்து 'உன் மூளை உன் மகளுக்கு' என்று சீண்டுவான். பட்டியல்காரி 'இல்லை, சரி பாதி' என்பாள்.

அவன் ஒரு பல்கலைக்கழகத்தில் விரிவுரையாளர். வேலை கனமில்லாதது, ஆனால் ஒரு சிக்கல் இருந்தது. அவனுடைய வீட்டிலிருந்து பல்கலைக்கழகம் ஒன்றரை மணி நேர கார் பயண தூரத்தில் இருந்தது. இப்படி ஒரு நாளில் அவனுக்கு மூன்று மணிநேரம் பிரயாணத்தில் செலவழிந்துவிடும். வீடு திரும்பும்போது மிகவும் களைத்துப்போய் வந்து சேர்வான்.

ஒரு தனியார் கணக்காய்வு நிறுவனத்தில் அவள் கடுமை யாக உழைத்தாள். தன் கைவசம் உள்ள வேலையெல்லாம்

முடிவதற்கிடையில் நேரம் தீர்ந்துவிடுகிறது என்று தினமும் முறைப்பாடு வைப்பாள். நாளுக்கு 12–14 மணி நேரவேலை. இது தவிர ஆலோசனைக் கூட்டங்களில் பங்கேற்பு, நெடுந் தூரப் பயணம் எல்லாம் உண்டு. எந்தவிதப் பிரச்சனைகளையும் முன்கூட்டியே அனுமானித்து அவற்றை எதிர்கொள்வது அவர்கள் வழக்கம். அதன்படியே நாளாந்தப் பட்டியல் தயாரித்து அவனுக்கு அவளுக்கு என்று பிரித்து சமாளிக்கப் பழகிக் கொண்டனர். மேலதிக வேலையாகக் கடமைகள் சரிவர நிறைவேற்றப் படுகின்றனவா என்பதையும் அவளே கவனித்துக் கொண்டாள்.

அவனுடைய மனைவி இரண்டு நாள் கருத்தரங்கு ஒன்றுக்கு ஆயிரம் மைல் தூரம் செல்கிறாள். இதுதான் அவள் முதல் தடவை லவங்கியை விட்டுப் பிரிவது. அவன் இரண்டு இரவுகளும் இரண்டு பகல்களும் லவங்கியைத் தனியாக கவனிக்கவேண்டும். அது ஒன்றும் பெரிய பிரச்சனை இல்லை. அவள் திரும்பிய பிறகு வேலைப் பங்கீடுகளை மீண்டும் சரிபண்ணிக்கொள்ளலாம்.

வழக்கம்போல டேகேரில் இருந்து லவங்கியைக் கூட்டி வந்தான். பால் கொடுத்துக் குளிக்க வார்த்துச் சரியாக ஏழு மணிக்கு படுக்கையில் போட்டான். வழக்கத்திலும் பார்க்க லவங்கி அன்று சோர்வுடன் காணப்பட்டாள். இரவு படுக்குமுன் லவங்கியின் அறைக்குச் சென்று பார்த்தான். அவள் அனுங்குவது கேட்டது. தொட்டுப் பார்த்தால் உடம்பு கணகணவென்று கொதித்தது. வீட்டிலே எப்பொழுதும் தயாராக இருக்கும் காய்ச்சல் மருந்தைக் கொடுத்தான். ஒரு மணி நேரம் பொறுத்துப் பார்த்தபோது காய்ச்சல் கொஞ்சமும் குறையவில்லை. ஆனால் மூச்சு முட்டல் அதிகமாகி சிணுங்கல் அழுகையாக மாறியிருந்தது.

லவங்கி இன்னும் இருபது றாத்தல் எடையை எட்ட வில்லை. காரில், பின் பக்கம் பார்க்கும் சீட்டில் அவளைப் போட்டுக் கட்டி, அவசர சிகிச்சைப் பிரிவுக்கு விரைந்தான். மனைவி இருந்தால் குழந்தை பக்கத்தில் இருப்பாள். இன்று யாருமில்லை. பின் சீட்டில் இருந்த அவளைப் பார்க்க முடியாதது பெரிய குறையாகப்பட்டது. லவங்கி மூச்சுவிடத் திணறுவதும், முனகுவதும் கேட்டது. புறப்படுமுன் அவளுடைய காய்ச்சல் 103 டிகிரி. வேக எல்லைகளைக் கவனிக்காமலும், மஞ்சள் கோடுகளை மதிக்காமலும், அடிக்கடி மிருதுவான குரலில் ‘லவங்கி, லவங்கி’ என்று உச்சரித்தபடியே காரை ஓட்டினான்.

நேற்று லவங்கியிடம் அவன் மிகவும் கடுமையாக நடந்து கொண்டு விட்டான். பாத்திரம் கழுவியில் அவளுக்கு மோகம் அதிகம். அவன் மூடியைத் திறந்ததும் அவள் தவழ்ந்து வந்து ஏறி உட்கார்ந்து கொள்வாள். இறங்காமல் அடம் பிடிப்பாள். சத்தமாக அவன் ஓர் அதட்டல் போட்டான். அவள் விம்மி விம்மி அழத் தொடங்கினாள். மிகச் சாதாரணமாக ஒரு இன்பத்தைத் தான் அவளுக்கு மறுத்ததை நினைத்தபோது என்னவோ செய்தது.

அவசரப் பிரிவில் லவங்கியைப் பரிசோதித்த டொக்டருடைய முகத்தைக் கூர்ந்து கவனித்தான். அவர் எல்லாவித சோதனைகளையும் செய்தார். காய்ச்சலைக் குறைக்க கடுமையான மருந்தொன்றைக் கொடுத்து ஒரு மணி நேரம் காத்திருக்கச் சொன்னார். அப்படியே செய்தான். இருந்தும் உஷ்ணம் குறையவில்லை. லவங்கி அடிக்கடி கண்களைத் திறந்து பார்த்தாள். அதற்குக் கூட போதிய பலம் இல்லாததால் மூடிவிட்டாள். இரும்புக் கதவை மூடுவது போல பெரிய சத்தத்துடன் சுவாசம் வந்துகொண்டிருந்தது. ஒவ்வொரு முறையும் இந்த சுவாசம்தான் கடைசி சுவாசமாக இருக்குமோ என்ற பயம் எழுந்து கொண்டே இருந்தது.

அவசர சிகிச்சைப் பிரிவுக்கு அம்புலன்ஸ் வாகனங்கள் அடிக்கடி வந்தபடியே இருந்தன. கை அறுந்து தொங்கியபடி ஒரு சிறுவனைக் கடைசியாக சில்லு வைத்த கட்டிலில் தள்ளிக் கொண்டு வந்தார்கள். பின்னால் பெற்றோர் ரத்தக்கறை உடையுடன் விரைந்தார்கள். இவனால் தொடர்ந்து மாறிக் கொண்டு வரும் வேதனைக் காட்சிகளைத் தாங்க முடியவில்லை. லவங்கியை நெருக்கமாக அணைத்தபடி காத்திருந்தான்.

மருத்துவர் மறுபடியும் வந்து புதிய பரிசோதனைகள் செய்ய வேண்டும் என்றார். ஒரு தாதி வந்து ரத்தம் எடுப்பதற்காக ஊசியைச் செலுத்தினாள். ஐந்து நிமிட நேரம் ஐந்து இடங்களில் கிண்டினாள். பல தடவை முயற்சி செய்தும் அவளால் ரத்த நாளத்தைக் கண்டுபிடிக்க முடியவில்லை, தலைமைத் தாதி போலத் தெரிந்த ஒருத்தி வந்து மீண்டும் முயற்சி செய்தாள். லவங்கி தன் கையைக் கொடுத்துவிட்டு இந்த உலகத்தில் தன்னைக் காக்க ஒருவருமே இல்லை என்பது போல உச்சக் குரலில் கதறினாள். போதிய ரத்தத்தை உறிஞ்சி எடுத்தபிறகு முன் யோசனையாக ஊசியை வெளியே எடுக்காமல் கையுடன் சேர்த்துக் கட்டுப்போட்டு வைத்தார்கள். இப்பொழுது லவங்கி அவன் கழுத்தைக் கட்டிப்பிடித்தபடி, கால்கள் இரண்டையும் அவன் இடுப்பில் பாம்பு போல சுற்றிக்கொண்டு, விம்மியபடியே இருந்தாள்.

அவளுடைய சின்ன உடம்பை வதைப்பதற்கு இன்னும் பல தயாரிப்புகள் நடந்தன. இப்பொழுது சிறுநீர் வேண்டும் என்றார்கள். பச்சைக் குழந்தையிடம் சிறுநீர் எடுப்பது எப்படி? அவர்கள் விடுவதாக இல்லை. அதே தாதி வந்தாள். அவளுடைய கெட்டியாக நிற்கும் வெள்ளை கவுனை பார்த்த கணமே லவங்கி கத்தத் தொடங்கினாள். ஒரு மிக மெல்லிய ட்யூபை அவள் உடம்புக்குள் செலுத்தினாள். லவங்கியின் அலறல் எல்லையைக் கடந்துவிட்ட காரணத்தினால் உடலை வில்லுப் போல எதிர்ப்பக்கமாக வளைத்துத் திமிறித் தன் எதிர்ப்பைக் காட்டினாள்.

'இரவு அவர்கள் ஆஸ்பத்திரியில் தங்க வேண்டும்' என்றார் டொக்ரர். லவங்கியின் சிறிய கையிலே ஒரு பிளாஸ்டிக் காப்பு மாட்டப்பட்டது. அதிலே அவளுடைய பெயரும், தேதியும், ஒரு நம்பரும் இருந்தது. லவங்கியைப் பற்றிய எல்லாப் பதிவுகளும் கம்ப்யூட்டரில் இந்த நம்பரின் கீழ் பதியப்படும் என்றார்கள். லவங்கியின் வீட்டு ஆடையைக் களைந்துவிட்டு, பின்னுக்கு முடிச்சுப்போடும் ஒரு தொளதொள நீலக் கவுனை அணிவித்தார்கள். தடுப்பு போட்ட உயரமான கட்டிலில் அவளைக் கிடத்தி, அந்தச் சின்னக் கையிலே குத்தியிருந்த ஊசியின் மூலம் சேலைன் சொட்டுகளை உடம்பிலே செலுத்தத் தொடங்கினார்கள். கால் பெருவிரலில் தொடுத்த வயர், அவளுடைய உயிர் விநாடிகளை, கம்ப்யூட்டர் திரையில் இருதயத் துடிப்பாகக் காட்டியது. மூக்கிலே பிராண வாயுவும் போனது. இவை எல்லாம் ஆயத்தங்கள்தான். சிகிச்சை இன்னும் ஆரம்பிக்கவில்லை என்றார்கள். கடுமையான வலியிலிருந்து அவள் மெல்ல மெல்ல விடுபட்டு வருவதுபோலத் தெரிந்தது. அவன் அவளுடைய முதுகை வருடியபடியே இருந்தான்.

இரவு மணி இரண்டிருக்கும். மறுபடியும் டொக்டர் வந்தார். சோதனையில் கிடைத்த தகவல்கள் சிகிச்சைக்குப் போதாது, லவங்கியின் சுவாசப் பைகளை எக்ஸ்ரே எடுக்க வேண்டும் என்றார். இதற்குமுன் எத்தனையோ பேர் படுத்த கட்டிலில் ஒரு பாவப்பட்ட ஜீவனைப்போல சுருண்டுபோய் லவங்கி அப்பொழுதுதான் சற்று அயர்ந்திருந்தாள்.

நூறு பின்னல்கள் செய்து மடித்துக் கட்டிய தலையோடு கறுப்பின இளைஞன் ஒருவன் வந்தான். எக்ஸ்ரே எடுப்பதற்கு அவனே வண்டியில் அவளைத் தள்ளிப் போனான். அவள் அணிந்திருந்த நீல நிற சைஸ் பெரிதான ஆஸ்பத்திரி கவுனை அகற்றினார்கள். ஓர் இரவிற் கிடையில் அவளுடைய விலா எலும்புகள் வரிவரியாகத் தள்ளிக்கொண்டு நின்றன. ஈயக் கவசம் அணிந்த ஊழியர் இருவர் லவங்கியைத் தூக்கிப்

பிடித்து சதுரமான உலோகத்தில் நெஞ்சை அழுத்தி எக்ஸ்ரே எடுத்தார்கள். லவங்கி யாரோ துப்பாக்கியைக் காட்டியது போல இரண்டு கைகளையும் தூக்கிப் பிடித்தபடி தலையைக் குனிந்து கதறினாள். ரத்தம் எடுக்கும் போதும், ரப்பர் குழாயை உள்ளே செலுத்தும் போதும் இல்லாத அழுகையாக இந்த அலறல் இருந்தது. அந்நியர்கள் இப்படி அமுக்கிப் பிடிக்க அனுமதித்த தன் அப்பாவை நம்ப முடியாத கண்களினால் கெஞ்சினாள். அந்தப் பரிதாபமான விழிகள் அவன் நெஞ்சத்தில் ஆழமாகப் பதிந்தன.

டொக்ரர் காலை ஐந்து மணிக்கு வந்தார். மறுபடியும் பரிசோதனைகள். சேலைனுடன் சேர்த்து பொதுப்படையான மருந்து செலுத்தினார்கள். இதுவும் தற்காலிக ஏற்பாடுதான். சுவாசப்பையில் நீர் கட்டியிருக்கிறது, அதை அகற்றவேண்டும். பெரிய டொக்டரையும், ரேடியோலஜிஸ்டையும் கலந்துதான் முடிவுக்கு வரமுடியும் என்றார். அவனுக்குத் திக்கென்றது. என்றென்றைக்குமாக அவனைவிட்டு லவங்கி போய்விடு வாளோ என்ற திகில் பிடித்தது. அந்த நேரம் பார்த்து அவன் மனைவி கைபேசியில் அழைத்தாள். அன்றைய கருத்தரங்கில் அவள்தான் முதல் பேச்சாளர். அவளைக் கலவரப்படுத்த அவன் விரும்பவில்லை. வீட்டிலே எல்லாம் ஒழுங்குமுறை யாக நடக்கின்றன என்பதுபோல சொல்லி வைத்துவிட்டான்.

அவனுடைய பல்கலைக்கழகத்தை அழைத்து தகவல் விட்டான். அன்று அவனுக்கு மிகப் பிரதானமான ஒரு சந்திப்பு இருந்தது. கடந்த ஆறுமாத காலமாக முயற்சி செய்து கிடைத்தது. அதையும் கான்சல் பண்ணினான். இரண்டு அவுன்ஸ் பாலை போத்தலில் ஊற்றி அவளுக்குப் புகட்டப் பார்த்தான். லவங்கி மறுபக்கம் திரும்பிப் படுத்துவிட்டாள்.

லவங்கியின் காய்ச்சல் குறைந்தவிட்டதாகத் தாதி சொன்னது கொஞ்சம் ஆசுவாசமாக இருந்தது. மூச்சு சிரமப்பட்டு போனது. ஆனால் முந்திய மாதிரி திணறல் இல்லை. முனகல் மாத்திரம் இருந்தது. சுவாசப்பை 90 வீதம் வேலை செய்வதாக மீட்டர் சொன்னது. இருதயத்தின் ஒலியை கம்ப்யூட்டர் வரைபடமாகக் காட்டியது. அதில் ஏற்படும் சிறு ஒலி மாற்றமும் இவனுக்கு பகீரென்றது.

கடைசியில் ரேடியோலஜிஸ்ட் வந்தார். 'சுவாசப்பையில் தண்ணீர் கட்டவில்லை. ஒரு சுவாசப்பை மடிந்து சுருங்கி விட்டது. லவங்கி 24 மணி நேரமாக ஒரு சுவாசப்பையில்தான் உயிர் வாழ்ந்திருக்கிறாள். சேலைனுடன் சேர்ந்து புதிய மருந்தை உட்செலுத்தினால் சுவாசப்பை பழைய நிலமைக்கு மீண்டு விடும். பயப்படத்தேவை இல்லை' என்றார்.

அவனுக்குக் கொஞ்சம் ஆறுதலாக இருந்தது. மெல்ல லவங்கியைத் தடவியபடியே பார்த்தான். பலவித வயர்களும், டியூபுகளும் அவள் உடலில் இருந்து மேலே போயின. கயிற்றிலே வேலை செய்யும் ஒரு பாவையை யாரோ எறிந்துவிட்டது போல நடுக் கட்டிலில் அநாதரவாகக் கிடந்தாள்.

பின்னேரம் நாலு மணியளவில் ஒரு திருப்பம் ஏற்பட்டது. சுவாசப்பை வேலை 100 வீதம் காட்டியது முதன்முதலாக அப்பொழுதுதான். இத்தனை மணி நேரத்துக்குப் பிறகு வாயைத் திறந்து லவங்கி புன்னகை செய்தாள். இயக்கமில்லாத நிலையிலும் தன் மெலிந்துபோன வயிற்றை மெத்தையிலிருந்து எம்பி எம்பிக் காட்டியபடியே சிரித்தாள். அவனுக்கு மனதை என்னவோ பிசைந்தது.

ஆறுமணிக்கு முதன்முதலாக பால் இரண்டு அவுன்ஸ் குடித்தாள். தாதி வந்து பார்த்துவிட்டு இனிமேல் பயப்பட ஒன்றுமில்லை, பசிக்கும்போதெல்லாம் பால் கொடுக்கலாம் என்றாள். அவனுக்குக் கொஞ்சம் நிம்மதி திரும்பியது. மனைவியைக் கூப்பிட்டுச் சொல்லுவோமா என்று நினைத்தான். மறுபடியும் இப்பொழுது சொல்லி என்ன பிரயோசனம், வந்த பிறகு பார்க்கலாம் என்ற எண்ணத்தை மாற்றிவிட்டான்.

அன்று இரவு பார்க்க வந்த டொக்டர் நல்ல முன்னேற்றம் என்றார். எல்லாப் பரிசோதனைகளையும் மீண்டும் செய்தார். மூச்சு சீராக இயங்குகிறது. இன்று இரவும் இப்படியே தாண்டி விட்டால் நாளை பெரிய டொக்ரர் வீட்டுக்குப் போக அனுமதிப்பார் என்றார். வாழ்க்கையில் முன்னெப்போதும் கிடைக்காத ஓர் ஆறுதல் அப்போது கிடைத்தது.

ஆனால் புதிய அதிர்ச்சி ஒன்றை அன்று இரவு அவன் எதிர்பார்க்கவில்லை.

மனைவியிடம் இருந்து பத்து மணிக்குத் தொலைபேசி வந்தது. அவள் கலந்துகொண்ட கருத்தரங்கைப் பற்றி நிறையப் பேசினாள். மனது நிறைய சந்தோசமாக இருந்தாள். அடுத்த நாள் மாலை வந்துவிடுவதாகக் கூறினாள். அப்போதுகூட சொல்லிவிடலாம் என்று தோன்றியது. அவளுடைய அழகான நித்திரையைக் கெடுத்து என்ன பிரயோசனம் என்று தவிர்த்து விட்டான்.

குளிரூட்டப்பட்ட அறையின் நாற்காலியில் அமர்ந்தபடியே அன்று அவன் உறங்கினான். இரவு பன்னிரெண்டு மணி யிருக்கும். ஆஸ்பத்திரியில் இவனுடைய இரண்டாவது இரவு. திடீரென்று லவங்கி எழுந்து வீர் என்று அலறினாள். வயர்

கொழுத்தாடு பிடிப்பேன் 123

களும், டியூபுகளும் நாலு பக்கமும் இழுக்க நிலைகொள்ளாமல் துடித்தபடி படுக்கையில் சுருளத் தொடங்கினாள். இவன் அவசர மணியை அழுத்திவிட்டு தடுப்பைக் கீழே இறக்கி அவளை வேகமாக அள்ளினான். அவன் கையிலே லவங்கி வழுக்கியபடி துடித்துக் கொண்டிருந்தாள்.

இரண்டு தாதிமார் ஓடிவந்தார்கள். லைட்டைப் போட்டார்கள். ஊசி ஏற்றப்பட்ட அவளுடைய கை வீங்கிப்போய் மினுமினுத்தது. தாதி உடனே யோசிக்காமல் ஊசியை நீக்கி கட்டையும் அவிழ்த்துவிட்டாள். லவங்கியின் விரல்கள் பந்து போல் சுருண்டு, உள்ளங்கை ரேகைகள் மறைந்துவிட்டதைப் பிரமிப்புடன் பார்த்தான். அது அவளுடையது அல்ல வேறு யாருக்கோ சொந்தமான தனியுறுப்புபோல அசிங்கமாக ஊதிப் போய்க் கிடந்தது.

ஊசி நழுவி சேலைன் தசைக்குள் போயிருக்கிறது. தாதியர் வீக்கத்தை அடக்குவதற்குச் சிகிச்சை கொடுத்தார்கள். லவங்கி அப்படியே அழுது அழுது இனிமேல் இயலாது என்ற நிலையில் ஓய்ந்துபோனாள். இருந்தும் அவளுடைய உடல் வெகு நேரமாக நடுங்கிக்கொண்டிருந்தது. இந்த உலகத்தில் யாருமே இல்லை என்பது போன்ற தனிமையில் துயரமும், மௌனமும் அழுத்த அவன் சுவரை வெறித்தபடி உட்கார்ந்திருந்தான். அவனுடைய இருதயத்தைப் போலவே அவனுடைய மடியிலும் ஓர் உயிர் துடித்தது. ஒன்பதாவது மாடியின் அந்த அறைக்குள் சூரியனுடைய முதல் கிரணங்கள் நுழையும் வரை அவன் அசையவில்லை.

காலை டொக்ரர் வந்து பார்த்தபோது வீக்கம் குறைந்திருந்தது. அதற்கான சிகிச்சைக்கு மருந்து எழுதினார். பிறகு பின்னேரம் வீட்டுக்குப் போகலாம் என்றார். நம்பமுடியாத திகைப்பும், மகிழ்ச்சியும் அவனுக்கு ஏற்பட்டது. ஏதாவது விளையாட்டு காட்டுவதற்கு லவங்கியை ஒரு சிறு தள்ளுவண்டியில் வைத்துத் தள்ளிக்கொண்டு அந்த வார்டைச் சுற்றி ரவுண்டு வந்தான். ஒரு மனித உடல் தாங்கக்கூடிய எல்லை மட்டுமான வலியை அவள் அனுபவித்துவிட்டாள். அதை எல்லாம் மறந்து பிரகாசமான ஒரு சிரிப்பு சிரித்தாள். அவள் என்ன கேட்டாலும் அந்த விநாடி அதைச் செய்வதற்கு அவன் சித்தமாயிருந்தான்.

நாலு மணியளவில் தாதி வந்தாள். அவளைக் கண்டதும் லவங்கி கண்களைத் தாழ்த்தி, அவன் தோள்களுக்குள் தலையைப் புதைத்து மறைந்துபோகப் பார்த்தாள். லவங்கியின் கையிலே மாட்டிய பிளாஸ்டிக் காப்பை வெட்டினாள். அடுத்த

இரண்டு நாட்களும் என்ன மருந்து, எப்போது கொடுக்க வேண்டும் போன்ற விவரங்களை அவள் சொல்ல குறித்துக் கொண்டான். லவங்கிக்கு வந்தது நியூமோனியா. ஒரு சுவாசப்பை கொடூரமான கிருமிகளால் தாக்கப்பட்டிருந்தது. அடுத்த சுவாசப்பையும் எந்த நிமிடத்திலும் மடிந்திருக்கலாம். அவன் அவசர சிகிச்சைக்கு வந்ததால் குழந்தை பிழைத்தாள். இனிமேல் கவனமாய் இருக்க வேண்டும் என்றாள். கிடைக்க முடியாத பொக்கிஷம் ஒன்று கிடைத்ததுபோல லவங்கியை அள்ளி தூக்கிக்கொண்டான். பிரத்தியேகமான குழந்தை இருக்கையில் அவளை இருத்திக் கட்டி, 'லவங்கி, லவங்கி' என்று மெல்லிய குரலில் அழைத்தபடி காரைக் கிளப்பினான். அவளுக்கு பிடித்த பாட்டை வைத்தான். அந்த கீதம் காரை நிறைத்தது. லவங்கி மெதுவாக இரண்டு பக்கமும் தலையை ஆட்டியபடி தூங்க ஆரம்பித்தாள்.

வீடு வந்ததும் விழித்துக்கொண்டாள். தனது அறையையும், தனது பொம்மைகளையும் பார்த்து ஆரவாரப்பட்டாள். இதுவரை காணாத ஒரு புது உலகத்துக்குள் வந்தது போல மகிழ்ச்சி அவளை மூழ்கடித்தது. நாலு கால்களிலும் தவழ்ந்து தவழ்ந்து தன் முழு அறையையும் திருப்தி ஏற்படும் வரைக்கும் சோதித்து உறுதி செய்தாள்.

அவளுடைய பாலைச் சூடாக்கி பருக்கினான். இரவு உடைக்கு அவளை மாற்றினான். நீல மேற்சட்டை, மஞ்சள் காற்சட்டை. அப்பொழுதுதான் அவனுக்கு ஞாபகம் வந்தது, இரண்டு நாட்களாக தான் ஒன்றுமே உண்ணவில்லை என்பது. ஆனால் சமைத்துச் சாப்பிடும் மூடில் அவன் அப்போது இல்லை. ஏதாவது இலகுவான உணவு போதும். ஒரு சூப் டின்னைத் தேடி எடுத்து, ஒரு பாத்திரத்தில் இட்டு, நுண்ணலை அடுப்பில் வைத்து இரண்டு நிமிட பட்டனை அமுக்கினான். அது பாத்திரத்தைச் சுழலவிட்டது.

லவங்கி அவளுக்கு மிகவும் பிடித்தமான ஒரு விளை யாட்டை ஆரம்பித்திருந்தாள். பிளாஸ்டிக் பைகளை பிசைந்து தலையிலே கவிழ்த்து விளையாடுவது. தடுக்கப்பட்ட விளை யாட்டு என்றபடியால் அவளுக்கு அதிகமான ஆவல் ஏற் பட்டது. இந்தக் கட்டுப்பாடற்ற சுதந்திரம் அவளுக்குப் பிடித் திருந்தது. வெகு விரைவிலேயே இதற்கு ஒரு தடை வரும். அதற்கிடையில் அந்த விளையாட்டின் உச்சத்தை அடைந்துவிட எண்ணினாள். முகத்தில் தாங்கமுடியாத கள்ள சந்தோசம்.

அந்த நேரம் பார்த்து வாசல் அழைப்பு மணி கிர்ர்ங் என்று தொடர்ந்து ஒலித்தது. நிற்க அவகாசம் தராமல்

அப்படி பொத்தனை அமுக்குவது வேறு யாரும் அல்ல. அவனுடைய மனைவிதான். மறுபடியும் வீட்டுச் சாவியை மறந்துவிட்டுப் போயிருக்கிறாள். மணிச்சத்தம் கேட்டு லவங்கி இருந்தபடியே இடுப்புக்கு மேல் திரும்பி கைகள் இரண்டையும் பறவை போல ஆட்டத் தொடங்கினாள். வருவது அம்மா என்பது அவளுக்கு எப்படியோ தெரிந்துவிடும். அவள் குடிக்காமல் விட்ட மீதிப்பால் இரண்டு அவுன்ஸ் போத்தலில் அப்படியே பக்கத்தில் கிடந்தது. அவன் மனைவி உள்ளே வந்ததும் அவன் கன்னத்தில் சிறு முத்தம் கொடுப்பாள். அவனுடைய கன்னத்துக்கும் அவளுடைய உதட்டுக்கும் இடையில் நிறைய காற்று இருக்கும். கைப்பைகளைக் கீழே உதறும் அதே கணத்தில் 'லவங்கி' என்று ஆசையாகத் தாவி அவளை அணைப்பாள். இரண்டு அவுன்ஸ் பால் மிச்சம் விட்டதைச் சுட்டிக் காட்டுவாள். பிளாஸ்டிக் பைகள் தரும் ஆபத்தைப் பற்றி முறைப்பாடு வைப்பாள். தூக்க ஆடைகள் கீழுக்கு மஞ்சளும், மேலுக்கு நீலமுமாக மாட்ச் பண்ணாமல் இருக்கும் அபத்தத்தை உடனேயே மாற்றியாக வேண்டும் என்பாள். மிகக் கடினமான கணக்குகள் போட்டு அடுத்த நாளைக்கு யார் லவங்கியை டேகேரில் இருந்து அழைத்து வரவேண்டும் என்பதைச் சரியாகக் கண்டுபிடித்துச் சொல்வாள். அழைப்பு மணிச்சத்தம் அடிக்கத் தொடங்கி அது நிற்க எடுத்துக்கொண்ட நீண்ட நேரத்தில் அவன் இவ்வளவையும் நினைத்துக்கொண்டான்.

மொசுமொசுவென்று சடை வைத்த வெள்ளை முடி ஆடுகள்

அந்த வெள்ளைச் சுவரில் கறுப்பு அம்புக் குறிகள் நிறைய இருந்தன. அந்த அம்புக்குறிகளைத் தீட்டியவன் அதிலேயே லயித்திருந்தவனாக இருக்க வேண்டும். அளவுக்கு அதிகமாகவே வரைந் திருந்தான். அவற்றைப் பார்த்தபடியே அவள் நடந்தாள். இப்படியே பக்கவாட்டாக வழி காட்டிக் கொண்டு வந்த அம்புக்குறி திடீரென்று ஓர் இடத்தில் வளைந்து நேர்க்குத்தாக மேலுக்குப் போனது. இவள் முகட்டைப் பார்த்தாள். அங்கே ஒரு வார்டோ, போவதற்கு வசதியோ இருக்க வில்லை. பின்பு வளைவில் திரும்ப வேண்டும் என்பதை ஊகித்து அப்படியே திரும்பினாள்.

அந்த மரப் படிக்கட்டுகள் நம்பிக்கை தரக் கூடியதாக இல்லை. இவள் அதில் தொற்றிக் கால் வைத்து மொட்டாக்கை ஒரு கையால் பற்றி மறுகையால் அஹமத்தைப் பிடித்துக்கொண்டு ஏறினாள். அப்படியும் அவை பக்கவாட்டில் ஆடின. அப்பொழுதெல்லாம் அவளுடைய இரண்டு கண்களும் வலைப் பின்னல்களுக்குப் பின்னால் வண்டுகளைப்போல சுழன்றன. மருத்துவருடைய அறை சுத்தமாக இருந்தது. வெள்ளைக் கல்பதிக்கப் பட்ட தரை திருப்பித் திருப்பி அழுத்தித் துடைக்கப் பட்டுத் தூசி இல்லாமல் மினுங்கியது. திரைச் சீலைகள் வெள்ளையாகத் துவைக்கப்பட்டுத்

தொங்கின. பாத்திமா அவ்வளவு வெண்மையையும், சுத்தத்தை யும் தாங்க முடியாதவளாக அங்கே இருந்த இருக்கையில் அமர்ந்தாள். இன்னும் அங்கே அவளுக்கு முன்பாக ஏழு எட்டுப் பெண்கள் காத்திருந்தார்கள்.

அஹமத் அசௌகரியமாக நாற்காலியில் தொங்கி உட் கார்ந்து கால்களை ஆட்டியபடி சுவரிலே இருந்த படங்களைப் பார்த்தான். அதன் கீழே இருந்த வாசகங்கள் அவனுக்குப் புரியவில்லை. ஆனால் அந்த படத்தில் இருந்த புழுக்கள் பயங்கரமாக இருந்தன. அவை ஊசி போல மெலிந்தும், நீண்டும், கொக்கி போல வளைந்தும் காணப்பட்டன. அவை எல்லாம் வயிற்றிலே வசிக்கும் புழுக்கள் என்பது அவனுக்குத் தெரியாது. அது தெரிந்திருந்தால் இன்னும் கூடிய ஆச்சரிய மடைந்திருப்பான்.

அந்தப் படத்திற்கு எதிர்த் திசையில் ஆப்கானிஸ்தானின் சர்வாதிகாரி நஜிபுல்லாவின் விறைப்பான படம் ஒன்று மாட்டியிருந்தது. ரஸ்ய துருப்புகள் விரட்டியடிக்கப்பட்டு ஐந்து வருடங்களாகிவிட்டன. ஒரு செப்டம்பர் மாதத்து அதிகாலையில் ஒருவருக்கும் தெரியாமல் இந்த நஜிபுல்லாவை தலிபான்கள் தூக்கிலே தொங்கவிடுவார்கள். அதற்கு இன்னும் இரண்டு வருடங்கள் இருந்தன. பாமியான் பிரதேசத்தின் உலகப் புகழ் பெற்ற, 2000 ஆண்டுகள் வயதாகிய, உலகிலேயே உயரமான, நின்ற கோலத்து புத்தர் சிலைகள் பீரங்கிகளால் அழிக்கப்படும். அதற்கு இன்னும் சரியாக ஏழு ஆண்டுகள் இருந்தன. இது ஒன்றும் தெரிந்திருக்க முடியாதவனாக அஹமத் அந்தப் படத்தினால் கவரப்பட்டு அதையே பார்த்துக் கொண்டிருந்தான்.

அந்தப் பெண் மருத்துவர் வெளிநாட்டுக்காரி, வெள்ளைத் தோலுடன் யௌவனமாக இருந்தாள். கூந்தலை மடித்துத் தலையிலே சொருகியிருந்தாள். அவள் முகத்தின் இரண்டு பாதிகளையும் அவளுடைய அழகை எவ்விதத்திலும் குறைக்காத வாறு சிறிய செம்பருக்கள் நிறைத்திருந்தன. சிவப்புக் கூந்தல் தேனீக் கூட்டம்போல பின்னால் பறக்க ரோட்டில் அவள் ஸ்கூட்டர் ஓட்டிப்போகும்போது அடிக்கடி பார்த்திருக்கிறாள்.

அவள் முதலில் அஹமத்துடன்தான் பேசினாள். அவன் என்ன படிக்கிறான் என்று கேட்டாள். அவன் கூச்சத்துடன் ரகஸ்யம் பேசுவது போலப் பதில் சொன்னான். கண்களைத் தாழ்த்தி வெட்கமாகச் சிரித்தான். அவள் குரல் இனிமை யானது. ஆஸ்பத்திரியின் சக்கர நாற்காலிகளின் உராய்வுக்கும், பிணம் தள்ளிக்கொண்டு போகும் சில்லு வைத்த கட்டிலின் கரகர ஓசைக்கும் நடுவில் அது பொருத்தமில்லாமல் ஒலித்தது.

இவ்வளவு நேரமும் பாத்திமாவுடைய கறுப்பு அங்கிக்குள் ஒருவித சலனமும் காட்டாமல் ஒளித்திருந்த ஒருவயதுகூட நிறையாத மகவை வெளியே எடுத்து மருத்துவரிடம் காட்டினாள். காற்றையும் வெளிச்சத்தையும் கண்டு அந்தக் குழந்தை அதிருப்தியாக முனகியது. ஓர் அணிலின் வாயைப்போல சிவந்த வாயைத் திறந்து கொட்டாவி விட்டது. இந்த மருத்துவரைப் பாத்திமாவுக்கு பிடித்துக்கொண்டது. தன் கணவரை இவளிடம் காட்ட வேண்டுமென்று நிச்சயித்துக் கொண்டாள். அதற்குக் கணவர் இடம் கொடுப்பாரா என்ற சந்தேகம் இருந்தது. ஆனாலும் அவள் தீர்மானமாக இருந்தாள்.

அவர் ஒரு நல்ல கணவராகத்தான் ஆரம்பித்தார். ஆற்றின் ஓட்டத்தில் இணைக்கப்பட்ட ஒரு மாவு மில்லில் அவருக்கு வேலை. ஒழுங்காக வேலைக்குப் போய்வந்தார். முதலில் அஹமத் பிறந்தான். ஒரு வருடம் கழித்து ஹனியா. அதற்கும் பிறகு மற்றவர்கள். இப்படி எட்டு வருடங்கள் ஓடிவிட்டன. மாலையானால் அவர் வேலையில் இருந்து திரும்பும் வேளையைக் குழந்தைகள் ஆவலுடன் பார்த்துக்கொண்டிருப்பார்கள். இவள் சமையலில் மூழ்கி இருப்பாள். குழந்தைகள் பாடத் தொடங்குவார்கள்.

மழை பெய்கிறது

பாபா வருகிறார்

ஆடு கட்டிலின் கீழே

ஆடே, ஆடே ஓடு, ஓடு

பாபா வாருங்கள்.

பாபா வரும்போது அவருடைய முகமும், மயிரும் வெள்ளை நிறமாகக் காட்சியளிக்கும். பிள்ளைகள் இருவரும் பயந்ததுபோலக் கூச்சலிடுவார்கள். அவரும் கோமாளியாகி சில நிமிடங்கள் விளையாடுவார். கழுத்து நரம்புகள் புடைக்க அஹமத்தை ஒரு கையால் தூக்கி ஆகாயத்தில் எறிவார். இவள் துப்பட்டாவை வாயில் அடைத்துப் பார்த்தபடி இருப்பாள். அந்த மகிழ்ச்சியான காலம் இப்போது வெகு தூரத்தில் இருந்தது.

ஆஸ்பத்திரியிலிருந்து திரும்பி வரும்போது அவர்கள் பர்வீனைச் சந்தித்தார்கள். அவள் ஆறு ஆடுகளை ஓட்டிக் கொண்டு போனாள். அதிலே இரண்டு குட்டிகள் வெள்ளையாக சடைத்துப்போய் இருந்தன. 'என்ன அழகானக் குட்டிகள்' என்றான் அஹமத். ஏதோ களியாட்டு விழாவுக்கு அவற்றை

மட்டும் கூட்டிப் போவதாக ரகஸ்யமாகச் சொன்னது போல அவை துள்ளித் துள்ளிப் போயின. சாதாரணமாக நடக்கும் தூரத்தையும் பாய்ந்து கடந்தன. நீண்ட கால்கள், முகத்துக்கு பொருந்தாத பெரிய கண்கள், வெள்ளை வெளேரென்று மொசுமொசுவென்று சடை வைத்த மென்மயிர் ஆடுகள். பாத்திமாவுக்குக் கண்களை எடுக்க முடியவில்லை.

சிறு வயதில் அவளிடம் அப்படி ஓர் ஆட்டுக்குட்டி இருந்தது. அவள் போகும் இடம் எல்லாம் அதுவும் வந்தது. இரவு நேரத்தில் அவள் குடிசையில் அவளுடனேயே படுத்தது. அந்தச் சருமத்தின் மென்மை அவளுக்கு இப்போதும் ஞாபகத்தில் வந்தது. பர்வீன் ஒரு குடும்பம் கிடைத்துவிட்டதுபோல மிகுந்த சந்தோசத்தோடு இருந்தாள். ஓர் அரசு சாரா தொண்டு நிறுவனம் அவளுக்கு இலவசமாக அந்த ஆடுகளைக் கொடுத்திருந்தது. அவளைப் பார்த்தபோது பாத்திமாவுக்கு கொஞ்சம் பொறாமையாகக்கூட வந்தது.

அஹமத் நச்சரித்துக்கொண்டே இருந்தான். இலவசமான ஆடுகளை உடனேயே போய் எடுத்து வரவேண்டும் என்றான். அவனுக்கும் அந்த வெள்ளை ஆட்டுக்குட்டிகள் பிடித்துக் கொண்டன. பள்ளிக்கூடத்தில் இருந்து திரும்பும்போதெல்லாம் ஏதோ மாயத்தால் அவை வந்திருக்கும் என்பதுபோல குடிசையின் உள்ளேயும் வெளியேயும் தேடினான். பிறகு முகத்தைத் தொங்கப் போட்டான்.

அப்படியானச் சந்தர்ப்பங்களில் பாத்திமா ஒரு தந்திரம் செய்வாள். தோட்டத்தில் சிவப்பு வத்தகப்பழம் இருக்கும். அவற்றைப் பிறைச்சந்திர வடிவத்தில் வெட்டி வைத்துக் கொடுப்பாள். எல்லாப் பற்களும் சிவக்க அவன் சாப்பிடுவான். அப்போது அவனுக்கு சந்தோசம் தாங்க முடியாமல் போகும். அடுத்த நாள் மாலைவரை மறதி மூடிவிடும்.

அன்று பாத்திமா சீக்கிரம் வந்திராவிட்டால் அந்தக் காட்சியைக் கண்டிருக்க முடியாது. ஒரு பெரிய விலங்கு வழி தவறிப் புகுந்ததுபோல சமையல் பகுதியில் அவளுடைய கணவர் தவழ்ந்துகொண்டிருந்தார். இரவும் பகலும் தொப்பிகள் பின்னி அவள் சேகரித்த சிறு காசுகள் போட்டு அடைத்த நிடோ டின்னை அவர் கூர்மையாகப் பார்த்தார். பிறகு ஒரு கள்ளனைப்போல மெதுவாகத் தனது இடது கையை அதற்குள் விட்டுத் துழாவினார். திடீரென்று அவளைக் கண்டதும் திகைத்துப்போய் ஒரு வார்த்தை பேசாமல் பாம்பு நழுவுவதுபோல முழங்காலில் நடந்து போனார். அப்பொழுது அவருடைய சருமம் அவளுடைய நீண்ட துப்பட்டாவில் தொட்டது. அவளுக்கு அருவருப்பாயிருந்தது.

போதைப் பழக்கம் மிஞ்சிவிட்டது அப்பொழுதுதான் அவளுக்குத் தெரிந்தது. நல்லமாதிரி சமயங்களில் தனியாக இருந்தபோது அவரிடம் கெஞ்சிப் பார்த்தாள். ஒரு குழந்தையைப் போல அவர் அழுதார். வாக்குக் கொடுத்தார். ஆனால் அடுத்தநாள் காலை அவருக்கு எல்லாம் மறந்து போனது. வரவர அவர் வேலைக்குப் போவதே அரிதாகிக்கொண்டு வந்தது. தனிமையை விரும்பினார். வெறித்த பார்வையோடு வெகுநேரம் ஒரே இடத்தில் ஆடாமல் அசையாமல் உட்கார்ந் திருந்தார். ஒருநாள் இரவு எல்லாம் மிகவும் மோசமாகிவிட்டது. அவர் இருமிக்கொண்டே இருந்தார். நிறுத்தமுடியாத இருமல், இவள் எழும்பி அவர் நெஞ்சைக் தடவிக் கொடுத்தாள். அவர் ஏதோ சொல்ல விரும்பி வாயைத் திறந்தார். மூச்சுக் காற்றுடன் இருமல் வெளியே வந்தது. அப்பொழுதுதான் கவனித்தாள். அவருடைய மார்புக்கூடு தசைகளைக் குத்திக் கொண்டு வெளியே தெரிந்தது. கைகள் எல்லாம் மெலிந்துபோய் இருந்தன. உடை தொளதொளவென்று தொங்கியது.

அவள் கணமும் தாமதிக்காமல் மொட்டாக்கை எடுத்து தலையை மூடிக்கொண்டாள். ஒருவித சைகை உத்தரவுமின்றி அஹமத் லாந்தரைத் தூக்கினான். தூக்கிவிட்டுத் தன் செய்கையைத் தாய் மெச்சவேண்டும் என்ற பாவனையில் அவளைப் பார்த்தான். பிறகு ஒரு வார்த்தை பேசாமல் அந்த இருட்டிலே இருவரும் கிளம்பிப்போய் அந்தப் பெண் மருத்துவரை அழைத்து வந்தார்கள். அவர் ஊசி போட்டு விட்டு "போதைப் பழக்கம் முற்றிவிட்டது உடனேயே சிகிச்சை ஆரம்பிக்கவேண்டும். நாளைக்கே இவரை ஆஸ்பத்திரிக்குக் கூட்டி வாருங்கள்" என்றார். ஆனால் மறுநாள் பாத்திமா எவ்வளவு கெஞ்சியும் அவர் மறுத்துவிட்டார்.

பாத்திமா தைரியமான பெண். தன் வறுமையை அவள் ரகஸ்யமாக அனுபவிக்கவே விரும்பினாள். எனினும் இறுதியில் ஒருநாள் அஹமத் கொடுத்த துணிச்சலில் அவள் சம்மதிக்க வேண்டியிருந்தது. அந்த தொண்டு நிறுவனத்திற்குள் அஹமத்தை பிடித்தபடி அவள் மெதுவாக உள்ளே நுழைந் தாள் அவளுடைய நல்ல காலம் அங்கே இருந்தது ஒரு பெண் அதிகாரிதான்.

"என்ன வேண்டும்?" என்றாள்.

"அம்மா, நான் ஆடுகளுக்கு விண்ணப்பம் செய்வதற்காக வந்திருக்கிறேன். என் பிள்ளைகள் பட்டினி கிடப்பதை என்னால் பார்க்கமுடியவில்லை." இதற்கு மேலும் அவளால் பேசமுடிய வில்லை. ஆனால் அந்தப் பெண் சொன்ன பதிலில் இவள்

கொழுத்தாடு பிடிப்பேன்

கண்கள் விரிந்தன. பிறகு கலங்கின, இவளால் நம்பமுடிய வில்லை.

"அம்மா, இந்த நிறுவனம் உங்களைப் போன்ற பெண்களுக்காக ஏற்படுத்தப்பட்டதுதான். இதில் உதவி பெற கூச்சமே தேவையில்லை. நாங்கள் ஆறு ஆடுகளைத் தருவோம். அவை உங்களுக்கே உங்களுக்குத்தான். நீங்கள் பணம் ஒன்றும் கட்டத் தேவையில்லை. அந்த ஆடுகளைப் பராமரித்து அதில் வரும் வருமானத்தை நீங்கள் எடுத்துக் கொள்ளலாம். அவை பெருகும்போது இரண்டே இரண்டு குட்டிகளை நீங்கள் நிறுவனத்துக்குத் திருப்பித் தரவேண்டும். உங்களைப்போல வசதி குறைந்த இன்னொரு பெண்ணுக்கு அவை கொடுக்கப்படும்."

அவள் நல்லவளாகத் தெரிந்தாள். ஒரு தடித்த கறுப்பு நாளேடு போலிருக்கும் ஒன்றைப் பிரித்து வைத்து அவளுடைய விண்ணப்பத்தைப் பூர்த்தி செய்ய ஆரம்பித்தாள்.

"பெயர் என்ன?"

சொன்னாள்.

"தகப்பன் பெயர்?"

சொன்னாள்.

"கணவன் பெயர்?"

சொன்னாள்.

"முகவரி"

சொன்னாள்.

"கணவர் எப்போது இறந்தார்?"

"இறந்தாரா? அம்மா, என் கணவர் இறக்கவில்லை. நோயாளியாக இருக்கிறார். வேலை இல்லை, வைத்தியச் செலவுக்குப் பணமும் இல்லை. சாப்பாட்டுக்கே வழியில்லை. மிகவும் கஷ்டத்தில் இருக்கிறோம்."

அந்தப் பெண் அதிகாரியின் முகம் கறுத்தது. "அம்மா, தவறான இடத்துக்கு வந்துவிட்டீர்கள். இது விதவைகள் மையம். போரிலே கணவனை இழந்த பெண்களுக்கு உதவு வதற்காக முதன்மையாகத் தொடங்கப்பட்டது. அதோ பெயர்ப் பலகையைப் பாருங்கள். மன்னிக்கவேண்டும்."

இப்பொழுது பாத்திமா மன்றாடத் தொடங்கினாள். அஹமத் தன் தாய் கெஞ்சுவதை இதற்குமுன் பார்த்ததில்லை.

அ. முத்துலிங்கம்

அவனுக்குக் கூச்சமாக இருந்தது. நாளேட்டை மூடிவிட்டு அந்தப் பெண் பெரிய அதிகாரியைப் பார்ப்பதற்காக உள்ளே போனாள். பாத்திமாவுக்கு நடுக்கம் பிடித்தது. சுவரைப் பார்த் தாள். அதிலே ஒரு படத்தில் சிறுமி ஒருத்தி ஆட்டுக்குட்டி ஒன்றை 45 பாகை கோணத்தில் சரிந்து நின்று இழுத்து வருகிறாள். பின்னாலே சூரிய உதயம் தெரிகிறது. அதன் கீழே இப்படி எழுதியிருந்தது.

ஒவ்வொரு நாளும்
சூரியன் உதிக்கும்போது
நம்பிக்கையும் உதிக்கிறது.

பெண் அதிகாரி நிலத்தைப் பார்த்தபடி திரும்பி வந்தாள். விண்ணப்பம் நிராகரிக்கப்பட்டுவிட்டது அவள் முகத்தில் அப்பட்டமாகத் தெரிந்தது. வீணாக அவள் அமைதியைக் கெடுத்துவிட்டதுபோல பாத்திமாவுக்குக் குற்றமாக இருந்தது. அவள் பேசுமுன் பாத்திமா 'மன்னியுங்கள்' என்றாள். பிறகு கதவைத் திறந்து வெள்ளைச் சூரிய வெளிச்சத்தில் இறங்கி நடக்கத் தொடங்கினாள்.

சாம்பல் மழை துளியாகப் போட்டது. கால் பெருவிரலை நிலத்துக்கு எதிர்ப்பக்கமாக வளைத்தபடி அஹமத் நடந்தான். பர்வீனின் ஆடுகளை மறுபடியும் கண்டார்கள். அவை இப்போது பொன்னிறமாக மாறிவிட்டன. அதிலே ஒரு குட்டி நீளமான கால்களுடன் இருந்தது. தன்னுடைய உயரத்தை விடவும் கூடுதலாகத் துள்ளிப் பாய்ந்தது. தான் ஜீவித்திருப்பதன் ஒரே காரணத்துக்காக அது அவ்வளவு சந்தோஷித்தது அவர் களுக்கு ஆச்சரியத்தைக் கொடுத்தது.

பாத்திமா வேகமாகத் தொப்பிகளைப் பின்னிக்கொண் டிருந்தாள். அவற்றை அவள் அன்றே முடிக்கவேண்டும். காசு கிடைத்தால் ரொட்டியும், பாலக்கீரையும், சிறிது சீனியும் வாங்கலாம். அஹமத் நீண்ட நாட்களாகக் கேட்ட எண்பது பக்க கொப்பிக்கும் ஒரு வாய்ப்பிருந்தது.

ஒரு செட்டை விரித்த நிழல் முதலில் வந்தது. பிறகு வேறு நிழல்களும் சேர்ந்தன. செத்துப்போன கழுதையை அவை ஒவ்வொன்றாகக் கொத்தத் தொடங்கின. அந்தக் கொத்தல்கள் கண்ணில் இருந்து ஆரம்பித்தன. இன்னும் சில கழுகுகள் மரத்தில் இருந்து பார்த்தன. பக்கத்தில் ஒருத்தன் உருளைக் கிழங்குகளைக் குவித்து வைத்து விற்றான். மற்றவன் வரிக்குதிரைப் பைகளை அடுக்கிக்கொண்டிருந்தான். பலர் கால்பட்டு வயதேறுவதற்காக 'புக்காரா' கம்பளங்கள் அங்கங்கே ரோட்டிலே விரிக்கப்பட்டிருந்தன.

சில இலையான்கள் பஸ்ஸில் வந்து இறங்கின. இன்னும் சில ஏறின. பஸ்ஸில் இருந்த ஒருவர் உதட்டை நாக்கினால் சுழற்றி நக்கிக்கொண்டே அவளுடைய ஆறு தொப்பிகளை யும் வாங்கிவிட்டார். இது அபூர்வமானது. அந்தக் காசில் அவள் உப்புக்கண்டம் போட்ட இறைச்சியை வாங்கினாள். அந்த இறைச்சி எந்த விலங்குக்குச் சொந்தமானது என்று அவளுக்கு நிச்சயமாகவில்லை. ஒட்டகமாயிருக்கலாம், எருமையாகவுமிருக்கலாம். அல்லாவின் கருணையினால் ஆடாகவும் இருக்கக்கூடும்.

நோட்டுப் புத்தகத்தை அஹமத் ஆசையாகத் தடவிப் பார்த்தான். அதை மறுபடியும் ஒவ்வொரு பக்கமாகத் திருப்பிக் கொண்டு வந்தான். ஓர் இடத்தில் ஒற்றை இரண்டு பக்கமும் ஒட்டிக்கொண்டு கிடந்தது. பாத்திமா பல் ஒடிந்த சீப்பினால் அதை லாகவமாகப் பிரித்துக் கொடுத்தாள். அந்தச் சிறு செய்கையில் அஹமத்தின் கண்கள் வெயிலைப்போல பிரகாசித் தன. பல் தெரிய அவளைப் பார்த்துச் சிரித்தான். அவன் இதற்கு முன்பு அப்படிச் சிரித்தது கிடையாது.

குழந்தைகள் தூங்கிவிட்டார்கள். தட்டிலே உப்புக் கண்டத்தை வைத்தபடி வெகுநேரம் தகப்பனுக்காகப் படிகள் இல்லாத வாசலில் குந்தியபடி காத்திருந்தான் அஹமத். இதோ வருகிறேன் என்று சொல்லிவிட்டு கழுத்துக்குள் தலையை இடுக்கிக்கொண்டு வெளியே போனவர் வெகுநேரமாகியும் திரும்பவில்லை. பிறகு அஹமத் சாப்பிட்டான். எழுதினால் ஊறி மறுபக்கத்திற்கு போகாத வழுவழுப்பான ஒற்றைகள் கொண்ட, தடித்த அட்டை எண்பது பக்க கொப்பியை நடு நெஞ்சில் திறந்து வைத்து, பறித்துக்கொண்டு போய்விடும் என்பது போல பிடித்துக்கொண்டு தூங்கினான். பாத்திமா குழந்தைக்கு பாலைக் கொடுத்து படுக்க வைத்தாள். பிறகு லாந்தரை அணைக்காமல், முன் தலைமயிர் மூக்கிலே இரு பக்கமும் விழுந்துகிடக்க, கைகளால் தோளைப் பற்றிக்கொண்டு சுவரில் சாய்ந்தபடி காத்திருந்தாள். அவளுடைய உலகத்து உடைமைகள் எல்லாம் கையெட்டும் தூரத்தில் அவளைச் சுற்றிக்கிடந்தன.

ஏதோ சத்தம் கேட்டபோது அவளுக்கு முழிப்பு வந்தது 'வ்ராக், வ்ராக்' என்று அவள் கணவரிடம் இருந்து மூச்சு வந்துகொண்டிருந்தது. சதுரமான தோள்கள் தொங்கிவிட்டன. உடம்பு, சதை எல்லாம் வற்றி ஓர் எலும்புக்கூடாக மாறி அந்தக் கயிற்றுக் கட்டிலில் கவனிப்பாரின்றித் தொங்கியது. அவருடைய தலை மட்டும் சற்று நிமிர்ந்து மண் சுவரில் சாய்ந்திருந்தது.

அந்தக் கண்கள் அவளையே உற்றுப் பார்த்தன. திடீரென்று அப்படியே சுழன்று எழும்பின. முழி பிதுங்கி வெள்ளையாகத் தெரிய ஆரம்பித்தது. வாய் நூதனமான ஒலியை எழுப்பியது. பச்சைத் திரவம் நூலாகக் கடவாயில் இருந்து வடிந்தது. மெல்லிய சந்திர ஒளி பாதிக் கீற்றுகளாக அவர் உடம்பில் விழுந்து வரித்தன்மையை உண்டு பண்ணின. அந்த இடத்தில் வியாபித்த துர்நெடி அவளைப் பயத்தில் ஆழ்த்தியது.

அவசரமாக அஹமத்தை எழுப்பினாள். அவன் முகத்தில் நித்திரை கலக்கம் போகவில்லை, ஆனாலும் லாந்தரைக் கையிலே தூக்கிக்கொண்டு மருத்துவரிடம் போவதற்குத் தயாராக நின்றான். பாத்திமாவின் முகத்தில் மாறுதல் தென்பட்டது. அஹமத்தின் கைகளை இறுக்கிப் பற்றியபடி எட்டத்திலே நின்றாள். அசையாத கண்களுடன் கணவனையே குறிவைத்துப் பார்த்தாள். அவருடைய கண்கள் இவளைவிட்டு நகரவில்லை. அந்தக் கண்களில் என்றுமில்லாத குரோதம் தெரிந்தது.

O O O

அந்தக் குடில் பொதுவானதாக இருந்தது. பிளாஸ்டிக் விரிப்புகளால் வேயப்பட்ட கூரை காற்றிலே படபடவென்று அடித்தது. கண் மடல்கள் நித்திரையில் துடிக்க அஹமத் மடிந்து படுத்திருந்தான். பாத்திமாவுக்குத் தூக்கம் வரவில்லை. மூச்சுக் காற்றும், முனகலும், இலைகளின் அசைவும் இன்னும் இயற்கையின் சத்தங்களும் அவளுக்கு ஆறுதலைத் தந்தன.

ஆறு ஆடுகளில் இரண்டு குட்டிகள் மிக வெள்ளையாக இருந்தன. முற்றா மயிர் கொண்ட சிறிய ஆடுகள். அவள் விரும்பிய வெண்மை, பசுமையான ஆட்டின் சருமம் அவள் உடலைத் தொட்டது. ஆட்டின் சிறிய கால்கள் கவனிக்கப் படாத அவள் மார்புகளில் மெல்ல உதைத்தன. வலி தெரியாமல் சீண்டின. மெத்து மெத்தென்று உரசின. உலகம் தவறி தூரம் கடந்தது. அவள் தேகமே அதற்குள் மயங்கி உறக்க நிலையை அடைந்தது. ஸ்பரிசித்துக் கண்ணை மூடியது.

அது அப்படியே ஆயிற்று.

தாத்தா விட்டுப்போன தட்டச்சு மெசின்

பள்ளிக்கூடத்தில் இருந்து வீட்டுக்கு வந்த எனக்கு ஒரு நல்ல காட்சி கிடைத்தது. இது வழக்கத்துக்கு மாறானது. ஒரு பெண் 'ஆ ஆ' என்று தொண்டை கிழியக் கத்தினாள். இன்னும் யாரோ அவளை அமுக்கிப் பிடித்தார்கள். உள்ளுக்குப் போகப் பயந்து சன்னல் வழியாக எட்டிப் பார்த்த நான் அப்படியே உறைந்து போய்விட்டேன்.

கனகவல்லி என்ற பெண், என் அக்காவுடன் படிப்பவள், ஒரு தடுக்குப் பாயில் படுத்துக் கிடந்தாள். என் அக்காவும் இன்னும் இரண்டு பெண்களும் அவளை அமுக்கிப் பிடித்தார்கள். அம்மா இரண்டு காலையும் பரப்பி வைத்து குனிந்தபடி ஏதோ இம்சை செய்தாள். கனகவல்லி உயிர் எழுத்துக்களில் இரண்டாவது அட் சரத்தை உரத்துக்கூவி உதவிக்கு அழைத்துக்கொண்டிருந்தாள்.

அம்மாவின் கையிலே பெரிய நாரத்தை முள் இருந்தது. அதை கனகவல்லியின் மூக்கிலே துளைத்து ஓட்டைபோட முயற்சி செய்தாள். மற்றவர்கள் அதற்குத் துணைபோனார்கள். மூக்குத்தி இருந்தால் அதற்கு ஒரு மூக்கு இருக்க வேண்டும். மூக்கு இருந்தால் அதற்கு ஒரு ஓட்டை இருக்கவேண்டும். அந்த ஓட்டையைத்தான் அம்மா செய்துகொண்டிருந்தாள். பல்லியைக் கண்டால் பத்தடி தள்ளி நடப்பவள் கனகவல்லி.

அ. முத்துலிங்கம்

அண்ணாந்து தண்ணீர் குடிக்கும்போது வழியும் தண்ணீர் கழுத்துப் பள்ளத்தில் தங்கிவிடும், அவ்வளவு ஒல்லி. அவள் தான் மூக்குத்தி ஆசையில் ஓட்டைத் துளைப்பதால் ஏற்படும் வலியை இவ்வளவு பொறுமையாகத் தாங்கிக்கொண் டிருந்தாள். ஊறுகாய்க்கும் உதவாமல், கைச்சல் காய்களை நிறைய கொடுத்துக்கொண்டிருந்த எங்கள் வீட்டு நாரத்தை மரத்துக்கு இப்படியும் ஒரு உபயோகம் இருப்பது அன்றுதான் எனக்குத் தெரிந்தது.

கனகவல்லி படுத்திருந்த இடத்தில் இருந்து சரியாக பதினாறு அடி தூரத்தில் ஒரு மேசை. அதற்குமேல் தாத்தாவின் தமிழ் டைப்ரைட்டர் இருந்தது. டைப்ரைட்டரில் இருந்து நான் சரியாக எட்டடி தூரத்தில் இருந்தேன். அந்தக் கணத்தில் கனகவல்லிக்கும், எனக்கும், தட்டச்சு மெசினுக்கும் இடையில் ஒரு முடிச்சு விழுந்தது. அந்தக் கதையைத்தான் நான் இப்ப உங்களுக்குச் சொல்லப் போகிறேன்.

கனகவல்லி, அக்கா, நான் எல்லோரும் படித்தது ஒரே பள்ளிக்கூடத்தில். அவர்கள் இரண்டு வகுப்பு கூட, அவ்வளவு தான். கனகவல்லி என்றால் நினைவுக்கு வருவது ஒரு கொடிதான். அப்படித்தான் இருப்பாள். நடக்கும் போதும் அதைப்போலவே அசைவாள். இவளுக்காகத் தேரை விட்டுப் போவதற்கு பல பாரி மன்னர்கள் என் வகுப்பிலேயே படித்துக் கொண்டு இருந்தார்கள். இது பின்னால்தான் எனக்கு தெரியவரும்.

இவளில் அப்படி என்னத்தைக் கண்டார்கள் என்று எனக்கு வியப்பாக இருக்கும். காதுவரை நீண்ட அவள் கண் இமைகள் ஓயாது வேலை செய்தபடி இருக்கும். அதுவாக இருக்கலாம் அல்லது அவளுடைய முட்டை வடிவமான தலையைத் தாங்க முடியாமல் துவண்டு விழுவதுபோல காட்சி யளிக்கும் கழுத்தாக இருக்கலாம். யார் கண்டது? எங்கள் ஊர் லெவலுக்கு அவள்தான் டி.ஆர். ராஜகுமாரி.

இவளுடைய மாமா மெல்லிய மென்சிவப்புத் தாளில் சுற்றிக் கொண்டுவந்து கொடுத்த மூக்குத்தியில் அவளுக்கு அளவில்லாத மோகம். அதை எப்படியும் தன் மூக்கில் ஏற்றிவிட வேண்டும் என்ற பிடிவாதத்தில்தான் இப்படி துளை போட்டுக்கொள்ளச் சம்மதித்தாள். மூன்று நாட்களில் கனகவல்லியின் இடது முகம் முழுக்க வீங்கிவிட்டது. மூக்கில் சீழ் பிடித்து ஒழுகியது. முதலில் கறிவேப்பிலைக் குச்சியை செருகிவிட்டார்கள். அதுவும் சரிவராமல் நூல் கயிறு கட்டி னார்கள். பிறகு அதையும் கழற்ற வேண்டி வந்தது.

கொழுத்தாடு பிடிப்பேன்

ஆறு மாதமாக இப்படி அவதிப்பட்டாள். சிறிது குணம் அடைந்ததும் இரண்டு விரல்களை உள்ளே விட்டுச் சுரை பூட்டும் அந்த மூக்குத்தியை மறுபடியும் அணிந்தாள். முகத்துக்கே ஒரு பிரகாசம் கிடைத்தது. மற்ற பெண்கள் எல்லோரையும் அது பொறாமைப்பட வைத்தது. ஆனால் அந்தப் பொறாமையை நீடிக்க முடியவில்லை. மூன்றாவது நாள் மூக்கில் சீழ் பிடித்துவிடும். இப்படி இரண்டு நாள் மூக்குத்தியும், மூன்று நாள் சீழும் அணிந்து காட்சி அளித்தாள்.

எனக்கொரு தாத்தா இருந்தார். மிகவும் நல்லவர். முகத்துக்கு எவ்வளவு சருமம் தேவையோ அதற்குச் சற்று கூடியதாக அவரிடம் இருந்தது. அவருடைய உபயோகத் தன்மை தீர்ந்துவிட்டது என்று மற்றவர்கள் தீர்மானிக்கும்வரை அவர்களுக்கு உதவி செய்வார். அவர் எங்களுடன் வசிக்க வில்லை, அவருடைய டைப்ரைட்டர்தான் வசித்தது.

தாத்தா வருவார். டைப்ரைட்டர் மூடிய துணியை உருவி மடித்து வைப்பார். உள்ளே பெயர் தெரியாத கறுத்த உலோகத் தினால் செய்யப்பட்ட அந்த தட்டச்சு மெசின் காட்சியளிக்கும். தேருக்கு முதல் நாள் தேர் மூடிய விரிப்பை, நீக்கியபோது கிடைக்கும் ஒரு புதுவிதமான சிலிர்ப்பு எனக்கு ஏற்படும். டைப்ரைட்டரில் புதைந்திருக்கும் அற்புதங்கள் என் சிறு மூளைக்கு அப்பாற்பட்டதாகத் தோன்றி என்னை இம்சைப் படுத்தும்.

அகத்தியர் தமிழைக் கண்டுபிடித்ததாகச் சொல்கிறார்கள். தமிழ் எழுத்துக்களைப் போல கற்பனை முடிந்துபோன எழுத்துக் களை இந்த உலகத்தில் வேறு எங்கும் காண முடியாது. 'அ'னாவை கண்டுபிடித்தவர் 'ஆ'வன்னாவை கண்டுபிடித்தார். பிறகு 'இ'னா 'ஈ'யன்னா 'உ'னா என்று எழுதியவர் ஆறாது எழுத்துக்கு வந்தபோது குழம்பிவிட்டார். கற்பனை ஊற்று வற்றிவிட்டது. 'ஊ' என்று யானைச் சவாரிபோல ஒன்றின் மேல் இன்னொரு அட்சரம் ஏறி ஊர்வலம் போகும் எழுத்தை உற்பத்தி செய்தார். பிறகு எப்படியோ சமாளித்து 247 எழுத்துக் களை உண்டாக்கி தன் வேலையை முடித்தார்.

என் தாத்தாவின் டைப்ரைட்டரில் அகத்தியர் படைத்த அத்தனை எழுத்துக்களும் இருந்தன. ஆனால் அந்த ஆறாவது எழுத்தான 'ஊ'னா அதன் அபூர்வத் தன்மையாலோ, அல்லது இரண்டு அட்சரம் கொடுத்த பாரத்தினாலோ உடைந்துவிட்டது. அதனால் தாத்தா அடிக்கடி எழுதும் கடிதங்களில் 'ஊ'னா வராமல் பார்த்துக்கொள்வார்.

‘சர்க்’ என்ற சத்தத்தோடு பேப்பரை உருளையில் மாட்டி, மேலுக்கு கறுப்பும், கீழுக்கு சிவப்பும் கொண்ட ரிப்பனை இழுத்துவிடுவார். சிவமயம் என்று கறுப்பு எழுத்துக்களில் அடித்து பிறகு கீழே சிவப்புக் கோடு போடுவார். கறுப்பு எழுத்துக்களை அடித்த மெசின் ஒரு சின்ன விசையை அழுத்தியதும் சிவப்புக் கோடு போடும் அதிசயமாக மாறி விடும். பின்பு தாத்தா கோ.எண் 204/அ/11 என்று வலது மூலையில் அடிப்பார். தாத்தாவிடம் ஒரு கோப்பும் இல்லை. ஒரு கம்பியில் பழைய கடிதங்களைக் குத்தி வைத்திருப்பார். ஆனாலும் பெரிய அலுவலகத்தில் இருந்து கடிதம் வருகிறது என்ற தோரணையை உண்டாக்க அப்படிச் செய்தார் என்று நினைக்கிறேன்.

எனக்கு இன்னொரு ஆச்சரியம் அப்போது உண்டாகும். கடலுக்கு அப்பால் எங்கோ இருக்கும் வெள்ளைக்காரர்கள் செய்த டைப்ரைட்டர் அது. அவர்களுக்கு எப்படியோ சிவமயம் எழுதி அதற்குக் கீழே சிவப்புக்கோடு போடவேண்டும் என்பது தெரிந்திருக்கிறது. அதற்கான வசதியையும் செய்திருக்கிறார் கள். இது எப்படி என்றெல்லாம் நான் யோசித்து யோசித்து குழம்பிப்போவேன்.

வசனத்தொடர் பேப்பரின் விளிம்பை எட்டியவுடன் டைப்ரைட்டர் டிங் என்று ஒலி செய்து தாத்தாவை உசார்ப் படுத்தும். தடிமனான விரல்களால் எழுத்துக்களைத் தேடிக் குத்தும்போது அந்த அட்சரங்கள் நடனம் செய்வதுபோல வளைந்து எழும்பி வந்து பேப்பரில் அடித்துத் திரும்பும். ஒரு முறையாவது ஒரு எழுத்து இன்னொரு எழுத்துக்கு மேல் விழும் என்று காத்திருப்பேன், விழாது. அற்புதமான வேகத்துடன் நடக்கும் நர்த்தனம் அது. ரிப்பன் எல்லாம் ஓடி மற்றப்பக்கம் சேர்ந்ததும் அவற்றைத் திரும்பவும் இடது பக்கம் சுற்றிவிடும் வேலையை தாத்தா எனக்குக் கொடுப்பார். இப்படி ஆரம்பித்து கொஞ்சம் கொஞ்சமாக டைப்ரைட்டரின் சூட்சுமங்களை நான் கற்றுக்கொண்டேன்.

வெகு விரைவில் என்னுடைய தட்டச்சு புலமையைச் சோதிக்கும் சந்தர்ப்பம் ஒன்று என்னைத் தேடி வரும்.

முறுக்கிய தசைநார்களால் மட்டுமே ஆன உடம்பைக் கொண்டவன் ரத்னசிங்கம். இறுதி ஆண்டுக்காரன். தடை தாண்டும் போட்டியில் எப்பொழுதும் அவனே முதலாவதாக வருவான். வழக்கமாக என்னைப் பார்த்தால் மற்றப் பக்கம் பார்த்தபடி போவான். அன்று ஒருநாள் தானாகவே வந்து என்னிடம் பேசினான். எனக்கு உச்சி குளிர்ந்த அளவுக்கு

சம்சயம் ஏற்படவில்லை. வானத்தின் நிறம் நீலத்தில் இருந்து சிவப்பாகிப் பின்பு சாம்பலாக மாறும்வரை அன்று பேசினான்.

அவன் காதல் வசப்பட்டிருந்தான். இவ்வளவு தசை நார்களையும் வைத்துக்கொண்டு என்ன செய்வதென்று அவனுக்குத் தெரியவில்லை. இன்னும் நிரப்பப்படாத பல அங்கங்களைக் கொண்ட கனகவல்லியில் அவனுக்கு அளவு கடந்த மோகம். ஓடைகளிலும், மூலைகளிலும், முச்சந்தி முடுக்குகளிலும் அவளைக் கண்டபோதெல்லாம் சிரித்தான். அவளுக்கு ஒரு காதல் கடிதம் எழுத விரும்பினான். சாதாரண கடிதம் அல்ல, டைப் அடித்த கடிதம். அதைப் படிக்கும்போது எப்படி அவள் திகைத்துப்போவாள்.

வடுவூர் துரைசாமி அய்யங்காரின் எல்லா நாவல்களையும் அவன் படித்திருந்தான். எனக்கும் தருவதாகச் சொன்னான். அவன் இரவிரவாகத் தயாரித்திருந்த கடிதத்தில் அய்யங்காருக்கும் பெரிய பங்கிருந்தது.

என்னுடைய அக்கா தவளை கொஞ்சி ராசகுமாரன் வருவான் என்று நம்பினாள். டி.ஆர். ராஜகுமாரி தினமும் ஏழு குடம் பசும்பாலில் குளிக்கிறாள் என்பதை நம்பினாள். உதிர்ந்த தலை முடியைச் சுருட்டி பந்தாக்கி அதை மூன்றுதரம் துப்பி கூரையில் எறியாவிட்டால் தலைமயிர் எல்லாம் அடுத்த நாளே கொட்டிவிடும் என்பதை நம்பினாள். ஆனால் என்னால் டைப் அடிக்க முடியும் என்பதை நம்ப மறுத்தாள்.

வேறு வழி தோன்றாமல் அம்மாவும், அக்காவும் நெல்லுக் குத்தும் முக்கியமான வேலையிலோ, அல்லது இன்னொரு கன்னி மூக்கைத் தேடி முள்ளுக் குத்தும் வேலையிலோ ஈடு பட்டிருந்தபோது நான் ரத்னசிங்கத்தைப் பின் வாசல் வழியாக எங்கள் வீட்டுக்குள் நுழைத்தேன்.

சிவமயம் எழுதி சிவப்புக் கோடு போடுவது எப்படி என்பதைச் சொல்லித் தந்தேன். 'கனவிலும் மறவாத காதலி கனகவல்லிக்கு' என்று கடிதம் தொடங்கியபோதே எனக்கு உடம்பு சிலிர்த்தது. 'ஊன் உறக்கம் இல்லாமல்' என்ற வசனத்தை 'பசி தூக்கம் இல்லாமல்' என்று மாற்றினோம். 'ஊருக்கு வெளியே உள்ள வைரவ கோயில்' என்பதை மாற்ற முடிய வில்லை. 'ஊ' வரும் இடத்தை மையினால் எழுதி ஊதிக் காயவைத்தோம். கடிதத்தை அப்பொழுது பிரபலமான மந்திரி குமாரி படத்திலிருந்து திருடிய 'வாராய், நீ வாராய். போகும் இடம் வெகு தூரம் இல்லை நீ வாராய்' என்ற வரிகளுடன் முடித்திருந்தான். கனகவல்லி மயங்கி விழுவதில் ஒருவித ஐயப்பாடும் எனக்கு அப்போது இருக்கவில்லை.

ரத்னசிங்கம் தன் காரியத்தை நிறைவேற்றுவதற்கு ஒரு புதன்கிழமை பாண் மணி அடிக்கும் நேரத்தைத் தெரிவு செய்தான். மழை பெய்து பல இடங்களில் தண்ணீர் தேங்கி யிருந்த நாள் அது. கனகவல்லி அரைத் தாவணி கட்டி வருகிறவள். அன்று, உயரமாக வளர்ந்துவிட்டபடியால் கரை அவிழ்த்துவிட்ட பாவாடையும், சுருக்கு கை பிளவுசும், மஞ்சள் தாவணியும் அணிந்திருந்தாள். மழைத்தண்ணீர் குட்டைக்கு முன் பாவாடையைத் தூக்கி இடுப்பில் செருகிவிட்டு, தன் அடுத்த நகர்வைப்பற்றி யோசித்துக்கொண்டு நின்றபோது அவன் தோன்றினான். மின்னல் வேகத்தில் கடிதத்தைக் கொடுத்தான். தடை தாண்டுவதில் மன்னன் சிறிய குட்டை தண்ணீரைத் தாண்டமுடியாமல் சகதியில் காலை வைத்து ஓடி மறைந்தான்.

இந்தக் கடிதம் தயாரித்த காலங்களில் நாங்கள் ஒன்றை மறந்து விட்டோம். கனகவல்லி சாவித்திரியின் சகோதரி, நளாயினிக்கு நாத்தனார் முறை. அவளுடைய மூளை வேகமாக வேலை செய்து பழக்கப்பட்டது அல்ல. அவன் கொடுத்த கடிதத்தை வாங்கியவள் திகைத்துப் போய் நின்றாள். சிறிது நேரம் நம்பாமல் தன் கையையே பார்த்தாள். கைகள் நடுங்க ஆரம்பித்தபோதுதான் அவளுக்குத் தான் செய்த காரியம் புரிந்தது. அப்பொழுது அவளையும் அறியாமல் இடையில் செருகிய பாவாடை கீழே நழுவியது. தண்ணீர் பட்டு பாவாடைக் கரை மெள்ள மெள்ள கறுப்பு நிறமாக மாறத் தொடங்கியது.

தலைமை ஆசிரியரின் அறை, கண் பார்க்கக்கூடிய தூரத்தில்தான் இருந்தது. இறந்தபடி இரண்டு நாட்களைக் கழித்த ஒரு கரப்பான் பூச்சியை, அதன் மீசையைப் பிடித்து தூக்குவதுபோல அந்தக் கடிதத்தைத் தூக்கிக் கொண்டுபோய் தலைமை ஆசிரியரிடம் சேர்ப்பித்தாள். அவன் கடிதம் கொடுத்த காரியத்தை ஏழு பேர் பார்த்ததாகப் பின்னர் சாட்சி கூறினார்கள்.

எங்கள் ஊரில் ஒரேயொரு டைப்ரைட்டர்தான் இருந்தது. அதுவும் 'ஊ'னா உடைந்தது. அது எங்கே வாசம் செய்தது என்பது எல்லோருக்கும் வெளிச்சம். அதிகம் மூளையைச் செலவழிக்கும் அவசியம் இல்லாத புதிர்.

பள்ளிக்கூடம் முழுக்கக் கூடியிருக்கும் பொதுக்கூட்ட மேடையில் எல்லோர் கண்ணும் பார்க்கக்கூடியதாக தண்டனை அடுத்து வரும் வெள்ளிக்கிழமை நிறைவேற்றப்படும். பள்ளிக் கூடம் அன்று பதினைந்து நிமிடம் முன்பாக விடுவார்கள். அதைக் காணுவதற்காக வழக்கமாக மட்டம் போடுபவர்

களும், நோய்வாய்ப்பட்டுக் கிடப்பவர்களும் அள்ளியடித்து வருவார்கள். முதல் குற்றவாளியான ரத்னசிங்கத்துக்குப் பன்னிரண்டு அடி. உடந்தைக்காரனான எனக்கு ஆறு அடி என்பது தீர்ப்பு.

அந்த வயதுகளில் எனக்கு முக்கியமான மூன்று பெரிய கவலைகள் இருந்தன. ரிக்கனோமற்றி, பரமானந்தம் மாஸ்டர், முகப்பரு. இந்த மூன்றும் என்னை அந்தப் பிராயத்து வாழ்க்கையில் கிடைக்கும் அற்ப சந்தோசத்தை அனுபவிக்க முடியாமல் கெடுதி செய்தன.

முகப்பருவுக்கு களிம்பு பூசலாம். ரிக்கனோமற்றிக்கு ட்யூசன் எடுக்கலாம். ஆனால் பரமானந்தம் மாஸ்டரை சரிக்கட்டுவது எப்படி? அவர்தான் எங்கள் பி.இ மாஸ்டர். ஒரு காலத்தில் சாண்டோவாக பதவி வகித்தவர். போரிலே தொலைத்துவிட்ட கேடயம் போன்ற முகம். கணக்கிலெடுக்க முடியாத வடுக்கள். உயரம் என்று பார்த்தால் ஒரு தபால் பெட்டி அளவுக்குத்தான் இருப்பார். ஆனால் 50 கிலோ சிமென்ற் பையில் 60 கிலோவை அடைத்ததுபோல உடம்பு. எதிர்பாராத லாகவத்துடன் சுழலும் கால்களும், கைகளும். பி.இ மாஸ்டர் கொடுக்கும் தண்டனை என்றால் 50 தண்டால், 100 தண்டால் என்று இருக்கும். சும்மா அல்ல, உடைந்த போத்தல் பகுதியை நெஞ்சுக்குக் கீழே வைத்துக்கொண்டு நெஞ்சு இறங்கினால் ரத்தம்தான்.

இவர்தான் தண்டனை நிறைவேற்றுவதற்காக நியமிக்கப் பட்டிருந்தார். மேடையிலே இரண்டு தடியன்கள் மேசையைக் கொண்டுவந்து வைத்தார்கள். அது இருந்து புத்தகம் படிப்பதற்கு அல்ல. அதற்கு கீழே தலையைக் கொடுத்து, அடி போடுபவரின் வசதியை உத்தேசித்து, பின்புறத்தை நீட்டிக் கொடுப்பதற்காக.

நான் பிரார்த்தித்தேன். இனி ஒருவரும் தண்டனையை மாற்ற முடியாது. ஆனால் அடி விழும் ஓடரை மாற்றலாம். வழக்கமாக இரண்டாவது எதிரிக்குத்தான் முதல் அடி விழும். பிறகுதான் தண்டனைக் கைதியை கூட்டி வருவார்கள்.

ரத்னசிங்கத்துக்கு முதல் அடி விழுந்தால் என் முறை வரும்போது அடிகாரர் களைத்துவிடுவார், வலி குறையும் என்று கணக்குப் போட்டேன். அப்படியே ஆனது. ஒரு தேவ கைங்கர்யத்துக்கு அழைக்கப்பட்டது போல பரமானந்தம் மாஸ்டர் ஆயுதபாணியாகத் தோன்றினார். பல்லைக் கடித்தபடி, கழுத்துப் பகுதி திறந்துவிடக்கூடிய ஒரு வெள்ளை பனியனை அணிந்துகொண்டு ரத்னசிங்கம் அடிகளை ஒன்றன்பின்

ஒன்றாக வாங்கினான். எட்ட முடியாத பின்புறத்தை அடிப் பதற்கு மாஸ்டர் பன்னிரண்டு தடவைகள் துள்ளினார்.

என் முறை வந்தது. நான் முதுகைக் குனிந்தபோது எங்கிருந்தோ குதிரை நாற்றம் அடித்தது. மூச்சை நிறுத்தி எல்லா பாகங்களையும் அடைத்தேன். கடவுள் ஒரு மகத்தான சாதனை படைப்பதற்கு அன்று சித்தம் கொண்டிருந்தார் போலும். காற்சட்டை நனையாமல் நான் தப்பியது கடந்த பத்து வருடங்களில் நடந்த சிறந்த அற்புதம் என்று பேசிக் கொண்டார்கள்.

இது எல்லாம் நடந்து நாலு வருடங்கள் ஓடிவிட்டன. ஒருவர் வாழ்க்கையில் இது பெரிய கால இடைவெளி இல்லை. ஆனால் வாலிப வயதில் இது மகா பெரிய தூரம். என்னுடைய தாத்தா அரை நாள் முழுக்கச் செலவழித்து இரண்டு கடிதங் களை டைப் அடித்தார். அவற்றை உறையிலே இட்டு தபால் பெட்டியில் போடுவதற்குப் போகும் வழியில் ஒரு கறையான் புற்றுக்கு அடியில் விழுந்துவிட்டார். அவர் கடைசியாகப் பார்த்த காட்சி ஒரு கறையான் புற்றுதான். அவர் போன பிறகும் அவர் எழுதிய பல விண்ணப்பங்களுக்கும், முறைப்பாடு களுக்கும் பதில் கடிதங்கள் வந்தபடியே இருந்தன. அவற்றை என்ன செய்வது என்று யாருக்கும் தெரியவில்லை.

ரத்னசிங்கம் தடைதாண்டுவதைக் கைவிட்டான். பள்ளிக் கூடத்தையும் துறந்தான். தகப்பனாரின் அரிசி மில்லைப் பார்த்துக்கொண்டு மணமுடித்து வசதியாக செட்டில் ஆகி விட்டான்.

கனகவல்லியைச் சொந்தத்தில் மணமுடித்துக் கொடுத் திருந்தார்கள். அவள் கணவன் சோம்பேறி, எப்படியோ முயற்சி செய்து வேலையைத் துலைத்தான். அதே முயற்சியோடு கனகவல்லியையும் திரும்ப ஊருக்கு அனுப்பிவிட்டான் என்று அம்மா சொன்னாள்.

நான் கல்லூரி லீவில் ஒருமுறை வீட்டுக்குப் போயிருந்தேன். கதவைச் சுரண்டும் சத்தம் கேட்டது. திறந்து பார்த்தால் கனகவல்லி. என் கண்களில் தோன்றிய அதிர்ச்சியை அவசர மாக மறைத்தேன்.

அவளிலும் வயது கூடிய ஒரு சேலையை அவள் அணிந் திருந்தாள். தையல் விட்டுப்போன ஒரு பிளவுஸ். இடுப்பில் இருந்த குழந்தை நழுவிப்போய் மரமேற முயற்சி செய்தது. மூன்றுபேர் அமுத்திப்பிடிக்க, ஒரு சிவப்பு மூக்குத்திக்காக நாரத்தை முள்ளால் குத்தி உண்டாக்கிய துளையில் இப்போது குச்சிகூட இல்லை. நூல் கயிறும் இல்லை, தூர்ந்துபோய்

கிடந்தது. தன்னை மறைப்பதாக நினைத்துக்கொண்டு ஒரு மார்பை கதவில் உரசியபடி தரையைப் பார்த்து நின்றாள்.

அவசரமாக வந்த அம்மா அவள் உள்ளே வந்துவிடக்கூடும் என்று பயந்ததுபோல வாசலை அடைத்தபடி நின்றாள். தாத்தாவின் டைப் ரைட்டருக்கு அங்கே வியாபாரம் நடந்தது. நெஞ்சு கூசாமல் அம்மா 'அறுபது ரூபாய்' என்றாள். கனகவல்லி நீண்ட நேரம் நின்று யோசித்தாள். நான் இடையில் புகுந்து 'ஆறு தவணையில்' என்று சொன்னேன். அவள் உலகத்தில் உள்ள அத்தனை மொழி பேசுபவர்களுக்கும் விளங்கக்கூடிய ஒரு மொழியில் பதில் சொன்னாள். சிறிதாக்கப் பட்ட சிரிப்பு. தலை நிமிராமல் சிந்திய அந்தச் சிரிப்பு அம்மாவைத் தாண்டி உள்ளே வந்து அறையை நிரப்பியது.

பக்கத்து கிராமத்து கூட்டுறவுச் சங்கத்தில் அவளுக்கு தட்டச்சாளர் வேலை கிடைத்திருந்தது. அவளே ஒரு தட்டச்சு மெசின் கொண்டுவர வேண்டும் என்பது நிபந்தனை. பன்னிரண்டு வயது நிரம்பாத ஒரு பையனையும் அவள் அழைத்து வந்திருந்தாள். அவன் 'தூக்குங்கோ சேர்' என்று உற்சாகப்படுத்தினான். எனக்கு நம்பிக்கை இல்லை. டைப்ரைட்டரை அவன் தலையில் ஏற்றியதும் அவன் கழுத்து ஓர் அங்குலம் உள்ளே இறங்கியது.

இன்னும் நிலத்தைப் பார்த்தபடி பொதுவாக "அப்ப வாறன்" என்றாள்.

"ஒரு விசயம் அதில் 'ஊ' இல்லை" என்றேன்.

அவள் தெரியும் என்பதுபோலத் தலையை இரண்டு பக்கமும் அசைத்தாள். அப்பவும் நிமிரவில்லை. பிறகு என்ன நினைத்தாளோ சடாரென்று நிமிர்ந்து என்னை ஒருமுறை பார்த்தாள். காதுவரை நீண்டு, ஓய்வில்லாமல் வேலை செய்யும் அந்தக் கண் இமைகள் ஒரு கணம் ஸ்தம்பித்துப்போய் நின்றன. ஆயிரம் மாணவர்களுக்கு முன்னால் மேடையில் வைத்து ரத்னசிங்கம் பன்னிரண்டு அடிகள் வாங்கிய காரணம் அன்றுதான் எனக்குப் புரிந்தது.

தாத்தாவின் கட்டளைகளுக்குக் கீழ்ப்படிந்து 'சிவமயம்' அடித்து, சிவப்புக் கோடு போட்டு உழைத்த அந்த டைப்ரைட்டர் இன்றைக்கும் உற்சாகம் குறையாமல் வேலை செய்யலாம். பெயர் தெரியாத ஒரு மக்கள் கூட்டுறவுச் சங்கத்து மரக்கதிரை யில் உட்கார்ந்தபடி கனகவல்லி அதை தன் மெல்லிய விரல்களால் தட்டிக்கொண்டிருப்பாள் – ஊர்க்காவல்துறை, ஊமை, ஊதாரி, ஊதியம், ஊன்றுகோல், ஊமத்தம்பூ போன்ற சொல் வரும் இடங்களை மையினால் 'ஊ' எழுதி நிரப்பியபடி.

அ. முத்துலிங்கம்

போரில் தோற்றுப்போன குதிரை வீரன்

அடுத்து வரும் ஞாயிறில் இருந்து அவ னுடைய காதலியாக இருப்பதற்கு அவள் சம்மதித்துவிட்டாள். ஞாயிறு வருவதற்கு இன்னும் மூன்றே மூன்று நாட்கள் இருந்தன. அதுவரைக்கும் பொறுத்திருப்பது சிரமமான காரியம்தான். உடனேயே காதலி கிடைப்பதில் அவனுக்கு ஒரு தடை இருந்தது. தற்சமயம் அவளுக்கு ஒரு காதலன் இருந்தான். அவனுக்கு வேலை மாற்றலாகி 2000 மைல் தூரத்துக்குப் போகிறான். இனிமேல் திரும்பி வரமாட்டான். ஆகவே அவர்கள் இருவரும் மனமொத்துத் தங்கள் காதலை எதிர் வரும் ஞாயிறு காலையிலே முறித்துக்கொள் கிறார்கள். அதன்பிறகு அவள் அவனுடைய காதலியாகிவிடுவாள்.

அவள் ஒரு பெண் நாயுடன் உலாத்த வந்த போதுதான் அந்தச் சந்திப்பு நிகழ்ந்தது. தினம் தினம் அதே பாதையில், அதே நேரத்துக்கு அலை அலையான சடை வைத்த அந்த ஸ்பானியல் நாயை அழைத்து வருவாள்.

பழுப்பு நிறத்தில் கட்டைக் கால்களும், நீண்டு தொங்கும் காதுகளுமாக அது ஆசையைத் தூண்டும் விதத்தில் இருக்கும். நல்ல ஒழுக்கங்கள் பழக்கப்படுத்திக் கொடுக்கப்பட்ட நாய். அவ ளுடைய கையில் இருந்த சங்கிலிக்கு ஏற்றவாறு அது அவளது இடது குதிக்காலடியில் குடுகுடு

கொழுத்தாடு பிடிப்பேன்

வென்று ஓடி வந்துகொண்டிருக்கும். அவன் நடத்தி வந்தது ஆண் நாய். ஜேர்மன் ஷெப்பர்ட் இனத்தைச் சேர்ந்தது. மிகுந்த செலவில் பயிற்சி பெற்றது. ஒரு துரும்புக்கும் தீங்கிழைக்காது. குலைக்காது. கண்மூடி இருந்தாலும் இரண்டு பயங்கர கண்கள் போலத் தோற்றமளிக்கும் கறுப்பு வட்டமான புருவங்கள்.

பார்த்தவுடன் யாருக்கும் சிறிது பயம் தோன்றும். அந்த நாயினுடைய பெயர் ஜாக். அந்த நாய்கள்தான் முதலில் சந்தித்தன. ஒன்றையொன்று மணந்து பார்த்து பிறகு உரசிக்கொண்டன.

அவள் முதலில் 'ஹாய்' என்றாள். இவனும் சொன்னான்.

'உங்கள் நாயின் முடி மிகவும் பளபளப்பாக இருக்கிறது' என்றாள்.

'நன்றி. பெயரென்ன வைத்திருக்கிறீர்கள்?' என்றான்.

'ஜெனிஃபர்.'

'மன்னிக்கவும். நாயின் பெயரைக் கேட்டேன்.'

'அதுதான் ஜெனிஃபர்' என்றுவிட்டு சிரித்தாள்.

அழகான சிரிப்பு. பற்களை மிகவும் அநீதியாக அந்த உதடுகளால் மூடி வைத்திருந்தாள்.

அவனுடைய முதல் பொய் ஒரேயொரு செங்கல்லாக அப்படித்தான் ஆரம்பித்தது. அதற்குப் பிறகு ஒரு செங்கல்லைத் தாங்குவதற்கு இன்னொன்று என்று பெரிய கட்டடமே எழும்பிவிட்டது. அது தன்னுடைய சொந்த நாய் இல்லை என்பதையோ, தான் சம்பளத்துக்கு வேலை பார்க்கும் ஒரு 'நாய் நடத்தி' என்பதையோ அவன் கூறவில்லை. ஐந்து வீடுகளில், வீட்டுக்கு ஒரு நாயாக ஐந்து நாய்களை தினமும் நடத்துவதுதான் தன் வேலை என்பதையோ, அந்த ஊதியத்தில்தான் தன் மாதச் செலவுகளைச் சமாளித்து வருகிறான் என்பதையோ அவன் சொல்ல மறந்துவிட்டான். அவளோ வசதியான குடும்பத்தைச் சேர்ந்தவள். பட்டப் படிப்பை முடித்தபிறகு கம்ப்யூட்டரில் வரைபடம் போடுகிறாள். ஒரு குழந்தையின் படத்தைக் கொடுத்தால் இருபது வருடங்களுக்குப் பிறகு அது எப்படித் தோற்றமளிக்கும் என்பதை ஊகமாக வரைந்துவிடுவாள். அதைப் போலவே மிருகங்களையும் செய்ய பயிற்சி எடுக்கிறாள். பூனை, நாய், குதிரை

போன்றவற்றை உருமாற்றம் செய்வது அவளுக்கு மிகவும் விருப்பமானது. தன்னுடைய நாய்க்குட்டி பத்து வருட காலத்தில் எப்படி காட்சியளிக்கும் என்பதை வரைந்து சட்டம் போட்டு வீட்டிலே மாட்டி வைத்திருக்கிறாள்.

அவள் வரும் நேரங்களை அவன் அறிந்திருந்தான். மற்ற நாய்களை வெவ்வேறு வேளைகளில் நடத்திப் போவான். ஆனால் ஜாக்கை மாத்திரம் ஒரு சொந்தக்காரனின் தோரணையில் குறித்த நேரத்தில் நடத்தி வந்து அவளைச் சந்தித்தான். அவர்கள் சங்கிலிகளைக் கழற்றி அந்த நாய்களை விளையாட விடுவார்கள். அவள் சங்கிலியை மாலை போல போட்டுக்கொண்டு குனிந்து ஒரு முறை தன் உடலைப் பார்ப்பாள். அந்தச் செய்கை அவனுடைய அடிஉணர்வுகளை சில்லென்று தட்டி ஏதோ செய்யும். அவள் உடம்பின் ஈரமான பகுதிகளில் எல்லாம் உடனேயே முகத்தை வைத்து அழுத்த வேண்டும் என்று அவனுக்குத் தோன்றும். அவனுடைய அப்பா இரண்டு கல்யாணமும், ஒரு சிறைவாசமும் செய்தவர். வீட்டிலே நாய் வளர்ப்பதை தீவிரமாக எதிர்த்தார். அவன் எவ்வளவோ கெஞ்சிக்கேட்டும் அது நடக்கவில்லை. டீவியில் விளையாட்டு சானல் தவிர வேறு ஒரு சானலையும் அவர் போடமாட்டார். எப்பவும் வாய் திறப்பதில்லை; பலமான மௌனம் அனுட்டிப்பார். இரண்டு மடங்கு மௌனத்தில் அவனும் இருப்பான்.

திடீரென்று அவர் வாயைத் திறந்தால் அது ஒரு கட்டளை இடுவதற்காகத்தான் இருக்கும். அவன் வீட்டை விட்டு ஓடியபோதுகூட ஒரு கட்டளை நிறைவேற்றப்படாத நிலையிலேயே இருந்தது. இப்பொழுதுதான் அவன் வாழ்க்கையில் முதல்முறையாக ஒரு திருப்பம் ஏற்பட்டிருக்கிறது. திடீரென்று இரண்டு அதிர்ஷ்டங்கள். அடுத்த ஞாயிறில் இருந்து அவனுக்கு அவள் காதலியாகிவிடுவாள். இரண்டாவது, ஜாக்கின் சொந்தக்காரர் குடும்பத்தோடு விடுமுறையில் போகிறார். இரண்டு வாரத்துக்கு அவருடைய வீட்டை பார்க்கும் வேலை அவனுக்குக் கிடைத்திருக்கிறது. பெரும் வசதிகள் கொண்ட வீட்டில் அவன் தங்குவான். அதுவும் நல்ல சம்பளத்துக்கு. அபூர்வமான தோட்டம் அமைந்த அந்த வீட்டுக்கு அவளை முதல் முறையாக அழைத்து வந்தபோது அவள் ஆச்சரியம் காட்டவில்லை.

மாறாக மிக இயல்பாக நடந்துகொண்டாள். நீண்ட காலணிகளை வீட்டின் படிக்கட்டுகளில் பக்கவாட்டாக வைத்து டக்டக் என்று ஏறினாள். மேல் கோட்டை கழற்றிய பிறகு, முதுகுத்தண்டோடு ஒட்டிய வயிறு தெரிவதுபோல

கொழுத்தாடு பிடிப்பேன்

ஒரு மெல்லிய நீண்ட ஆடையில் அது 'இஸ்க் இஸ்க்' என்று சத்தமிட நடந்து வந்தாள். அவளில் இருந்து புறப்பட்ட ஒரு பிரகாசம் வீட்டின் ஒளியை மேலும் கூட்டியது. பாம்புபோல கைகளைச் சுற்றி அவன் கழுத்திலே போட்டு '"என் மூன்றாவது காதலனே" என்று சிரித்தபடி சொல்லி ஒரு சிறு முத்தம் கொடுத்தாள். பிறகு சாவதானமாக வீட்டைச் சுற்றிப் பார்க்க ஆரம்பித்தாள்.

'நீ தனியாகவா இருக்கிறாய்?' அவள் கேட்டாள்.

'நான் சொன்னேனே. என் பெற்றோர்கள் விடுமுறையில் போயிருக்கிறார்கள். இரண்டு வாரத்திற்கு நானே அரசன்; நீயே அரசி.'

'மைக்கேல், நீ ஏன் போகவில்லை?'

'என் பெயர் மைக்கேல் இல்லை.' அவன் தன் பெயரைச் சொன்னான்.

'நீ சமைப்பாயா?'

'இன்று காலை என்ன சாப்பிட்டேன் தெரியுமா? உறையவைத்த முட்டை.'

'உறையவைத்த முட்டையா?'

'மிக அருமையான தயாரிப்பு.' அவன் அந்த முட்டை செய்யும் விதத்தை வர்ணிக்கத் தொடங்கினான். உற்சாகமாக கண் இமைக்காமல் அதைக் கேட்டாள். நடுநடுவே அவள் தனது இடது மார்பைத் தொட்டுத் தொட்டு நகர்த்தி வைத்த படியே இருந்தாள். 'கொஞ்சம் இரு, நான் சிகரெட் வாங்கி வருகிறேன்' என்று சடுதியாக அவன் புறப்பட்டபோதுதான் அந்தத் தவறு நடந்திருக்க வேண்டும். ஒரு பிறவியிலேயே அடையமுடியாத சமயம் கூடி வந்திருந்தது. இந்த நேரத்தில் சிகரெட் ஒரு கேடா என்பதை அவன் மனது யோசிக்க வில்லை.

வீட்டின் சொந்தக்காரர் வீட்டை ஒப்படைக்கும்போது மோசஸின் பத்து கட்டளைகள் போல மூன்று கட்டளைகளை அவனுக்கிட்டிருந்தார். அந்த பிரம்மாண்டமான வீட்டிலே அவன் எங்கேயும் தங்கலாம், எங்கேயும் உலாத்தலாம். ஆனால் பிரத்தியேகமான அவருடைய படுக்கை அறைக்குள் மட்டும் அவனுக்கு அனுமதி இல்லை. இரண்டாவது, அவனுக்கு இருந்த சிகரெட் மோகத்தை மனதிலே இருத்திச் சொன்னது.

ஸாமன் மீனுக்குப் புகைபோடுவது போல சுவாசப்பைகள் கருகுமட்டும் அவன் புகை உற்பத்தி செய்யலாம். எவ்வளவு சிகரெட் வேண்டுமானாலும் ஊதித் தள்ளலாம். ஆனால் அதை வீட்டுக்கு வெளியே செய்யவேண்டும். மூன்றாவது இன்னும் பிரதானமானது. என்னதான் தலை போகிற காரிய மாக இருந்தாலும் மாலை சரியாக ஆறு மணிக்கு (5.55 அல்ல 6.05 அல்ல) ஜாக்கிற்கு அதனுடைய இரவு உணவைக் கொடுத்துவிடவேண்டும்.

ஜாக்கிற்கு வேண்டிய உலர் உணவுப்பெட்டிகளையும், அளவு குவளையையும் சொந்தக்காரர் விட்டுப் போயிருந்தார். குளிர்ப் பெட்டியிலே அவனுக்குப் போதுமான சாப்பாட்டு வகைகள் இருந்தன. பாரிலே பீர், வைன் வகைகள். உடல் பயிற்சி அறை, நீச்சல் குளம், நூற்றுக்கணக்கான புத்தகங்கள், 50 அங்குலம் டீவி கொண்ட கேளிக்கை அறை என்று எல்லாம் அவனை சந்தோசப்படுத்தக் காத்திருந்தன. இப்பொழுது அவளும் இருந்தாள்.

'நல்ல பிள்ளையாக இரு' என்றான். அந்த வாசகத்தை ஜாக்குக்கு சொன்னானா, அவளுக்குச் சொன்னானா தெரியவில்லை. முன் கதவைச்சாத்திக்கொண்டு புறப்பட்டான். முகப்பிலே பொருத்தியிருந்த மின்விளக்கு அவன் நிழல் பட்டுத் திடீரென்று பற்றி எரிந்தது; அவன் அகன்றதும் அணைந்தது.

அவளுக்குப் பிடிக்கும் என்று அவன் யப்பானிய உணவு வகை அன்று தயாரித்திருந்தான். ஒரு பரிசாரகனின் திறமை யான அலங்காரத்துடன் அவை மேசையிலே காட்சியளித்தன. அதில் முக்கியமானது சூஸி. சிறு சோற்றுப் பருக்கைகளைத் தட்டையாக்கி, கடல் பாசியில் சுற்றி, முள் இல்லாத மீன் சதையை மேலே வைத்து செய்தது. ஓர் அழகான பீங்கானில் நீள்வட்டமாக அவை அடுக்கி வைக்கப்பட்டிருந்தன. அதற்கு வேண்டிய தொடு குழம்பு இன்னொரு சிறு கோப்பையில் பக்கத்தில் இருந்தது.

இந்த வீடு அவளுக்கு மிகவும் பிடித்துக்கொண்டது. இதன் அமைப்பு நூதனமானது. மனிதர்களின் வசதிக்காக இது கட்டியதாகத் தெரியவில்லை. பறவைகளுக்கும், வளர்ப்பு பிராணிகளுக்கும், தாவரங்களுக்குமாக கட்டிய வீடு போலக் காட்சி தந்தது.

அவளுடைய கவனம் படுக்கை அறையிலேயோ, வரவேற் பறையிலேயோ, கேளிக்கை அறையிலேயோ செல்லவில்லை.

படிக்கும் அறையிலேயே சென்றது. விதம்விதமான தாவரங் களும், செடிகளும் அதை அலங்கரித்தன. வெளியே கொத்துக் கொத்தாக டியூலிப்கள் அத்தனை வண்ணத்திலும் பூத்துக் குலுங்கின. ஜன்னல் கண்ணாடியில் ஒட்டிய தேன் குவளை களில் இருந்து தேன் குடித்த சிட்டுகள் ஒரே நேரத்தில் முன்னுக்கும் பின்னுக்குமாக பறந்து ஆர்ப்பாட்டம் செய்தன. உலோகத்தில் செய்த குதிரைவீரன் சிலை ஒன்று இருந்தது. அந்தக் குதிரை இரண்டு கால்களையும் உயரே தூக்கி நின்றது. அதன் சைகை அந்த குதிரைவீரன் இறந்துவிட்டான் என்பதே. ஒரு காலை மாத்திரம் தூக்கி வைத்திருந்தால் அந்த வீரன் போரிலே அடிபட்டிருப்பான். குதிரை நாலு காலையும் ஊன்றி நின்றால் குதிரையும் சேமம்; அவனும் சேமம். அவள் எங்கேயோ அது பற்றிப் படித்திருந்தாள். அந்தப் போர்வீரனின் பெயரைக் கேட்கவேண்டும் என்று ஞாபகத்தில் குறித்து வைத்துக்கொண்டாள்.

சட்டம் மாட்டப்பட்ட சில குடும்பப் படங்கள் தொங்கின. எல்லா படங்களிலும் காலடியில் ஒரு நாய் இருந்தது. ஜாக் வருவதற்கு முன்பு அந்த நாய்கள் இருந்திருக்கலாம். படங் களில் இருந்ததெல்லாம் ஒரு கணவனும், மனைவியும் ஒரு சிறுமியும் மட்டுமே. ஒவ்வொரு படமாக அந்தப் பெண் குழந்தை வளர்ந்துகொண்டே வந்தாள். ஒரு படத்தில்கூட அவன் இல்லாதது ஆச்சரியமே. படத்தில் இருக்கும் குட்டி நாயைக் கம்ப்யூட்டரில் போட்டு வயதாக்கினால் எப்படி இருக்கும் என்று யோசித்துப் பார்த்தாள். ஜாக்கின் முகச் சாயல் கொண்டதாக அது இல்லை. சுத்த வெள்ளியினால் செய்த இரண்டு உள்ளங்கை குடங்கள் மூடியுடன் அடுக்கி யிருந்தன. கீழே Little Flower Company என்று சிறிய எழுத்துக் களில் பொறித்து, தேதியும் காணப்பட்டது. ஆச்சரியங்களின் எண்ணிக்கை கூடிக்கொண்டே வந்தது.

அவன் வருவதற்கிடையில் அங்கு குளிக்கலாம் என்று நினைத்தாள். தயார் நிலையில் இருந்து அவனை திக்குமுக் காட வைக்கலாம். நீண்ட காலணியை மற்ற குதிக்காலின் உதவியோடு கழற்றி, அதன் மேற்பாகத்தை பெருவிரலில் தொங்கவிட்டு, ஒரு நிமிடம் அது பெண்டுலம் போல அசைவதை ரசித்துவிட்டு மெல்ல எற்றினாள். அது சுவர் ஓரத்தில் போய் விழுந்தது. மற்ற காலணியையும் கழற்றி எறிந்தாள். இன்னும் பிற ஆடைகளையும் நீக்கிவிட்டு குளியலை நின்ற நிலையிலே முடித்தாள். பிறகு தொளதொள மேலங்கி ஒன்றை அணிந்துகொண்டாள். இரண்டு பக்கமும் நீண்டு தொங்கும் வார்களை அசட்டையாக முடிந்து,

உடம்பின் மறைக்கவேண்டிய குறைந்தபட்ச பாகங்களை மூடியபடி குளியலறையிலிருந்து வெளியே வந்தபோது அவன் பேயைக் கண்டதுபோல காட்சியளித்தான்.

இந்த படுக்கை அறையைத்தான் வீட்டின் சொந்தக்காரர் எது காரணம்கொண்டும் பாவிக்க வேண்டாம் என்று சொல்லி யிருந்தார். ஆனால் அந்த அற்பப் பிரச்சினையை அவன் இப்போது கிளப்புவதற்குத் தயாராக இல்லை. கைகளை அகலமாக விரித்து 'வா' என்று கூப்பிட அவள் ஓடி வந்து அவன் கைகளுக்கிடையில் ஒரு பறவையைப்போல ஒட்டிக் கொண்டாள்.

சாப்பாட்டு மேசையிலே இரண்டு பிளேட்களும், இரண்டு சிவப்பு நாப்கினும் மடித்து வைக்கப்பட்டிருந்தன. நீல நிற மெழுகுவர்த்திகள் இரண்டு கிறிஸ்டல் பீடங்களில் நின்று மெல்லிய ஒளியை வீசின. வெள்ளியில் செய்த கத்தியும், கரண்டியும் உரிய இடத்தில் இருந்தன. மிக உயர்ந்த சார்டொனே வைன் குளிராக்கப்பட்டு அதற்குரிய நீண்ட கிண்ணங்களுடன் ரெடியாக இருந்தது. சந்தர்ப்பத்தை எப்படியோ ஊகித்த ஜாக்கும், ஜெனிஃபரும் மிக ஒழுக்கத் தோடும், கண்டிப்போடும் வளர்க்கப்பட்ட இரு குழந்தைகள் போல அமைதியாக விளையாடிக்கொண்டிருந்தன.

படுக்கையிலே கால்களை நீட்டி அவன் அமர்ந்திருந்தான். அவனுடைய முழங்கால்களில் வசதியாக தன் பிருட்டத்தை இருத்தினாள். பிறகு அவன் கன்னங்களை ஏந்தியபடி 'முதலில் அந்த குதிரை வீரனின் பெயர் என்ன? சொல்லு' என்றாள்.

'எந்தக் குதிரை வீரன்?'

'ஸ்டடியில் இருக்கும் குதிரைவீரன்தான்.'

'ஓ'

'என்ன ஓ'

'அதுவா, எனக்குப் பெயர் ஞாபகமில்லை.'

'சரி, ஜாக்கிற்கு முன்பு எத்தனை நாய்கள் இருந்தன?'

'யாருக்குத் தெரியும்?'

'மைக்கேல்! நீ விளையாடுகிறாய்.'

'என்னுடைய பெயர் மைக்கேல் இல்லை.' அவன் பெயரைச் சொன்னான்.

'சரி விடு, ஜாக்கிற்கு முன்பு இருந்த நாய்களின் பெயர்கள் என்ன?'

'பெயர்களா?'

'இரண்டு நாய்கள் இருந்திருக்கின்றனவே. படத்தில் பார்த்தேன்.'

'ஓ'

'என்ன ஓ'

'ஞாபகமில்லை.'

அவனுக்குப் பதற்றமாகியது. என்ன நேரத்தில் இவள் என்ன கேள்வி கேட்கிறாள்.

'உனக்கு அந்த ஞாபகங்கள் மிகுந்த துக்கத்தை உண்டாக்குகின்றனவா?'

'ஆமாம்.' அவன் கண்களை அரைக்கம்பத்துக் கொடி போல இறக்கி துக்கமாக வைத்துக்கொண்டான்.

'மன்னித்துக்கொள். அவை எப்படி இறந்தன?'

'எவை?'

'உன்னுடைய நாய்கள்தான்.'

'ஓ'

'என்ன, எல்லாத்திற்கும் ஓ என்கிறாய்.'

'அன்பே, இது என்ன குறுக்கு விசாரணை. அற்புதமான எங்கள் நேரம் வீணாகிக்கொண்டு வருகிறது. கிட்டவா, கிட்டவா' என்று மிருதுவாகப் பேசி அவளை அணைத்தான். அவனுக்குப் பயம் பிடித்துவிட்டது.

அவளுடைய கேள்விகள் ஆபத்தான திசையில் போய்க் கொண்டிருக்கின்றன. நூல் இழையில் தான் தப்பிக்கொண் டிருப்பதும் தெரிந்தது.

'நான் எங்கேயும் ஓடிவிட மாட்டேன். போன ஞாயிறில் இருந்து நீயல்லவோ எனது காதலன். இந்த உடம்பு உன் னுடையதுதான். இந்தக்கேள்விக்கு மட்டும் பதில் கூறிவிடு. அது தெரியும்வரை என்னுடைய மூட் தூரத்திலேயே இருக்கும்.'

'சரி, என்ன கேள்வி?'

'மூடனே, அந்த நாய்கள் எப்படி இறந்தன. ஒன்று 80இல் இறந்திருக்கிறது; மற்றது 91ல் இறந்திருக்கிறது. தயவு செய்து சொல். எனக்கு அழுகை வருகிறது.'

அவள் தேம்பித் தேம்பி அழுவதற்கு மிகவும் தயாராகிக் கொண்டு வந்தாள்.

'அழாதே, அழாதே, என் தேவடியாக்குட்டி. எப்படி உன்னால் அவை இறந்துபோன வருடங்களைச் சொல்ல முடிகிறது?'

'எல்லாம் அந்த அஸ்தி கலசங்கள்தான். இரண்டு குட்டிக் கலசங்களில் *Little Flower Company* என்று பெயர் எழுதி, வருடங்களும் பொறித்து வைத்திருக்கிறதே. அது நாய் தகனம் செய்யும் கம்பனி அல்லவா?'

பொய்கள் தங்களுக்கு விதித்த எல்லைகளை அடைந்து விட்டன. இரண்டு சைஸ் பெரிதான குளியல் அங்கியில் இருந்த அவளைக் கிட்ட இழுத்தான். அவனுடைய வயிறும், அவளுடைய வயிறும் இரண்டு வடக்கு தெற்கு காந்தங்கள் போல ஒட்டிக்கொண்டன. வலது கையால் அவள் உடம்பின் ஈரமான பகுதிகளைத் தடவித் தேடியபடி எல்லா உண்மை களையும் சொல்லிவிட்டான்.

ஒரு பகல் காலத்து மின்னலைப்போல அவள் கட்டிலி லிருந்து துள்ளிக்குதித்தாள். குளியல் மேல் அங்கியை நின்ற இடத்திலேயே கழற்றி குவியலாகவிட்டாள். அவளுடைய வழுவழுவென்ற நீண்ட கால்கள் அற்புதமான ஒரு கறுப்பு முக்கோணத்தில் சந்தித்துக் கொண்டதை அவன் பார்த்தான். அப்போது வெளியே சீறிய தன் மூச்சுக் காற்றுகளை கட்டுப் படுத்துவதற்கு அவனுக்கு இரண்டு சுவாசப்பைகளும் போத வில்லை.

““பிளீஸ், பிளீஸ்... எல்லாவற்றுக்கும் ஒரு விளக்கம் இருக்கிறது” என்று மன்றாடியபடியே அவளைப் பின் தொடர்ந்தான். ஒவ்வொரு கணமும் அந்த அழகு அவனுக்குக் கிட்டாததாகிக்கொண்டு வந்தது. சொந்தக்காரரால் அவனுக்கு அனுமதி மறுக்கப்பட்ட அந்த அறை, ஒரு விநாடியில் கசங்கி சுருண்ட படுக்கை விரிப்புகளாலும், நின்ற இடத்தில் தரையிலே உரிந்துவிட்ட குளியல் அங்கியாலும், மேசையிலே அசட்டை யாக பானம் வைத்த கிளாஸின் அழியாத வட்ட விளிம்பி னாலும், எறிந்ததால் புரண்டு கிடந்த இரண்டு காலணிகளா லும் அலங்கோலமாகிக் காட்சியளித்தது.

நீண்ட ஆடைகளின் கீழே அவளுடைய வெள்ளைப் பாதங்கள் தத்தியபடி இருந்தன. அவள் குனிந்து காலணிகளை மாட்டியபோது அவளுடைய பின் பாகத்தின் வெடிப்பு அவள் சட்டையைக் கவ்விப்பிடித்தது. அவள் மூக்கு ஓட்டைகள் கோபத்தில் அசிங்கமாக விரிந்தன.

'நீ ஒரு லவராக இருப்பதைக்காட்டிலும் ஒரு பொய்யனாக இருப்பதில் உன் திறமையைக் காட்டிவிட்டாய்.' போகிற போக்கில் எதிரே இருந்த அரைவட்ட மேசையை அவளுடைய உருண்ட தொடை பக்கவாட்டில் இடித்தது.

விறுக்கென்று தன் நாயை 'ஜெனிபஃர்' என்று கூவி அழைத்தாள்.

நீண்ட நேரம் இருப்பதற்குத் திட்டம் போட்டிருந்த அந்த நாய் திடுக்கிட்டு எழுந்தது. ஏதோ அசம்பாவிதம் நடந்துவிட்டதை எப்படியோ ஊகித்து அவள் கால்களுக் கிடையில் புகுந்து என்ன செய்வது என்று தீர்மானிக்க முடியாமல் சுழன்று சங்கிலியின் பிடியில் மாட்டி இழுபட்டது. பிரம்பு போன்ற முதுகுடன், எரிச்சல் ஊட்டும் விதமாக மார்புகளை முன்னே தள்ளியபடி, பிடரி மயிர் துள்ள எதிரே ஒரு குட்டை தண்ணீர் தேங்கி நிற்பது போன்ற பாவனையில் கால்களைத் தாண்டி வைத்து அவள் நடந்து போனாள். அவளுடைய நீண்ட ஆடை இப்போது 'இஸ்க் இஸ்க்' என்ற ஒலியை ஏனோ எழுப்பவில்லை. நிழல் பட்டு வேலை செய்யும் அந்த வாசல் மின் விளக்கு அவள் உருவத்தைக் கண்டு பிரகாசமாக ஒரு கணம் எரிந்து மீண்டும் அணைந்து போனது. அவன் கட்டிலில் மல்லாக்கப் படுத்திருந்தான். மடியில் ஒரு சாம்பல் கிண்ணம் இருந்தது. ஒட்டகம் படம் போட்ட சிகரெட் பெட்டியில் இருந்து ஒவ்வொரு சிகரெட்டாக எடுத்துப் பற்றவைத்துப் பற்றவைத்து இழுத்து அந்தக் கிண்ணத்தை நிறைத்துக் கொண்டிருந்தான்.

சிகரெட் குடிக்கும் செய்கையில் அவன் இருந்ததாகத் தெரியவில்லை. அந்தக் கிண்ணத்தை எப்படியும் அன்று இரவு பூர்த்தியாவதற்கிடையில் சாம்பலால் நிறைத்துவிட வேண்டும் என்று முடிவெடுத்தவன் போலவே காணப் பட்டான்.

ஜாக் மிக அமைதியாக இருந்தது. அங்கே நடந்து முடிந்து போன அவனுடைய வாழ்க்கையின் மிகப் பெரிய சரிவைப் பற்றி அது ஒருவித அக்கறையும் காட்டவில்லை. அதற்கு அவனே தற்போதைய எசமான். அது நேற்றைய எசமானைப் பற்றி யோசித்ததாகத் தெரியவில்லை. நாளைக்கு யார் எசமான் என்ற விசனமும் இல்லை. காலை ஆகாரத்தைப் பற்றியோ, இரவு உணவு எங்கிருந்து வரும் என்பது பற்றியோ அறிவு இல்லை. உலகம் எப்படியும் அதன் விருப்பப்படி இயங்கியே ஆகவேண்டும் என்ற தோரணையில் அது சாவதானமாகப் படுத்திருந்தது.

இரண்டு கைகளாலும் அள்ளி அணைக்கும் தூரத்தில் அவள் படுத்திருந்த மெதுவான படுக்கையின் பள்ளங்கள் இன்னும் முற்றாக அழியவில்லை. அவள் முடி ஒன்று அவளறி யாமல் உதிர்ந்து அவளின் ஒரு பகுதியாக அங்கே தங்கி விட்டது. அவள் உடம்பில் இருந்து புறப்பட்ட மெல்லிய வாசனை ஒன்று இன்னமும் அங்கேயே சுழன்று கொண் டிருந்தது.

உலகில் வசிக்கும் ஒவ்வொருவருக்கும் அவசியமான, ஆனால் மிகக்குறைந்த பேர்களாலேயே அறியப்பட்ட சமையல் கலையில் அவனுக்கு விருப்பம் உண்டு. மூன்று மணி நேரம் நின்ற நிலையில் அவளுக்காக யப்பானிய உணவு சமைத் திருந்தான். அவள் ஒன்றைக்கூட ருசி பார்க்கவில்லை. கடல் பாசியில் சுற்றிய சூஸி முறுகிக்கொண்டு வந்தது. மெழுகு வர்த்தி, அவிழ்த்துவிட்ட அவளுடைய கூந்தலைப் போல உருகி வழிந்தது. மூப்பாக்கிய வைன் இன்னும் மூப்பாகி விரைவில் அறையின் உஷ்ண நிலையை அடைந்து விடும். திடீரென்று அவனுக்கு நினைவு வந்தது. எசமானின் மூன்று கட்டளைகளையும் உடைத்துவிட்டான். இனி உடைப்பதற்கு ஒன்றும் மிச்சமில்லை. நாயின் உணவு நேரம் மாலை ஆறு மணி. அது தாண்டி வெகு நேரம் ஆகிவிட்டது. திறமான பயிற்சிகளால் மிக நல்ல பழக்கங்கள் பழகிக்கொண்ட அந்த கறுப்பு நாய், இரு முன்னங்கால்களை நீட்டி தன் காதுகளை மறைத்தபடி, பழுப்புக் கண்களால் இத்தனை நேரமும் அவனையே பொறுமையாகப் பார்த்துக் கொண்டு இருந்திருக்கிறது.

பூமத்திய ரேகை

என்னுடைய அம்மாக்களுக்கு என்னைப் பிடித்தது கிடையாது. ஒரு அம்மா என்றால் சமாளித்திருக்கலாம். மூன்று அம்மாக்களிடமும் சரிசமமாக, வஞ்சகம் வைக்காமல் பேச்சு வாங்குவது எவ்வளவு கடினம். ஆனாலும் நான் மிகச் சாமர்த்தியமாக பன்னிரெண்டு வயதுவரை சமாளித்து வந்தேன். அந்த வருடம்தான் நான் வீட்டைவிட்டு ஓடினேன்.

என் தகப்பனார் பேச்சு வார்த்தைகளில் நம்பிக்கை வைக்காதவர். அவர் என்னுடன் பேசிய மிக நீண்ட வசனம் 'டேய்' என்பதுதான். அப்பாவிற்கு அடிப்பதற்கும், உதைப்பதற்கும் வசதியான ஒரு வயதில் நான் இருந்தேன். மின்னல் போல பிடரியில் அடி விழும்போது அதைத் தடுப்பதற்கு நான் வெகு சிரமப்படுவேன். அதிலும் அப்பா இரண்டு கை பழக்கமுள்ளவர். எந்தப் பக்கம் இருந்து அடி வரும் என்பதை முன்பாகவே ஊகிக்க முடியாது. வலது பக்கத்தைத் தடுக்க தயார் நிலையில் இருக்கும்போது இடது பக்க மிருந்து அடி இறங்கும். என் வித்தைகள் ஒன்றும் பயன் தராது.

அண்ணன், அக்கா, தம்பிமார் என்று வீட்டை நிறைத்து நாங்கள் இருந்தோம். என் தம்பி சிசுபாலன் வடிவாக இருப்பான். பென்சில் சுருள் போல முடி. மழலை குறையாத பருவம். என்னுடன் சாவதானமாக விளையாடிக்கொண்டு இருப்பான், ஆனால் அப்பாவின் கோபம் என் பக்கம் திரும்பும்போது மாயமாக மறைந்து விடுவான்.

அ. முத்துலிங்கம்

அக்கா என்று சொன்னால் என்னுடைய அம்மா அவளுக்கு அம்மா இல்லை; என்னுடைய அப்பாவும் அவளுக்கு அப்பா இல்லை. மூன்றாவது அம்மா வரும்போது அவளையும் கூட்டி வந்திருந்தாள். பெரியவளானதும் பள்ளிக்கூடத்தில் இருந்து நிறுத்தியதில் அவளுக்குப் பரம சந்தோஷம். ஓயாது பின்னல் வேலையில் ஈடுபடுவாள். பரம சாது. செத்த எலியை எடுத்து பக்கத்து வீட்டு வளவில் எறிவதற்குகூடத் தயங்குவாள். ஆனாலும் அப்பா கோபமாக என்மேல் பாயும்போது குறுக்காக விழுந்து தடுப்பது அவள் ஒருத்திதான்.

என் அப்பாவுக்கு உயிர்களிடத்தில் அன்பு உண்டு. விசேஷ மாக புறா, முயல், அணில் இவைகளில் விருப்பம் அதிகம், அதுவும் சமைத்த பிறகு. இப்படித்தான் ஒருமுறை நான் வளர்த்த புறாவைக் கறிவைத்து சாப்பிட்டுவிட்டார். அதற்கு நான் அழுதேனென்றுகூட அடித்தார். அவர் இதற்குத்தான் அடிப்பார் என்று ஊகிக்க முடியாது. என் னுடைய முழுப் பெயரையும் சொல்லி கூப்பிடும்போதே எனக்குத் தொடைகள் நடுங்கத் தொடங்கும். ஏதாவது ஓர் அபூர்வமானத் தவறை அப்போது கண்டுபிடித்திருப்பார்.

வெளியூர் பயணங்களையும், திருவிழாக்களையும் நான் வெறுத்தேன். இந்தப் பயணங்களில் அப்பா சாமான்களையும், ஆட்களையும் மாறி மாறி எண்ணுவார். கைக்குழந்தைகளைச் சில வேளைகளில் சாமான்கள் கணக்கில் சேர்ப்பார்; சில வேளைகளில் ஆட்கள் கணக்கில் சேர்ப்பார். இங்கேதான் இடைஞ்சல். நான் கணக்கைச் சரியாக வைத்திருக்கவேண்டும் என்று அடிக்கடி அறிவுறுத்தப்படுவேன். என் பிரார்த்தனை களின் பலத்தை நான் இந்த சந்தர்ப்பங்களில் பலமுறை பரிசோதித்ததுண்டு.

நாங்கள் வீதியில் நடக்கும்போது தரைப்படையின் பத்தாவது பிரிவு போர்முனைக்குக் கிளம்புவதுபோல சத்தமும், புழுதியும் எழும்பும். அப்பா முன்னுக்கு அங்கவஸ்திரத்தை விசிறி மாலையாகப் போட்டுக்கொண்டு கைவீசி நடப்பார். அம்மாமார் மூன்றுபேரும் முந்தானைகளை இறுக்கி, கொய் யகத்தை சரிசெய்துகொண்டு, பின்னால் நடப்பார்கள். நடுவிலே அண்ணனும், அக்காவும். கடைசிப்படையாக வேலைக்காரி பூரணத்தின் தலைமையில் நாங்கள் அணிவகுப்போம். முன்னால் போனாலோ, பின் தங்கினாலோ அடிவிழுவது நிச்சயம். இந்த நகர்வில் நான் பல போர்த் தந்திரங்களைக் கையாண்டு என்னைக் காப்பாற்றிக்கொள்ள வேண்டியிருக்கும்.

கிணற்றடியில் தினம் நடத்தும் அப்பாவின் காலை அனுட்டானங்கள் முக்கியமானவை. வலக்கையின் இரண்டு விரல்களை வாய்க்குள் விட்டு ஓவென்று ஓங்களிப்பார். நாலு அங்குலம் நீளமான தொண்டைக்குள் இவரால் ஆறு அங்குலம் நீளமான விரல்களை நுழைக்க முடியும். பச்சையும், மஞ்சளுமாய் திரவங்கள் வெளிப்படும். அதற்குப் பிறகு வடலிப்பனை ஓலையில் கிழித்து தயார் செய்த ஈக்கிலினால் நாக்கை வழிப்பார். ஒன்பதுமுறை இப்படி வழிப்பார். பிறகு வாயை அலம்பி கொளகொளவென்று கொப்பளிப்பார். திரும்பவும் இன்னொரு ஒன்பது தடவை வழிப்பு நடக்கும். அது என்னவோ பதினெண்கீழ் நெடுங்கணக்கு போல ஒரு கணக்கு. இந்த நியமத்தில் இருந்து அவர் தவறியதே கிடையாது.

நான் எவ்வளவு எச்சரிக்கையாக இருந்தாலும் இரவு நேரங்களில் பாயை நனைத்துவிடுவேன். இதைப் பலகாலமாக தந்திரமாக மறைத்துவந்தேன். என் தம்பி சிசுபாலன் தலையில் (கால்களுக்கிடையில்) இந்தப் பழியைச் சுமத்தி விடுவேன். அவனுக்கு விபரம் தெரியவந்தபோது அவன் இதனைப் பலமாக ஆட்சேபித்தான். வீட்டிலே எல்லோரும் விழித்துக் கொண்டு என் நடவடிக்கைகளை மிக உன்னிப்பாகக் கவனிக்கத் தொடங்கினர்.

என் அப்பா இந்த விஷயத்தில் அளவுக்கு மீறிய உற்சாகம் காட்டினார். எத்தனை நாளைக்குத் தப்ப முடியும். ஒரு நாள் அதிகாலை சுகமான ஒரு தூக்கத்தில் என் கவனத்தைச் சிதறவிட்டு அப்பாவிடம் கையும், காற்சட்டையுமாக பிடி பட்டேன். அப்பா எனக்கு மிக கொடூரமான ஒரு தண்டனை வழங்கினார். முள் முருங்கை மரத்தில் என்னை கட்டி வைத்து அடித்தார். வெய்யில் ஏறும்வரை அடித்தார். அக்கா அழுது மன்றாடி எனக்கு விடுதலை வாங்கித் தந்தாள். இந்த நேரங்களில் எனக்கு ஆறுதலாக இருந்தது அக்கா ஒருத்திதான். ஆனால் அவளும் விரைவிலேயே இறந்துவிடுவாள் என்பது எனக்கு அப்போது தெரியவில்லை.

அக்கா மூக்குத்தி போட்டிருப்பாள்; முகப்பருவும் போட் டிருப்பாள். இரண்டுமே அவள் முகத்தை இன்னும் அழகு படுத்தும். புருவ மத்தியிலே சிவப்பு பொட்டு பிரகாசிக்கும். எப்பவும் முழங்கால்களைக் கட்டிக்கொண்டு, முற்றின பலாப் பழம் காக்கையின் வரவுக்காக காத்திருப்பதுபோலக் காத் திருப்பாள். அடிக்கடி என் தலைமுடியைக் கோதியெடுத்து மயிலிறகு தடவியதுபோல விரைந்த முத்தம் தருவாள்.

முதல் நாள் என்னுடன் சிரித்து விளையாடியவள் ஒருநாள் இரவுக்குள் படுக்கையில் விழுந்தாள். மூளைக்காய்ச்சல் என்று

சொன்னார்கள். வைத்தியர் அடிக்கடி வீட்டுக்கு வந்து சோதித்து மருந்து கொடுத்தார். அக்கா பாயுடன் சேர்ந்து வதங்கியபடியே வந்தாள். உடல் நிறம் மாறியது. மயில்தோகை போல விரிந்த கூந்தல் ஒளியிழந்து போனது. துர்வாடை யொன்று மெல்லப் பரவியது. ஒரு நாள் இரவு தொடங்கும் நேரத்தில் கடவாயில் நீர் ஒழுக இறந்து போனாள்.

அக்காவின் சாவு என்னைப் பெரிதும் பாதித்தது. ஆறுத லுக்கு அவள் இல்லையென்றபோது என் மனதைப் பெரும் பயம் பிடித்து உலுக்கியது. அப்பாவிடமிருந்து என்னை அவள் காப்பாற்றுவாள் என்று நம்பியிருந்தேன். மாறாக அவள் போனபின் என்மீதிருந்த கெடுபிடிகள் இன்னும் இறுக்கப் பட்டன. இருட்டில் பெரும்பகுதியைத் தூங்காமலே கழித் தேன். இரவு நேர ஓசைகளைப் பழக்கப் படுத்திக்கொண்டேன். அப்பாவின் கயிற்றுக் கட்டில் பலவிதமான சப்தங்களை உண்டாக்கும். முனகல்களும், திமிறல்களும் எழும். அவற்றிலே சில சத்தம் வரக்கூடாதென்று நினைக்கும் ஒருவரின் சத்தங்கள் போல எனக்குப் படும்.

ஒரு நாள் இரவு. கோதுமை மாவில் உருட்டி உருட்டி செய்து, மூங்கில் குழலில் வைத்து முறியாது தள்ளிய புட்டு வயிறு நிறைய சாப்பிட்டுவிட்டு, தண்ணீரும் குடித்தேன். அன்றிரவு என் பாயிலிருந்து ஓடிய வெள்ளம் தம்பியின் பிரதேசத்தையும் தாண்டி அம்மா வரைக்கும் போய்விட்டது. பூமியில் இருந்து ஒழிந்துபோன ஒரு தொல் விலங்கின் மூர்க்கத் தோடு அப்பா அன்று என்னைத் தாக்கினார்.

எல்லாம் ஓய்ந்த பிறகு இரண்டாவது அம்மா என் வியாதிக்கு ஓர் அபூர்வமான யோசனை சொன்னாள். அவள் சொன்னால் போதும், அப்பா கேட்பார், தட்டமாட்டார். அதுதான் நானும் அப்பாவும் அந்த சனிக்கிழமை காலை நேரம் கோயிலுக்கு வந்திருந்தோம். கோயில் பலிபீடத்தில் வைத்து பூஜை செய்து காகத்திற்கு எறியும் தளிசையை வாங்கி நான் உண்டால் என் வியாதி மாயமாய் மறைந்துவிடும். இது கைகண்ட மருந்தாம்.

ஐயர் பலிபீடத்தை நோக்கி வந்துகொண்டிருந்தார். ஒரு கையிலே மணி அடித்துக்கொண்டிருந்தது. அடுத்த கையில் தீபமும், தளிசைத் தட்டும். இன்னும் சில நிமிடங்களில் பலிபீட பூஜை ஆரம்பமாகிவிடும். அப்பொழுது பார்த்து அவள் வந்தாள். விசாலாட்சி. விசாலமான கண்களைக் கொண்டவள். என்னோடு படிப்பவள். உப்பு என்று சொல்வது போல அவள் உதடுகள் எப்பவும் குவிந்துபோய் இருக்கும்.

நான்தான் வியாதிபிடித்து அலைகிறேன். இவளுக்கென்ன கேடு! பச்சைப் பாவாடையும், பட்டு ரிப்பனுமாக அந்த நேரம் பார்த்து வந்துவிட்டாளே. அவள் என் பக்கம் திரும்பினாள். அதரங்களில் அரை முறுவல். சூரியனைப் போல அவள் கண்கள் பிரகாசித்ததால் அவள் என்னைப் பார்த்தாளா, உலகத்தைப் பார்த்தாளா என்று தெரியவில்லை.

பூஜை முடிந்ததும் கணகணவென்று ஒலித்த மணியை நிறுத்திவிட்டு, ஐயர் தளிசையைக் கையிலெடுத்தார். காகங்கள் ஆவலுடன் நாலாபக்கமும் பறந்து அமளி செய்தன. அந்த நேரம் பார்த்து அப்பா, ஐயருடைய மணி பேசிய அதே ஸ்தாயியில் குரலை எடுத்து சொன்னார்.

'ஐயா, அந்த தளிசையை எறியவேண்டாம். என்னுடைய மகன் பாயோடு ஒன்றுக்குப் போகிறான். அதை இவனிட்டை குடுங்கோ ஐயா.'

அப்பா வந்து என்னைத் தூணிலிருந்து இடுங்கிக்கொண்டு போனார். என் கால்கள் தரையில் அரைபட்டன; கண்கள் விசாலாட்சியைத் தேடின.

தளிசை வைத்தியம் வேலை செய்ததா என்பதை அறியும் வாய்ப்பு யாருக்கும் கிட்டவில்லை. அதற்கிடையில் மழைக் காலம் வந்துவிட்டது. அதிலே ஒரு வசதி. இரவிலே மழை கொட்டும்போது கூரை ஒழுகி பாத்திரங்கள் நிரம்பும். பாய்கள் இடம் மாறும். இதமான நித்திரை உண்டாகும். இந்தக் கலவரத்தில் நான் என் சிறுநீர் விவகாரத்தை சௌகரியமாக யாரும் அறியாதவாறு நடத்திவந்தேன்.

அப்பாவின் செருப்புச் சத்தம் வாசலில் கேட்கும் போதெல்லாம் தட்டி மறைவில் ஓடி ஒளிந்துகொள்வேன். வாசலில் செம்பும் தண்ணீரும் மறக்காமல் வைத்திருப்பேன். விளக்கு பளபளவென்று துடைத்து அப்பா கண்படும் இடத்தில் தொங்கும். அப்பாவின் சத்தங்கள் நின்று, ஆபத்து சின்னங்கள் விலகியதும் என் மறைவிடத்தில் இருந்து படிப்பைத் தொடருவேன்.

என்னுடைய கடைசிப் பரீட்சை நெருங்கிக்கொண்டு வந்தது. இதிலே முதலாவதாக தேறினால் பெரிய பள்ளிக் கூடம் போவதற்கு எனக்கு உதவிப் பணம் கிடைக்கும். என்னுடைய அப்பாவுக்கு என் படிப்பைப் பற்றி ஒருவித அக்கறையும் கிடையாது. வருட முடிவில் தேர்ச்சிப் பத்திரத்தில் அவருடைய கட்டை விரல் அடையாளத்தைப் பெறுவதே என்னுடைய உச்சபட்ச சாதனை. படிப்பை நிறுத்த அவருக்கு ஒரு காரணம் தேவையாக இருந்தது.

அ. முத்துலிங்கம்

அன்று காலை நாலு மணிக்கே எழுந்துவிட்டேன். பாயைத் தொட்டுப் பார்த்து உறுதி செய்தபிறகு மண் ணெண்ணை விளக்கை கொளுத்திவைத்து படிக்கத் தொடங் கினேன். தட்டியிலே பழைய துணிகளை விரித்து அப்பாவின் கண்ணுக்கு வெளிச்சம் தெரியாமல் பார்த்துக் கொண்டேன்.

அன்று பூமி சாஸ்திரப் பரீட்சை. எப்படியும் அதில் வழக்கம்போல நூற்றுக்கு நூறு மார்க் வாங்கிவிடவேண்டும் என்ற ஆர்வம் எனக்கு. எட்டு மணிவரை இருந்த இடத்தில் இருந்தபடியே மனனம் பண்ணினேன். அட்சரேகைகள், தீர்க்கரேகைகள் எல்லாம் என் மண்டைக்குள் தாறுமாறாக ஓடின. செங்கடலும், கருங்கடலும், அரபிக்கடலும் பொங்கி அலை மோதின. என் மூளை நிறைந்து போய் இருந்தது.

அவசர அவசரமாக புத்தகங்களை அடுக்கினேன். விளக்கை எடுத்து மாடாவில் வைத்தேன். பென்சிலைச் சீவினேன். கால் சட்டை, மேற்சட்டைகளை எடுத்துத் தயாராக வைத்து விட்டு கிணற்றடிக்கு ஓடினேன். வாளியில் தண்ணீர் பிடித்து, ஒரு மூலையில் நின்று சத்தம் செய்யாமல் கை, கால் முகம் என்று கழுவினேன். அப்படியே மெதுவாக நகர முயன்றேன்.

'உலகிலேயே மிகவும் குளிரான பிரதேசம் தென் துருவத்திலிருக்கும் அண்டார்டிக்கா கண்டம். உலகிலேயே மிகவும் குளிரான பிரதேசம் தென் துருவத்திலிருக்கும் அண்டார்டிக்கா கண்டம்.'

'இஞ்ச வாடா.'

'இந்து சமுத்திரம், பசுபிக் சமுத்திரம், அட்லாண்டிக் சமுத்திரம்.'

'பல்லு தேச்சியா?'

'கிழக்கு மேற்காக ஓடும் ரேகை அட்சரேகை.'

'தேச்சியாடா ?'

'தேச்சேன், அப்பா.'

'நாக்கு வழிச்சியா?'

'வடதென்துருவங்களை இணைக்கும் ரேகை தீர்க்கரேகை.'

'வழிச்சியாடா, சொல்?'

'ஒரு பாகை தீர்க்கரேகை நாலு நிமிடங்களுக்குச் சமம். ஒரு பாகை தீர்க்கரேகை நாலு நிமிடங்களுக்குச் சமம்.'

'வழிச்சியா?'

'இல்லையப்பா, வழிக்கேல்லை.'

'ஏண்டா?'

'நாலு நிமிடங்களுக்குச் சமம்.'

'ஏண்டா?'

அப்போதுதான் முதல் அடி விழுந்தது. கிடைக்கு பதினைந்து பாகை கோணத்தில், பிடரியில். அட்சரேகையும், தீர்க்கரேகையும் வாய் வழியாக வெளியே ஓடின.

'நான் வழிக்கமாட்டன்.'

'என்னடா சொல்றாய், றாங்கியைப் பார்.'

இன்னொரு அடி.

'இரண்டு விரலைத் தொண்டையுள் விடுறதும், ஈக்கினால் நாக்கைப் போட்டு வழிக்கிறதும் பிழை. நீங்கள் வாத்தியாரைக் கேட்டுப் பாருங்கோ. நான் வழிக்கமாட்டன்.'

இதற்கிடையில் கிணற்றடியில் சனம் சேர்ந்துவிட்டது. மூன்று அம்மாக்கள், தம்பிமார், பக்கத்து வீட்டுக்காரர்கள்.

என் பேச்சைக் கேட்க ஆட்கள் வந்ததும் எனக்கு உசார் வந்துவிட்டது.

'இண்டைக்கு சோதனை எழுதப்போறன். பள்ளிக்கூடத்துக்கு லேட். இந்த நேரம்பார்த்து அடிக்கிறீங்களே. இது என்ன ஞாயம்?'

'என்னடா ஞாயம்? நான் அடிக்காமல் வேறை யாரடா அடிப்பாங்கள்?'

மறுபடியும் பிடரியிலும், முதுகிலும் அடி விழுந்தது.

'அக்கா!, அக்கா!'

அவர்தான் இல்லையே. மூன்று அம்மாக்களும் அப்படியே அசையாமல் நின்றனர். ஒருவர்கூட வாய் திறக்கவில்லை. ஒருவித வெட்க ரோசமில்லாமல் அந்தப் பெரிய உருவம் என்னைப்போய் அடித்துக்கொண்டிருந்தது.

'நிறுத்துங்கோ. காணும், நிறுத்துங்கோ.'

என் குரலில் இருந்த பயங்கரம் என்னையே திடுக்கிட வைத்தது. என் வாயிலிருந்து முன்பின் யோசித்திராத வார்த்தைகள் புறப்படுவதை என் காதுகள் கேட்டன.

'கட்டை விரல் அடையாளம் வைக்கவும், தொண்டைக் குள் கையை விட்டு ஓங்களிக்கவும், என்னை அடிக்கவுந்தான் வரும். உங்களுக்கு ஒரு பெயர் இருக்கு. அதை எழுத வருமா?'

அப்பாவின் முகம் போனபோக்கைப் பார்க்கவேண்டும். அம்மாக்கள் வாய் எல்லாம் திறந்துவிட்டது. அதற்குப் பிறகு அங்கே நிற்க இயலாது. கடைசிக் கல்லும் கையை விட்டுப் போய்விட்டது. மாவடி ஒழுங்கையால் விழுந்து எடுத்தேன் ஓட்டம்.

அன்று நான் பூமி சாஸ்திரம் சோதனை எழுதவில்லை. அதற்குப் பிறகு என் வாழ்க்கையில் எந்த சோதனையையும் எடுக்கவில்லை.

எந்த நிமிடத்திலும் பறிபோகும் வேலை

என்னுடைய மகள் ஒரு *multitasker*. தமிழில் வேண்டுமென்றால் அட்டாவதானக்காரி என்று சொல்லலாம். ஒரு காரியத்தை ஒரு நேரத்தில் செய்வதென்று இல்லை. ஒரு சர்க்கஸ்காரி போல பல காரியங்களை ஒரே சமயத்தில் செய்ய வேண்டும்.

அன்று அலுவலகத்தில் இருந்து வந்ததும் பதிலியை *(answering machine)* அமுக்கிவிட்டாள். அது தன் பாட்டுக்கு அன்றுதான் சேகரித்த தகவல்களை அடுக்கடுக்காக சொல்லிக்கொண்டு வந்தது. வீட்டு தபால் பெட்டியில் விழுந்திருந்த கடிதங்களை அசிரத்தையாக தட்டிப்பார்த்து மேசையிலே எறிந்தாள். அதே சமயம் நுண்ணலை அடுப்பிலும் எதையோ வைத்துப் பட்டனை அமுக்கிச் சுழலவிட்டாள். இத்தனைக்கும் என் மகளின் நாரியில் அப்ஸரா 60 பாகை கோணத்தில் உட்கார்ந்திருந்தாள். அப்படியே அவளை இடது பக்கமாகச் சுழற்றி தூக்கி எடுத்து என்னிடம் கொண்டு வந்தாள். நானும் ஒருமாதமாகக் காத்திருந்து, ஆறாயிரம் மைல் தாண்டி வந்த ஒரு பார்சலைப் பெறுவதுபோல, அவளைப் பெற்றுக் கொண்டேன்.

அப்ஸரா என்றால் அவளுக்கு இன்னும் ஒரு வயது எட்டவில்லை; பத்து மாதம்தான். 'அப்பா, இந்த கிறேப்ஸை இவளுக்கு குடுங்கோ' என்று

சொல்லி விட்டு அப்படியே சுழன்று கைபேசியில் ஏதோ ஒரு எண்ணை அமுக்கத் தொடங்கினாள் என் மகள்.

அப்ஸராவுக்குப் பிடித்தது சிவப்பு, விதை இல்லாத திராட்சை. அதிலும் இரண்டு வகை இருக்கிறது. ஒன்று அப்போதுதான் ஐஸ் பெட்டியில் வைத்து எடுத்ததுபோல இறுக்கமாக இருக்கும். மற்றது மிருதுவான தசைகளைக் கொண்டது. இரண்டாவதுதான் அவளுக்குப் பிடிக்கும். தொட்டுப் பார்த்து அதை உறுதி செய்தபிறகுதான் வாயைத் திறப்பாள். ஒரு முழு திராட்சையையும் அவளால் சமாளிக்க முடியாது. ஏனென்றால் முன்னுக்கு இரண்டு பற்கள், அதுவும் கீழ் பற்கள், பஸ்மதி அரிசிபோல, இப்போதுதான் தோன்ற ஆரம்பித்திருந்தன. திராட்சையை நீளப் பாதியாக நறுக்கி ஒரு பாதியை அவளுக்குத் தருவேன். முகத்தை நாலு கோணலாக மாற்றி வாயைப் பல அசைவுகள் செய்து சாப்பிடுவாள். இதற்கிடையில் மற்ற பாதியை நான் சாப்பிட்டு விடுவேன்.

மீண்டும் வேண்டுமென்பாள். அவளுக்கு அவசரம். இன்னுமொன்றை நறுக்குவேன். வாயில் இருப்பது தீர்ந்துவிட்டதா என்று தீர்மானித்துதான் அடுத்ததை அனுப்பவேண்டும் என்பது என் மகளுடைய கட்டளை. மீற முடியாது. மீறினால் வேலை போய்விடும். ‘ஆ, காட்டு. ஆ, காட்டு.’ அவள் வாயைத் திறந்தாள். எல்லாமே அங்கே சிவப்பாக இருந்தது. திறந்து அப்படியே வைத்திருந்தாள்.

ஒரு முறை கிருஷ்ணர் தவழும் பருவத்தில் வாயில் மண்ணை அள்ளிப் போட்டிருக்கிறார். யசோதை அவருடைய இடுப்பிலே தூக்கிப் பிடித்து வாயைக் காட்டு என்றாள். கிருஷ்ணர் பெட்டி போன்ற சிறு வாயைத் திறந்தார். அப்போது யசோதை அங்கே பிரபஞ்சத்தைக் கண்டாளாம். எனக்கும் அப்படியே தோன்றியது. உலகத்திலேயே அழகான காட்சி. சோகமான காட்சியும்கூட. இன்னுமொரு திராட்சையை அவளுடைய வாய்க்குள் போட்டேன். அது தன் பயணத்தைத் தொடங்கியது.

இந்த அலுப்பு பிடிக்கும் நடைமுறையில் சில மாற்றங்களைக் கொண்டுவர நான் முயன்றேன். ஒரு முறை பாதி திராட்சையை அவள் கையில் கொடுத்து நான் வாயை ஆவென்று வைத்துக்கொண்டேன். அந்த பாதி திராட்சையை என் வாய்க்குள் அவள் வைக்கவேண்டும் என்பது என் விருப்பம். அது அவளுடைய சின்ன மூளைக்குள் ஏறவில்லை.

மனிதர்களுடைய வாயை இவ்வளவு குளோசப்பில் அவள் பார்த்ததில்லை. பெருவிரலில் எக்கி நின்று என் வாயை புகுந்து பார்த்தாள். பிறகு முகர்ந்தாள். மிகவும் அதிசயமான ஒன்றாக இருந்தது. பிறகு பரவசமாகி அந்த பற்களை தொட்டுப் பார்ப்பதற்கு பிரயத்தனமானாள். நான் எவ்வளவு முயன்றும் அந்த திராட்சையை என் வாய்க்குள் வைக்கவேண்டும் என்பது அவளுக்குப் பிடிபடவே இல்லை. நாலு கறுப்பு நிரப்பிகள் கொண்ட என் பல் வரிசைகளை விளையாட்டு காட்டுகிறேன் என்றே நினைத்துக் கொண்டாள்.

நான் விடாமுயற்சிக்காரன். எப்படியும் இன்னும் இரண்டு நாளைக்குள் இந்த வித்தையை அவளுக்கு பழக்கி விடுவேன். அப்போது திராட்சைகள் இன்னும் சீக்கிரமாக மறையும். அது வரைக்கும் நான் வேலையிலிருந்து நீக்கப் படாவிட்டால்.

முதல் நாள்

இந்த முதல் நாள் என்பது முக்கியமானது. இதை நான் அப்ஸராவுக்காக எழுதுகிறேன். ஒரு காலத்தில் நான் எழுதியதை அவள் வாசித்துப் பார்ப்பாள். அப்போது அவளுக்குத் தன்னுடைய முதல் நாள் எப்படி இருந்தது என்பது புரியும். அவளாக இதை எழுத முடியாது ஏனென்றால் அவளுக்கு இப்பொழுதுதான் பத்து மாதம் நடக்கிறது. ஒரு குழந்தைக்கு முதல் பத்து மாதம் மிகவும் முக்கியம் என்று சொல்கிறார்கள். தாயின் வயிற்றில் குழந்தை இருக்கும் காலம் சரியாக 280 நாட்கள். இதை பத்து பௌர்ணமிகள் என்றும் சொல்லலாம். பத்துமுறை சந்திரன் பூமியைச் சுற்றிய காலம். அல்லது பத்துமுறை சந்திரன் தன்னைத் தானே சுற்றிய காலம். இரண்டும் ஒன்றுதான். ஒரு குழந்தை தாயின் கருவிலே பத்து மாதம் இருந்துவிட்டு முற்றிலும் அந்நியமான உலகத்துக்குள் வருகிறது. இந்த புது உலகத்தில் மூச்சு விடவும், வாயினால் உண்ணவும் பழகுகிறது. பத்து மாதம் பூரணமாகும்போது அது கர்ப்பத்தில் வாழ்ந்த காலமும், வெளியுலகில் வாழ்ந்த காலமும் சமமாகிறது. பத்து மாதத்திற்குப் பிறகுதான் குழந்தை முழுக்க முழுக்க வெளியுலக வாசியாகிறது.

அதி வேக விமானத்தில் பறக்கும்போது ஒலி அரணைக் கடக்கும் அந்த விநாடியில் கிளிக் என்று ஒரு சத்தம் கேட்கும். அதுபோல குழந்தைகளும் பத்துமாதக் கெடுவை தாண்டும் போது ஒரு சிறு அதிர்ச்சி அடைகிறார்கள். அப்ஸராவுக்கு பத்து மாதம் பூர்த்தியாகிவிட்டது. சப்பணம் கட்டி உட்காருவாள். வேகமாகத் தவழுவாள். எழுந்து நிற்பாள். ஆனால் நடக்க மாட்டாள். ஒவ்வொருமுறை மருத்துவரிடம் போகும்

போதும் அவளுடைய நீளத்தை அளந்து 24 இன்ச், 26 இன்ச் என்று குறித்துக் கொள்வார்கள். இப்பொழுது உயரம் 29 இன்ச் என்று குறித்து வைத்திருக்கிறார்கள்.

கால்களின் உபயோகம் இப்பொழுதான் அவளுக்குத் தெரிகிறது. இவ்வளவு காலமும் கீழ் மேலாகத் தெரிந்த உலகத்தை முதல் முறையாக பக்கவாட்டில் பார்க்கிறாள். எல்லாமே மாறிவிட்டது. அவளுக்கு வேண்டிய பொருளை அவளாகவே தவழ்ந்துபோய் எடுத்துக் கொள்ளலாம். மற்றவர்கள் தயவு தேவையில்லை. அவள் இப்பொழுது சிந்திக்கும் திறமுடைய ஒரு தனி ஜீவன்.

என்னுடைய மகள் குழந்தைகள் காப்பகம் ஒன்றைத் தேடினாள். வேலைக்குப் போகும்போது அப்ஸராவை அங்கே விட்டு போகலாம். நல்ல காப்பகமாக இருக்கவேண்டும். வீட்டுக்கு அண்மையில் உள்ள மூன்று காப்பகங்களுக்கு கணவனும், மனைவியுமாக போய்ப் பார்த்தார்கள். அதிலே ஒன்று பிடித்திருந்தது. பளிச்சென்ற விசாலமான கட்டடம். புதிதாகக் கட்டியது. அதிலே ஒரு விசேஷம் இருந்தது. மற்ற டேகேர் போலச் சாதாரண வீடாகக் கட்டி பின்பு டேகேராக மாற்றப்பட்டதல்ல. ஒரு முழு ஏக்கரில் முற்றிலும் குழந்தைகளுக்காகக் கட்டப்பட்டது. ஒரு குழந்தை கட்டடக் கலைஞர் நிர்மாணித்து, ஒரு குழந்தை என்ஜினியர் கட்டியது போல. இங்கே பெரியவர்கள்தான் அட்ஜஸ்ட் பண்ணி போகவேண்டும்.

உதாரணம் இங்கே இருந்த தண்ணீர் போக்கி, கொம்மோட் போன்றவை குழந்தைகள் உயரத்துக்கு கட்டப்பட்டிருந்தன. குழந்தைகளுக்கு எட்டாத உயரத்தில் பிளக் ஓட்டைகள். சின்னக் கைகள் அம்பிடும் தள்ளு லாச்சிகளோ, கப்போர்டுகளோ இல்லை. வயர்கள் இல்லை. விழுந்தால் கால்களில் உராய்வு ஏற்படாத மாதிரி தரை அமைப்பு. அவர்கள் திறக்க முடியாதபடி கதவுகள், சாளரங்கள் என்று முன் எச்சரிக்கையுடன் அமைக்கப்பட்டிருந்தன. வெப்ப தட்ப சாதனங்கள்கூட குழந்தைகளுக்கு சௌகரியமான அளவில் இயங்கின.

ஆனால் பெற்றோர்கள் சமாளித்துப் போகவேண்டும். கதவுகளுக்கு கடவு இலக்கங்கள் இருந்தன. அதை ஞாபகத்தில் வைத்திருக்கும் பெரியவர்கள் உள்ளே போய் வரலாம். குறிப்பிட்ட எல்லைகளைத் தாண்டி குழந்தைகளிடம் ஒருவரும் அணுக முடியாது.

இந்தக் காப்பகம் என் மகளுக்கு நன்றாகப் பிடித்துக் கொண்டது. ஆனால் ஒரு பிரச்சினை இருந்தது. அப்ஸரா

இன்னும் தளர் நடை *(toddler)* பருவத்தை எட்டவில்லை. கைக்குழந்தை *(infant)* வகுப்பில் அவளுக்கு இடமில்லை. ஆகவே அப்ஸராவின் பெயரைப் பதிவு செய்துவிட்டு வந்து அவள் நடக்கத் தொடங்கும் நாளுக்காக காத்திருந்தோம்.

மழை பெய்து நிலம் நனைந்த ஒரு நாள் மாலை. எங்கள் வீட்டுச் செல்ல நாய் ஈரமான இலைகளின் கீழ் மோந்து கொண்டு திரிந்தது. அப்ஸராவின் 13வது மாதம். திடீரென்று தானாக ஒருவர் உதவியும் இன்றி நாலு அடிகள் வைத்து நடந்தாள். அன்றுதான் அப்ஸரா உத்தியோகபூர்வமாகத் தளர் நடைப் பருவம் அடைந்ததாக ஏற்கப்பட்டாள்.

அடுத்தவாரம் என் மகளும், கணவனும் அவளை *toddler* வகுப்பில் சேர்க்கத் தீர்மானித்தார்கள். அதற்கான பல ஆயத்தங்கள் நடந்தன. உடை, பால், கட்டி உணவு, தொப்பி, சப்பாத்து, மேல் உடை, தண்ணீரில் நடக்கக்கூடிய சப்பாத்து (பூட்ஸ் அல்ல) போன்றவை அடக்கம்.

ஒரு நாள் காலை இருவரும் அப்ஸராவை வெளிக்கிடுத்தி, காரின் பின் சீட்டில், முன் பார்க்கும் குழந்தை இருக்கையில் இருத்தி கட்டிக்கொண்டு சென்றார்கள். நானும் பின் இருக்கை யில் அப்ஸராவுக்குப் பக்கத்தில் உட்கார்ந்து போனேன். என் தொழில் ஒரு பார்வையாளனுடையது மட்டுமே என்று டேகேர் வருவதற்கிடையில் நாலு தரம் திருப்பி திருப்பி என் மகளால் நினைவூட்டப்பட்டேன்.

அங்கே அப்ஸராவின் வகுப்பில் இரண்டு காப்பாளினிகள். அப்ஸராவையும் சேர்த்து வகுப்பில் ஐந்து குழந்தைகள். அவர்களுக்கு அளவான மேசைகள், கதிரைகள், சாப்பாட்டு மேசைகள், படுக்கைகள், சிறு வீடுகள், பொம்மைகள், புத்தகங் கள் என்று எல்லாமே தயாராக இருந்தன. ஆனால் அப்ஸரா இன்னும் தயாராக இல்லை. காப்பாளினிகளிடம் அவளுக்கு ஒருவித பயமும் இல்லை. ஆனால் இது யார் இப்படி அசிங்கமாக நாப்பி கட்டியபடி தள்ளாடி நடப்பவர்கள். அவளுக்குப் பயமாகிவிட்டது. தாயைக் கட்டிப் பிடித்து முதலில் சிணுங்கினாள். பிறகு மெல்ல மெல்ல அழுகையை உயர்த்தி இறுதியில் இனிமேல் இல்லை என்பதுபோல கழுத்தைக் கட்டிக்கொண்டு வீரிட்டாள். குறட்டினால் கிளப்புவதுபோல ஒவ்வொரு விரலையும் பிரித்தெடுத்து தாயையும், பிள்ளையையும் வேறு வேறாக்க வேண்டி வந்தது.

என் மகள் சிறிது நேரம் அவளுடன் சேர்ந்து விளையாடி னாள். அவளுக்குப் பராக்கு காட்டிவிட்டு மெதுவாக

நழுவுவதுதான் எண்ணம். அப்ஸராவுக்குப் புரியவில்லை. எதற்காக இந்த அபத்தமான ஏற்பாடு. வீடு நல்லாய்த் தானே இருக்கிறது. இங்கே ஏன் வந்து இருக்கிறார்கள். கண்களில் மிரட்சியுடன் சுற்றுமுற்றும் ஆராய்ந்தாள். ஏதோ சரியில்லை என்பது அவளுக்கு விளங்கிவிட்டது. அந்தப் பெற்றோர்கள் அவள் கண்கள் திரும்பிய ஒரு கணத்தில் மறைந்துவிட்டார்கள்.

இது நடந்தது காலை ஏழு மணிக்கு.

அப்ஸரா தொடர்ந்து இரண்டு மணி நேரம் கதறினாள். அந்தக் களைப்பில் அயர்ந்து நித்திரையானாள். பிறகு எழும்பியதும் தனக்கு முற்றிலும் பரிச்சயமில்லாத முகங்களைக் கண்டு மீண்டும் அழுதாள். தளர் நடையில் நகர்ந்து தேடித் தன் மேலங்கியை எடுத்து ரீச்சரிடம் நீட்டினாள். அதை அணிந்து அவளை வீட்டுக்கு அனுப்ப வேண்டும். அந்த சின்ன விஷயம் இந்தப் பெரிய ரீச்சருக்குத் தெரியவில்லை.

எனக்கு காப்பகத்தில் இருந்து தொலைபேசி வந்தபோது மணி 11.00. நான் புறப்பட்டேன்.

கடவு எண்ணைச் சரியாகப் பதிந்து உள்ளே நுழைந்தேன். கதவுக்கு வெளியே நின்று கண்ணாடி வழியே மெல்ல எட்டிப் பார்த்தேன். எல்லோரும் ஒதுக்கிவிட்ட ஒரு மூலையில், அநாதரவான தன் நிலையில் என்ன செய்யலாம் என்று தன் சின்ன மூளையில் யோசித்தபடி அப்ஸரா நின்றாள். என் நெஞ்சில் ஓங்கி அறைந்ததுபோல இருந்தது. திடீரென்று அவள் கண்கள் மின்னின. மறைந்து நின்ற என் முகத்தில் கால்வாசிக்கும் குறைவாகத்தான் தெரிந்திருக்கும். எப்படியோ பார்த்துவிட்டாள். வீல் என்று கத்தினாள். நான் பதை பதைத்து உள்ளே ஓடினேன். தூக்கி நெஞ்சோடு அணைத்தேன். 'நான் வந்திட்டன், நான் வந்திட்டன்' என்று ஆயிரம் முறை சொன்னேன். அவள் விம்மி விம்மி அழுதாள். அது ஏன்? சிரிக்க அல்லவா வேண்டும். எனக்குப் புரியவில்லை.

காரில் பின் சீட்டில் போட்டு கட்டினேன். மெல்ல மெல்ல அன்பான வார்த்தைகளை மிருதுவாகச் சொன்னபடி காரைக் கிளப்பினேன். எவ்வளவு ஆற்றியும் ஆறாத துக்கமாக அழுகை பீரிட்டுக் கொண்டே வந்தது. கண்ணீர் கொட்டியது. அந்த சின்ன மூளைக்குள் ஏதோ ஆழமான குழப்பம் நடந்து கொண்டிருந்தது.

கார் வேகம் பிடிக்கப் பிடிக்க அழுகை ஓயத் தொடங்கியது. இருந்தாலும் நடுங்கும் அவள் சொண்டுகளுக்குள் இருந்து

பல சொற்கள் ஒன்றன்பின் ஒன்றாக வெளியே வந்தன. 'கொடுமை' 'துரோகம்' போன்ற வார்த்தைகள். இன்னும் பல புதிய வார்த்தைகளும் இருந்திருக்கலாம். நான்தான் இவ்வளவு பெரிய உடம்பை வைத்துக்கொண்டு, இவ்வளவு பெரிய மூளையை வைத்துக்கொண்டு, இன்னும் அவளுடைய பாஷையைக் கற்றுத் தேறவில்லையே.

அப்ஸரா தீவிரமாகச் சிந்திக்கிறாள். அவளுக்கு ஒரு வயது முடிந்துவிட்டது. இரண்டு கால்களையும் விரித்து வைத்து புறப்படுவாள் ஓர் இலக்கை நோக்கி. ஆனால் பாதி வழியி லேயே வேறு யோசனை வந்துவிடும். அங்கே போவாள். இப்படியே இலக்கில்லாமல் அவள் பயணம் நடக்கும். ஒரு நிமிடம்கூட ஓயமுடியாமல் அவள் கால்களும், கைகளும், மூளையும் துடித்தபடியே இருக்கும்,

சில இலக்கியவாதிகள் பாதி நாவலை எழுதி விட்டுவிட்டு இன்னொரு நாவலைத் தொடங்கிவிடுவார்கள். அதுபோலத்தான். பாதி வழியில் சடக்கென்று திரும்புவதென்றால் அந்த ஸ்பீடில் அப்ஸராவால் 'யு திருப்பம்' போட முடியாது. அது தவிர பலவிதமான பாலன்ஸ் வித்தைகளைச் செய்ய வேண்டும். ஒரு விமானம் தாங்கி கப்பல்போல பெரிய வட்டம் போட்டுத் திரும்புவாள். அப்படித் திரும்பி முடியும்போது வந்த காரியத்தை மறந்துவிடுவாள். பழையபடி இன்னுமொரு ஆரம்பம் அங்கே நிகழும்.

இந்த வயதில் இன்னுமொரு விசேஷம் என்னவென்றால் அவளுடைய மூளையின் ஞாபகத்திறம். எவ்வளவு தீவிரத்துடன் சிந்தனை போகிறதோ அவ்வளவு தீவிரத்துடன் மறந்துவிடுவது. நேற்று விளையாடிய அதே பொம்மையைக் கொடுத்தவுடன் முகம் மலர்ந்து போகும். ஒரு சிரிப்பை வெளியே விடாமல் உள்ளே வைத்திருக்கும்போது கிடைக்கும் பிரகாசம் அந்த முகத்தில் வீசும். அன்றைக்குத்தான் கிடைத்த புது பொம்மை போல விளையாடுவாள்.

அவளுக்கு ஒவ்வொரு நாளும் புதியதே. அந்த முக மலர்ச்சிக்கு அதுதான் காரணம். ஒரு வயர் ஓடினால் அதை இழுத்துப் பார்க்க வேண்டும். டெலிபோனைக் கண்டால் அதன் கைபேசியை படுக்கையில் இருந்து கீழே தள்ளிவிட வேண்டும். ரிமோட்டைக் கண்டால் எடுத்து அமுக்கிப் பார்க்க வேண்டும்.

அப்ஸராவுக்கு ஒரு லட்சியம் உண்டு. டிவியின் தொலை இயக்கியை எங்கே கண்டாலும் அதைத் தாவி எடுப்பது. இந்தக் கருவியிலே 43 பட்டன்கள் இருக்கின்றன. நான் எண்ணியிருக்கிறேன். நாலே நாலு பட்டன்களின் செயல் பாடுகள் பற்றி நான் அறிவேன். மீதி 39 பட்டன்களின் வேலை பற்றி இந்த வருடம் முடிவதற்கிடையில் கற்றுக் கொள்ளலாம் என்று பெரிய திட்டம் வைத்திருக்கிறேன். அப்ஸரா அது அத்தனையும் அறிவாள். இங்கே பட்டனை அமுக்கிக்கொண்டு டிவியில் என்ன மாற்றம் நிகழ்கிறது என்பதைக் கவனிக்கிறாள். அதை அணைப்பாள், பிறகு உயிர் கொடுப்பாள். இன்னும் சானல்களைக் கண்டபடிக்கு மாற்றுவாள். சத்தத்தைக் கூட்டுவாள், குறைப்பாள்; மௌன மாக்குவாள். குதிரை பாய்வதுபோல கறுப்பு வெள்ளைக் கோடுகளை ஓட வைப்பாள். பிறகு எவ்வளவு தூரம் போகிறது என்று பார்ப்பதற்காக ரிமோட்டை எறிவாள். இவ்வளவும் நாங்கள் மும்முரமாக ஏதாவது முக்கியமானக் காட்சியை டிவியில் பார்க்கும்போது நடக்கும்.

அது பரவாயில்லை. அவளுடைய தடுப்பு வைத்த குட்டி படுக்கையில் படுத்திருக்கும்போது தன் வாயிலிருக்கும் சூப்பியைப் பிடுங்கி சுழற்றி எறிவாள். பிறகு அதை எடுத்துத் தரும்வரைக்கும் நிறுத்தாமல் அழுவாள். தந்ததும் மறுபடியும் எறிவாள். இதுவும் ஒரு தந்திரம். சரியாக இரவு ஒரு மணி அடிக்கும்போது இது நடக்கும். இவளுடைய வயிற்றுக்குள் *biological clock* ஒன்று வேலை செய்கிறது. சரி, எங்கே சூப்பியை எறிவாள். இவளுடைய படுக்கைக்கும், சுவருக்கும் இடையில் இரண்டு இன்ச் இடைவெளி இருக்கிறது. அதற்குள் எறிவாள். தரையில் படுத்திருந்து பிரயத்தனமாக துடைப்பக் குச்சியால் நகர்த்தி, நகர்த்தி சூப்பியை வெளியே கொண்டு வரவேண்டும். அப்படி பாடுபட்டு எடுத்துக் கொடுத்தால் உடனேயே இன்னொருமுறை எறிந்துவிடுகிறாள், அதே இடத்தில். படுக்கைக்குக் கீழே படுத்தபடி ஒருவர் தன் வாழ்நாளில் எவ்வளவு மணித்தியாலங்களைக் கழிக்கமுடியும்.

பைபிளிலே ஒரு வாசகம் இருக்கிறது. இதுதான் பைபிளி லேயே மிகச்சிறியது. இரண்டே இரண்டு வார்த்தைகள்தான். *Jesus wept.* புத்திமான்கள் எல்லோரும் வியக்கும்படியான ஒரு முழு வசனத்தை 13 மாதம் தாண்டாத அப்ஸரா பேசினாள். அதுவும் பைபிள் வசனத்தைப் போல இரண்டு வார்த்தைகள் கொண்டது. இதுவே அவள் பேசிய வசனங்களில் மிகவும் நீண்டதாகும். கட்டடத் துண்டுகளை வைத்து விளையாடிக் கொண்டிருந்தாள். நான் பக்கத்தில் இருந்து கண்காணித்தேன்.

அவளும் அடிக்கடி திரும்பிப் பார்த்து நான் இருக்கிறேனா என்பதைக் கண்காணித்தாள்.

திடீரென்று 'I think' என்றாள். இதுவே அவள் பேசிய மிகவும் நீண்ட வசனம். ஒரு புத்தரோ, நியூட்டனோ, சோக்கிரட்டீஸோ பேசவேண்டிய இந்த வசனத்தை அவள் பேசினாள். நான் பிறகு எத்தனையோ தரம் கெஞ்சியும் அவள் அந்த வசனத்தைத் திருப்பிச் சொல்லவில்லை. ஆழமான சிந்தனையில் இருக்கும்போது மட்டும்தான் பேசுவாள் போலும். நான் காத்திருக்கிறேன். இவள் தன் முதல் வசனத்தை இன்னும் நீட்டுவாள். பிரான்ஸ் நாட்டின் 16ஆம் நூற்றாண்டு கணித மேதை Rene Descartes சொன்னார், 'I think, therefore I am' என்று. இந்த வசனத்தில் அடங்கிய தத்துவத்தைப் பேசித் தீர்த்துக்கொள்ள முடியவில்லை. உலகத்து தத்துவவாதிகள் இன்னும் திணறுகிறார்கள்.

அப்ஸரா துளிரும் அறிவுஜீவி. அவளுடைய முதல் வசனம் இரண்டு வார்த்தைகளாக வெளியே வந்துவிட்டது. மீதி மூன்று வார்த்தைகளையும் இன்னும் சில நாட்களில் சொல்லி விடுவாள். நான் காத்துக்கொண்டிருக்கிறேன்.

O O O

ஒரு மே மாதத்தின் இரண்டாவது ஞாயிறு காலை. அன்னையருக்காக ஒதுக்கி வைக்கப்பட்ட இந்த தினம் அதிசயமான சப்தங்களுடன் விடிந்தது. படுத்திருந்தபடியே காதுகளைக் கூர்மையாக்கினேன். கிளைகள் முறியும் ஒலி; தழைகள் அசையும் ஒலி. மெதுவாக கதவைத் திறந்து வெளியே வந்தால் என் தோள் உயரத்துக்கு வளர்ந்த இரண்டு மான்கள் வேலி ஓரத்துக் கிளைகளை முறித்து மென்று கொண்டிருந்தன. என்னுடைய அசைவுகளைப் பார்த்து அவை மிரளவில்லை. மனித இனத்துக்கு மிகவும் பழக்கப்பட்டவையாகக் காணப் பட்டபோதும் தலையை நிமிர்த்தி இருபக்கமும் பார்த்தபடி சாப்பிட்டன.

அப்ஸரா என் நாரியில் உட்கார்ந்து சவாரி செய்தபடி என்னை 'ம்,ம்' என்று விரட்டினாள். அவளுடைய கண்கள் பக்கத்துப் பக்கத்தில் தொடாமல் இருக்கும் இரண்டு நட்சத் திரங்கள்போல ஒளி விட்டன. நான் அந்த மான்களைத் தொடும் தூரத்துக்கு வந்துவிட்டேன். அப்பவும் அவை எங்களைச் சட்டை செய்யவில்லை. அவற்றின் பெயர் white tail deer என்றும், பொஸ்டன் நகரின் பாதுகாக்கப்பட்ட காடுகளில் சுதந்திரமாக வாழுகின்றன என்றும் பின்னால் தெரிந்துகொள்வேன். திடீரென்று இரண்டு மான்களும்

ஒரே சமயத்தில் துள்ளி எழும்பின. பின் சடாரென்று திரும்பி குறைக்கப்பட்ட வேகத்தில் ஓடி மறைந்தன.

அப்ஸரா அழத்தொடங்கினாள். உலகத்தில் அவள் என்ன கேட்டாலும் அதை நான் நிறைவேற்றுவேன் என்ற நம்பிக்கை அவளுக்கு. உடம்பின் சகல பாகங்களையும் துணைக்கு அழைத்துச் செய்யும் வேலைகள் எனக்குப் பிடிக்காது. அவளை இடுப்பில் வைத்துக்கொண்டு, வேலியைத் தாண்டி, தேசிங்கு ராஜாபோல ஒரு குதிரை வேகத்தில் நான் விரையவேண்டும் என்று அவள் எதிர்பார்த்தாள். அன்றைய நாள் சரியாகப் போகவேண்டுமானால் மான்களை நான் எப்படியும் திரும்ப அழைக்க வேண்டும். ராமர் சிறு குழந்தையாக இருந்தபோது மதியூக மந்திரி சுமந்திரன் கண்ணாடியில் சந்திரனைப் பிடித்துக் கொடுத்து ஏமாற்றினாராம். ஆனால் மறைந்துவிட்ட மானை திரும்ப அழைப்பதற்கு சுமந்திரன் என்ன தந்திரம் செய்திருப்பாரோ.

ஒரு பதின்மூன்று மாதங்கள் வயதான மூளையை ஏமாற்றுவது சுலபம். அப்ஸராவுக்கு ஏதாவது விளையாட்டு காட்டினால் சரி. பிரமாதமாக ஒன்றுமில்லை, ஒரு தேயிலைப் பையை அதில் தொங்கும் நூலுடன் கொடுத்தாலே போது மானது. அவள் ஒரே விளையாட்டைத் திருப்பித் திருப்பி விளையாடும் பழக்கம் உடையவள் அல்ல. உங்களைப் பற்றிய நல்ல அபிப்பிராயம் அவளுக்கு ஏற்படவேண்டுமானால் பல புதிய விளையாட்டுகளை சிருஷ்டித்துக் காட்டும் திறமை உங்களுக்கு இருக்கவேண்டும். அவளிடம் பலவிதமான விளை யாட்டுப் பொருள்களும், வண்ணவண்ணப் புத்தகங்களும், மிருதுவான துணிப் பொம்மைகளும், பாட்டரியில் இயங்கி நகரும், பாடும், மணி அடிக்கும் சாதனங்களும் இருந்தன. ஆனால் சில வேளைகளில் ஒரு போத்தலின் மூடி முக்கியமான விளையாட்டுப் பொருள் ஆகிவிடும். இன்னும் சில சமயங்களில் ஐந்து வருடத்திற்கு முந்திய கிறிஸ்மஸ் அட்டையைத் தூக்கிக் கொண்டு பல தேசங்களுக்கு பயணித்துத் திரும்புவாள், பிடியை விடாமல்.

ஒரு மத்தியான வேளை அவளுடைய நித்திரை நேரம் தாண்டிவிட்டது. பல விளையாட்டுகளை விளையாடினாள். புத்தகங்களை நான் வாசிக்க அவள் கேட்டாள். இடைக்கிடை அவள் மூளை வேறு திசையில் போய்விடும். தடித்த அட்டைப் புத்தகம். அதைத் திருப்பி வைத்தால் எகிப்து கோபுரம்போல நிற்கும். கவனம் திரும்பியதும் கதையை விட்ட இடத்திலிருந்து மறுபடியும் தொடரலாம். மழலைப் பாடல்களை நான் பாட அவள் ஆடினாள். கட்டடக் கட்டிகளை வைத்து பல

கோபுரங்களைக் கட்டினேன். அவள் உடைத்தாள். இன்னொரு முறை கட்டினேன். அவள் உடைத்தாள். அவள் அகராதியில் விளையாடுவதும் அழிப்பதும் ஒன்றே. பெரிய வித்தியாசம் இல்லை. ஒளித்து விளையாடினோம். மேசைக்கு அடியிலோ, கட்டிலின் பின்னாலோ ஒளித்துவிட்டுத் தலையை நத்தை போல நீட்டுவாள். நான் அந்தத் தலை நீளும் சமயத்தில் அதைப் பார்த்து 'கண்டிட்டேன்' என்று சொல்ல வேண்டும். அவள் 'இக் இக்' என்று நாரியில் வளைந்து சிரிப்பாள். இருபதாவது தடவை விளையாடிய பிறகு இந்த சிரிப்பு போலிச் சிரிப்பாக மாறிவிடும். பிறகு இன்னொரு விளையாட்டு ஆரம்பமாகும்.

அப்ஸராவின் தலை, அவள் முழுக்க எழும்பி நின்றாலும் என் முழங்கால் அளவுக்கே வரும். பக்கவாட்டில் அவள் பார்க்கக்கூடிய உயரமான தூரம் என் முழங்கால் சில்லுகள் தான். அடிக்கடி ஓடிவந்து தன் தலையை முழங்காலுடன் மோதிவிடுவாள். அவளுக்கு ஒரு சிறிய மரக்குதிரை இருந்தது. அதில் ஏற்றி விடுவேன். அவசரமாக இறங்கித் தன் கதிரையில் ஏறி அமர்வாள். பிறகு அதுவும் அலுத்துப்போய் என் மடியில் ஏறுவாள். ஒரு கோல்டிலொக் போல மாறி மாறி உட்காருவாள்.

அப்ஸராவை மடியில் இருத்தி சூப்பியைக் கொடுத்துத் தாலாட்ட முயன்றேன். துள்ளி எழும்பி விட்டாள். அவள் மயங்கிய சமயம் மெதுவாக படுக்கையில் கிடத்தி இரண்டு சிறு தலையணைகளை பக்கத்தில் அடுக்கி சூப்பியை வாயில் பூட்டி, அவளுக்குப் பிடித்த இசைப்பாடல்களை வைத்தேன். சரியாக 20 செகண்ட் கழித்து எழும்பி சட்டங்களைப் பிடித்து ஆட்டிக்கொண்டு நின்றாள். நித்திரை போகும் சிந்தனையே இல்லை. மறுபடியும் விளையாட்டு.

சரி 'ஆ,போ' விளையாட்டை ஆரம்பித்தோம். தலையிலே சிறு குட்டையை வைத்துவிட்டு அப்ஸரா முழங்காலில் இருந்து வளைந்து தலையால் தரையைத் தொடுவாள். நான் 'ஆ,போ' சொல்ல வேண்டும். குட்டை தரையில் விழும். நாங்கள் கையைத் தட்டுவோம். நான் குட்டையை எடுத்து மறுபடியும் அவள் தலையில் வைப்பேன். இன்னொருமுறை விளையாட்டு தொடரும். இந்த விளையாட்டை 26 தடவை விளையாடினோம். 27 வது தடவை தலையைக் கீழே வைத்தவள் அதை திரும்பவும் எடுக்கவில்லை. முழங்காலை மடித்து ஓர் அலங்காரப் பந்தல் வளைவுபோல இருந்தாள். தொட்டுப் பார்த்தேன். அசையவில்லை. தலையையும் முழங்காலையும் மட்டுமே பதித்து பாலன்ஸ் செய்தபடி தூங்கிவிட்டாள். எங்கோ ஒளித்திருந்த நித்திரை அவள்

தலையை வைத்ததற்கும், அதை எடுப்பதற்கும் இடையில் இருந்த ஒரு செக்கண்டில் வந்து மூடிவிட்டது. ஒரு தொட்டாற் சிணுங்கி இலைபோல அவள் பட்டென்று சுருங்கிப்போய் கிடந்தாள். நித்திரையால் எழும்பியதும் முதல் ஐந்து நிமிடங்கள் தள்ளாடியபடி நடப்பாள். இந்த உலகத்தோடு தொடர்பு இலகுவில் கிடைத்துவிடாது.

படிப்படியாக அவளுடைய energy level அதிகரிக்கும். பிறகு உச்சத்தை அடையும். அப்ஸராவின் அற்புதமான நேரம் குளிக்க வார்த்து, பால் குடிக்க வைத்த பிறகு தொடங்கும். இப்படி பால் குடித்த அரை மணி நேரத்தில் அவள் படுக்கைக்குப் போய்விடுவாள். ஆனால் இந்த அரை மணி நேரத்தில் அவளுடைய energy உச்சத்தில் இருக்கும். சிரிப்பும், பாட்டும், டான்ஸும் விளையாட்டுமாக ஒரே அமர்க்களம்தான்.

ஒரு நாள் இந்தப் பொன்னான நேரத்தை வீணாக்கக் கூடாது என்று ஒரு பயிற்சி கொடுக்க முடிவு செய்தேன். முழு நேரப் பயிற்சி. அவளும் உற்சாகம் குறையாமல் பயின்றாள். பயிற்சி இதுதான்.

அம்மா சுட்ட தோசை
அப்பா முறுக்கிய மீசை
தின்னத் தின்ன ஆசை
விளக்குமாத்து பூசை.

இந்தப் பாடலை நான் திருப்பித் திருப்பி பாடவேண்டும். கடைசி வரியில் 'விளக்குமாத்து' என்று சொல்லிவிட்டு பேசாமல் இருப்பேன். அவள் 'பூயை' என்று சொல்லி அந்த மழலைப் பாடலை முடிப்பாள். இந்த விளையாட்டு வெற்றிகரமாகத் தொடர்ந்து ஒரு வாரம் கொடுக்கப்பட்டது பால் குடித்த பிறகு. ஆனால் படுக்கைக்கு முதல் 'விளக்குமாத்து' என்றுவிட்டு மௌனமாவேன், அவள் 'பூயை' என்று சொல்லி முடிப்பாள்.

சரி, training முடிந்தது. இனி ஆட்கள் பார்க்கவேண்டிய சமயம். ஒரு நாள் இரண்டு விருந்தினர்கள் வந்திருக்கும்போது இந்தப் பாடலைப் பாடினேன். "விளக்குமாத்து? விளக்குமாத்து?" அப்ஸராவின் சொண்டுகள் ஒட்டிப்போய் இருந்தன.

நான் விருந்தினர்களிடம் கதையை மாற்றினேன். ஏதோ பேசிக்கொண்டிருந்தோம். சிறிது நேரம் சென்றது. அப்ஸரா என் முழங்கால்களைத் தொட்டாள். எனக்கு மட்டும் கேட்கும் மெதுவான குரலில் 'பூயை' என்றாள். பாவம், அவ்வளவு

நேரமும் அவள் அந்த வார்த்தையைத் தேடியபடி இருந்திருக் கிறாள். ஒரு பெரும் சிரிப்பை என் முகத்தில் எதிர்பார்த்தபடி மீண்டும் 'பூயை' என்றாள். எனக்குப் பாவமாக இருந்தது. இந்தச் சிறுவயதில் மறக்கும் உரிமையைக்கூட பிடுங்குவது மகா சின்னத்தனமாகப்பட்டது.

மூளையின் பெருமை அதன் நினைவுத்திறனில் கிடையாது; மறக்கும் திறனில்தான் இருக்கிறது. அவள் பெரியவளானதும் அவள் மூளையின் ஞாபக சக்தியை உறிஞ்சுவதற்குப் பல காரியங்கள் காத்திருக்கும். பல எண்களை நினைவில் வைக்க வேண்டும். சமூகப் பாதுகாப்பு எண்; கம்ப்யூட்டர் கடவு எண்; கடன் அட்டை எண். வீட்டு காவல் எண். இப்படி எண்ணமுடியாத எண்கள். அந்த அப்பியாசத்தை இப்பொழுதே தொடங்குவதற்கு என்ன கேடு!

நான் உடனே என் பயிற்சியை நிறுத்திவிட்டேன். 'பூசை' என்று அவள் இன்று சொன்னால் என்ன? நாளை சொன்னால் என்ன? ஒரு வருடம் கழித்துச் சொன்னால்தான் என்ன? மூழ்கியாவிடப் போகிறது! மறதிக்குப் போதிய அவகாசம் தருவது எவ்வளவு இன்பகரமானது. இந்தப் பிராயத்திலேயே மூளையைக் கசக்கி அதன் ஒவ்வொரு ஓட்டையையும் நிரப்பவேண்டுமா? அப்ஸரா நாடியை நெஞ்சிலே தொடும் படி வைத்து, கீழ்க்கண்ணால் பார்த்தபடி சோகமாக நின்றாள். எனக்கு சந்தோசமூட்டுவதுதான் ஒரே நோக்கம். மறுபடியும் 'பூயை' என்றாள்.

○ ○ ○

ஒரு வயதுகூட தாண்டாத குழந்தைக்குப் புத்தகங்களில் எப்படி பிரியம் ஏற்படும். இது ஓர் அதிசயம்தான். ஏனென்றால் அப்ஸரா உலகத்துக் குழந்தைகளைப்போல மிருதுவான துணிப் பொம்மைகளை வைத்து விளையாடுவ தில்லை. புத்தகங்கள் தான் வேண்டும். என் மனைவியிடம் இருந்து அடிக்கடி எழும்பும் முறைப்பாடு ஒன்று உண்டு. படுக்கையில் ஒரு புத்தகம் விரித்தபடி கிடக்கும். படுக்கைக்குப் பக்கத்திலுள்ள மேசையில் இரண்டு புத்தகங்கள் பிரித்த நிலையில், இனிமேல் எப்பொழுது நான் தொடுவேன் என்ற எதிர்பார்ப்போடு. என் படிப்பு அறையில் சில புத்தகங்கள், அவையும் திறந்து விட்ட நிலையில் என்னைக் குலைக்கப் பார்க்கும். இது தவிர பாத்ரூமில் ஒன்றிரண்டு புத்தகங்கள். என் மனைவி மணம் முடித்த புதிதில் இருந்து கேட்டு வரும் கேள்வி இதுதான். அது எப்படி ஒரு நேரத்தில் ஒரு மனிதர் ஏழு புத்தகங்களைப் படிக்க முடியும்.

இந்தக் கேள்வியை இப்பொழுது அவள் கேட்பதில்லை. ஏனென்றால் அப்ஸராவும் அதையேதான் செய்கிறாள். அப்ஸரா பிற்பகல் இரண்டு மணிக்கு நித்திரைக்குப் போவாள். சரியாக மூன்று மணி மட்டும், சிலவேளைகளில் நல்ல கனவுகள் வாய்த்தால், மூன்றரை மட்டும் தூங்குவாள். நான் காத்திருப்பேன். அவள் நித்திரை முறிந்து தானாக அந்த உலகத்தில் இருந்து இந்த உலகத்துக்கு வரும் காட்சியை காண்பதற்காக நான் பக்கத்திலேயே இருப்பேன்.

அவள் எழும்புவது ஒரு சூரிய உதயம்போல இருக்கும். ஆயிரம் தடவை சூரியன் உதிப்பதைப் பார்த்தாலும் 1001வது தடவை அது புதுசாகத் தானே தோன்றும். அப்படி ஓர் அழகு. எழுந்ததும் புது அதிர்ச்சியுடன் சுற்றிலும் பார்ப்பாள். பிறகு மெதுவாக அவள் சின்ன மூளைக்குள் சின்ன ஞாபகங்கள் வரும். என்னைப் பார்ப்பாள். மூளையில் ஒரு தொடர்பு கிடைக்கும். சிரிப்பாள். அந்தப் புன்னகைக்கு இந்த உலகத்தில் ஈடு ஏதாவது உண்டா? நான் அள்ளிக்கொள்வேன். அந்தக் கணமே மறுபடியும் அடுத்த நாள் மூன்று மணிக்காக ஏங்கத் தொடங்குவேன்.

அப்ஸராவிடம் இருப்பதெல்லாம் அழகழகாக வர்ணப் படம் போட்ட, வழுவழுப்பான தாளில் அச்சடித்த, கெட்டி யான அட்டை போட்ட புத்தகங்கள். மழலைப் பாடல்கள், கதைகள் இப்படி பிரமாதமாக இருக்கும். அவை எல்லாம் ஒரே நேரத்தில் அப்ஸராவின் வருகையை எதிர்பார்த்துத் திறந்த நிலையில் கிடக்கும் கொள்கையை வைத்திருந்தன. அப்ஸராவை மடியில் வைத்து ஒவ்வொரு பக்கமாகப் புரட்டிக் கொண்டே வரவேண்டும். ஒரு பக்கம் படத்தைப் பார்க்கும் போது அடுத்த பக்கம் என்ன வரும் என்ற ஆவலில் குனிந்து பார்ப்பாள். அடுத்த பக்கம் திருப்பியதும் அதில் என்ன என்று பார்க்காமல் மீண்டும் குனிந்து பார்ப்பாள். இப்படி அவளுடைய ஆவல் தீர்க்கமுடியாதபடி வளர்ந்துகொண்டே இருக்கும்.

சில வேளைகளில் தானாகவே பக்கத்தைத் திருப்பிப் பார்ப்பதும் உண்டு. அப்பொழுதும் பொறுமையைக் கடைப் பிடிப்பது அவளுடைய நற்குணங்களில் ஒன்று அல்ல. ஒரு பக்கம், ஐந்து பக்கம், பத்து பக்கம் என்று புரட்டி முடித்து விடுவாள். இன்னும் சில சமயங்களில் அவளுடைய புத்தகங்கள் அவளிலும் பெரிசாக இருக்கும். அல்லது அவளுடைய எடையிலும் கூடியதாக இருக்கும். இவை எல்லாம் அவ ளுடைய முயற்சியின் வேகத்தைக் குறைக்க முடியாது. தூக்குவாள், முடியாவிட்டால் இழுத்துக்கொண்டு வருவாள்.

கொழுத்தாடு பிடிப்பேன்

மறுபடியும் முதலில் இருந்து பாட்டுக்களைப் பாடவேண்டும். ராகங்களை மாற்றக்கூடாது. அந்தந்த பாட்டுக்கு அந்தந்த ராகம் என்ற வரையறை உண்டு. அப்படி மாற்றினால் இருந்த இருப்பில் தலையை மட்டும் 180 டிகிரி திருப்பி முகத்தைப் பார்ப்பாள். ஏதோ பிழை நடந்துவிட்டது.

Humpty Dumpty பாட்டு அவளுக்கு மிகவும் பிடிக்கும். அந்தப் பாட்டு வரும் பக்கத்தில் சிவப்பும், மஞ்சளும், நீலமும் சேர்ந்த கலரில் பெரிய முட்டையும், அதற்கு ஏற்ற மாதிரி கைகளும், கால்களும் வரைந்து இருக்கும். இந்தப் பாடலை உரத்துப் படிக்க வேண்டும். ஒவ்வொரு வரிக்கும் நாலு தாளத் தட்டு உண்டு. அதை மறக்கக்கூடாது. *'Fall'* என்ற வார்த்தை வரும்போது கீழே நிலத்தில் படு பயங்கரமாக விழுவதுபோல நடிக்க வேண்டும். இந்தப் பயிற்சியில் தேர்ந் தவர்களே இதை வெற்றிகரமாகச் செய்து முடிக்கலாம். பாட்டு முடியும்போது பரவசமாகி புத்தகத்தின்மேல் பாய்வாள். புதுமைப்பித்தன் கூறியது போல எதையும் அழுத்தமாகப் படித்து அறியும் ஆவல் அதிகம் அவளுக்கு. *Humpty Dumpty*யின் மேல் அழுத்தமாக ஏறி உட்கார்ந்துவிடுவாள். சுவரில் இருந்து அப்பொழுதுதான் விழுந்தவன் மேல் இப்படி ஏறி மிதிப்பது அத்துமீறியது என்பது அவளுக்குப் புரிவதே இல்லை.

இப்படி அவளிடம் கட்டுக்கட்டாக வண்ணப் புத்தகங்கள் இருந்தாலும், அவளுடைய அறிவுத் தாகம் லேசில் அடங்கும் தன்மையானது அல்ல. அவள் செய்யும் செயல்களும் புரிதலுக்கு அப்பாற்பட்டதாக இருக்கும். அப்ஸரா இப்பொழுதுதான் தத்தக்க புத்தக்க என்று நடக்கத் தொடங்கி யிருந்தாள். தளர் நடைப் பருவம். ஆரம்பம்தானே, மெல்ல மெல்ல அடி எடுத்து வைப்பாள் என்று நினைத்தேன். ஏதோ தன் பயணம் முடிவதற்கிடையில் நிலம் முடிந்துவிடும் என்பதுபோல அவசரத்துடன் ஓடிக் கடப்பாள். சர்க்கஸ்காரர்கள் கைகளைப் பக்கவாட்டில் நீட்டுவார்கள், ஒரு சமநிலை கிடைப்பதற்காக. இன்னும் சில குழந்தைகள் கைகளை முன்னே நீட்டுவதையும் பார்த்திருக்கிறேன். அப்ஸரா இரண்டு கைகளையும் பின்னே நீட்டுவாள். அப்படியும் பாலன்ஸ் கிடைக்காது. நிறையப் பால் குடித்திருப்பதால் தளும்பும் வயிறு. அந்தப் பாரத்தை ஈடுகட்டுவதற்காக அவளாகக் கண்டுபிடித்த ஒரு யுக்தியாக இது இருக்கலாம். ஜெயமோகன் என்ற பிரபல எழுத்தாளர் 'இந்து ஞான மரபில் ஆறு தரிசனங்கள்' என்று ஒரு புத்தகம் எழுதியிருக்கிறார். 175 பக்கங்கள் கொண்டது, ஆனாலும் ஆயிரம் பக்கங்களுக்குச் சமம். அதில் ஒரு படம்கூட கிடையாது. அவ்வளவும் அச்சடித்த எழுத்துக்கள்தான். அதுகூட அவசரத்

தில் படிக்கக்கூடிய புத்தகம் இல்லை. ஆழமான விஷயங்கள் கொண்ட புத்தகம் என்றபடியால் ஒரு வாரம் தொடர்ந்து படித்தால்தான் முடிக்க முடியும். அப்படி முடிக்கும்போது அரைவாசிதான் விளங்கும்.

அப்ஸரா எங்கோ இருந்து குடுகுடுவென்று ஓடி வருவாள். மின்னல்போல புத்தகத் தட்டுக்கு நேரே போய் அங்கே அடுக்கி வைத்திருக்கும் அத்தனை புத்தகங்களிலும் இந்த தத்துவப் புத்தகத்தை மாத்திரம் எப்படியோ கண்டுபிடித்து இழுத்து தூக்குவாள். தூக்கிய கணமே இது அனுமதிக்கப்பட்ட காரியம் இல்லை என்பது அவளுக்குப் புரிந்து போகும். அதைத் தூக்கிக்கொண்டு ஓடத் தொடங்குவாள். நான் பின்னால் ஓடுவேன். பிடுங்கினால் இன்னும் பெரிய ஆபத்து. அழுவாள். ஆகவே அவள் பின்னால் அலைந்து நயமாகக் கேட்பேன். இன்னும் வேகம் கூட்டுவாள். விழுவாள். எழும்புவாள். ஓடுவாள். புத்தகப் பிடியை விடமாட்டாள்.

என்னுடைய பெரிய மூளையைப் பாவித்து பண்ட மாற்று முறையில் வண்ணப் புத்தகம் ஒன்றை ஆசை காட்டுவேன். கடிகார முள் திசைக்கு எதிராகத் திரும்பி இன்னும் ஓட்டம். கார் சாவியைக் கிலுக்கி குடுப்பேன். சந்தேகம் வலுத்துவிடும். இன்னும் ஓட்டம். தொக்கையான சிவப்பு Felt Penஇல் அவளுக்கு ஒரு கண். அதைக் கொடுப்பேன். தன் சின்னக் கையால் தட்டிவிட்டு ஓடுவாள். ஒவ்வொரு நாளும் இது நடக்கும். 'உறவு உறவு என்றாலும் பறியில் கை போடாதே' என்று ஒரு சொல் வழக்கு எங்களூரில் உண்டு. அவளுடைய உடமையில் நான் எப்படி கை போடுவது. அவளாகத் திருப்பித் தந்தால்தான் உண்டு. ஜெயமோகன் எழுதிய 'இந்து ஞான மரபில் ஆறு தரிசனங்கள்' புத்தகத்துக்கு இவ்வளவு ஆர்வமான 26 இன்ச் உயரமான வாசகி உலகத்தில் வேறு எங்கும் இருக்க முடியாது.

மகாராஜாவின் ரயில் வண்டி

ஒரு விபத்து போலத்தான் அது நடந்தது. செல்வநாயகம் மாஸ்ரர் வீட்டில் தங்க வேண்டிய நான் ஒரு சிறு அசௌகரியம் காரண மாக இப்படி ஜோர்ஜ் மாஸ்ரர் வீட்டில் தங்க நேரிட்டது. எனக்கு அவரை முன்பின் தெரியாது. அந்த இரண்டு இரவு களும் ஒரு பகலும் எனது வாழ்க்கையில் மிகவும் முக்கியமானவையாக மாறும். எனது பதினாலு வயது வாழ்க்கையில் நான் கண்டிராத, கேட்டிராத சில விஷயங்கள் எனக்குப் புலப்படும். இன்னும் சில அதிர்ச்சி களுக்கும் நான் தயாராக நேரிடும்.

ஜோர்ஜ் மாஸ்ரர் பூர்வீகத்தில் கேரளாவில் இருந்து வந்தவர். அவர் கழுத்தினால் மட்டுமே கழற்றக்கூடிய, மூன்று பொத்தான் வைத்த, முழங்கை முட்டும் சட்டையை அணிந்திருந்தார். அவருடைய முகம் பள்ளி ஆசிரியருக்கு ஏற்றதாக இல்லை. வாய்க் கோடு மேலே வளைந்து எப் போதும் சிரிக்க ஆரம்பித்தவர் போலவே காட்சி யளித்தார்.

மிஸஸ் ஜோர்ஜைப் பார்த்தவுடன் கண்டிப் பானவர் என்பது தெரிந்துவிடும். பொட்டு இடாத நெற்றி கடும் வெள்ளையாக இருந்தது. யௌவனத் தில் இருந்து பாதி தூரம்வரை வந்திருந்தாலும் அவருடைய கண்கள் மூக்குக்குக் கீழே தென் படுவதைப் பார்த்துப் பழக்கப்படாதவை. கறுப்புக் கரை வைத்த வெள்ளை சேலை அணிந்திருந்தார். சேலையின் ஒவ்வொரு மடிப்பும் கன கச்சிதமாக

அ. முத்துலிங்கம்

உரிய இடத்தை விட்டு நகராமல் அப்படியே நின்றது. நான் அங்கு போனபோது இருவரும் மகளை எதிர்பார்த்துக்கொண்டு வாசலில் நின்றனர்.

மூன்று பெண்கள் தூரத்தில் வந்தார்கள். எல்லோரும் ஒரே மாதிரியான சீருடை போன்ற ஒன்றை அணிந்திருந்தார் கள். இருந்தும் அவர்களில் இந்தப் பெண் அவள் உயரத்தினால் நீண்ட தூரம் முன்பாகவே தெரிந்தாள். அவள் அசையும்போது இடைக்கிடை அவள் இடை தெரிந்தது; மீதி மறைந்தது. கிட்ட வந்தபோது அவள் கண்கள் தெரிந்தன. அவை அபூர்வ மாக ஓர் இலுப்பைக் கொட்டையைப் பிளந்ததுபோல இரு பக்கமும் கூராக இருந்தன. கழுத்திலோ காதிலோ வேறு அங்கத்திலோ ஒருவித நகையுமில்லை. ஆனால் மூக்கிற்குக் கீழே, மேல் உதட்டில் ஒரு மரு இருந்தது. இது அவள் உதடுகள் அசையும்போதெல்லாம் அசைந்து எங்கள் பார்வையை அவள் பக்கம் திருப்பியது. அப்படியே அவள் உடம்பை அவதானிக்கும் ஆர்வத்தையும் கூட்டியது. இது ஒரு நூதனமான தந்திரமாகவே எனக்குப்பட்டது.

ரொஸலின் என்று அவளை எனக்கு அறிமுகப்படுத்தி னார்கள். அலுப்பாக, கண்களை நிமிர்த்திப் பார்த்தாள். அந்த முகம் பதின்மூன்று வயதாக இருந்தது. ஆனால் உடல் அதை ஒத்துக்கொள்ளாமல் இன்னும் அதிக வயதுக்கு ஆசைப் பட்டது.

என்னுடைய முதலாவது அதிர்ச்சி அந்த வீடுதான். அது எனக்குப் பரிச்சயமற்ற பெரும் வசதிகள் கொண்டது. என்னிலும் உயரமான ஒரு மணிக்கூடு ஒவ்வொரு மணிக்கும் அந்த தானத்தை ஞாபகம் வைத்து அடித்தது. விட்டுவிட்டு சத்தம் போடும், நான் முன்பு தொட்டு அறியாத ஒரு குளிர் பெட்டி இருந்தது. தொங்கும் சங்கிலியைப் பிடித்து இழுத்தால் பெரும் சத்தத்தோடு தண்ணீர் பாய்ந்து வரும் கழிவறை இருந்தது. வாழ்நாள் முழுக்கப் பராமரித்தாலும் ஒரு பூ பூக்காத செடிகளைத் தொட்டிகளில் வைத்து வளர்த்தார்கள்.

எனக்கு ஒதுக்கப்பட்ட அறை அவசரமாகத் தயாரிக்கப் பட்டது. அலுமாரியும் மேசையும் ஒரு பக்கத்தை அடைத்தன. நிறையப் புத்தகங்களும் வெற்றுப் பெட்டிகளும் ஒன்றன்மேல் ஒன்றாக அடுக்கி வைக்கப்பட்டிருந்தன. அலுமாரிக்குள் அனுமதி கிடைக்காத உடுப்புகள் வெளியே காத்திருந்தன. படுக்கையில் மடிப்பு கலையாத வெள்ளை விரிப்பும், அநீதியாக இரண்டு தலையணைகளும் கிடந்தன. அந்த அறையைத் தொட்டுக் கொண்டு மூன்று கதவுகள் கொண்ட ஒரு குளியலறை

இருந்தது. மூன்று பேர் மூன்று வாசல்கள் வழியாக அதற்குள் வரமுடியும். ஆனபடியால் மிகக் கவனமாக உள் பூட்டுகளைப் போடவும், பிறகு ஞாபகமாகத் திறக்கவும் தெரிந்திருக்க வேண்டும். குளியல் தொட்டி வெள்ளை நிறத்தில் இருந்து பழுப்பு நிறமாக மாறுகிறதா அல்லது பழுப்பு நிறத்தில் இருந்து வெள்ளை நிறமாக மாறுகிறதா என்பதைச் சொல்ல முடியவில்லை. அதில் நீண்டமுடி ஒன்று தண்ணீரில் நனைந்து நெளிந்துபோய் கிடந்தது. இன்னும் பல பெண் சின்னங்களும், அந்தரங்க உள்ளாடைகளும் ஒளிவில்லாமல் தொங்கின.

இரண்டாவது அதிர்ச்சி முத்தம் கொடுக்கும் காட்சி. அந்தப் பெண் அடிக்கடி முத்தம் கொடுத்தாள். சும்மா போகிற தாயை இழுத்து அவள் கன்னத்திலே முத்தம் பதித்துவிட்டுப் போனாள். சிலவேளை பின்னுக்கிருந்து வந்து அவளைக் கட்டிப் பிடித்து ஆச்சரியப்பட வைத்தாள். சிலமுறை கன்னத்தில் தந்தாள்; சிலமுறை நெற்றியில் கொடுத்தாள். தாயும் அப்படியே செய்தாள். சில நேரங்களில் அப்படிக் கொடுக்கும்போது என்னைச் சாய்வான கண்களால் பார்த்தாள். அந்தச் சமயங்களில் நான் என்ன செய்ய வேண்டுமென்பது எனக்குத் தெரியவில்லை.

நான் முதல் முறையாக அந்நியர் வீட்டிலே தங்கியிருந்தேன். அதிலும் அவர்கள் கத்தோலிக்கர்கள். அவர்கள் பழக்க வழக்கங்கள் அப்படியாயிருக்கலாம் என்று யோசித்தேன். ஆனாலும் கூச்சமாக இருந்தது. என் கண்களை இது சாதாரணமான நிகழ்ச்சி என்று நினைக்கும் தோரணையில் வைக்கப் பழக்கிக்கொண்டேன்.

சாப்பாடு மேசையில் பரிமாறப்பட்டதும் நான் அவசரமாகக் கையை வைத்துவிட்டேன். பிறகு பிரார்த்தனை தொடங்கியபோது அதை இழுத்துக்கொண்டேன். கடைசியில் 'ஆமென்' என்று சொன்ன போது நான் கலந்துகொள்ளத் தவறிவிட்டேன். அதற்கு இந்தப் பெண் என்னை ஒரு மாதிரியாகப் பார்த்தாள்.

அன்று இரவு நடந்ததும் விநோதமானச் சம்பவமே. பழக்கப்படாத அறை; பழக்கப்படாத கட்டில், பழக்கப்படாத ஒலிகள். வெகு நேரமாக நித்திரை வரவில்லை.

மெல்ல என்னுடைய கதவு திறக்கும் ஒலி. ஒரு மெழுகுவர்த்தியைப் பிடித்தபடி இந்தப் பெண் மெல்ல நடந்து வந்தாள். வந்தவள் என் பக்கம் திரும்பிப் பாராமல் நேராகப் பெட்டிகள் அடுக்கி வைத்திருக்கும் திசையில்

போய் நின்றுகொண்டு அமெரிக்காவின் சுதந்திரச் சிலை போல மெழுகுத்திரியை உயர்த்திப் பிடித்தாள். நான் திடீரென்று எழுந்து உட்கார்ந்தேன்.

'பயந்திட்டியா?' இதுதான் அவள் என்னுடன் பேசிய முதல் வார்த்தை. நானும் அவள் பக்கத்தில் நின்று என்னவென்று பார்த்தேன். அந்த மரப்பெட்டிக்குள் ஐந்து பூனைக்குட்டிகள் ஒன்றன்மேல் ஒன்றாக மெத்துமெத்தென்று கண்களை மூடிக் கிடந்தன. ஒவ்வொன்றாகக் கையிலே எடுத்துப் பூங்கொத்தை ஆராய்வதுபோலப் பார்த்தாள். அவள் கைச்சூடு ஆறும் முன்பு நானும் தொட்டுப் பார்த்தேன். புது அனுபவமாக இருந்தது.

'மூன்று நாட்கள் முன்புதான் குட்டிபோட்டது. இரண்டு இடம் மாறிவிட்டது. தாய்ப் பூனை இந்த ஜன்னல் வழியாக வரும், போகும். பார்த்துக்கொள்' என்றாள். அதற்கு நான் மறுமொழி சொல்லவில்லை. காரணம் நான் அப்போது அவளுடைய முதலாவது கேள்விக்கு எழுத்துக்கூட்டிப் பதில் தயாரித்துக்கொண்டிருந்ததுதான்.

சற்று நேரம் என்னையே பார்த்துக்கொண்டு நின்றவள், எனக்கு மிகவும் பரிச்சயமானவள்போல ரகஸ்யக் குரலில், 'இந்தப் பூனை குட்டியாக இருந்தபோது ஆணாக இருந்தது. திடீரென்று ஒரு நாள் பெண்ணாக மாறிக் குட்டி போட்டு விட்டது' என்றாள். பிறகு இன்னும் குரலை இறக்கி, 'இந்தக் கறுப்புக் குட்டிக்கு மாத்திரம் நான் பெயர் வைத்துவிட்டேன். அரிஸ்டோட்டல்' என்றாள்.

'ஏன் அரிஸ்டோட்டல்?'

'பார்ப்பதற்கு அப்படியே அரிஸ்டோட்டல் போலவே இருக்கிறது. இல்லையா?'

இவ்வளவுக்கும் அவள் என் பக்கத்தில் நெருக்கமாக நின்றாள். அவளுடைய துயில் உடைகள் சிறு ஒளியில் மெல்லிய இழை கொண்டதாக மாறியிருந்தன. கேசம் வெப்பத்தைக் கொடுத்தது. அவளிலே இருந்து வந்த இரவு வாசனை முற்றிலும் புதியதாக இருந்தது. என் விரல்கள் அவளுடைய அங்கங்களின் எந்த ஒரு பகுதியையும் சுலப மாகத் தொடக்கூடிய தொலைவில் இருந்தன. ஆள்காட்டி விரலை எடுத்துத் தன் வாயில் சிலுவைபோல வைத்து சைகை காட்டியபடி மெதுவாக நகர்ந்து கதவைத் திறந்து போனாள். அவள் போன திசையில் கழுத்தை மடித்து வைத்துப் படுத்தபடி கனநேரம் காத்திருந்தேன்.

கொழுத்தாடு பிடிப்பேன்

காலை உணவு வெகு அவசரத்தில் நடந்தது. அவர்கள் எல்லோரும் மிக நேர்த்தியாக உடுத்தியிருந்தார்கள். மிஸஸ் ஜோர்ஜிடம் இருந்து ஒரு மெல்லிய மயக்கும் வாசனைத் திரவிய நெடி வந்தது. இரவு ஒன்றுமே நடக்காததுபோல ஒரு பூனையாகவே மாறிப்போய் ரொஸலின் உட்கார்ந் திருந்தாள். மயில் தோகை போன்ற உடையும், கறுப்புக் காலணியும், நீண்ட வெள்ளை சொக்ஸும் அணிந்திருந்தாள்.

அவள் வேண்டுமென்றே சாவதானமாக உணவருந்தினாள். மேசையில் நாம் இருவருமே மிஞ்சினோம். ஒருவருமில்லாத அந்தச் சமயத்திற்குக் காத்திருந்தவள்போல திடீரென்று என் பக்கம் திரும்பி, ரகஸ்யத்திற்காக வரவழைத்த குரலில், 'என் அப்பாவிடம் ஒரு ரயில் வண்டி இருக்கிறது' என்றாள்.

'ரயில் வண்டியா?' என்றேன்.

'ரயில் வண்டிதான். பதினாலு பெட்டிகள்.'

'பதினாலு பெட்டிகளா?'

'இதுதான் திருவனந்தபுரத்துக்கும் கன்னியாகுமரிக்கும் இடையில் ஓடும் ரயில் வண்டி. காலையில் ஆறுமணிக்குப் புறப்பட்டு மறுபடியும் இரவு திரும்பி வந்துவிடும்.'

'ரயில் வண்டியை ஏன் உங்க அப்பா வாங்கினார்?'

'வாங்கவில்லை, ஸ்டுபிட். திருவனந்தபுரம் மகாராஜா இந்த லைனை என்னுடைய தாத்தாவுக்கு அவருடைய சேவையை மெச்சி பரிசாகக் கொடுத்தாராம். அவருக்குப் பிறகு அப்பாவுக்குக் கிடைத்தது. அவருக்குப் பிறகு அது எனக்குத்தான்.'

அவளுக்குப் பிறகு அது யாருக்குச் சொந்தமாகும் என்று தீர்மான மாவதற்கிடையில் ஜோர்ஜ் மாஸ்ரர் திரும்பிவிட்டார். அப்படியே அவசரமாக எல்லோரும் மாதா கோயிலுக்குப் புறப்பட்டதில் அந்த சம்பாஷணை தொடர முடியாமல் அந்தரத்தில் நின்றது.

ஒரு பதினாலு வயதுப் பையன் எவ்வளவு நேரத்துக்குத் தனக்கு ஒதுக்கப்பட்ட அறைக்குள் அடைந்துகொண்டு வாசிக்க ஒன்றுமில்லாமல் டேவிஸ் என்ற ஆங்கிலேயர் எழுதிய Heat புத்தகத்தைப் படித்துக்கொண்டிருக்க முடியும். அவர்கள் திரும்பி வந்த சத்தம் கேட்டு வெகு நேரமாகிவிட்டது. துணிவை வரவழைத்துக்கொண்டு மெதுவாக என் அறைக் கதவை நீக்கி எட்டிப் பார்த்தேன். ஒருவருமில்லை.

அ. முத்துலிங்கம்

வெளி வராந்தாவுக்கு நான் வந்தபோது அடியில் ஈரமான ஒரு நீளமான கடதாசிப் பைக்குள் அவள் கையை நுழைத்து ஏதோ ஒன்றை எடுத்து வாய்க்குள் போட்டு மென்றுகொண்டிருந்தாள். அவளுடைய கை புற்றுக்குள் பாம்பு நுழைவதுபோல உள்ளே போவதும் வருவதுமாக இருந்தது. பெயர் தெரியாத உருண்டையான ஒன்று அவள் வாய்க்குள் விழுந்தது.

பையை என்னிடம் நீட்டினாள். அவள் முடிச்சு மணிக்கட்டு என் முகத்துக்கு நேராக வழுவழுவென்று இருந்தது. அநாமதேயமான உணவுப் பண்டங்களை நான் உண்பதில்லை. வேண்டாம் என்று தலை அசைத்தேன். ஐஸ் கட்டி வேணுமா என்று திடீரென்று கேட்டாள். என் பதிலுக்குக் காத்திராமல் தானாகவே சென்று குளிர் பெட்டிக் கதவைத் திறந்து ஆகாய நீலத்தில் சிறு சிறு சதுரங்கள் கொண்ட ஒரு பிளாஸ்டிக் பெட்டியைத் தூக்கிக்கொண்டு வந்தாள். வில்லை வளைப்பது போல அதை வளைத்தபோது ஐஸ்கட்டிகள் விடுபட்டுத் துள்ளி மேலே பாய்ந்தன. அவள் அவற்றை ஒவ்வொன்றாகப் பிடித்து வாயிலே போட்டாள். தன் கையினால் ஏந்தி தண்ணீர் சொட்ட எனக்கும் ஒன்று தந்தாள். பிறகு நறுக்கென்று கடித்தாள்.

திரும்பி இரண்டு பக்கமும் பார்த்து, குளிர்பெட்டி கேட்காத தூரத்தில் இருக்கிறது என்பதை நிச்சயித்துக்கொண்டு, மெதுவாகப் பேசினாள். 'இந்த தண்ணி கேரளாவில் இருந்து வந்தது. அரை மணியில் ஐஸ் கட்டி போட்டு விடும். இங்கே இருக்கிற தண்ணி சரியான ஸ்லோ. இரண்டு நாள் எடுக்கும்' என்றாள்.

நானும் அவளைப் போல நறுக்கென்று கடித்தேன். பற்கள் எல்லாம் கூசி சிரசில் அடித்தன. தண்ணீர் பல் நீக்கலால் வழிந்து வெளியே வந்தது. என்னையே சிரிப்பாகப் பார்த்துக்கொண்டிருந்தவள், 'உனக்கு ஐஸ் கட்டி சாப்பிட வராது' என்றாள்.

அவளைப் பார்த்தேன். ஓர் ஆணைப்போல ஆடை தரித்திருந்தாள். சரி நடுவில் தைத்து வைத்த கால் சட்டை போன்ற பாவாடை. அவள் மேலாடை இரண்டு நாடாக்கள் வைத்துப் பொருத்தப்பட்டு, தோள்களையும், கழுத்துக் குழிகளையும் மறைப்பதற்கு முயற்சி எடுக்காததாக இருந்தது. அவளுடைய தோள் எலும்புகள் இரண்டு பக்கமும் குத்திக் கொண்டு நின்றன.

அப்பொழுது பார்த்து ஜிவ்வென்று இலையான் ஒன்று பறந்து வந்து அவளையே சுற்றியது. தானாகவே பிரகாசம் வீசும் பச்சை இலையான். உருண்டைக் கண்கள். தோள் மூட்டில் இருக்க முயற்சித்த போது உதறினாள். நான் பொறுக்க முடியாமல் கையை வீசினேன். நட்டுவைத்த கத்தி போன்ற தோள்மூட்டில் கை பட்டதும் தராசுபோல அது ஒரு பக்கம் கீழே போனது.

மறுபடியும், மிகக்கூர்மையான கண்கள் மட்டுமே கண்டுபிடிக்கக் கூடிய உள் வளைந்த அவளுடைய முழங் கால்களில் அது போய் இருந்தது. நான் மீண்டும் கையை ஓங்கியதும் சிரிக்கத் தொடங்கினாள். சுற்று முடிவடையாத சக்கரம்போல அது நீண்டுகொண்டே போனது. மனது பொங்க நானும் சிரித்தேன். அந்தக் கணம் கடவுள் எப்படியும் அதற்கு ஒரு தடை கொண்டுவந்துவிடுவார் என்று எனக்குப் பயம் பிடித்தது. அப்படியே நடந்தது. வேலைக்காரப் பெண் வந்து அம்மா கூப்பிடுவதாக அறிவித்தாள்.

அந்த ஞாயிறு நாலு மணிக்கு நடந்த தேநீர் வைபவமும் மறக்கமுடியாதது. பெரிய ஆலாபனையுடன் இது வெளித் தோட்டத்தில் ஆரம்பமானது. மஞ்சளும் பச்சையும் கலந்த பெரிய பழங்களைத் தாங்கி நின்ற ஒரு பப்பாளி மரத்தின் கீழ் இது நடந்தது. தூரத்தில் இரண்டு பனை மரங்களில் கட்டிய நீளமான மூங்கில்களில் இருந்து வயர் இறங்கி வந்து ஜோர்ஜ் மாஸ்ரருடைய பிரத்தியேகமான வாசிப்பு அறை ரேடியோவுக்குப் போனது.

மிஸஸ் ஜோர்ஜ் எல்லோருக்கும் அளவாகத் தேநீரைக் கோப்பைகளில் ஊற்றித் தந்தார். மெல்லிய சீனி தூவிய நீள்சதுர பிஸ்கட்டுகள், ஒரு பீங்கான் தட்டில் வைத்து வழங்கப்பட்டன. அவை கடித்த உடன் கரைந்துபோகும் தன்மையாக இருந்தன.

திடீரென்று ஜோர்ஜ் மாஸ்ரர் மகளைப் பார்த்து கிதார் வாசிக்கும்படிப் பணித்தார். ‘ஓ, டாடி’ என்று அவள் அலுத்து விட்டு, அதைத் தூக்கிவந்தாள். கால்மேல் கால் போட்டு கிடங்குபோலப் பதிந்து கிடக்கும் பிரம்பு நாற்காலியில் அசௌகரியம் தோன்ற உட்கார்ந்து, கிதாரை மீட்டிக்கொண்டு பாடினாள். அவளுடைய ஸ்கர்ட் மேற்பக்கமாக நகர்ந்து சூரியன் படாமல் காப்பாற்றப்பட்ட உள் தொடையின் வெள்ளையான பாகத்தைக் கண் பார்வைக்குக் கொண்டு வந்தது. ‘என் கண்களில் நட்சத்திரம் விழ அனுமதிக்காதே’ என்று தொடங்கியது அந்த நீண்ட பாடல். *Love blooms at night, in day light it dies* (காதல் இரவில் மலர்கிறது; பகலில் மடிந்துவிடுகிறது) என்ற வரிகள் எனக்காகச் சேர்க்கப்பட்டது போலத் தோன்றின. இசைக்கு முற்றிலும் பொருத்தமில்லாத ஒரு புறாவின் குரலில் அவள் பாடியது ஒரு விதத் தடையை யும் காணாமல் நேராக என் மனதில் போய் இறங்கியது.

இப்படி ஓர் அந்நியோன்யமான குடும்பத்தை நான் என் வாழ்நாளில் கண்டதில்லை. மிஸஸ் ஜோர்ஜ் குறுக்கே போட்ட தாவணியைப் பனை ஓலை விசிறி மடிப்பு போல அடுக்கித் தோள்பட்டையில் ஒரு வெள்ளி புரூச்சினால் குத்தியிருந்தார். ரொஸலினுடைய கண்கள் முன்பு பார்த்ததி லும் பார்க்க நீளமாகத் தெரிந்தன. முகத்தில் இன்னும் பிரகாசம் கூடியிருந்தது. ஜோர்ஜ் மாஸ்ரர் கைகளை உரசியபடி எதிர் வரப்போகும் நல்ல உணவுகளைப் பற்றிய சிந்தனையில் உற்சாகமாகப் பேசினார். அவர்கள் செய்ததைப் போல நானும் உணவு மேசையைச் சுற்றி அமர்ந்துகொண்டேன். ‘ஜெபம் செய்வோம்’ என்று அவர் ஆரம்பித்தார்.

‘எங்கள் ஆண்டவராகிய யேசு கிறிஸ்துவே, உமது அளவற்ற கிருபையினால் நேற்றையைப்போல இன்றும் எங்களுக்குக் கிடைத்த ரொட்டிக்காக இங்கு பிரசன்னமா யிருக்கும் நாங்கள் நன்றி செலுத்துகிறோம். அதேபோல இந்த ரொட்டிக்கு வழியில்லாதவர்களுக்கும் வழிகாட்டும். பாரம் இழுப்பவர்களுக்கு இளைப்பாறுதல் தருபவரே, எங்கள் பாரங்களை லேசானதாக்கும். எங்களுடன் இன்று சேர்ந்திருக் கும் சிறிய நண்பரை ரட்சிப்பீராக. அவர் எதிர்பார்ப்புகள் எல்லாம் சித்தியடையட்டும். உம்முடைய மகிமையை நாம் ஏறெடுத்துச்செல்ல ஆசீர்வதியும். ஆமென்.’

சரியான இடத்தில் நானும் ‘ஆமென்’ என்று சொன்னேன். முதன்முறையாக என்னையும் ஜெபத்தில் சேர்த்தது எனக்குப் பெரும் மகிழ்ச்சியைத் தந்தது. நான் ஆமென் சொன்னபோது குறும்பாகப் பார்த்துவிட்டு அவள் கண்களை இழுக்காமல் அந்த இடத்திலேயே வைத்துக்கொண்டாள்.

ஆனால் இப்படி அருமையாக ஆரம்பித்த இரவு மிக மோசமானதாக முடிந்தது.

சாப்பாட்டு மேசையைச் சுற்றி இருக்கும் நேரங்களில் சம்பாஷணை மிக முக்கியம். அது முழுக்க சுத்தமான ஆங்கிலத்திலேயே நடந்தது. ஒரு வார்த்தை தமிழோ, மலையாளமோ மருந்துக்கும் இல்லை. அவளோ ஆற்றிலும் வேகமாகக் கதைப்பாள். என்னுடையதோ இருட்டில் நடப்பது போல தயங்கித் தயங்கி வரும். ஆகவே வார்த்தை சிக்கனத்தைப்

பேணவேண்டிய கட்டாயம் எனக்கு. அப்படியும் பேசும் பட்சத்தில் வார்த்தைகளுக்கு முன்பாக மூச்சுக்காற்றுகள் வந்து விழுந்தன.

இன்னுமொன்று. பீங்கான் தட்டையே பார்த்துக்கொண்டு சாப்பிடுவது இங்கே தடுக்கப்பட்டிருந்தது. சாப்பாட்டு வகைகள் மேசையில் பரவியிருந்தபடியால் 'இதைத் தயவுசெய்து பாஸ் பண்ணுங்கள்', 'அந்த ரொட்டியை இந்தப் பக்கம் நகர்த்துங்கள்' என்று சொல்லிய படியே சாப்பிடுவார்கள். இதுவும் எனக்குப் புதுமையே.

அவியல் என்ற புதுவிதமான பதார்த்தத்தின் சுவையில் நான் மூழ்கியிருந்தேன். அப்போது ஜோர்ஜ் மாஸ்ரர் ஏதோ ஆங்கிலத்தில் கேட்டார். அதற்கு அவள் சிறு குரலில் பதில் சொன்னாள். அந்த வார்த்தைகளின் முக்கியத்துவம் முன்பே தெரிந்திருக்காததால் நான் காதுகொடுத்துக் கவனிக்கத் தவறிவிட்டேன்.

திடீரென்று தட்டையான வெள்ளைக்கூரை அதிரும்படி ஜோர்ஜ் மாஸ்ரர் கத்தினார். நான் நடுங்கிவிட்டேன். கிளாஸில் தண்ணீர் நடனமாடியது. அவள் சற்று முன்பு குறும்பாக வீசிய கண்களைத் தாழ்த்தி, பிளேட்டைப் பார்த்தபடியே இருந்தாள். கண் ரப்பைகளில் ஒன்றிரண்டு முத்துக்கள் சேர்ந்து ஜொலித்தன.

மிஸஸ் ஜோர்ஜ் நிலைமையைச் சமாளிக்கக் கண்களால் சாடை காட்டிப் பார்த்தாள். முடியவில்லை. அப்படியும் ஜோர்ஜ் மாஸ்ரர் முகத்தில் கோபம் சீறியது. சாந்தம் வருவதற்குப் பல மணி நேரங்கள் எடுத்தன.

அன்றிரவு நான் வெகுநேரம் புரண்டுகொண்டிருந்தேன். காற்றின் சிறு அசைவுக்கும் கதவு திறக்கிறதா என்பதை உன்னிப்பாகக் கவனித்தேன். திறக்கவில்லை.

எப்படியோ அயர்ந்து பின்னிரவில் திடீரென்று விழிப்பு ஏற்பட்டது. கண்ணுக்கு இருட்டு இன்னும் பழக்கமாகவில்லை. காதுகளைக் கூர்மையாக வைத்துக்கொண்டேன். ஒரு கிசுகிசுப்பான பெண்குரல் 'கொஞ்சம் முயற்சி செய்யுங்கள், ப்ளீஸ்' என்றது. ஆண்குரல் ஏதோ முனகியது. மறுபடியும் நிசப்தம். சிறிது நேரம் கழித்து அதே பெண்குரல் 'சரி, விடுங்கள்' என்றது எரிச்சலுடன். பிறகு வெகு நேரம் காத்திருந்தும் ஒன்றும் கேட்கவில்லை.

சொன்னபடி அதிகாலையிலேயே செல்வநாயகம் மாஸ்ரர் வந்துவிட்டார். பதிவு வேலைகளைச் சீக்கிரமாகவே

கவனித்து எனக்கு செபரட்டினம் விடுதியில் இடம் பிடித்துத் தந்தார். எல்லோரும் அது சிறந்த விடுதி என்று ஒத்துக் கொண்டார்கள். எனக்கு ஒதுக்கப்பட்ட அறைக்கு இன்னும் இரண்டு மாணவர்கள் வருவார்கள் என்றார். உடனேயே ஒரு அந்நிய நாட்டு சைனியம்போல நான் எல்லைகளைப் பிடித்து வைத்துக்கொண்டேன்.

நான் பெட்டியை எடுக்க திரும்பவும் ஜோர்ஜ் மாஸ்ரர் வீட்டுக்குப் போனபோது அது திறந்திருந்தது. ஒரு வேலைக் காரப் பெண் வெளி மேடையில் ஒரு பெரிய மீனை வைத்து வெட்டிக்கொண்டிருந்தாள். அதன் கண்கள் பெரிதாக ஒரு பக்கமாகச் சாய்ந்து என்னையே பார்த்தன. ஆனால் அவள் என் பக்கம் திரும்பவில்லை.

என் அறைக்கதவு கொஞ்சம் நீக்கலாகத் திறந்திருந்தது. என்றாலும் நான் அங்கே பழகிக்கொண்ட முறையில் ஆள் காட்டி விரலை மடித்து டக்டக் என்று இருமுறை தட்டிவிட்டு உள்ளே நுழைந்தேன். படுக்கை அப்படியே கிடந்தது. என்னுடைய பெட்டியும் புத்தகப் பையும் வைத்த இடத்தி லேயே இருந்தன. அவற்றைத் தூக்கிய பிறகு இன்னொருமுறை அறையைச் சுற்றிப் பார்த்தேன். என் வாழ்நாளில் இனிமேல் எனக்கு இங்கே வரும் சந்தர்ப்பம் கிடைக்காது என்பது தெரிந்தது.

திடீரென்று ஒரு ஞாபகம் வந்து மரப்பெட்டியை எட்டிப் பார்த்தேன். நாலு குட்டிகளே இருந்தன. தாய்ப் பூனை மறுபடியும் குட்டிகளைக் காவத் தொடங்கிவிட்டது. கறுப்புக் குட்டி போய்விட்டது. மற்ற நாலும் தங்கள் முறைக்காகக் காத்திருந்தன. அவை மெத்தென்றும், வெதுவெதுப்புடனும் இருந்தன. றொ–ஸ–லி–ன் என்று சொல்லியபடியே ஒவ்வொரு அட்சரத்துக்கும் ஒரு குட்டியைத் தொட்டு வைத்தேன்.

திரும்பும் வழியிலே அவள் பேசிய முதல் வார்த்தை ஞாபகம் வந்தது. 'பயந்திட்டியா?' எப்படி யோசித்தும் கடைசி வார்த்தை நினைவுக்கு வர மறுத்தது.

மழைவிட்ட பிறகும் மரத்தின் இலைகள் தலைமேலே விழுந்துகொண்டிருந்தன. பிரம்மாண்டமான தூண்களைக் கட்டி எழுப்பிய அந்தப் பள்ளிக்கூடத்திலும், அதைச் சுற்றியிருந்த கிராமங்களிலும், அதற்கப்பால் இருந்த நகரங்களிலும் வாழும் அவ்வளவு சனங்களிலும் எனக்கு, என் ஒருவனுக்கு மட்டுமே அந்தக் கறுப்புப் பூனைக்குட்டியின் பெயர் அரிஸ்டோட்டல் என்பது தெரியும். அந்த எண்ணம் மகிழ்ச்சியைத் தந்தது.

அவளைப்பற்றி அறியும் ஆசையிருந்தது. ஆனால் எனக்கிருந்த கூச்சத்தினால் நான் ஒருவரிடமும் விசாரிக்கவில்லை. யாரிடம் கேட்பது என்பதையும் அறியேன். நான் மிகவும் சிரமப்பட்டு இடம்பிடித்த யாழ்ப்பாணம் அமெரிக்கன் மிஸன் பள்ளிக்கூடத்தில் அவள் படிக்கவில்லை என்பதை விரைவில் கண்டுபிடித்துவிட்டேன். ரொஸலின் என்ற அவளுடைய அற்புதமான பெயரை *Rosalin* என்று எழுதுவதா அல்லது *Rosalyn* என்று எழுதுவதா என்ற மிகச் சாதாரண விஷயத்தைக்கூட நான் அறியத் தவறிவிட்டேன்.

வெகு காலம் சென்று அவள் கேரளாவில் இருந்து கோடை விடுமுறையைக் கழிக்க வந்திருந்தாள் என்றும், பிறகு படிப்பைத் தொடருவதற்குத் திரும்பப் போய்விட்டாள் என்றும் ஊகித்துக்கொண்டேன். வழக்கம்போல மிகவும் பிந்தியே இந்த ஊகத்தையும் செய்தேன்.

நான் புதிதாகச் சேர்ந்த அந்தப் பள்ளிக்கூடத்தில் வேதியியல் ஆசிரியன் வில்லியம்ஸின் கொடுங்கோலாட்சி நடந்துகொண்டிருந்தது. மெண்டலேவ் என்ற ரஸ்யன் செய்த சதியில் நாங்கள் தனிமங்களின் பட்டியலை மனப்பாடம் செய்யவேண்டும் என்று அடம்பிடித்தான். அப்பொழுது 112 தனிமங்கள் இல்லை; 92தான். இருந்தும் அவற்றை என்னால் மனனம் செய்ய முடியவில்லை. எடையில் குறைந்தது ஹைட்ரஜின் என்பதோ, கூடியது யூரேனியம் என்பதோ ஞாபகத்தில் இருந்து வழுக்கியபடியே இருந்தது. முன்பாகவே பெயர் வைத்துப் பின்னால் கண்டுபிடிக்கப்பட்டது ஜெர்மேனியம் என்பது என் நினைவுக்கு வர மறுத்தது. இப்படி இரண்டு வருடங்கள் அவன் முழு அதிருப்தியாளனாகவே இருந்தான். இரக்கப்பட்டோ, அல்லது பெருந்தன்மையாக மறந்தோ எனக்கு Eக்கு மேலான ஒரு மதிப்பெண்ணை இவன் தர முயற்சிக்கவில்லை. இந்தக் கொடுமைகளின் உச்சத்தினால் இரண்டொருமுறை நான் படுக்கமுன் ரொஸலினை நினைக்காமல் இருந்ததுகூட உண்டு.

இது நடந்து மிகப் பல வருடங்கள் ஓடிவிட்டன. பல தேசங்கள் சுற்றிவிட்டேன். பல வரைபடங்களைப் பாடமாக்கினேன். பல முகங்களை ரசித்தேன். பல காற்றுக்களைச் சுவாசித்தேன். பல கதவுகளைத் திறந்தேன்.

ஆனாலும் சில சமயங்களில் கடித்தவுடன் கரையும், மெல்லிய சீனி தூவி மொரமொரவென்று ருசிக்கும், ஒன்பது சிறு துளைகள் கொண்ட நீள்சதுர பிஸ்கட்டைச் சாப்பிடும் போது ஒரு கித்தாரின் மணம் வருவதை என்னால் தவிர்க்க முடியாமல் இருக்கிறது.

நாளை

அந்த இடம் ஒரு கணத்தில் பரபரப்பானது. 'எழுந்திரு, எழுந்திரு' என்று பெரியவன் அவசரப் படுத்தினான். சின்னவன் சோர்வினால் கண் ணயர்ந்திருந்தான். அவனை அந்நிலையில் விட்டு விட்டு ஓடுவதற்கு இவனுக்கு மனம் வரவில்லை.

தூரத்தில் வாகனங்கள் நிரையாக வருவதாக ஒருவன் கூறினான். அவனை நெருக்கி விசாரித்த போது அவன் தான் பார்க்கவில்லையென்றும் இன்னொருத்தன்தான் பார்த்ததாகவும் சொன் னான். சனங்கள் ஒவ்வொரு திசையில் ஓட ஆரம்பித்தனர். தங்களுக்கு வேண்டிய மாதிரி வரிசை செய்து நின்றார்கள்; பிறகு ஆர்வமிழந்து வரிசையைக் குலைத்தார்கள்.

மறுபடியும் குரல் எழும்பியது. யார் முதலில் கண்டது? உண்மையில் வாகனங்கள் வரு கின்றனவா? பொய் சொல்லுவதற்கு இது நல்ல சமயமல்ல! எந்த திசையில் இருந்து வாகனங்கள் வருகின்றன? நன்றாகப் பார்த்துச்சொல்லுங்கள்.

அந்தத் தொக்கையான மனுஷி நாலு பிள்ளையையும் இழுத்துக்கொண்டு முன்னேறி னாள். அவள் கைகளில் பெரிய பாத்திரங்கள் இருந்தன. அவள் எல்லாவற்றையும் முன்கூட்டியே யோசித்துப் போதிய ஏற்பாடுகளுடன் வந்திருந் தாள்.

பெரிய பட்டாளம் போனதுபோல அவள் போன பின் பின்னால் நல்ல இடைவெளி

கொழுத்தாடு பிடிப்பேன் 191

தோன்றியது. அந்த இடைவெளியை நோக்கி ஓடுமுன் அது விரைவில் மூடிக்கொண்டது.

அப்போது ஹெலிகொப்டர்கள் சுழன்று சுழன்று பறந்தன. அவற்றிலே பொருத்தியிருந்த துப்பாக்கிகள் மௌனமாக அசைந்தன. காற்றாடி சுழலும்போது 'சாவு, சாவு' என்று சொல்வது போலத் தோன்றியது. பெரியவன் தன் பெற்றோரை ஒரு கணம் நினைத்துக்கொண்டான். இப்பொழுது எல் லோருக்கும் வாகனங்கள் வந்துவிட்டன என்பது நிச்சயமாகத் தெரிந்தது.

அவன் அணிந்திருந்த தொளதொள ஓவர்கோட்டைப் பற்றியபடி சின்னவன் ஓடினான். எங்கே அவன் தன்னை விட்டுப் போய்விடுவானோ என்ற பயம் அவன் முகத்தில் தெரிந்தது. அவன் மூக்குக்குக் கீழே சளி காய்ந்துபோய் இருந்தது. அது மூன்று நாளாக அவன் சருமத்துடன் ஒட்டிக் கொண்டுவிட்டது.

பெரியவன் கையிலே ஒரு நெளிந்துபோன டின் இருந்தது. அதை அவன் கெட்டியாகப் பிடித்திருந்தான். டின்னிலிருந்த ஓட்டைகளையும் அவன் அடைத்திருந்தான். அவனுக்கு வயது பதினொன்றுக்கு மேலே இருக்காது. சின்னவனுக்கு ஆறு வயது சொல்லலாம். அந்த இரண்டு சிறுவர்களும் ஜனக்கூட்டத்தில் பெரிய அலையில் எத்துண்ட இரண்டு சிறிய இலைகள்போல அங்குமிங்கும் தத்தளித்தார்கள்.

கடைசியில் பெரிய தடித்த உருவம் ஒன்று வந்தது. கீழோரிடம் அதிகாரம் செய்து பழக்கப்பட்ட முகம். கறுப்பு நிறத்தில் அளவுக்கதிகமான ஓவர்கோட், பெல்ட், தொப்பி யுடன் அவன் இருந்தான். கையிலே சிறு தடியை வைத்து உருட்டிக்கொண்டிருந்தான். தடித்த குரலில் அடிக்கடி ஏதோ கூறினான். அவன் என்ன சொன்னான் என்பது புரியவில்லை. ஆனால் அந்தப் பெரிய கூட்டம் அவனுடைய சொல்லுக்குக் கட்டுப்பட்டது.

இருந்தாற்போல ஒரு சன வெள்ளம் வந்து அடித்தது. அந்த அலையில் பெரியவன் தன் கைப்பிடியைச் சிறிது தளர்த்திவிட்டான். சனக்கூட்டம் தள்ளிக்கொண்டே போனது. சின்னவன் 'அண்ணா, அண்ணா' என்று கத்தும் சத்தம் கேட்டும் அவனால் திரும்ப முடியவில்லை. சனத்திரள் அப்படியே அவனை இழுத்துக்கொண்டுப் போய்விட்டது. இப்பொழுது சின்னவனுடைய அலறல் அவனுக்குக் கேட்கவில்லை.

சின்னவன் அதே இடத்தில் நிற்காமல் அழுதபடியே அண்ணனைத் தேடி ஓடினான். இருவரும் இப்படி தேடிக் கொண்டே எதிர்த் திசையில் சென்றார்கள். அப்பொழுது ஓர் அதிகாரி வந்து இவனுடைய கையைப் பிடித்து இழுத்து ஒரு கூடாரத்தின் முன்பு நிறுத்தினார். இவன் அங்கேயே அழுதபடி ஓர் அரை மணிநேரம் காத்திருந்தான்.

இறுதியில் அந்த அதிகாரி அவன் அண்ணனுடன் வந்தார். இவன் ஓடிப்போய் அண்ணனைக் கட்டிக்கொண்டான். அவன் தலைமயிரை இழுத்துக் கொஞ்சினான். தலையிலே சன்னம் பட்ட தழும்பு தெரிந்தது. அதில் மயிர் முளைக்காமல் பெரிய வட்டமாக இருந்தது. பெரியவன் கண்களில் கண்ணீர். அதை ஒருவரும் அறியாதவாறு தன் புஜத்தினால் மெல்லத் துடைத்துக்கொண்டான்.

ஒழுங்கில்லாமல் பல புது வரிசைகள் இப்போது உண்டா கின. பெரியவன் ஓடிப்போய் ஒரு வரிசையிலே நின்று கொண்டான். அடிக்கடிப் பின்னுக்குத் திரும்பிப் பார்த்தான். வரிசையிலே புது ஆட்கள் சேரச்சேர இவனுக்கு நிம்மதியாக இருந்தது. எல்லோரும் பெரியவர்களாக இருந்தார்கள். இவன் அவர்களுடைய இடுப்பு அளவுக்குத்தான் இருந்தான். அவர்கள் ஆவேசமாக இடிபடும்போது இவன் இடையிலே நசிபடாமல் இருக்க முயற்சித்தான்.

அவன் அடிக்கடி திரும்பிச் சின்னவனை எச்சரிக்கை செய்தான். சின்னவன் வரிசையில் நிற்காமல் வேலி ஓரத்தில் குந்திக்கொண்டிருந்தான். அங்கே வேறு சிறுவர்களும், சில கிழவர்களும் படுத்துக் கிடந்தார்கள். சின்னவன் கிழவர்களை எல்லாம் சுற்றிவந்து மேற்பார்வை பார்த்தான்.

ஒரு சிறுமி துணிப்பொம்மை ஒன்றை அணைத்துக்கொண் டிருந்தாள். அந்தப் பொம்மைக்குச் சிவப்புத் தலைமயிரும் பெரிய கறுத்த விழிகளும் இருந்தன. இவன் கிட்டப்போய் அதை ஆசையோடு பார்த்தான். அந்தப் பெண்ணுக்கு அது பிடிக்கவில்லை. பொம்மையைத் தூக்கிக்கொண்டு விலகி ஓடிவிட்டாள். இவனுக்கு ஏமாற்றமாக இருந்தது.

வரிசை இப்பொழுது நகரத் தொடங்கியிருந்தது. இன்றைக்குக் கட்டாயம் இறைச்சி கிடைக்கும் என்று சின்னவ னிடம் சொல்லியிருந்தான். இப்பொழுது ஒரு வாரமாக இதைச் சொல்லி ஏமாற்றியாயிற்று. இனி அவன் தாங்கமாட் டான். இன்றைக்குக் கிடைத்தால் நல்லாக இருக்கும் என்று பெரியவன் யோசித்துக்கொண்டான்.

கொழுத்தாடு பிடிப்பேன்

வரிசையின் முடிவு எங்கே என்று திரும்பிப் பார்த்தான். அது தெரியவில்லை. நீண்டுகொண்டே போனது. சந்தோஷமாக இருந்தது. அவனுக்கு முன்னால் ஓர் இருபதுபேர் மட்டுமே இருந்தார்கள். அவனது முறை விரைவில் வந்துவிடும்.

மெல்லிய பனிக்காற்று வீசத்தொடங்கியது. அது பெருக்காமல் இருந்தால் சரி. சூரியன் விடுப்பில் போய்விட்டது போல அன்று வெளியே வரவே இல்லை. ஓட்டை விழுந்த காலணிகள் எதிர்ப்புச் சக்தியை இழந்துவிட்டன. இறுக்கிப் பிடித்த ஓவர் கோட்டை ஊடுருவிக் குளிர் அவன் வயிற்றைக் குறிவைத்தது.

அவன் தாயாரின் தோற்றமுள்ள ஒரு மனுஷி தலையிலே ஸ்கார்ப் கட்டியிருந்தாள். பெரிய கூடைகளிலே இருந்து ரொட்டியை எடுத்து விநியோகம் செய்தாள். அவள் கைவிரல்களின் நகப்பூச்சுகூட அவன் தாயாரையே நினைவூட்டியது. அவள், பக்கத்திலே நின்றவனுடன் நாகரிகமான அங்க அசைவுகளுடன் பேசினாள். அவளை அவனுக்கு மிகவும் பிடித்திருந்தது. பக்கத்துக்காரன், வேலையிலே மிக்க கவனத்துடன் சுடச்சுட சூப் அள்ளி ஊற்றிக்கொண்டிருந்தான். ரொட்டியை வாங்கிய பிறகு சூப்பை டின்னிலோ, பிளேட்டிலோ பெற்றுக்கொண்டார்கள். சிலர் உடனேயே அதை ருசித்தபடி நகர்ந்தார்கள்.

பெரியவன் ஒரு ரொட்டியை வாங்கி ஓவர் கோட்டின் உள் பக்கட்டில் வைத்துக்கொண்டு டின்னை நீட்டினான். பதிவு அட்டையைக் கேட்டான் ஒரு மீசை வைத்தவன். இவன் கொடுத்தான். 'ஏய், இங்கே வா! இங்கே வா! எப்படி உள்ளே வந்தாய்? இது இங்கே செல்லாதே' என்றான். இவன் சூப் வாங்கும் இடத்துக்கு நகர்ந்துவிட்டான். மீசைக்காரன் அட்டையைத் திருப்பிக் கொடுத்து விட்டு, 'இனிமேல் இங்கே வராதே' என்றான்.

பெரியவனின் கண்கள் சூப் கொடுப்பவன் மேலேயே இருந்தது. அவன் அள்ளி ஊற்றும்போது இறைச்சித் துண்டுகள் இருக்கின்றனவா என்று கூர்மையாக அவதானித்தான்.

இவனுக்கு முன்னால் நின்ற பெரியவர், 'நண்பரே! ஆழத்தில் இருந்து கலக்கி ஊற்று' என்றார். அவனும் அப்படியே செய்தான். இவன் முறை வந்தது. இவனும், 'நண்பரே! அடியில் நல்லாய் கலக்கி ஊற்றுங்கள்' என்றான். அந்த நல்ல மனிதனும், 'உன் விருப்பப்படியே, சிறிய நண்பரே!' என்று சொல்லியபடி ஆழமாகக் கலக்கி வார்த்தான். பேணி நிறைந்தது. பெரியவன் நன்றி கூறிவிட்டு உற்சாகமாகத் துள்ளி ஓடினான்.

ரொட்டியை மூன்று பகுதிகளாகப் பிரித்தான். ஒரு பகுதியைக் கோட்டில் மறைத்து வைத்தான். மறுபகுதியைத் தம்பியிடம் தந்து மற்றதைத் தான் எடுத்துக்கொண்டான். அவசரமாக சூப்பிலே ரொட்டியைத் தோய்த்து சாப்பிட்டார்கள். சூப்பிலே ஒரு இறைச்சியும் இல்லை.

'அண்ணா! நீ என்னை ஏமாற்றிவிட்டாய். இறைச்சி இன்றைக்குக் கிடைக்கும் என்று சொன்னாயே? ஐந்து மைல் தூரம் நடந்தது இதற்குத்தானா? என் கால் எல்லாம் வலிக்கிறது' என்றான். 'பொறுத்துக்கொள் தம்பி. ஏதோ பொல்லாத காலம்; நாளைக்குக் கட்டாயம் கிடைக்கும்; பயப்படாதே' என்றான்.

இன்னும் இரண்டு மணி நேரமே சூரிய ஒளி இருக்கும். விரைவிலே திரும்பவேண்டும். கம்பி வலை ஓட்டையிலே முதலில் தம்பி புகுந்து வெளியே வந்தான். அந்த ஓவர்கோட்டை இவன் கழற்றி ஓட்டை வழியாகத் தம்பியிடம் எறிந்தான். பின்பு சுலபமாக இவனும் வெளியே வந்துவிட்டான்.

நெடுஞ்சாலையில் நூறு மீட்டருக்கு இரண்டு ராணுவ வீரர் வீதம் காவல் நின்றார்கள். தானியங்கித் துப்பாக்கி களுடன் அவர்கள் நேராக நின்றதை இந்தச் சிறுவர்கள் ஆர்வத்தோடு பார்த்தார்கள். அவர்கள் உடுப்பும், தோரணையும் ஒருவித பயத்தைத் தோற்றுவித்தது. அதிலே ஒருவன் சிவப்பாக, நெடுப்பாக இருந்தான். மற்றவன் ஏதோ யோசனையில் சிகரெட் பிடித்துக்கொண்டிருந்தான்.

அந்த ராணுவ வீரர்களை அணுகினார்கள். இவர்கள் வெகு சமீபமாக வருமட்டும் அந்த வீரர்கள் கவனிக்கவில்லை. இவர்களைக் கண்டதும் ஒருவன் துள்ளி எழுந்தான். சிறுவர்கள் பயந்துபோனார்கள். அந்த ராணுவ வீரன் பேசியது இவர்களுக்குப் புரியவில்லை. அந்த பாஷை சுத்தமாகவும், எஜமானத் தனம் கொண்டதாகவும் இருந்தது. இராணுவத்துக்கு ஏற்ற பாஷையாகவும் பட்டது.

பெரியவன் இரண்டு விரல்களை உதட்டிலே வைத்து சிகரெட் என்று சைகையில் சொன்னான். இராணுவ வீரன் என்ன நினைத்தானோ, ஒரு புது சிகரெட்டை எடுத்து நிலத்திலே வீசினான். சிறுவன் அதை எடுத்துக்கொண்டு ஓடினான்.

ஒரு புதருக்குப் பக்கத்தில் அவர்கள் தங்கிச் சிறிது இளைப் பாறினார்கள். பெரியவன் சிகரெட்டைப் பற்ற வைத்து இழுத்தான். சின்னவன் தனக்கும் வேண்டும் என்றான். அதற்கு

கொழுத்தாடு பிடிப்பேன்

'நீயும் என்னைப்போல பெரியவன் ஆனதும் பிடிக்கலாம். இப்ப நல்ல பிள்ளையாம்' என்று ஆறுதல் கூறினான். சின்னவன் அந்த நியாயத்தை ஏற்றுக்கொண்டான்.

ஒரு நீண்ட தடியை எடுத்துத் துப்பாக்கிபோல பிடித்தபடி சின்னவன் நேராக நடைபோட்டான். இருட்டும்போது அவர்கள் கராஜ் கிட்ட வந்துவிட்டார்கள். சின்னவன் கையை நீட்டி 'அதோ, அதோ' என்று காட்டினான். அந்த நாய் மறுபடி வந்து நின்றது. மெலிந்து எலும்பும் தோலுமாய் இருந்தது. அதுவும் அகதி நாய்தான். பதிவு கார்ட் இல்லாத நாய். நிலத்தை முகர்ந்து பார்த்தபடி தயங்கித் தயங்கி வந்தது.

'அண்ணா, அந்த நாய்க்கு ஒரு பேர் வைப்போமா?' என்றான் சின்னவன். 'வேண்டாம். பேர் வைத்தால் அதுவும் எங்கள் குடும்பம் ஆகிவிடும்.' பையில் இருந்த ரொட்டியை எடுத்துச் சரி பாதியாகப் பிய்த்து ஒரு பகுதியை அந்த நாயிடம் கொடுத்தான். அது அந்த ரொட்டியைத் தூக்கிக் கொண்டு நொண்டி நொண்டி ஓடியது.

கராஜ் வெளியே பெரிய பூட்டுப்போட்டுப் பாதுகாப்பாக இருந்தது. பெரியவன் பின்பக்கம் போய் பலகையை நீக்கினான். இரண்டு பேரும் உள்ளே நுழைந்த பிறகு பலகையை நேராக்கினார்கள்.

உள்ளே கந்தலும், வியர்வையுமாக ஒரே வாடை. இருட்டில் கண்கள் பழகுவதற்குச் சிறிது நேரம் எடுத்தது. பெரிய அட்டைப் பெட்டிகளை இழுத்துப் பழைய கம்பளி களைப் போட்டு சரியாக்கிய பின்பு சிறியவன் அலுப்பு மேலிடப் படுத்துக்கொண்டான். பெரியவன் மீதியான ரொட்டித் துண்டைப் பத்திரப்படுத்தி வைத்துக்கொண்டான். அடுத்த நாள் அதிகாலை சிறியவன் பசியில் அழும்போது அது பயன்படும்.

பெரியவன் பெட்டி விளிம்பில் சாய்ந்தபடி இருந்தான். சின்னவன் தூங்கிவிட்டான்போலும். திடீரென்று அவன் எழும்பி அனுங்கியபடி ஊர்ந்து ஊர்ந்து வந்தான். அண்ணனைக் கட்டிக்கொண்டான். 'அண்ணா, அண்ணா நீ என்னைவிட்டுப் போக மாட்டியே, போக மாட்டியே!' என்று அழுதான்.

பெரியவன் அவனை இறுக்க அணைத்தான். 'இல்லை, என் கூடப்பிறந்தவனே, உன்னை விட்டு ஒரு நாளும் போக

அ. முத்துலிங்கம்

மாட்டேன்' என்றான். அந்தக் குரலில் இருந்த உறுதி சின்னவனுக்கு நம்பிக்கை தருவதாக இருந்தது.

பெரியவன் அப்படியே வெகுநேரம் தூங்காமல் இருந்தான். அடுத்த நாளுக்கு வேண்டிய ஆலோசனைகள் அவனுக்கு நிறைய இருந்தன. நாளைக்கு 'கஞ்ச்' முகாமுக்குப் போகலாம் என்று தீர்மானித்தான். அது பெரிய முகாம். பத்து மைல் தூரத்தில் இருந்தது. அங்கே கட்டாயம் இறைச்சி கிடைக்கும்.

அப்படித்தான் அவன் கேள்விப்பட்டிருந்தான்.

தொடக்கம்

இருபத்தியொன்பதாவது மாடியில் இருப்பதில் சில வசதிகள் இருந்தன. மற்ற கட்டடங்கள் உயரம் குறைந்தவை. என்னுடைய அலுவலகம் உச்சியில் இருந்தது. சுற்றிவரக் கண்ணாடி ஜன்னல்கள். உலகத்தை ராஜ்யம் ஆளுவது போன்ற ஒரு பிரமையை அது கொடுக்கும்.

நிலம் நித்திரை கொள்வதில்லை என்று சொல் வார்கள். ஆனால் வானம் விழித்திருப்ப தில்லை. இரவு நேரங்களில் வேலை செய்ய நேரிடும்போது மிகவும் ரம்மியமாக இருக்கும். விளக்குகளை அணைத்துவிட்டு, இருளின் நடுவில் மௌனமாக இருந்துகொண்டு பார்க்கும்போது நட்சத்திரங்களிடையே மிதப்பது போலத் தோன்றும். மழைக்காலங்களில் என்னவென்றால் மின்னலும், இடி முழக்கமும் அதிசயமாகக் கீழேயிருந்து மேலே வரும்.

பறவைக் கூட்டங்களைப் பார்ப்பது இன் னொன்று. சம உயரத்தில் இருந்தே அவற்றைத் தரிசிக்கலாம். சில பறவைகள் திறந்திருக்கும் ஜன்னல் வழியாக மிகவும் சுதந்திரமாக உள்ளே நுழையும். இறக்கைகளைத் தொய்ய விட்டு ஒரு சுற்று வந்து மீண்டும் செட்டையடித்துத் திரும்பி விடும். அவை அப்படி அடிக்கடி வந்து போவது அந்த இடம் தங்களுக்குச் சொந்தமானது என்பதை உறுதிப்படுத்தவே என்று நான் எண்ணிக்கொள் வேன். அந்த எண்ணம் எனக்கு மகிழ்ச்சியாகவே இருக்கும்.

அ. முத்துலிங்கம்

இது தவிர வேறு சில காட்சிகளையும் காணலாம். எதிரில் இருக்கும் கட்டடத்தின் இருபதாவது மாடியில் இருவர் வேலை செய்தனர். ஓர் ஆணும் ஒரு பெண்ணும். அவர்கள் ஒருவர்மீது ஒருவர் ஆசைப்பட்டவர்களாகத் தெரிந்தார்கள்.

அவள் அடிக்கடி ஏடுகளை எடுத்துக்கொண்டு வருவாள். அவன் அவற்றைப் பார்ப்பான். அவளையும் பார்ப்பான். விலக்கப்பட்ட அங்கங்களில் விழிவைப்பார்கள்; தடுக்கப்பட்ட இடங்களைத் தடவுவார்கள். அங்கு மிங்கும் பார்த்துவிட்டு அவதியாக உதடுகளை உரசிக்கொள்வார்கள்.

பிறகு அவள் பைல் கட்டுகளைத் தூக்கிக்கொண்டு ஒன்றும் தெரியாதமாதிரி வெளியே போவாள். இவன் பெருமூச்சு விட்டுக்கொண்டு அவளுடைய அடுத்த வரவுக்காகக் காத் திருப்பான். வேலை சலிக்கும்போது இந்த இளம் காதலர் களைப் பார்த்துக் கொஞ்சம் பரவசப்படலாம்.

ஆனால் அதற்கு இப்போது அவகாசம் இல்லை. இன்று நடக்க இருக்கும் ஒரு முக்கியமான கூட்டத்தில் மிகவும் பாரதூரமான முடிவுகளைச் சொல்லும் அறிக்கையைச் சமர்ப்பிக்க வேண்டும். பதினொரு பக்கங்கள் கொண்ட இந்த அறிக்கை தக்க ஆதாரங்களும், ஆணித்தரமான முடிவு களும் கொண்டது. இதை அறிமுகப்படுத்தும் ஆரம்ப உரை எப்படி இருக்கவேண்டும் என்ற சிந்தனையில் இருந்தேன்.

கடந்த ஆறுமாத காலமாக இந்த ஆலோசகர் பணி என்னை அலைக்கழித்தது. நேற்றுத்தான் முடிந்தது. நானும் என்னுடைய பெண் உதவியாளர் கொஸாமரும் நேரம்போவது தெரியாமல் வேலை செய்தோம். கட்டுரையைச் செவ்வை யாக்கி, சுத்தம் செய்து முடிக்கும் போது இரவு பத்து மணியாகிவிட்டது.

பிரசங்கத்துக்கு வேண்டிய வரைபடங்கள், ஸ்லைடுகள் மற்றும் உபகரணங்கள் எல்லாவற்றையும் அடுக்கியாகிவிட்டது. நகல்களையும், பிற்சேர்க்கைகளையும் ஒழுங்குபடுத்தி அவரவர் இருக்கைகளின் முன்பு கொஸாமர் வைத்துவிட்டாள். எல்லா சொற்பொழிவாளர்களுக்கும் ஏற்படும் ஆரம்பத் தயக்கம் எனக்கும் இருந்தது. அந்த யோசனையில் மூழ்கியிருந்தேன்.

மூன்றாவது முறையாகத் தொலைபேசி ஒலித்தது. இந்தத் தடவையும் என்னுடைய ஐந்து வயது மகள்தான் பேசினாள். அண்ணன் மேல் மீண்டும் புகார் கொடுத்தாள். அது மிகவும் நீண்ட பட்டியலைக்கொண்டிருந்தது. ஓர் ஏழு வயதுப்

பையனால் அரைமணி நேரத்துக் கிடையில் இவ்வளவு உற்பாதங்களை உற்பத்திசெய்ய முடியுமா என்று அது என்னை யோசிக்கவைத்தது.

என் மனைவி வேலைக்குப் போய்விட்டாள். பிள்ளைகள் இரண்டு பேருக்கும் பள்ளி விடுமுறை. அவர்களுக்கு விலக்கு தீர்ப்பது இன்று என் வேலையாகிவிட்டது. பணிப்பெண்ணை அழைத்து என் கஷ்டத்தைத் தெரிவித்து, பிள்ளைகளை இன்னும் கண்டிப்புடன் பார்த்துக்கொள்ளும்படி கூறினேன்.

அப்போது பார்த்து கொஸாமர் உள்ளே எட்டிப்பார்த்தாள். சமயமறிந்து வந்துவிடுவாள். புன்சிரிப்புத் தேவதை. அவள் முகம் சுளித்தோ, மூக்கைச் சுருக்கியோ நான் பார்த்ததில்லை.

ஆப்பிரிக்காவில் *secretary* பறவை என்று ஒரு பறவை இருக்கிறது. அதன் கொண்டையில் இரண்டு பென்சில் செருகி வைத்ததுபோல இருக்கும். அது நடக்கும்போது தலையை நிமிர்த்தி ஒருவிதச் செருக்குடன் நடக்கும்.

கொஸாமரைப் பார்த்தபோது அந்தப் பறவையைப் போலவே இருந்தாள். விநோதமான உடையணிந்து இன்னும் விநோதமான தலை அலங்காரம் செய்து வந்திருந்தாள். இரண்டு முள்ளம் பன்றி முள்கள் அவள் கொண்டையில் நீட்டிக்கொண்டு நின்றன. ஒரு சாயலில் யப்பானியப் பெண்ணின் பாவனையாகவும் தோன்றியது. மிக உயரமாகவும் ஒல்லியாகவும் காட்சியளித்தாள். பாதங்களைச் சிறுசிறு அடிகளாக வைத்து விரைந்து நடந்தாள்.

‘கொஸாமர், என் இனியவளே! எனக்கு ஓர் உதவி செய்வாயா?’

‘சொல்லுங்கள், காத்திருக்கிறேன்’ என்றாள்.

‘என் பிள்ளைகளிடம் இருந்து இனிமேலும் தொலைபேசி வந்தால் நீ இரண்டே இரண்டு கேள்விகள் கேட்கவேண்டும். ஒன்று, வீடு எரிகிறதா? இரண்டு, யாராவது காலை முறித்துக்கொண்டார்களா? இரண்டுக்கும் இல்லை என்று பதில் வந்தால் தொலைபேசியைத் துண்டித்துவிடு. எனக்கு இனிமேலும் தொந்தரவு தரவேண்டாம்.’

அவள் முறுவலித்தபடியே சரி என்றாள். சுழல் கதிரை போல ஒற்றைக்காலில் சுழன்று திரும்பினாள். குதி உயர் காலணியில் இப்படி லாவகமாக இவள் சுழன்று திரும்புவாள். ஒரு முறைதானும் தடுக்கி விழுந்ததில்லை.

கடந்த இரண்டு மணித்தியாலங்களாக ஒரு தொலைபேசியும் வரவில்லை. ஆனபடியால் வீடு பத்திரமாக இருக்கிறது. கால்களும் சேமமாக இருக்கின்றன என்று நம்பலாம்.

உலகில் உள்ள கம்பனிகள் எல்லாம் ஒரு பொருளை அல்லது சேவையை வாங்கி பிறகு விற்கும் அல்லது உற்பத்தி செய்து விற்கும். ஆனால் இந்த நிறுவனம் அதற்கு விதிவிலக்கு. இது ஒரு படி மேலேபோய் அந்தக் கம்பனிகளையே வாங்கி விற்கும் தொழிலைச் செய்தது.

இதற்கு வேண்டிய மூலதனத்தில் முக்கியமானது அயோக்கியத் தனம். இதன் அடித்தளமே தர்ம விரோதமாகச் செயல்படுவதுதான். இது தவிர வஞ்சகம், சூழ்ச்சி போன்ற குணாம்சங்களும் வரவேற்கத் தக்கவை.

மீதியான மூலதனம் வாடிக்கையாளர்களிடம் இருந்தே கிடைக்கும். மனிதனுக்கு மிக இயல்பான மௌடீகம்தான் இதற்கு ஆதாரம். மக்களிடையே மௌடீகம் ஏராளமாக இருந்ததால் வியாபாரமும் ஏராளமாகப் பெருகியது.

முறைகேடான வழியில் பணம் சம்பாதித்தவர்களுக்கு இது சொர்க்கம். அவர்கள் பணம் எல்லாம் வெள்ளாவி வைத்து *(money laundering)* வெளியே வந்தது. மீண்டும் புரண்டது. இப்படி இந்த நிறுவனம் கொடிகட்டிப் பறந்தது.

ஆனால் சமீபத்தில் ஒரு மதலைக் கம்பனியை வாங்கிய போது ஒரு சிறிய தவறு நேர்ந்துவிட்டது. அது இந்த நிறுவனத்தை அதல பாதாளத்துக்கு இழுத்துச் சென்றது.

கருங்குழி *(black hole)* என்று சொல்வார்களே, அதுதான். போட்ட முதலீடெல்லாம் போன இடம் தெரியவில்லை. இருந்ததையும் அடித்துக்கொண்டு போனது இந்த பால்குடி மறவாத கம்பனி.

ஆனைக்கும் அடி சறுக்கும் என்ற கதைதான். இதை எப்படிச் சொல்லப் போகிறேன். நம்பமாட்டார்கள். ஒரு தகுந்த மேற்கோள் காட்டி என் பேச்சை ஆரம்பித்தால் நன்றாயிருக்கும். ஆப்பிரிக்காவில் ஒரு பழமொழி வழக்கில் இருக்கிறது. 'எலி பிடிக்கப் போகிறவன் எலியைப் போலவே சிந்திக்க வேண்டும்' என்று.

இன்று வரும் சபையினர் எல்லாம் தகுதி வாய்ந்தவர்கள். இருபது பேருக்கு மேலிருக்கும் அந்தக் கூட்டத்தில் சிலரிடம் நான் மிகுந்த எச்சரிக்கையாக இருக்கவேண்டும். மீதிப்பேர் தலையாட்டிக்கொண்டு பின்னே போகும் பேர்வழிகள்தான்.

இன்று காலை வந்திருந்த குரல் அஞ்சல் தகவல்களில் முக்கியமானது அலிசாலா பின் ஒஸ்மான் கூட்டத்திற்கு வருகிறார் என்பதுதான். இவருடைய கேள்விகளில் பள்ளம் இருக்கும். விழுந்துவிடாமல் சமாளிக்கவேண்டும்.

இவர் ஓர் அராபியர். சொந்தமாக ஜெட் விமானம் வைத்திருக்கிறார். சாட்டிலைட் போல உலகை வலம் வருவார். கண்கள் அம்புலன்ஸ் விளக்குகள் போலப் பளிச்சிடும். எந்த நேரமும் இவர் கைகளும், முகமும் வேர்த்துக் கொட்டியபடியே இருக்கும். மிகக் கோபமான மூக்கு. இன்னும் கோபமான உதடுகள். இவர் மூச்சை விடும்போது பத்தாயிரம் டொலர் சம்பாதித்துவிடுவார். திரும்பி உள்ளே இழுக்கும் போது இன்னொரு பத்தாயிரம் டொலர் சம்பாதித்துவிடுவார் என்று சொல்வார்கள். இவர் யாருக்காகவோ காத்திருந்தார் என்று சரித்திரம் இல்லை.

இரவு நேரமானதும் பற்பல பறவைகளும் மரத்திலே வந்து ஒதுங்குவதுபோல வயோதிகம் வந்ததும் பலவிதமான நோய்களும் உடம்பிலே வந்து தங்கிவிடும். மிசேல் பூனே வயோதிகர். பெயர் தெரிந்ததும், தெரியாததுமான பல வியாதிகள் அவர் கைவசம் இருந்தன. உருளைக்கிழங்குகளை எடுத்துவிட்ட உருளைக்கிழங்கு சாக்குபோல அவர் உடம்பு சுருங்கி இருக்கும். தேகம் பூராவும் சர்க்கரை. அதனால் அவர் தான் குடிக்கும் கோப்பியில் சர்க்கரை சேர்த்துக்கொள்வ தில்லை. ஆனால் அவருடைய மூளை வெகு சுறுசுறுப்பாக இயங்கக்கூடியது. ஒட்டைச்சிவிங்கி இரை மீட்பதுபோல மிக நிதானமாகவும், ஆறுதலாகவும் பேசுவார். இவர் ஒரு வசனம் பேசி முடிக்குமுன் மெதுவாக நகர்ந்து சிறுநீர் கழித்துவிட்டு மீண்டும் வந்து உட்கார்ந்துவிடலாம்.

குளோரியா பாண்ஸ் என்ற பெண்மணி. பாரிய யாக்கைக்கு உடமையானவர். என்ன காரணமோ அவரைக் காணும்போதெல்லாம் 'யாப்பருங்கலக்காரிகை' எனக்கு ஞாபகத்துக்கு வரும். எவ்வளவு சிரமப்பட்டுத் தயாரித்த ஆண்டறிக்கையையும் ஒரு கேள்வியில் தூக்கி எறியும்படி செய்துவிடுவார்.

ஒலாண்டோ. இரண்டாயிரம் டொலருக்குக் குறைந்த ஆடைகளை அணிவதில்லையென்ற விரதம் பூண்டவர். ஆடம்பரப் பிரியர். முன் தலைமயிர் உதிர்த்துப் பிடரி மயிர் சிலும்பி நிற்கும். 'வேரி மயிர் பொங்க' இவர் ஆங்கிலத்தை அட்சரம் அட்சரமாக உச்சரிப்பார். யோசனையான ஆள். ஒரு மணி பேச வேண்டியதை ஒரு நிமிடத்தில் சொல்லிவிடுவார்.

ஒரு வசனத்தை ஒரு வார்த்தையில் வடிப்பார். அவர் பேச்சு புதிராக இருக்கும். யாராவது பின்னால் வந்து அரும்பதவுரை, பொழிப்புரை, தெளிவுரை, விளக்கவுரை, விசேடவுரையென்று செய்தால்தான் உண்டு.

'உண்மை எப்போதும் வெல்லும், உன் பக்கம் திறமையான வக்கீல் இருந்தால்' என்பது தெரிந்ததே. ஆனபடியால் நல்ல வாதத் திறமையோடு இந்த அறிக்கையை அவர்கள் முன்பு வைக்கவேண்டும். அப்பொழுதுதான் வெற்றி கைகூடும்.

காற்றுக் கூடுதலாக இருந்தாலும் வறட்சியாக இருந்தது. நீளமாயிருந்த கண்ணாடி ஜன்னலைச் சாத்திவிட்டு தண்ணீர் குடிக்கக் கிளம்பினேன். எங்காவது நடந்துபோனால் ஆறுதலாக இருக்கும். மூளைக்கும் கொஞ்சம் இடைவெளி தேவைப்பட்டது.

தண்ணீர் ஊற்றுப்பக்கம் போனேன். இந்த ஊற்று இடது கைப் பழக்கக்காரர்களுக்காகச் செய்யப்பட்டு இருக்கவேண்டும். அதனுடைய குமிழ் இடது பக்கம் இருந்தது. வலது கைக்கார னான எனக்கு அது வசதியாக இல்லை.

இடது பெருவிரலால் தம் பிடித்து அமுக்கியபோது தண்ணீர் சீறிக்கொண்டு மேலெழுந்தது. அதற்கு லாவகமாக வாயைத் திறந்து பருகவேண்டும். மூன்றங்குலம் வாயைத் திறந்து முப்பத்தியேழு பாகைக் கோணத்தில் பிடிக்கவேண்டும். இதற்கு நீண்ட பயிற்சியும், நிதானமான யோசனையும் அவசியம். மிகவும் சங்கடமான அப்பியாசம். வாய், முகம், தலைமயிர், கழுத்து என்று எல்லா அங்கங்களையும் நனைத்த பிறகுதான் தாகசாந்தி செய்யலாம்.

எவ்வளவு முயன்றும் இந்தக் கலை எனக்குக் கைவரவே இல்லை. இதில் தேறுவதற்கிடையில் எண்சீர்க் கழி நெடில் ஆசிரிய விருத்தப்பாவை இயற்றப் பழகிவிடலாம்போல பட்டது.

அறைக்குத் திரும்பினேன். ஆனால் அங்கே எனக்கு வேறுவிதமான ஒரு சம்பவம் நடப்பதற்குக் காத்திருந்தது.

கதவை இழுத்துச் சாத்திவிட்டு மறுபடியும் என் அறிக்கையை விரித்துப் பாயிரம் பாடும் முயற்சியில் இறங் கினேன். அப்பொழுது படீரென்று ஒரு சத்தம். நான் பார்த்துக் கொண்டிருக்கும்போதே அந்தப் பறவை ஐம்பது மைல் வேகத்தில் வந்து என் ஜன்னல் கதவில் மோதி விழுந்தது. பூ இதழ்கள் உதிர்வதுபோல அதன் இறகுகள் உதிர்ந்தன. அது மோதிய இடத்தில் கண்ணாடியில் வட்டமாக, வெண்மையான அடையாளம் பதிந்தது.

ஜன்னலைத் திறந்து மாடத்தில் இறங்கினேன். பறவைகள் பறந்துதான் நான் பார்த்திருக்கிறேன். படுத்துப் பார்த்ததில்லை. இந்தப் பறவை படுத்திருந்தது. அதைக் கையில் எடுத்தேன். சிறு துடிப்பிருந்தது. உடம்பின் சூடு இன்னும் தணியவில்லை. மிருதுவாக இருந்தது. காம்பில்லாத ஒரு பூவைத் தூக்குவது போல லேசான கனம் கனத்தது.

அந்தச் சத்தம் கேட்டு கொஸாமர் வந்துவிட்டாள். அவள் கண்களில் அச்சமும் வருத்தமும் தெரிந்தது. மெதுவாகக் கிட்டவந்து தொட்டுப் பார்த்தாள்.

'இறந்துவிட்டதா?'

மெல்ல தலையசைத்தேன். பறவையின் துடிப்பு அடங்கி உஷ்ணம் ஆறத் தொடங்கியிருந்தது. அது என்ன குற்றம் செய்தது? யாருக்கும் ஒரு தீங்கிழைக்கவில்லையே! மூடியிருந்த ஜன்னலைக் காற்றுவெளி என்று நினைத்து வந்து மோதிவிட்டது.

'இது என்ன பறவை என்று தெரியுமா?'

'இந்த ஊர்ப்பறவை அல்ல. வரத்துப் பறவை. கழுத்தைப் பார். பகட்டான நிறம். ஆண் பறவைதான். பெண் என்றால் நிறம் மங்கலாயிருக்கும். இதற்கு முன்பு ஒரு முறை இந்தப் பறவையைப் பார்த்திருக்கிறேன். திறந்திருந்த ஜன்னல் வழியாக இது என் அறைக்கு வந்திருந்தது. சிறகுகளை விரித்து அடித்து ஒரு வட்டம் போட்டது. என்னுடைய நண்பன் இது. இப்படி இதற்குத் துரோகம் செய்துவிட்டேன்.'

'துரோகமா? என்ன துரோகம்?'

'சற்று முன்புதான் சாளரத்தைச் சாத்தினேன். பறவை தவறுதலாக எங்களிடம் வந்துவிட்டது என்று நாங்கள் நினைக்கிறோம். உண்மையில் நாங்கள் அல்லவோ அதன் பாதையில் கட்டடங்கள் எழுப்பியிருக்கிறோம்.'

'சரி, இனி என்ன செய்வது? உங்களுக்கு நேரமாகிறது. நீங்கள் கூட்டத்திற்குப் புறப்படுங்கள். நான் இதைக் கிளீனரிடம் சேர்ப்பித்து விடுகிறேன்.'

நான் அதற்கு உடன்படவில்லை. அந்நியமான ஊருக்கு வந்து விட்ட அகதிப் பறவை அது. ஒரு பாவமும் அறியாதது. தனித்துப் போய் இறந்து கிடக்கிறது.

அதைக் கைக்குட்டையில் ஏந்தி எடுத்துக்கொண்டு இருபத்தியொன்பது மாடிகள் கீழே போய் அடக்கம் செய்யும் போதுதான் அதைப் பார்த்தேன். நீல நிறமான அதன் வலது காலில் ஒரு வளையம். அலுமினியத்தில் செய்த அந்த வளையம்

பளபளத்தது. இதை எப்படி நான் முன்பே பார்ப்பதற்குத் தவறினேன். என் மனம் பிங்கோ ஆட்டத்தில் கடைசிக் கட்டத்திற்குக் காத்திருப்பதுபோல படபடவென்று அடித்துக் கொண்டது. அந்த வளையத்தை மெள்ளக் கழற்றி வைத்துக் கொண்டேன்.

கொஸாமர் என்னுடைய பேச்சுக்கு வேண்டிய வரை படங்களை அரங்கத்துக்கு எடுத்துச் சென்றுவிட்டாள். என் வரவை எல்லோரும் எதிர்பார்த்து இருப்பதாகவும் அறிவித்தாள். காலணிக்குள் குறுணிக் கல் புகுந்துவிட்டது போல கால் மாறியபடியே நின்றாள். அவஸ்தைப் பட்டாள். விரைவில் செல்லவேண்டும் என்று என்னை அவதிப்படுத்தினாள்.

ஆனால் அதற்கு முன் எனக்கு ஒரு சிறு வேலை பாக்கி இருந்தது.

வளையத்தை எடுத்து உற்றுப் பார்த்தேன். 'மொஸ்கோ பறவை மையம், செயல் எண் N 453891' என்று எழுதியிருந்தது. கம்ப்யூட்டரில் வையவிரிவலையை விரித்தேன். அந்த வளையத் தில் எழுதியிருந்தபடி மொஸ்கோ மையத்தைத் தேடினேன். கிடைக்கவில்லை.

பறவைகளின் தாய் தரவுத்தளம் கோர்னெல் பல்கலைக் கழகத்தில் இருந்தது. அதில் என் முயற்சியைத் தொடங்கினேன். பல வாசல்கள் திறந்தன. மூடின. வழி விசாரித்தபடி மொஸ்கோ மையத்துக்கு வந்து கதவைத் தட்டினேன். பதிவு இலக்கம் என்ற கேள்விக்குத் தயங்காமல் N 453891 என்று பதிந்தேன்.

அப்பொழுது அந்தப் பறவையின் ஜாதகம் விரிந்தது. Saker Falcon. ஐந்து வருடங்களுக்கு முன்பு அந்த வளையம் மாட்டப்பட்டிருந்தது. சில வருடங்களுக்கு முன்பு அராபியாவில் காணப்பட்டது. பலமுறை மொஸ்கோவுக்கும், ஆபிரிக்காவுக்கும் இடையில் பிரயாணம் செய்திருந்தது. குளிர்கால ஆரம்பத்தில் வந்து அது முடிய போய்விடும். இன்று என் கையில் மரண மடைந்து கிடந்தது.

வலையை மடித்தேன். வளையத்தை மேசையில் வைத்தேன். இந்தப் பறவை இன்ன நாள், இன்ன தேதி, இந்த இடத்தில் மரணமடைந்தது என்று குறிப்பு எழுதினேன். என் குறிப்புடன் அந்த வளையத்தை மொஸ்கோ மையத்துக்கு அனுப்பிவிடும் படி கொஸாமரைக் கேட்டுக்கொண்டேன்.

என் கட்டுரையைக் கையில் எடுத்தேன். பேச்சிற்கு அத்தியாவசியமான மற்ற உபகரணங்களையும் சேகரித்துக் கொண்டேன். அந்த நீண்ட கட்டடத்தின் ஒரு தொங்கலில்

கொழுத்தாடு பிடிப்பேன்

இருந்து மறுதொங்கலில் அமைந்திருந்த கலந்தாய்வுக் கூடத்திற்கு விரைந்தேன்.

பேச்சை எப்படித் தொடங்குவது என்பதை நான் இன்னும் தீர்மானிக்கவில்லை. அதற்கு நேரமுமில்லை. இனியும் தாமதிக்க முடியாது.

நான் கதவை முழங்கைகளினால் தள்ளித் திறந்துகொண்டு உள்ளே நுழைந்தேன். எதிர்பார்த்தபடி அங்கே இருபது பேர்களுக்கு மேலே கூடியிருந்தனர். என்னைக் கண்டதும் அங்கிருந்தோர் தங்கள் அதிருப்தியைத் தங்கள்தங்கள் தகுதிக்கு ஏற்றவாறு வெளிப்படுத்தினர்.

சில நாற்காலிகள் நகர்ந்தன. சிலர் அசைந்து கொடுத்தனர். பாதி குடித்த கோப்பிக் கோப்பைகள் மேசையிலே ஆடின. சிகரெட் பிடிக்கக்கூடாது என்ற அறிவித்தலையும் மீறி யாரோ புகைத்திருந்தார்கள். அந்த மணம் அறையிலே சூழ்ந்திருந்தது.

என் தாமதத்திற்கு மன்னிப்பு கேட்பேனென்று சிலர் எதிர்பார்த்தார்கள். 'சீமாட்டிகளே, சீமான்களே' என்று வழக்கமான சம்பிரதாயத்துடன் பேச்சை ஆரம்பிப்பேன் என்று சிலர் நினைத்தனர். இன்னும் சிலர் காலை வணக்கம் கூறுவேன் என்று காத்திருந்தார்கள்.

மாறாக நான் ஒன்றுமே செய்யவில்லை. பேச்சு மேடையில் அஞ்சலி செய்வதுபோல சில விநாடிகள் அசையாது நின்றேன். விரித்த சிறகுடன் வேகமாக வந்து கண்ணாடியில் மோதி இறந்து போன அந்தப் பறவையே என் ஞாபகத்திற்கு வந்தது.

என் உரையைத் தொடக்கினேன்.

'ஒரு பறவை இன்று வழி தவறிவிட்டது. சில நிமிடங்கள் முன்பு. வெறும் வெளி என்று நினைத்து அது என் ஜன்னல் கண்ணாடியில் வந்து ஐம்பது மைல் வேகத்தில் மோதியது. தட்சணமே உயிர் பிரிந்துவிட்டது.

'அதை இப்போதுதான் அடக்கம் செய்துவிட்டு வருகிறேன்.

'வளைந்த மூக்கும் வெள்ளைத் தலையும் கொண்ட பறவை. சாம்பல் நிறமான செட்டைகள் யாரையும் வசீகரிக்கும் தன்மை உடையவை. இந்தக் கைகளில் விரிந்து அனாதரவாகக் கிடந்தது. அதன் உடம்புச் சூடு ஆறுமுன்பே அது அடக்கம் செய்யப்பட்டுவிட்டது.

'இந்த நிறுவனத்தின் தோட்டத்தில், ஓர் அடி ஆழத்தில், அது உறங்குகிறது. ரோஜாப் பதியனுக்கும், அந்தூரியத்திற்கும்

இடையில் மரண வாசகம் எழுதாத ஒரு கல்லறையில் அது கிடக்கிறது.

'இந்தப் பறவையை Saker Falcon என்பார்கள். ருஸ்யாவின் வடகிழக்கு மூலையில் இருந்து குளிர்கால ஆரம்பத்தில் இது புலம் பெயரும். தெற்கு ஆப்பிரிக்கா வரைக்கும் பறந்து வந்து வசந்தம் வரும் வேளைகளில் திரும்பிவிடும்.

'ஐயாயிரம் மைல்கள் இதற்கு ஒரு பொருட்டல்ல. சூரியனையும் நட்சத்திரங்களையும் வைத்துத் திசையறிந்து செல்லும். சரி கணக்காக வந்து கணக்காகத் திரும்பிவிடும்.

'அப்பேர்ப்பட்ட வல்லமை படைத்த பறவை இன்று ஒரு சிறிய தவறு செய்தது. திரும்ப வேண்டிய ஒரு சிறு திருப்பத்தில் திரும்ப மறந்துவிட்டது. அதனால் அது இறக்க நேரிட்டது. இனி அது தனக்குச் சொந்தமான ருஸ்யா நாட்டின் வடபகுதிக்குத் திரும்பவே போவதில்லை.'

தொடக்க உரையை முடித்துவிட்டு அறிக்கையைக் கையில் எடுத்தேன். சபையோரின் முகங்களைப் பார்த்தேன். அந்த முகங்களை மறைத்த இருள் விலகுவதுபோல பட்டது. நான் என்ன சொல்ல வருகிறேன் என்பது அவர்களுக்கு விளங்கியது போலவும் இருந்தது. நான் என்னுடைய உரையை இனிமேல் படிக்கவேண்டிய அவசியமே இல்லை. அப்படித்தான் நினைக்கிறேன்.

ஆயுள்

(இந்தக் கதையில் ஓர் ஆண் பாத்திரம் உண்டு. பெண் பாத்திரமும் இருக்கிறது. ஆனால் இது காதல் கதை அல்ல. இன்னொரு பாத்திரமும் வரும். அதைப் பற்றிய கதை. ஏமாற வேண்டாம் என்பதற்காக முன்கூட்டியே செய்த எச்சரிக்கை இது.)

பெயர்	ஆயுள்
மே இலையான்	ஒரு நாள்
பழ இலையான்	ஒரு மாதம்
வண்ணத்துப்பூச்சி	ஒன்றரை வருடம்
தவளை	இரண்டு வருடம்
நாய்	15 வருடம்
சிங்கம்	30 வருடம்
ஒட்டைச்சிவிங்கி	36 வருடம்
மனிதன்	65 வருடம்
கிளி	70 வருடம்
கடல் ஆமை	100 வருடம்

அவனை யாத்திரிகன் என்று சொல்ல முடியாது. யாத்திரிகன் என்றால் அவனுடைய பயணத்துக்கு ஓர் இலக்கிருக்கும். இது இலக்கில்லாத பயணம். அவன் தேசாந்திரி. தேசம் தேசமாகச் சுற்றி வருபவன். அவன் பயணங்களுக்கு ஓர் ஒழுங்குமுறை கிடையாது. நியமம் இல்லை. அவன் சந்தோசம் அதில்தான் இருந்தது. காற்றிலே எத்தப்படும் கடுதாசிபோல கால்கள் போன போக்கில் அவன் பயணம் நிர்ணயமானது.

அ. முத்துலிங்கம்

அவன் ஒரு வீதி மனிதன். நடத்தல் அவனுக்கு விருப்ப மானது. நடந்துகொண்டே இருப்பான். தூரம் என்பது ஒரு பொருட்டில்லை. நிற்கும்போதுதான் அவனுக்கு ஆயாசம் ஏற்படும். மறுபடியும் நடக்கத் தொடங்கிவிடுவான்.

அவனுடைய அம்மா சொல்லுவாள், ஒருநாள் அவன் தள்ளுவண்டியில் இருந்து தானாகவே இறங்கிக்கொண்டானாம். அதைத் தள்ளியபடியே சிறிது தூரம் நடந்தான். அவளுக்கு ஆச்சரியம். கால்களைக் கண்டுபிடித்த அந்தக் கணத்துக்குப் பிறகு அவன் தள்ளுவண்டியில் திரும்ப ஏறவேயில்லையாம்.

வாகனங்களில் ஆட்கள் பிரயாணம் செய்வது அவனுக்கு வியப்பளிக்கும். பள்ளிக்கூடத்திற்கு நடந்துதான் போனான்; வந்தான். விளையாட்டுகளில்கூட அவனுக்கு விருப்பம் இருந்த தில்லை. ஓடுவதுகூடப் பிடிக்காது. அது கால்களை மறுதலிப்பது போல என்பான். கால்களை அழுத்தமாகப் பூமியில் பதித்து நடக்கவேண்டும் என்பதுதான் அவன் விருப்பம். அப்படித்தான் செய்தான்.

பள்ளிக்கூட ஆசிரியர் ஒரு நாள் கேட்டார், 'உனக்கு எதிர் காலத்தில் என்னவாக விருப்பம்?' என்று. 'நான் இறக்க விரும்புகிறேன். இறந்து மறுபடியும் சிலந்தியாகப் பிறக்க வேண்டும்' என்றான். ஆசிரியர் திகைத்துவிட்டார். ஏன் என்ற கேள்விக்கு அவன் இப்படி பதில் கூறினான்.

'வனவிலங்குகளை எனக்குப் பிடிக்கும். அவை சுதந்திர மாக நடந்து திரியும். இரை தேடும், இனப்பெருக்கம் செய்யும், தூங்கும், பயங்கொள்ளும். என்ன உவப்பான வாழ்க்கை!

'பறவைகளுடைய பரப்பு இன்னும் பெரியது. எல்லை கிடையாது. சிறகடித்துப் பறக்கும், பாடும், பல வர்ணங்களில் மயக்க வைக்கும். அவற்றினுடைய சாகஸத்தைப் பார்த்தபடியே இருக்கலாம். அவை எனக்கு மிகவும் பிடிக்கும்.

'ஆனால் சிலந்தி. அது வித்தியாசமானது. தன் வாய் நீரில் நூல் செய்து தொங்கும் ஒரே ஜீவன். அந்த நூலில் ஊஞ்சலாடிய படியே பொறுமையோடு காத்திருக்கும். அது உணவைத் தேடிப் போவதில்லை. உணவு அதைத் தேடி வரும். என்ன உன்னதமான வாழ்க்கை. அதுதான் எனக்கு மிகமிகப் பிடிக்கும்.'

வாலிபனானதும் அவன் புறப்பட்டான். நாலு வருடங் களாக நடந்துகொண்டிருந்தான். கிரேக்கத்தில் இருந்து வெளிக் கிடும்போது மூன்று மொழிகள் அவனுக்குத் தெரிந்திருந்தன. எகிப்து, பாரசீகம், ஆப்கானிஸ்தான் என்று பல தேசங்களை

அவன் கடந்துவிட்டான். இப்போது பன்னிரெண்டு மொழிகள் கைவந்தன. இனி எதிர்ப்படும் மொழிகளை இன்னும் சுலபமாக அவன் கற்றுக்கொள்வான். அவன் கால்கள் நகர்ந்துகொண்டே யிருக்கும். இன்று இருக்கும் பூமியில் அவன் மறுநாள் இருக்கப் போவதில்லை.

அவன் முதுகில் ஒரு மூட்டை இருந்தது. மிக அத்தியா வசியமான பொருட்கள் மட்டுமே அந்தப் பொதியில் இருந்தன. கம்பளிப் போர்வை, அங்கி, நித்திரைப்பை, சமையல் சாமான் என்று. ஒரு பிளாஸ்டிக் குடுவையில் தண்ணீர் பிடித்து வைத் திருந்தான். அந்த மூட்டையில் அது தொங்கிக்கொண்டு ஆடியது. சூரிய ஒளி படும்போது அது பளிச் பளிச்சென்று அடித்தது.

இந்துகுஷ் மலைச்சிகரங்களை அணைத்தபடி கிடக்கும் ரம்பூர் பள்ளத்தாக்கைப்பற்றி அவன் நிறையவே கேள்விப்பட் டிருக்கிறான். அநாதி காலமாக இங்கே பழங்குடியினர் அந்நிய குறுக்கீடுகள் இல்லாமல் வாழ்ந்து வந்திருக்கிறார்கள். அலெக்ஸாந்தர் படையெடுத்து வந்தபோது இந்தப் பள்ளத் தாக்கைப் பார்த்துப் பிரமித்து நின்றானாம். அவனுடைய படைவீரர்களில் சிலர் திரும்ப மறுத்து இங்கேயே தங்கிவிட்ட தாகவும் கதைகள் இருந்தன.

பன்னிரெண்டாயிரம் அடி உயரத்தில் அது ஒரு தொட்டில் போல மிதந்துகொண்டிருந்தது. மலைச்சிகரங்களில் வெண்ணிற மேகங்கள் அலை அலையாகப் படிந்திருந்தன. பெரும் இரைச்சலுக்கிடையில் தோன்றும் மோனம் போல இடைக்கிடை பச்சை பிரதேசம் காணப்பட்டது. பனிக்காலம் வருமுன் இந்தப் பசும்புற்கள் தங்கள் கடைசி முகத்தைக் காட்டிக்கொண் டிருந்தன. இந்தச் சூழ்நிலையின் எழில் அவன் மனதைச் சொக்க வைத்தது.

மதங்கள் பிறக்க முந்திய ஒரு காலம். ஆதிமனிதன் இயற்கையுடன் ஒன்றி வாழ்ந்துகொண்டிருந்தான். விலங்குகள் சில வீட்டு மிருகங்கள் ஆகின. பூமி அணைத்தது. ஆகாயம் காத்தது. நதி ஓடியது. பனி பெய்தது. காற்று வீசியது. ஊழி முதலாக வரும் இந்த நியதியில் ஒரு மாற்றமுமில்லை. இந்த மலைவாசிகள் அப்படித்தான் வாழ்ந்துகொண்டிருந்தார்கள்.

பனிதான் நிரந்தரமானது. தண்ணீர் பனியின் மாறு வேடம்தான். சிலுசிலுவென்று தண்ணீர் ஓடிக்கொண்டிருந்தது. பனி உருகி வழிந்த நீர். அவன் குனிந்து அந்த பிளாஸ்டிக் குடுவையில் அதை நிரப்பினான். திவலைகள் சிதறின.

அ. முத்துலிங்கம்

சூரிய ஒளியில் அவை தகதகவென்று பிரகாசித்தன. வாயிலே ஊற்றியபோது குளிர்ந்து அவன் களைப்பை நீக்கியது.

இளம்பெண்கள் சிலர் சிரித்தபடி ஒருவரை ஒருவர் இடித்துக் கொண்டும், கைகளைப் பின்னிக்கொண்டும் வந்தார்கள். இவன் செய்த காரியத்தை வியப்புடன் நோக்கினர். அந்நியர்கள் அங்கே வருவதில்லை. ஆனபடியால் அந்நியர்களைப் பற்றிய பயமும் அவர்களுக்கில்லை. அவனுடைய கண்களும், உடையும், கேசமும் அவர்களுக்குப் புதினமாக இருந்தது. ஆனால் அவன் செய்த காரியம்தான் இன்னும் விநோதமாகப்பட்டது.

அவன் கையிலே வைத்திருந்த பிளாஸ்டிக் குடுவையைக் கண் கொட்டாமல் பார்த்தார்கள். அவர்கள் அதை முன்பின் பார்த்ததில்லை. சுரைக்குடுவையைப் பார்த்திருக்கிறார்கள்; தோல் பையைப் பார்த்திருக்கிறார்கள். ஆனால் இப்படி ஓர் அதிசயத்தைக் கண்டதில்லை.

தண்ணீர் மொள்ளும்போது உள்ளே அது தண்ணீரைக் காட்டியது. சூரிய ஒளியில் நீர் தளும்பும்போது ஜாலம் செய்தது.

அவர்கள் கைநீட்டி ஜாடை செய்து அந்தக் குடுவையை யாசித்தார்கள். அவன் நீட்டினான். ஒருவர் மாறி ஒருவர் தண்ணீரைப் பருகினார்கள். பருகிவிட்டு குடுவையைப் பார்த்தார்கள். அங்கே நீர் குறைந்திருந்தது. கலகலவென்று சிரித்தபடியே குடுவையைத் திருப்பிக் கொடுத்துவிட்டு அவர்கள் போய்விட்டார்கள்.

அதில் ஒருத்தி சாத்தியமில்லாத முகத்தைக் கொண்டிருந்தாள். மலைப்பனி போன்ற உடம்பு. மேடிட்ட மேலுதடுகள். பிராயம் பதினாலுகூட இருக்காது. மை பூசாத கண்களால் உதாசீனமான பார்வை பார்த்தாள். உலகத்திலேயே அற்பமான உடமைகள் கொண்ட இந்த ஆதிவாசிப் பெண் இவன் பார்வையை அலட்சியப்படுத்திவிட்டு தன்பாட்டுக்குப் போய்க் கொண்டிருந்தாள்.

என்ன விசித்திரம்! இவன் மனது அவள் பின்னால் சென்றது.

[இங்கே காதல் தொடங்கிவிட்டது என்று நீங்கள் நினைக்கலாம். இதிலே காதல் வளராது. ஏமாற்றம்தான் வளரும். இது இரண்டாவது எச்சரிக்கை. இனியும் தொடரவேண்டிய அவசியமில்லை.]

தன் வழக்கத்துக்கு விரோதமாக அவன் அந்தக் கிராமத்தில் தங்கிவிட்டான். அசாதாரணமான பனிச்சிகரங்களின் வனப்பும், ஆயிரமாயிரம் ஆண்டுகள் ஒருவித மாற்றமுமில்லாமல் இயற்கையுடன் ஒன்றி வாழும் அந்தப் பழங்குடியினரிடம் ஏற்பட்ட லயிப்பும்தான் முக்கிய காரணம்.

ஹொன்ஸாகூல் இன்னொரு காரணம். அதுதான் அவளுடைய பெயர்.

ஆண்கள் ஆட்டுமந்தைகளைப் பார்த்தார்கள். பெண்கள் வயலில் வேலை செய்தார்கள். தேனடைகளில் தேன் எடுத்தார்கள். அவர்கள் ஆசை அடங்கியவை. தேவைகள் சுருங்கியவை. ஆனால் கேளிக்கைகளுக்கு மாத்திரம் குறைவில்லை. விழாக் காலங்களில் ஆட்டமும் பாட்டுமாக சிறுபிள்ளைகளின் உற்சாகத்தோடு கலந்து கொண்டார்கள்.

வேகமும் யந்திர வாழ்க்கையும் அவனுக்குப் பிடிக்காது. இந்த மலைவாசிகள் இயற்கையைப் பலவந்தம் செய்யாமல் வாழ்ந்து கொண்டிருந்தார்கள். இங்கே சத்துருக்கள் இல்லை; ஆகவே சமரும் இல்லை. ஆலைகள் இல்லை; அதனால் ஆற்றில் கழிவுகள் இல்லை; ஆகாயத்தை மறைக்கும் நச்சுப் புகையும் இல்லை. உண்மையான பூமியின் மணம் இங்கே அவனுக்குக் கிடைத்தது. எல்லாமே மண்ணில் மறைந்தது; துளிர்த்தது; கிளைவிட்டது; மீண்டும் மறைந்தது.

இறந்தவர்களைக்கூட இங்கே எரிப்பதில்லை; புதைப்பது மில்லை. சின்ன மரப்பெட்டிகளில் வைத்து மரண பீடத்தில் ஏற்றிவிடுவார்கள். அது அப்படியே மழையில் நனைந்து, வெயிலில் உலர்ந்து இயற்கையாகிக் காற்றில் கலந்துவிடும். அதுவும் அவனுக்குப் பிடித்திருந்தது.

இலையுதிர் காலத்தின் ஆரம்பத்தில் மெல்லிய குளிர் பரவியிருந்த ஒரு நாள் 'உச்சோ' விழாவின் மும்முரத்தில் அவன் மறுபடியும் அவளைக் கண்டான். மலையிலிருந்து இடையர்கள் ஆட்டுப்பால் வெண்ணெய்க் கட்டிகளைக் கூடை கூடையாகச் சுமந்து வந்து மரக் குதிரை மேடையில் அர்ப்பணம் செய்தார்கள். சிலர் நாணல் குழல் வாத்தியத் துக்கு நாட்டியமாடினார்கள். ஆண்களின் இந்த ஆட்டத்தில் கலக்காமல் பெண்கள் கூட்டம் சற்றுத் தள்ளி நின்று வேடிக்கை பார்த்துக்கொண்டிருந்தது.

கறுப்புத் தேவதைபோல அவள் இருந்தாள். ஆட்டு மயிரில் செய்த கறுப்புக் கம்பளி உடையால்கூட அவள் அழகை மறைக்க முடியவில்லை. தலைமுடியில் கிரீடம்போல பல

அ. முத்துலிங்கம்

வண்ண இறகுகளைச் செருகியிருந்தாள். கருமணியும் செம்மணியுமாகப் பல மாலைகள் அவள் கழுத்தைச் சுற்றி யிருந்தன. உதடுகள் கர்வமாக இருந்தன. கால்களைச் சாய வைத்து, உயரம் குறைந்த தோழியின் தோள்பட்டையில் தன் முகவாயை வைத்து, உடல் பாரத்தைச் சமன் செய்து நின்றாள்.

சித்திரம்போல் அசையாது அப்படியே கணநேரம் நின்றாள். அவளைப் பார்க்கும்தோறும் அவளுடன் எப்படியாவது பேசிவிட வேண்டும் என்ற ஆர்வம் அவனுள் அதிகரித்தது. அவனுக்குத் தெரிந்த சொற்ப கலாசுமுன் பாஷை போதுமான தென்று அவனுக்குப் பட்டது. தருணம் பார்த்திருந்தான்.

பாஷாலி என்பது மாதவிலக்குக் குடிசை. அது ஆற்றின் ஓரத்தில் கிராமத்தை விட்டுத் தள்ளி இருந்தது. ஆண்கள் அணுக முடியாத இடம். மூன்று நாட்கள் காத்திருந்தான். ஒரு நாள் அதிகாலையில் மரப்பாவைகளை அணைத்தபடி அவள் பாஷாலியிலிருந்து வெளியே வந்தபோது இவன் திடுமென எதிர்கொண்டான்.

முடிவு பெறாத நித்திரைகள் அவள் கண் மடல்களை அழுத்தின. அவள் ஆச்சரியம் காட்டவில்லை. மாறாக இவன்தான் அவளுக்கும் சேர்த்து ஆச்சரியப்படவேண்டி யிருந்தது.

சில விநாடிகள் நகர்ந்தன. நிசப்தம் அங்கே கடுமை யாகியது. மனதுக்குள் ஒவ்வொரு வார்த்தையாகப் பொறுக்கி அடுக்கினான். சிந்தனை நேராகச் சிறிது நேரம் சென்றது.

‘பனிப்பெண்ணே, நான் உன்னை மணக்க ஆசை கொண் டிருக்கிறேன். உன் வார்த்தையைச் சொல்வாய்’ என்றான்.

‘போய்விடு. உன் அம்மாவிடம் போ’ என்றாள்.

இவன் திடுக்கிட்டுவிட்டான். அவள் சொன்ன வார்த்தை களை இன்னொருமுறை அடுக்கிப் பார்த்தான். அப்படித்தான் வந்தது. அவள் பேசிய சொற்கள் இவனுடைய மொழிப்பயிற்சிக் குள் அடங்கித்தான் இருந்தன. கலாஷ் பெண்கள் வசவு மொழியில் வல்லவர்கள் என்பதும் சடுதியில் ஞாபகத்துக்கு வந்தது. அவள் இன்னொரு விசை தன்னை வசையமாட்டாளா என்று ஆசைப்பட்டான்.

தயங்காமல் இரண்டாவது முயற்சியில் இறங்கினான்.

‘மலைவாசியே, நான் அந்நியன் என்று யோசிக்காதே. நான் உன்னை நேசமாகக் காப்பாற்றுவேன்.’

அவள் அப்போது ஒரு காரியம் செய்தாள். அவனை வயிற்றில் இருந்து கால் பாதம்வரை உன்னிப்பாக நோக்கினாள். அவள் பார்வையே அவனுக்குக் கூச்சம் தந்தது.

'உன் கால்கள் இறுக்கமாகத்தான் இருக்கின்றன. உன் கைகளைக் கீழே விட்டுச் சொறிந்துகொள்' என்றாள்.

இம்முறை அவனுக்குத் தன் மொழி ஞானத்தில் சந்தேகம் ஏற்படவில்லை. அடுத்து என்ன செய்யலாம் என்று அவன் தீர்மானிப்பதற்குள் அவள் அவசரமில்லாத நடையில் அவனைத் தாண்டிப் போனாள்.

சூட்டோடு சூடாக அவளுடைய தகப்பனாரிடம் போவதற்கு முடிவு செய்தான். தெம்பு முறிந்துபோன கிழவர் அவர். இரண்டு நாடியுடனும், ஒரு முற்றுப்பெறாத தாடி யுடனும் இருந்தார். அவரிடம் தன் விருத்தாந்தத்தைக் கூறிச் சம்மதம் கேட்டான். அவர் யோசனைகளுக்கு அப்பாற்பட்டு காணப்பட்டார். சீரில்லாத பற்களைக் காட்டி தன் இசைவைத் தெரிவித்தார். ஆனால் அதிலும் ஒரு சிக்கல் இருந்தது. அவர்கள் வழக்கப்படி இந்த ஏற்பாட்டிற்கு ஹொன்ஸாகூலும் சம்மதிக்க வேண்டும் என்று சொல்லிவிட்டார்.

அவன் கால்கள் மறுபடியும் பரபரத்தன. மழைக்காலம் விரைவில் வரப்போகும் அறிகுறிகள் தெரிந்தன. தேசாந்திரிக்கு எதிரி மழை. குளிர்காலத்திற்கு வேண்டிய கம்பளி உடைகள் அவனிடத்தில் இருந்தன. வெயில்காலத்துக்கு வெறும் உடம்பும், மர நிழலும் போதுமானது. ஆனால் மழைக்காலம் வந்து விட்டால் தேசாந்திரி சஞ்சரிப்பது கஷ்டமாகிவிடும்.

பெரிய மழைத்துளி ஒன்று மேகத்தில் இருந்து பிரிந்து புவியீர்ப்பில் அசைக்கமுடியாத நம்பிக்கை வைத்துக் கீழ் நோக்கி வந்தது. இவன் புஜத்தில் விழுந்தது. பரபரப்பானான்.

கலாஷ் பெண்கள் மணம் முடித்தாலும் பள்ளத்தாக்கை விட்டு வெளியே வரமாட்டார்கள் என்று அவள் தகப்பனார் கூறியிருந்தார். அவன் மனம் ஒரு முடிவும் எடுக்க முடியாமல் தத்தளித்தது.

புறப்படுமுன் மறுபடியும் அவளை ஒரு முன்மதிய நேரத்தில் சந்தித்தான். அவன் மூச்சு காற்றுப் படும் தூரத்தில் அவள் நின்றாள். அவள் கண் ரப்பை மயிர்களைக் கூட இவன் எண்ணக்கூடியதாக இருந்தது. வந்த நாளில் இருந்து சேர்த்து வைத்திருந்த ஒரு புன்னகையை வெளியே விட்டான்.

அவனுடைய பிளாஸ்டிக் குடுவையில் நீர் நிரம்பியிருந்தது. அதை அவளிடம் நீட்டினான். மறுப்பு பேசாமல் அவள்

அதை ஆசையுடன் வாங்கி அருந்தினாள். குழந்தை பால் குடிப்பதுபோல கண்மூடி அதைச் சுவைத்துச் சுவைத்துக் குடித்தாள். அந்தக் குவளையின் பளபளப்பிலும் நேர்த்தியிலும் மனதைப் பறிகொடுத்தாள்.

'மலை மங்கையே! இதை நீயே வைத்துக்கொள், என் ஞாபகமாக. நான் போகிறேன். திரும்பி வரும்போது உன்னை மணப்பேன். ஆனால் இங்கேயே உன்னோடு தங்கிவிடுவேன்' என்றான்.

அப்போது வசவில்லாத ஒரு வாய்மொழி முதன்முறை யாக அவளிடமிருந்து வெளியே வந்தது.

'நிச்சயமாக' என்றாள் அவள்.

'நிச்சயம்.'

'திறமான நிச்சயம்.'

'திறமான நிச்சயம்.'

அவன் மூட்டையைக் காவிக்கொண்டு திரும்பிப் போகும் போது கால்களை நிலத்திலே பதித்து வைத்தான். ஆனால் அவை பதியவில்லை. தன்னையே கேட்டுக்கொண்டான். இவள் என்ன பதில் சொன்னாளா அல்லது கேள்வி கேட்டாளா? 'திறமான நிச்சயம்' என்று சொல்கிறாளே! அவன் தனக்குள்ளே இன்னொரு முறை சிரித்துக்கொண்டான்.

[முன்பே சொன்னேன். நீங்கள் நம்பவில்லை. இது காதல் கதை அல்ல. இவ்வளவு தூரம் வந்துவிட்டீர்கள். மேலும் வருவதற்குப் பிரியமில்லாவிட்டால் இங்கேயே இறங்கிக் கொள்ளலாம்.]

ஹொன்ஸாகூல் அந்தக் குடுவையை மாடாவில் வைத்தாள். அதையே பார்த்துக்கொண்டிருந்தாள். காற்றைப்போல திசையில்லாமல் சுற்றிக்கொண்டிருக்கும் அவன் வருவான் என்ற நம்பிக்கை அவளுக்குக் குறைந்துகொண்டு வந்தது.

நிச்சயம் வருவேன் என்று கூறியவன் இரண்டு உச்சோ விழாக்கள் கண்டும் திரும்பவில்லை. இதற்கிடையில் ஹொன்ஸா கூலை மணக்கப் பல மலை மேய்ப்பர்கள் ஆர்வம் காட்டி னார்கள். அவர்கள் வழக்கப்படி ஹொன்ஸாகூல் அதில் ஒருவனைத் தெரிவு செய்யவேண்டும். அப்படியே தாழ்ந்த கண்களும், தகுதியில் குறைந்த மீசையும் கொண்ட ஒருவனை அவள் மணந்துகொண்டாள். அந்த மணம் ஓர் ஆறுமாத

கொழுத்தாடு பிடிப்பேன்

காலமே நீடித்தது. ஒரு பனிக்காலத்தின் ஆரம்பத்தில் தன் மணத்தை முறித்துக்கொண்டு தனிக்குடிசை ஒன்றுக்கு வந்து சேர்ந்தாள், ஹொரன்ஸாகூல்.

காலம் கரைந்தது. ஆறுகள் கடினமாகின, ஓடின, மறுபடியும் உறைந்தன. ஒரு நாள் அவளுடைய தகப்பனார் இறந்தார். அவருடைய சடலம் மரணபீடம் ஏறியது.

இன்னும் பத்து வருடங்கள் பறந்தன. ஒரு காலத்தில் அவளை மணமுடித்து சொற்ப சுகம் தந்த கணவனும் இறந்து போனான். அவனுடைய சடலமும் மரணபீடம் ஏறியது.

அவள் காத்திருந்தாள். கறுப்புக் கம்பளி உடை நைந்து தொங்க கல்லும், மண்ணும், மரச்சுள்ளிகளும் சேர்த்துக்கட்டிய அந்த இருண்ட குடிசையில் கிடந்தாள். அவன் விட்டுச்சென்ற அந்தக் குடுவை அந்த மாடத்தில் வைத்த இடத்திலேயே பல வருடங்களாகியும் அசையாமல் அப்படியே கிடந்தது.

இன்னும் பல மரணிப்புகள் நிகழ்ந்தன.

தட்சணாயணத்தில் ஒரு சில நாட்கள் சூரியனுடைய முதல் வெளிச்சம் கல் நீக்கல் வழியாக வந்து சரி கணக்காக அந்தக் குடுவையின் மீது விழும். அந்த ஒளியில் அது பிரகாசிக்கும்.

மறுபடியும் உத்தராயணத்தில் ஒரு சில நாட்கள் சூரியனுடைய ஒளி தெறிக்கும். அவள் அப்போதுகளில் அவனை நினைத்துக்கொள்வாள்.

ஒரு நாள் அவளும் இறந்துபோனாள்.

நூறு வருடங்கள் கழிந்தன. உலகத்து ஜீவராசிகள் அத்தனையும் மடிந்து மண்ணோடு மண்ணாகி மறைந்து போயின.

அவற்றின் இடத்தை முற்றிலும் புது ஜீவராசிகள் நிரப்பின.

மரண பீடத்தில் கிடந்த பிணங்கள் எல்லாம் எலும்பும் ஓடுமாக மாறின. மழையிலே நனைந்து, காற்றிலே காய்ந்து எத்துண்டு மறைந்தன.

ஹொரன்ஸாகூலின் குடிசையும் சிதிலமானது. தட்சணாயணத்திலும், உத்தராயணத்திலும் ஓரிரு நாட்கள் ஒளிபட்டு

வாழ்ந்த அந்தக் குடுவையும் இல்லை. அதுவும் எங்கோ மண்ணில் புதைந்துவிட்டது.

அதனுடைய ஆயுள் நானூறு வருடம். ஒரு நூறு வருடம் தான் இப்போது கழிந்திருந்தது. ஹொன்ஸாகூலின் காத்திருப்புக்குச் சாட்சியாக இருந்த அந்தப் பாத்திரம் மட்டும் அந்தச் சூழலில் இன்னும் அழியாமல் கிடந்தது. அது மண்ணோடு மண்ணாகி முற்றிலும் அழிந்துபோவதற்கு இன்னும் முன்னூறு ஆண்டுகள் இருந்தன.

அது மாத்திரம் நிச்சயம்.

திறமான நிச்சயம்.

கொழுத்தாடு பிடிப்பேன்

விருந்தாளி

– கொஞ்சம் தண்ணீர் கொண்டுவரட்டும், உங்கள் கால்களைக் கழுவி, மரத்தடியில் சாய்ந்து கொண்டிருங்கள்.

– நீங்கள் உங்கள் இருதயங்களைத் திடப் படுத்தக் கொஞ்சம் அப்பம் கொண்டுவரு கிறேன்; அப்புறம் நீங்கள் உங்கள் வழியே போகலாம்.

– மாட்டு மந்தைக்கு ஓடி, ஒரு நல்ல இளங் கன்றைப் பிடித்து வேலைக்காரன் கையிலே கொடுத்தான்; அவன் அதைச் சீக்கிரத்தில் சமைத்தான்.

– வெண்ணெயையும், பாலையும், சமைப்பித்த கன்றையும் எடுத்து வந்து அவர்கள் முன்பாக வைத்து அவர்கள் அருகே நின்றுகொண்டிருந் தான்; அவர்கள் புசித்தார்கள்.

ஆதியாகமம்: 18

ஆப்பிரிக்காவில் இருந்தபோது எனக்கு ஒரு விநோதமான சம்பவம் நேர்ந்தது. நான் வசித்தது செக்பீமா எனப்படும் ஒரு குக்கிராமத்தில். இங்கே எனக்காக மரத்திலான ஒரு வீட்டை ஒதுக்கி யிருந்தார்கள். அத்தியா வசியமான தேவைகள் மாத்திரம் கொண்ட அடக்கமான வீடு அது. கூரைகூட மரத்தினால் ஆனதுதான். இந்த முழு வீடும் பெரிய மரத் தாங்கிகளில் ஏறி உட்கார்ந் திருந்தது.

அ. முத்துலிங்கம்

இதன் சமையலறையும் வெளிவீடும் ஆப்பிரிக்க விதிகளின் படி சற்று தூரத்தில் இருந்தன. என்னுடைய சமையல்காரன், தோட்டக்காரன், வேலைக்காரன் எல்லோரும் இங்கே வசித்தார்கள். இதைத் தவிர ஒரு வாகன ஓட்டியும், மூன்று காவல்காரர்களும் வந்து வந்து போனார்கள். இப்படி அந்தக் கிராமத்தின் அரைவாசி ஜனத்தொகை என் ஒருவனைப் பராமரிப்பதையே முக்கியத் தொழிலாக ஏற்றுக்கொண்டிருந்தது. என்னுடைய வருகையினால் அந்தக் கிராமத்துப் பொருளாதாரமும் ஒரு சுற்றுப் பருத்திருந்தது என்றுதான் நினைக்கவேண்டும்.

என் வீட்டுக்குச் சிறிது தள்ளி ஒரு பள்ளிக்கூடம் இருந்தது. காலையும் மாலையும், சிறுவர்களும் சிறுமிகளும் சொக்கலட் கலர் சீருடையில் கூட்டம் கூட்டமாகப் போவதைக் காணலாம். ஆசிரியர்கள் இங்கே கடுமையான தண்டனைகளை வழங்கினாலும் இந்தப் பாலர்கள் எப்போதும் மலர்ந்த முகத்துடனேயே இருப்பார்கள்.

என்னைக் காணும்போதெல்லாம் ஓடிவந்து 'இந்தியாமான்' 'இந்தியாமான்' என்று கத்திக் கையசைத்துவிட்டுப் போவார்கள். நானும் பதிலுக்குச் சிரித்தபடி 'ஆப்பிரிகாமான்' என்று சொல்லிக் கையை ஆட்டுவேன். இங்கே கறுப்பாக இல்லாத எவரும் வெள்ளையர்; வெள்ளையர் அல்லாதவர் 'இந்தியாமான்' தான்.

சில நேரங்களில், துணிவு பெற்ற சில சிறுவர்கள் வீட்டினுள்ளே புகுந்துவிடுவார்கள். என்னிடம் நிலைக்கண்ணாடி என்ற தகுதி பெறாத நீண்ட கண்ணாடி ஒன்று இருந்தது. தயங்கித் தயங்கி வரும் சிறுவர்கள் கண்ணாடியில் தங்கள் பிம்பங்களைப் பார்ப்பார்கள். பின்னால் நிற்பவர்கள் முன்னால் வந்தவர்களை முட்டுவார்கள். பிம்பங்கள் கொடுக்கும் சக்தி கண்ணாடியில் தீர்ந்துவிடுமுன் பார்த்து விடவேண்டும் என்பது போல இடித்துத் தள்ளுவார்கள். தங்கள் முறை வந்ததும் பல்லை இளித்து சரி பார்ப்பார்கள். இரண்டு பல் போன சிறுவன் கையினால் வாயைப் பொத்திச் சிரிப்பை அடக்கியபடி விலகி ஓடுவான். 'கண்ணாடி சீக்கிரத்தில் மங்கப் போகிறது; நாளைக்கு வாருங்கள்' என்று நான் சொல்லும் வரைக்கும் அவர்கள் போகவே மாட்டார்கள்.

என் வீட்டுக்குக் குழாய் வசதி கிடையாது. மழைக்காலங்களில் வரும் தண்ணீரைச் சேமிக்கும் விதமாக மேலே தொட்டிகள் கட்டி வைத்திருந்தார்கள். இந்த ஊர்ப் பெண்கள் நிமிர்ந்த நடையுடன் காலையிலும் மாலையிலும், தண்ணீருக்கும் விறகுக்குமாக அலைவதைக் காணலாம். ஆப்பிரிக்க

பெண்களின் அறுபது சதவீதம் உழைப்பு இதற்குச் செலவாகிறது என்று சொல்லும் புள்ளி விபரங்கள் உண்மையென்றுதான் பட்டது.

ஒருநாள் ஒரு பிழை செய்தேன். சும்மா ஜீப்பில் வரும் போது பெரிய டிரம் ஒன்றில் தண்ணீர் பிடித்து வந்து இந்தக் கிராமத்து மக்களுக்குக் கொடுத்தேன். அன்று அந்தத் தண்ணீரைப் பங்கு போடுவதில் பெரும் போர் நிகழ்ந்தது. இரண்டு பெண்கள் தலை மயிரைப் பிடித்துக்கொண்டு வீதியிலே புரண்டு வன விலங்குகள்போல அடித்துக்கொண்டார்கள். அதற்குப் பிறகு இலவசமாகப் புண்ணியம் சம்பாதிக்கும் காரியத்தை நான் நிறுத்திவிட்டேன்.

ஜெர்மன் கம்பனி ஒன்று இந்தக் கிராமத்து வழியாக பெரிய ரோடு போட்டது. அதை அரசாங்கத் தரப்பில் மேற்பார்வையிடுவதற்கு நான் நியமிக்கப்பட்டிருந்தேன். ரோட்டு வேலைகள் மழைக் காலங்களில் நின்றுவிடும். மற்ற நேரங்களில் இரவும் பகலுமாகத் தொடரும். நான் வேலையும் வீடும் என்று நேரத்தைக் கழித்தவாறு இருந்தேன்.

என்னை இந்த நேரங்களில் மிகவும் வாட்டியது தனிமை தான். எவ்வளவுதான் வேலை, புத்தகங்கள், இசை என்று மூழ்கியிருந்தாலும் இந்தத் தனிமை என்பது மனிதனைச் சில வேளைகளில் பெரிதும் வதைத்துவிடும்.

இந்த வேதனைகளில் இருந்து எனக்குச் சில சமயங்களில் விடுதலை கிடைக்கும். எதிர்த்து இருந்த மலை உச்சியில் ஓர் ஐரிஷ் பாதிரியார் இருந்தார். அந்தப் பக்கத்தில் மிகவும் பிரபலமானவர். நிறையப் படித்தவர். நீண்ட வெண் தாடியோடு அந்தக் கிராமத்து மக்களுக்கு அவ்வப்போது கருணையோடு பல சேவைகள் செய்பவர்.

அவருடைய இருப்பிடத்துக்கு நான் சில சமயம் போவேன். அநேகமான சனிக்கிழமை மாலை வேளைகளை இவர் என் னுடன் கழிப்பார். நீலநிற மோட்டார் சைக்கிளில் ‘டுப் டுப்’ என்று ஒலியெழுப்பியபடி அவர் வரும்போது ஊர்ச் சிறுவர்கள் எல்லாம் பின்னாலேயே ஓடிவரும் காட்சி மறக்கமுடியாதது.

இவர் வரும் நாட்களில் என் பொழுது இனிதே போகும். பைபிளை மனப்பாடம் செய்த இவர் பழைய ஏற்பாட்டில் இருந்து அடிக்கடி அழகான கதைகளை எடுத்துச் சொல்வார். ஆனாலும் தமிழிலே பேசவேண்டும் என்ற என் ஆவல் வரவர அதிகரித்தபடியே இருந்தது.

இவர் வருகையில் எனக்கு ஒரு சிறிய சங்கடம் இருந்தது. இவருக்கு வைனில் மோகம் அதிகம். அதுவும் சாதாரண வைன் அல்ல. தேர்ந்தெடுத்த சுவை கூடிய வைன். சுவை நுட்பமான நாக்கு கொண்டவர். ஒவ்வொரு வைனையும் சுவைத்து அதன் நிறை குறைகளை விளக்குவார். இதன் காரணமாக அவர் வரும் சமயங்களில் எப்படியும் பட்டணத் தில் இருந்து வருபவர்களிடம் சொல்லி நல்ல வைன் வாங்கி வைத்திருப்பேன்.

இப்படி ஒரேயொரு நண்பரை அறிந்த அந்த தேசத்தில் ஒருநாள் நான் அலுவலகத்தில் இருந்து திரும்பும்போது ஓர் அதிசயம் காத்திருந்தது.

என்னுடைய சமையல்காரனின் மனைவி கால்களை மடக்கி உட்கார்ந்திருந்தாள். அவளுடைய சிறிய மகளின் தலை அவள் முழங்கால்களுக்கு இடையில் கெட்டியாகப் பிடிக்கப்பட்டிருந்தது. அந்தச் சிறு பெண்ணின் முகம் கோண லாகிப்போக அவள் தலை மயிரை இழுத்து அந்தத் தாய் சிறுசிறு புழுக்கள்போலப் பின்னிக்கொண்டு இருந்தாள். என்னைக் கண்டதும் அந்தச் சிறுமி பறித்துக்கொண்டு 'ஹொரேமா பீகாமா', 'ஹொரேமா பீகாமா' என்று கத்தியபடியே ஓடிவந்தாள். என்னுடைய ஜீப் அந்த நேரம் என் வீட்டுக்குப் போகும் பாதையில் திரும்பிக்கொண்டிருந்தது. ஜீப்பை நிறுத்தி விசாரித்தபோது எனக்கு ஒரு விருந்தாளி வந்திருக்கிறார் என்ற விவரம் தெரியவந்தது.

எனக்கு ஆச்சரியம். நான் வேகமாக வந்து பார்த்தால் வீட்டு முன் விறாந்தையில் ஒருவர் முதுகில் மாட்டிய பை யுடன் நின்று கொண்டிருந்தார். அவருக்கு இரு பக்கத்திலும் என்னுடைய காவல்காரர்கள் துவாரபாலகர்களாக அவர் தப்பியோட எத்தனிப்பார் என்பதுபோல அவரைக் காவல் காத்துக்கொண்டிருந்தார்கள்.

என்னைக் கண்டதும் அவர் கையெடுத்துக் கும்பிட்டு வணக்கம் தெரிவித்தார். அவருடைய காலில் இருந்து தலை வரை புழுதி படிந்திருந்தது. தலை மயிர், சிறு தாடி எல்லாம் செம்மண் நிறமாக மாறியிருந்தது. அவர் நெடுந்தூரத்தில் இருந்து வந்திருக்கவேண்டும். சொக்ஸ் அணியாத பாதத்தில் மாட்டியிருந்த காலணிகள் ஓட்டை விழுந்து அவருடைய பெருவிரல் பருமனைக் காட்டுவதாக இருந்தன.

'உங்களைப் பற்றி நிறையக் கேள்விப்பட்டிருக்கிறேன். இன்றுதான் சந்திக்க முடிந்தது' என்றார்.

காலணிகளை வெளியே கழற்றி வைத்து, பாதங்களைக் கழுவியதும் அவருக்கு ஒரு புத்துணர்ச்சி பிறந்ததுபோல தெரிந்தது. உள்ளே வந்து சாய்ந்து உட்கார்ந்தார். பிறகு எங்கள் சம்பாஷணை வெகுநேரம் தொடர்ந்தது. எல்லா விஷயத்திலும் அவர் அனுபவப்பட்டவராகத் தெரிந்தார். என்றாலும் தாமதமாகவும், அடக்கமாகவும் பேசினார். மிகவும் சிரமப்பட்டு அவரிடம் நான் கறந்த விருத்தாந்தம் இதுதான்.

அவருடைய பெயர் ஜெகன். சிலோனை விட்டுப் புறப்பட்டுக் கப்பலில் சேர்ந்தபோது அவருக்கு வயது இருபது. அதற்குப் பிறகு வந்த இனக் கலவரங்களால் அவர் திரும்பிப் போவதற்கு வாய்ப்பே கிடைக்கவில்லை. அவருக்கு இருந்த ஒரே ஒரு சகோதரரும், தகப்பனாரும் போரில் இறந்துவிட் டார்கள். தாயைத் தேடும் முயற்சியில் தோற்றுவிட்டார். தாயார் இருக்கிறாரா இல்லையா என்பதுகூட அவருக்குத் தெரியாது.

ஐந்து வருடங்களுக்கு முன்பு கப்பல் வேலையை விட்டு விட்டார். இவ்வளவு காலமும் சேமித்த பணத்தை வைத்து இவரும் இத்தாலிய நண்பர் ஒருவரும் ஒரு கம்பனி ஆரம்பித்தார்கள். ஆப்பிரிக்க மரங்களை வெட்டி ஏற்றுமதி செய்வது. நன்றாகத் தொடங்கிய வியாபாரம் படு தோல்வியில் முடிந்தது. கடன் தலைக்கு மேல் போய்விட்டது. கையிலே ஒன்றும் மிச்சமில்லை.

இப்பொழுது பக்கத்து நாடான லைபீரியாவில் இருக்கும் ஒரு நண்பரைத் தேடிப் போய்க்கொண்டிருக்கிறார். அங்கே போய் ஏதாவது பிஸினஸ் செய்து முன்னுக்கு வந்துவிடலாம் என்ற நம்பிக்கை. நல்ல தொடர்புகள் கிடைத்தால் ஒரு சில வருடங்களில் லட்சங்கள் சம்பாதித்துவிடலாம் என்றார். விசா இல்லாதபடியால் கள்ள வழியில் போவதற்கு ஏற்பாடுகள் செய்திருந்தார். கடைசி பஸ் தவறிவிட்டது. ஒரு நாள் இரவு தங்கிப் போவதற்காக என்னிடம் வந்திருந்தார்.

முந்திபிந்தி எனக்கு விருந்தாளிகள் வந்தது கிடையாது. அழகான தமிழில் பேசினார். அவர் பேசுவதைக் கேட்டுக் கொண்டே இருக்க வேண்டும்போலப் பட்டது.

எனக்கு ஒரு வேலைக்காரன் இருந்தான். அவனுடைய பெயர் சனூசி. நான் சொல்லும் வேலைகளைக் காட்டிலும் சொல்லாத வேலைகளைச் செய்வதிலே விசேஷ பிரியம் காட்டுவான். இருபது வயதான இவனுக்கு இரண்டு மனைவிகள். வாரத்துக்கு ஒரு கடிதம் எனக்கு எழுதுவான். இடது பக்கத்தில் பெரிய உருண்டையான எழுத்துக்களில் தொடங்கி வலது

அ. முத்துலிங்கம்

பக்கத்தில் குறுணியாக முடிப்பான். எல்லாம் சம்பள உயர்வு கேட்டுத்தான். காரணம் கேட்டால் ஒரு புஃலா பெண்ணைக் காதலிப்பதாகச் சிரித்தபடி சொல்கிறான். ஒருமுறை என் வீட்டில் தீப்பிடித்தபோதும் இதே மாதிரித்தான் சிரித்தான். என்னுடைய முடிவுகள் இவனுக்குத் திருப்தி தருவதில்லை. விரைவில் என்னைப் பணி நீக்கம் செய்துவிடுவான் என்று எதிர்பார்த்திருந்தேன்.

அப்படிப்பட்ட சனூசிக்கு அன்று என்ன செய்வதென்றே தெரியவில்லை. இங்கும் ஓடினான்; அங்கும் ஓடினான். ஒரு விருந்தாளியைச் சமாளித்த முன் அனுபவம் இல்லாததால் இன்னது செய்யவேண்டும் அல்லது செய்யாமல் விட வேண்டும் என்பது தெரியாமல் தடுமாறினான். கைகளினால் எனக்குச் சைகை காட்டினான். கண்களினால் பேசினான். ஆனால் நான் இவையொன்றையும் கவனிக்கவில்லை.

எனக்கு வந்த முதல் விருந்தாளியின் பேச்சில் மயங்கிப் போய் இருந்தேன். அவருக்கு வயது முப்பத்தைந்து இருக்கலாம். அவர் ரசனையும் என் ரசனையும் ஒன்றுபோலவே பட்டது. ஆனால் உற்சாகமில்லாத, எதையோ இழந்துவிட்ட குரலில் பேசினார்.

அங்கே கம்பனி ஜெனரேட்டர் ஒரு நாளைக்கு நாலு மணி நேரம்தான் வேலைசெய்யும். மாலை ஆறுமணிக்குத் தொடங்கினால் இரவு பத்துமணியளவில் நின்றுவிடும். அன்று, என்னுடைய விருந்தாளியைக் கௌரவிக்கும் முகமாக இரவு ஒரு மணிவரை அது வேலை செய்தது. நாங்கள் இருவரும் நேரம் போவது தெரியாமல் பேசிக்கொண்டிருந்தோம்.

அந்தக் காலத்தில் என்னிடம் இரண்டு பெரிய உருளைகள் கொண்ட ரேப் ரிக்கார்டர் ஒன்று இருந்தது. இரண்டு பேர் அதைப் பிடித்துத் தூக்கவேண்டும். அவ்வளவு பெரியது. காருகுறிச்சி சபைகளில் வாசித்த நாதஸ்வர இசையை நான் ஒலிப்பதிவு செய்து வைத்திருந்தேன். சபையின் ஆரவாரம், கைதட்டல்கள் எல்லாம் அதில் பதிவாகியிருந்தன. அப்படிப் பட்ட இசையைக் கேட்கும்போது கிடைத்த நிஜத்தன்மையில் நான் என்னை மறப்பது சுலபமாகவிருக்கும்.

அன்று அந்த இசைப் பதிவில் 'சக்கனிராஜா' வரும் பகுதியைப் போட்டேன். கண்களை மூடிக்கொண்டு அவர் அதை ரசித்தார். இன்னொரு தடவை கேட்க விரும்பினார். மீண்டும் போட்டேன்.

அந்த ஆப்பிரிக்கக் காட்டில், ஒரு நடு நிசியில், மின் விளக்குகள் எரியும் ஒரேயொரு தனி வீட்டில், எங்கள்

இருவருக்காகவும் காரு குறிச்சி இன்னொரு முறை கரகரப் பிரியாவை வாசித்தார். அந்த வாசிப்பு முன்பு வாசித்ததிலும் பார்க்க இன்னும் மெருகு கூடியிருந்தது. நண்பரின் கண்களில் பெரிய உருண்டையாக நீர் ஒன்று திரண்டு பட்டென்று விழுந்தது.

பிறகு பேச்சு இலக்கியத்துக்குத் திரும்பியது. ஓர் உருதுக் கவிதையை நான் சொன்னேன்.

நீ அங்கே

நான் இங்கே

பெண்ணே !

இரவு நகர்கிறது

வீணாக.

இந்தக் கவிதையை வெகுவாக ரசித்தவர் திடீரென்று மௌனமாகி விட்டார். இவருடைய கடல் பிரயாணங்களில், தாய்லாந்திலோ, துருக்கியிலோ சந்தித்து இவருக்காகக் காத்திருக்கும் ஒரு பெண்ணின் ஞாபகம் வந்திருக்கலாம். மழைக்கால மேகம்போல அவருடைய முகம் கறுத்துவிட்டது.

என் சமையல்காரனுடைய பெயர் கமாறா. அவனுக்குத் தேக பலத்தில் இருக்கும் நம்பிக்கை செய்முறையில் இல்லை. எல்லா சமையல் வேலைகளையும் பலத்தினால் சாதிக்கப் பார்ப்பான். ஊறுகாய் போத்தல் மூடியைக் கள்ளன் இரவில் வந்து அபகரித்துவிடுவான் என்பதுபோல இறுக்கப் பூட்டி விடுவான். ஒரு யானை பலத்தைச் சேகரித்தால் ஒழிய இதைத் திறக்க முடியாது. ஐந்து நிமிடத்தில் ஒரு தேங்காயைக் கையினால் உடைத்து, கத்தியினால் சுரண்டி சம்பல் போட்டு விடுவான். இவனுக்காக நான் வாங்கிவந்த துருவலை இன்னும் தொடாமல் துருப்பிடித்துப்போய்க் கிடந்தது.

அன்று உணவு பரிமாறியபோது இரவு மணி பதினொன் றாகி விட்டது. கமாறாவுக்கு எங்கள் சமையல்களில் உபயோ கிக்கும் பலசரக்கு பற்றிய அறிவு கொஞ்சமும் கிடையாது. ஆனால் என்னுடைய அயராத உழைப்பாலும், இடைவிடாத முயற்சியாலும் பெருஞ்சீரகத்துக்கும், பெருங்காயத்துக்கும் அவனுக்கு வித்தியாசம் தெரிந்திருந்தது. வெள்ளைப்பூண்டு எங்கே போடவேண்டும், வெந்தயம் எங்கே தூவவேண்டும் என்பதையும் மனப்பாடம் செய்துவிட்டான். ஆனால் கடுகுக்கும் மிளகுக்கும் உள்ள வேறுபாடு மாத்திரம் என்ன செய்தும் அவனுக்குத் தெரியவில்லை. நான் ஊரை விடுமுன் இதை

எப்படியாவது அவனுடைய மண்டைக்குள் ஏற்றிவிட வேண்டும் என்ற தீர்மானத்தில் இருந்தேன்.

அன்று கமாறாவுக்கு என்ன நடந்ததோ, எங்கிருந்து ரோஷம் வந்ததோ தெரியவில்லை. அபாரமாகச் சமைத்திருந்தான். சுடச்சுட அப்பம் சுட்டு அடுக்கியிருந்தான். வெந்தயக் குழம்பு அளவான வெந்தயம் போடப்பட்டு மிளகாய்ச் சிவப்பில் நல்ல மணம் வீசியது. ஆப்பிரிக்க முறைப்படி வைத்த இறைச்சிக்கறி துண்டு துண்டாக எண்ணெய்யில் மிதந்தது. ஆனால் சம்பலின் மகிமையைக் கூற இயலாது. அளந்தெடுத்துக் கலந்ததுபோல உறைப்பும், புளிப்பும், உப்புச்சுவையும் கூடித் தன்னிகரற்று விளங்கியது.

வந்த விருந்தாளி கடந்த பதினைந்து வருடங்களாக தான் இப்படியான உணவை உண்டதில்லை என்று சொன்னார். அவர் கண்களில் நீர் சுரந்தது. அதைத் துடைக்கக்கூட கை எடுக்காமல் ஆவலாக உண்பதில் கருத்தாகவிருந்தார். அவர் புசிப்பதையே கண்வெட்டாமல் பார்த்துக்கொண்டிருந்தேன்.

அப்பொழுது ஒரு சம்பவம் நடந்தது.

சனூசியைப் பார்த்து வைன் கொண்டுவரும்படி சைகை செய்தேன். அவன் காலைத் தேய்த்தபடி நின்றான். கீழே பார்த்தான்; மேலே பார்த்தான். ஆனால் அசைய மறுத்துவிட்டான். இன்னொருமுறை சமிக்ஞை கொடுத்தேன். அவன் பொறுக்காமல் உள்ளே போய் ஒரு வைன் போத்தலைத் தூக்கிக்கொண்டு வந்து பட்டென்று வைத்தான். அது நான் சொன்ன உயர்ரக வைன் இல்லை; சாதாரண வைன். அதைத் திருப்பி அனுப்பிவிட்டு சனூசியை முறைத்துப் பார்த்தேன். அப்பொழுது அவன் அரைமனதுடன் அசைந்தசைந்து போய் நான் குறிப்பிட்ட வைனைக் கொண்டுவந்தான். அது டேவிட் பாதிரியாருக்காக நான் பிரத்தியேகமாகப் பட்டணத்திலிருந்து அதிக விலை கொடுத்து வரவழைத்த சிவப்பு வைன். பத்து வருடம் வயதாக்கப்பட்ட கபர்னெ சாவினொன். சனூசியின் புத்தியில் எனக்கு வந்த விருந்தாளி இந்த உயர்ந்த ரக வைனுக்குத் தகுதியற்றவர் என்று பட்டிருக்க வேண்டும்.

ஆனால் நான் அந்த வைனை விருந்தாளிக்காகக் கொண்டு வரச் சொல்லவில்லை. எனக்கு அதை அருந்தவேண்டும்போல இருந்தது. அன்று என் மனம் அளவில்லாத சந்தோஷத்தில் மிதந்தது. இந்த நிலையில் அனுபவிக்கக்கூடியது அந்த வைன் ஒன்று மட்டுமே என்று எனக்குப்பட்டது.

அதைத் திறந்து நானும் நண்பரும் பருகினோம். ஓர் இசையின் உச்சம் போல, கவிதையின் தொடக்கம்போல்

அது இருந்தது. ஊற்றுப்போல நாக்கிலே பட்டு ஒரு காற்றுப் போல மறைந்தது. அது கொடுத்த சுவை மாத்திரம் நாக்கிலேயே தங்கியது; நாசியிலேயே நின்றது.

என் நண்பர் கிறங்கிப்போய்விட்டார். ஒரு வார்த்தை தானும் பேசவில்லை. எப்பொழுது தூங்கினோம் என்பதும் ஞாபகத்தில் இல்லை.

திடீரென்று விழிப்பு ஏற்பட்டபோதுதான் என் வீட்டில் ஒரு விருந்தாளி தங்கியிருக்கும் ஞாபகம் வந்தது. மணியைப் பார்த்தேன். ஒன்பது மணியை நெருங்கிக்கொண்டிருந்தது. என்னுடைய விருந்தாளி காலை எட்டு மணி பஸ்ஸைப் பிடிக்கவேண்டும் என்று சொல்லியிருந்தார்.

அவசரமாகப் படுக்கை அறையிலிருந்து வெளியே வந்தேன். அவர் சாப்பாட்டு மேசையில் குனிந்தபடி இருந்தார். காலை உணவை முடித்ததற்கான அறிகுறிகள் தென்பட்டன. தலையைப் பிடித்தபடி பெரும் யோசனையில் ஆழ்ந்துபோய் இருந்தார். கமாறாவும், சனூசியும் இவரைப் பார்த்தவாறு செய்வதறியாது எட்டத்தில் நின்றனர்.

அவர் புழுதி எல்லாம் போக சுத்தமாகக் குளித்திருந்தார். தலை வாரி ஒழுங்காக இருந்தது. ஆனால் உடுப்பு அதே உடுப்புதான். என்னிடம் சொல்லிவிட்டுப் போவதற்காகக் காத்திருந்தார். அதைப் பார்க்க என் மனது கரைந்தது. ஒரு புது வாழ்க்கையைத் தொடங்க முன்பின் அறியாத ஒரு நாட்டுக்கு இன்னும் சில நிமிடங்களில் புறப்படுவதற்கு இருந்தார். பஸ் கட்டணத்திற்குக்கூட காசு இருக்குமோ தெரியவில்லை. அதைக் கேட்பதற்கும் எனக்குக் கூச்சமாக இருந்தது.

என்னிலும் வயது கூடியவர் என்னைக் கண்டதும் எழுந்து நின்றார். 'உங்களிடம் சொல்லிவிட்டுப் போவதற்காகக் காத் திருந்தேன். நீங்கள் செய்த உதவியை என்றும் நினைவில் வைத்திருப்பேன். எத்தனையோ வருடங்களுக்குப் பிறகு எங்கள் ஊர் சாப்பாடு உங்கள் புண்ணியத்தில் கிடைத்தது; மிகவும் நன்றி' என்றார். அவர் நாக்குத் தழுதழுத்தது.

'அநியாயமாக உங்களைத் தாமதிக்க வைத்துவிட்டேன். பஸ்ஸைத் தவற விட்டுவிட்டீர்களே!' என்றேன். 'அதனா லென்ன, பத்து மணி பஸ்ஸை பிடித்துவிடலாம்' என்றார்.

பனி உருகியதுபோல காற்று பளிங்குத்தன்மையோடு இருந்தது. முதுகுப் பையைக் காவியவாறு என்னுடைய விருந்தாளி படிகளில் இறங்கினார். சனூசியிடமும் கமாறாவிட மும் சொல்லிக்கொண்டார். இன்னொருமுறை என் கைகளைப் பாசமுடன் குலுக்கி விடைபெற்றார். ஒருவித

ஏக்கத்துடனும் விருப்பமின்மையுடனும் ஓர் ஆதிவாசி மனிதன் போலத் தோள்களை ஒடுக்கி முன்னே குனிந்து நடக்கத் தொடங்கினார். நான் வாசலில் நின்று பார்த்துக்கொண்டிருந் தேன். எனக்குப் பக்கத்தில் கமாறாவும் சனூசியும் நின்றார்கள்.

சிறிது தூரம் சென்றவர் எதையோ நினைத்துக்கொண்டது போல திடீரென்று திரும்பி வந்தார். என் மனம் பதைத்தது. நான் நினைத்தது சரியென்று தோன்றியது. பஸ் கட்டணத்தை அவர் கேட்காமலே கொடுத்திருக்கலாம். இந்த நல்ல மனிதரின் மனம் வேதனைப்பட அனுமதித்துவிட்டோமே என்று நொந்து கொண்டேன்.

என்னிடம் மிகக் கிட்ட வந்தவர் சொன்னார். 'இதுதான் உங்களைப் பார்ப்பது கடைசித் தடவை என்று எண்ணுகிறேன். இனிமேல் இதைச் சொல்வதற்கு சந்தர்ப்பமும் கிடைக்காது. பல வருடங்களுக்குப் பிறகு உங்கள் தயவில் ஓர் உயர்ரக வைனைப் பருக முடிந்தது. முகம் தெரியாத எனக்கு நீங்கள் செய்த இந்த மரியாதை மிக அதிகமானது. என் நிதி நிலைமை யில் இப்படியான வைனை நான் இனிமேல் அருந்துவது சாத்தியமில்லை. சாகும்வரை இதை மறக்கமாட்டேன்' என்றார்.

நான் திகைத்துவிட்டேன். தன் உலகத்து உடமைகளை யெல்லாம் ஒரு முதுகுப் பையில் காவி வந்த இவருக்கு வயதாகிய வைனின் சுவை நுட்பம் தெரிந்திருந்தது. ஏதோ பதில் கூறுவதற்காக வாயைத் திறந்தேன். அதைக் கேட்காமல் அவர் குதிக்காலில் திரும்பிவிட்டார்.

அந்தச் சனிக்கிழமை காலை, அவர் முழுச் சூரியனை நோக்கி, பெருவிரல்கள் தெரியும் காலணிகளைப் போட்டுக் கொண்டு நடந்து போனார். அந்த உருவம் கறுப்பாகும் வரை நாங்கள் அங்கே நின்றோம்.

நான் பின்னும் ஐந்து ஆண்டுகள் ஆப்பிரிக்காவில் வசித் தேன். அந்த வருடங்களில் என்னைத் தேடி ஒரு விருந்தாளிகூட வந்ததில்லை. என் ஆப்பிரிக்கச் சரித்திரத்தில் என்னிடம் வந்த ஒரேயொரு விருந்தாளி அவர்தான்.

ஜெகன் என்ற பெயரில் வந்த இந்த விருந்தாளி, தன் முழுப் பெயரையும் சொல்ல மறந்துவிட்டவர், ஓர் இரவு மறக்க முடியாத சந்தோஷத்தை எனக்குத் தந்தவர், லட்சாதிபதியாகும் கனவுகளுடன் கள்ள வழியாக அயல் நாடு சென்றவர், அதற்குப் பிறகு என்ன ஆனார் என்பது கடைசிவரை எனக்குத் தெரியாமலே போய்விட்டது.

அம்மாவின் பாவாடை

அம்மாவிடம் ஒரு பாவாடை இருந்தது. எப்பொழுது பார்த்தாலும் அம்மா அதற்கு நாடா போட்டபடியே இருப்பாள். அது சாதாரண நாடா அல்ல; அம்மா அசட்டையாக இருக்கும் சமயங்களில் பாவாடையின் மடிப்புக்குள் போய் ஒளிந்துகொள்ளும். அம்மா நாடாவை இன்னொரு முறை போடுவாள். இது அடிக்கடி நடக்கவே நாடாவில் நெடுகலும் இருக்கிறமாதிரி ஒரு மடிப்பு ஊசியை அம்மா குத்திவைத்துவிட்டாள். நாடா உள்ளே போவதும், அம்மா மடிப்பு ஊசியைப் பிடித்து, ஒரு நாக்கிளிப் புழுபோல நீட்டியும், சுருக்கியும் அங்குலம் அங்குலமாக அதை வெளியே எடுப்பதும் வழக்கமாகிவிட்டது.

வெகு காலம் கழித்தபிறகு எனக்கு ஒரு விஷயம் பிடிபட்டது. உண்மையில் அம்மாவிடம் இரண்டு பாவாடைகள் இருந்தன. அவையிரண்டும் தண்ணீரில் அடிக்கடி அலசித் தோய்க்கப் பட்டு வயோதிகம் அடைந்தவை. எல்லாம் ஒரே மாதிரி, ஒரே வயதில், ஒரே உயரத்தில், ஒரே பழுப்பில் இருக்கும். ஆனால் இரண்டு பாவாடைக் கும் அம்மாவிடம் இருந்தது ஒரே நாடாதான். அதைத்தான் அடிக்கடி மாற்றி மாற்றிப் போட் டிருக்கிறாள்.

அம்மா கொஞ்சம் வசதியான குடும்பத்தில் இருந்து வந்தவள். கல்யாணமாகி வரும்போதே இரண்டு பாவாடை புதிதாகத் தைத்துக் கொண்டு வந்திருந்தாள். நாடா போட்ட பாவாடை. எங்கள்

அ. முத்துலிங்கம்

கிராமத்துப் பெண்கள் பாவாடை கட்டும் வசதி இல்லாதவர்கள். ஒரு சிலர் கல்யாணம், திருவிழா போன்ற விசேஷங்களுக்குக் கட்டுவதற்கு ஒரு பாவாடை மாத்திரம் வைத்திருப்பார்கள். மணியக்காரரர் பெண்சாதியிடமும், அம்மாவிடமும் மாத்திரம் இரண்டு பாவாடைகள் இருந்ததாகப் பேச்சு அடிபடும். வீட்டிலும், வெளியிலும் அவர்கள் பாவாடை அணியும் தகுதி கொண்டவர்கள். அம்மாவின் முகத்தில் எப்பொழுது பார்த்தாலும் இந்தப் பாவாடைப் பெருமை தெரியும்.

என்னுடைய அப்பாவின் முகம் பின்னேரத்து வெய்யில் போல கதகதவென்று இருக்கும். குடிப்பழக்கமோ, பீடி சுருட்டுப் பழக்கமோ, சீட்டாடும் பழக்கமோ அவரிடம் கிடையாது. இன்னும் சொல்லப் போனால் வேலைக்குப் போகும் பழக்கம் கூட கிடையாது. அம்மாவுக்கு வாழ்க்கைப்பட்ட நாளில் இருந்து அவர் மறு வார்த்தை பேசி நான் பார்த்ததில்லை. அற்புதமான சாது.

கைரேகை பார்ப்பதில் நிபுணர். அவரைப் பார்ப்பதற்காக வெளியூரிலிருந்துகூட ஆட்கள் வருவார்கள். சப்பணக்கால் கட்டிக்கொண்டு வெகுநேரமாக அந்த அந்நியக் கைகளைப் பிடித்துக்கொண்டிருப்பார். அவருடைய வியாக்கியானங்களுக்குச் சம்பாவனை கிடைத்து நான் பார்த்ததில்லை. அம்மாவின் வயலில் இருந்து வரும் நெல்லு மூட்டையையும், தேங்காயையும், வாழைக் குலையையும் வைத்துத்தான் அவள் சமாளித்தாள் என்று நினைக்கிறேன். அந்தக் காலங்களில் என் கண்களுக்குத் தெரியாமல் வறுமையை மறைப்பதில் அம்மா மிகவும் சிரமப்பட்டாள்.

மனிதர்களிடம் சாதாரணமாகக் காணப்படாத ஓர் ஒயிலுடன் அம்மா கிணற்றடியில் முழுகிவிட்டு நடந்து வருவாள். அவள் கடந்த பிறகும் அவளுடைய வாசனை அங்கே நிற்கும். பிஞ்சாகும் வாய்ப்பை இழந்த கொய்யாப் பூக்கள் வழிநெடுகிலும் கிடக்கும். அம்மாவின் கால்களில் அவை ஒட்டிக்கொள்ளும். தோள்களில் வழிந்த நீண்ட கேசத்தில் தண்ணீர் சொட்டும். அவள் நடந்துபோன தடத்தில் சற்றுநேரம் காற்று மினுமினுக்கும். அப்படியே போய் கொடியிலே பாவாடையை உதறிவிட்டு காயப் போடுவாள். இது தினசரி நடக்கும்.

பின்னால் நடக்கப் போகும் ஒரு சம்பவத்தில் இருந்து அம்மாவுக்கு இந்தப் பாவாடை எவ்வளவு முக்கியமானது என்று எனக்குத் தெரியவரும். இது அந்தஸ்துக்கு அறிகுறி.

அவளுடைய பிறந்த வீட்டுச் செல்வச் செழிப்பு தீர்ந்துகொண்டு வந்தது. இந்தப் பாவாடை போனால் இன்னொன்று கிடைப்பது தூரமான நம்பிக்கை என்ற நிலையில் அம்மா இதை உயிரிலும் மேலாக நேசித்தாள்.

அம்மாவின் கண்களில் முடிவு பெறாத அழுகைகள் நிறைந்து கிடக்கும். அவள் சிரிக்கும்போது அது முற்றிலும் மாறிவிடும். அவளுடைய சிரிப்பு தனியாக எடுத்து வைத்த சாமிப் படையல்போல சந்தோஷம் பொங்க வெளிப்படும். முன் எச்சரிக்கை இல்லாமல் வந்ததினால் அது பெரிதாக நாலு பேர் கேட்கக்கூடிய விதமாக இருக்கும். தான் சிரித்துச் சிந்திய அழகு யார் கண்ணிலும் பட்டு விடப்போகிறது என்பதுபோல அந்தச் சிரிப்பைத் திருப்பி வாங்க அவசரப் படுவாள். கலகலவென்று ஒரு பள்ளி மாணவிபோல வெடித்துச் சிரித்துவிட்டு சில வினாடிகளில் ஏதோ பாரதூரமான குற்றம் செய்ததுபோல வாயைப் பொத்திக்கொள்வாள்.

சீதனமாகக் கொண்டுவந்த ஒரு மரப்பெட்டி அம்மா விடம் இருந்தது. அதைச் சீனப்பெட்டி என்று அழைப்பாள். சீன அரசர்களும், அரசிகளும், சேடிகளுமாக அதன் முகப்பை அலங்கரித்தார்கள். சில விசேஷமான தினங்களில் மாத்திரம் அந்தப் பெட்டியை அம்மா திறப்பாள். அந்தச் சமயத்திற்குக் காத்திருந்து நான் போய் முன்னால் குந்துவேன். 'வெளிச்சத்தை மறைக்காதே' என்றபடி அம்மா அந்தப் பெட்டியை ஆராய்வாள். அவள் கொண்டுவந்த திரவியம் எல்லாம் அதற்குள்தான். முன்பு திறந்த நாளில் இருந்து பாதுகாக்கப்பட்ட நகைகளை யும், உத்தரீயத்தையும், வெள்ளிக் கொலுசையும் பல மணி நேரம் கைகளில் எடுத்துப் பார்த்தபடியே இருப்பாள். உத்தரீ யத்தை நான் தொடவும், கழுத்திலே போட்டுப் பார்க்கவும் அனுமதிப்பாள். பெட்டி நகைகள் வரவரக் குறைந்து கொண்டு வந்தது அப்பட்டமாகத் தெரியும். அதன்முன் இருக்கும் நேரங் களில் அம்மாவின் முகத்தை ஒரு மேகம் வந்து மறைத்துவிடும்.

அம்மா எந்த நேரம் என்ன செய்வாள் என்று சொல்ல முடியாது. சின்ன வயதாயிருந்தபோது என்னதான் சாப்பிட் டாலும் என்னுடைய உடம்பு நோஞ்சான் உடம்பு. பக்கத்து வீட்டு கனகம்மாக்காவின் மகன் கொழுகொழுவென்று இருப்பான். அவன் எப்பொழுது வந்து விளையாடினாலும் கடைசியில் என்னை அடித்த பிறகுதான் விளையாட்டு ஓயும். அம்மா வந்து அவனைத் திட்டி அனுப்புவதுதான் வழக்கம்.

அன்றும் அப்படித்தான். விவகாரம் பெரிதாக ஒன்று மில்லை. என் அப்பாவின் பெயரை அவன் மறந்துவிட்டதில்

ஆரம்பித்தது. என்னை அடித்துவிட்டான். நான் பதிலுக்கு அவனை 'தூமையன்' என்று ஏசினேன். அப்போதுதான் அது நடந்தது. கலிவரின் பயணங்களில் வரும் ஒரு ராட்சத பறவைபோல அம்மா எங்கிருந்துதான் பறந்து வந்தாளோ தெரியாது. வழக்கத்துக்கு விரோதமாக அவனை விரட்டாமல் என் சொண்டில் விரல்களால் சுண்டிவிட்டாள். 'இப்படி இனிமேல் சொல்லுவியா?' என்று திருப்பித் திருப்பிக் கேட்டு பூவரசம் கிளையால் அடித்தாள். எனக்கு வலி தாங்க முடியவில்லை.

முதல் முறையாக அம்மாவிடம் எனக்குக் கோபம் ஏற்பட்டது. மூச்சுக்காற்று போன திசையில் நடந்து போனேன். என் உடம்பிலே அங்கங்கே பொன்னிறமான கொப்புளங்கள் கிளம்பியிருந்தன. சாயந்திர வெய்யிலிலே அவை மினுமினுத் தன. கிளுவை மரங்களுக்கிடையில் ஒரு தவளை தொண்டையை உப்பி உப்பி சுருக்கியது. உலகத்துக் காற்றை எல்லாம் எப்படியும் விழுங்கிவிட வேண்டும் என்று ஆயத்தம் செய்வதுபோல கால்களை அகட்டி உட்கார்ந்திருந்தது. என்னைப் பார்த்ததும் தன் பின் பாதியை எனக்குக் காட்டி தனது அதிருப்தியைத் தெரிவித்தது. என் நட்பை அது பொருட்படுத்தவில்லை.

இவ்வளவு காலமும் அம்மாவை ஒரு சிறந்த தாயாக வளர்த்திருந்தேன். அம்மாவின் சிந்தனை சத்தம் எனக்குத் துல்லியமாகக் கேட்கும். என் கொப்புளங்களைப் பெரிதாக்கினால் அம்மாவின் யோசிப்புகள் என் பக்கம் திரும்பக்கூடும் என்று நம்பினேன். அம்மாவின் பக்கவாட்டு முகத்தையும், மேல் உதடுகளில் வெண்டைக்காய் மயிர் போல வளர்ந்திருக்கும் ரோமத்தையும் தடவ வேண்டும்போல பட்டது. சூரிய வெளிச்சத்தைக் காற்று அடித்துத் தள்ளும்வரை என் கால்கள் வீட்டுப் பக்கம் திரும்பவில்லை.

கண்களை மூடிக்கொண்டு இரவு நேர ஒலிகளை இனம் கண்டு பிடிப்பது எனக்கு விருப்பமானது. எங்கள் வீட்டில் நாங்களும் எலிகளுமாகக் குடியிருந்தோம். எங்கள் உணவு முடிந்தபிறகு எலிகளின் சாப்பாட்டு நேரம் ஆரம்பமாகும். எங்கள் பசிக்கு எப்படியோ தவறிய உணவுகளை அவை சத்தமாக உண்ணும். அம்மா மெதுவாக வந்து கன்னத்தில் காய்ந்துபோன கண்ணீர்த் தடத்தைத் தடவிப் பார்த்தாள். அம்மா என்னைக் கட்டிப் பிடித்தாள். ஒரு சின்ன இடைவெளி விட்டாலும் அது பெரிய அபராதம் ஆகிவிடும் என்பதுபோல என்னை இறுக்கியபடி விம்மினாள். பகல் முழுக்க காய்ந்த பாவாடையிலும் சேலையிலும் சூரியன் கொஞ்சம் மீதம் இருந்தது. மூச்சுவிட எனக்குக் கஷ்டமாயிருந்தது. என்றாலும்

கொழுத்தாடு பிடிப்பேன்

அது உவப்பாகி அந்த அறை முழுக்கப் பரவச அணுக்கள் நிறைந்தன.

அம்மாவுக்கு இருந்த முக்கியமான கவலைகளில் ஒன்று என்னைப் பற்றியது. எங்கள் வாழ்க்கை அம்மாவின் சம்மதம் இல்லாமல் முட்டுப்பட்டதாக மாறியிருந்தது. அதை என்னிடமிருந்து மறைப்பதில்தான் அவ்வளவு கஷ்டம். அம்மாவின் தங்கை – என் சின்னம்மா – நல்ல இடத்தில் வாழ்க்கைப்பட்டு இருந்தாள். அங்கே போகும்போதுதான் எனக்குச் சோதனை ஏற்படும். நாங்களும் வசதியான குடும்பத்தில் இருந்து வருகிறோம் என்ற பிரமையைக் கொடுப்பதற்கு நான் பழக்கப் பட்டிருந்தேன்.

சின்னம்மாவிடம் பல பார்வைகள் இருந்தன. பூச்சிகளுக்காக ஒதுக்கப்பட்ட ஒரு பார்வையை எனக்காக வைத்திருந்தாள். ஒரு நாள் வயதான வேர்வை அவளிடமிருந்து வீசும். மெலிந்தும், நெடுப்பாகவும் இருப்பாள். ஏதோ அவசரமாகச் சொல்ல வந்து மறந்துவிட்டது போல வாய். அவள் போடும் ரவிக்கைகள் அவள் தோள்களில் சறுக்கியபடியே இருக்கும். அங்கே போகும்போதெல்லாம் அவள் உடுத்தியிருக்கும் சேலையின் சரிகையும் தங்க வளையல்களும் எங்கள் வறுமையை இன்னும் பிரகாசப்படுத்துவதுபோல எனக்குத் தோன்றும்.

அவர்களிடம் முட்டை வடிவ நிலைக் கண்ணாடி இருந்தது. நடுவிலே ஒன்றும், வள்ளி தெய்வானை போல பக்கத்திலே இரண்டுமாக. சின்னம்மா தன் முகத்தையும், முதுகையும், கன்னத்தையும், காதையும் ஒரே சமயத்தில் பார்க்கக்கூடிய விதமாக, மீளாத ஆச்சரியத்தை எனக்கு ஊட்டுவதாக, அது படைக்கப்பட்டிருந்தது. அன்று துணியினால் மூடி, என் பரிசோதனைகளுக்கு அப்பாற்பட்டுக் கிடந்தது.

சின்னம்மா வீட்டில் கதிரை இருந்தது. அவள் தந்த பனங்காய் பணியாரத்தில் பங்குனி மாதத்தின் ருசி தெரிந்தது. கிளாஸ் விளிம்புகளில் விடாது இலையான்கள் மொய்த்தன. கால்கள் எட்டாத கதிரையில் இருந்துகொண்டு இரண்டு கைகளாலும் கிளாஸைப் பிடித்து அப்போது பிரபலமான 'சுப்பிரமணியம்' சோடாவைக் குடிக்கும்போது 'வழிச்சு துடைச்சு குடிக்கக்கூடாது' என்று அம்மா பலமுறை எச்சரித்தது ஞாபகத்துக்கு வரும். அம்மாவின் கண்பாஷை அடிக்கடி என் பக்கம் கடுமையாகத் திரும்பும். சோடாவைக் குடிப்பதும், அளவு பார்ப்பதும், மீதம் வைப்பதுமாக மனது அவஸ்தைப் படும். மிச்சம் விடவேண்டும் என்ற ஏக்கத்தில் சோடா குடிக்கும் அந்த அற்புதமான சந்தோஷமும் அற்பமாகிவிடும்.

கடைசியில், உயிரை விடுவதுபோல இலையான் மூத்திரம் அளவுக்கு ஒரு சொட்டு பானத்தை நான் கிளாஸில் மிச்சம் விடுவேன்.

வழக்கமாக என் கால்களைத் தொட்டுக்கொண்டு வரும் ரோடு அன்று என்னை ஸ்பரிசிக்க மறுத்துவிட்டது. அப்படியும் வீடு வந்து சேரும் வரைக்கும் அந்த நினைவு அகலவில்லை. அளவுக்கு அதிகமாகக் கொஞ்சம் மிச்சம் விட்டுவிட்டோமோ என்று மட்டும் மனது போட்டு அடித்துக்கொண்டே இருந்தது.

என்னுடைய கால்கள் சிலந்தியின் கால்கள் போல மெலிந்தும், அகன்றும், பல திசைகளில் ஒரே சமயத்தில் போகும் வல்லமையும் கொண்டு இருக்கின்றன என்று அம்மா அடிக்கடி சொல்வாள். என்னை எப்படியும் தேற்றிவிட வேண்டும் என்று அவள் ஆலோசித்தக் காலங்களில்தான் என் வாழ்க்கையில் ஒரு முசுட்டை மரம் வந்து குறுக்கிட்டது. இது எங்கள் வீட்டில் இருந்தாலும் பரவாயில்லை. பக்கத்து அன்னம்மாக்கா வீட்டிலிருந்து தன் சதித்தனத்தை என்மீது காட்டியது. அன்னம்மாக்கா படிக்காத தேவாரம் இல்லை, பிடிக்காத விரதம் இல்லை. ஆனாலும் வாடாமல்லிகை போல அவளுக்கு வாடாத உடம்பு. கந்தசஷ்டி விரதத்தின்போது ஆறுநாளும் இரவு மாத்திரம் பாலும் பழமும் சாப்பிடுவதாகச் சொல்லுவாள். ஆனால் பழம் என்றால் ஒரு முழு பலாப்பழம் என்ற விஷயம் என்னிடமிருந்து மறைக்கப்பட்டிருந்தது.

இந்த அன்னம்மாக்கா தயவால் அம்மா அடிக்கடி முசுட்டை இலை வறை வைப்பாள். அடிமட்டம் வைத்து அளந்ததுபோல இலையைச் சின்னச் சின்ன சைஸில் வெட்டி, தேங்காய்பூ போட்டு, அரை அவியல் அவித்து, உப்பு வெங்காயம் மிளகாய் என்று அளவாகக் கறிகூட்டி, வெகு நேரம் பாடுபட்டு அம்மா சமையல் செய்வாள். அதனுடைய ருசி வேப்பங்காய்க்கும் குரும்பட்டிக்கும் இடைப்பட்ட ஒரு சுவையாக இருக்கும். உலகத்துச் சிறுவர்களை எல்லாம் பழி தீர்ப்பதற்காக ஒரு தீர்க்கதரிசியினால் கண்டு பிடிக்கப்பட்ட வறை இது.

வறை முழுக்க சாப்பிடவேண்டும் என்று நான் நிர்ப்பந்திக்கப்படுவேன். என்னை ஊக்குவிப்பதற்காக அம்மா அகப்பையின் தலையைப் பிடித்து அடிக்காம்பைக் கண்முன்னே காட்டிக் கொண்டிருப்பாள். சோற்றின் நடுவே முசுட்டை இலையும் தன் தொழிலைச் செய்யக் காத்துக்கொண்டிருக்கும். எண்ணி நாற்பது நாட்கள் சாப்பிட்டால் நோஞ்சான் உடம்பு தேறி, தேகம் பொன்னிறமாகிவிடும் என்று பலமான நம்பிக்கை தருவாள். அந்த அகப்பையும் எனக்கு முன்னால் தலைகீழாகப்

படம் விரித்த பாம்புபோல ஆடிக்கொண்டிருக்கும். சோற்றை உருட்டி அதன் நடுவிலே வறையை மறைத்துவைத்து விழுங்கு வேன். அப்படியும் நாக்கை ஏமாற்ற முடியவில்லை. அந்த ருசி பல வருடங்களாக என் நாக்கில் வசித்தது.

முசுட்டை வறை எனக்கு எதிரி என்றால் அதிலும் மோசமான ஒரு எதிரியைச் அம்மா தினமும் சந்திக்கவேண்டி இருந்தது. அந்த எதிரியை சப்ளை பண்ணியதும் இந்த அன்னம்மாக்காதான். இவ வளர்த்த மாடு மிகவும் சுதந்திர புத்தி கொண்டது. கொஞ்சம் அசந்தாலும் எங்கள் வீட்டு வளவுக்குள் புகுந்துவிடும். உடலை வருத்தி அம்மா போட்ட கீரைப்பாத்தியை, சூரனுடைய தலைபோல முளைக்க முளைக்க, இந்த மாடுதான் சாப்பிட்டுக்கொண்டு வந்தது.

இந்த மாட்டின் ஆக்கினையால் யார் வந்து கேட்டைத் திறக்கும் சத்தம் கேட்டாலும் 'படலையை இறுக்கிச் சாத்துங்கோ' என்று அம்மா உள்ளே இருந்தபடியே எட்டிக்கூடப் பார்க் காமல் சத்தம் கொடுப்பாள். இந்த மாடும் பொறுமையாக மனிதர்களின் அஜாக்கிரதையில் நம்பிக்கை வைத்துக் காத்திருக்கும்.

அம்மா அருமை அருமையாக வளர்த்த கீரை தகதக வென்று வளர்ந்து வயதுக்கு வரும் சமயம் ஒருமுறை மாடு புகுந்துவிட்டது. கீரைப் பாத்தியை துவம்சம் செய்தது. கீரையைக் கொத்துக் கொத்தாக இழுத்து மண்ணை உதறி உதறிச் சாப்பிட்டு முடித்தது.

கீரைப்பாத்தி வெறும் துவக்கம்தான். அதை முடித்து விட்டுப் பிரதான சாப்பாட்டை நிறைவேற்றும் நோக்கத்தோடு திரும்பியது. சூரியனால் பழுப்பேறிப்போய், கீழ்க்கரையோரம் கிழிந்து, நுரை வராத சோப்பினால் கழுவித் துவைத்து உலர்த்தப்பட்டு, நாவுக்குத் தோதான உஷ்ணத்தில், மொரமொர வென்று ஆசை காட்டிக்கொண்டு, நாடா வில்லாமல் கிடந்தது அம்மாவின் பாவாடை. அந்த மாடு கடிகாரமுள் சுழலும் திசையில் சுழன்று, எட்டி ஒரு வாய் வைத்துவிட்டது. கரை யோரப் பகுதிகளை முடித்துவிட்டு, தொடைப் பகுதிக்கு வரும் போதுதான் அம்மா கண்டாள். மெய் எழுத்துக்கள் எல்லாவற்றையும் உதறிவிட்டு, உயிர் எழுத்துக்களால் மட்டுமே ஆன ஓர் ஒலியை அவள் கண்டம் அப்போது எழுப்பியது. மூர்ச்சை தெளிந்த பிறகு 'ஐயோ! என்ரை பாவாடை!' என்று பாய்ந்து வந்து உருவினாள். மாடு விடவில்லை. அம்மா இழுக்க, அதுவும் இழுத்தது. இழுத்தபடியே படலையை நோக்கி ஓடியது. அம்மா, முழங்கால் அரைய இழுபட்டாள்.

அ. முத்துலிங்கம்

படலையைக் கடக்கும்போது மாடு பாவாடையைப் போட்டு விட்டது.

பாவாடையை நிலத்திலே பரப்பியபடி அம்மா குந்தி யிருந்தாள். தொடையும் தொடை சார்ந்த இடத்திலும் ஒரு குழந்தை புகுந்து போகும் அளவுக்குப் பெரிய ஓட்டை. வெகு நேரம் அதைப் பார்த்தபடியே இருந்தாள். அவளுடைய வாய் 'தூமையன், தூமையன்' என்று சொல்லி முணுமுணுத் தது. கண்ணிலே இருந்து உருண்டு இறங்கிய ஒரு கண்ணீர் கீழே போகத் தைரியமின்றி கன்னத்தின் நடுவிலேயே நின்று விட்டது.

அந்தச் சம்பவத்திற்குப் பிறகு எனக்கு அந்த வார்த்தை யின் அர்த்தம் புரிந்தது போலப் பட்டது. அம்மா மூசி மூசி பாவாடையை இழுத்தபடி நின்ற காட்சி என் மனதை விட்டு அகலவே இல்லை. எங்கள் சிறிய கிராமத்தில் ஒரு பாவாடை மட்டுமே வைத்திருக்கும் ஏழைப் பெண்களில் ஒருத்தியாக அம்மா கீழே இறக்கப்பட்டுவிட்டாள்.

இப்பொழுதும் நினைத்துப் பார்க்கிறேன். அதற்குப் பிறகு அம்மா பள்ளி மாணவிபோல கலகலவென்று வெடித்துச் சிரித்தது எனக்கு ஞாபகத்தில் இல்லை.

கொழுத்தாடு பிடிப்பேன்

கறுப்பு அணில்

ஒரு நாள் தற்செயலாகத்தான் அது ஆரம்ப மானது.

வேலை முடிந்து மாலை பஸ் தரிப்பில் இறங்கி வீட்டுக்கு வரும் வழியில் அவன் ஒரு கார் பாதுகாப்பு நிலையத்தைக் கடப்பான். பட்டனை அமுக்கி டிக்கட்டை இழுத்து கார்கள் உள்ளே நுழைவதையும், திரும்பும்போது காவல னிடம் காரோட்டிகள் கட்டணம் செலுத்துவதை யும் பார்த்திருக்கிறான். சாரதி கண்ணாடிக் கதவைத் திறந்து காசைக் கொடுப்பான். மீதி சில்லறை வழங்கப் பட்டதும் மஞ்சளும் கறுப்பும் பூசிய தடுப்பு மரம் மறுபடியும் உயர, கார் வெளியே சென்றுவிடும்.

அன்று அந்த நிலையத்தைத் தாண்டும்போது தடுப்பு மரத்துக்குக் கீழே சில்லறைக் காசுகள் சிதறிக் கிடந்தன. அவன் அதைப் பொறுக்கி பக்கட்டுக்குள் வைத்துக் கொண்டான். ஆயிரம் கார்கள் போகும் இடத்தில் ஒரு சிலர் சில்லறை களைத் தவறவிட்டு விடுவார்கள். பரம லோபி களைத் தவிர மற்றவர்கள் சீட் பெல்ட்டைத் தளர்த்தி, கதவைத் திறந்து, கீழே இறங்கி அவற்றைப் பொறுக்கமாட்டார்கள்.

இந்தச் சில்லறையைத்தான் கொண்டுபோய் அவன் தன் அறையில் காலியான ஒரு வாய் அகலமான போத்தலில் போட்டு வைத்துக் கொண்டான்.

அதற்குப் பிறகு அதுவே வழக்கமாகிவிட்டது. அந்த நிலையத்தைத் தாண்டும்போது அவன் குனிந்து சில்லறை களைத் தேடுவான். எல்லாமே 25, 10, 5, 1 சதக் குற்றிகளாக இருக்கும். அபூர்வமாக டொலர் குற்றிகளும் கிடைக்கும். அவற்றை அவன் தவறாமல் அந்தப் போத்தலில் போட்டு மூடியையும் திருகிவிடுவான்.

இவன் வேலையில் சேர்ந்த அந்த முதல் நாள் லோரா என்ன டிரஸ்ஸில் வந்தாள் என்று கேட்டால் மிகச் சரியாகப் பதில் சொல்லிவிடுவான். கறுப்பு நீள ஸ்கர்ட், கறுப்பு தொள தொள பிளவுஸ். அதற்குமேல் ஒரு ரத்தச் சிவப்பு ஸ்வெட்டர், பெரிய பட்டன்கள் வைத்து முன்புறமாகத் திறக்கும் வசதியுடன் இருந்தது. தலை மயிர் இவ்வளவு குவியலாகப் பொன் நிறமாக இருந்ததை அவன் முதன் முதலாகப் பார்த்தது அப்போதுதான்.

அன்றைய வேலை நிரல்களை அவள் நின்றபடி டிக் செய்து இரண்டு இடங்களில் முத்திரை குத்தி அவர்களிடம் நீட்டினாள். இவனுடைய முறை வந்தபோது இவன் முகத்தை அவள் பார்க்கவில்லை. பார்க்க முயலவுமில்லை. இவனுடைய பாரத்தில் முத்திரையை அளவுக்கு அதிகமான பலத்துடன் குத்தி அதை மேசைமீது தள்ளிவிட்டாள். அது மேசையின் விளிம்பைத் தாண்டி வேகம் குறையாமல் போகும்போது இவன் ஒரு பறவையைப் பிடிப்பதுபோலப் பிடித்தான். மற்றவர்களுடையதைப் போல அந்த நிரலைக் கையிலே கொடுக்கலாம் என்ற சாதாரண அறிவு அவளுக்குத் தோன்றவில்லை என்பதில் அவனுக்கு வருத்தம்.

தன் பெயர் தெரியாமல் அவள் பாரத்தை மாற்றிக் கொடுத்துவிடலாம் என்ற பயத்தில் இவன் ‘என்னுடைய பெயர் லோகிதாசன். இன்றைக்குத்தான் புதிதாக வேலைக்குச் சேர்ந்திருக்கிறேன்’ என்று முனகினான். இடைக்கு மேலே உள்ள பாகத்தை மட்டும் இவனுக்கு எதிரான திசையில் திருப்பி வைத்து அலட்சியமாக அடுத்த தாளில் முத்திரை பதிப்பதில் அவள் சிரத்தையானாள்.

அவளுடைய நீண்ட வெண்மையான கழுத்திலிருந்து எப்படிப் பட்ட ஒலி வரும் என்று ஊகிப்பதில் அவனுக்கு அன்று இரவு முழுக்க செலவழிந்தது. அந்தக் கவலை அடுத்த நாள் காலையே தீர்ந்தது. லோரா பக்கத்தில் இருந்தவளிடம் சோகமாக ஒரு முறைப் பாட்டை வைத்துக்கொண்டிருந்தாள். அவளுடைய பெரிய மஞ்சள் பூ போட்ட கவுனை சலவைக் காரன் பாழாக்கிவிட்டானாம். இந்த அழகான பெண்ணின்

மனது இப்படி நொந்துபோனதே என்று இவனுக்குக் கோபமாக வந்தது. ஒரு கன்றுக்குட்டி பார்ப்பதுபோல அவளைப் பார்த்தான். அவளுக்குத் தேறுதல் சொல்வதற்கு அவனிடம் போதிய ஆங்கில வார்த்தைகள் அப்போது சேர்ந்திருக்க வில்லை.

அவளுடைய அலங்காரம் அன்று முற்றிலும் மாறியிருந்தது. ஆழமான கழுத்துடன், இறுக்கமான மஞ்சள் பிளவுஸில் வந்திருந்தாள். வேப்பம்பழ சைஸ் செயற்கை முத்துக்களால் செய்த மாலை ஒன்று அவள் ஸ்தனங்களுக்கிடையில் சிக்கிக் கிடந்தது. இதைப் போடுவதற்கு அவள் மிகுந்த சிரமப் பட்டிருக்கவேண்டும். இதைக் கழற்றும்போது இன்னும் சிரம மிருக்கிறது. ஒன்றிரண்டு முத்துக்கள் அறுந்து விழுவதற்கானச் சாத்தியக்கூறுகள் நிறைய இருந்தன.

எந்த ஏரியா அவனுக்கு ஒதுக்கப்பட்டிருக்கிறது என்று கேட்டாள். இவன் ‘சாவிக்னோன்’ என்று கூறினான். மிகவும் செலவு வைக்கக் கூடிய ஓர் அபூர்வமான ஒப்பனைக்காரியால் செதுக்கப்பட்ட மெல்லிய புருவங்களை உயர்த்திச் சுழித்தபடி, அந்த வார்த்தையின் சரியான உச்சரிப்பைக் கூறினாள். மேலும் பேப்பரை இழுத்து மிகக் கச்சிதமாக இரண்டுதரம் குத்தினாள். அன்றைக்கும் அவனுடைய முகத்தை அவள் பார்க்கவில்லை.

சாதாரண ஊழியன் என்ற முறையில் அவன் அதிபரைச் சந்திக்க முடியாது. காலாண்டுக் கூட்டங்களில் அவருடைய சொற்பொழிவைக் கேட்டிருக்கிறான். ‘தூசி எங்கள் எதிரி’ என்று பேச்சைத் தொடங்குவார். முக்கோணத் தாடையுடன், அடர்ந்த புருவங்களுடன், மிக நேர்த்தியாக வாரிய சிகையுடன் சிவப்பு நிறத்தில் அவர் இருப்பார். உலர் சலவை செய்த அவருடைய உயர்தர ஆடையின் மடிப்புகள் அவர் அசையும் போது அலையாக எழும்பி அதே இடத்தில் விழும். அவர் பேசத் தொடங்கும்போது அவருடைய குரல்கூட சுத்திகரிக்கப் பட்ட பின்பே வெளியே வரும். அவனுக்கு எங்கே தான் விடும் சுவாசக் காற்றின் மிச்சத்தை அவர் சுவாசித்துவிடுவாரோ என்ற பயத்தில் மூச்சுமுட்டும்.

மிகப் பாரமான தூசி உறிஞ்சிகளை மெலிந்த தோள்களில் காவியபடி அவன் ஆயிரம் மாடிப்படிகள் ஏறி இறங்கினான். ஆயிரம் கம்பளங்களை உறிஞ்சி எடுத்தான். மெல்லிய மருந்து நெடி கொண்ட கிருமி நாசினிகளால் கழிவறைகளைக் கழுவி னான். உரஞ்சி, உரஞ்சி துடைத்த அவை தானாகவே ஒளி விட்டன. கண்ணாடிக் கதவுகளையும், சாளரங்களையும்

விண்டெக்ஸ் மாயசக்தியால் பளபளப்பாக்கினான். அவற்றில் தெரியும் முகங்கள் சொந்தக்காரர்களின் முகங்களிலும் பார்க்கப் பிரகாசம் கூடியவையாக இருந்தன. விரிப்புகள் வெள்ளை நிறத்தில் நறுமணம் பரப்பி ஒரு சுருக்கு விழாமல் உறுதியாகப் படுக்கைகளை மூடின. புரூஸ் லஸ்ரர் மினுக்கி போட்டுத் துடைத்து வழுவழுப்பாக்கிய மேசைகளும், கதிரைகளும், சோபாக் கைப்பிடிகளும் தூசிகள் எப்படி இருக்கும் என்பதை மறக்கவைத்தன.

வெள்ளை வெளேரென்று சுத்தமான தூசிகள் அகற்றப் பட்ட ஒரு சுகந்தமான உலகத்தைத் தயாரிப்பதில் அவன் தீவிரமாக ஈடுபட்டிருந்தான்.

அலுவலகங்களைச் சுத்தப்படுத்துவதற்கும் வீடுகளைச் சுத்தப்படுத்துவதற்கும் பல வேறுபாடுகள் இருந்தன. அலுவல கங்கள் பெரிசாக இருந்தாலும் வேலையைச் சீக்கிரமாக முடித்துவிடலாம். கையைக் காலை நீட்டி வேலை செய்யத் தாராளமாக இடம் இருக்கும். தரையோடு ஒட்டிய கம்பளங்கள், மேசைகள், கதிரைகள் என்று துப்புரவு செய்வது சுலபம்.

வீடுகள் என்றால் நெருக்கமான சூழ்நிலை. கார்ப்பட்டு களில் கால்கள் புதையும். படுக்கை விரிப்புகளை மாற்ற வேண்டும். அலங்காரப் பொருட்களைத் தூசி தட்டிக் குசினி களைப் பளபளப்பாக்க வேண்டும். இந்த வீட்டு எசமானிகளைச் சமாளிப்பது மகா கஷ்டம். முறைப்பாடுகள் வந்தபடியே இருக்கும்.

என்றாலும் அவனுக்கு வீடுகள்தான் பிடிக்கும். அவனும், அவனுடைய சகாவும் வேலையைப் படுக்கை அறை, இருக்கும் அறை, நிலவறை, கழிவறை, குசினி என்று பிரித்துக்கொள் வார்கள். துப்புரவு செய்யும்போதே அந்த வீட்டில் வாழ் பவர்கள் பற்றியும், அவர்களுடைய குணாதிசயங்கள் பற்றியும் அவனுடைய கற்பனைகள் விரியும்.

வேலை முடிந்த சில நேரங்களில், முற்றிலும் தூசி நீக்கிய, கைப்பிடிகள் மினுக்கிய, வெள்ளை வெளேரென்ற மிருதுவான சோபாவில் அவன் சாய்ந்ததும் கனவுகள் உண்டாகும். அவனுடைய வீடு வெண்ணீல வர்ணத்திலும், திரைச்சீலைகள் விடியல் நிறத்திலும் இருக்கும். அலுவலகத்தில் இருந்து அவன் களைத்து வந்து கதவைத் திறந்ததும் நல்ல வாசனை வரும். பிரபல இத்தாலியன் டிசைனர் Georgio Armani உருவாக்கிய, ஒருவயதேயான ஆட்டுக்குட்டியின் மெல்லிய சருமத்தினால் தயாரித்த கதகதப்பான மேலங்கியைக் கழற்றிவிட்டு, கணுக் கால்கள் புதையும் கார்ப்பட்டில் நடந்துபோய், அமர்ந்ததும்

கொழுத்தாடு பிடிப்பேன்

அரையடி கீழே பதியும் சோபாவில் கால்களை நீட்டி உட்காருவான். கணப்பு அடுப்பில் புகை தராமல் சிறு மணத்துடன் எரியும் பேர்ச் விறகுகளை மெல்லத் தள்ளிவிடுவான். இரண்டு கைகளை அகட்டி விரித்தாலும் விளிம்புகளைத் தொடமுடியாத அகலமான தட்டைக் கண்ணாடி ரீவியில் 55வது சானலைத் திருப்பி வைப்பான்.

அன்று அவன் வீடு திரும்பும்போது இரவு பத்து மணிக்கு மேல் ஆகிவிட்டது. 14 மணி நேரம் தொடர்ந்து வேலை. அதில் இரண்டு மணி நேர சம்பளத்தை லோரா வெட்டி விட்டாள். மெல்லிய பனிப்புயல் தொடங்கிவிட்டது. குளிர் காலத்துக்குப் பொருத்தமில்லாத சப்பாத்துகளை அவன் முடிச்சுப்போட்டு நீட்டிய லேஸ்களால் கட்டியிருந்தான். பனித்தூள்கள் உள்ளே போய்க் கால்கள் ஈரமாகிவிட்டன.

அந்த வீட்டின் நிலவறையை அமைத்தவன் மிகவும் விவேகமானவனாக இருந்திருக்கவேண்டும். இருட்டிலே வந்து அவன் துழாவி சாவியைப் போட்டு கதவைத் திறப்பான். அதற்குப் பிறகு பத்தடி தூரம் தடவித் தடவிப் போய் ஸ்விட்சைக் கண்டுபிடித்துப் போடுவான். எலிகளை மிதிக்காமல் தந்திரமாக நடக்கப் பழகிக்கொண்டான். சிறுவயதில் பிறந்தநாள் விழாக்களில் கண்ணைக் கட்டிவிட்டு கழுதையின் படத்துக்கு வாலைச் சரியான இடத்தில் பொருத்திய பயிற்சி அப்போது அவனுக்கு மிகவும் உதவியது.

அவனுக்குக் கடிதங்கள் வருவதில்லை. மாதம் ஒருமுறை வரும் அம்மாவின் கடிதம் நீல உறையில், பென்சிலால் விலாசம் எழுதப்பட்டு, மூன்று நாட்களாக உடைக்கப்படாமல் கிடந்தது. அன்றைக்கு அதைத் திறப்பதாக இருந்தான். அதில் இருக்கும் தகவல்களைத் தாங்கிக்கொள்ளும் பலத்தை அவன் இன்னும் சேகரிக்கவில்லை.

ஒரு டிவிகூட இல்லாத அவனுடைய அறை பிணக்கிடங்கு போலக் குளிர்ந்துபோய் கிடந்தது. தெருவிலே இலவசமாகப் பொறுக்கிய ஒரு பச்சை குளிர்பெட்டி அறையின் நடுவில் இருந்தது. மடகஸ்கார் கறை படிந்த சாரம் அவன் கழற்றி விட்ட இடத்திலேயே சுருண்டு போய்க் கிடந்தது. அவன் இல்லாத நேரத்தில் மாயக் குள்ளர்கள் வந்து அறையைச் சுத்தம்செய்து நறுமணம் பரப்பி வைக்கவில்லை. 'தூசி எங்கள் எதிரி' என்று கறுப்பு எழுத்தில் எழுதிய மஞ்சள் வானில் துப்புரவுப் பணியாளர்கள் வந்து சுத்தம் செய்யவும் இல்லை. தரையில் விரித்த மெத்தை அவன் காலையில் விட்டமாதிரியே ஒரு எஸ்கிமோவின் இக்ளூ போலத் தடித்த போர்வையில்

ஒரு துளை கொண்டதாக அவனுடைய உடம்பு திரும்பவும் நுழைவதை எதிர்பார்த்துக் கிடந்தது.

பிரிட்ஜின் கதவைத் திறந்து பார்த்தான். முந்தாநாள் சாப்பிட்டு மீதம் வைத்த பீட்ஸாத் துண்டு ஒன்றிருந்தது. ஹைனக்கன் பியர் கான் ஒன்று விசேட தினமொன்றில் குடிப்பதற்காகக் காத்துக் கிடந்தது. வேறு ஒன்றுமே இல்லை.

மறுபடியும் பனி கொட்டத் தொடங்கிவிட்டது. அவனுக்குப் பசித்தது. இன்னும் ஒரு முறை சப்பாத்து அணிந்து, கோட்டை மாட்டி, தொப்பி போட்டு, மப்ளரைக் கட்டி வெளியே போகும் சக்தி அவனுக்கில்லை. பீட்ஸாவை சாப்பிடுவோம் என்று யோசித்தான். ஆனால் அதை நிறைவேற்ற முடியவில்லை. அதை அவன் உண்ணும் முன்பே நித்திரையால் கவரப்பட்டு விரிப்புகள் இழுத்து மூடப்படாத அந்தப் படுக்கையில் விழுந்து அப்படியே தூங்கிவிட்டான்.

அவனுடைய பக்கத்து வீட்டில் குடியிருந்தது ஒரு வசதியான சீனக் குடும்பம். பெரிய வீடு. இரண்டு இருக்கும் அறைகள்; இரண்டு கார்கள்; இரண்டு பிள்ளைகள்; இரண்டு நாய்கள். எல்லாமே பணக்காரருக்கான அறிகுறி. பத்து கியர் வைத்த சைக்கிளில் பையன் ஓடித் திரிந்தான்; அவள் பதினேழு வயது பள்ளி மாணவிபோலக் காணப்பட்டாள்.

மாலை வேளைகளில் அந்த நாய்கள் அவளுடன் உலாத்தப் போகும். அந்தத் தருணங்களை எதிர்பார்த்து அவன் பல நாட்கள், பல மணி நேரங்கள் காத்திருப்பான். ஒருநாள் அவள் பெயரைக் கேட்கவேண்டும் என்று நினைத்தான். அன்றும் அவள் நாய்களுடன் உலாத்தச் சென்றபோது இவனும் அவள் திரும்பி வரும் பாதையை ஊகித்து அதற்கு எதிராகப் போனான்.

பனித் திவலைகளைத் தாங்கும் இமைகளும், நுனி சிவந்த நாக்கும், தோளில் தொட அனுமதி மறுத்து உச்சியில் சுருட்டி வைத்த முடியும், சிறிய மூக்கை நோக்கி மேடாக வளைந்து, பார்த்த கணத்தே காமத்தைத் தூண்டும் சொண்டுமாக அந்தப் பெண், சடை நாய்கள் முன்னே போக பின்னால் செல்லமாக அசைந்து வந்தாள். பக்கத்து வீட்டில் அவன் குடியிருக்கிறான். ஒரு 'ஹாய்' சொல்லுவாள் என்று எதிர்பார்த்தான். அவளுக்கு அந்த எண்ணம் இருக்கவில்லை. நாய்களுக்கு இருந்ததாகவும் தெரியவில்லை. மென்மையான கறுப்பு தோல் பூட்ஸ்கள் பனியிலே புதைய, மறைந்து போனாள்.

கொழுத்தாடு பிடிப்பேன்

இந்த நாட்டில் அவனுக்கு முகமன் கூறுவதற்கு யாருமே யில்லை. அவனுடன் வேலை செய்யும் டானியல், உயரமாக, உறுதியான உறுப்புகளுடன் துப்புரவுப் பணிக்கே படைக்கப் பட்டவன்போல இருப்பான். கயானா நாட்டுக்காரன். அவனைப் போலவே கள்ளமாக வந்தவன்; அவனைப் போலவே தனிமையானவன். அவனைப் போலவே வசதிகள் குறைந்த ஒடுக்கமான நிலவறையில், வீட்டுக்கு உடமைக்காரன் உஷ்ணத்தைக் கூட்டி வைக்கப்போகும் நல்ல தருணத்துக்காக ஏங்கி இருப்பவன்.

கறுப்பு எழுத்துகள் பொறித்த மஞ்சள் நிற வாகனத்தில் அன்று சாமான்களை ஏற்றும்போது டானியல் 'ஹாய்' என்றான். இவன் வாய் திறக்கவில்லை. 'என்ன அந்த நெட்டைக் கொக்கு இன்றைக்கும் உன்னை ஏசினாளா?'

'இல்லை, மூன்று நிமிடம் ஆகிவிட்டது. இதுவரை தப்பிவிட்டேன்.'

'ஒரு நாளைக்குச் சொல்லிவிடு.'

'என்னத்தை சொல்ல?'

'நான் என்ன பாம்பா? நீ மெக்ஸிக்கோ தேசியக்கொடி கழுகா? எப்ப பார்த்தாலும் என்னைக் கொத்துகிறாயே! அப்படிச் சொல்லு. அவளுடைய மூதாதையர்கள் மெக்ஸிக்கோவி லிருந்து வந்தவர்கள். விளங்கிக்கொள்வாள்.'

'எனக்கு அவ்வளவு தைரியமிருந்தால் உள்ளாடைகளை நான் மாற்றவே தேவையில்லை.' அவன் முகம் இருண்டு கண்கள் ஈரமாகத் தொடங்கின. அதற்குப் பிறகு வேலை முடியும்வரை அவர்கள் பேசவேயில்லை.

அன்றைக்குப் பனிக்காலத்து அயனம் (*solstice*) என்று அறிந்திருந்தான். வடபாதி உலகத்தின் மிக நீண்ட இரவு, குறைந்த பகல். அவன் நீண்ட நித்திரையில் இருந்தபோது வானம் சோம்பலாக இருக்கவில்லை. இரவு முழுக்கப் பனி பெய்துகொண்டே இருந்தது. ஜன்னல் வழியே பார்த்தபோது கார்கள் எல்லாம் வெள்ளித் தொப்பிகள் அணிந்திருந்தன. தரை உயர்ந்துகொண்டே வந்தது. பிரகாசம் கண்ணை அடித்தது. அவனுக்கும் உலகத்துக்கும் இருந்த ஒரே தொடர்பு அந்த ஜன்னல்தான். அதுவும் அரைவாசி பனியில் மூழ்கி இன்னும் சிறிது நேரத்தில் கல்லறைபோல ஆகிவிடும்.

அந்தப் பச்சை குளிர்பெட்டி உர்ரென்று இடைக்கிடை உயிர் பெறும்போது சத்தம் போட்டது. ஓர் அத்தியந்த

நண்பனுடைய மூச்சுப்போல அது அவனுக்கு ஆசுவாசமாக இருக்கும். மிகத் தனிமையாகப்பட்டால் அதனுடன் பேசிக் கொள்வான். அது சொல்லும் பதில்கள் அநேக சமயங்களில் அவனுக்குப் புரியாது.

விடிந்ததும் வேலைக்குப் போவதா, விடுவதா என்பதை அவனால் தீர்மானிக்க முடியவில்லை. பாதைகள் சீரானால் ஒழிய பஸ்கள் ஓடாது. லோரா வேலை பாரங்களையும் முத்திரை குத்திகளையும் வைத்துக்கொண்டிருப்பாள். அன்று அவனுடைய சீட்டை மிகவும் சந்தோசத்தோடு கிழிக்கத் தயாராவாள். ஒரு பிங்க் கலர் தாளில் அவனுடைய பேரை எழுதி, வேலை நீக்கும் காரணத்தைக் குறித்து, தேதியையும் போட்டு அவனிடம் நீட்டுவாள். அப்பொழுதுகூட அவனுடைய முகத்தைப் பார்க்கமாட்டாள்.

மாலை வரை அவன் அசையவில்லை. பனிப்பொழிவும் அசையவில்லை. ஒரு பனிச்சிறையில் அகப்பட்டதுபோல அவனுக்கு மூச்சு முட்டியது. வாய்விட்டுக் கத்தவேண்டும் அல்லது கூரையைப் பிய்க்க வேண்டும் என்று தோன்றியது. அந்த மாலை குப்பைப் பைகளுக்கான மாலை. அந்த வீதியிலே குப்பைப் பைகள் எல்லாம் நிரையாக அடுக்கப்பட்டிருந்தன. எல்லா வீட்டு முகப்புகளிலும் அந்தந்த வீட்டுத் தராதரத்தைக் காட்டுவதுபோல நாலு, ஐந்து, மூன்று என்று குப்பைப் பைகள் கட்டப்பட்டுக் கிடந்தன. அடுத்த நாள் அதிகாலையி லேயே அவை மறைந்துவிடும்.

இவை அந்தஸ்தைக் குறிப்பவை. அவனுடைய வீட்டின் முன் ஒரு பை மாத்திரமே கிடந்து வீட்டுக்காரருடைய வறுமையைப் பறை சாற்றியது. பக்கத்துச் சீனக்காரர் வீட்டில் வழக்கம்போல ஆறு கறுப்பு தடித்த பொலிதீன் பைகள் சிவப்பு நாடாவினால் கட்டி இறுக்கப்பட்டுக் கிடந்தன. அதைப் பார்க்கப் பார்க்க எரிச்சலாக வந்தது.

அதற்கு முன்பு வராத ஒரு எண்ணம் அவனுக்குத் தோன்றியது. ஆறு கறுப்பு பொலிதீன் பைகளை நிரப்புவது மாதிரி அப்படி என்ன குப்பை அவர்கள் சேர்க்கிறார்கள். அப்பொழுது இரவு பதினொரு மணியாகிவிட்டது. வீதியில் நடமாட்டம் குறைந்துபோய் இருந்தது. பனிப்பொழிவு நின்று விட்டது; ஆனால் சந்திர ஒளியில் பனி நிலம் பகல்போல ஜொலித்தது.

இவன் தன்னுடைய கறுப்பு ஓவர்கோட்டை அணிந்து வெளியே போய் ஒரு குப்பைப் பையை உள்ளே தூக்கி வந்தான். அந்தப் பையை நடு அறையில் வைத்து அதற்கு

கொழுத்தாடு பிடிப்பேன்

மேல் ஏறி நின்றான். ஓங்கி உதைத்தான். துள்ளி மிதித்தான். அதன் பக்கங்களெல்லாம் பிரிந்து கொட்டத் தொடங்கியது. முட்டைகோசின் மணமும், அழுகிய தோடம்பழத்தோலின் நெடியும் அறையை நிறைத்தது. பிரசவ காலத்துக்கு முன் பாகவே கர்ப்பிணியின் பன்னீர்குடம் உடைந்ததுபோல குப்பை நாலு பக்கமும் சிதறியது.

பெரும் ஓட்டத்திற்குப் பிறகு இரையைப் பிடித்த விலங்கு மாதிரி அவனுடைய மூச்சுப் பெரிதாக வந்தது. வியர்வை பெருக்கெடுத்தது. மறுபடியும் பையைக் கட்டி அதே இடத்தில் வைத்துவிட்டுத் திரும்பியபோது அவனுடைய கையிலே எப்படியோ ஒரு பழைய கழித்துவிட்ட நீல ரிப்பன் காணப் பட்டது. அது சரசரவென்று ஒரு சிறு பாம்பைப் போலக் குளிர்ந்தும் மிருதுவாகவும் இருந்தது. அவளுடைய சருமமும் அப்படித்தான் இருக்கும் என்று அவன் மனம் ஊகித்தது.

அயனம் முடிந்து நாலு நாள் ஆகியும் அவளைக் காண வில்லை; நாய்களையும் தவறவிட்டுவிட்டான். இந்த நாய்கள் ஒரே ஜாதியில், ஒரே வயதுடையவை. இரண்டுமே ஓவல்டின் கலரில் சிறிது சடை வைத்துப் பழுப்பு நிறக் கண்களுடன் இருந்தன. அவற்றின் கழுத்துப் பட்டைகள் பதப்படுத்தப்பட்ட தோலினால் கறுப்பாகச் செய்யப் பட்டிருந்தன. வேண்டிய தூரம் நீளக்கூடியதும், சுருங்கக்கூடியதுமான தடித்த நைலோன் நாடாவின் நுனியில் அவை பிணைக்கப்பட்டிருந்தன. அதன் அடுத்த நுனி அவள் கையில் இருந்தது. அந்த நாய்கள் ஏற்கனவே பழக்கப்பட்ட சாலையில் துள்ளிக்கொண்டு முன்னால் பாய்ந்தும், ஓடியும், நின்றும், பனித்தரைக்கு மேலாகத் தெரியும் ஒரு சில செடிகளை மோந்து பார்த்தும் விளையாடின.

அந்த சீனப்பெண்ணின் முகம் மஞ்சள் நிறத்தில் இருந்தது. சூரிய ஒளியில் இருந்துப் பல வருடங்கள் மறைத்து வைக்கப் பட்டதில் கிடைத்த வர்ணம் இது. அவளுடைய கீற்றுக் கண்கள் இயற்கையாகவே பச்சையாக இருந்தன. உதடுகள் ரத்தச் சிவப்பு. இப்படியாக பச்சை, சிவப்பு, மஞ்சள் ஆகிய மூன்று சிக்னல் விளக்கு வர்ணங்களுடனும் இருந்த அவள் அவனுக்கு வேண்டிய சமிக்ஞையைத் தருவதற்காகக் காத்திருந்தான்.

அம்மாவுக்கு அனுப்புவதற்காக அவன் சேமித்து வைத் திருந்த காசை ஏற்கனவே எடுத்துவிட்டான். அதிலே குளிரில் இருந்து பாதுகாப்பதற்கு உத்திரவாதமளித்த அந்தப் புதிய ஓவர்கோட்டை வாங்கியிருந்தான். அதை அணிந்தபோது என்றும் இல்லாதமாதிரி அவனுடைய உடம்பு கதகதப்பு

நிலையை அடைந்தது. அவளைக் கண்டதும் ஓவர்கோட்டைத் தாடைவரை இழுத்துவிட்டு, மூக்கும், கண்களும், வாயும் மாத்திரம் தெரியும் விதமாக நின்றுகொண்டு, தற்செயலானது போல 'ஹாய்' என்று சொன்னான். அவளும் பதிலுக்குப் போதிய இடைவெளிகூட விடாமல் 'ஹாய்' என்று திருப்பிக் கூறினாள். அப்படியே நாய்கள் வேகமாக இழுக்க பென்ஹர் குதிரைகள் ஓட்டிச் சென்றதுபோல நிமிடத்தில் மறைந்து போனாள். அவள் போனபிறகு அந்த நடைபாதை அநியாயத் துக்குச் சும்மா கிடந்ததை அவனால் தாங்கிக்கொள்ள முடியவில்லை.

தீவிரமாக யோசித்துப் பார்த்தான். அவள் சீன மொழியில் நாய்களுடன் பேசியிருக்கலாம் என்றும் பட்டது.

அவனுடைய அம்மாவின் நீல உறைக் கடிதம் அன்றும் பிரிக்கப்படவில்லை. மண்ணெண்ணெய் விளக்கில் மணிக் கணக்காகக் குனிந்திருந்து, வயலட் கலர் பென்சிலால் அடிக்கடி நாக்கைத் தொட்டு, அதை எழுதியிருப்பாள். மாதாமாதம் பயணக் கடன் தீர்க்க அவன் அனுப்பும் காசு அந்த மாதம் கிடைக்கவில்லை என்று புலம்பியிருப்பாள். பக்கத்து வீட்டு பத்மனாபன் பணம் கிரமமாக அனுப்பி அவர்கள் காணியை மீட்டுவிட்டதைப் புளகாங்கிதத்தோடு அறிவித்திருப்பாள். இப்பவெல்லாம் தென்னையிலிருந்து தேங்காய் விழுவதில்லை; வானத்தில் இருந்து மழை விழுவதில்லை; ஆகாயத்தில் இருந்து குண்டுகள் விழுகின்றன என்றும் எழுதியிருப்பாள்.

கடைசி பாராவில் தன்னுடைய வியாதி பற்றிய குறிப்பு களைக் குணுக்கி, வியாதி உச்ச நிலையை அடையக் கிட்டத் தட்ட எவ்வளவு காலம் எடுக்கும் என்பதை ஆதாரங்களோடு விளக்கியிருப்பாள். எந்த விரதம் முடிந்தது, எது ஆரம்பமாகி விட்டது போன்ற விவரங்களையும் ஞாபகமாகக் குறிப்பிட் டிருப்பாள்.

வேலைக்குப் போகத் தேவையில்லை. விடுமுறை. ஒருநாள் சம்பளத்தை வெட்டும் சந்தோசம் லோராவுக்குக் கிடையாது. பனிப்பிரதேசம் சூரிய ஒளியில் பளீரென்று கண்ணாடி வழியாகத் தெரிந்தது. அன்று காலையில் இருந்து அதையே பார்த்தவாறு இருந்தான்.

புசுபுசுவென்று சடை வைத்துக் கொழுத்த கறுப்பு அணில் ஒன்று எங்கிருந்தோ தோன்றியது. பனிக்குள் கால்கள் புதையப் புதைய மீட்டுக்கொண்டு விரைந்தது; தெரியாத இடத்துக்கு அவசரப்பட்டு வந்துவிட்டதுபோலத் திகைத்து இரண்டு கால் களிலும் நின்றது. கண்களில் மிரட்சியுடன் முன்னங்கால்களால்

பனியை அகற்றியது. பின் தன் செய்கையின் அசட்டுத் தனத்தை யாராவது கவனிக்கிறார்களோ என்று அங்குமிங்கும் பயத்துடன் பார்த்தது. பிறகு சறுக்கிக்கொண்டு போனது. வெகுதூரத்துக்கு. வெள்ளிப் பனியில் கறுப்புப் புள்ளி பாய்ந்து பாய்ந்து மறைந்துபோனது.

அந்தக் காட்சி அவனை என்னவோ செய்தது. திடீரென்று கதிரையைத் தள்ளிவிட்டு எழுந்தான். அவனுடைய பச்சை நிறக் குளிர்பெட்டியின் மேல் அந்த மூடி திருகிய போத்தல் இருந்தது. அதை முக்கால்வாசி நிறைத்து, அவன் கார் தரிப்பு நிலையத்தில் மஞ்சளும் கறுப்பும் பூசிய தடுப்புக் கம்புக்குக் கீழே பொறுக்கிய சில்லறைக் காசுகள் கிடந்தன. அவற்றைத் திறந்து உடனேயே எண்ணிப்பார்க்க வேண்டும் என்ற ஆவல் ஏற்பட்டது.

இரண்டு நாள் பழசான தினசரி பேப்பரைத் தரையிலே விரித்து போத்தல் காசுகளை அதிலே கொட்டினான். கொட்டி விட்டு அவற்றை வகைப்படுத்தி எண்ணத் தொடங்கினான்.

கனடாவுக்கு வந்த நாளில் இருந்து அவனை அலைக்கழித்த விஷயம் ஒன்றிருந்தது. பத்து சதக் குற்றி சிறிய வெள்ளி வட்டமாக இருக்கும். ஐந்து சதக் குற்றியோ பெரிய வெள்ளி வட்டமாக இருந்தது. இது கனடிய அரசாங்கம் விட்ட பாரதூரமான பிழை என்ற கருத்து அவனுக்கிருந்தது. பெரிய வட்டமான குற்றி சிறிய வட்டத்திலும் பார்க்க உண்மையில் மதிப்பு குறைந்தது என்பதை அவனுடைய மனது ஏற்கச் சரியாக ஒரு வருடம் பிடித்தது. 25 சதக் குற்றிகள் மிகையாக இருந்தன. மீதி எல்லாம் 10, 5, 1 சதக் குற்றிகளே. லூனி என்று சொல்லப்படும் ஒரு டொலர்கூட இரண்டு இருந்தன. ரூனி, அதாவது இரண்டு டொலர் குற்றி ஒன்றும் இருந்தது. ஆறுமாதக் கடும் உழைப்பில் அவனிடம் 48.19 டொலர் சேர்ந்திருந்தது.

மனதினால் ஒரு கணக்கு போட்டுப் பார்த்தான். இன்னும் சரியாக எண்பத்தி மூன்று வருடங்களில் ஒரு ரொயோட்டா கார் இரண்டாம் கையாக வாங்கும் அளவுக்கு அவனிடம் காசு சேர்ந்துவிடும்.

அந்த எண்ணத்தில் அவனுடைய மனது பூரித்தது. இந்த சந்தோசத்தை எப்படியும் கொண்டாடிவிட வேண்டும் என்ற ஆசையேற்பட்டது. நேராக நடந்து பழைய நீல ரிப்பன் பாதி ஒட்டி வைத்திருக்கும் பச்சை குளிர்பெட்டியின் கதவைத்

திறந்தான். அங்கே நடுநாயகமாக அவன் ஒரு விசேட தினத்துக் காகப் பாதுகாத்து வந்த ஹைனக்கன் பியர் கான் இருந்தது. அதைக் கையிலே எடுத்துக்கொண்டு கதவைச் சத்தத்துடன் சாத்தினான்.

மூன்று கால்கள் மட்டுமே விசுவாசமாக உழைக்கும் அந்த நாற்காலியில் அவன் சாய்ந்திருந்து, ஆள்காட்டி விரலை வளைத்து பியர் கானைத் திறந்து, அதை ஒரு கிளாஸில் ஊற்றிக் குடிக்கும் பொறுமைகூட இன்றி, வலது கையால் தூக்கி உயரப்பிடித்து வாய் வைத்து இரண்டு கடவாய்களிலும் ஒழுகக் குடித்தான். அப்பொழுது அவனது இடதுகை 55ஆவது சானலைத் தேடியது.

எதிரி

கனகாலமாகத் தனக்கு ஓர் எதிரி இருப்பது அவருக்குத் தெரியாது. இவ்வளவு கால முயற்சிக் குப் பிறகு இப்போதுதான் ஒரு நம்பகமான எதிரி வாய்த்திருந்தது. அந்த எதிரியும் ஒரு பாம்பாக இருக்கும் என்று அவர் எதிர் பார்க்கவில்லை.

கடந்த ஆறுமாத காலமாக இது நடந்து வந்திருக் கிறது. அவருக்குத் தெரியாமல். ஒருநாள் மாலை கோழிகளை எல்லாம் அடைத்து மூடும் சமயத்தில் தற்செயலாகப் பார்த்தார். இரண்டு முட்டைகள் கேட்பாரற்றுக் கிடந்தன. நாளை காலை பார்க்கலாம் என்று கூட்டை அடைத்து மூடிவிட்டார் ம்வாங்கி.

மறுநாள் பார்த்தால் முட்டைகளைக் காண வில்லை. எமிலியிடம் கேட்டுப் பார்த்தார். அவள் அந்தப் பக்கமே போகவில்லையென்று சொல்லி விட்டாள். பக்கத்துக் குடிசைகளில் விசாரித்தார். அவர்களுக்கும் தெரிய வில்லை.

நாலு சந்தைநாட்களுக்குப் பிறகு இன்னொரு முறை இது நடந்தது. அப்பொழுது சாடையாக மழை பெய்து தரை ஈரமாகியிருந்தது. பாம்பு தரையில் ஊர்ந்துபோன தடம் அப்படியே தெரிந்தது. அந்தக் கணமே இது பாம்பின் வேலை யென்பதை ம்வாங்கி கண்டுகொண்டார். அதை எப்படியாவது கொன்றுவிடவேண்டும் என்று தீர்மானித்தார்.

பாம்பைப் பிடிப்பதோ அடிப்பதோ அவருக்கு உகந்த காரியமல்ல. கோழி வளர்ப்பதுகூட அவர் தொழில் அல்ல. எல்லாம் தற்செயலாக நடந்ததுதான்.

அவர் மெத்தப் படித்த படிப்பாளி. நைரோபியிலிருந்து முப்பது மைல் தூரத்தில் இருக்கும் ஒரு கிறிஸ்தவப் பள்ளியில் படித்தவர். அந்தக் கர்வம் அவருக்கு இருந்தது. சீனியர் சேர்டிபிக்கட் செகண்ட் டிவிஷன். அவருடைய படிப்புக்கும் அறிவுக்கும் இது ஏற்ற தொழில் அல்ல என்பது அவருக்கு நன்றாகவே தெரிந்திருந்தது.

அந்த சேர்டிபிக்கட்டைத் தூக்கிக்கொண்டு அவர் எத்தனையோ கம்பனிகள் ஏறி இறங்கினார். தன் தகுதிகளைக் கொஞ்சம் மிகைப்படவே கூறினார். இருந்தாலும் குதிரை பாயவில்லை. அவருடைய பெருமையை யாரும் உணர்ந்த தாகவும் தெரியவில்லை. கடைசியில் அவருக்குக் கிடைத்தது என்னவோ பால் டிப்போவில் படியளக்கும் வேலைதான்.

சிலகாலம் இந்த வேலை சிரமமில்லாமல் போய்க்கொண் டிருந்தது. அதிகாலையிலிருந்தே வேலை தொடங்கிவிடும். ஒரு திறப்பு திருப்பும் நேரம்கூட உட்கார முடியாது. நின்று கொண்டே வேலை செய்ய வேண்டும்.

ஆறுமணியிலிருந்து வருகின்ற பாலை எல்லாம் நிறுத்து நிறுத்து பெரும் அண்டாக்களில் ஊற்றுவார். கிழவர்கள், குமரிகள், சிறுவர்கள் என்று வரிசை நீண்டுபோய் இருக்கும். அது போதாதென்று மறுபக்கத்தில் பால் வாங்குவதற்காக இன்னொரு வரிசை நிற்கும். இரண்டு வரிசைகளையும் ஒரே சமயத்தில் சமாளிக்க வேண்டும்.

இந்தச் சமயத்தில்தான் சீனியர் சேர்டிபிக்கட் செகண்ட் டிவிஷன் மூளையைப் பாவிக்கும் சந்தர்ப்பம் ம்வாங்கிக்குக் கிடைத்தது.

அதற்குக் காரணம் எமிலி ஒகினாவாதான். அதிகாலையில் அவள் வந்துவிடுவாள், பால் வாங்குவதற்காக. கையிலே ஒரு கைக்குழந்தையையும் தூக்கிக்கொண்டு. உயரமாகவும் அடர்த்தியாகவும் இருப்பாள். அவள் அசைந்துவரும் காட்சி இவர் மனசை என்னவோ செய்யும்.

அவள் தலைமயிரை எப்படிப் போட்டாலும் ஒரு கவர்ச்சிதான். கலைத்துவிட்டாலும், விரித்துவிட்டாலும், பின்னிவிட்டாலும், முன்னேவிட்டாலும், கோபுரம் செய் தாலும், கோத்துக் கட்டினாலும் எல்லாவற்றிலும் ஓர் அழகு இருக்கும்.

களவு செய்யத் தூண்டியதும் அந்த அழகுதான்.

ம்வாங்கியை நேர்மையானவர் என்று யாரும் புகழ முடியாது. பள்ளிக்கூடத்தில் படிக்கும்போதே கால்பந்து விளையாடி உடம்பை வாட்டசாட்டமாக வைத்திருந்தார். கோல் போடுவதில் மன்னர். கால்களால் போட்ட கோலுக்குச் சமமாகக் கைகளாலும் போட்டிருக்கிறார்.

எமிலி வந்த நேரங்களில் ஒரு லிட்டருக்கு இரண்டு லிட்டர் பால் தாராளமாக வழங்கினார். ஊரார் வீட்டுப் பாலை இப்படி வாரிவாரி வழங்கி ஒருநாள் பிடிபட்டு வீட்டுக்கு அனுப்பப்பட்டு விட்டார். அப்போதுதான் அவருக் குக் கோழிப்பண்ணை வைக்கும் எண்ணம் உதித்தது.

கோழிகளைப் பற்றி அவருக்கு முந்திபிந்தித் தெரியாது. கோழிகளும் அவர் பெருமையில் மெய் சிலிர்த்துப்போய் இருக்கவில்லை. சீனியர் சேர்டிபிக்கட் செகண்ட் டிவிஷனுக்கு ஏற்ற தொழில் இல்லை என்பதும் அவருக்குத் தெரிந்திருந்தது. பிறரிடம் கைகட்டி நிற்காமல் சுதந்திரமாக இருக்கலாம், சொந்த சம்பாத்தியத்தில் முன்னுக்கு வந்துவிடலாம் என்ப தெல்லாம் காரணங்கள்.

ஆனால் உண்மையான காரணம் வேறு. இவர் கோழிப் பண்ணை வைத்துக் கிராமத்திலேயே தங்கிவிட்டால் எமிலி யும் கூடவே வந்து விடுவதாகச் சொல்லியிருந்தாள். அந்த உற்சாகத்தில் அவர் கண்கள் கொஞ்சம் மூடிவிட்டது என்னவோ உண்மைதான்.

அவரிடம் வேலைபார்த்த கிழவன் இஞ்சரேகோவுக்குக் கோழி வளர்ப்புப் பற்றி கொஞ்சம் தெரியும். இவரும் கூடமாட வேலை செய்தார். தீனி வைத்தார். தண்ணி காட்டினார். மரத்தூளைச் சுமந்து வந்து பரவினார். பெருக்கினார். உடல் முறியப் பாடுபட்டார். ஆற்றுக்கு அந்தக்கரை கள்ளத் தொடர்பு வைத்தவன் நீச்சல் பழகித் தானே ஆகவேண்டும்.

கடந்த ஆறுமாத காலமாக எல்லாம் சுமுகமாகவே போய்க் கொண்டிருந்தது – அந்தப் பாம்பு வரும்வரை.

அது மிகவும் தந்திரம் வாய்ந்த பாம்பு. எவ்வளவுதான் கம்பிவலை ஓட்டைகளைச் சரிபண்ணி வைத்தாலும் சுலபமாக உள்ளே புகுந்து விடுகிறது. எப்படி வருகிறது எப்படிப் போகிறது என்பது மர்மமாகவே இருந்தது.

ம்வாங்கியும் கிழவனும் விழுந்துவிழுந்து உழைத்தார்கள், பாம்புக்குத் தீனி போடுவதற்காக. அந்தப் பாம்பும் மினுமினு

வென்று ஒருவர் பொறாமைப்படும் வழவழப்போடு வளர்ந்து கொண்டு வந்தது. அடிக்கடி முட்டைகளையும், அவ்வப்போது உடம்பில் புரதச் சத்து குறைவது போன்று தோன்றும் சமயங்களில், பதமான கோழிக் குஞ்சுகளையும் சாப்பிட்டு உடம்பைத் தேற்றிக்கொண்டிருந்தது.

தண்ணீர்ப்பாங்கான இடங்களில் வளரும் பீவர் (Fever) மரம் மஞ்சளாக, வழவழப்பாக பார்ப்பதற்கு லட்சணமாக இருக்கும். அதன் வலுவான கொம்புகளில் ஒன்றை ம்வாங்கி வெட்டி வைத்துக்கொண்டார். அது கெட்டியாகவும், கைக்கு லாவகமாகவும், வீசுவதற்கு ஏதுவாகவும், வளைந்துகொடுக்கும் தன்மையுடையதாகவும் இருந்தது. பாம்பை வெல்லுவதற்கு இதைவிடத் தகுந்த ஆயுதம் இல்லையென்பது அவருக்குத் தெரியும்.

இந்த ஆயுதம் எப்பவும் அவர் படுக்கையின் அருகிலேயே இருந்தது. அடிக்கடி அதை எடுத்து, காற்றிலே வீசிப் பயிற்சி பண்ணிக்கொள்வார். அதைத் தடவுவார். அதற்கு ஆறுதல் சொல்வார். இப்படியாகச் சமர் புரிவதற்கு எப்பவும் ஒரு தயார் நிலையில் இருந்தார்.

அந்த வழவழப்பான தடியை அவர் இப்படி வெறும் ஆராதனை செய்ததில் எமிலிக்கு உடன்பாடு இருந்ததாகச் சொல்லமுடியாது. அவளுடைய இரண்டுவயசுக் குழந்தை அடிக்கடி அவள் கண்ணிலே படாமல் வெளியேபோய் விளையாடத் தொடங்கியிருந்தது. எங்கே அந்தப் பாம்பு கடித்துவிடுமோ என்று பயந்தபடியே இருந்தாள்.

ஆனால் நடுஇரவு நேரங்களில் ம்வாங்கி ஒரு கையில் ரோர்ச்சுடனும், மறு கையில் பீவர் மரத்துக் கம்புடனும் மூங்கில் கட்டிலை விட்டு மெதுவாக இறங்கிக் கள்ளன்போல் அடிமேல் அடிவைத்துப் போய் பாம்பை யுத்தத்திற்கு அழைப்பது அவளுக்குப் பிடிக்கவில்லை. இருட்டிலே தவறிப்போய் பாம்பின் மேல் காலை வைத்துவிட்டால் என்ன ஆகும் என்ற பயம் அவளைப் பிடித்து வதைத்தது.

ம்வாங்கி அவள் சொல்லைக் கேட்கப்போவதில்லை. இப்பவெல்லாம் அவருக்குக் கோழியின் மேல் உள்ள கவனம் போய்விட்டது; பாம்பைப் பற்றிய நினைப்பாகவே இருந்தார். அதை எப்படியும் கொன்றுவிட வேண்டும் என்ற ஆவேசம் அவருக்கு நாளுக்குநாள் அதிகரித்து வந்தது.

இவ்வளவுக்கும் அவர் தன் பரம விரோதியான பாம்பை ஒருமுறை கூடப் பார்த்ததில்லை. அந்தப் பாம்புக்குக்கூடத்

தன் புரவலரை ஒருநாளாவது பார்க்கவேண்டும் என்ற எண்ணம் தோன்றியதில்லை. ம்வாங்கிக்குத் தெரிந்ததெல்லாம் அது வந்துபோகும் தடங்கள்தான். அத்துடன் முட்டைகளின் எண்ணிக்கையும் கணிசமாகக் குறைந்து கொண்டே வந்தது.

ஒருநாள் இந்த எதிரிகள் நேருக்குநேர் சந்தித்துக் கொண்டார்கள். எதிர்பாராமல்தான் இது நடந்தது.

முதலில் கண்டது பக்கத்து வீட்டு யோசப்தான். அவன்தான் ம்வாங்கியைச் சத்தம்போட்டு அழைத்தான். இப்படி ஒரு வேலையும் செய்யாமல், அன்றாடம் வேட்டைக்குப் போகாமல், தினம்தினம் கிடைக்கும் முட்டை வருவாயில் அந்தப் பாம்புக்கு அலுப்பு ஏற்பட்டிருக்கலாம். மெதுவாக வெளியில் வந்து அந்த இளம் வெய்யிலை அனுபவித்துக் கொண்டிருந்தது. இலவசமென்றாலும் உண்ட களைப்பு அதற்கும் இருக்கத்தானே செய்யும்.

அதைக் கண்டதும் ம்வாங்கி சிறிது நேரம் மெய்சிலிர்த்துப் போய் நின்றார். என்ன அழகான காட்சி. என்ன அலட்சியமான பார்வை. நாளைக்குப் பேசிக்கொள்ளலாம் என்பது போல. விர்ரென்று வீட்டினுள்ளே புகுந்து பீவர் மரத்துக் கம்பைத் தூக்கி மஸாய் வீரன்போல் தலைக்குமேல் பிடித்தபடி பாய்ந்து வந்தார்.

பாம்பு பார்த்துவிட்டது. இவருடைய எண்ணம் ஆரோக்கியமானதல்ல என்பது அதற்கு எப்படியோ தெரிந்து விட்டது.

உஸ்ஸென்று நிமிர்ந்தது. அதனுடைய மணிக் கண்கள் பளபளத்தன. சிறிய தலையில் அவை பெரிதாகத் தெரிந்தன. செக்கச் சிவந்த பிளவு நாக்கை வெளியே விட்டு காற்றைச் சோதித்தது. படத்தை விரித்து தன் சுயரூபத்தைக் காட்டியது. பிறகு என்ன நினைத்ததோ, உடலைச் சுருக்கி செங்கல் குவியலுக்குள் புகுந்து கொண்டது. ஒரு சமமான எதிரிக்குக் கொடுக்கவேண்டிய மரியாதையை அது செய்யத் தவறியது.

ம்வாங்கியும் பெரிய தவறு செய்தார். அந்தப் பாம்பிடம் மிகவும் அநாகரிகமாக நடந்துகொண்டார். அது நிராயுத பாணியாக நின்றது. இவர் தடியைச் சுழற்றியபடி வெறி கொண்டவரைப் போல் செங்கல் குவியலைச் சுற்றி நாலுதரம் ஓடினார். பாம்பு அவசரமில்லாமல் ஒரு பக்கத்தால் வழிந்து கத்தாளை புதர்களுக்குள் போய் மறுகணம் மறைந்துவிட்டது.

ம்வாங்கி இப்படி ஓடியதற்குக் காரணம் அந்தப் பிராந்தியத்தில் மலிந்திருக்கும் துப்பும் பாம்பாக அது இருக்குமோ

அ. முத்துலிங்கம்

என்று நினைத்ததுதான். துப்பும் பாம்பை அடிப்பதற்குச் சாமர்த்தியம் வேண்டும். அது பத்தடி தூரம் வரைக்கும் கண்ணைக் குறிவைத்துத் துப்பும். விஷம் பட்டால் கண் பார்வை போய்விடும். அதுதான் வால்பக்கம் இருந்து அடிப்பதற்காக வசதி பார்த்தார். ஆனால் பிறகுதான் இது துப்பும் பாம்பு அல்ல என்று அவருக்குத் தெரிந்தது.

இப்படியாக முதல்நாள் போர் ம்வாங்கிக்கு முற்றிலும் தோல்வியில் முடிந்தது.

பாம்புக்கு இந்தச் சம்பவம் பிடிக்கவில்லை. அது தானும் தன்பாடுமாக இருந்த பாம்பு. தனக்கும் கோழிகளுக்கும் இடையில் இருக்கும் ஒப்பந்தத்தில் இன்னொருவர் அத்துமீறிப் புகுந்துவிட்டதாக அது நினைத்தது. தன் அதிருப்தியைக் காட்டுவதற்குத் தருணம் பார்த்திருந்தது.

அடுத்த நாள் காலை ம்வாங்கி வெளியே வந்து பார்த்த போது அது முட்டையைக் குடித்துவிட்டு சக்கையை வாசலிலே உமிழ்ந்துவிட்டிருந்தது. எத்தனை முட்டை களவுபோனது என்று அவர் இனிமேல் தன்னுடைய சுருட்டை மயிரைப் பிடித்து இழுத்துக் குழம்பத் தேவையில்லை. அவ்வப்போது அதிகாலையில் வந்து attendance கொடுப்பது போல முட்டைக் கணக்குக் கொடுத்துவிட்டுப் போனது.

ம்வாங்கி தன் முயற்சியில் இன்னும் தீவிரமானார்.

அன்று அவருக்கு வெகு நேரமாகத் தூக்கம் வரவில்லை. பாம்பைப் பற்றிய சிந்தனையாகவே இருந்தது. காற்றுப் புக முடியாத அந்தச் சிறு அறையில் மாட்டுத் தோல் போர்த்திய கட்டிலில் அவர் படுத்துக்கிடந்தார்.

பக்கத்திலே எமிலி. அந்த இருட்டிலும் அவள் மார்புகள் சீராக ஏறி இறங்குவது தெரிந்தது. அவள் பக்கமிருந்து மெல்லியதாக வெப்பவாடை வீசியது.

ஒரு நாளைப்போல 'சுக்குமாவிக்கி' சாப்பிடுவோரிடம் வெளிப்படும் அந்த வாசனை வீச்சம் அவளிடம் கொஞ்சம் அதிகமாகவே இருந்தது. அது அவரை என்னவோ செய்தது. இருட்டிலே துளாவினார். அவளுடைய லாஸாவின் நுனியைக் கைகளினால் தடவிக் கண்டுபிடித்து சுருக்கை இழுப்பதற்குக் கொஞ்ச நேரம் ஆனது.

'வாச்சா, வாச்சா' என்று முனகியபடி திரும்பி அவருக்கு வசதியான நிலையில் படுத்துக்கொண்டாள். அவளுடைய கை யதேச்சையாக அவர் தொடையின்மேல் வந்து விழுந்தது.

கொழுத்தாடு பிடிப்பேன்

அவருக்குப் பிடித்தது இதுதான். மறுப்பு சொல்ல மாட்டாள். அடிக்கடி 'தாராள மனசுப் பொம்பிளை எப்பவும் பிள்ளைத்தாய்ச்சி' என்று சொல்லிச் செல்லமாக அவரைக் கடிந்துகொள்வாள். ஆனால் மறுக்கமாட்டாள்.

எமிலியின் மகனுக்கு இப்போது இரண்டு வயதாகிறது. அவனுக்கு நாலு வயதாகும்போது தங்கள் திருமணத்தை நடத்த அவர்கள் திட்டமிட்டிருந்தார்கள். எமிலிக்கு ஆடம்பர மாக மணச்சடங்கு நடத்தவேண்டும் என்ற விருப்பம் இருந்தது. தேவதைபோல வெள்ளை ஆடை உடுத்தி, முகத்திரையிட்டு, நீண்ட சில்க் கையுறை அணிந்து இசைக்கேற்ப நடந்துவர வேண்டுமென்பது அவள் ஆசை. அவளுடைய மகன் மலர்ச் செண்டு ஏந்தி ஊர்வலத்தின்முன் நடப்பதை அடிக்கடிக் கற்பனை செய்து பார்ப்பாள்.

ஒரு கணிசமான அளவு சேமிப்பு எமிலியிடம் இருந்தது. ம்வாங்கியும் கொஞ்சம் சேமித்தால் விரைவில் திருமணத்தை நடத்திவிடலாம். ஆனால் இந்தப் பாம்பு அதற்குத் துணை புரிவதாகத் தெரியவில்லை.

அப்பொழுதுதான் ம்வாங்கியின் மூளையில் ஒரு மின்னலடித்தது. அந்தப் பாம்பு பதினாலு அடி நீளம் இருந்தது. என்ன வேகமாக மறைந்தது. கண்மணிகள் எவ்வளவு பெரிது. வழவழப்பான கறுப்பு. ஆப்பிரிக்காவின் கறுப்பு மம்பா அல்லவா அது!

இந்தப் பாம்பு மரம் ஏறக்கூடியது. மரத்தின் வழியாக ஏறி கூரை மூலமாக அல்லவா இது உள்ளே வருகிறது. கதவு ஓட்டைகளையும், வலைப் பின்னல்களையும் மாய்ந்து மாய்ந்து அடைத்து என்ன பிரயோசனம்!

மறுபடியும் ரோர்ச்சை எடுத்துக்கொண்டு போர் ஆயத்தங்களோடு நடு இரவில் புறப்பட்டார். அந்தப் பாம்பு அவருக்குப் பெரும் சவாலாகத்தான் இருந்தது.

தனக்குத் தெரிந்த பலவித சிகிச்சைகளையும் அவர் செய்து பார்த்துவிட்டார். வளைந்த மரக்கிளைகளை எல்லாம் வெட்டிச் சாய்த்தார். சுற்றிவர மண்ணெண்ணெய் ஊற்றி வைத்தார். தார் பூசினார். தகரத்தை அடித்தார். இரவிரவாக விளக்குகளை எரியவிட்டார். அவருடைய சீனியர் சேர்டிபிக்கட் செகண்ட் டிவிஷன் மூளைக்கு எட்டிய அற்புத மான யோசனைகள் எல்லாவற்றையும் செயல்படுத்தினார்.

பாம்பு மசியவில்லை. எல்லாவிதத் தந்திரோபாயங் களையும் அது கற்றுத் தேர்ந்திருந்தது. குதிரையைத் தொலைத்

அ. முத்துலிங்கம்

தவன் குட்டையிலும் தேடுவான்; கூரை முகட்டிலும் தேடு வான். அவனுக்குத் தெரியும் அவன் கஷ்டம். ம்வாங்கி எல்லா வித்தைகளையும் செய்து களைத்துவிட்டார்.

முள்ளம்பன்றியை மடியிலே கட்டிக்கொண்டு முதுகு சொறியப் பயணம்போனக் கதையாக யோசப்பை மறந்து விட்டார் ம்வாங்கி. பக்கத்து வீட்டுக்காரர். பாம்புகளின் பூர்வீகம் அறிந்தவர். கடைசி முயற்சியாக யோசப் சொன்ன யோசனையைச் செய்துபார்க்கலாம் என்ற முடிவுக்கு வந்தார்.

எமிலியிடம் அவருக்கு ஒரு வருடத்திற்குப் போதிய காதல் இருந்தது. ஆனால் அவருக்குப் பிடிக்காதது அவ ளுடைய பிடிவாதம்தான். சிறு குழந்தையைப்போல எவ்வளவு முரண்டுபிடிக்கிறாள்!

வீட்டிலே பிறந்த மேனியாகத் திரியக்கூடாது என்று வந்த நாளிலிருந்தே ஒரு சட்டம் போட்டுவிட்டாள். அதிலே அவருக்குப் பெரிய சங்கடம்தான். ஆனாலும் அவள் வீட்டிலே இருக்கும் நேரங்களில் எவ்வளவு கஷ்டத்திலும் அதைக் கடைப்பிடித்து வந்தார்.

மற்றது இன்னும் கொடூரமானது. அவர்கள் சமையலறை யில் ஒரு சிறுமேடை இருக்கும். வசதியானது. இவர்களுக் காகவே கட்டியது போலிருந்தது. எவ்வளவுதான் அவசரமாக இருந்தாலும் அவளை அந்த மேடையிலே கூப்பிட்டால் வரவே மாட்டாள். அப்படி ஒரு பிடிவாதம். போகிறது.

திடீரென்று அவள் அந்த வீட்டிலிருக்கப் பயந்தாள். அவள் மிகவும் பயப்படுவது மகனைப் பற்றித்தான். கறுப்பு மம்பாவின் விஷம் பொல்லாதது. கடித்த சில விநாடிகளில் உயிர் பிரிந்துவிடும். ம்வாங்கி இந்தப் பாம்பு விஷயத்தில் மிகவும் மெத்தனமாக நடப்பது போல் அவளுக்குப்பட்டது.

எமிலியின் அவசரத்திற்கு ஏற்றபடி ம்வாங்கி வேகமாகச் செயல்படவில்லை. அதுதான் அவளுக்குக் கோபம். சமைய லறையில் நிலம் அதிர்ந்தது. துக்கம் அநுட்டிக்கும் அரைக் கம்பத்துக் கொடிபோல அவள் கண்கள் பாதி மூடியிருந்தன. உதடுகள் துடித்தன. கால்களைக் கத்தரிக்கோல் போல விரித்துப் போட்டிருந்தாள். அவள் கைகள் மரெண்டாக் கீரையை மளமளவென்று நறுக்கியபடி இருந்தன.

ம்வாங்கி அவசரத்தில் அவளுடைய மரிந்தா அங்கியை அணிந்திருந்தார். அதிலே பெரிய பூக்கள் போட்டிருந்தன. நுனிக்காலில் நடந்துவந்து மெதுவாக அவள் பக்கத்தில் உட்கார்ந்தார். அவள் கையைப் பற்றினார். அவள் திமிறினாள்.

'விலைபோகாத பெண்ணே! என் வாசனைத் திரவியமே! உன் கண்களை என்மேல் திருப்பு. சூடாய் இருக்கும் தண்ணீர் ஆறித்தானே ஆகவேண்டும். ஒருநாள் இந்தப் பாம்பை நான் கொன்றுவிடுவேன். கொஞ்சம் பொறுமையாக இரு,' என்றார் ம்வாங்கி, மன்றாடும் குரலில்.

'என் மகன் தங்க வேண்டும் என்று விரும்புகிறேன். அவன் இரவு படுக்கப் போகும்போது நான் பார்க்கிறேன். அடுத்தநாள் காலை அவன் கண் விழிப்பதை நான் காண வேண்டுமே என என் மனம் பயந்து நடுங்குகிறது. வெள்ளம் கணுக்கால்வரை வந்ததும் வாரி இறைக்க வேண்டாமா? ஒரு பாம்பை அடிக்க இவ்வளவு நாடகமா? உலகத்து உடமைக்காரரிடம் என் மகனை ஒப்படைத்துவிட்டேன். என் சொற்கள் எல்லாம் தீர்ந்துவிட்டன. கபிஸா. என் வந்தனங்கள்'.

அவளுடைய வார்த்தைகள் வேகமாக வந்து விழுந்தன, நீதிபதியின் சுத்தியலைப் போல. ம்வாங்கி அவள் காதுகளை வருடினார். அவள் முனகும் சமயமாகப் பார்த்து பலவந்தமாக இழுத்து அணைத்தார். அவள் தோள்கள் விறைப்புடன் அடிபணிய மறுத்தன. அவள் மேல்உதடு தடிமனாகவும், யாமசோமா இறைச்சி போலச் சுவையாகவும் இருந்தது.

தலையை ஒரு பக்கம் சாய்த்து அவரைப் பார்த்தாள். மூக்கைச் சுருக்கி பிகு செய்தாள். திரும்பமுடியாத ஒரு எல்லைக்குத் தான் தள்ளப்பட்டதை உணர்ந்தாள். சாப்பாட்டின் கடைசி வாய்போல ம்வாங்கி அவளை ருசித்தார்.

யோசப் சொன்ன யோசனை சிக்கனமானது. இலகுவானது. நாலு 'பிங்பாங்' பந்துகளை வாங்கி முட்டைகளுடன் கலந்து வைத்து விடுவது. பிளாஸ்டிக்கில் செய்த அந்த பந்துகள் முட்டை போலவே இருக்கும். பாம்பு பந்தை விழுங்கி விடும். இது உத்திரவாதமானது. கிராமங்களில் இதுதான் பாம்பு பிடிக்கும் முறை என்றெல்லாம் யோசப் அளந்தான். பாம்பு ஏமாந்துவிடும் என்று அடித்துக் கூறினான்.

அன்று இரவு ம்வாங்கி மூன்று தடவை எழும்பி பாம்பு வேட்டைக்குப் போய் வந்திருந்தார். அதனால் நேரம் போனது அவருக்குத் தெரியவில்லை. பலபலவென்று விடிந்த பிறகே எழும்பினார். எமிலி மகனையும் தூக்கிக்கொண்டு வேலைக்குப் போயிருந்தாள்.

கூதல் காற்று அடித்தது. ஜகரண்டா மரம் நிலம் தெரியாமல் பூக்களைச் சொரிந்திருந்தது. எங்கும் ஊதா மயம்.

வழக்கம்போலக் கோழிப்பண்ணையைச் சுற்றி வந்தார். ஏதோ வித்தியாசமாகத் தெரிந்தது. உள்ளே போய்ப் பார்த்தார். இரண்டு பந்துகள் குறைந்துபோய்க் காணப்பட்டன. அவருடைய நெஞ்சு வேகமாக அடிக்கத் தொடங்கியது.

பரபரப்புடன் வெளியே வந்து மண்ணிலே தேடினார். பாம்பின் தடம் என்று தான் ஊகித்த இடமெல்லாம் தொடர்ந்து போய்ப் பார்த்தார். அந்த பாம்பு அவ்வளவு சுலபமாக ஏமாந்திருக்கும் என்று அவருக்குத் தோன்றவில்லை.

பீவர் மரத்தைத் தாண்டி யானைப்புற்கள் தொடங்கும் இடத்தில் அதைக் கண்டார். அந்தப் பாம்பு செத்துப்போய்க் கிடந்தது. மிகவும் செத்துப்போனது. கறுப்பாக நீண்டுபோய் மினுமினுத்தது. அதன் மிகச் சிறிய வாய் பிரிந்துபோய் கிடந்தது. தலையை நிலத்தில் அடித்து அடித்து ரத்தம் கசிந்திருந்தது. எறும்புகள் மொய்த்திருந்தன. அதனுடைய தொண்டைக்குக் கீழ் இரண்டு பந்துகள் மாட்டிப்போய் பம்மிக் கொண்டு இருப்பது தெரிந்தது.

எவ்வளவு நீளம்! உடம்பில் ஒரு காயமும் இல்லை. தலை மாத்திரம் சிதைந்துபோய்க் கிடந்தது. வால் கொஞ்ச மாக அசைந்து கொடுத்தது.

பாம்பைப் பார்க்க பக்கத்துக் குடிசைகளில் இருந்தெல்லாம் ஆட்கள் வந்துவிட்டார்கள். பாம்பின் வால் அசைந்ததைப் பார்த்து ஆளுக்கொரு போடு போட்டார்கள்.

சிறுவர்கள் பாடு கொண்டாட்டம்தான். ம்வாங்கியை மலரமலரப் பார்த்தார்கள். பிறகு பாடத்தொடங்கினார்கள்.

ம்வாங்கி அனயூவா நியோகா

சீயோ சீயோ முவாகா

(ம்வாங்கி பெரிய வீரர்தான்

பாம்பை அடித்த சூரர்தான்)

இதற்கிடையில் ஒக்கிலா எங்கிருந்தோ ஓடிவந்து சேர்ந்தான். மரண ஊர்வலங்கள் அவன் இல்லாமல் நடைபெறுவதில்லை. பாம்பைத் தூக்கி மாலையாகக் கழுத்திலே போட்டுக்கொண்டான். அப்படிப் போட்டும் பாம்பினுடைய தலையும் வாலும் நிலத்திலே அரைபட்டது. ஒக்கிலா கைகளை விரித்து முழங்கால்களை மடித்து மரண நடனம் ஆடியபடியே புறப்பட்டான். சிறுவர்கள் பின் தொடர்ந்தார்கள். பழைய பெட்டிகளிலும் டின்களிலும் மேளம் அடித்தபடியே அந்த ஊர்வலம் குடிசைகளைச் சுற்றிச்சுற்றி வந்தது.

பெரியவர்கள் ம்வாங்கியைப் பாராட்டிவிட்டுச் சென்றார்கள். சிலர் அவருடைய சாமர்த்தியத்தை அளவுக்கு மீறி மெச்சினார்கள். தன் இயல்புப்படி முட்டை குடிக்கவந்த பாம்பு சூழ்ச்சியில் அகப்பட்டு ஓக்கிலாவின் கழுத்தில் அப்படியும் இப்படியும் அசைந்து நிலத்தில் அசிங்கமாக இழுபட்டுக்கொண்டு போனது.

அந்தப் பாம்பின் நீள உடம்பு திருப்பித்திருப்பி நினைவில் வந்தது. இரு சமமான எதிரிகளுக்கிடையில் நடந்த இந்த தர்ம யுத்தத்தில் கபடமும் நயவஞ்சகமும் எப்படியோ புகுந்து விட்டது. இந்த வெற்றியில் என்ன பெருமிதம்? தோல்வியில் கிடைக்கும் அமைதிகூட இல்லையே என்று பட்டது.

ம்வாங்கி வெளிவாசலில் அப்படியே குந்திப்போய் இருந்தார். வெகுநேரம் இருந்தார். எமிலியும் மகனும் திரும்பியபோதுகூட அப்படியேதான் இருந்தார். எமிலி தன் மகனைத் தொப்பென்று கீழே போட்டுவிட்டு வேகமாக அவரிடம் வந்தாள். சம வயதுடைய இரண்டு பப்பாளிப் பழங்கள்போல அவள் மார்புகள் குலுங்கின.

அவளுடைய முகத்தை அவரால் நேராகப் பார்க்க முடியவில்லை. அவசரமாக எழுந்து நின்றார். வலுவானதும் வளைந்து கொடுக்கக் கூடியதுமான பீவர் மரத்துக் கம்பைத் தூக்கித் தூர வீசி எறிந்தார். எறிந்துவிட்டு வீட்டுக்குள் போவதற்குத் தலையைக் குனிந்தார் ம்வாங்கி, சீனியர் சேர்டிபிக்கட் செகண்ட் கிளாஸ்.

ஐந்தாவது கதிரை

ஆந்தை பகலில் வெளியே வந்தால் அதிலே ஒரு விசேஷம் இருக்கும். அப்படித்தான் தங்கராசா இன்று வெளியே புறப்பட்டதும். பத்மாவதியைச் சமாதானப்படுத்துவதற்கான இன்னொரு முயற்சி. ஒரு சதுரமைல் பரப்பைக் கொண்ட அந்த மா அங்காடியில் கிடைக்காத பொருட்களே இல்லை. விநோதங்களுக்கும் களியாட்டங்களுக்கும் குறை வில்லை. ஒவ்வொரு தடவையும் பத்மாவதியை இங்கே கூட்டிவரும்போது அவள் சிறு பெண்ணாக மாறி பரவசமாகிவிடுவாள்.

எல்லாம் ஒரு கதிரையால் வந்த கஷ்டம்தான். உப்பு பெறாத சமாச்சாரம். இன்றைக்கு இவ்வளவு பெரியதாக வளர்ந்துவிட்டது. அவள் பிடித்த பிடிவாதமாக இருக்கிறாள். இதிலே விட்டுக் கொடுத்தால் அவ்வளவுதான். இனி அவரை ஒரு சதக்காசுக்கும் மதிக்க மாட்டாள்.

இந்தக் கதிரை காஷ்மீரத்தில் செய்யப்பட்டு, ஏற்றுமதியாகிக் கனடாவில் விற்பனையானது. கம்பளத்துக்கு அடுத்தபடி காஷ்மீரில் பேர்போனது இந்த வால்நட் மரம்தான். பதப்படுத்தப்பட்ட மரத்தில் செய்த இந்தக் கதிரை சாதாரணமான தில்லை. ஒரு ராஜபரம்பரையை உத்தேசித்தும், அசௌகரியத்தை மனதில் கொண்டும் படைக்கப் பட்டது. நுணுக்கமான மரவேலைப்பாடுகள் கைப்பிடிகளிலும், கால்களிலும், முதுகு தாங்கி யிலும் காணப்பட்டன. இளநீல வர்ண வெல் வெட்டில் மெத்தைகள் அலங்கரித்தன. ஏறியிருந்தால்

கால்கள் கீழே தொங்கும். அந்தக் கதிரைதான் வாங்க வேண்டுமென்று அடம் பிடித்தாள் இந்த பத்மாவதி.

அவர்கள் வீட்டிலே நாலு சோபாக்கள்தான் இருந்தன. மெத்தை வைத்து, மண்புழு கலரில் ஊத்தை தெரியாமல் இருப்பதற்கும், நீண்டகால பாவனைக்குமாக வாங்கப் பட்டவை. ஒன்று இணை சோபா, மற்றவை துணை சோபாக்கள், இவர்கள் மனக்கணக்குத் தாண்டி ஓர் உபரி விருந்தாளி வந்துவிட்டால், அவர் இருப்பதற்குச் சமையல் கட்டிலிருந்து கதிரை எடுத்து வரவேண்டும்; அவமானம். அதுதான் அவள் இந்தக் கதிரையில் மிகவும் ஆர்வமாய் இருந்தாள். அதனுடைய விலைகூட அவளுடைய ஒரு வாரச் சம்பளத்திலும் குறைவுதான் என்று குத்திக்காட்டினாள்.

தங்கராசாவும் பிடிவாதமாக இருந்தார். சண்டை என்று வந்தால் இறுதியில் சரணடையும் பெருமை அவருக்குத்தான். ஆனால் இம்முறை அவர் விட்டுக்கொடுப்பதாய் இல்லை. தன் கைவசமிருந்த யுக்திகள் சகலத்தையும் கையாண்டு தன் அதிகாரத்தை நிலைநாட்டவே தீர்மானித்திருந்தார்.

ஆனால் பத்மாவதி இவரைவிட பெரிய சூழ்ச்சிக்காரியாக இருந்தாள். அவள் தன்னிடமிருந்த மிகச்சிறந்த படைக்கலத்தைப் பிரயோகிப்பதற்குத் தருணம் பார்த்திருந்தாள். அதைச் செய்தால் அவர் நிர்மூலமாகிவிடுவார் என்பது அவளுக்குத் தெரியும். அவள் துணிச்சல்காரி. செய்தாலும் செய்வாள்.

அவளுக்கு அப்போது பதினாலு வயது இருக்கும். பள்ளிக் கூடத்துக்கு வெள்ளைச் சீருடையில் போய்விட்டுத் திரும்பிக் கொண்டிருந்தாள். அவளோடு பல மாணவிகள் வந்துகொண் டிருந்தார்கள். எல்லோரும் ஒரே சைஸ் பெண்கள். அப்போது ஒரு வண்டிக்காரன் வண்டியில் சிமென்ட் மூட்டை ஏற்றி விட்டு ஓர் ஓடிசலான மாட்டை போட்டு அடித்துக்கொண் டிருந்தான். அது கால்களைப் பரப்பி வைத்து மூச்சிரைக்க நுரை தள்ளி நின்றது.

பேசிக்கொண்டு போனவள் திடீரென்று திரும்பி வண்டிக் காரனிடம் வந்து அவன் திகைத்தபடி பார்க்க அவனுடைய துவரங்கம்பைப் பிடுங்கினாள். நடுவீதியில் முறித்து எறிந்தாள். பிறகு வந்தமாதிரியே போய் சிநேகிதிகளுடன் கலந்துகொண் டாள். இவ்வளவும் செய்ய சரியாக அவளுக்கு இருபது விநாடிகள் எடுத்துக்கொண்டன. சிநேகிதிகளுடன் சேர்ந்தபிறகு அவள் ஒருதரம் தானும் வண்டிக்காரனைத் திரும்பிப் பார்க்க வில்லை.

இது அவள் சுபாவம். தங்கராசா இவளிடம் மனதைப் பறிகொடுத்ததற்கும் இந்தத் துணிச்சல்தான் காரணம். அகதியாகக் கனடாவில் வந்து இறங்கிய பிறகு அவர் செய்த முதல் வேலை முகவர் மூலம் அவளையும் எடுப்பித்ததுதான்.

அவர்கள் கல்யாணம் கோயிலில் கோலாகலமாக நடந்தது. பிளாஸ்டிக் வாழைமரம், அசல் அம்மிக்கல், இருந்து வாசிக்கும் நாயனக்காரர், நின்று வாசிக்கும் நாயனக்காரர் (இவருக்கு சார்ஜ் கூட), யாளி வைத்த மணவறை, வானத்தில் பறந்து வந்த வாழையிலை, ஆழ்குளிரில் இருந்து எழுப்பிய மாவிலைகள், பால் ரொட்டி, பயத்தம் பணியாரம் போன்ற அபூர்வமான பலகாரங்கள் எல்லாம் தவறாமல் பங்கேற்றன. வீடியோ புகழ் ஜகன்னாத குருக்கள் கல்யாணத்தைச் சிறப்பாக நடத்தி வைத்தார்.

சேலை கட்டுவதில் அவள் தேர்ச்சி பெற்றவள் அல்ல. சிரத்தையில்லாமல் உடுத்திக் கவனமின்றித் தாவணியை விசிறியிருப்பாள். இந்தச் சேலையில் சிலபேருக்கு உடல் அழகு பிரமாதமாக வெளிப்படும். இன்னும் சிலருக்கு அழகு அமுங்கி வெகு சாதாரணமாகிவிடும். இவள் இரண்டாவது வகை. மிகச் சாதாரணமான உடல்வாகு போன்ற தோற்றம். தவிட்டு நிறமாக இருந்தாள்.

கண்கள் ஏமாற்றும் என்பதை முதன்முதலில் தங்கராசா அனுபவித்தது அப்போதுதான். நாணம், பயம் என்பது அவளுக்குத் துளியும் கிடையாது. போலியில்லாமல் மிக இயல்பாக இருந்தாள். இதுதான் அவருக்குப் பிடித்தது. பிடிக்காததும் இதுதான்.

அன்று இரவு தங்கராசாவுக்குப் பல ஆச்சரியங்கள் காத்திருந்தன. அவள் புஜங்கள் ஒரு மல்யுத்த வீராங்கனையுடையதுபோல இறுக்கமாகவும், மினுமினுப்பாகவும் இருந்தன. திடீரென்று தோன்றிய மார்புகள் மிக உருண்டையாகவும், முதலையின் அடிப்பாகம்போல வெண்மையாகவும் காணப்பட்டன. ஒரு மரம் ஏறியின் வயிறுபோல அவள் வயிறு ஒட்டியிருந்தது. பெண்மையைப் பற்றி அவர் இரவிரவாகச் சிந்தித்து வைத்திருந்த சித்திரம் எல்லாம் உடைந்து விட்டது. அது அவருக்கு மிகவும் உவகை தருவதாக இருந்தது.

அவள் முயங்கும்போது முழுமூச்சோடு முயங்குவாள். தன்னை மறந்த நிலை. உலகை மறந்த சுகம். கைகளும் கால்களும் மாறுபட்டு யாருடைய கால்கள், யாருடைய கைகள் என்று தெரியாத குழப்பமான நிலை. கண்களை மூடி அனுபவிப்பாள்.

கொழுத்தாடு பிடிப்பேன்

அந்த நேரங்களில் எல்லாம் இவருக்குத் தோன்றும் இந்த மனித உடம்பு பிணையலுக்கு ஏற்றது இல்லையென்று. இந்தக் கையும் காலும் வேண்டாத இடங்களில் வந்து இடைஞ்சல் கொடுத்தபடியே இருக்கும். பாம்பின் உடம்பு ஒன்றுதான் கூடலை மனதில் வைத்துப் படைத்த ஒரே உடம்பு. சுருண்டு, பிணைந்து, நெளிந்து தேக சம்பந்தம் கொள்ள இந்த அற்ப மானுட உடல் சாத்தியமற்றது என்று ஆதங்கப் படுவார்.

அநேக நாட்களில் இந்த வேகத்தில் ஒரு விபரீதம் நடந்து விடும். அவளுடைய கால் சங்கிலிகள் இரண்டும் ஒன்றுடன் ஒன்று மாட்டிக்கொள்ளும். பாதி இரவில் இது அடிக்கடி நடந்துவிடுவது அவருக்கு வேடிக்கையாக இருக்கும். ஆனந்த மாகவும் இருக்கும். அவள் பரிதாபமாக 'ஐயோ, கொழுவிப் போச்சு! இதைக் கழட்டிவிடுங்கோ' என்று மன்றாடுவாள். இவர் அந்தத் தவிப்பைக் கொஞ்சம் நீடிக்கவிட்டு ரசிப்பார். ஓரங்களில் வெளிறிப்போய் இருக்கும் அந்த பாதங்களைத் தடவியபடியே கால் சங்கிலிகளைக் கழற்றுவார். வெகுநேரம் கழற்றுவார்.

இதெல்லாம் ஆரம்ப காலங்களில். பிறகு புத்தி வந்து இரவு வேலைகளை முடித்துவிட்டுச் சயனத்திற்கு வரும்போது கால் சங்கிலியைக் கழற்றி வைத்துவிடுவாள். அதற்குப் பிறகு அதுவே ஒரு சைகை ஆயிற்று. சில நாட்களில் அவளே கொலுசைக் கழற்றி வைத்துவிட்டு சிரித்துக்கொண்டு வருவாள். அவருக்குப் புரிந்துவிடும். தயாராக இருப்பார். இன்னும் சில நாட்களில் கொலுசைக் கழற்றாமல் 'சிலுங் சிலுங்' என்று நடந்து வந்து படுக்கையில் தொப்பென்று விழுந்துவிடு வாள். அன்று விடுமுறை.

மகள் பிறந்த பிறகும் இது தொடர்ந்தது. அதுவே ஒரு சங்கேத வார்த்தையாக உருவெடுத்தது.

அதுவும் பழைய கதை. இப்ப அவள் கால் கொலுசைக் கழற்றுவதே இல்லை. அவள் மனதில் என்ன நடக்கிறது என்று யாருக்குத் தெரியும். வெங்காயம் வெட்டுவதுபோல முகத்தை மறுபக்கம் திருப்பி வைத்துக்கொண்டுதான் பேசினாள். அவரை இப்பொழுதெல்லாம் அவள் அண்டுவதற்கே கூசுவது போலப்பட்டது.

இங்கு வந்த பிறகு அவள் குதிக்கால் வெடிப்பில் ஒட்டி யிருந்த செம்பாட்டு மண் முற்றிலும் மறைவதற்குச் சரியாக ஆறுமாதம் எடுத்தது. ஆனால் அவள் அடியோடு மாறுவதற்கு ஆறுவாரம்கூட எடுக்கவில்லை. கனடா அவளுக்கு சொர்க்க

லோகமாகப்பட்டது. மற்றவர்களைப் போல அல்லாமல் குளிரை அலட்சியப்படுத்தினாள். வாழ்நாள் முழுக்க அங்கேயே பிறந்து வளர்ந்ததுபோல ஒருவிதத் தடங்கலும் இன்றி உற்சாகத் தோடு அந்த நீரோட்டத்தில் கலந்து ஐக்கியமானாள்.

தங்கராசா இன்னமும் பழக்க தோஷத்தில் உலர் சலவை சேட்டை உதறிப்போட்டும், காலணிகளை அதிகாலை வேளை களில் கவிழ்த்துப் பார்த்தும் போட்டுக்கொண்டு இருக்கையில் பத்மாவதி லீவாய் ஜீன்ஸூம், வாசகம் எழுதிய ரீ சேர்ட்டும் அணிந்து, சீராக வெட்டிய குட்டை மயிர் காதைத் தொட, தானாகவே சுவாசிக்கும் நைக்கி காலணியில் சுப்பர் மார்க்கட் டில் சாமான் வாங்கிவிட்டு கடன் அட்டையில் கணக்கு தீர்த்துக்கொண்டிருந்தாள்.

கனடா வந்து ஒரு வருட பயிற்சிக்குப் பிறகு இவருக்கு கம்ப்யூட்டர் நிரல் எழுதும் வேலை கிடைத்தது. இவர் திறமை யான வேலைக்காரர். இவர் நிரல்களைப் பூச்சி அரிப்பதில்லை. ஒருக்கால் எழுதினால் எழுதினதுதான். அதைச் சரி பார்க்க வேண்டிய அவசியமேயிராது. ஆனாலும் இவர் மேசைக்கு வரும் கோப்புகள் நத்தை வேகத்தில்தான் நகர்ந்தன. அதனால் ஒருநாள் வேலை போய்விட்டது.

வேலை போனபின் வீட்டிலேயே சுவாசித்துக்கொண்டு இருந்தார். அதுவரையில் சாதாரண தவறுகளையே செய்து பழகியிருந்தவர் பத்மாவதி தந்த துணிச்சலில் ஒரு மாபெரும் தவறைச் செய்ய நேரிட்டது. ஒரு தொழிற்சாலையில் வேலை ஒன்று காலியாகவிருந்தது. அவளை அதில் சேர அனுமதித்தார். அப்பொழுது அவர் கையை விட்டுப்போன ஆட்சியை அவர் இன்னமும் திருப்பிக் கைப்பற்றவில்லை. அவருக்கு வேலை கிடைத்தபிறகும் அது அவளிடமே தங்கிவிட்டது.

பத்மாவதி வேலை செய்யும் இடத்தில் பல தென் அமெரிக்கப் பெண்கள் வேலை பார்த்தார்கள். அவர்கள் எல்லோரும் இவளுடன் நல்ல சிநேகம். இவளுடைய உடை, கலர், தோற்றம், தலைமயிர் இவற்றைப் பார்த்தவர்கள் இவளைக் கொலம்பியன் என்றோ, கொஸ்டா ரிக்கன் என்றோதான் நினைத்தார்கள். அவர்களைப் போல உடுக்கவும், நிற்கவும், நடக்கவும், பல் குத்தவும் பழகிக்கொண்டாள். பஸ் தரிப்பு நிலையங்களில் யாராவது அவளிடம் ஸ்பானிஷ் பாஷையில் பேசி விட்டால் பரவசமாகிவிடுவாள்.

பதினாலு வயதில் அவளுக்கு மகள் இருப்பதைச் சொன்னால் யாரும் நம்ப மறுக்கிறார்கள். ஒரு நாள் 'பாலே' வகுப்பில் சந்தித்த ஓர் அம்மா 'இது உங்கடை தங்கச்சியா?'

என்று கேட்டு விட்டாள். பத்மாவதி அன்று முழுக்க மிதந்த படியே இருந்தாள். கணவரிடம் இதைத் திருப்பித் திருப்பிச் சொன்னபோது அவருடைய பயம் இன்னும் அதிகரித்தது.

சங்கேத பாஷை நாட்களில் அவர்களுக்கிடையே எவ்வளவு புரிதல் இருந்தது. 'பத்மாவதி' என்று முழுப்பெயரும் கூறி அழைத்தால் அவர் கோபமாக இருக்கிறார் என்று அர்த்தமாகும். பிரியமாக இருக்கும்போது 'பத்து' என்று அழைப்பார். பிறர் முன்னிலையில் 'பத்மா' என்றே கூப்பிட்டு பழக்கம். ஆனால் படுக்கை அறையில் மாத்திரம் விஷயம் வேறு. 'பத்தூஉ', 'பத்தூஉ' என்று அளபெடைத் தொடரில் அழகு குறையாமல் அழைப்பார்.

அதெல்லாம் மறந்து இப்போது பல வருடங்கள் ஆகிவிட்டன.

கடைசியில் இந்த கதிரைப் போராட்டத்தில் வந்து நின்றது. இதில் அவர் வெகு தீவிரமாக இருந்தார். அவர் அறியாமல் அவள் கதிரை வாங்கினால் அதைத் துண்டு துண்டாக உடைத்து விடுவதாகச் சபதம் எடுத்திருந்தார். இது இறுதிப் போராட்டம். இதில் தோற்றால் அவள் அவரைச் சுத்தமாக மட்டம்தட்டி வீட்டின் நிலவறையில் பழைய தளவாடங்களுடன் போட்டு விடுவாள் என்பது அவருக்கு நிச்சயமாயிருந்தது.

மகளும் இவளுடன் கூட்டுச் சேர்ந்துகொண்டாள். வாய்க்கு ருசியான உணவு சாப்பிட்டு வருடக்கணக்காகிறது. தோசை, இட்லி, வடை, அப்பம் போன்ற சமாச்சாரங்களுக்கு ஒரேயடியாக விடுதலை கொடுத்துவிட்டாள். பேர்கர் என்ற பேயும், பிஸா என்ற பிசாசும் வீட்டிலே தலை விரித்து ஆடின. தினம் இந்தச் சாப்பாடு சிவப்பு பூப்போட்ட பிளாஸ்டிக் மேசை விரிப்பில் பரப்பப்பட்டு, பழைய புதினப் பேப்பரால் மூடப்பட்டுக் கிடக்கும். அதன் மணம் வயிற்றைக் குமட்டும். ஒருநாள் இட்லி வேண்டுமென்றுக் கேட்டதற்கு அவள் இப்படி வெடித்தாள்:

'புளித்த மாவில் அவித்த இட்லி சாப்பிட்டு, புளித்த மாவில் சுட்ட தோசை சாப்பிட்டு, புளித்த மாவில் சுட்ட வடை சாப்பிட்டு, புளித்த மாவில் செய்த அப்பம் சாப்பிட்டு பழகிய உங்களுக்குப் புளித்துப்போன சிந்தனைதான் இருக்கும். நான் சும்மாவா இருக்கிறன். நாலு மணிக்கு எழும்புறன். சமைச்சுப் போடுறன். வீட்டைப் பார்க்கிறன். உங்களைப் போல சமமாய் வேலைக்குப் போய் உழைச்சுக் கொண்டு வாறன். ஒரு குமரைக் கட்டி வளர்க்கிறன். நீங்கள் பியர் குடித்துவிட்டுக் கால் விரியக் கிடக்கிறியள். ஆறுமாதமாய்

குக்கர் வேலை செய்யவில்லை. நீங்கள் என்றால் போய் ரிமோட் கொன்ரோல் வாங்கிறியள். நான் ஒரு நாளைக்கு என்ன செய்வன் என்று எனக்கே தெரியாது.'

அவள் அப்படி அரற்றியதற்குக் காரணம் இருந்தது. சமைய லறையில் பத்மாவதியின் சமையலடுப்பில் மூன்று எரிவாய்கள் எரியவில்லை. ஆறுமாதமாக ஒரு எரிவாயை வைத்துச் சமாளித்து வந்தாள். எவ்வளவு சொல்லியும் அதை மாற்றவேண்டும் என்ற எண்ணம் தங்கராசாவுக்கு வரவில்லை. அவளுக்கு அதுதான் எரிச்சல் எரிச்சலாக வந்தது.

அந்த எரிச்சலைச் சமாளிப்பதும் அன்றைய சுற்றுலாவின் பிரதான அம்சம். அவள் முன்னால் நடந்துகொண்டிருந்தாள். பின்னுக்கு இருந்து பார்க்கும்போது அசல் அப்படியே ஒரு கொஸ்டாரிக்கன் பெண்போலவே இருக்கிறாள். அவளிடம் எவ்வளவுக்குக் கவர்ச்சி இருந்ததோ அவ்வளவுக்கு இப்போ தெல்லாம் கடுமையும் சேர்ந்து கொண்டது. வீடு அவர்கள் பெயரில் இருக்கிறது. வீட்டுக் கடனை இவர் அடைத்து வருகிறார். இந்தத் தேசத்துச் சட்டங்கள் மனைவிகளுக்கு அநுகூலம். இவளிடம் எச்சரிக்கையாக இருக்கவேண்டும் என்று மனது கட்டளையிட்டது.

எதிர் வருவோர் இவளை இரண்டுதரம் பார்த்துவிட்டு நகர்ந்தார்கள். ஜீன்ஸூம், முடிச்சுப்போட்ட மேற்சட்டையும் அணிந்திருந்தாள். வார் இழுத்துக்கட்டிய மத்தளம் போல வயிறு ஒடுங்கி இருந்தது. இவரை விட்டுப் போவதற்கு அவசரம் காட்டுவதுபோல அவள் நடந்துகொண்டிருந்தாள். ஒரு சோற்றுப் பிராணிபோல இவர் அவள் பின்னாலே விட்டு விடுவாளோ என்ற அச்சத்துடன் வயிற்றைத் தூக்கிக் கொண்டு ஓடினார்.

ஒரு சைனாக்காரன் பச்சை குத்திக்கொண்டிருந்தான். வாட்ட சாட்டமான வெள்ளைக்காரன் ஒருத்தனுடைய முறுக்கேறிய புஜத்தில் டிராகன் ஒன்றை வரைந்தான். இந்த அதிசயத்தைக் கண் கொட்டாமல் இருவரும் நின்று பார்த்தார் கள். நீண்ட புடலங்காய்போல வலுவோடு இருக்கும் இவள் புஜங்களை மெல்லக் கையினால் வருடி இறுக்கிக்கொண்டார். அது இரவுக்கான சமிக்ஞை என்பது அவளுக்குத் தெரியும்.

அழகு சாதனக் கடைக்கு அவளைக் கூட்டிப்போனபோது அவள் முகம் பிரகாசமானது. அவள் கேட்ட கண் மை, முகச் சாந்து, நகவர்ணங்கள் எல்லாம் வாங்கிக் கொடுத்தார். உதடுகளுக்கு, கடும் ஆராய்ச்சிக்குப் பிறகு அவள் தெரிவு செய்த பளபளக்கும் கபில நிறத்துக்கும் கறுப்புக்கும் இடைப்

பட்ட பெயர் தெரியாத ஒரு வர்ணத்தை வாங்கித் தந்தார். உடனேயே அதைப் பூசிக்கொண்டாள். ஒரு சிறு பூச்சில் அவளுடைய உதடுகள் குவிந்து மிகக் கவர்ச்சிகரமாக மாறின.

இந்தச் சந்தோசத்தை அவர் கலையவிட விரும்பவில்லை. உணவகம் ஒன்றைக் கடந்தார்கள். அவளுக்கு 'சன்டே' மிகவும் பிரியமானது. வேண்டுமா என்று கேட்டார். அவள் சிணுக்க மாகித் தலையசைத்தாள். அவ்வளவுதான். இலச்சினை மோதிரம் கிடைத்த வந்தியத்தேவன் போல ஒருவித உற்சாகத்துடன் புறப்பட்டார். மூன்று குவியல் ஐஸ்கிரீம், உருகிய சொக்லட், பிஸ்கட், பாலாடை, மேலே மகுடமாக சிவந்த செர்ரி பழம் இவற்றுடன் திரும்பினார். ஓர் அரை ஆள் உயரத்துக்கு அது இருந்தது. தன் சொக்லட் நிற உதடுகளை நாக்கினால் தடவியபடி அவள் சாப்பிடத் தொடங்கினாள்.

திரும்பும்போது மெல்லிய குளிர் காற்றின் உராய்வுத் தன்மை அதிகமாயிருந்தது. எதிர்ச்சாரியில் கார்கள் விரைந்தன. சில படகுகளை இழுத்துக்கொண்டும், வீடுகளைத் தொடுத்துக்கொண்டும் ஓடின. இன்னும் சில சைக்கிள்களைத் தாங்கிக்கொண்டு பறந்தன. இனிமையான விடுமுறையின் அதிர்வு எங்கும் சூழ்ந்திருந்தது. தங்கராசா மனதில் எதிர் பார்ப்புகள் அதிகரித்தன.

இவ்வளவு செய்தும் அன்றிரவு அவருக்குப் பெரிய ஏமாற்றமே காத்திருந்தது. வெறும் ஐஸ்கிரீமைக் காட்டி அவளை மயக்கமுடியாது என்று அப்போது கண்டுகொண்டார். ஒரு கிருமி நோய்க்காரர்போல அவரை ஒதுக்கினாள். திமிறிய படி தள்ளித்தள்ளிப் போனாள். சவுக்கால் அடிக்கப்பட்டது போலத் தங்கராசா டிவியின் முன்னால் விழுந்தார். படுக்கை அறைக்கு அன்று அவர் திரும்பவே இல்லை.

அடுத்தநாள் காலை பத்மாவதி பதினாலு காலி பியர் கான்களை வரவேற்பறை முழுக்கவும் தேடித்தேடிப் பொறுக் கினாள்.

கடந்த இரண்டு வாரமாக அந்த வீட்டில் ஒரு மௌனம் சூழ்ந்து போய்க் கிடந்தது. ரகஸ்யமானதும், சதித்திட்டம் கொண்டதுமான ஒரு யுத்தம் அங்கே உருவானது. புறங்கை வீச்சில் வீங்கின உதடுகளைச் சாமர்த்தியமாக உதட்டுச் சாயத்தினால் மறைத்திருந்தாள். தங்கராசா தன் வாழ்க்கை யில் மறக்கமுடியாத ஒரு பாடத்தை, மற்றவர்களிடம் பகிர முடியாத ஒரு அவமானத்தை, அவருக்குத் திருப்பி தருவதற்குச் சமயம் பார்த்திருந்தாள்.

நாமகள் மகா வித்தியாலயத்தில் படித்த பெண், ஒரு சொட்டு ஆங்கில வாசனையும் அறியாதவள், சித்திரக்கதை புத்தகத்தைத் தாண்டி வராதவள், back space விசையை ஒடித்துவிட்டு கம்ப்யூட்டர் நிரல் எழுதும் வல்லமை படைத்த தங்கராசாவுக்கு இப்படி ஒரு சவாலாக வந்து வாய்த்திருந்தாள்.

தங்கராசா தான் பேராபத்தில் இருப்பதை உணர்ந்தார். போரின் விளைவுகள் அவருக்குச் சாதகமில்லை என்பதும் தெரிந்தது. எப்பாடு பட்டும் அவளைக் கனியவைத்து வழிக்குக் கொண்டுவர வேண்டும் என்று நினைத்துக்கொண்டார். அதற்கான முயற்சிகளில் கம்ப்யூட்டர் நிரல் எழுதும் ஒரு தர்க்கத்துடனும் திட்டத்துடனும் அவர் இறங்கினார்.

அன்று இரவு உணவு சாப்பிடும்போது இது தொடங்கியது. காதல் நாட்களில் செய்த சைகைகள், சங்கேத பாஷைகள் எல்லாம் பரிமாறப்பட்டன. மகளுக்குப் புரியாதவாறு ஒரு முழு சம்பாஷணை அந்த உணவு மேசையில் நடந்து ஒப்பேறியது.

அவள் பாத்திரம் அலம்பும்போது இவர் பூனைபோல அடிவைத்துப் போய் பின்னே நின்றுகொண்டார். கைகள் கட்டிப்போட்ட நிலையில் பின்னாலிருந்து அவள் இடையை ஸ்பரிசித்தார். அவள் மறுப்பு சொல்ல முடியாமலும் தடுக்க இயலாமலும் நெளிந்தாள். இவருக்கு இருப்புக் கொள்ளவில்லை.

அவள் ஒருவித அவசரமுமில்லாமல் தன் வேலைகளை முடித்தாள். அது வேண்டுமென்றே நேரம் கடத்துவது போலத் தான் இருந்தது. ஈரப்பதன் எந்திரத்தை இசையவைத்தாள். பிறகு பூட்டுகள் சரிபார்க்கும் சத்தம். இப்பொழுது படிகள். அலாரம் சிஸ்டத்தில் ரகஸ்ய எண்கள் பதியும் ஒலி. விளக்குகள் அணைந்தன. இதோ வந்துவிட்டாள்.

மெதுவாகக் கதவு திறக்கிறது. இன்றும் கால் கொலுசைக் கழற்றி வைக்கவில்லை. சத்தம் வரக்கூடாதென்று வெகு பிரயத்தனம் நடக்கிறது. கால்களைப் பக்கவாட்டில் நுழைத்து நகர்த்தி நகர்த்தி வருகிறாள். இவர் துடிதுடிப்பானார்.

அவ்வளவு அவசரம் அவருக்கு. அவள் மேலங்கியைப் பிடித்து இழுத்தார். 'வேண்டாம், இன்றைக்கு வேண்டாம். நீங்கள் கோவிப்பியள்' என்று அவள் கத்தினாள். அவர் கேட்பதாயில்லை. ஓர் உத்வேகம் வந்துவிட்டது. அவசரத்தில் அவர் இழுத்தபோது பட்டன்கள் தெறித்தன. அப்படியும் அவள் ஒரு பொக்கிஷத்தைக் காப்பதுபோலச் சட்டை விளிம்புகளை இழுத்துப்பிடித்தபடி எதிர்ப்புக் காட்டினாள்.

கொழுத்தாடு பிடிப்பேன்

இப்பொழுது அவர் எல்லை கடந்துவிட்டார். ஆவேசம் வந்து வலிந்து இழுத்தார். அது பிரிந்தது. தளும்பல் குறை வில்லாத மார்புகள்.

ஆனால் அவர் கண்ட காட்சி அவரைத் திடுக்கிட வைத்தது.

அவளுடைய இரண்டு மார்புகளிலும் பச்சை குத்தியிருந்தது. அந்த சைனாக்காரனின் டிராகன்கள் வாயை ஆவென்று விரித்துக்கொண்டு உறுமின. ஒரு பென்சில் கூட இடையில் புக முடியாத நெருக்கமான மார்புகள், தன்னுடைய சொந்தப் பாவனைக்காகப் படைக்கப்பட்டவை என்று நினைத்திருந் தவை, யாரோ ஊர் பேர் தெரியாத நடைபாதை சைத்திரீகன் வரைந்த ஓவியங்களின் கனம் தாங்காமல் ஆடின.

இருண்ட வனத்திலே பதுங்கியிருந்த மிருகம் ஒன்று தாக்கியது போல உணர்ந்தார். மெல்ல பலமிழந்து சரிந்தார்.

அவள் மறுபடியும் கைகளினால் சட்டையை இழுத்து மூடிக்கொண்டாள். கடைவாயில் ஒரு சிரிப்பு தோன்றி அதே கணத்தில் மறைந்தது. இவர் கவனிக்கவில்லை.

இதுதான் அவர்களுடைய கடைசி சமர். இந்த வெற்றிதான் அவளுடைய கடைசி வெற்றி. இதற்குப் பிறகு அந்த வீட்டில் கதிரை வாங்கும் கதை எழும்பவே இல்லை. அவர்தான் இப்ப ஐந்தாவது கதிரை.

தில்லை அம்பலப் பிள்ளையார் கோயில்

எங்கள் வேலைக்காரச் சிறுமி ஓடிவிட்டாள்.

நான் சிறுவனாயிருந்தபோது நடந்த மறக்க முடியாத சம்பவங்களில் இதுவும் ஒன்று. இப்படி அவள் அடிக்கடி ஓடினாள். அவளுக்கு அது பழகிவிட்டது. எங்களுக்கும் பழகிக்கொண்டே வந்தது.

எங்கள் தகப்பனார் எங்களிலும் பார்க்க ஏழ்மையான ஒரு கிராமத்துக்குப் போய், எங்களி லும் பார்க்க ஏழ்மையான ஒரு வீட்டில் அவளைப் பிடித்து வந்திருந் தார். இங்கிலீஸ்காரன் எங்களை ஆண்டுகொண்டிருந்த அந்தக் காலத்திலேயே அவளுக்கு விலையாக ஆறாம் ஜோர்ஜ் மன்னர் படம்போட்ட ரூபாத் தாள்களில் அறுபது எண்ணிக் கொடுத்திருந்தார். மாதம் இரண்டு ரூபா வீதம் சம்பளம் பிடிப்பதாக ஏற்பாடு. இவள் மூன்றாவது தடவையாக இப்படி ஓடியபோது அந்தக் காசு அரை வாசிகூடக் கழிந்திருக்கவில்லை.

ஐயா வழக்கம்போலத் தனது படைகளை ஏவி விட்டார். சின்ன மாமா பெரிய கடைப்பக்கம் புறப்பட்டார். அவரிடம் ஒரு மோட்டார் சைக்கிள் இருந்தது. இடி முழக்கத் துண்டுகளைக் கட்டி யிழுப்பதுபோலச் சத்தம் போட்டுக்கொண்டே வருவார். இப்படியான ஒரு காரியத்துக்காகவே காத்திருந்தவர்போல அதில் கம்பீரமாக ஏறி, தேவைக்கு அதிகமான வேகத்தில் வெளிக்கிட்டார்.

இன்னும் மற்றவர்கள் அவரவர் தகுதிக்கும் ஆற்றலுக்கும் ஏற்றவகையில் திசைமானியில் இருக்கும் அத்தனை திசைகளிலும் கிளம்பினார்கள். சீதையைத் தேடி வானர சேனை புறப்பட்டது மாதிரி இருந்தது.

அம்மாவின் கையிலே பிறந்து மூன்று மாதமேயான குழந்தை ஒரு ராட்சதத்தனமான கறுத்தப் புழு போல நெளிந்து கொண்டிருந்தது. பேர் என்னவோ தில்லை நாயகி என்று வைத்திருந்தார்கள். அதற்குக் காரணம் இருந்தது. தில்லை அம்பலப் பிள்ளையாருக்கு நேர்ந்து பிறந்த பிள்ளை. பிரசவம் சுகமாயிருந்தால் வெள்ளியில் தொட்டிலும் பிள்ளையும் செய்து தருவதாகப் பிரார்த்தனை. அந்த நேர்த்திக் கடனைத்தான் இன்னும் இரண்டு நாளில் சென்று நாங்கள் நிறைவேற்றுவதாக இருந்தோம்.

அதற்கு, பதின்மூன்று வயதுகூட தாண்டாத இந்த வேலைக்காரியால் ஆபத்து வந்திருந்தது. அவளைச் சுற்றித்தான் எங்களுடைய வீடு சுழன்றுகொண்டிருந்தது. அம்மாவின் வேலைகள், ஐயாவின் ஆணைகள், சின்ன மாமியின் மேற்பார்வைகள், என்னுடைய ஆக்கினைகள் என்று பலதை அவள் சமாளித்தாள். அபார ஞாபக சக்தி அவளுக்கு. எது தொலைந்தாலும் அவள்தான் எடுத்துத் தந்தாள்; எடுத்ததைத் தொலையாமல் பாதுகாத்தாள். வீட்டைப் பெருக்கினாள்; தண்ணீர் இறைத்தாள்; உணவு சமைத்து, துணி துவைத்து, பாத்திரம் கழுவினாள். இன்னும் நேரம் எஞ்சியிருந்தால் அடுப்படியில், நெருப்புத் தணல் அணைந்துபோன விறகு அடுப்புக்குப் பக்கத்தில், படுத்துக்கொண்டாள்.

எனக்குப் பெரிய சங்கடம் இருந்தது. இவளை எப்படியாவது பிடித்து வராவிட்டால் எங்கள் கோயில் பயணம் தள்ளி வைக்கப்பட்டுவிடும். இந்தச் செய்தியை ஐயா ஏற்கனவே அறிவித்திருந்தார். இது எனக்குப் பெரிய அசௌகரியத்தைப் பள்ளிக்கூடத்தில் ஏற்படுத்தும்.

என்னுடைய தம்பி கவலைகளுக்கு அப்பாற்பட்டவன். இரண்டு மார்பிள்களை வைத்து விளையாடிக்கொண்டிருந்தான். அதில் ஒரு மார்பிள் அபூர்வமாக இருந்தது. ஆகாய நீலத்தில், வெள்ளைப் பூ வைத்து. அவற்றை உருட்டியும், எறிந்து பிடித்தும் விளையாடினான். அந்த மார்பிள்களை நான் அபகரிப்பதற்குப் பலமுறை முயன்று தோல்வியுற்றிருந்தேன். எனக்கு எரிச்சலாக வந்தது.

'அண்ணா வா, மார்பிள் விளையாடுவோம்' என்றான். இவனுக்கு அது விளையாட வராது. ஆனாலும் ஆசைப்படுவதை நிறுத்தமாட்டான்.

'நீ சின்னவன். உனக்கு மார்பிள் ஏன்? அண்ணாவுக்குத் தா, நல்ல பிள்ளை' என்றேன்.

அவன் காதுகளைப் பொத்தியபடி 'ஐயோ அண்ணா! அதை மட்டும் கேட்காதே, அதை மட்டும் கேட்காதே' என்று கெஞ்சினான். பரோபகார சிந்தை அந்தச் சமயம் என்னிடம் வழிந்து ஓடியபடியால் நான் அவனைப் போகட்டும் என்று விட்டுவிட்டேன்.

அம்மா காலை மடித்து, தலையிலே கை வைத்தபடி உட்கார்ந்திருந்தாள். பக்கத்திலே ஒரு தடுக்கில் கறுப்புப் புழு கிடந்தது. அதற்கு அருகில் போனால் வேப்பெண்ணெய் மணம் வரும். அம்மாவின் சமீபமாகப் போக இது நல்ல சமயம் அல்ல என்று எனக்குத் தோன்றியது. என் கவலை முழுக்க பொன்னியில் இருந்தது. ஒருவரும் அறியாமல் தில்லை அம்பலப் பிள்ளையாருக்கு அவள் விரைவில் பிடிபடவேண்டும் என்று என் கணக்கில் ஒரு நேர்த்திக்கடன் வைத்தேன்.

என் பிரார்த்தனைகள் தவறாமல் பலித்த காலம் அது. அன்றிரவே பொன்னியைப் பிடித்துவிட்டார்கள். சின்ன மாமாதான் இதைச் சாதித்தார். பெரிய கடை தெருக்களில் அலைந்துகொண்டிருந்தாளாம். கையிலே காசு இல்லாமல் அவள் அவ்வளவு தூரத்தையும் எப்படி நடந்து கடந்தாள் என்பதை வியந்து வியந்து பேசினார்கள்.

அம்மாவுக்கு உள்ளூரச் சரியான சந்தோசம். ஆனால் அதை வெளியே காட்டவில்லை. பொன்னியைத் திட்டிய படியே இருந்தாள். அவள் ஒரு வார்த்தை பேசவில்லை. சூடாக்கிய உலோகம்போல அவள் தேகத்திலிருந்து ஒரு விதமான நெடி வந்துகொண்டிருந்தது. தலை மயிர் அவிழ்ந்து குலைய, முழங்கால்கள் கண்களை மறைக்க, கைகளைக் கட்டி குறுகிப்போய் உட்கார்ந்திருந்தாள். அவளிடம் உயிர் இருப்பது இருபது விநாடிக்கு ஒருமுறை வந்த கேவலில் மட்டும் தெரிந்தது.

எப்படி ஓடினாள் "யார் சொல்லிப் போனாள்" எவர் ஆசை காட்டியது என்றெல்லாம் துருவினார்கள். அவள் வாய் திறக்கவில்லை.

"பசிக்குதா சாப்பிடுவியா?" என்று அம்மா கேட்டதற்கு மட்டும் தலையை ஆட்டினாள். அம்மா போட்டுக் கொடுக்க சாப்பிட்டாள். ஒரு பெரிய வெண்கல கும்பா நிறைய சோறும் கறியும் போட்டுப் பிசைந்து பிசைந்து உண்டாள். அவ்வளவு உணவையும் ஒரே அமர்வில், ஒரே தரத்தில் ஒருவர்

கொழுத்தாடு பிடிப்பேன்

சாப்பிட்டதைத் தன் சீவியத்தில் தான் பார்க்கவில்லை என்று அம்மா வாய்விட்டுச் சொன்னாள். நானும் அப்படித்தான் நினைத்தேன்.

ஐயா சாப்பிட்டபின் சுருட்டுப் புகைத்தபடி சின்ன மாமாவிடம் பேசினார். அடுத்து வரும் திங்கட்கிழமை தில்லை அம்பலப் பிள்ளையார் கோவிலுக்குப் போவதாக முடிவு செய்யப்பட்டது. சின்னத்தம்பியின் காருக்குச் சொல்லும்படியும் ஐயா நினைவூட்டினார். திங்கட் கிழமை பள்ளிக்கு மட்டம் போடலாம் என்பதில் எனக்கு இரட்டிப்பு மகிழ்ச்சி. அதற்குப் பின் வந்த பல இரவுகள் எனக்குத் தூக்கமின்றிக் கழிந்தன.

எல்லோரும் இவ்வளவு சீக்கிரம் எழுந்துவிடுவார்கள் என்று எனக்குத் தெரியாது. நான் விழித்தபோது நடுச்சாமம் போல இருந்தது. தம்பியைப் பார்த்தால் அவன் எனக்கு முன்பாகவே எழுந்து, குளித்து வெளிக்கிட்டுத் தயாராக இருந்தான். இவனை விடக்கூடாது என்று பட்டது.

மெதுவாக அவனுடைய பழைய சட்டையில் தேடிப் பார்த்தேன். மார்பிள்களை ஞாபகமாக எடுத்துவிட்டான். அவனுடைய புதுச்சட்டையில் அவை கர்ண கடூரமாகக் கிலுங்கி ஒலிசெய்துகொண்டு இருந்தன.

அன்பொழுக 'தம்பீ!' என்று கூப்பிட்டேன். நான் கேட்கப் போவதை எப்படியோ முன்கூட்டியே உணர்ந்து, 'ஐயோ அண்ணா!' என்று அவன் காதுகளைப் பொத்தினான்.

அம்மாவிடம் ஒரு பிரயோசனமும் இல்லை. அங்கே கறுப்புப் புழுவுக்குப் பாலாபிஷேகம் நடந்துகொண்டிருந்தது. என்னைக் கண்டதும் 'பழிகாரா, இன்னும் நீ உடுக்கவில்லையா? கார் வரப் போகுது. ஓடு, ஓடு' என்றாள்.

பொன்னியைச் சுற்றி பல பாத்திரங்களும் சாமான்களும் இருந்தன. வெண்கல அண்டா, சருவச்சட்டி, புதுப்பானை, அரிசி, சர்க்கரை, பருப்பு என்று. ஓர் உலோபி காசு எண்ணுவது போல அவள் அவற்றைத் திருப்பித் திருப்பி எண்ணிக்கொண் டிருந்தாள். அவள்கூட பச்சைத் தாவணியும், வேறு யாருக்கோ அளவெடுத்து தைத்ததுபோல கைவேலை செய்யப்பட்ட மேலாடையும் அணிந்திருந்தாள். நாடா வைத்து இடையிலே இறுக்கிக் கட்டிய சீத்தைப் பாவாடை, கஞ்சி போட்டு மொட மொடவென்று, அவள் உதவி இல்லாமல் தனியாக நிற்கும் வல்லமை கொண்டதாகப் பட்டது. கரும்பழுப்பு நிறத்தில் அவள் முகம் இயல்பைவிட ஆழமாக மினுமினுத்தது. என்னைக் கண்டதும் அண்டரண்டப்பட்சி செட்டை விரிப்பதுபோலக்

கைகளை அகட்டி வீசி வீசி துரத்தினாள். அவளுடைய கணக்கைப் பிறகு தீர்க்கலாம் என்று குறித்து வைத்துக் கொண்டேன்.

அந்தக் காலத்தில் எங்கள் ஊரில் வாடகைக்கு இரண்டு கார்கள் கிடைக்கும். சின்னத்தம்பியின் காருக்கு ஐயா சொன்ன தில் எனக்குப் பரம சந்தோஷம். அது ஒஸ்டின் செவன் பெட்டி வடிவக் கார். பல மாதங்களாக அதன் மகிமைகளை எங்கள் ஊர் பேசிக்கொண்டிருந்தது. ஆனால் அதைப் பார்க்கும் பாக்கியம் எனக்கு முதன்முதல் அப்போதுதான் கிடைக்கப் போகிறது.

கார் வந்து நிற்கும் சத்தம் கேட்டு படலைக்கு ஓடினேன். எனக்கு முன்பாகவே அங்கே காரைச் சுற்றிக் கூட்டம் சேர்ந்து விட்டது. சின்னத்தம்பி மிகுந்த மதிப்புக் கொடுக்கக்கூடிய ஒரு விளிம்பு வைத்த தொப்பியை அணிந்திருந்தார். என்னுடைய எதிர்பார்ப்புக்கு ஒத்துவராததாக ஒரு வேடிக்கைத்தன்மையுடன் அது இருந்தாலும், ஒரு ஒஸ்டின் செவன் பெட்டி வடிவக்கார் சாரதிக்கு அது பொருத்தமானதாகவே காணப்பட்டது. கழுத்திலே தலை இருக்கும்வரை அவர் அதைக் கழற்றுவதில்லை என்று பேசிக்கொண்டார்கள். அவர் குளிக்கும்போதும், சயனிக்கும்போதும் என்ன சாகசம் செய்து அதைக் காப்பாற்று வாரோ தெரியாது. நான் பார்த்தபோது வெளியே நின்று காரிலே சாய்ந்து பீடி பிடித்துக்கொண்டிருந்தார். நான் எப்பொழுதாவது கார் ஓட்டினால் அப்படி ஒரு தொப்பி அணிந்து, சாய்ந்து நின்று பீடி குடிக்க வேண்டும் என்று உடனேயே தீர்மானம் செய்தேன்.

காரைப் பார்த்ததும் எனக்கு மெய்சிலிர்த்தது. கோபத் துடன் உறுமியபடி ஆயத்தமாக எழுந்த ஒரு பெண் சிங்கம் போல அது நின்றது. முன்புறம் நிமிர்ந்து வளைந்த மட்கார்டு களில் இரண்டு பெரிய லைட்டுகள் ஒளியைப் பாய்ச்சத் தயாராக இருந்தன. கால் வைத்து ஏறுவதற்கு ஏதுவாக இரண்டு கரையிலும் வுட்போர்ட் இருந்தது. சுருட்டி விடும் எஞ்சின் மூடிகள். கவனக் குறைவாகப் படைத்ததுபோல ஹோர்ன் என்னும் ஒலிப்பான் பந்துபோல உருண்டை வடிவில் காருக்கு வெளியே இருந்தது, ஒரு தனி உறுப்பாக. மினுங்கும் கறுப்பு வர்ணத்தைப் புழுதி மூடியதால் வெண் சாம்பல் நிறமாக மாறிய கார், பெற்றோலும் புழுதியும் கலந்த ஒரு அபூர்வ மணம் சூழ நின்றது.

கால் பெருவிரல்களை ஊன்றி உள்ளுக்கு எட்டிப் பார்த்தேன். சாணிக் கலரில் அகலமான இருக்கைகள். மற்றவர்களும் அப்படியே பார்க்க முயற்சித்தபோது அவர்

களை விரட்டினேன். கார் பின் கண்ணாடியில் படிந்திருந்த தூசியில் யாரோ 'வதனி' என்று சிறு விரலினால் எழுதியிருந்தார்கள். வதனி என்னுடன் ஒரே வகுப்பில் படிப்பவள். அவளுடனான என் சினேகிதத்தை மிகவும் ரகஸ்யமாக அதுவரைப் பாதுகாத்து வைத்திருந்தேன். அப்படியும் அது வெளியே தெரிந்துவிட்டது. எழுதியவன் யார் என்பதை அன்று முழுவதும் யோசித்தும் என்னால் கண்டுபிடிக்க முடியவில்லை.

சாரதியைத் தவிர்த்து அந்தக் காரில் ஒன்பது பேர் பிரயாணம் செய்வதாக இருந்தோம். முன்சீட்டில் மூன்று, பின்சீட்டில் ஐந்து, வுட்போர்ட்டில் சின்ன மாமா என்பது கணக்கு. நான் காருக்குள் ஏற வந்தபோது எல்லோரும் ஏற்கனவே இடம் பிடித்துவிட்டார்கள். பேராசைக்காரர்கள். அம்மா, சின்ன மாமி, மணி, பொன்னி, தம்பி.

அந்தக் காருக்குச் சன்னல் கண்ணாடிகள் இல்லை; சுருட்டி விடும் கன்வஸ் திரைகள்தான். சன்னல் பக்கத்தில் பொன்னி இருந்தாள். அவளின் மடியில் தம்பி இருந்து குற்ற உணர்வோடு என்னைப் பார்த்தான். இவன் எப்படி என்னுடைய சன்னல் கரையை எடுக்கலாம். அப்பாவின் காதுக்குக் கேட்காமல் 'இறங்கடா' என்றேன். பொன்னி அவனை இறுக்கிப் பிடித்திருந்தாள். அண்ணா என்று விசும்ப ஆரம்பித்தான். 'இறங்கடா, படுவா!'

நீண்ட விவாதங்களுக்குப் பிறகு ஒரு ஒப்பந்தம் ஏற்பட்டது. 'அண்ணா, போகும்போது நீ இரு; திரும்பி வரும்போது என்னை விடு' என்றான். அப்படியே நான் ஏறிக்கொண்டேன். அப்பாவும் முன்சீட்டில் அமர்ந்தார்.

இதற்காகவே காத்திருந்ததுபோல சின்னத்தம்பி பானா வடிவத்துக்குக் கைப்பிடிகள் வைத்ததுபோல காணப்பட்ட ஒரு இரும்புத் தண்டைக் காரின் முன் துளையில் நுழைத்து இரு கைகளாலும் பிடித்துத் தன் பலம் கொண்ட மட்டும் சுழற்றினார். கார் இரண்டு பக்கமும் அசைந்து குலுங்கியது. பொன்னி வாயை அகலத் திறந்தாள். தம்பி கிக்கீ என்று சிரித்தான். மூன்றாவது குலுக்கலின்போது கார் தன் இயல்பான ரீங்கார ஒலியை எழுப்பிக்கொண்டு ஸ்டார்ட் ஆகியது. டிரைவர் கம்பியை வைத்துவிட்டு உள்ளே ஏறினார். சின்ன மாமாவும் வுட்போர்ட்டில் தொற்றினார். கார் புறப்பட்டது.

உலகம் எல்லாம் எனக்குப் பக்கத்தால் உருண்டு ஓடுவதை நான் கண்டேன். எனக்கும் பொன்னிக்கும் இடையில் தலையைக் கொடுத்து தம்பியும் எட்டிப்பார்த்தான். ஒப்பந்தத்தை மீறுகிறான். ஒரு குட்டு வைத்தேன். உலகம் நேரானது.

அ. முத்துலிங்கம்

அப்பா முன் சீட்டில் இருந்து சுருட்டைப் பற்ற வைத்தார். வுட்போர்டில் நின்றபடி ஒரு கை உள்ளே பிடிக்க, மறுகை வெளியே தொங்க, சின்ன மாமா சிகை கலைய, அங்கவஸ்திரம் மிதக்க ஒரு தேவதூதன்போலப் பறந்து வந்தார். அந்தத் தருணத்தில் எனக்குச் சின்ன மாமாவிடம் இருந்த மதிப்பு பன்மடங்கு பெருகியது.

காரைக் கண்டதும் கட்டை வண்டிகள் எல்லாம் ஓரத்தில் நின்றன. சைக்கிள்காரர்கள் குதித்து இறங்கி வழி விட்டனர். மூட்டை சுமப்பவர்களும், பாதசாரிகளும் வேலிக்கரைகளில் மரியாதை செய்து ஒதுங்கினார்கள். இன்னும் பலர் வாயை ஆவென்று வைத்துக்கொண்டு, காரின் திசையை அது போய்ப் பல நிமிடங்கள் சென்றபின்னும், பார்த்தபடி நின்றார்கள். டிரைவர் பல சமயங்களில் பாதசாரிகளின் வேகத்தை ஊக்குவிக்கும் முகமாக பந்துபோல உருண்டிருக்கும் ஒலிப்பானை அமுக்கி ஓசை உண்டாக்கினார்.

கோயில் வந்தபோது எனக்குப் பெரிய ஏமாற்றம் காத்திருந்தது. அது ஒரு சிறிய கோயில். ஒரு குருக்களும், ஒரு மாடும், ஒரு சொறி நாயும், இரண்டு பிச்சைக்காரர்களும்தான் அதன் சொந்தக்காரர்கள். பூஜை நேரம் இன்னும் ஆட்கள் வருவார்கள் என்று சொல்லி எங்களை உற்சாகப்படுத்தினார்கள்.

அம்மாவுக்குக் கறுப்புப் புழுவுடன் நேரம் போனது. அதனால் சின்ன மாமியும், பொன்னியும்தான் கோயில் வேலைகளைக் கவனித்தார்கள். பொங்கிப் படைத்து, வடை மாலை சாத்த மதியம் ஆகிவிட்டது. பூஜை சமயம் இன்னும் சில கிராமத்து ஆட்கள் வந்து சேர்ந்துகொண்டார்கள். அந்த இடத்துக்கு முற்றிலும் பொருந்தாத வகையில் சரிகை வைத்த மஞ்சள் பட்டுப் பாவாடையும், அரக்குக் கலர் மேற்சட்டையும் அணிந்தபடி ஒரு சிறுமியும் வந்தாள். கொலுசுக் கால்கள் சப்திக்க இங்குமங்கும் ஓடினாள். அவளுடைய அம்மா வைத்த அதே அளவு மல்லிகைப் பந்தலை அவளும் தலையிலே சூடியிருந்தாள்.

பெற்றோர் பார்க்காத சமயத்தில் அவள் கோயில் நாயிடம் விளையாட நெருங்கினாள். அது உர்ர் என்று அதிருப்தியாக உறுமியது. சிறிது பின்வாங்குவதும் அணுகுவதுமாக இருந்தாள். அவளுடைய கெண்டைக் கால்களை நாயினுடைய கூரிய பற்கள் சந்திக்கும் தருணத்துக்காக நான் ஆவலுடன் காத்திருந்தேன். அந்தக் குட்டி சந்தோஷமும் அவளுடைய தகப்பன் திடீரென்று நாயை விரட்டியதால் கெட்டுப்போனது. கோயில் தளிசையை மட்டுமே தின்று வளர்ந்த அது, தன்னுடைய

விசுவாசத்தை நிலைநாட்ட சிறிதுகூட பிரயாசை எடுக்காமல் மெதுவாக எழும்பிப் போனது எனக்கு மீளாத ஏமாற்றத்தைக் கொடுத்தது.

ஐயாவும் அம்மாவும் அர்ச்சனை தட்டில் வைத்து, சுத்த வெள்ளியில் ஆசாரியிடம் சொல்லிச் செய்த தொட்டிலையும் பிள்ளையையும் குருக்களிடம் கொடுத்தார்கள். நானும் தம்பியும் முறை வைத்துக்கொண்டு கோயில் மணியை அடித்தோம். பூஜை முடிந்ததும், மண்டபத்திலேயே வாழை இலை பரப்பி பொங்கல், வடை என்று பரிமாறினார்கள். பொங்கல் விழுந்ததும் வாழை இலையின் நிறம் கறுப்பாக மாறியது. ஓரத்தில் ஆரம்பித்துப் பொங்கலை ஊதி ஊதி திருப்தியாகச் சாப்பிட்டோம். வெய்யில் ஆறியவுடன் திரும்பலாம் என்று ஐயா யோசனை கூறினார்.

அம்மா முகத்தில் இப்போதுதான் பல நாட்களுக்குப் பிறகு சந்தோஷம் தெரிந்தது. மடத்தின் குளிர்ச்சியான திண்ணையில் காலை நீட்டி உட்கார்ந்து வெற்றிலை போட்டாள். சின்ன மாமி பக்கத்தில் இருந்தாள். வெற்றிலை போட்ட அம்மாவின் வாய் சிவப்பாக இருந்தது. என்னைப் பார்த்ததும் 'என்னடா பழிகாரா, வா' என்று அன்பாகக் கூப்பிட்டாள். ஆமை தலையை நீட்டுவது போல அம்மா ஒருவித தந்திரம் செய்து தன் கழுத்து நீளத்தைக் கூட்டவும், குறைக்கவும் செய்வாள். அன்று நீளமாகிய கழுத்து அலங்காரமாக ஆடியது. அவசரம் காட்டாத புன்னகை ஒன்று அவளிடம் அப்போது தோன்றியது. அது விரிந்து ஒரு முடிவை அடையமுன் நான் மடத்தை விட்டுக் கீழே இறங்கிவிட்டேன்.

ஆலமரத்தின் கீழே சின்ன மாமா ஒரு மூன்று பரிமாண தேசப் படம் போல கால்களை மடித்து, கைகளை விரித்துப் படுத்திருந்தார். அவருக்குப் பக்கத்தில் இருந்து ஐயா சுருட்டுப் பிடித்தார். அவருடைய கண்கள் மேலே போய்ச் சொருகியிருந்தன. தேசிக்காய் துவாரங்கள் போல அவர் மூக்கில் பல சிறு துவாரங்கள் தென்பட்டன. ஒரு நாகத்தின் பிளவுபட்ட நாக்குபோல மூக்கிலிருந்து மெல்லிய நீலப் புகை இரு பக்கமும் பிரிந்து வந்துகொண்டிருந்தது.

முகத்தை அப்பாவித்தனமாக மாற்றிக்கொண்டு பொன்னியிடம் போனேன். அவள் பாவாடையைத் தொடை மட்டும் இழுத்துச் சுருக்கிக்கொண்டு குந்தியிருந்தாள். அவள் முகம் உப்பி அசைந்தது. தூரத்தில் இருந்து பார்த்தபோது ஒரு ராட்சத தவளை கால்களை அகட்டி வைத்து இளைப்பாறுவதுபோலக் தோன்றியது. ஆனால் நெருங்கியபோது

அவள் வாய் முணுமுணுப்பது தெரிந்தது. சத்தம் வந்தது. ஆனால் வார்த்தை தெரியவில்லை. இன்னும் உற்றுக் கேட்டால் அது அவள் அடிக்கடி பாடும் அந்தக் காலத்தில் பிரபலமான ஒரு நாடகத்தில் வரும் பாட்டு.

காதுமணி களவெடுத்தேன்.
காதுமணி களவெடுத்தேன்.
கருணை புரியும் எங்கள் மருதடி பிள்ளையாரே,
காதுமணி களவெடுத்தேன்.
முன்னையும் ஒருநாள் மூக்குத்தி எடுத்தேன்,
முத்தாம்பி பெண்டிலின்ரை மூக்கையும் கடித்தேன்.
காதுமணி களவெடுத்தேன்.

இதையே திருப்பித் திருப்பிப் பாடினாள். அலுக்காமல் வேலை முடியும்வரை பாடினாள்.

குழந்தைகளைக் குளிப்பாட்டுவதுபோல ஒருவித வாஞ்சையுடன் பாத்திரங்களை ஒவ்வொன்றாக அலம்பினாள். அவளுடைய நகங்கள் பிறைச்சந்திர வடிவமாக எதிர்த்திசையில் தேய்ந்துபோய் இருந்தன. என்னைக் கண்டதும் புதிதாக ஒரு கோபம் கிடைத்ததுபோல முகத்தை உம்மென்று நீட்டினாள். முழங்கால் மூட்டில் ஏற்பட்ட பாவாடை நீக்கலுக்குள் நான் பார்த்துவிடாமல் இருக்க தன்னுடைய பின்பக்கம் என்னுடைய முகத்துக்கு நேராக வரும்படி பிரயத்தனமாகத் திருப்பி வைத்தாள்.

'பொன்னி, இனி எப்ப நீ டவுனுக்கு ஓடப்போறாய்?'

அவள் திரும்பினாள். அந்தப் பார்வை சீறி என்னைத் தொடுமுன் நான் எங்கள் இடைவெளியை அகலமாக்கினேன்.

மகரந்தத் தூள்களைக் குவித்ததுபோல மணல் பரவிக் கிடந்தது. கால்களை வைத்தபோது விரல்கள் எல்லாம் புதைந்தன. சூரிய ஒளியில் மினுங்கி மினுங்கி ஒளிவிட்டன. வீரம் மீண்ட சொறிநாய் நீர்ப்பறவை ஒன்றைத் துரத்தியது. அது எம்பி உயர்ந்து வானத்தைத் துடைத்துத் துடைத்துப் பறந்தது. எலும்பிலிருந்து தசைகளைத் தொங்கவிட்ட ஒரு பிச்சைக்காரன் இடது கையைத் தாமரை மலர்போல விரித்து, அதிலே வாழை இலையை வைத்து, தனது மதிய போசனத்தை வலது கையால் தின்றான்.

அந்த அருமையான பகல் பொழுது இப்படி வீணாவதை என்னால் பொறுக்க முடியவில்லை. கோயில் திண்ணையில் தம்பி மார்பிள் உருட்டி விளையாடிக்கொண்டிருந்தான். கிட்டப்போய், கைகளைப் பின்னே கட்டிக்கொண்டு 'வா'

என்றேன். ஏதோ புதையல் எடுக்கக் கூப்பிட்டதுபோல சடா ரென்று மார்பிள்களை எடுத்துப் பையிலே வைத்துக்கொண்டு புறப்பட்டான்.

அவன் கண்கள் ஆவலாகப் பரபரத்தன.

'அண்ணா, எங்கை போறம், சொல்லு அண்ணா?'

'அருமையான இடம்.'

'ஐயோ! அருமையான இடம்.'

கால் சட்டைக்குள் மார்பிள்கள் கிலுங் கிலுங் என்று சத்தம் போட அவசரமாக நடந்து வந்தான். அவன் அணிந் திருந்த நீல வார்ச்சட்டை காற்றிலே பாய்மரம் போல விரிந்தது. சிவப்பான கொழுத்த கன்னங்கள். கறுத்த பெரிய பொட்டு. ஏதோ பெரிதாகச் சாதிக்கப் போவதுபோல விரைந்தான்.

திடீரென்று நான் நின்றேன். அதட்டும் குரலில் 'சொல்லுவியா?' என்றேன்.

'மாட்டன்.'

'சொல்லுவியா?'

'மாட்டன்.'

எதற்கும் பாதுகாப்பாக இருக்கட்டும் என்று அவனுடைய தலையிலே ஒரு குட்டு வைத்தேன். அவன் 'ஆஆ' என்று அழத் தொடங்கினான். 'சரி,சரி, சனியன், திரும்பிப் போ' என்றேன். 'இல்லை அண்ணா, இல்லை' என்று கெஞ்சினான். அவன் குரல் உருக்கமாக இருந்தது.

தலையைக் கீழே போட்டுக்கொண்டு கொஞ்ச தூரம் ஆழமாக யோசித்தபடி நடந்தான். பிறகு 'இஞ்சை பார்' என்று சிரித்தபடி நின்றான். விரித்த அவன் கைகளில் இரண்டு மார்பிள்கள் இருந்தன. அதை என்னிடம் முழுக்கையையும் நீட்டிக் கொடுத்தான். 'உண்மையாகவா?' என்றேன்.

'மெய். மெய். உனக்குத்தான், வைத்திரு' என்றான்.

'பிறகு திருப்பிக் கேட்க மாட்டாயே?'

'மாட்டன்' என்று உறுதி கூறினான்.

கர்ணன் போர் உக்கிரத்தில் கவச குண்டலங்களைக் கழற்றித் தானம் செய்ததுபோல இவனும் தந்தான். இன்னும் சரியாக ஒரு நிமிடத்தில் இவன் இறந்துவிடுவான் என்பது தெரியாமல் நான் அந்த மார்பிள்களை வாங்கி என்னுடைய பக்கட்டில் பத்திரமாக வைத்துக்கொண்டேன்.

குளம் வந்ததும் நான் கால்களை நனைத்தேன். அவன் எட்டியிருந்து பார்க்கலாம் என்று அனுமதித்தேன். அவனும் அப்படியே செய்தான்.

'கிட்ட வராதே.'

'வர மாட்டன்.'

'அண்ணா, நீ நீந்துவியா?' என்றான் திடீரென்று. உலகத்தில் உள்ள சகல கலைகளிலும் நான் தேர்ச்சி பெற்றிருக்க வேண்டும் என்று அவன் நினைத்தான். அந்தக் கேள்விக்கு நான் நேராகப் பதில் சொல்லவில்லை. 'இந்தக் குளம் ஆழம் காணாது' என்றேன். 'கிட்ட வராதே.'

'கொஞ்சம் காலை வைக்கிறன், அண்ணா!'

அப்படித்தான் அவன் காலை நனைத்தான். சதித்தனமாகக் குளத்தில் இறங்கிவிட்ட பெருமை கண்களில் தெரிந்தது.

'அண்ணா, என்னைப் பார். என்னைப் பார்' என்றான்.

எனக்குக் கோபம் வந்தது. இவன் அளவுக்கு அதிகமாகக் குளத்தை அனுபவிப்பதை நான் விரும்பவில்லை. இவன் செய்வதிலும் பார்க்கக் கூடுதலான ஒரு யுக்தியை நான் செய்துகொண்டே இருக்கவேண்டும்.

'இதோ!' என்றேன்.

அப்போது என் கண்முன்னே கணுக்கால் வெள்ளத்தில் அவன் சரிந்துகொண்டிருந்தான். கனவிலே நடப்பதுபோல ஈர்க்கப்பட்டு அதையே பார்த்தேன். அவன் அப்படித் தத்தளித்த போது எட்டிக் கைகளைக் கொடுத்திருந்தாலோ, சத்தம் எழுப்பியிருந்தாலோ போதும். நான் செய்யவில்லை. விறைத்துப் போய் ஒரு நிமிடம் வரைக்கும் அசையாமல் அங்கே தோன்றிய நீர்ச்சுழலைப் பார்த்தவாறு நின்றேன். ஒரு மந்திரம்போல அவன் சிரித்தபடி கைகொட்டி எழும்புவான் என்ற நினைப்பு எனக்குள் இருந்தது.

அதற்குப் பிறகுதான் ஓவென்று கத்திக்கொண்டு அம்மா விடம் ஓடியதாக ஞாபகம். தம்பியை மல்லாக்காகத் தூக்கிக் கொண்டு ஐயாவும், அம்மாவும், சின்ன மாமியும் காரிலே ஏறி ஆஸ்பத்திரிக்கு ஓடினார்கள். சின்ன மாமா எங்களை எல்லாம் திரட்டி, சாமான்களை மூட்டை கட்டி தலையிலே சுமத்தி, பஸ்ஸிலே கூட்டிக்கொண்டு ஊர் திரும்பினார்.

நாங்கள் வீடு திரும்பி சில மணி நேரத்திலேயே காரும் வந்து சேர்ந்தது. ஊர் சனம் எல்லாம் எங்கள் வீட்டை எப்படியோ நிறைத்துவிட்டார்கள். முதலில் ஐயா இறங்கினார்.

கொழுத்தாடு பிடிப்பேன்

பதப்படுத்திய பலா மரத்தில் கடைந்தெடுத்த வீணையைப் பக்குவமாக ஒருவர் தூக்குவதுபோலத் தம்பியைப் பக்கவாட்டில் இரண்டு கைகளிலும் ஏந்தியபடி அவர் நடந்து வந்து நடு அறையில், நடுக் கட்டிலில் கிடத்தினார். திடீரென்று அந்த அறையில் இருந்த காற்றை யாரோ அகற்றிவிட்டார்கள். நான் வெளியே ஓடிவந்து மூச்சு விட்டேன்.

என்னுடைய ஐயா, அம்மா நல்லவர்கள். கடைசி வரைக்கும் என்ன நடந்ததென்று என்னைக் கேட்டுத் துளைக்க வில்லை. அதனால் அந்த மரணத்துக்கான காரணத்தைச் சொல்லும் வாய்ப்பை நான் இழந்துவிட்டேன்.

தன்பாட்டுக்கு மார்பிள்களுடன் விளையாடிக்கொண் டிருந்தவனை ஆசைக் காட்டிக் குளத்துக்குக் கூட்டிக்கொண்டு போனதையோ, கணுக்கால் அளவு தண்ணீரில் அவன் அமிழ்ந்த போது கைகளை எட்டி நீட்டாததையோ, வட்டவட்ட குமிழிகள் எழும்பியபோது புதினமாகப் பார்த்தவாறு நின்றதையோ நான் ஒருவருக்கும் கூறவில்லை.

சுருட்டி விடும் கன்வஸ் திரைகள் கொண்ட, ஓஸ்டின் செவன் பெட்டி வடிவக் கார் சன்னல் கரை இருக்கையை, திரும்பி வரும்போது தருவதாக அவனுக்குக் கொடுத்த வாக்கை நான் காப்பாற்ற முடியாததையும் சொல்லவில்லை.

ராகு காலம்

திங்கட்கிழமைகளை எனக்குப் பிடிக்கா தென்று சிலர் நினைக்கிறார்கள். உண்மையைச் சொல்லப் போனால் திங்கட்கிழமைகளில் எனக்கு ஒருவித மனஸ்தாபமும் இல்லை. இவை வரும் போது பின்னால் இன்னும் நாலு நாட்களை இழுத்துக்கொண்டு வருவதுதான் எனக்குப் பிடிக்காது. அடுத்த சனி, ஞாயிறு நாட்கள் வெகு தூரத்தில் இருந்தன. அதுதான் வில்லங்கம். இதைத்தவிர எனக்குத் திங்கட்கிழமைகளில் தனிப் பட்ட விரோதம் எதுவும் கிடையாது.

இப்படிப்பட்ட ஒரு திங்கட்கிழமை காலை நான் அலுவலகத்திற்கு விரைந்துகொண்டு இருந் தேன். விரைந்து என்பது தவறு. நைரோபியில் எட்டு வீதிகள் கொண்ட பிரதானமான கிரோமா ரோட்டில் காலைச் சந்தடியில் கார்கள் ஊர்ந்தன. ரேடியோவில் அப்போது பிரபலமான ஆப்பிரிக்கப் பாடல் ஒன்று ஒலித்துக் கொண்டிருந்தது.

என்னுடைய மார்புகளைத் தொடாதே,
புதியவனே!
அவை இன்னும் இளசாகவே இருக்கின்றன.
கொஞ்சம் பொறுத்திரு,
காட்டு கத்தாழைபோல உடம்பு
வலுவாகட்டும்,
அதன் பிறகு உன் கைகள் சொல்வது
எனக்குப் புரியும்.
அதுவரைக்கும் என் மார்புகளைத்
தொடாதே,
புதியவனே!

கொழுத்தாடு பிடிப்பேன்

இந்தப் பாடலுக்கு ஏற்ப ஒரு காரியம் என் அலுவலகத்தில் அந்தச் சமயம் நடப்பது தெரியாமல் நான் சாவகாசமாக சவாரித்துக்கொண்டிருந்தேன்.

நைரோபியில் வேலை செய்வதென்றால் ஒன்றில் ஒரு ஷாவிடம் அல்லது ஒரு பட்டேலிடம் வேலை செய்யவேண்டும். அது தவிர மிக நுட்பமாக bio data (தகைமைத் தரவு) எழுதவும் தெரிந்திருக்க வேண்டும். இங்கே வேலைகள் கிடைப்பது இந்த தகைமைத் தரவு தயாரிப்பவரின் கெட்டித்தனத்தில்தான் தங்கியிருக்கிறது. அதனாலே இங்கு எல்லோரும் வெகு சகஜமாகவில்லை வளைப்பார்கள்; மற்சயத்தை அறுப்பார்கள்; மலையைத் தூக்குவார்கள். நானும் பெரிதாக ஒன்றும் செய்யாமல் சப்த சமுத்திரத்தையும் உருட்டிக் குடித்ததாகப் புனைந்து இந்த வேலையைச் சம்பாதித்திருந்தேன்.

என்னுடைய முதலாளி ஒரு பட்டேல்; பல தொடர்வீடுகளுக்குச் சொந்தக்காரர். இவரிடம் நான் மேலாளராக வேலை பார்த்தேன். வீடுகளை மேற்பார்வை செய்வது, ஒப்பந்தங்களைச் செயல்படுத்துவது, கணக்குகளைக் காப்பது இவைதான் என்னுடைய வேலை. தோல்வி வெற்றிக்கு முதல்படி என்ற முதுமொழியில் எனக்கு இருந்த பற்றுக் காரணமாக இந்த வேலை தொடர்ந்தது. ஒரு விளையாட்டு அரங்கம் கட்டப் போதுமான படிகள் என்னிடம் சேர்ந்திருந்தன.

அலுவலகம் திறந்து ஓர் அரைமணி நேரம் பிந்தித்தான் நான் தினமும் வருவேன். அன்று எப்படியோ சீக்கிரமாக வந்துவிட்டேன். நான் முயற்சி பண்ணாமலேயே நடந்த காரியம் அது. இப்படி தப்பிதங்கள் சிலசமயம் நடப்பதுண்டு.

எங்கள் தொடர் வீடுகளை உயரமான மின்சார வேலியும், இரட்டை கேட்டில் நின்ற காவலர்களும் பாதுகாத்தனர். மிமோசா விருட்சங்களின் உச்சியில் இருந்து அடாடா பட்சிகள் காலை ஒலிபரப்பை நிகழ்த்தின. அறுத்துக்கொண்டு ஓடிவிடுமோ என்று ஐயப்பட்டதுபோல மோட்டார் சைக்கிள்கள் சங்கிலிகளால் பிணைக்கப்பட்டு வேலி ஓரத்தில் நின்றன.

நான் வேகமாக என் அறையை நோக்கி நடந்தபோது இன்னும் வேகமாகக் காவலாளிகள் என்னைப் பின்தொடர்ந்தனர். அவர்களுடைய முகங்கள் கலவரமாகக் காணப்பட்டன. என்னுடைய அறைக்கதவு சிறிது திறந்து ஆடியபடி நின்றது. என்னுடைய லேட்டாக வரும் பழக்கத்தில் மகத்தான நம்பிக்கை வைத்து அங்கே ஒரு காரியம் நடந்துகொண்டிருந்தது. கதவைத் திறந்தபோது நான் அப்படியான காட்சியை எதிர்பார்க்கவில்லை.

அ. முத்துலிங்கம்

அவன் முகம் பழக்கமானதாக இல்லை. முப்பத்தைந்து வயது மதிக்கக்கூடிய நல்ல உடல்வாகு இருந்தது. தசைகள் முறுகிக் கிடந்தன. முதுகில் வியர்வை துளிர்த்து நீராக வழுக்கிக் கொண்டிருந்தது. முன்னறிவிப்பின்றி வந்த என்னை மிகவும் குற்றமாகப் பார்த்தான். அந்தப் பெண் ஒரு கையால் தன் உடைகளை எடுத்துக்கொண்டு மறுகையால் ஒரு மார்பை மறைத்துக்கொண்டு ஓடினாள். பின்பு இன்னொருமுறை வந்து தன் காலணிகளை மீட்டுக்கொண்டுத் திரும்பினாள்.

இவள் துப்புரவுப் பணிப்பெண். தினமும் அதிகாலை வேளைகளில் கைக்காசு கொடுத்துக் கோடுபோட்டு அழகு படுத்திய கேசத்துடன் வருவாள். சுத்தமாக வெளுத்த உடை யோடு ஒவ்வொரு நாளும் புதுப்பிக்கப்பட்டுக் காட்சியளிப்பாள். போறணையில் இருந்து இறக்கிய பாண்போல மொரமொர வென்றும், இளஞ்சூட்டோடும் ஒருவித மணத்தோடும் இருக்கும் இவளைத்தான் அவன் வந்து இரண்டு நாட்களுக்கிடையில் வளம் பண்ணிவிட்டான்.

சிலநாட்கள் முன்பு புதிதாகக் குடிவந்த டொன்னின் டிரைவர்தான் இந்த மாரியோ ங்கோமா. சாரத்தியம் தவிர வேறு வேலைகளும் பார்த்தான் என்பது அன்று காலைதான் எனக்குப் புரிந்தது. ஒரு காலத்தில் ஹறாம்பி உதை பந்தாட்டக் குழுவில் பிரபலமாக இருந்தவன் என்று பின்னால் தெரிந்து கொண்டேன். தொடைகள் அரைய, என்னைத் திரும்பிப் பார்த்தபடியே மிக மெதுவாக அவன் அசைந்து போனான். நான் இவனிடம் மன்னிப்பு கேட்கவேண்டும் என்று எதிர் பார்த்தான் போலத் தெரிந்தது.

இப்படித்தான் எனக்கு மாரியோவிடம் முதன்முதலில் பரிச்சயம் ஏற்பட்டது.

ஒரு வாரம் முன்பு மிஸ்டர் டொன் என் அலுவலகத்திற்கு வந்திருந்தார். வீடு பிடித்திருப்பதாகச் சொன்னார். இவர் ஒரு மொரிஸியஸ்காரர். கட்டையான மனிதர். எந்த விதமான வீட்டிலும், எப்படிப்பட்ட வாசலிலும் குனியும் சிரமம் இல்லாமல் போகும் வசதி பெற்றவர். சர்வதேச நாணய நிதியத்தின் பிரதிநிதியாக நைரோபியில் பதவியேற்று இருந்தார். இவரிடம் அசிரத்தையாகப் பழகமுடியாது என்பது எனக்கு உடனேயே புரிந்துவிட்டது. சொற்களுக்குக் காவல் போட்டுக் கொண்டு பேசினார்.

வீட்டுப் பத்திரம் கையொப்பம் இடுவதற்கு ரெடியாக இருந்தது. தன் தொழில் பழக்கத்தால் நான் தயாரித்து வைத் திருந்த ஒப்பந்தத்தை இவர் வாசிக்க முற்பட்டார். ஒருதலைப்

பட்சமான ஒப்பந்தங்கள் இங்கு வெகு பிரசித்தம். இது எல்லோருக்கும் தெரியும்; புதிதாக வந்திருக்கும் இவருக்குத் தெரிய நியாயமில்லை.

எறும்பின் கண்களுக்கு மாத்திரம் சாத்தியமான சிறிய எழுத்துக்களில் நாங்கள் ஒப்பந்தத்தில் அடிக்குறிப்புகள் இடுவோம். மிக அபூர்வமான சரத்துக்களை எல்லாம் இப்படித்தான் நுழைத்து விடுவோம். இவர் அவற்றை எல்லாம் படிக்க மிகவும் ஆசைப்பட்டார். தலையைச் சொறிந்துகொண்டு வெகுநேரம் யோசித்தார். ஒரு *IMF* பத்திரத்தில் கையெழுத்து வைக்கச் சொன்னதுபோல மனதை மிகவும் குழப்பிக் கொண்டார்.

"ஐயா, இது இரும்புப் பட்டறையில் தயாரித்த பத்திரம். இதில் ஒரு வரி, ஒரு வார்த்தை, ஓர் எழுத்து, ஏன் ஓர் இடைவெளியைக்கூட உங்களால் மாற்ற முடியாது. வேண்டு மானால் இன்னொரு நாளைக்கு வந்து பாருங்கள்" என்றேன். மிகவும் யோசித்தபின் பேனாவை கையிலெடுத்து *Velay Don* என்று தன் பெயரை வரைந்தார்.

இவருடைய மனைவியைக் கண்ட பிறகுதான் இவர் தமிழராக இருக்கக்கூடும் என்ற சந்தேகம் எனக்கு உதித்தது. மோசமான பல தமிழ் வார்த்தைகளுக்கு இவர் சொந்தக்கார ராக இருந்தார். இவருடைய உச்சரிப்பு அச்சுறுத்தலாக இருக்கும். வேலாயுதன் என்ற பெயர்தான் இன்னும் சுத்திகரிக்கப்பட்டு *Velay Don* என்று மாறியிருந்தது.

மாரியோ முதல் தடவையாக ஒரு வெளிநாட்டுக்காரரிடம் வேலை பார்த்தான். அதனால் அவனுக்கு அடிக்கடி சம்சயங்கள் வந்தன. டொன்னுடைய பழக்கவழக்கங்கள், விருப்பு வெறுப்பு கள் ஒன்றுமே அவனுக்கு முதலில் புரிபடவில்லை. அவர் என்ன எதிர்பார்க்கிறார் என்றும் தெரியவில்லை. அவன் படித்த முதல் பாடம் காலையில் காரை எடுக்கும்போது பின்னோக்கி எடுக்கக்கூடாது என்பதுதான்.

புதிய கார் ஒன்றை வாங்கிய டொன் செய்த புதிய காரியம் இவனைப் பிரமிக்க வைத்தது. பூசணிக்காய் ஒன்றைக் கார் சில்லின் கீழ் வைத்து நசித்துக் கார் ஓட்டியதைக் கூறி அதற்குக் காரணம் கேட்டான். நான் எனக்குத் தோன்றிய மாதிரி அர்த்தம் சொன்னதும் மிகவும் கலவரப்பட்டு யோசனை யில் ஆழ்ந்தான்.

அந்த அம்மா இரண்டு அடையாளம் (பொட்டு) வைத் திருக்கிறாளே! ஒன்று நெற்றியிலே, மற்றது உச்சியிலே.

அவர்களுடைய மகளுக்கு மட்டும் ஓர் அடையாளம். அது ஏன் என்ற கேள்வியுடன் இன்னொரு நாள் வந்தான். அதற்கும் பதில் தயாராக வைத்திருந்தேன். இப்படித்தான் மாரியோ, சுவரைத் தொட்டு கரியாக்கியபடி, அடிக்கடி என்னிடம் வரத்தொடங்கினான்.

அந்த அம்மா மிகவும் ஆசாரமானவள். சேலை கட்டி குளிரைத் தடுக்க ஒரு வேலைப்பாடு செய்த போர்வையும் போர்த்தியிருப்பாள். வான்கோழி போலக் கழுத்திலே சுருக் கங்கள் விழுந்து கிடக்கும். ஒரு காலத்தில் செழித்திருந்த கேசத்திற்குப் போதிய சான்று இருந்தது. தலையில் வெள்ளைக் கோடுகள் படர்ந்து முகத்திற்கு ஓர் அழகையும் கண்ணியத்தை யும் கொடுத்தன.

மாரியோ அந்த அம்மாமீது மிகவும் மரியாதை வைத் திருந்தான். அவள் சொல்வதுதான் அவனுக்கு வேத வாக்கு. நவராத்திரி, தீபாவளி போன்ற மங்கல நாட்களில் உற்சாகத் தோடு கலந்துகொள்வான். அவற்றின் விபரங்களை ஆச்சரியத் தோடு கேட்டுக் கிரகிப்பதில் ஆர்வம் காட்டுவான். அவர்கள் பழக்க வழக்கங்கள், உணவு வகைகள்கூட அவனுக்குச் சீக்கிரத்தில் அத்துப்படியாகிவிட்டன.

போகப்போக அவர்களுடைய சம்பிரதாயம், பழக்க வழக்கங்கள் பற்றி மாரியோ என்னிடம் அர்த்தம் கேட்பது குறைந்துவிட்டது. மாறாக, சுமங்கலி பூசைபற்றி எனக்கு ஏதாவது சந்தேகம் இருந்தால் அதை அவனே தீர்த்து வைப்பான் போல இருந்தது. அந்த அம்மா கடுமையான விரதங்களைப் பிடிக்கும்போது இவனும் பிடித்தான். அவற்றினுடைய பலாபலன்களையும் அவன் தெரிந்து வைத்திருந்தான்.

ஆனால் வெகு காலமாகியும் மாரியோவுக்குப் பிடிபடாத விஷயம் ஒன்று இருந்தது. அதுதான் ராகு காலம்.

ஒரு நாள் பதட்டமாக வந்து சேர்ந்தான். டொன் அவனைக் கடுமையாகத் திட்டிவிட்டதாகச் சொன்னான். காரணம் அவன் பத்து நிமிடகாலம் தாமதமாக வந்ததுதான். அன்று அவர் வெளிநாட்டுப் பயணத்திற்காக விமான நிலையம் செல்வதற்கு இருந்தார். அது ஒரு வெள்ளிக்கிழமை. பிளேன் பின்னேரம் இரண்டு மணிக்குத்தான் புறப்படுவதாக இருந்ததாம். டொன் என்றால் காலை பத்து மணிக்கு முன்பே வீட்டைவிட்டுக் கிளம்புவதற்குத் தயாராய் இருந்தார். அன்று பார்த்து மாரியோ லேட்டாக வந்ததால், ராகு காலம் தொடங்கி விட்டதாக அவனைக் கண்டித்து, பயணத்தையே கான்ஸல் பண்ணிவிட்டார்.

ஓர் ஆபிரிக்க டிரைவருக்கு ராகு காலத்தின் சூட்சுமம் பற்றி விளக்குவது எவ்வளவு கடினம் என்பதைக் கற்பனைத் திறன் உள்ளவர்களிடம் விட்டுவிடுகிறேன். மாரியோவின் முகத்தைப் பார்த்த பிறகு எப்படியும் இந்த ராகு கால மர்மத்தை இவனுக்குத் தெளிவுபடுத்த வேண்டுமென்று தீர்மானித்தேன்.

விஷ்ணு எப்படி மோகினியாக மாறி அமிர்தம் பங்கிட்டா ரென்றும், அதை ராகு, தேவ உருவத்தில் பெற முயற்சித்ததையும், சூரிய சந்திரர் இதை அறிந்து விஷ்ணுவுக்குக் கோள் சொல்லிய தால் ராகுவுக்கும் சூரிய சந்திரருக்கும் தீராப் பகை ஏற் பட்டதையும் விவரித்தேன். ராகுவின் பழி தீர்க்கும் படலம் இன்றும் தொடர்கிறது. சூரிய சந்திரர் இயக்கத்தில் பிறக்கும் ஒவ்வொரு நாளிலும் ஒரு சில மணி நேரங்களை ராகு பீடித்துக் கொள்கிறான். அதுதான் ராகு காலம், அந்தக் காலங்களில் என்ன செய்தாலும் அது உருப்படாது என்று விளக்கினேன்.

ஒரு சிறு பிள்ளையின் குதூகலம் அப்போது மாரியோ வுக்கு ஏற்பட்டது. விளக்கம் இவ்வளவு சுலபமாக இருக்கும் என்று அவன் எதிர்பார்க்கவில்லை போலும். எந்த நாட்களில் எவ்வளவு மணி நேரங்களை ராகு பாதிப்பான் என்று அவன் கேட்டதற்கும் என்னிடம் ஒரு சூத்திரம் தயாராக இருந்தது.

Mother Saw Father Wearing The Turban Surely. இந்த வசனத்தை அவனை மனப்பாடம் செய்ய வைத்தேன். இந்த ஏழு வார்த்தைகளும் ஏழு நாட்களைக் குறிக்கும். முதலாவது வார்த்தை Monday என்றால் இரண்டாவது வார்த்தை *Saturday*, மூன்றாவது *Friday*. இப்படியே கடைசி வார்த்தை *Sunday*ஐ குறிக்கும். இந்த முறைப்படி முதலாம் நாள் ராகு காலம் காலை ஏழரை முதல் ஒன்பது வரை நீடிக்கும், இரண்டாம் நாள் ஒன்பது முதல் பத்தரை, மூன்றாம் நாள் பத்தரை முதல் பன்னிரெண்டு இப்படியே விரியும் என்று விளக்கினேன். அவனும் புரிந்ததுபோல பெரிதாகத் தலையை ஆட்டினான்.

அவனுக்கு எவ்வளவு தூரம் இது அர்த்தமாகியது என்பது தெரிய நான் வெகுகாலம் காத்திருக்க வேண்டியிருக்கும். ஆனால் அப்போது அது எனக்குத் தெரியவில்லை.

டொன் தம்பதியருக்கு ஒரு மகள். பதின்மூன்று, பதினாலு வயதிருக்கும். மிக அழகான ஒரு பெண்ணாக வருவதற்குத் திட்டம் போட்டிருந்தாள். தலைமயிர் அடர்ந்து உச்சி பிரிக் காமல் இருக்கும். எப்படி வரிந்து இழுத்தாலும் அவளால் அந்த முகத்து வசீகரத் தன்மையைக் குறைக்க முடியாது.

எப்பொழுது பார்த்தாலும் நீச்சல் தடாகத்தில் இரு பாதி குளியல் உடையில், சம வயது ஆப்பிரிக்கப் பெண்களுடன் விளையாடிக்கொண்டு இருப்பாள். ஒரு நாள் பார்த்த போது யாமா சோமா இறைச்சியை அவர்களுடன் பகிர்ந்து உண்டு கொண்டிருந்தாள். எனக்குத் திகைப்பாயிருந்தது.

நான் மாரியோவைக் கேட்டேன். "என்ன மாரியோ, இந்தப் பெண் இப்படிப்போய் சுட்ட இறைச்சியைச் சாப்பிடு கிறாளே. அவர்கள் சுத்த சைவம் அல்லவா?" என்றேன்.

"ம்பவானா, அதை ஏன் கேட்கிறீர்கள்? பள்ளிக்கூடம் போகும் வழியில் யாயா சென்டரில் மட்டன் கட்லட் வாங்கிச் சாப்பிடுகிறாள், வீட்டுக்குத் தெரியாமல். இலையான் அடித்தால் ஓணான் ரத்தம் வருகிறது," என்றான்.

"சின்னப் பெண்தானே! செய்துவிட்டு போகட்டும்."

"இல்லை, ம்பவானா, மாமிசம் சாப்பிடுவதை நான் சொல்லவில்லை. பெற்றோருக்குத் தெரியாமல் கள்ளமாகச் சாப்பிடுவதைச் சொல்கிறேன்."

டொன்னின் உலகம் தனி உலகம். அளவுக்கு அதிகமான பட்டன்கள் வைத்த கோட்டை அணிந்துகொண்டு அடிக்கடி என் அலுவலகத்துக்கு முறைப்பாடுகளைக் கொண்டுவருவார். வீட்டிலே சாயமடித்து வளர்த்த தலைமயிர் என்றபடியால் கீழ்பாதி ஒரு நிறமாகவும் மேல்பாதி இன்னொரு நிறமாகவும் இருக்கும். உலகத்தைப் பார்க்கும் கண்களால் இவருக்குப் பக்கத்தில் இருக்கும் காதைப் பார்க்க முடியவில்லை. இவரிடம் மகளைப் பற்றிச் சொல்லுவோமா என்று நான் பலதடவை யோசித்தது உண்டு.

அந்தச் சிறுமி ஆப்பிரிக்கச் சிநேகிதிகளின் சகவாசத்தால் முற்றிலும் மாறி வர, மாரியோவோ தன்னுடைய இயல்பான குணத்தையும், பழக்க வழக்கங்களையும் துறந்துவிட்டான். அந்த அம்மாவின் மேல் அவனுக்குப் பற்றுதல் அதிகமானது. சிறிது சிறிதாக மாமிசம் சாப்பிடுவதையே விட்டுவிட்டு அவர்களுடைய இட்லி, சாம்பார் தோசைக்கு அடிமையானான். அது மாத்திரமல்ல; சிவராத்திரி, கந்தசஷ்டி பற்றியெல்லாம் தீவிரமாகச் சிந்திக்க ஆரம்பித்திருந்தான்.

மகளைப் பற்றித் தாயாரிடம் சொல்வதா விடுவதா என்ற மனப் போராட்டம் மாரியோவுக்கும் இருந்தது. நல்ல காலமாக முடிவெடுக்க வேண்டிய நிர்ப்பந்தம் அவனுக்கு நேரவில்லை. விதி வேறு விதமாகத் தீர்மானித்தது போலும்.

சதுர்த்தி விரதத்தில் இவர்கள் தீவிரமாக இருந்தபோது டொன்னுக்கு திடீர் என்று மாற்றல் உத்தரவு வந்தது. வழக்கமான நாலு வருடங்கள் அவருக்குக் கிடைக்கவில்லை. டொன்னுக்கு ஏற்பட்ட அதிர்ச்சியிலும் பார்க்க மாரியோவுக்கு அதிகமான ஏமாற்றம். அவர்களை மிகவும் பிடித்துப்போய் அவனுடைய வாழ்க்கை ஓர் ஒழுங்குக்கு வரும்போது இப்படி நடந்துவிட்டதே என்று புலம்பினான்.

டொன் போகுமுன் பல பரிந்துரை கடிதங்களைக் கொடுத்திருந்தார். அப்படியும் மாரியோவுக்கு ஒரு வேலையும் கிடைக்கவில்லை. அவன் மனம் உடைந்து இருக்கும் போது ஸ்வீடன் தூதரகத்தில் ஒரு சாரதி அவசரமாகத் தேவைப்படுவ தாகக் கேட்டிருந்தார்கள். மாரியோவை அடுத்த நாளே போய் அவர்களைப் பார்க்கும்படி கடிதம் கொடுத்து அனுப்பி னேன். அத்துடன் மாரியோ என் வாழ்வில் இருந்து மறைந்து விட்டான்.

பல மாதங்கள் கழித்து ஒரு சனிக்கிழமை யாயா சென்டருக்குச் சென்றிருந்தேன். இரட்டைப் பின்னல் கட்டிக் கொண்டு என்னுடைய சிறிய மகளும் வந்திருந்தாள். அது பசி வியாபித்திருக்கிற ஒரு மத்தியான நேரம். எங்கேயும் பசி தெரிந்தது. இருந்தபடி சிலர் சாப்பிட்டார்கள். நின்றபடி சிலர். இன்னும் சிலர் நடைபாதையிலேயே நடந்தபடி சாப்பிட்டார்கள்.

வழக்கம் போல ஐஸ்கிரீம் கடையைக் கண்டவுடன் என் மகளுடைய நடை தளர்ந்தது. வெட்டுக்கிளியை முகர்ந்த நாய்க்குட்டி போல கால்களைப் பரப்பிக்கொண்டு அசைய மறுத்துவிட்டாள். எத்தனை நூறு புதிய சுவைகள் வந்தாலும் வனில்லா போல் வருமா? அந்த மணம் அங்கே பரவியிருந்தது.

தூரத்தில் மாரியோ வந்துகொண்டிருந்தான். ஓர் ஒட்டைச் சிவிங்கி போலக் கால்களை அகட்டி வைத்து நடந்து வந்தான். அளவுக்கு அதிகமாகத் தொங்கிய கோட்டின் பகுதிகள் செட்டை போல இரண்டு பக்கமும் விசிறி அடித்தன. மெலிந்து போய் இருந்தான். நூலிலே கோத்து வைத்ததுபோல அவன் உடம்பின் அங்கங்கள் தனித்தனியாக ஆடின. நெற்றியிலே திருநீறு பூசி அதிலே குங்குமப் பொட்டு.

அவனை இந்தக் கோலத்தில் பார்த்தது எனக்கு அதிர்ச்சி யாக இருந்தது. என் மகள் பின்னால் நகர்ந்து என் கைகளை இறுக்கிப் பிடித்துக்கொண்டாள்.

'மிஸ¯ரி.'

‘மிஸூரி சான்.’

“எங்கே மாரியோ இந்தப் பக்கம்?”

“கோவிலுக்குப் போயிருந்தேன். ம்பவானா, புரட்டாசி சனியில்லையா”

“இன்று வேலைக்குப் போகவில்லையா?”

“வேலையா? இப்ப ஆறு மாசமாக அதைத்தானே தேடிக்கொண்டிருக்கிறேன்.”

“ஆறு மாசமா? ஏன் அந்த ஸ்வீடன் தூதரக வேலைக்கு என்ன நடந்தது?”

“அதை விடுங்க, ம்பவானா? நாணல் புல் குழலை ஊதினாலும் கொஞ்சம் ஆறத்தானே வேண்டும், முகத்தைச் சொறிய” என்றான்.

“ஏன், என்ன நடந்தது?”

“நேர்முகத் தேர்வுக்கு புதன் கிழமை பன்னிரெண்டு மணிக்குக் கூப்பிட்டிருந்தார்கள். எப்படிப் போக முடியும்?”

“நீ போகவில்லையா?”

“சரியான ராகுகாலம்; வேலை கிடைக்கவா போகிறது?”

முழங்கால்கள் தனித்தனியாக ஆட, வேகம் குறையாமல் மாரியோ தன் பாட்டுக்குப் போய்க்கொண்டிருந்தான்.

நான் அவனையே பார்த்துக் கொண்டிருந்தேன், வெகு நேரம்.

“ம்பவானா, இதோ இரண்டு வனில்லா” என்றான் கடைக்காரன்.

தாழ்ப்பாள்களின் அவசியம்

அம்மாவுக்குக் கனடாவில் நம்பமுடியாத பல விசயங்கள் இருந்தன. அதில் மிகப் பிரதானமானது வீடுகளில் பூட்டு என்ற பொருளுக்கு வேலை இல்லாதது. அம்மாவின் கொழும்பு வீட்டில் அலமாரிக்குப் பூட்டு இருந்தது. தைலாப் பெட்டிக்குப் பூட்டு இருந்தது. மேசை லாச்சிக்குப் பூட்டு இருந்தது. பெட்டகத்துக்குப் பூட்டு. வாசல் கதவுக்குப் பூட்டு. கேட்டிலே பெரிய ஆமைப் பூட்டு. இப்படியாகப் பூட்டு மயம்.

ஆனால் கனடாவில் குளிர்சாதனப் பெட்டிக்குக் கூடப் பூட்டு இல்லாதது மன்னிக்க முடியாத குற்றமாக அம்மாவுக்குப்பட்டது. எல்லா குளிர் சாதனப் பெட்டிகளும் பூட்டோடு வரும் என்றுதான் அவர் நினைத்தார். கொழும்பில் இருந்தபோது அவர் ஒரு வீட்டுக்குப் போயிருக்கிறார். அங்கே வரவேற்பு அறையில் விருந்தாளிகள் உட்கார்ந்து சம்பாசணை செய்யும்போது அவர்களுடைய குளிர்சாதனப் பெட்டியும் கலந்து கொண்டது. அதற்கு அடிக்கடி உயிர் வந்து சத்தம் எழுப்பும். பிறகு மௌனமாகிவிடும். அந்தக் குளிர் சாதனப் பெட்டியில் அம்மாவுக்கு மிகவும் பிடித்த அம்சம் அதில் தொங்கிய பூட்டுத்தான்.

விருந்து நடந்துகொண்டிருந்தபோது வீட்டுக்கார அம்மா வந்து சாவிபோட்டு குளிர்சாதனப் பெட்டியை திறந்து, வேண்டிய சாமான்களை எடுத்துப்போனது ஆடம்பரமாக இருந்தது. கனடாவில் பார்த்தால் அதற்குப் பூட்டு இல்லை.

அ. முத்துலிங்கம்

அதை வேறு மறைத்துவைத்திருந்தார்கள். சமையலறையில் குளிர்சாதனப் பெட்டி இருக்கும் விசயம் மற்றவர்களுக்கு எப்படித் தெரியும் என்பதுதான் அம்மாவின் பெரிய கவலை.

அடுத்த சங்கதி குளியலறை. அதற்குப் பூட்டு இல்லாதது அம்மாவுடைய மூளையின் எல்லைக்கு அப்பாற்பட்டதாக இருந்தது. சரி, பூட்டு இல்லாவிட்டால் பரவாயில்லை. கதவை யும் சாத்தமுடியாது. கதவைச் சாத்தினால் அது மெல்ல மெல்ல உயிர் பெற்றதுபோலத் தானாகவே அசைந்து நகரும். குளித்து முடித்து வெளியே வரும்போது, கதவு 'ஆ'வென்று திறந்தபடி இருக்கும். கதவுக்கு அவசரமாக ஒரு பூட்டு வாங்க வேண்டும். அல்லது குளிக்காமல் இருக்கவேண்டும்.

என்னிடம் ஒரு வார்த்தை சொல்லாமல் அம்மா நேராக என்னுடைய புத்தகத்தட்டுக்குப் போய் சி.சு. செல்லப்பா எழுதிய 'சுதந்திர தாகம்' மூன்று பாகத்தையும் எடுத்து வந்தார். எனக்கு அம்மாவிடம் இருந்த மதிப்பு மூன்று மடங்கு அதிக மாகியது. மூன்று பாகத்தையும் ஒரேயடியாகப் படிக்கப் போகிறாரா என்று நினைத்தேன். அவருடைய நோக்கம் வேறு. அட்டையில் எழுதியிருந்த தலைப்பைக்கூட அவர் பார்க்க வில்லை. குளித்துவிட்டுத் திரும்பி வரும்போது, பெரிய நிம்மதி அவர் முகத்தில் தோன்றியது. புத்தகம் நல்லதா என்று கேட்டேன். 'இந்தப் புத்தகம் தொக்கை காணாது. கதவுக்கு முண்டு கொடுப்பதற்கு இதனிலும் மொத்தமான புத்தகம் இருக்கிறதா?' என்றார்.

அம்மா தங்கியிருந்த மீதி நாட்கள் சுகமாக கழிந்தனவா என்றால் அதுவுமில்லை. ஒரு வீட்டின் வெளிக்கதவுக்குத் தாழ்ப் பாள் முக்கியம் என்ற விசயம் அம்மா சொல்லும் வரைக்கும் எனக்கு மறந்துபோனது. எங்கள் கொழும்பு வீட்டுவீதியில் எல்லா வீடுகளுக்கும் தாழ்ப்பாள் இருந்தது. உள்ளுக்கு ஒன்று, வெளியே ஒன்று. இரவு படுக்கப் போகும்போது, உள் தாழ்ப் பாளைப் போடுவோம். வெளியே போகும்போது, வெளி தாழ்ப்பாளை இழுத்துப் பூட்டுவோம். நாங்கள் குடும்பமாக பயணம் புறப்படும்போது, எனக்கு நடுக்கம் பிடித்துவிடும். கதவை இறுக்கிச் சாத்தி தாழ்ப்பாள் போட்டு அம்மா ஆமைப் பூட்டை கொழுவி பூட்டுவார். அந்த ஆமைப்பூட்டு ஒரு தேங்காயளவு பெரியது. அம்மா அதை இழுஇழுவென்று இழுத்துப் பார்த்தபிறகு புறப்படுவார். நாங்களும் தொடரு வோம். ஒரு நூறு அடி போனபிறகு ஐயா ஏதோ யோசித்துத் திரும்பிவருவார். ஆமைப்பூட்டில் தன் முழுப்பாரத்தையும் போட்டுத் தொங்கிப் பார்ப்பார். அதன் பிறகுதான் எங்கள் பயணம் தொடங்கும்.

கனடாவில் அம்மா வெளிக்கதவுக்குத் தாழ்ப்பாள் வாங்கிப் பூட்டவேண்டும் என்று பிடிவாதம் பிடித்தார். தன்னால் இரவு களில் தூங்கமுடியவில்லை என்றும் கெட்ட கனவுகள் துரத்து கின்றன என்றும் முறைப்பாடு வைத்தார். 'கனடாவில் ஒருவரும் தாழ்ப்பாள் போடுவதில்லை. எங்கள் வீட்டுப் பாதுகாப்புக்கு அபாயமணி பூட்டியிருக்கிறது. திருடர்கள் வந்தால் இலகுவில் காட்டிக் கொடுத்துவிடும்' என்றேன்.

'அது எப்படி? அபாயமணி எப்போது ஒலிக்கும்? திருடன் உள்ளே வரமுன்னரா அல்லது வந்த பின்னரா?' 'உள்ளே திருடன் நுழைந்த பிறகுதான் அபாயமணி அடிக்கும்' என்றேன். அம்மா 'என்ன பிரயோசனம், திருடன் உள்ளே வராமல் அல்லவா பார்க்கவேண்டும்' என்றார். அதற்கு என்னிடம் பதில் இல்லை.

அம்மாவுடன் பல கடைகள் ஏறி இறங்கினேன். சிலருக்கு தாழ்ப்பாள் என்றால் என்னவென்றே தெரியவில்லை. அப்படித் தெரிந்தாலும் கதவுகளைப் பூட்ட பயன்படுத்தும் தாழ்ப்பாள் கள் பற்றி அவர்கள் கேள்விப்பட்டிருக்கவில்லை. கடைசியில் பழைய சாமான்கள் விற்கும் ஒரு கடையில், கடந்துபோன நூற்றாண்டைச் சேர்ந்த இரண்டு பெரிய தாழ்ப்பாள்களைக் கண்டுபிடித்தோம். அம்மாவுக்கு மெத்தப் பிடித்துப்போனது. அவற்றைப் பூட்டிய பிறகுதான் அம்மாவுக்கு நிம்மதியாக நித்திரை வந்தது.

ஆனால் என்னுடைய நிம்மதி குலைந்துபோனது. டெலி போன் மணி அடித்தால் அம்மாவால் சும்மா உட்கார்ந்திருக்க முடியாது. ஓடி வந்து அதை எடுக்கவேண்டும். கனடாவில் ஒருவரும் டெலிபோனை எடுப்பதில்லை. அது ஒரு அழகுக் காகத்தான் வீட்டில் இருக்கிறது. அது அடிக்கடி மணியடித்து வீட்டைக் கலகலப்பாக்கும். இதை அம்மாவுக்கு எத்தனை தடவை சொன்னாலும் புரியவில்லை. எங்கள் வீடு ஒடுக்கமானது. ஆனால் அதை ஈடுகட்டுவதற்கு நீளமாக நிர்மாணித்திருந் தார்கள். வீட்டின் துவக்கத்தில் இருக்கும் காலநிலையும் வீட்டின் அந்தலையில் இருக்கும் காலநிலையும் வேறு வேறாக இருக்கும். அவ்வளவு நீளம். அம்மாவும் விடுவதில்லை. மணிச் சத்தம் கேட்க ஆரம்பித்ததும் ஓட்டப்பந்தயத்தில் ஓடுவது போல, மூச்சைப் பிடித்து ஓடிவந்து தொலைபேசியைத் தூக்கு வார். தூக்கிய வீச்சில் தொலைபேசியின் வாயில் 'ஹா' என்று கத்தி நிறுத்தி மூச்சை ஒருதரம் உள்ளே இழுத்தபிறகு 'லோ' என்று சொல்லி முடிப்பார்.

என்னிடம் ஒரு செல்பேசி உண்டு. நண்பர்கள் என்னுடன் அதிலே உரையாடினார்கள். வீட்டுத் தொலைபேசி என்ற

ஒன்றை நான் பாவிப்பதில்லை. அடித்தால் அதை எடுக்க மாட்டேன். விற்பனைக்காரர்களுக்காகவும் தவறான எண் டயல் பண்ணுகிறவர்களுக்காகவும் நன்கொடை யாசிப்பவர் களுக்காகவும் வேண்டாதவர்களுக்காகவும் அதை பராமரித்தேன். அவர்கள் விடாப்பிடியாக அதில் அழைப்பதுமட்டுமில்லாமல் தகவல்களும் விட்டார்கள். ஒவ்வொரு ஞாயிற்றுக்கிழமையும் காலை பத்து மணிக்கு நான் டெலிபோனில் அந்த வாரம் சேர்ந்திருக்கும் தகவல்களை எல்லாம் ஒவ்வொன்றாக செவி மடுத்துப் பின்னர் அழிப்பேன். அதற்கு எனக்கு அரைமணி நேரம் எடுக்கும். அம்மாவால் அதைத் தாங்கமுடியவில்லை. தொடர்ந்து வேகமாக ஓடி டெலிபோன் மணி நிற்பதற்கிடை யில் அதைக் கையிலே தூக்குவதை அவர் கடமை என்றே நினைத்தார். எதற்காக இப்படி அடித்துப் பிடித்து ஓடுகிறார் என்று கேட்டேன். 'மகனே, நீ என்னைக் கூப்பிடலாம் அல்லவா? இன்றைக்கு வெந்தயக்குழம்பு வைத்தீர்களா என்று நீ கேட்கக் கூடும் என்று நினைத்தேன்.'

'தொலைபேசி மணி அடித்தால் அதைத் தொடவேண்டாம்.' 'தொலைபேசி மணி அடித்தால் அதைத் தொடவேண்டாம்' என்று அம்மாவிடம் திருப்பித் திருப்பி சொன்ன நான், கதவு மணி அடித்தால் என்ன செய்யவேண்டும் என்பதைச் சொல்லித் தரவில்லை.

ஒருநாள் நான் வெளியே போய்விட்டு திரும்பி வந்தபோது, வீட்டில் பெரிய ஆரவாரமும் சிரிப்புச் சத்தமும் கேட்டது. நான் தவறான வீட்டுக்கு வந்துவிட்டேனோ என்று வீட்டு நம்பரை சரிபார்த்துக்கொண்டேன். விருந்தினர் அறையில் அம்மாவோடு மூன்று பேர் உட்கார்ந்திருந்தார்கள். அந்த ஆண் சாம்பல் நிற ஆடை அணிந்திருந்தார். மடிப்புகள் கலைந்த கோட்டும் விளிம்புகள் தேய்ந்துபோன கழுத்துப்பட்டியுமாக உட்கார்ந்திருந்த அவருக்கு ஐம்பது வயது மதிக்கலாம். மனைவி போலத் தோற்றமளித்த குள்ளமான பெண், சாம்பல் நிற உடையில் தலையிலே சண்டியர்கள் லேஞ்சி கட்டுவதுபோல கட்டியிருந் தார். பெரிய சோபாவைப் பாதி நிறைத்து ஓர் இளம்பெண் உட்கார்ந்திருந்தாள். இரண்டு பெண்களின் உடைகளும் சாம்பல் கலரில் சாக்குத் துணியில் தைத்ததுபோல வெட்டு இல்லாமல், உருவம் இல்லாமல், சுருக்கு இல்லாமல் கவர்ச்சியே இன்றிக் காணப்பட்டன.

அறிமுகப்படுத்தும்போது, அந்த இளம் பெண் தன் பெயரைச் சொன்னாள். அவளுடைய பாதணிகள் ஒரு முதலையினுடைய தலைபோல முன்னுக்கு ஒடுங்கிப்போய் இருந்தது எனக்கு விநோதமாகப்பட்டது. நான் கேட்காமலே தனக்கு 14 வயது

கொழுத்தாடு பிடிப்பேன்

நடக்கிறது என்றாள். நான் பார்த்ததிலே ஆக வயதுகூடிய 14 வயதுப்பெண் அவள்தான். கைகள் இரண்டையும் தொடைகளில் வைத்து கண்களை ஒரு கணத்துக்கு கீழே இறக்கி நாடகத் தனமாக மேலே தூக்கினாள். ஒரு விரலால் தோள் மயிரைச் சுண்டிவிட்டாள். அவளுடைய சாக்குத் துணி உடையைத் தாண்டி ஒரு கவர்ச்சி அந்த நொடியில் வெளிப்பட்டது. என்னுடைய ரத்தம் உயிர்பெற்றுச் சுழலத் தொடங்கியது.

அந்த மனிதர் அடிக்கடி இருமலால் குரல்வளையை நிறைத்தார். பேசியபோது, நாய் நக்கிக் குடிக்கும்போது ஏற்படுவது போன்ற ஓர் ஒலி அவர் தொண்டையிலே உருவானது. பிரசாரகர் களுக்கு உள்ள எல்லாத் தகுதிகளும் அவருக்கு இருந்தன. அவர் விட்ட இடத்திலிருந்து தொடர்ந்து அம்மாவிடம் பேசினார். எங்கள் வீட்டுக்கு எனக்கு அறிவிக்காமல் வந்திருந்த விருந்தினர்களுக்கு அம்மா பாசத்தோடுப் பணிவிடை செய்தார். மேசையிலே புத்தகங்களும் சஞ்சிகைகளும் துண்டுப் பிரசுரங் களுமாக பரவிக் கிடந்தன. அந்த மனிதரின் கண்களையே அம்மா உற்று நோக்கிக்கொண்டிருந்தார். அது, ஒரு கன்றுக் குட்டி தாய்ப்பசுவை பார்க்கும் பார்வை.

வீட்டுக்கு விருந்தாளிகளை வரவிடக்கூடாது. அப்படி அவர்கள் தவறுதலாக வந்துவிட்டால் அவர்களை உபசரிப் பதற்கென்று ஒரு வரைமுறை இருக்கிறது. அதில் தவறாமல் இருக்கவே நான் முயன்றேன். அந்த பிரசாரகர் சளசளவென்ற குரலில் ஒரு நீளமான வசனத்தைச் சொல்வார். பிறகு பரிசோதிப் பதற்காக 'நான் என்ன சொன்னேன்' என்று அம்மாவிடம் வினவுவார். அம்மா, அவர் சொன்னதை மூன்றாம் வகுப்பு மாணவிபோலத் திருப்பி அப்படியே ஒப்பிப்பார். வசனத்தின் கடைசிப் பகுதியில் குரலை அவர் ஏற்றுவதுபோல அம்மாவும் ஏற்றுவார். பிரசாரகருக்கு ஒரு புதிய அடிமை கிடைத்துவிட்டது போலவே எனக்குத் தோன்றியது. அந்த இளம்பெண் மரத்தரை சப்திக்க அடிக்கடி காலை மாற்றி அமர்ந்தாள். அப்படியே கண்களை ஒருமுறை கீழே இறக்கி மேலே தூக்கலாம் என்று நான் காத்திருந்தேன். என் கோபத்தை அந்த ஒரு காரணத் துக்காக நான் தள்ளிவைத்துக்கொண்டே போனேன்.

அவர்கள் போனதும் நான் அம்மாவைப் பிடித்தேன். 'ரோட்டிலே போற வாற ஆட்களை எல்லாம் வீட்டுக் கதவை திறந்து உள்ளே அழைப்பீர்களா?' என்று கேட்டேன். அம்மா வின் முகம் வாடிவிட்டது. ஒன்றுமே புரியாமல் திகைத்துப் போனார். 'நீ என்ன சொல்லுறாய். போறவாற ஆட்களா? அவர்கள் வெள்ளைக்காரர்கள்' என்றார். அம்மாவின் அசைக்க முடியாத கருத்துப்படி வெள்ளைக்காரர்கள் என்றால் திருட

மாட்டார்கள், பொய்சொல்லமாட்டார்கள். கொலைசெய்ய மாட்டார்கள். பெண்களின் உறுப்புகள் எல்லாம் அவர்கள் கண்களுக்குத் தட்டையாகவே தெரியும்.

நான் முற்றிலும் கோபம் தணிந்த பிறகு ஒரு நாள் இரவு உணவுக்காக மேசையின் முன் அமர்ந்தேன். வழக்கம்போல அம்மா நின்றுகொண்டிருந்தார். அரைமணி நேரத்தில் சமைக்க வேண்டிய உணவுக்கு அம்மா அரைநாள் எடுத்திருப்பார். எவ்வளவு சொன்னாலும் உட்காரமாட்டார். ஓர் அடி தூரத்தில் இருக்கும் உணவை அவர்தான் எடுத்து கோப்பையில் வைப்பார். அதை ரசித்துச் சாப்பிடும்போது, என் முகம் எப்படி போகிறது என்பதை உன்னிப்பாகக் கவனிப்பதே அவர் வேலை.

அம்மா மெதுவாக என்னிடம் 'மகனே, உனக்கு பரவச நிலையை எட்டியவர்களின் கடவுள் பெயர் தெரியுமா?' என்றார். நான் 'தெரியாது' என்று சொன்னேன். 'உலகத்தின் ஆதிக் கடவுள் யாவே. அது ஹீப்ரு வார்த்தை. அந்த மொழியில் உயிரெழுத்து கிடையாது. எல்லாமே மெய்யெழுத்துதான். ஆகவே, அந்த வார்த்தையை உச்சரிக்கும்போது நீ எப்படியும் உச்சரிக்கலாம். ஆனால் கடவுளின் உண்மையான பெயர் ஹீப்ரு மொழி தோன்றுவதற்கு முன்னரே தோன்றிவிட்டது. அந்தப் பெயர் தெட்ராகிரம்மட்டன். ஆதிக் கடவுளை ஆராதிப் பவர்கள் இறக்கும்போது நேராகச் சொர்க்கம் செல்வார்கள். எனக்காக அவர்கள் பிரார்த்தனை செய்வதாகச் சொல்லி யிருக்கிறார்கள்.'

அந்த வருடம்தான் புளூட்டொ கிரகம் அல்ல என்று அறிவிக்கப்பட்டது. அந்த வருடம்தான் இலங்கை சமாதானப் பேச்சு வார்த்தை ஜெனீவாவில் முறிந்தது. அந்த வருடம்தான் பனிக்காலம் முன்னறிவித்தல் இன்றி கனடாவில் ஒரு மாதம் முந்தி வந்தது. மரங்கள் அவசர அவசரமாக இலைகளைக் கொட்டின. அம்மா தடித்த குளிர் ஆடை அணியாமல் குழம்பு தெறித்து கறைபட்ட மெல்லிய மேலாடை தரித்திருந்தார். அவருடைய உடம்பு மெல்ல நடுங்குவதை அவர் பொருட் படுத்தவில்லை. இரண்டு கைகளையும் கழுத்து எலும்பில் வைத்துக்கொண்டு என் முழங்கால்களைப் பார்த்து தான் திரும்பப் போகவேண்டும் என்று சொன்னார். நான் மறுக்க வில்லை. காரணம் தெட்ராகிரம்மட்டன் அல்லது சமையல் அல்லது பாவாடையாகவும் இருக்கலாம். சமைப்பதை அம்மா அளவுக்கதிகமாக நேசித்தார். அதிகாலை எழும்பி அடுப்பு பற்றவைப்பதுபோல இங்கேயும் செய்ய விரும்பினார். மனிதனுக்கு கிடைத்த 24 மணித்தியாலத்தில் அரைமணிக்குமேல் கனடாவில் யாரும் சமையலுக்குச் செலவிடுவதில்லை என்பதை நம்ப

மறுத்தார். சமையல் சாமான்களுடைய விலையை உடனுக்குடன் இலங்கை காசில் மாற்றி, ஒரு நிமிடம் ஆச்சரியப்படாமல் அவர் கரண்டியைத் தூக்கியது கிடையாது. அன்றைய சமையலைக் குறிப்பிடும்போது, அதன் விலையையும் சேர்த்தே சொல்வார். எட்டாயிரம் ரூபாய் இறைச்சியை வதக்கி இன்றைக்கு கறி வைத்தேன் என்பார் அல்லது எண்ணூறு ரூபாய் கீரையைத் தாளித்து கடைந்திருக்கிறேன் என்பார்.

அம்மா திரும்பிப்போய் ஒரு மாதம் ஆகிவிட்டது. எவ்வளவு ஆர்வத்துடன் என்னைப் பார்க்க 10,000 மைல் தூரம் கடந்து வந்தாரோ அந்த ஆர்வம் எல்லாம் வடிந்து குழம்பிப்போய் திரும்பினார். மிகக் கடுமையாக நடந்துகொண்டுவிட்டேனோ என்று சிலசமயம் நான் நினைத்ததுண்டு. ஒருநாள், அம்மா பின் தோட்டத்தில் பாவாடை காயப்போட்டதற்கு பக்கத்து வீட்டுக்காரன் முறைப்பாடு செய்து அது பெரிய விவகாரமாகிப் போனது. 'என் வீட்டுத் தோட்டத்தில், நான் கட்டிய சணல் கயிற்றில், என்னுடைய பாவாடையைத்தானே காயப் போட்டேன். அவன் தலையில் போட்டேனா?' என்று அம்மா ஒருநாள் முழுக்க அரற்றினார். அவரால் புரிந்துகொள்ள முடியவில்லை. கண்கள் நனைந்து பளபளத்தன. போவது என்ற தீர்மானம் அன்றே அவர் மனதில் உருவாகியிருக்க வேண்டும். கடைசித் துரும்பு என்று சொல்வார்கள், அப்படியும் இருக்கலாம்.

டெலிபோன் அடித்தால் எடுக்கக்கூடாது என்ற விதியும் அம்மாவைப் பெரிதும் வருத்திவிட்டது. குளிர்பானப் பெட்டியை பூட்டக்கூடாது, கதவுகளைத் திறக்கக்கூடாது. பாவாடை காயப் போடக்கூடாது. விருந்தினரை உள்ளே அழைக்கக்கூடாது. இப்படியான பல சட்ட திட்டங்களை அம்மாவால் எதிர் கொள்ள முடியவில்லை.

அவர் கடைசியாக விடைபெறும்போது, விமான நிலையத்தில் கேட்ட கேள்வி இன்னும் மனதில் நிற்கிறது. 'ஒவ்வொரு ஞாயிறு காலையும் பத்து மணிக்கு நீ டெலிபோன் தகவல்களை அழிக்கிறாயா?' நான் 'ஓம்' என்றேன். 'மறக்காமல் தகவல்களைக் கேட்டுவிட்டு செய்' என்றார். ஏன் அப்படிச் சொன்னார் என்பது எனக்குப் புரியவில்லை. முத்தமிடும்போது, என் முதுகைத் தடவி 'யாவே உன்னை ஆசீர்வதிக்கட்டும்' என்றார். நான் அவர் கன்னத்தைத் தொட்டேன். என்ன இது ஈரம் என்று கையைப் பார்த்தபோது, அவர் பாதுகாப்பு வளையத்துக்குள் மஞ்சள் கைப்பையுடன் நுழைந்துவிட்டார். ஒரு கணத்துக்கு அந்த மெலிந்துபோன தோள்மூட்டின் ஓரம் தெரிந்தது; பின்னர் மறைந்துபோனது.

மாலை ஏழு மணி இருக்கும். கதவை யாரோ தட்டினார்கள். இது யார், மணியை அடிக்காமல் கதவைத் தட்டுவது என்று யோசித்தேன். அந்த நேரத்தில் ஒருவருமே என் வீட்டுக்கு வருவதில்லை. அவசரப்பட்டு கதவைத் திறந்தபோது, மூன்று பேர் கதவை ஒட்டிக்கொண்டு நின்றார்கள். வேறுயாருமில்லை. எனக்கு முன்பே பரிச்சயமான பிரசாரக்காரர்கள்தான். அவரும் மனைவியும் வயது 14 என்று சொல்லிக்கொண்ட அந்தப் பெண்ணும்தான்.

மூவரும் அதே நிறத்தில் அதே உடையை அணிந்திருந்தார்கள். அவர் கையிலே பெண்கள் காவும் பை ஒன்றை வைத்திருந்தார். என் வாய்க்கு கிட்டவந்து 'அம்மா இருக்கிறாரா?' என்றார். திருத்த வேலைகள் முற்றுப் பெறாத அவருடைய பற்கள் பெரிதாக்கப்பட்டுத் தெரிந்தன. நான் காலை மடித்து கதவுக்கு குறுக்காக வைத்துக்கொண்டு 'அம்மா இலங்கைக்கு போய்விட்டாரே' என்றேன். அப்படியா என்று அதிசயப்பட்டவர், என்னை இன்னும்கூட அதிசயப்படவைக்க நினைத்தோ என்னவோ காலைத்தூக்கி கடவையைக் கடப்பதுபோலத் தாண்டி உள்ளே வந்தார். சற்று முன்னர் நான் உட்கார்ந்து குளோப் பேப்பர் படித்த அதே இருக்கையில் அமர்ந்து என்னையும் அமரலாம் என்பதுபோலப் பார்த்தார். அவர் மனைவி கையோடு கொண்டுவந்திருந்த புத்தகங்களையும் சஞ்சிகைகளையும் துண்டுப் பிரசுரங்களையும் அமைதியாக மேசை மேல் அடுக்கினார். 14 வயது என்று கூறி அறிமுகமாகிய பெண், அங்கேயிருந்த பெரிய சோபாவை அமுக்கி அமர்ந்தாள். அது ஓர் அடி ஆழம் கீழே புதைந்தது. விருப்பமில்லாத இடத்துக்கு அவளை யாரோ இழுத்து வந்துவிட்டதுபோல முழங்கால்களை ஒட்ட வைத்து, தோள்மூட்டுகளை பின்னே தள்ளி, முதலைக் காலணி காலை முன்னுக்கு நீட்டி உட்கார்ந்திருந்தாள்.

பிரசாரகர் 'உங்கள் தாயார் பெருந்தன்மையானவர்' என்றார் துடக்க வசனமாக. மற்ற இருவரும் ஆமோதிப்பதுபோலத் தலையை ஆட்டினார்கள்.

'அவருக்கு யாவேயைப் பற்றித் தெரியும்' என்றார்.

'அப்படியா?'

'உங்களுக்கு சொர்க்கம் போக விருப்பம் உண்டா?' அவரிடம் அதிகப்படியாக ஒரு டிக்கட் இருப்பதுபோல என்னைப் பார்த்தார்.

'நிச்சயமாக.'

'எப்படிப் போகவேண்டும் என்பது தெரியுமா?'

'என்ன intersection?' என்று சொன்னால் நான் எப்படியும் விசாரித்துப் போய்விடுவேன்.'

அவருடைய முகம் வாசல் கதவைத் தட்டி உள்ளே நுழைந்த போது பார்த்த முகம் அல்ல. மாறிவிட்டது. கண்கள் நொடியில் இரவுப் பிராணியின் கண்கள்போல சிவப்பாகிப் பளபளத்தன. மனைவி குனிந்தபடி வதவதவென்று புத்தகங்களையும் இதழ் களையும் துண்டுப்பிரசுரங்களையும் மறுபடியும் அள்ளி பையினுள் அடைத்தார். யாரோ ரகஸ்ய பட்டனை அமுக்கியது போல 14 வயது என்று சொல்லிக்கொண்ட பெண், சோபாவில் இருந்து துள்ளி எழும்பி அமுங்கிய இருக்கை பழைய நிலைக்கு வருமுன்னர் அந்த நெடுந்தூரத்தைக் கடந்து வாசல் கதவருகில் போய் நின்றாள்.

அந்த மனிதரின் உடம்பு கீழே கீழே போனது. நாய் கோபம் கூடக்கூட பதிந்துகொண்டே போவது ஞாபகத்துக்கு வந்தது. மூச்சு என் காது கேட்கச் சத்தமாக வெளிவந்தது. அவர் தன் நிலை இழக்காமல் இருப்பதற்குப் பெரும் பிரயத்தனம் செய்தாரென்று நினைக்கிறேன். 'உங்கள் தாயார் அருமையான பண்பு நிறைந்தவர். அவருடைய சொர்க்கத்தை உறுதி செய்வதற்கு நாங்கள் தொடர்ந்து பிரார்த்தனை செய்வோம்.'

நான் 'கட்டணம் ஏதாவது உண்டா?' என்று கேட்டேன். மனிதர் 'டக்'கென்று எழுந்து நின்றார். அவருடைய முகத்துச் சதைகள் தனித் தனியாகத் துள்ளின. உதடுகளைத் திறக்காமல், என்னைப் பார்க்காமல், பற்களினால் விடை சொல்லிவிட்டு வாசலை நோக்கி விரைந்தார். என் வீட்டுக் கதவை திறந்து சொர்க்க வாசலை என் முகத்தில் அறைவதுபோலச் சத்தத்துடன் சாத்தினார். மூவரும் மறைந்துவிட்டார்கள்.

அம்மா போனபின் முதன்முதலாக உள்க்கதவுத் தாழ்ப் பாளை அன்றிரவு தூங்கப் போகமுன் இழுத்து போட்டுக் கொண்டேன்.

புவியீர்ப்புக் கட்டணம்

கடிதத்தை உடைக்கும்போதே அவனுக்கு கை நடுங்கியது. அது எங்கேயிருந்து வந்திருக்கிறது என்பது தெரியும். இது மூன்றாவது நினைவூட்டல். மூன்று மாதங்களாக அவன் புவியீர்ப்புக் கட்டணம் கட்டவில்லை. இப்போது, உடனே கட்டவேண்டும் என்று இறுதிக் கடிதம் வந்திருக்கிறது. கடந்த இரண்டு வருடங்களாகத் தான் இந்தத் தொல்லை. அதற்கு முன் இப்படி விபரீதமான ஒரு துறை – புவியீர்ப்புத் துறை – உண்டாகியிருக்கவில்லை.

'அம்மையே!'

'சொல்லுங்கள், நான் உங்களுக்கு இன்று எப்படி உதவலாம்?'

'புவியீர்ப்புக் கட்டணத்தை கட்டும்படி மீண்டும் நினைவூட்டல் கடிதம் வந்திருக்கிறது.'

'நீங்கள் யார் பேசுவது?'

'நான் 14 லோரன்ஸ் வீதியிலிருந்து பேசுகிறேன்.'

'சரி, உங்களுக்கு என்ன பிரச்சினை?'

'இந்தக் கட்டணம் அதிகமாக இருக்கிறது. இன்னொருமுறை பரிசீலிக்கமுடியுமா?'

'இதோ கணினியில் உங்கள் கணக்கைத் திறந்திருக் கிறேன். சென்ற மாதமும் உங்களோடு பேசியிருக்கிறேனே. அதற்கு முதல் மாதமும் இதே கேள்வியைக் கேட்டிருக்கிறீர்கள். ஆரம்பத்தில் இருந்து ஒழுங்காக பணம் கட்டி வந்த உங்களுக்கு திடீரென்று என்ன நடந்தது?'

‘என்னுடைய நிதிநிலைமை மோசமாகிவிட்டது.’

‘அதற்கு நாங்கள் என்ன செய்யமுடியும்? எங்கள் துறையின் விதிமுறைகள் அடங்கிய கையேட்டை உங்களுக்கு அனுப்பியிருந் தோமே. அதன் பிரகாரம்தான் கட்டணம் அமைத்திருக்கிறோம்.’

‘அம்மையே, உங்கள் கையேடு மிகவும் பாரமாக உள்ளது. எழுத்துகள் எறும்புருவில் படித்து முடிப்பதற்கிடையில் ஓடி விடுகின்றன. உங்கள் கட்டண அமைப்பும் ஒன்றுமே புரிய வில்லை. மிக அநியாயமாக இருக்கிறது.’

‘புரியாதது எப்படி அநியாயமாகும்? நீங்கள் தண்ணீருக்குக் கட்டணம் செலுத்துகிறீர்கள். மின்சாரக் கட்டணம், சமையல் வாயு கட்டணம், சூரியஒளி வரி, காற்றுத்தூய்மை வரி என்று சகலதும் கட்டுகிறீர்கள். தொலைக்காட்சி, தொலைபேசி, செல் பேசி எல்லாம் பட்டுபட்டென்று தீர்த்துவிடுகிறீர்கள். இதிலே மாத்திரம் என்ன குறை கண்டீர்கள்?’

‘அம்மையே, புவியீர்ப்புக்கும் எனக்கும் என்ன சம்பந்தம். ஆதியிலிருந்து அது இருந்துகொண்டுதானே இருக்கிறது. நியூட்டன் அதைக் கண்டுபிடிப்பதற்கு முன்னர்கூட இருந் திருக்கிறது என்று சொல்கிறார்களே. இவ்வளவு நாளும் அதற்கு வரி விதிக்கவில்லை. இப்பொழுது இரண்டு வருடங்களாக அதற்கும் வரி கட்டவேண்டுமென்றால், எப்படி?’

‘ஐயா, நீங்கள் சொல்வது ஆச்சரியமாக இருக்கிறது. இந்தக் கேள்வியை இரண்டு வருடத்திற்கு முன்னரே கேட்க உங்களுக்குத் தோன்றவில்லை? தண்ணீரை உங்கள் வீட்டுக்கு கொண்டுவருகிறோம். காற்றைத் தூய்மையாக்கிச் சுவாசிக்க வழங்குகிறோம். கூரையிலே விழும் சூரிய ஒளியில் உங்கள் சாதனங்கள் இயங்குவதற்கு அனுமதிக்கிறோம். சமையலுக்கு வாயு தருகிறோம், மின்சாரம் தருகிறோம். எல்லாவிதக் கட்டண மும் கட்டிவிடுகிறீர்கள். ஆனால் புவியீர்ப்புக்கு மட்டும் எதிர்ப்பு தெரிவிக்கிறீர்கள். யோசித்துப் பாருங்கள், புவியீர்ப்பு இல்லாமல் உங்களால் ஒரு நிமிடம்கூட வாழ முடியுமா? கார் ஓட்ட முடியுமா? நடக்க முடியுமா? உங்கள் பிள்ளைகள் ஓடியாடி விளையாடமுடியுமா? ஒன்றுக்குப் போவதுபோல ஒரு சின்னக் காரியம்கூட உங்களால் செய்யமுடியாதே?’

‘அம்மையே, என்னுடைய சுண்டெலி மூளையில் இவை யெல்லாம் புரிய தாமதமாகிறது. ஆனால் உங்கள் துறை என்ன செய்கிறது? புவியீர்ப்பைச் சுத்தம் செய்கிறதா அல்லது வீடு வீடாய்க் கொண்டுபோய் அதை இறக்குகிறதா? இது மிகப் பெரிய அநியாயமாகப் படவில்லையா?’

'அமெரிக்காவில் உள்ள அத்தனை பேரும் புவியீர்ப்புக் கட்டணம் கட்டுகிறார்கள். ஐரோப்பா கட்டுகிறது. சில ஆப்பிரிக்க நாடுகளும் கட்டத் தொடங்கிவிட்டன. உலகம் படுவேகமாக முன்னேறிக் கொண்டிருக்கிறது. நீங்கள் ஒரு தேசப்பற்றாளராக நடக்கவில்லை. புவியீர்ப்பின் முக்கியத்துவத்தை உணர்ந்தும் அதனை முற்றிலும் பயன்படுத்தியும் அதற்கானக் கட்டணத்தை நீங்கள் கட்டத் தயங்குவது விசனத்துக்குரியது. இதைப் பற்றி நான் மேலிடத்துக்கு முறைப்பாடு செய்யவேண்டியிருக்கும்.'

'அம்மையே, உங்கள் இனிமையான குரலும் 'முறைப்பாடு' என்ற வார்த்தையும் ஒரே வாசகத்தில் வரலாமா? இந்தத் துறை துவங்கிய காலத்திலிருந்து நான் கட்டணத்தைச் சரியாகக் கட்டி வந்தேன். எனக்கு தேசப்பற்றும் பூமிப்பற்றும் புவியீர்ப்புப் பற்றும் அதிகம் உண்டு. புவியீர்ப்பு கவிதை ஒன்றாவது படிக்காமல் நான் தூங்கப் போவதில்லை. அம்மையே, எப்படி யும் கட்டிவிடுகிறேன். சிரமத்துக்கு மன்னிக்கவும். வணக்கம்.'

'வணக்கம்.'

'ஹலோ.'

'ஹலோ.'

'அது யார்? 14 லோரன்ஸ் வீதிதானே? வீட்டுச் சொந்தக் காரரா பேசுவது?'

'நான்தான், சொல்லுங்கள்?'

'ஐயா, நான் புவியீர்ப்புத் துறையிலிருந்து பேசுகிறேன். நீங்கள், கடந்த நாலு மாதம் கட்டணம் கட்டாமல் எங்கள் சேவையைப் பயன்படுத்தி வருகிறீர்கள். உங்கள் மேல் நட வடிக்கை எடுக்கவேண்டிய கட்டம் நெருங்கி வருகிறது என்பதை வருத்தத்துடன் தெரிவித்துக்கொள்கிறேன்.'

'அம்மையே, இது என்ன அநியாயம். நான் பணக் கஷ்டத் திலிருக்கிறேன், கொஞ்சம் கருணை காட்டுங்கள். நான் கட்ட முடியாது என்று சொல்லவில்லையே, எனக்குச் சிறிது அவகாசம் கொடுங்கள். புவியீர்ப்பு முடிவதற்கிடையில் எப்படியும் கட்டி விடுவேன்.'

'நீங்கள் இடக்காகப் பேசுவதாக நினைக்கிறீர்கள். உங்களுக்கு இத்துடன் எட்டு அவகாசம் கொடுத்தாகிவிட்டது. எங்கள் தரவுகளின் அடிப்படையில் பார்த்தால் நீங்கள் ஏமாற்றும்

கொழுத்தாடு பிடிப்பேன்

பேர்வழி என்று தெரிகிறது. நீங்கள் உடனடியாக முழுப்பணத்தையும் கட்டாவிட்டால் பாரதூரமான விளைவுகளைச் சந்திக்க நேரிடும்.'

'அம்மையே, பெரிய வார்த்தை சொல்லலாமா? ஏமாற்றுவது என்ற வார்த்தையை எழுத்துக்கூட்டக்கூட எனக்கு வல்லமை போதாது. நான் அப்படியான ஆளும் அல்ல. சின்ன வயதில் அம்மாவின் கோழிக்குஞ்சு ஒன்றை அவருக்குத் தெரியாமல் திருடி விற்றது பற்றி யாரோ சொல்லியிருக்கிறார்கள். தேவ சங்கீதம் போல ஒலிக்கும் உங்கள் குரலில் இந்த வார்த்தைகள் வரலாமா? நான் இந்த மாதம் முழுக்காசையும் கட்டிவிடுகிறேன்.'

சரி, அப்படியே செய்யுங்கள். அடுத்த மாதம் எங்கள் துறையிலிருந்து ஒருவர் உங்களை அழைக்காமல் பார்த்துக் கொள்ளுங்கள்.

'மெத்தச் சரி. அம்மையே, ஒரு விளக்கம் கூறவேண்டும்.'

'சொல்லுங்கள்.'

'ஒவ்வொரு மாதமும் இந்தக் கட்டணம் ஏறிக்கொண்டே வருகிறதே, அது ஏன்?'

'நாங்கள் அனுப்பிய சுற்றறிக்கை 148.8 ஐ நீங்கள் படிக்க வில்லையா?'

'இல்லை, அம்மையே.'

'அதில் 48ஆவது பக்கத்தைப் படிக்கவேண்டும். புவியீர்ப்பை நீங்கள் பயன்படுத்துகிறீர்கள். உங்கள் மனைவி பயன்படுத்து கிறார். உங்கள் இரண்டு பிள்ளைகளும் பயன்படுத்துகிறார்கள். உங்கள் எடை மாதாமாதம் கூடுகிற தல்லவா, அதுதான் காரணம். உங்கள் எட்டு வயது மகனைக் கேட்டிருந்தால் அவன் பதில் சொல்லியிருப்பானே.'

'உங்களுக்கு எப்படி என் மகனின் வயது எட்டு என்று தெரியும், இது பெரிய அநியாயமாக இருக்கிறதே.'

'ஐயா, எங்களுக்கு எல்லாம் தெரியும். உங்கள் மகன் பிறந்தது அல்பெர்ட் மார்ட்டின் மருத்துவமனையில், அவனுடைய எடை பிறக்கும்போது 7 றாத்தல் 8 அவுன்ஸ் என்பதும் பதிவாகியிருக்கிறது. உங்கள் மனைவியின் சுற்றளவு அதிகமாகி வருகிறதே, அதைக் கவனித்தீர்களா?'

'நீங்கள் எல்லைமீறிப் பேசுகிறீர்கள்?'

'ஏன் கட்டணம் கூடுகிறது என்று கேட்டீர்கள், அதற்குக் காரணம் கூறினேன். இந்தத் திட்டத்தால் பயன் பெற்றவர்கள் அதிகம். சிலர் தங்கள் எடையைக் கணிசமாகக் குறைத்துவிட்டார்களே.'

'அம்மையே, எங்கள் எடை எப்படி உங்களுக்குத் தெரியும்?'

'நீங்கள் சுற்றறிக்கை 133.6 ஐ படித்திருக்கவேண்டும். உங்களுடைய இன்றைய எடை 174, கடந்த மாதம் அது 172 ஆக இருந்தது. உங்கள் வீட்டு மூலைகளில் பொருத்தியிருக்கும் மந்திரக் கண்கள் இந்தத் தகவல்களை எமக்கு அனுப்புகின்றன.'

'அம்மையே, நாங்கள் இரண்டு வாரகாலம் இந்த நாட்டில் இல்லை. வெளிநாட்டுக்குப் பயணம் போயிருந்தோம். அதற்குக் கழிவு ஒன்றும் இல்லையா? நாங்கள் இந்த நாட்டு புவியீர்ப்பைப் பயன்படுத்தவில்லையே?'

'ஐயா, இதையெல்லாம் எங்கள் துறை முன்கூட்டியே ஆழமாகச் சிந்தித்திருக்கிறது. உங்கள் சட்டத்தரணிமூலம் ஒரு சத்தியக்கடதாசி தயாரித்து அனுப்பிவிடுங்கள். இந்தத் தேதியிலிருந்து இந்தத் தேதிவரை நாங்கள் இந்த நாட்டு புவியீர்ப்பை பாவிக்கவில்லை. நாங்கள் பயணம் சென்ற தேசத்தில் அவர்களுக்குச் சேரவேண்டிய புவியீர்ப்பு கட்டணத்தைச் செலுத்திவிட்டோம். இப்படி எழுதி அனுப்புங்கள். நாங்கள் அதற்கானக் கழிவை உங்கள் கணக்கில் சேர்த்துவிடுவோம்.'

'நன்றி அம்மையே, நன்றி. உங்கள் அறிவுக்கூர்மை என் நெஞ்சைத் துளைத்தாலும் உங்கள் குரல் இனிமை என்னை திக்குமுக்காடவைக்கிறது. இன்னும் ஒரேயொரு கேள்வி கேட்க அனுமதிப்பீர்களா?'

'சரி, கேளுங்கள்.'

'என்னுடைய மாமியார் படுத்த படுக்கையாக இருக்கிறார். அவர் ஒரு கட்டிலில் தூங்குகிறார். அவருக்குப் பக்கத்தில் ஒரு கிளாசில் அவர் பல் தூங்குகிறது. அவர் புவியீர்ப்பைப் பாவிப்பதே இல்லை. அதற்கு ஏதாவது சலுகை உண்டா?'

'இப்படி ஒரு கேள்வி கேட்கிறீர்களே. நான் வெட்கப்படுகிறேன். உங்கள் மாமிக்கு புவியீர்ப்பு இல்லையென்று வையுங்கள். அவரால் கட்டிலில் படுத்திருக்கமுடியுமா? இப்பொழுது செவ்வாய் கிரகத்தைத் தாண்டியல்லவோ பறந்து போய்க்கொண்டிருப்பார்.'

‘மன்னியுங்கள். என்னுடைய மூளையைப் பிரகாசிக்க வைத்து விட்டீர்கள். இன்றே புவியீர்ப்புக் கட்டணத்தை கட்டிவிடு வதாக வாக்குறுதியளிக்கிறேன்.’

‘முதலில் செய்யுங்கள்.’

‘ஹலோ’

‘ஹலோ’

‘ஐயா, உங்கள் வாக்குறுதியும் செவ்வாய் கிரகத்தைத் தாண்டி பறந்து கொண்டிருக்கிறது. இறுதி எச்சரிக்கை தருவதற் காக வருந்துகிறேன். இன்னும் ஒரு வாரத்திற்குள் நீங்கள் நிலுவைக் கட்டணம் முழுவதையும் கட்டிவிடவேண்டும்.’

‘அம்மையே, இது என்ன இப்படி வெருட்டுகிறீர்கள். நான் என்ன வைத்துக்கொண்டு இல்லையென்கிறேனா? காற்று வரி கட்டினேன், வாயு கட்டணம் கட்டினேன், தண்ணீர் கட்டணம் கட்டினேன், மின்சாரக் கட்டணம் கட்டினேன்.’

‘அதைத்தான் நானும் கேட்கிறேன். எல்லாத் துறைகளுக் கும் கட்டுகிறீர்கள், புவியீர்ப்புக் கட்டணத்தைக் கட்டுவதற்கு மட்டும் தயக்கம் காட்டுகிறீர்கள்.’

‘அதன் காரணம் உங்களுக்குத் தெரியும்தானே.’

‘இல்லை, தெரியாது. தயவுசெய்து என் அறிவைக் கூட்டுங்கள்.’

‘மின்சாரக் கட்டணம் கட்டாவிட்டால் இணைப்பைத் துண்டித்துவிடுவார்கள். தண்ணீர்க் கட்டணம் கட்டாவிட்டால் தண்ணீரை வெட்டிவிடுவார்கள். காற்று, தொலைபேசி, வாயு எல்லாத்தையும் வெட்டிவிடுவார்கள். புவியீர்ப்புக் கட்டணம் கட்டாவிட்டால் அதைத் துண்டிப்பீர்களா? நியூட்டன் திரும்பப் பிறந்து வந்தால்கூட அதைச் செய்யமுடியாதே.’

‘ஐயா, சுற்றறிக்கை வாசிக்கத் தெரியாத நீங்கள் இவ்வளவு சிந்திப்பீர்கள் என்றால் இந்தத் துறையை நடத்தும் விஞ்ஞானிகள் எவ்வளவு சிந்திப்பார்கள். சென்றவாரம் செய்தித்தாள் படித் தீர்களா?’

‘நீங்கள் என்னுடைய நாலாம் வகுப்பு உபாத்தினிபோல கேள்விக்கு மேல் கேள்வி கேட்கிறீர்கள்.’

‘ஐயா, நீங்கள் சுற்றறிக்கைதான் படிப்பதில்லை, பேப்பர் என்ன பாவம் செய்தது, அதைப் படிக்கலாம் அல்லவா?’

‘அம்மையே, என் கனவில் துர்தேவதைகள் வந்து என்னை ஆட்டிப்படைக்கின்றன. நான் என்ன செய்ய?’

'சரி, துர்தேவதைகள் போனபிறகு பேப்பரைப் படித்துத் தெரிந்துகொள்ளுங்கள்.'

'அம்மையே, என் ஆவலைப் பெருக்கவேண்டாம். தாங்க முடியவில்லை. பேப்பரில் என்ன செய்தி வந்தது, தயைகூர்ந்து செப்புங்கள்.'

'செப்புகிறேன். ஒருவர் எட்டுமாதத்துக்கு புவியீர்ப்புக் கட்டணம் கட்டாமல் உங்களைப்போல ஏமாற்றிக்கொண்டே வந்தார்.'

'அப்படியா?'

'அவருக்குத் தண்டம் விதித்தோம், அவர் அதையும் கட்ட வில்லை. ஆகவே புவியீர்ப்பை அவர் இனிமேல் பாவிக்கக் கூடாது என்று தீர்மானித்தோம்.'

'பிறகு என்ன நடந்தது?'

'அவரை விண்வெளிக்கலத்தில் ஏற்றிச்சென்று புவியீர்ப்பு இல்லாத இடத்தில் இறக்கிவிட்டோம். மனிதர் ஒரு தடவை பூமியைச் சுற்றி வந்தார். அதற்கிடையில் மனது மாறிச் சம்மதித்து விட்டார். திரும்பவும் அவரை பூமியில் கொண்டுவந்து இறக்கி விட நேர்ந்தது.'

'உண்மையாகவா!'

'மனிதர் முழுக்காசையும் கட்டினார்; தண்டத்தையும் கட்டினார்; வட்டியையும் கட்டினார். ஆனால் ஒரு பிரச்சினை?'

'அது என்ன?'

'விண்வெளிக்கலத்தில் ஏற்றிச்சென்ற பயணச் செலவு, விண்வெளி உடையின் விலை, இன்ன பிற செலவுகளை மாதாமாதம் கட்டுகிறார். 2196 மாதங்களில் கட்டிமுடித்து விடுவார்.'

'2196 மாதங்களா?'

'ஓமோம், கட்டிமுடிக்க 183 வருடங்கள் ஆகும்.'

'அவ்வளவு வருடம் வாழ்வாரா?'

'அது தெரியாது. அவருடைய பிள்ளைகள் நிலுவைக் கணக்குக்கு உத்திரவாதம் கொடுத்திருக்கிறார்கள்.'

'அம்மையே, நான் இன்றே உங்கள் கட்டணத்தை ஒருசதம் மிச்சம் வைக்காமல் கட்டிவிடுகிறேன்.'

கொழுத்தாடு பிடிப்பேன்

'ஹலோ.'

'ஹலோ.'

'உங்களைப் பற்றி புவியீர்ப்புத்துறையினர் சிலாகித்துச் சொன்னார்கள். நீங்கள் கட்டணத்தை உடனுக்குடன் கட்டி விடுவதாகப் புகழ்கிறார்கள்.'

'நன்றி. நீங்கள் யார் பேசுவது? தொண்டை அடைத்த வாத்தின் குரல்போல இருக்கிறதே!'

'நான்தான் பூமிப்பயணத்துறையில் இருந்து பேசுகிறேன்.'

'இது என்ன புதுத்துறையா?'

'என்ன ஐயா எங்களுடைய கடிதம், சுற்றறிக்கை ஒன்றும் கிடைக்கவில்லையா? மூன்று மாதக் கட்டணம் நிலுவையில் இருக்கிறதே.'

'என்ன கட்டணம்?'

'பூமிப் பயணக் கட்டணம். அதாவது பூமி சூரியனைச் சுற்றி வருவது உங்களுக்குத் தெரியும். ஒருமுறை பூமி சூரியனைச் சுற்றும்போது, நீங்கள் 149,600,000 மைல்களைக் கடக்கிறீர்கள். நினைத்துப் பாருங்கள், இத்தனை மைல்கள் நீங்கள் இலவச மாகப் பயணம் செய்கிறீர்கள். ஒரு சதம் செலவு இல்லாமல். இனிமேல் இது இலவசம் கிடையாது. பயணத்துக்குக் கட்டணம் கட்டவேண்டும்.'

'அப்படியா. அருமையான விசயம். இனிமேல் நாள் நாளாக எண்ணாமல் மைல் மைலாக எண்ணலாம். நினைத்துப் பார்க்கும் போதே புல்லரிக்கிறது.'

'முதலில் மூன்று மாதக் கட்டணத்தை அனுப்பிவிடுங்கள். பிறகு புல்லரியுங்கள். நீங்கள் பயணம் செய்த தூரம் 37,400,000 மைல்கள்.'

'அதற்கென்ன. பாட்டுப் பாடிக்கொண்டு ஒரு காசோலை எழுதி ஒப்பம் வைத்து அனுப்பிவிடுகிறேன். ஒரு கேள்வி அம்மையே. இதிலே, விமானத்தில் இருப்பதுபோல முதலாம் வகுப்பு, இரண்டாம் வகுப்பு, மூன்றாம் வகுப்பு என்று இருக்கிறதா?'

'இல்லை. இல்லவே இல்லை. எல்லோரும் சரிசமம்தான்.'

'மிச்சம் நல்லது. சமத்துவம் என்றால் எனக்குப் பிடிக்கும். என்னுடைய அம்மாவுக்கும் பிடிக்கும்.'

அ. முத்துலிங்கம்

‘உங்களுக்கு ஒரு சலுகையும் இருக்கிறது.’

‘அப்படியா, சொல்லுங்கள்.’

‘லீப் வருடத்தில் ஒரு நாள் அதிகம் அல்லவா? ஆனால் நாங்கள் கட்டணத்தைக் கூட்டப்போவதில்லை. லீப் வருடத்திலும் அதே கட்டணம்தான்.’

‘நம்பவே முடியவில்லை. இந்த நற்செய்தி கொடுத்த உங்களுக்கு ஒரு முத்துமாலை பரிசளித்தாலும் தகும். அல்லாவிடில் புள்ளி விழாத சிவந்த அப்பிள் கொடுத்தாலும் தகும். கேட்கும்போதே மனம் புளகிக்கிறது. அம்மையே, பணக்காரர்களுக்கு நல்ல வசதியிருக்கிறது. அவர்கள் அதிகக் கட்டணம் கட்டலாம் அல்லவா?’

‘பாருங்கள், உங்கள் மூளை சுறுசுறுப்பாக வேலை செய்கிறது. உங்களைப்போல ஆட்கள்தான் பூமிக்குத் தேவை. நீங்கள் விமானத்தில் போகும்போது, அளவுக்கு அதிகமான பொதி கொண்டுபோனால் மிகை கட்டணம் கட்டவேண்டும். அப்படித்தான் இங்கேயும்.’

‘உதாரணமாக?’

‘ஒரு பணக்காரரிடம் நாலு வீடுகள், ஐந்து கார்கள், அப்படி ஏராளமான பொருள்கள் இருந்தால் அவர் மிகை கட்டணம் கட்டவேண்டும். சாதாரண குடும்பத்தவர்கள் மிகை கட்டணம் கட்டத் தேவையில்லை. உங்களுக்கு அந்த அபாயம் கிடையாது.’

‘அம்மையே, உங்களை எப்படிப் பாராட்டுவது என்றே தெரியவில்லை. இன்றே என் பயணக் கட்டணத்தை அனுப்பி விடுவேன்.’

‘நல்லது. அது என்ன சத்தம்?’

‘ஒன்றுமில்லை. பூமி பிரண்டு மறுபக்கம் திரும்பும் சத்தம்.’

‘சரி, நீங்கள் என்னிடம் பத்து நிமிடம் பேசியபோது 11000 மைல்கள் பிரயாணம் செய்துவிட்டீர்கள். அதற்கும் சேர்த்து பணத்தைக் கட்டிவிடுங்கள்.’

‘உடனே, உடனே செய்வேன். இதனிலும் பார்க்க மகிழ்ச்சி தரும் விசயம் எனக்கு வேறு என்ன இருக்கிறது? இன்னொன்று.’

‘என்ன?’

‘நான் ஒரு சுற்றுலா போவதற்குத் திட்டமிட்டிருந்தேன். இந்தப் பெரிய பிரபஞ்ச பயணம் போகும்போது, சின்னஞ்சிறு

சுற்றுலா என்ன கேடு என்று அதை நிறுத்திவிட்டேன். அந்தக் காசை மிச்சம் பிடித்து பூமிப் பயணக் கட்டணத்தை உடனேயே கட்டிவிடுகிறேன்.'

'பூமிப் பற்றாளர் என்றால் நீங்கள்தான்.'

'அம்மையே, ஓர் ஆலோசனை. நட்சத்திரங்கள் சும்மா சும்மா மினுங்கிக்கொண்டு கிடக்கின்றன. அதற்கு ஒருவரும் வரி கட்டுவதில்லை. சந்திரன் வளர்வதும் தேய்வதுமாய் இருக்கிறான். அவனையும் வளைத்துப் போடவேண்டும். ஒருவருமே கவனிப்பதில்லை.'

'அருமையான யோசனை. கவனிக்கிறோம். கவனிக்கிறோம்.'

வேட்டை நாய்

அவனுடைய பிரச்சினை எப்போது ஆரம்பித்தது என்றால் அவன் தனக்கென்று சொந்தமாக ஒரு வேட்டை நாய் வாங்க தீர்மானித்தபோதுதான். கடந்த ஏழு வருடங்களாக அவன் வேட்டைக்குப் போகிறான். அவனுக்கு அது இயல்பாக வந்தது. துப்பாக்கியைத் தூக்கிப் பிடித்து குறிபார்த்துச் சுடும்போது, வேறு எதிலும் கிடைக்காத ஓர் இன்பம் அவனுக்குக் கிடைத்தது. அவனுடைய நண்பன் ஒருவன் கொடுத்த ஆலோசனையில், பறவை வேட்டைக்குத் தோதான ரெமிங்டன் துப்பாக்கி ஒன்றை 420 டொலர் கொடுத்து வாங்கியிருந்தான். அப்பொழுது அதிர்ஷ்டவசமாக அவனுக்கு நடாஷா பழக்கமாகியிருக்க வில்லை. ஆனால் வேட்டை நாய் வாங்கப் போனபோது அவளும் வந்தாள். அவளுக்கு என்ன வேட்டை நாயைப் பற்றித் தெரியும்; ஆனால் டொலரின் அருமை நன்றாகத் தெரியும்.

நாயின் சொந்தக்காரர் இரண்டு நாய்க்குட்டிகளைக் காட்டினார். இரண்டுமே உயர்ந்த வகை, சீஸ்பீக் ஜாதி என்றார். ஒன்றின் விலை 1000 டொலர்; மற்றது 800 டொலர். எதற்காக விலையில் வித்தியாசம் என்று கேட்டதற்கு 1000 டொலர் நாயின் மரபுத்தொடர் உத்தமமானது; இரண்டாவது கொஞ்சம் குறைபாடுள்ளது என்றார். அவன் முடிவெடுக்கமுடியாமல் தடுமாறி நின்றபோது, நடாஷா அவனை மலிவு நாயை வாங்கும் படி தூண்டினாள். அப்படித்தான், அவன் தன் வேட்டை நாயைத் தெரிவு செய்தான். இப்பொழுது

யோசித்துப் பார்த்தபோது, அது முட்டாள்த்தனமான முடிவு என்பது தெரிந்தது.

நடாஷாவைப்போல ஒரு கஞ்சத்தனமானப் பெண்ணை அவன் தன்னுடைய 27 வயது வாழ்நாளில் சந்தித்தது கிடையாது. நாலு வருடங்களுக்கு முன்னர் அவர்களுடைய நட்பு தொடங்கியது. காதல் பிறக்கும்போது மின்னல் தெறிக்கும் என்று சொல்வார்கள். அவனுக்கு அப்படி ஒன்றும் நடக்கவில்லை. வழக்கமான உணவகத்தில் அன்று நெருக்கமான கூட்டம். அவன் ஒரு மேசையில் அமர்ந்து உணவருந்திக் கொண்டிருந்தான். ஓர் ஒல்லியான பெண் தன் உணவுத் தட்டை தூக்கிக் கொண்டு, அவன் மேசைக்கு வந்து ஒரு மரியாதைக்காக அங்கே உட்காரலாமா என்று வினவினாள். மிகவும் சாதாரணமாகத் தோன்றிய பெண். பார்த்தவுடனேயே மறந்துவிடக் கூடிய முகம். அவன் தாராளமாக என்றான். நன்றி சொல்லிவிட்டு அவள் தன்னை மடித்து, கால்களை லேசாக விரித்து உட்கார்ந்தாள். ஒரு டொல்ஃபின், மீன் பரிசு கிடைத்ததும் சிரிப்பதுபோலச் சிரித்தாள். அவளுடைய ஒல்லித் தேகம், பயிற்சி செய்து உடம்பைப் பேணியதால் உண்டான மெலிவு அல்ல. பட்டினியால் உண்டான மெலிவு. அவளுக்கு முன்னாலிருந்த பேப்பர் தட்டில் ஆகமலிவான, ஆரோக்கியம் குறைந்த உணவு பரிமாறப்பட்டிருந்தது. அவள் உடுத்தியிருந்த விதம், பேசிய உச்சரிப்பு, நடந்த தோரணை எல்லாமே அவள் அமெரிக்கப் பெண் அல்ல என்பதை உறுதிப்படுத்தியது. உற்று நோக்கிய போது, அவளை முன்பே பார்த்திருந்தது நினைவுக்கு வந்தது.

ஒரு சப்பாத்துக் கடையில் ஒவ்வொரு சப்பாத்தாக அளவு பார்த்து, தெரிவு செய்து அதற்குமேல் அவள் ஏறி நின்றாள். இடைக்குமேல் உடம்பைத் திருப்பி வலது கால் குதியைப் பார்த்தாள்; பிறகு மற்ற பக்கம் உடலை வளைத்து இடது கால் குதியைப் பார்த்தாள். இரண்டு கால்களையும் தட்டி அதன் சத்தத்தைக் கேட்டு ரசித்தாள். நடந்து பார்த்தாள். அந்த நடையில் ஒரு புதிய அசைவு சேர்ந்துகொண்டது. இடுப்பிலே கையை வைத்துக்கொண்டு போக்குவரத்து பொலீஸ்காரன் போல நடு வழியில் நின்றாள். முன்காலை மாறி மாறி நீட்டி சப்பாத்தின் நுனிகளை ஆராய்ந்தாள். இனி ஆராய்வதற்கோ, சரி பார்ப்பதற்கோ ஒன்றும் இல்லை என்ற நிலையில் அந்த சப்பாத்துகளைத் தூக்கி குழந்தைபோல அணைத்தாள். அந்தக் காட்சி அவன் மனதில் பதிந்து போயிருந்தது.

திடீரென்று அவளிடம் 'நீங்கள் அந்தச் சப்பாத்தை வாங்கினீர்களா?' என்றான். அவள், ஒரு பறவை தலையைத் தூக்குவதுபோலத் தூக்கி, சாய்வாக அவனை ஆச்சரியத்தோடு பார்த்தாள். 'நேற்று என்னை கடையில் பார்த்திருக்கிறீர்கள்' என்றாள். அவன் 'ஆமாம்' என்று சிரித்தான்.

'என்னுடைய கால் அளவு பதினொன்று. இங்கே அமெரிக்காவில் எங்கே தேடினாலும் எனக்கு குதிச்சப்பாத்து வாங்குவது கடினம். என்னுடைய நாட்டிலே என் காலுக்கு அளவெடுத்து செய்து தருவார்கள். இங்கே அதை நினைத்துக் கூட பார்க்கமுடியாது.'

அவளுடைய உச்சரிப்பு வித்தியாசமாக இருந்தது. ஒவ்வொரு வார்த்தையாக அவள் தன் நாட்டு மொழியில் சிந்தித்து பிறகு, அதை ஆங்கிலத்தில் மாற்றிப் பேசினாள். அந்த வார்த்தைகள் ஒவ்வொன்றும் அவள் வாயில் நின்று இளைப்பாறி வந்ததால் சற்று ஈரப்பசையுடன் இருந்தன.

'நீங்கள் என்னுடைய கேள்விக்குப் பதில் சொல்லவில்லை. அந்தச் சப்பாத்தில் ஏறி நின்றபோது, உயரமாகவும் வசீகர மாகவும் தோன்றினீர்கள். இறுதியில் அதை வாங்கினீர்களா?'

'சப்பாத்து எனக்குப் பிடித்துக்கொண்டது. 11 சைஸ் சப்பாத்து கிடைப்பது கடினம். மிகவும் அபூர்வமாக அது பொருந்தியது. என்னுடைய பாதங்கள் நீளமானவை. ஆனால் சப்பாத்தின் விலை மிக அதிகம். அது வாங்கும் காசிற்கு இரண்டு தண்ணீர் நிரப்பிய பிரா வாங்கிவிடலாம். ஆகவே நான் வாங்கவில்லை.'

உங்களுடைய தாய்மொழி பிரெஞ்சா?

இல்லை, உக்ரெய்ன் மொழி. எனக்கு ரஷ்ய மொழியும் பிரெஞ்சு மொழியும் ஆங்கிலமும் தெரியும். ஆனால் ஒவ்வொரு மொழியிலும் 1000 வார்த்தைகளுக்குமேல் தெரியாது என்று சொல்லிவிட்டுச் சிரித்தாள். ஆரோ நெருக்கமாக அடுக்கி வைத்தது போல மணிமணியான பற்கள். அவள் விடை பெற்றபோது, பரிசாரகியிடம் ஓர் அட்டைப்பெட்டி கேட்டு வாங்கி அதிலே மீதி உணவை அடைத்துக்கொண்டு புறப்பட்டாள்.

இப்படித்தான், தற்செயலாக அவர்களுடைய நட்பு நாலு வருடங்களுக்கு முன்னர் ஆரம்பித்தது. அவனுக்கு அவளிடம் பிடித்தது அவளுடைய ஒளிவு மறைவில்லாத வெளிப்படை யான தன்மை. தன் மனதிலே பட்டதை அப்படியே பட்டென்று பேசிவிடுவாள். பிடிக்காத விசயம்கூட அவள் பேசி முடித்ததும் பிடித்துப் போகும்.

ஒருநாள் திடீரென்று அவளைப் பார்த்து 'நான் உன்னைக் காதலிக்க முடிவெடுத்திருக்கிறேன்' என்றான். 'மிகச்சரியான முடிவு. அதை ஏன் என்னிடம் சொல்கிறீர்கள்' என்றாள். 'உன்னுடைய சம்மதம் இல்லாமல் நான் எப்படிக் காதலிக்க முடியும்?'

'அப்படியா? அவ்வளவு சுலபமாக என்னைக் காதலிக்க முடியாது. சில நிபந்தனைகள் இருக்கின்றன. எங்கள் நாட்டு வழக்கப்படி நாங்கள் இருவரும் ஒருவருக்கொருவர் ஒரு ரகஸ்யத்தை பரிமாறிக்கொள்ளவேண்டும். அந்த ரகஸ்யம் எங்கள் இருவருக்கும் மட்டுமே தெரிந்தது. அப்பொழுதுதான் அதன் பவித்திரத் தன்மை கெடாது. சிலபேர் தங்கள் மார்பு களிலும் கைகளிலும் காதலை பச்சை குத்திக் கொள்வதுபோல, நாங்கள் ரகஸ்யத்தைப் பரிமாறி அதை உறுதி செய்கிறோம்' என்றாள். ஆயிரம் வார்த்தைகளை இருப்பில் வைத்துக்கொண்டு இப்படி நீளமாகவும் தர்க்கமாகவும் பேசினாள்.

'சரி, நீ ஒரு ரகஸ்யம் சொல்லு' என்றான். 'அது எப்படி? நீதான் முதலில் காதலைச் சொன்னாய். நீதான் ரகஸ்யத்தையும் சொல்லவேண்டும்' என்றாள் அவள்.

'மாமாதான் எனக்கு எல்லாம். 17 வயதில் என்னை விமானத்தில் ஏற்றி அமெரிக்காவுக்குத் தனியாக அனுப்பினார். முதல் விமானப் பயணம் என்பதால் வெளியே தைரியமாக இருந்தாலும் உள்ளுக்குள் நடுங்கிக்கொண்டுதான் இருந்தேன். ஆம்ஸ்டர்டாமில் விமானம் மாறவேண்டும். ஐந்து மணிநேர இடைவெளி, நான் காத்திருந்தேன். அப்பொழுது, பெரிய உதடுகள் கொண்ட கறுப்பு பெண் ஒருத்தி, தன் குழந்தையைத் தூக்கிக்கொண்டு வந்து என்னருகே அமர்ந்தாள். கமரூனுக்கு பயணம் செய்வதாகவும் அவளுடைய விமானம் இரண்டு மணிநேரம் தாமதம் என்றும் சொன்னாள். சிறிது நேரத்தில் பாத்ரூம் போகவேண்டும், தன்னுடைய குழந்தையைப் பார்த்துக்கொள்ள முடியுமா என்று கேட்டாள். நானும் சம்மதித்தேன். அரைமணி நேரமாகியும் அவள் திரும்பவில்லை. நான் பதற்றத்தில் இருந்தபோது, குழந்தை கைகால்களை ஆட்டி என்னைப் பார்த்துச் சிரித்தது. என்னுடைய விமான அறிவித்தல் இரண் டாவது தடவையாக ஒலித்தது. நான் குழந்தையை விமானக் கூட இருக்கையில் நீளவாக்காகக் கிடத்திவிட்டு விமானத்தைப் பிடிக்க ஓடினேன். அதற்குப் பிறகு என்ன நடந்தது என்று தெரியாது. இப்பொழுதும் சில வேளைகளில் அந்தக் குழந்தை யின் ஞாபகம் வரும். இந்த ரகஸ்யத்தை முதன்முதல் உனக்குத் தான் சொல்கிறேன்.'

நடாஷா அவனைத் துளைப்பதுபோல வெகுநேரம் பார்த்தாள். அந்தப் பார்வையில் கனிவு இல்லை. ரகஸ்யத்தைச் சொன்னது தவறு என்று அவனுக்குப்பட்டது. ஆனால் இனி ஒன்றுமே செய்யமுடியாது. அவள் தன்னுடைய ரகஸ்யத்தைச் சொல்ல ஆரம்பித்தாள்.

'எங்கள் கிராமத்து வீட்டில் நானும் அம்மாவும் மட்டுமே தங்கியிருந்தோம். சொந்தக்காரர்கள் என்று எப்போதாவது யாராவது வருவார்கள். அம்மா மற்ற வீடுகளுக்குப்போய் துப்புரவுப் பணி செய்தாள். எதற்காக அதைச் செய்கிறாள் என்று ஒருநாள் கேட்டேன். 'அவர்களிடம் எங்களிலும் பார்க்க அதிக பொருட்கள் இருக்கின்றன' என்றாள். எப்போதும் என்மீது அன்பைச் சொரிந்தபடியே இருக்கும் அம்மா, ஒருநாள் அதிகாலை என்னை எழுப்பினாள். அப்போது எனக்கு 13 வயது நடந்துகொண்டிருந்தது. நான் பூப்படைந்து சில மாதங்கள் ஆகியிருந்தன. குளிருக்கான மேலங்கியைத் தரித்துக்கொண்டு அவசரமாக வெளிக்கிடச் சொன்னாள். புதிய கையுறையை அணியலாமா என்று கேட்டேன். அவள் ஆம் என்றாள். பனி மூடிய பாதையில் பஸ்ஸிலே மூன்று மணிநேரம் பிரயாணம் செய்தபோது, அம்மா என் எதிர்காலம் பற்றி நிறையப் பேசினாள். எல்லாமே மர்மமாக இருந்ததால் ஒருவித உற்சாகமும் பயமும் ஒரே சமயத்தில் தோன்றி இதயம் படபடவென்று அடித்தது. ஒரு பஸ் நிறுத்தத்தில் இறங்கி 10 நிமிடதூரம் நடந்தோம். இப்படி சாகசமான நாளை என் வாழ்க்கையில் நான் அனுபவித்ததில்லை. அம்மா அடிக்கடி மணியைப் பார்த்தாள். ஒரு கட்டடம் வந்ததும் என்னை நிற்கச் சொன்னாள். அது ஒரு தபால் நிலைய மையம். அம்மா சொன்னாள் 'நீ தயாராக இரு. இப்போது பார்க்கப்போவதை என்றென்றைக்கும் ஞாபகத்தில் வைத்திரு.' என் நெஞ்சு அடிக்கும் வேகம் நிமிடத்துக்கு நிமிடம் கூடியது. நான் குளிரில் கால்களை மாற்றி மாற்றி வைத்து நடுங்கியபடி நின்றேன். சிறிது நேரத்தில் ஆட்கள் ஒவ்வொருவராக வெளியே வந்து தபால் வண்டிகளை ஓட்டிச் சென்றார்கள். மீசை வைத்த குண்டான மனிதர் ஒருவர் வந்து, ஒரு தபால் வண்டியில் ஏறி அதை ஓட்டிச் சென்றார். அம்மா என் புஜத்தைக் கிள்ளி 'அந்த மனிதரை வடிவாகப் பார். அவர்தான் உன் அப்பா' என்றாள். என்னுடைய அப்பா அவருடைய 13 வயது மகள், புதுக் கையுறை அணிந்துகொண்டு அவரைப் பார்ப்பதற்காக 200 மைல்கள் பயணம் செய்ததையும் பத்தடி தூரத்தில் நிற்பதையும் அறியாமல் கடந்து போனார். அதன் பின்னர் நாங்கள் வீடு நோக்கிய பயணத்தைத் தொடங்கினோம். திரும்பும்போது, அம்மா ஒரு வார்த்தை பேசவில்லை.'

'ரகஸ்யத்தைச் சொன்னதற்கு நன்றி. இன்னும் வேறு ஏதாவது ரகஸ்யம் இருக்கிறதா?' என்றான்.

'இருக்கிறது. அது அடுத்த காதலனுக்கு. ஒரு ஆளுக்கு ஒரு ரகஸ்யம்தான்' என்றாள்.

அப்படியா என்று அவன் நடாஷாவின் அம்மா செய்தது போல, அவளுடைய எலும்பு புஜத்தைக் கிள்ளினான். பிறகு அப்படியே அணைத்துக்கொண்டான்.

காதலிக்க முடிவெடுத்த பிறகு இருவரும் ஒன்றாகச் சேர்ந்து வாழத் தீர்மானித்தார்கள். அவளிடம் எல்லா நற்பண்புகளும் இருந்தன. ஆனால் அவளுடைய சிக்கன முறைகளை அவனால் தாங்க முடியவில்லை. உணவு விசயத்தில் அவை உச்சத்தை எட்டின. உக்ரெய்னில் வாழ்ந்தபோது, அவள் அனுபவித்த வறுமை கொடியது. அடுத்தவேளை உணவு என்ன, எங்கே யிருந்து, எப்போது கிடைக்கும் என்று தெரியாமல் வாழ்ந்திருக் கிறாள். அமெரிக்காவின் மலிவு உணவு அவளைப் பைத்திய மாக்கியது. உணவைப் பற்றி அவள் சிந்திக்காத நிமிடம் இல்லை. மலிவு விலை நாளில் சந்தைக்குப் போய் முழுக்கோழிகளை வாங்குவாள். அவை ஐம்பது சதவீதம் தள்ளுபடியில் கிடைக் கும். அவற்றை வீட்டுக்குக் கொண்டுவந்து ஆழ்குளிரில் புதைத்து வைத்து வேண்டியபோது எடுத்துச் சமைப்பாள். சில கோழிகள் அவை உயிருடன் இருந்த காலத்திலும் பார்க்க ஆழ்குளிரில் இருந்த நாட்களே அதிகம். அவற்றின் ருசியும் இந்தப் பூமியில் வேறு எங்கும் கிடைக்காத ஒரு ருசி. மெலிந்த கொடிபோன்ற தோற்றம் மெல்ல மெல்ல மறைந்து தண்ணீரில் ஊறவைத்தது போல அவள் உடம்பு ஊதியது. ஒடுங்கியிருந்த இடை நிரம்பி எங்கே மார்பு முடிகிறது, எங்கே இடை தொடங்குகிறது என்று அவன் தடுமாறும்படி ஆகிவிட்டது.

செப்டம்பர் பிறந்ததும் அவன் வேட்டை உரிமத்துக்கு விண்ணப்பம் செய்தான். ஞாயிறு காலைகளில் வேட்டைக்குப் போவது அவனுக்கு முக்கியம். அவன் *800 டொலர் கொடுத்து* வாங்கிய வேட்டை நாய்க்கு ஹன்டர் என்று பெயர் சூட்டியிருந் தான். ஒரு நாளைக்கு ஆறு வாத்துகளுக்கு மேலே சுடக்கூடாது. அதுதான் சட்டம். அவன் வேட்டை நாய் வாங்கியது, முழுக்க முழுக்க வாத்து வேட்டைக்காகத்தான். அவனும் நண்பர்களும் வேட்டைக்குப் போனார்கள். வாத்தைச் சுட்டவுடன் நாய் குளத்துக்குள் தாவிப் பாய்ந்து செத்துப்போன வாத்தை மென்மை யாக வாயில் கவ்வி இழுத்து வந்து, எசமானின் காலடியில் போட்டுவிட்டு அவனுடைய இடது பக்கத்தில் போய் உட்கார்ந்து கொள்ளும். உடம்பில் ஓடும் தண்ணீர் வழிந்து நாயை சுற்றித்

தேங்கி நிற்கும், ஆனால் நாய் அசையாது. அடுத்த வேட்டுச் சத்தம் வரும்வரைக்கும் அப்படியே காத்திருக்கும். இதை யெல்லாம் ஒரு வேட்டை நாய் செய்யும், அவனுடைய ஹன்டர் செய்யாது.

வேட்டை நாயை அன்பு காட்டி வளர்க்கக்கூடாது என்பதால் அவன் கண்டிப்புடன் வளர்த்தான். பயிற்சியாளர் திறமானப் பயிற்சிகள் கொடுத்திருந்தார். வேட்டுச் சத்தம் கேட்டதும் உறைந்துபோனத் தண்ணீரில் ஹன்டர் பாயும். எண்ணெய்ப் பிடிப்பான அதன் தோலில் தண்ணீர் ஒட்டு வதில்லை. செத்த வாத்து மிதந்து கொண்டிருக்கும்போதே, வேகமாக நீந்திச் செல்லும். முக்கால்வாசித் தூரத்தை கடந்த தும் வந்த காரியத்தை மறந்து மீண்டும் திரும்பி வந்து அவன் பக்கத்தில் உட்கார்ந்துகொள்ளும். எப்படி முயற்சி செய்தாலும் அதற்குத் தன்னுடைய உத்தியோகம் வாத்தை வாயிலே கவ்வி வரவேண்டும் என்பது தெரியவில்லை. இருபது வீதம் கழிவு விலையில் வாங்கியதாலோ என்னவோ மீதம் இருபது வீதம் தூரத்தை அது கடப்பதே இல்லை. 'அதற்குக் கொடுத்த விலைக்கு சரியாக வேலை செய்கிறது. இப்பொழுது அது வீட்டு நாயும் அல்ல, வேட்டை நாயும் அல்ல' என்று நண்பர்கள் கேலி செய்தார்கள். பயிற்சிக்காரரோ ஹன்டரை எந்தக் காலத்திலும் பழக்கமுடியாது என்று கைவிட்டுவிட்டார்.

அவனுக்கு நடாஷா மீது கோபம் பொங்கி வரும். வீட்டுக்கு அதே கோபம் குறையாமல் திரும்புவான். நடாஷா ஒரு கிராமத்து மனைவிபோல வாசலில் காத்திருப்பாள். அது அவனுக்குப் பிடிக்கும். பெரிய மார்புகள், மாதாகோயில் மணிகள்போல மேலும்கீழும் ஆட அவனிடம் ஓடி வருவாள். அவன் கோபத்தை மறந்து அவளுடைய பருத்த புஜங்களுக்குள் அடங்கிவிடுவான்.

அவளுக்கு எப்பவும் ஆரம்பத்தில் இருந்தே துவங்கவேண்டும். ஒவ்வொரு அறையாக நின்று நின்று முத்தமிட்டுக் கொள்வார் கள். அவள் 17 சைஸ் ஆடையை 18 சைஸ் உடம்பில் அணிந் திருப்பதால் உடம்பு சிறைபூட்டியதுபோலக் காட்சியளிக்கும். சதைக்கூட்டம் வெளியே தள்ளும். அவள் உடையை உடம்பில் இருந்து பிரித்து விட்டுக்கொண்டு இருப்பாள். படுக்கையில் கூட அவள் காலணியைக் கழற்றுவதில்லை. என்ன என்பான். அவள் வாய் திறக்காமல் தோள்மூட்டுகளால் சைகை செய்வாள். முயக்க மூர்க்கம் நெருங்க நெருங்க அவள் கைவிரல்கள் எல்லாம் போய் அவன் முடிக்குள் மறைந்துவிடும். பிரெஞ்சு, ரஸ்யன், உக்ரேய்ன் என்று பல மொழிகளிலும் கூவி சத்த

மெழுப்புவாள். ஹன்டர் பக்கத்திலே உட்கார்ந்து இது என்ன வேட்டை என்பதுபோல அதிசயமாகப் பார்க்கும்.

ஒருநாள் நடாஷா கலவி முடிந்த பிறகு, தலைமயிரை விரித்து அதற்குமேல் படுத்து, சப்பாத்து கழற்றாத கால்களை பின்னியபடி, தட்டைக்கூரையைப் பார்த்துக்கொண்டு வெகு நேரம் யோசித்தாள். திடீரென்று 'நான் மகிழ்ச்சியாக இருக்கிறேன். நாம் மணமுடித்துக் கொள்வோம்' என்றாள். எப்படி இந்த அற்புதமான யோசனை தோன்றியது என்றான் அவன். அவள் சொன்னாள், 'என்னுடைய அம்மா என்னிடம் ஒன்றுமே கேட்டதில்லை. இன்றைக்கும் முழங்கால்களில் உட்கார்ந்து இன்னொருவர் வீட்டைச் சுத்தம் செய்கிறாள். ஒன்றே ஒன்றுக்காகத்தான் அவள் வாழ்நாள் முழுக்க காத்திருக்கிறாள். திருமண ஆடையில் ஒரு புகைப்படம். இந்த சின்ன ஆசையைக்கூட என்னால் நிறைவேற்ற முடியவில்லை.'

அவர்கள் பதிவுக் கல்யாணம் செய்து, திருமண ஆடையில் படம் பிடித்து தாயாருக்கு அனுப்புவது என்று தீர்மானித்தார்கள். அவள் பல வருடங்களாகப் பார்த்து பார்த்து ஏங்கிய குதிச் சப்பாத்தை அவன் திருமணப் பரிசாக வாங்கிக் கொடுத்தான். திருமண ஆடையை, ஒரு நாள் வாடகைக்கு 75 டொலர் கொடுத்து, அவள் வாங்கினாள். பதிவுக் கல்யாணம் முடிந்த கையோடு, இரவல் ஆடையில், புதிய சப்பாத்தை அணிந்து, பூச்செண்டை ஏந்தியபடி இருவரும் புகைப்படம் எடுத்துக் கொண்டார்கள்.

மிசூலாவின் வீதிகளில் அந்த புதுமணத்தம்பதியினர் கை கோத்துக்கொண்டு நடந்தனர். குதிச்சப்பாத்தில் அவள் கூடிய தூரத்தைப் பார்த்தாள். ஒரு கையால் கவுனைச் சற்று தூக்கியபடி அவன் மேல் சாய்ந்து அவள் நடந்தபோது, ஒரு கணம் அழகாகக் கூட தென்பட்டாள். வீதியிலே சிலர் நடப்பதை நிறுத்திவிட்டு அவர்களைத் திரும்பிப் பார்த்தனர். சிலர் திருமண வாழ்த்துச் சொன்னார்கள்.

அதற்குப் பிறகு நடந்தது ஒருவரும் எதிர்பாராதது. தபால் வண்டியை ஓட்டிக்கொண்டு ஒரு மீசைக்கார மனிதர் சென்றார். அவன் 'அதோபார், உன்னுடைய தகப்பனாக இருக்கலாம்' என்றான். அவள் கையைப் பறித்துக்கொண்டு நடுவீதியில் நின்று கத்தினாள். 'நீ மோசமானவன். நான் சொன்ன ரகஸ்யம் பவித்திரமானது. நீ அதை கேலிப்பொருள் ஆக்கிவிட்டாய்.' பல கண்ணீர்த் துளிகள் ஒரே சமயத்தில் தோன்றின. தன் இரு கைகளாலும் வாடகை அங்கியை தூக்கிக்கொண்டு, 11 சைஸ் சப்பாத்தில் வேகமாக நடக்கத் தொடங்கினாள். 'நடாஷா,

நடாஷா, என் அன்பே' என்று கத்தியபடியே அவன் பின் தொடர்ந்தான்.

அவர்களுடைய வீட்டுக்குள் புயல் போல நுழைந்து கொண்டு பெரும் ஓசையோடு கதவைச் சாத்தினாள். 'ஒரு பச்சைக் குழந்தையை ஏர்போர்ட்டில் தனிய விட்டுவிட்டு ஓடிவந்த கோழை நீ' என்றாள். 'மன்னித்துக்கொள்' என்றான் அவன். 'நீ கேவலமான ஆள். அற்பன். நான் அவசரப்பட்டு விட்டேன்.' நிலைமை முழுநாசத்தை நோக்கி நகர்ந்து கொண்டிருந்தது. அதை எப்படியும் தடுக்க வேண்டும் என்ற எண்ணத்தில் 'கோவிக்காதே, என் செல்லம்' என்று கன்னத்தைத் தொடப் போனான். நடாஷா அவனைப் பிடித்துத் தள்ளினாள். அவன் தடுமாறிக் கீழே விழுந்ததும் பாய்ந்து, 75 டொலர் வாடகைக்கு எடுத்த கல்யாண ஆடையைச் சிரைத்துப் பிடித்தபடி, அவன் மேலே ஏறி உட்கார்ந்தாள். பன்றி இறைச்சி போன்ற வெள்ளைத் தொடைகளும், தொக்கையான முழங்கால்களும், அவன் சொந்த சம்பாத்தியத்தில் வாங்கிக் கொடுத்த பென்சில் குதிச் சப்பாத்துகளும் அவன் கண்களுக்கு வெகு சமீபத்தில் தெரிந்தன. அவளை உதறிவிட்டு அவனால் இலகுவாக எழுந்திருக்க முடியவில்லை. மல்யுத்தத்துக்கு தயாரான ராட்சத தவளைபோல கால்களைப் பரப்பி அவன்மேல் பாரமிறக்கியிருந்தாள். அவளுடைய உக்ரேய்ன் உதடுகள் கோபத்தில் துடித்தன. முகம் அவனை நோக்கி வளைந்தபோது, ஒரு மிருகம் குனிந்து முகர்ந்து பார்க்க தயாராவதுபோல அவனுக்கு பதற்றமேற்பட்டது.

கோபத்தை அதற்குமேல் அவளால் எடுத்துப்போக முடியவில்லை. கழிவு விலையில் வாங்கிய வேட்டை நாய்போல பாதியிலே பரிதாபமாக என்ன செய்வது என்று தெரியாமல் விழித்தாள். நசுங்கிப்போய் இருந்த நிலையிலும் அவனுக்கு அவளைப் பார்க்கச் சிரிப்பாக வந்தது. அவனுடைய வாழ்நாள் முழுக்க அவள்தான் மனைவியாக இருக்கவேண்டும் என்று தீர்மானித்தான். அப்பொழுது அவர்களுக்கு மணமாகி 45 நிமிடங்கள் கழிந்திருந்தது நினைவுக்கு வந்தது.

கொழுத்தாடு பிடிப்பேன்

புகைக்கண்ணர்களின் தேசம்

1952ஆம் ஆண்டில் ஒரு நாள் திடீரென்று ஆறாம் ஜோர்ஜ் மன்னர் இறந்துபோனதால், அவருடைய மகள் எலிஸபெத் பிரிட்டிஷ் ராச்சியத்துக்கு மகாராணியானார். இது எல்லோரும் எதிர்பார்த்ததுதான். ஆனால் எதிர்பாராத விதமாக என் அப்பாவும் மகாராணியும் சதி செய்து என்னை மேற்படிப்பு படிக்க இங்கிலாந்துக்கு அனுப்புவார்கள் என்பது நான் நினைத்துப் பார்த் திராத ஒன்று. என் அப்பா ஒரு ரகஸ்யத்தைப் பாதுகாத் தார். அதை தெரிந்துகொள்வதற்கு நான் இரண்டு கடலையும் ஒரு சமுத்திரத்தையும் கடக்கவேண்டியிருந்தது. எனக்கோ வானசாஸ்திரம் படிக்க ஆசை, ஆனால் அந்தக் காலத்தில் மேற்படிப்பு என்றால் அது பாரிஸ்டர் படிப்புதான். அதுதான் சேர் பொன்னம்பலம் ராமனா தனின் படிப்பு. வேறு என்ன படித்தாலும் அந்தப் படிப்புக்கு கிட்டவராது என்பது என் அப்பாவின் கருத்து.

19ஆம் நூற்றாண்டு முடிவதற்கு ஒரு வருடம் இருந்தபோது, அப்பா பிறந்தார் என்று நான் நினைக்கிறேன். அந்தக் காலத்தில் யாரும் பிறந்த ஆண்டுகளை ஞாபகம் வைத்தது கிடையாது. நாளும் நட்சத்திரமும்தான் முக்கியம். இன்னும் முக்கியமானது பெயர். பெயர் இருந்தால்தான் போர்த் துக்கீசர் தொடங்கிவைத்த காணித் தோம்பில் எந்தக் காணியில் உங்களுக்கு உரித் துள்ளது என்பதைப் பதிவு செய்யலாம். ஆகவே,

என் அப்பா பிறந்தபோது அவருக்குப் பெயர் சூட்டினார்கள். வைரவநாதபிள்ளை.

அப்பா சிறுவனாக இருந்தபோது, யாழ்ப்பாணத்துக்கு ரயில் வண்டி வந்தது. அப்போது வெள்ளைக்காரர் கள் ரயில் பாதை போடுவதற்காகக் கற்களையும் மரங் களையும் குவித்து வைத்திருந்தார்கள். அப்பா அவற்றில் ஏறி விளையாடியதை எனக்கு நினைவு கூர்ந்திருக்கிறார். அப்பா சிறு வயதிலேயே சிலம்படி, கறளாக்கட்டை என்று பழகி உடலை வலுவாக்கி யிருக்கிறார். மல்யுத்தத்திலும் பயிற்சி உண்டு. அப்பா என்னிடம் தன்னுடைய இளமைக்கால கதை களை ஒளிவு மறைவின்றிக் கூறியிருக்கிறார். இது தவிர, அவர் சொல்லாமல் நான் கண்டுபிடித்த விவகாரங்களும் உள்ளன. இந்தக் கதையை நான் சொல்ல புறப்பட்டபோது, இடைக்கிடை என் கதையும் வந்து சேர்ந்துவிட்டது. ஆனால் இது அப்பாவின் கதைதான்.

இதை எல்லாம் எழுதுவதற்கு முக்கியமான காரணம், அப்பா நான் புறப்படும்போது சித்தப்பாவிடம் கொடுத்து அனுப்பிய கடிதம். நான் நடுக்கடலில் போகும்போது மட்டுமே திறக்கவேண்டும் என்ற கட்டளை வேறு. என் வாழ்க்கையில் மர்மங்களுக்கு இடமில்லை. எனவே, இங்கிலாந்தில் நான் கடைப்பிடிக்கவேண்டிய ஒழுக்கங்கள் பற்றி கடிதம் இருக்கும் என்று நினைத்தேன். என் வாழ்க்கையையே அது மாற்றும் என்பதை நான் நினைத்துக்கூட பார்க்கவில்லை.

என்னுடைய அப்பா பன்னிரண்டு வயது வரைக்கும் பள்ளிக்கூடத்துக்குப் போனார். படிப்பில் அவருக்கு அவ்வளவு புத்தி ஓடவில்லை, ஆனால் கணக்கில் நல்ல ஈடுபாடு இருந்தது. மூன்று தானத்தை மூன்று தானத்தால் மனதிலே பெருக்கி விடை சொல்லுவார். பள்ளிக்கூடத்தை நிறுத்திவிட்டு அப்பா வேலை பழகுவதற்கு சண்முகநாத பிள்ளை என்ற இளம் முதலாளியிடம் சேர்ந்தார். அவர் நல்ல பணக்காரர். தலைப் பாகை தரித்து, காதிலே கடுக்கன் அணிந்து, தாளங்குடை பிடித்து வீதியிலே அவர் நடந்து வருவதை நான் பின்னாளில் பார்த்திருக்கிறேன்.

ஆரம்பத்தில் அப்பாவுக்குத் தான் செய்வது 'கள்ளயாவாரம்' என்பது கூடத் தெரியாது. தோணியிலே முதலாளிக்காக இந்தியா போய் சரக்கு கொண்டு வருவது அவர் பொறுப்பு. யாழ்ப் பாணம் புகையிலை அப்பவெல்லாம் திருவனந்தபுரத்தில் நல்ல விலைக்குப் போனது. திரும்பி வரும்போது, கும்பகோணம் புடவை, பண்ட பாத்திரங்கள் என்று தோணியை நிறைப் பார்கள். தோணி புறப்படும்போதே, அப்பா மனதாலே கணக்குப்

போட்டு எவ்வளவு லாபம் கிடைக்கும் என்று சொல்லி விடுவார். மெள்ள மெள்ள அப்பா அபினும் கடத்தத் தொடங் கினார். பிறகு, அதுவே முக்கிய வியாபாரமாக வளர்ந்துவிட்டது.

அப்பா, முதலாளிக்கு விசுவாசமாக இருந்தார். கள்ள யாவாரத்தில் நல்ல லாபம் கிடைத்து முதலாளி பெரும் பணக்காரர் ஆனார். எப்போதாவது பொலீஸில் மாட்டும் போது அப்பா தானே குற்றத்தை ஒப்புக்கொண்டு முதலாளியைத் தப்பவைப்பார். முதலாளியும் திறம் அப்புக்காத்துமாரை அமர்த்தி அப்பாவை எப்படியும் வெளியே கொண்டுவந்து விடுவார். ஒருசமயம் மட்டும் கேஸ் இறுகி அப்பா ஆறு மாதம் மறியலுக்குப் போனார். எனக்கு இதுவெல்லாம் பிறகு பிறகுதான் தெரிய வந்தது.

ஒரேயொருமுறை அப்பா கொழும்புக்கு பயணமாகியிருக் கிறார். அப்பொழுதே ரயில் வண்டி யாழ்ப்பாணத்துக்கு வந்து விட்டது, ஆனால் பிரபலமாகவில்லை. யாழ்ப்பாணத்திலிருந்து கரையோரமாக கொழும்புக்கு வண்டிகட்டிப் பிரயாணம் செய் வதென்றால் ஒரு மாதம் பிடிக்கும். அந்தப் பயணத்தின்போது தான் அப்பாவின் வாழ்க்கையில் பெரிய மாற்றம் ஒன்று ஏற்பட்டது.

அப்பா மன்னாரில் சாயவேர் வாங்குவதற்காகப் பாரவண் டிகளை நிறுத்தினார். அந்த நாட்களில் சாயவேருக்கு யாழ்ப் பாணத்தில் நல்ல மதிப்பு இருந்தது. இரண்டு வண்டி பாரம் சாயவேர் கொள்முதல் செய்தார். மன்னாரில் அந்த நேரம் பெரும் முத்துக்குளிப்பு நடைபெற்றுக்கொண்டிருந்ததால் நிறைய அதிகாரிகளும், தோணிக்காரர்கள், சுறா வாய்கட்டிகள், கல்லுக் காரர், குளிகாரர் என்று ஊரிப்பட்ட அயலூர்க்காரர்களும் அங்கே கூடியிருந்தார்கள். அரேபியர், புகைக்கண்ணர், டச்சுக் காரர், போர்த்துக்கீசியர் என பலவிதமான வேற்று நாட்டினர் குவிந்துபோய் ஒருவரை ஒருவர் தோற்கடித்து ஏலம் எடுத்தார்கள்.

அங்கே அனைவரையும் கவர்ந்த ஒரு பெண் நின்றுகொண் டிருந்தாள். எல்லோருடைய பார்வையும் அவள் பக்கம்தான் விழுந்தது. ஏனென்றால், அவள் கொடிபோல மெலிந்து சின்னப் பாதங்களுடன் அழகாக இருந்தாள். கடல் மணலிலே நடந்து போனால் அவள் பாதச்சுவடுகள் ஒரு குழந்தையினுடையது போலச் சின்னதாக இருந்தன. தலைமயிரை அள்ளி மேலே சுழட்டிக் கட்டியிருந்தாள். ஆங்கிலம், டச்சு, போர்ச்சுகீயம் என்று எல்லா மொழிகளையும் சரளமாகப் பேசினாள். பல நாட்டினருக்கும் அவள் மொழிபெயர்த்ததோடு அந்த வியாபாரத் தில் நல்லாய் பழக்கப்பட்டவள் போலச் சுறுசுறுப்பாக இயங்

கினாள். அப்பாவுக்கு அவளைப் பார்த்ததுமே பிடித்துக் கொண்டது. அத்தனை சனம் அங்கே நிறைந்திருக்க ஒரே யொருமுறை தலையை நிமிர்த்தி அவள் அப்பாவைப் பார்த்துச் சிரித்தாள். லாச்சியில் இருந்து ஒரு பொருளை வெளியே எடுப்பதுபோல மிகச் சுலபமாக சிரிப்பை வெளிப்படுத்தினாள்.

வாட்டசாட்டமான உடம்புடன் அப்பாவும் பார்ப்பதற்கு வசீகரமாக இருப்பார். தலையை முன்பக்கம் மழித்து பின்னுக்கு நிறைய குடுமி வைத்து, வேட்டி, அங்கவஸ்திரம், கடுக்கன் என்று அலங்கரித்துத்தான் வெளியே கிளம்புவார். அப்பாவிடம் அவர் பயணச் செலவுக்காக கொண்டு வந்த காசு அரைத் துண்டிலே இறுக்கிக் கட்டி இடுப்பிலே இருந்தது. அந்தப் பெண்ணே தனக்கு மனைவியாக வரவேண்டும் என அவர் விரும்பினார். ஒரு நல்ல தொகையைக் கொடுத்து அவள் வீட் டாரிடம் பெண் கேட்டார். அப்பாவின் நடை உடை செல் வாக்கைப் பார்த்தவர்கள் இரண்டாம் பேச்சு பேசாமல் ஓம் பட்டுவிட்டார்கள். அப்பாவைப் பார்த்து மிரண்டு போகாத ஒரே சீவன் அந்தப் பெண் மட்டும்தான்.

நாலு வண்டிச் சரக்கோடு அப்பா வந்து இறங்கியபோது, தொங்கல் வைத்து சேலை உடுத்திய ஓர் அழகான பெண்ணும் அந்தக் கூட்டத்தில் இருப்பதை ஊர் கூடிப் பார்த்தது. முதலாளிக்கு அப்பா செய்தது அவ்வளவாகப் பிடிக்கவில்லை, ஆனால் பெண்ணைப் பார்த்ததும் அப்படியே ஸ்தம்பித்து விட்டார். அந்தக் கிராமத்திலேயே அப்படி ஓர் அழகான பெண் கிடையாது. அதிலும் மூன்று அந்நிய மொழிகள் சரள மாகப் பேசும் பெண் என்பதை அவரால் நம்பவே முடிய வில்லை. அப்பாவை ரகஸ்யமாக அழைத்து 'நீ கெட்டிக் காரனடா, நல்ல வேலை செய்தாய்' என்று புளுகி முதுகில் தட்டிக் கொடுத்தாராம் முதலாளி. அப்பாவுக்கு அப்போ வயது 22; அம்மாவுக்கு 14தான்.

அம்மா வந்த பிறகு கள்ளயாவாரத்தில் அப்பா இன்னும் கடுமையாக உழைத்ததில் முதலாளி அவரை பாகஸ்தர் ஆக்கினார். வசதிகள் பெருகி நல்ல வீடு, ஆள் படை என்று வாழ்ந்தாலும் அப்பாவுக்கு பிள்ளை இல்லை என்ற குறை இருந்தது. அந்தக் காலத்தில் இருபாலைப் பரியாரியார் திறமான வைத்தியர், அவரிடம் அம்மா மருந்து வாங்கிச் சாப்பிட்டார். கோயில் விரதங்களும் தவறாமல் பிடித்தார். இதிலே ஏதோ ஒன்று வேலைசெய்து அம்மா கர்ப்பமானார். என்னுடைய அப்பா அடைந்த சந்தோசத்துக்கு அளவேயில்லை. அம்மா வுக்கு நிறைமாதமாக இருந்த சமயம் பெரிய சரக்கு கப்பல்

ஒன்று துறைமுகத்துக்கு வருவதாக தகவல் கிடைத்தது. அம்மா விடம் கெதியில் திரும்புவதாகச் சொல்லிவிட்டு அப்பா கிளம்பினார்.

நான் பிறந்த அன்று நிறைய மழை பெய்தது. அம்மாவுக்கு நோவெடுத்து அவர் அலறத் தொடங்கியதும் மருத்துவச்சி பரிசோதித்துப் பார்த்துவிட்டு தலை திரும்பவில்லை என்று சொன்னாள். திடீரென்று இரண்டு பிஞ்சுக்கால்கள் வெளியே நீட்டிக்கொண்டு தெரிந்தன. நல்ல அனுபவசாலியான மருத்துவச்சிகூட கொஞ்சம் பயந்துதான் போனாள். ஆனால் சொற்ப நேரத்திலேயே அவளுக்கு ஒன்றில் பிள்ளை அல்லது தாய் என்பது விளங்கிவிட்டது. கலந்து ஆலோசிக்க அப்பாவும் இல்லாததால் அம்மாவிடமே கேட்டாள். அம்மா சொன்னார் 'என்ரை உயிரைப்பற்றி யோசிக்காதே, எனக்கு பிள்ளைதான் முக்கியம்.' என்னை வெளியே இழுத்து எடுத்தபோது, அம்மாவுக்கு நான் ஆணா பெண்ணா என்பதுகூடத் தெரியாது. நான் வெளியே வரமுன்னரே அவர் இறந்து போய்விட்டார்.

சின்ன வயதில் நான் நல்லாய் படிக்க வேண்டும் என்பது அப்பாவின் விருப்பம். அடிக்கடி சொல்வார் 'உன்ரை அம்மா வுக்கு மூன்று அந்நிய பாசை தெரியும்' என்று. எனக்கு கொஞ்சம் வயது வந்ததும் என்னை வட்டுக்கோட்டை அமெரிக்க மிசன் விடுதியில் படிக்க அனுப்பிவிட்டார். இப்பொழுது நினைக்கிறேன்; அப்பா தான் கள்ளயாவாரம் செய்வது எனக்குத் தெரியக்கூடாது என்று விரும்பினார். ஊருக்கும் உலகத்துக்கும் பொலீசுக்கும் தெரிந்த ஒரு விசயம் எனக்கு தெரியவராது என்று அப்பா எப்படி எதிர்பார்க்கலாம். உண்மையில் என் மனதில் அப்போது அப்பாவைப் பற்றிய ஒரு வீரச் சித்திரமே இருந்தது.

படிப்படியாக அப்பா முழுவியாபாரத்தையும் கவனிக்க ஆரம்பித்த சமயம், நான் என் படிப்பை முடித்துவிட்டு வீட்டுக்கு வந்திருந்தேன். எனக்கு மேல்படிப்பு படிக்க விருப்பமிருந்தது ஆனால் அப்பா அதைப்பற்றி ஒரு சொல் சொல்லாமல் எனக்குப் பெண் பார்க்க ஆரம்பித்தார். தரகரைக் கூப்பிட்டு அப்பழுக்கில்லாத உயர் சாதிப் பெண்ணை எனக்கு தேடிப் பிடிக்கச் சொன்னார். தினம் இரண்டு மூன்று சாதகங்கள் வந்தன. மீனலோசனியின் சாதகம் வந்தபோது, அருமையான இடம் என்று புகழ்ந்து அப்பா என்னைப் பெண் பார்க்க அழைத்துப்போனார்.

நான் பார்த்த ஒரே பெண் மீனலோசனிதான். எனக்கு முதலில் தெரிந்தது அவளுடைய கண்கள்தான். நீர்க்குமிழி

அ. முத்துலிங்கம்

போன்ற கண்கள். ஒரு பெண்ணிடம் அப்படியான கண்களை நான் அதற்கு முன்னர்க் கண்டது கிடையாது. நிறமே இல்லாத அந்தக் கண்களை விட்டு என் கண்களை அகற்றமுடியவில்லை. அதனால் அவளுடைய மற்ற அங்கங்களை நான் மணமுடித்த பின்தான் முழுவதுமாகப் பார்த்தேன். அப்பா தன் அந்தஸ்துக்கு ஏற்ற மாதிரி எங்கள் கல்யாணத்தை விமரிசையாக நடத்தி வைத்த அன்றுதான் எதிர்பாராத ஒரு சம்பவம் நடந்தது.

மன்னாரிலிருந்து முதலாளிக்குத் தெரிந்த ஒருத்தர் என் கல்யாணத்துக்கு வந்திருந்தார். அவர் ஏதோ சொல்லப்போக முதலாளிக்கும் அப்பாவுக்கும் இடையில் பெரும் சண்டை மூண்டது. ஊரில் முக்கியமானவர்கள் மத்தியஸ்தம் செய்தும் சமாதானம் உண்டாகவில்லை. கோபத்தின் உச்சியில் அப்பா தன் பங்கைப் பிரித்து தரச்சொன்னார். முதலாளி மறுத்து விட்டார்.

இலங்கைக்குச் சுதந்திரம் கிடைத்ததில் அப்பாவுக்கு பெரிய சந்தோசம் கிடையாது. ஆறாம் ஜோர்ஜ் மன்னரிடம் அப்பாவுக்கு அளவுகடந்த பற்று உண்டு. சுதந்திரத்துக்குப் பிறகும் ஆறாம் ஜோர்ஜ் மன்னர் ஆண்டதில் அப்பா கொஞ்சம் ஆறுதலாக இருந்தார், ஆனால் என் கல்யாண நாள் அன்று எலிஸபெத் மகாராணி பட்டத்துக்கு வந்தபோது எல்லாம் மாறியது. அப்பாவிடம் ஒரு திட்டம் இருந்தது. அந்தத் திட்டம் நான்தான். லண்டனுக்குப் போய் நான் படிக்கவேண்டும் என்ற முடிவை அப்பா அப்போதுதான் தெரிவித்தார். என்னையும் மீனலோசனியையும் அவசர அவசரமாக கொழும்பு புறப்படச் சொன்னார். சித்தப்பாவுடன் முதன்முறையாக ரயிலில் பயணமானோம். இங்கிலாந்தில் நாங்கள் இருவரும் படிப்பதற்கு வேண்டிய ஒழுங்குகளை அவர் செய்து தருவாரென அப்பா கூறினார்.

கப்பலின் பெயர் எஸ்.எஸ் ஹிமாலயா. கப்பல் டிக்கட், கடவுச்சீட்டு, விசா போன்ற சகலதையும் சித்தப்பா முடித்துத் தந்தார். துறைமுகத்துக்குள் போனபிறகுதான் யந்திரப் படகுகளில் ஏறி நடுக்கடலில் நிற்கும் கப்பலுக்குப் போக வேண்டும் என்பது தெரிந்தது. சித்தப்பாவிடம் விடைபெற்றுக் கொண்டு படகில் ஏறினோம். சித்தப்பா அப்பாவின் கடிதத்தைக் கொடுத்து கப்பல் புறப்பட்ட பிறகு படிக்கச் சொன்னார். படகு கிளம்பியதும் சித்தப்பா வலது கையைத் தூக்கி சத்தியப் பிரமாணம் செய்யப்போவதுபோல பிடித்துக்கொண்டு வெகு நேரம் நின்றார். அவருடைய உருவம் சிறிதாக வரவர அவர் மேல் எனக்கு ஏனோ பரிவு கூடிக்கொண்டு போனது.

கொழுத்தாடு பிடிப்பேன்

புதிதாக மணமுடித்தவர்களைக் கப்பலின் சின்ன அறையில் பூட்டி வைத்தால் அது அவர்களுக்கு இடைஞ்சல் இல்லை; சொர்க்கமாகத் தோன்றும். மீனலோசனி சும்மா இருந்தால் கூட அவள் முகம் சிரிப்பது போலவே இருக்கும். பாண்டிய வம்சாவளியில் வந்தவளாகையால் அவளுடைய சருமம் நல்லாய் தேய்ந்த காசுபோல வழுவழுவென்று மினுங்கியது. அவளுடைய பேச்சு, நடை எல்லாமே எனக்கு வித்தியாசமாகப் பட்டது. 'மீனலோசனி' என்று நான் கூப்பிட்டால் அவள் 'ஓய்' என்று பதிலிறுப்பாள். அதைக் கேட்க எனக்கு ஆவலாக இருந்த அதேசமயம் சிரிப்பாகவும் வந்தது. அடிக்கடி அவளை பெயர்ச் சொல்லி அழைத்தேன். உடம்பிலே நிறைய நகைகளை அணிந்துகொண்டு ஒரு கல்யாண விருந்துக்கு புறப்பட்டது போல வந்திருந்தாள். அவை எல்லாம் அவர்கள் குடும்பத்தில் பரம்பரையாக வந்த நகைகள். அவைகளை விற்கவோ அழிக்க வோ கூடாது; திருத்திச் செய்யவும் முடியாது என்றாள். பிடரி மயிரை மறைப்பதற்குக்கூட அவளிடம் ஒரு நகை இருந்தது. அவற்றின் பெயர்கள் மணிமாலை, குறங்கு செறி, நூபுரம், பாதசரம் என்றெல்லாம் சொன்னாள். எல்லா நகையும் அளவு பெருத்தவை அல்லது சிறுத்தவை. ஒரு விரல் நுனியில் மோதிரம் ஒன்றை மாட்டியிருந்தாள். ஏனென்றால் விரலுக்கு கீழே அது இறங்கவில்லை. பூட்டுக் காப்புகள் கைகளுக்குப் பெரிதாக இருந்தபடியால், அவள் கையை இறக்கியதும் அவை நழுவி தரையில் விழுந்தன. ஆகவே, கைகளை எப்பவும் செங்குத்தாக பிடித்தபடி நடக்க அவள் பழகியிருந்தாள்.

மூன்று வயதான ஹிமாலயாவில் முதல் வகுப்பு, இரண் டாம் வகுப்பு என்றெல்லாம் இல்லை, ஒரே வகுப்புத்தான். எங்களுடன் ஆயிரம் பேர் பயணித்தார்கள். எங்களுக்குக் கிடைத்த அறையில் எப்பொழுது பார்த்தாலும் குளிர் குளிர் என்று அரற்றியபடியே இருந்தாள் மீனலோசனி. முழங்காலில் கைகளைக் கட்டி அப்படியே அதில் தலையைச் சாய்த்திருப்பது அவளுடைய இயல்பான நிலை. 'இந்தக் குளிருக்கு இவ்வளவு கத்துகிறீர். இங்கிலாந்து குளிரை எப்படி சமாளிக்கப்போகிறீர்?' என்று ஒருமுறை கேட்டேன். அவள் உடனே பதில் சொல்ல வில்லை. யோசிக்கும்போது அடிச்சொண்டை கடிப்பாள். கனநேரம் கடித்த பிறகு 'இங்கிலாந்தில் மரங்களில் எல்லாம் பழங்கள் போலப் பனிக்கட்டிகள் தொங்குமாமே?' என்றாள். நான் 'எனக்கு எப்படித் தெரியும். நானும் உம்முடன்தானே முதல் முறையாக பயணம் செய்கிறேன்' என்றேன். எனக்கு எல்லாம் தெரியவேண்டும் என்று அவள் எதிர்பார்த்தாள். ஸ்வெட்டரை எடுத்து அவள் தலைவழியாகப் போட்டபோது, அது பாதிவழியில் நின்றுவிட்டது. நான் உதவி செய்யாமல்

தலை இல்லாமல்கூட அவள் அழகாக இருப்பதைப் பார்த்து ரசித்தேன்.

கப்பலில் நிறைய அரேபியர்கள் பயணம் செய்தார்கள். நாங்கள் இங்கிலாந்தைச் சென்றடைய எடுத்துக்கொண்ட நாட்களை மீனலோசனி தன் கைவிரல்களில் எண்ணி கணக் கிட்டாள். அந்த 14 நாட்களும் எங்களுக்குப் பக்கத்து அறையில் வசித்த அரபுக் குடும்பம் ஒன்றுடன் மட்டுமே பழகக்கூடியதான வாய்ப்பு கிடைத்தது. அந்த நட்பும் ஆறு நாட்களுக்குப் பின் முறிந்துபோனது. தலையையும் முகத்தையும் கறுப்புத் துணி கொண்டு மூடியிருந்த அந்தப் பெண், என் மனைவியிடம் மட்டுமே பேசினாள். நகைகளைப் பற்றி நிறையக் கேள்விகள் கேட்டாள் என்று நினைக்கிறேன். என் மனைவி அவை எல்லா வற்றிற்கும் பதில் சொன்னாள். அவளுக்கு உண்டான இயல்பான ஆர்வத்தால் திருப்பி ஒரேயொரு கேள்வி கேட்டாள். அப்பாவித் தனமானது. 'உங்களுக்கு மணமாகிவிட்டதா?' அந்தப் பெண் கோபத்துடன் 'நான் அப்படிப்பட்ட பெண்ணில்லை' என்று பதிலிறுத்தாள். அதற்கு என்ன பொருள் என்பது ஒருவருக்கும் தெரியவில்லை. அதன் பிறகு பயணம் முடியுமட்டும் அவர்கள் பேச்சு தடைபட்டு விட்டது.

தரையிலே பயணம் செய்யும்போது, நிலக்காட்சிகள் மாறுவதுபோலத் தண்ணீரிலும் காட்சிகள் மாறிக்கொண்டு வந்தன. செங்கடலைக் கடந்தபோது ஆகாயம், தண்ணீர் எல்லாமே வித்தியாசமாகத் தோன்றி எங்களை அதிசயத்தில் ஆழ்த்தியது. காற்றுக்கூட நூதனமாக வீசியது. கடலின் மணம் மாறியது. மாலுமிகள் திடீரென்று உற்சாகமாகக் காணப் பட்டனர். அப்பொழுதும் அறையைவிட்டு மீனலோசனி வெளியே வரவில்லை. வழக்கம்போல முழங்கால்களைக் கட்டிப் பிடித்துகொண்டு அந்த நிலையிலேயே தூங்கினாள். நான் இதுதான் சமயமென்று அப்பாவின் கடிதத்தைப் படிப்பதற்காக எடுத்துக்கொண்டு மேல்தட்டுக்குச் சென்றேன்.

> கடவுள் கிருபையை முன்னிட்டு வாழும் சிரஞ்சீவியாகிய என் மகனுக்கு எழுதிக்கொள்வது. நான் சுகம், நீயும் மீனலோசனியும் அப்படியே என கடவுளைப் பிரார்த் திக்கிறேன்.
>
> இந்தக் கடிதத்தைத் திறந்து படிக்கும்போது, நீ நடுக்கடலில் இருப்பாய். அநேகமாக, அப்போது நான் மறியல் வீட்டில் இருப்பேன். பதறாதே, மிச்சக் கடிதத்தையும் படி. நான் சொல்லப்போகிற ரகஸ்யம் உனக்கு அதிர்ச்சியைக் கொடுக்கலாம். அது, உன் அம்மாவைப் பற்றியது. அவரைப்

போன்ற ஒரு அழகி இந்த உலகத்திலேயே கிடையாது. இதைப் பல தடவை நான் உனக்குச் சொல்லியிருக்கிறேன். பிளந்துபோட்ட ஆயிரக்கணக்கான சிப்பிகளுக்கு நடுவே, துர்நாற்றமான காற்று வீசிய ஒரு மாலை, உன் அம்மாவை ரகஸ்யமாகச் சந்தித்தேன். கறுப்புத்திரை விழுந்ததுபோல கடற்கரையில் இலையான்கள் மொய்த்தன. அவர் முகம் பாதிதான் தெரிந்தது. 'உன்னை எனக்குப் பிடித்திருக்கிறது, உனக்கு என்னைப் பிடிக்குமா?' என்று நேரிலே கேட்டேன். அவருக்கு இலங்கையில் புழங்கிய அத்தனை பாசைகளும் தெரியும். அத்தோடு மூன்று அந்நிய பாசைகளும் பேசுவார். அவர் எந்த பாசையிலாவது ஒரு வார்த்தையைப் பதிலாக சொல்லியிருக்கலாம். அப்படிச் செய்யாமல் நிலத்தைப் பார்த்து மெல்லத் தலையை ஆட்டினார். என் வாழ்க்கையின் ஆகச் சந்தோசமான தருணம் அது. இத்தனை பாசைகள் எப்படிப் பேச வந்தது என்று ஒருதடவை அவரிடம் கேட்டபோது, எந்தப் பாசையையும் ஒரு முறை கேட்டாலே தனக்கு பழக்கமாகிவிடும் என்று சொன்னார்.

உன் அம்மாவைப் பார்த்த முதல் நாள், அவர் பூப்போட்ட பருத்திப் புடவை ஒன்றை தொங்கல் இல்லாமல் குறுக்காகக் கட்டியிருந்தார். எனக்கு மனது திக்கென்றது. அவர் தொங்கல் போடமுடியாத சாதியைச் சேர்ந்தவராக இருக்கவேண்டும். விசாரித்துப் பார்த்தபோது, அவர் சாயவேர் கிண்டும் ஆகக் கீழான வேர்குத்திச் சாதி என்பது தெரிந்தது. சில வருடங்களுக்கு முன்னர் யாழ்ப்பாணத்தில் கீழ்ச்சாதி பெண்ணொருத்தி தொங்கல் வைத்து சேலை உடுத்திப் போனபோது, மேல் சாதி ஒருவன் கொக்கச் சத்தகத்தால் தொங்கலை இழுத்து வெட்டி பெரும் கலவரம் மூண்டது. அதை அப்ப கவுண் மேந்து ஏஜண்டாக இருந்த பிறீமன் துரை நேரில் வந்து அடக்கவேண்டியிருந்தது. என்னுடைய மனதிலே ஒரு வைராக்கியம் எப்படியோ புகுந்துவிட்டது. என்ன வந்தாலும் வரட்டும் என்ற துணிச்சலோடு நான் உன்ரை அம்மாவை மணமுடித்து ஊருக்குக் கூட்டி வந்தது உனக்குத் தெரியும்.

உன்னுடைய அம்மா எதையும் ஒருமுறைதான் செய்து பழக்கமானவர். எந்தப் பாசையையும் ஒருதடவைதான் கேட்டார். என்னைப் பார்த்து ஒருமுறைதான் புன்னகை செய்தார். சம்மதம் கேட்டபோது, ஒருமுறைதான் தலையை ஆட்டினார். அதுதான் ஒரேயொரு முறை கர்ப்பம்

தரித்தால் போதும் என்று அவர் நினைத்துவிட்டார். மருத்துவச்சி வெளியே நீட்டிக்கொண்டிருந்த உன்னுடைய இரண்டு கால்களையும் இழுத்துப்போட்டார். நீ முற்றிலும் நீல நிறமாக வந்து விழுந்தாய். சரியாக ஒரு நிமிடம் நீ மூச்சு விடவில்லை, சத்தமும் எழுப்பவில்லை. மருத்துவச்சி உன் நெற்றியில் சூடாக்கிய ஊசியால் இரண்டு கீறுக் கீறியவுடன் நீ முதல் மூச்செடுத்துக் கத்தினாய். அந்த அற்புதமான சத்தத்தை கேட்க உன் அம்மா இல்லை; நான் நடுக்கடலில் தோணியில் இருந்தேன். மருத்துவச்சியிடம் நூறுதடவை 'என்ரை உயிர் போனாலும் பரவாயில்லை; பிள்ளை பத்திரம்' என்று உன் அம்மா சொல்லிக்கொண்டே இருந்தாராம்.

நீ பிறந்து அம்மாவின் மடியில் வளர்ந்திருந்தால் உன் அம்மாவின் தோள்மூட்டில் பச்சை குத்தியிருப்பதைப் பார்த்திருப்பாய். அது அவவுடைய சாதியைக் குறிக்கும். நான் மணமுடித்து ஊருக்கு வந்தபோது, அதை மறைத்துவிட்டேன். அம்மாவிடமும் அதைப் பற்றி மூச்சுவிட வேண்டாம் என்று சத்தியம் வாங்கியிருந்தேன். அவர் தொங்கல் போட்டு புடவை உடுத்தி வந்ததால் ஒருவரும் சந்தேகிக்கவில்லை. உன் அம்மாவின் அழகும் அவர்கள் கண்களை மறைத்திருக்கலாம்.

பல வருடங்களாகக் காப்பாற்றிய ரகஸ்யத்தை உன் கல்யாண நாள் அன்று முதலாளி கண்டுபிடித்துவிட்டான். நான் அவனுக்கு எவ்வளவு விசுவாசமாக இருந்தேன். அவனுக்காக மறியல் கூட போயிருக்கிறேன். நான் அவனை ஏமாற்றிவிட்டேனென்றும் எங்களைத் தள்ளி வைத்து அவமானப்படுத்தப் போவதாகவும் அவன் சத்தம் போட்டான். எனக்கு வேறு வழி தெரியவில்லை. இந்தக் கடிதத்தை எழுதி முடித்த சில மணி நேரத்தில் நான் கப்பலில் வந்திறங்கிய கள்ளச் சரக்கு பற்றி பொலீசுக்கு தகவல் கொடுப்பேன். இம்முறை முதலாளி தப்பமுடியாது. இருவரும் சேர்ந்து மறியலுக்குப் போவோம். தேவையான ஆதாரங்களும் சாட்சிகளும் என்னிடம் இருப்பதால் எந்தப் பெரிய அப்புக்காத்துமாரும் எங்களை வெளியே கொண்டுவர ஏலாது. இங்கிலாந்தில் உங்களுடைய நாலு வருடப் படிப்புக்கான பணம் உனக்கு அங்கே கிடைக்கும். அதற்கான ஏற்பாடுகளை எல்லாம் நான் செய்துவிட்டேன்.

விக்டோரியா மகாராணி இறந்தபோது, எனக்கு இரண்டு வயது நடந்தது. நான் என் வாழ்நாளில் நாலு மன்னர்

களையும் இரண்டு ராணிகளையும் கண்டுவிட்டேன். இப்பொழுது நாடு சுதந்திரம் அடைந்துவிட்டது, ஆனால் எசமானர்கள் மாறிவிட்டார்கள். இனம் இன்னொரு இனத்தை ஒடுக்கும்; சாதி இன்னொரு சாதியை அடக்கும். பிறந்த நாட்டில் கிடைக்கும் நீதியைவிட வெள்ளைக் காரனிடமிருந்து உனக்கு நல்ல நீதி கிடைக்கும். நீ திரும்பி வரவேண்டாம், அங்கேயே சுகமாய் இரு. மீனலோசனி நல்லவள். நீ அவளுக்கு என்ன சமாதானம் சொல்லவேண்டும் என்பதை உன்னிடமே விட்டுவிடு கிறேன்.

உன்மீது எப்பவும் பட்சம் குறையாத

அப்பா.

கடிதத்தைப் படித்து முடித்த பிறகு, நம்ப முடியாமல் சில இடங்களைத் திரும்பவும் படித்தேன். நெடுநேரம் நான் மேல் தட்டில் என்னசெய்வது என்று தெரியாமல் குழம்பிப்போய் நின்றேன். சூரியன் அவனுடைய வெப்பத்தை அவனே தாங்க முடியாமல் தண்ணீருக்குள் இறங்க ஆயத்தம் செய்துகொண்டிருந் தான். மணமுடித்து சரியாக இன்னும் முப்பது நாள்கள் கழிய வில்லை, மீனலோசனியிடம் இதை மறைக்கவேண்டுமா என்று நினைத்த சமயத்தில் அவளே என்னைத் தேடிக்கொண்டு மேலே வந்தாள். தண்ணீர்க் கொடிபோல அவள் அசைந்து வருகிறாளா அல்லது கப்பல் அசைகிறதா என்பது தெரியவில்லை. ஆனால் அவள் நடந்து வந்தது நல்ல காட்சியாகவே அமைந்தது.

எப்படித் தெரிந்ததோ என் முகத்தைப் பார்த்ததும் அவள் முகம் சட்டென்று மாறியது. எப்பவும் சிரித்த முகமாக இருக்கும் அவள் முகம் யாரோ கூடாரத்தின் நடுக்கம்பை உருவி விட்டது போல அப்படியே படிப்படியாக விழுந்து தட்டையானது. 'என்ன, என்ன?' என்று பதறியபடி என்னிடம் ஓடிவந்தாள். நான் 'ஒன்றுமில்லையே' என்று சொல்லி முகத்தை இயல்பு நிலைக்குக் கொண்டுவர முயன்றபடி கடலைப் பார்த்தேன். மணமுடித்தபின் சொன்ன முதல் பொய் அது.

அவள் தயங்கி நின்று சுற்றுமுற்றும் யாராவது இருக் கிறார்களா என்று பார்த்துவிட்டு ஏதோ பரிசுப் பொருள் தரப்போவதுபோல மெல்ல அணுகினாள். வாத்சாயனர் பெண் களின் ஆலிங்கனம் பற்றிச் சொல்லும்போது, 'மரத்திலே கொடி படர்வதுபோல' என்று ஓர் இடத்தில் வர்ணித்திருப்பார். அதுபோல என் மீது படர்ந்தாள். 'என்னை ஏன் தனிய விட்டுவிட்டு வந்தீர்கள்' என்று சிணுங்கினாள்.

இவளை எனக்கு மணமுடித்து வைப்பதற்கு என் அப்பா என்ன பாடுபட்டிருப்பார். ஓர் உத்தமமான சாதிப் பெண்ணுக்காக ஊர் ஊராக அலைந்தார். யாழ்ப்பாணத்துக் கடைசி அரசன் சங்கிலியன் காலத்தில் பாண்டிய நாட்டிலிருந்து குடிபெயர்ந்த 50 ராச குடும்பத்து வன்னியர்களின் வம்சாவளியில் வந்த இவளுடைய உடம்பில் ராச ரத்தம் ஓடுகிறது என்று அப்பா பலமுறை என்னிடம் சொல்லியிருக்கிறார். அவள் நடப்பதும் நிற்பதும்கூட ஓர் அரசதோரணையிலே இருக்கும். 'உமக்கு ஓர் அதிசயம் காட்டப்போகிறேன்' என்று கதையை மாற்றினேன். என்ன என்பதுபோல என் வாயைப் பார்த்தாள்.

'இப்ப சூரியன் மறையப் போகுது. கொஞ்சம் இருந்து பாரும், அதே இடத்தில் வெள்ளிக்கிரகம் தோன்றும்' என்றேன்.

அவள் நம்பவில்லை. 'உண்மையாகவா? எப்படி உங்களுக்குத் தெரியும்?' என்றாள்.

'உலகத்தில் எல்லா நாடுகளும் பூமியின் சுழற்சியை வைத்துத்தான் நாட்களைக் கணக்கிடுகின்றன என்று நாங்கள் நினைக்கிறோம். அதாவது வருடத்தில் 365 நாட்கள். ஒரு காலத்தில் மெக்சிகோ நாட்டின் ஆதிகுடிகள் காலத்தை வெள்ளிக்கிரகத்தை வைத்துக் கணித்தார்கள். 263 நாட்கள் சூரியன் உதிக்க முன்னர் காலையில் வெள்ளிக்கிரகம் தோன்றும். 263 நாட்கள் வெள்ளிக்கிரகம் சூரியன் மறைந்த பின்னர் அதே இடத்தில் தோன்றும்' என்றேன்.

இரண்டு கண்களையும் நீள்சதுரமாக்கி 'உண்மையாகவா?' என்றாள். எதற்கெடுத்தாலும் 'உண்மையாகவா' என்று கேட்பது அவள் வழக்கம். இவள் ராமநாதன் பாடசாலையில் படித்து, பின்னர் லண்டன் சோதனை எழுதியவள். இப்பொழுது என்னுடன் படிப்பதற்கு லண்டனுக்குப் பயணமாகிறாள். ஆனால் இவள் கேட்கும் கேள்விகள் எனக்குப் பல சமயம் சிரிப்பை வரவழைக்கும். 'உண்மையாகவா, வெள்ளைக்காரர்கள் மாட்டைத் துண்டு துண்டாக வெட்டி ஊறுகாய் போட்டு வருடம் முழுக்க வைத்துச் சாப்பிடுவார்களாமே?' என்றாள் ஒருநாள். நேற்று அவள் கேட்டது இன்னும் வேடிக்கையானது. 'கப்பலில் சூதகம் வந்தால் நான் என்ன செய்ய வேணும்?'

மேல் தட்டில் எல்லைக் கம்பியை பிடித்துக்கொண்டு அப்பாவிபோல நின்ற மீனலோசனி, கோயிலில் பூக்கட்டி வைத்துத்தான் என்னை மணமுடிப்பதா வேண்டாமா என்பதை

கொழுத்தாடு பிடிப்பேன்

முடிவுசெய்தாள். 'உமக்கு வெள்ளைப்பூ கிடைத்திருந்தால் என்னை கல்யாணம் செய்திருக்கமாட்டீரா?' என்று கேட்டேன்.

'பின்ன?' என்றவள், இன்னும் வேறு வழிகளும் உண்டா என்பதுபோலக் கண்களை விரித்து ஆச்சரியத்தோடு பார்த்தாள். 'நீங்கள்தான் எனக்கு கணவர் என்று கடவுள் நினைத்தால் அதை நான் எப்படி மாற்ற முடியும்?'

'அது மெத்தச் சரி. அப்ப ஏன் அப்பாவிடம் சம்மதம் தெரிவிக்காமல் நீங்கள் மூன்று மாதமாய் இழுத்தடித்தனீங்கள்?'

'சொன்னால் சிரிப்பீங்கள்.'

'சிரிக்கமாட்டன், சொல்லும்'

'அம்மாவுக்குச் சாதி முக்கியம். சங்கிலியன் காலத்திலிருந்து கலக்காமல் வந்த எங்கள் சாதியில் கலப்பு வந்திடுமோ என்ற பயம். அதுதான் பழைய தோம்புகள் வழியாக ஆராய்ந்து உங்கள் சாதியைச் சோதிச்சவ.'

'என்ன கண்டுபிடிச்சா?'

'நீங்கள் முத்து குத்தகை எடுக்கும் மதுரை நாயக்கர் பரம்பரை. அதிலே அவவுக்கு நல்ல சந்தோசம்.'

'அப்படியா, எனக்கே இன்றைக்குத்தான் தெரியும்.'

பூசணிக்காய் நிறத்தில் ஒரு மாலுமி எங்களைத் தாண்டி விசையாகப் போனான். அவனுடைய புஜம் முழுக்க பச்சை குத்தியிருந்தது. அவனைத் தொடர்ந்து இன்னொருத்தன் தலை தெறிக்க ஓடினான். அவன் தலையை முன்னே நீட்டி ஓடியது பார்ப்பதற்குத் தலையை உடம்பு துரத்துவதுபோல இருந்தது. செங்கடல் ஒரே சிவப்பாக மாறி தகதகத்தது. அதைப் பார்ப்பதற்காக நிறைய சனக்கூட்டம் சேர்ந்துவிட்டது. ஒரு பயணி மாலுமியிடம் ஏதோ கேட்க, அதற்கு அவன் என்னவென்றே தெரியாத ஒரு மொழியில் பதிலளித்தான். அவன் என்ன சொன்னான் என்பது எனக்கோ மனைவிக்கோ விளங்கவில்லை.

கூட்டம் அதிகமில்லாத கப்பலின் விளிம்பு பக்கம் நாங்கள் நகர்ந்தோம். நான் 'மீனலோசனி' என்று அழைத்தேன். அவள் மெல்ல 'ஓய்' என்றாள். அவளைப் பார்த்தபோது எனக்கு அவள்மேல் பரிவு சுரந்தது. 400 வருடங்களாகக் காப்பாற்றி வந்த ராச ரத்தம் அவள் உடம்பில் ஓடியது. எந்த நேரமும் சிரித்தபடி இருக்கும் அவள் முகத்தை ஏமாற்றுகிறேனோ என்று மனம் துணுக்குற்றது. என் கண்கள் தாழ்ந்து பாதசரம் பூட்டியிருக்கும் அவள் கால்களில் போய் நின்றன.

அ. முத்துலிங்கம்

'உம்மைச் சுற்றி இருக்கிற பரந்த கடலை வடிவாய்ப் பாரும். நாங்கள் இரண்டு துளியாய், இரண்டு கண்டத்துக்கு நடுவில் நிற்கிறோம். இரண்டு தனித்தனி துளி என்றாலும் நாங்கள் ஒன்றுதான். உம்முடைய இடப் பக்கம் ஆப்பிரிக்கா; வலப் பக்கம் ஆசியா. தொடலாம்போல கிட்டவாயிருக்கு' என்றேன். அவள் ஆசியாவையும் ஆப்பிரிக்காவையும் ஏதோ விலைக்கு வாங்கப்போவதுபோல திரும்பித் திரும்பி உன்னிப்பாகப் பார்த்தாள்.

'அது சரி, நீர் லண்டனில் என்ன படிக்கிறதாக முடிவு செய்திருக்கிறீர். அதற்கும் பூக்கட்டி வைக்கப்போறீரா?' என்றேன். அவளுடைய நீர்க்குமிழி கண்களில் கோபம் வந்தாலும் அது உடனேயே கரைந்துவிட்டது. 'எல்லா பிரச்சினைகளையும் பூக்கட்டி தீர்த்தால் எவ்வளவு நல்லாயிருக்கும். புகைக்கண்ணர் களின் மொழி படிக்கலாம் என்று யோசிக்கிறேன். அவர்கள் தேசத்தில் அவர்கள் மொழிதானே படிக்கவேணும்.'

'எங்கள் அப்பா சொல்லுவார்: ஆங்கில மொழி படித்தால் மட்டும் போதாது. டச்சு மொழி படிக்கவேணும். போர்த்துக் கீசரின் மொழியும் படிக்கவேணும். அவர்கள் எல்லாம் எங்கள் நாட்டை ஆண்டவர்கள். அவர்கள் நாட்டை நாங்கள் ஆள முடியாவிட்டாலும் அவர்கள் மொழியையாவது ஆளவேணும்.'

நான் சொன்னது என்னவென்று புரியாமல் மீனலோசனி கைகளைச் செங்குத்தாகப் பிடித்துக்கொண்டு என்னை ஆச்சரியத் தோடு பார்த்தாள். அது ஒரு மகாராணியின் பார்வை.

அவளுக்குப் பின்னே, சூரியன் மறைந்த அதே இடத்தில் வெள்ளிக்கிரகம் மேலே எழும்பிக்கொண்டிருந்தது.

சுவருடன் பேசும் மனிதர்

கனடாவிற்கு வந்து ஏற்பட்ட பிரச்சினைகளுள் ஒன்று தலைமுடி வெட்டுவது. நான் வசித்த வீட்டி லிருந்து தலைமுடி திருத்துமிடம் நாலே நிமிட தூரத்தில் இருந்தது. கடந்த ஏழு வருடங்களாக மாதம் ஒருமுறை அங்கே சென்றிருக்கிறேன். அதன் உரிமையாளர் ஓர் இத்தாலியர், பெயர் ரோனி. அவரும் இரண்டு மூன்று உதவியாளர்களும் அங்கே வேலை செய்தார்கள்.

ரோனி நட்பானவர். அவருடைய முடி அலங் கோலமாகச் சிதறுண்டு போயிருக்கும். நான் அவருக்குச் சொல்வேன், 'என்ன உங்களுடைய முடியே இப்படி தாறுமாறாக இருக்கிறது. உங்கள் வாடிக்கைக்காரர்கள் இதைப் பார்த்து வராமல் போய்விடுவார்கள்.' அவர் சொல்வார், 'என்ன செய்வது. என்னைப்போல ஒரு நல்ல முடி திருத்துபவர் கிடைத்தால் உடனே தலையை கொடுத்துவிடுவேன். இங்கே எல்லோருமே மோசம். அதுதான் முடிவெட்டு வதை தள்ளிப் போட்டுக்கொண்டே வருகிறேன்.'

நானும் ரோனியைப் போல அவருடைய உதவி யாளர்களிடம் தலையைத் தரமாட்டேன். வரிசையில் உட்கார்ந்திருக்கும் வாடிக்கைக்காரர் களுடன் என் முறைக்காக காத்திருப்பேன். ரோனியிலே எனக்குப் பிடித்தது அவசர மின்மை. நிதானமாக, தொழில் சுத்தமாக வேலையை முடிப்பார். எப்படி வெட்டவேண்டும் என்று

கேட்கமாட்டார். என்ன சைஸ் கிளிப் என்று கேட்கமாட்டார். பிடரியில் நேர் வெட்டா அல்லது குறைவெட்டா என்றெல்லாம் கேட்கமாட்டார். ஒவ்வொரு வாடிக்கைக் காரருக்கும் அவரிடம் குறிப்பு உண்டு. தையல்காரரிடம் இருப்பதுபோல, மருத்துவரிடம் இருப்பதுபோல. அதைப் பார்த்துத் தன் வேலையைச் செம்மையாக முடித்து வைப்பார்.

அவரிடம் எனக்கு பிடிக்காத ஓர் அம்சமும் இருந்தது. ரோனி விளையாட்டுப் பிரியர். அவர் தலைமுடி வெட்டும் போது, முதல் நாள் நடந்த ஐஸ் ஹொக்கி பற்றி அல்லது கூடைப்பந்து பற்றி அல்லது பேஸ்போல் பற்றி ஓயாது பேசுவார். விளையாட்டைப் பற்றி தெரியாது என்று சொன்னால் கனடாவில் ஒரு புழுவைப் பார்ப்பதுபோல பார்ப்பார்கள். ஆகவே, முதல் நாள் நான் அதற்கு தயாரிக்கவேண்டும். தொலைக் காட்சியில் விளையாட்டுகளைப் பார்த்து முக்கியமான குறிப்பு களை எடுத்து வைத்துக்கொள்வேன். அடுத்த நாள் முடி திருத்தும்போது, ஏதாவது ஒரு குறிப்பிட்ட சம்பவத்தைச் சொல்லி அவரை மகிழ்விப்பேன். அன்று முடிவெட்டு உத்தம மாக அமையும்.

ஆனால் எத்தனை வருடங்கள்தான் இந்த நாடகத்தை ஆடமுடியும். எனக்கும் அலுப்பு பிடித்தது. நான் வேறு இடத்தில் முடிவெட்ட ஆரம்பித்தேன். அது 20 நிமிட தூரத்தில் இருந்த பெரிய நிலையம். பெண்கள் பகுதி தனியாக இயங்கியது. ஆட்கள் வருவதும் போவதுமாக ஒரே கலகலப்பு. நான் வாயே திறக்காத ஒரு வேலைக்காரரிடம் போகலாம் என்ற முடிவில் இருந்தேன். என்னுடைய முறை வந்தபோது, புதன்கிழமை என்ற வாசகம் எழுதிய தடித்த உடையை வியாழக்கிழமை அணிந்திருந்த ஐம்பது வயதுக்காரர் ஒருவர் என் முடியை வெட்டத் தயாராயிருப்பதாகச் சொன்னார். ஒருநாள் பிந்திய ஆள் என்றாலும் அவர் தலையைச சரித்து புன்னகைத்த விதம் எனக்குப் பிடித்துக்கொண்டது.

அவர் வாய் திறந்து ஒரு வார்த்தை பேசவில்லை. கருமமே கண்ணாகி அவர் முடியை வெட்டி முடித்ததும் கண்ணாடியில் பார்த்தால் அது வெகு நேர்த்தியாக இருந்தது. ஒரு கலைஞனின் வேலை என்பதில் சந்தேகமே இல்லை. அவருடைய கைகள் வண்ணத்துப்பூச்சிபோலத் துரிதமாக இயங்கின. தலையிலே ஆடிக்கொண்டிருக்கும் ஆயிரம் முடிகளில் ஒரு மயிரை மட்டும் அவர் கத்தரிக்கோல் தேடி லாவகமாக வெட்டும். அவ்வளவு நுட்பமான கலைஞன்.

அடுத்த முறையும் அவர்தான் வெட்டினார். அதற்கு அடுத்தமுறை சென்றபோது அவருக்காக காத்திருந்து அவர்

முடிவெட்ட ஆரம்பித்தபோது ஒரு சம்பவம் நடந்தது. முடி திருத்துபவரைப் பார்த்தால் மத்திய கிழக்கு நாட்டைச் சேர்ந்தவர் போலத் தோற்றமளித்தார். கண்கள் பழுப்பு நிறத்திலும் முடி கறுப்பாகவும் இருந்தது. அவருடைய நடை உடை பாவனை கள் எல்லாம் வித்தியாசமாகவே தோன்றின. வாடிக்கைகாரர் களிடம் பேசும்போது, அவருடைய உச்சரிப்பு அரேபியர் களுடையதைப்போல இருந்ததையும் கவனித்தேன்.

அன்று பெண்கள் பகுதியில் இருந்து மிக நாகரிகமாக உடையணிந்திருந்த ஒரு பெண் இவரிடம் வந்தாள். கறுப்பு காலணியும் சிவப்பு கையுறையுமாகப் பார்த்தவுடனேயே அவள் அரேபியப் பெண் என்று சொல்லிவிடலாம். வயது முப்பதுக் குள் தான் இருக்கும். அதிகாரம் செய்தே பழக்கப்பட்டவள் போல ஒருகையை இடுப்பில் வைத்து சாய்ந்து நின்றாள். ஏதோ அரபு போன்ற மொழியில் அவரிடம் வேகமாகப் பேச அந்த மனிதர் ஒரு வார்த்தையில் ஏதோ சொன்னார். அந்தப் பெண் மீண்டும் சங்கிலித் தொடர்போல நிற்காமல் பேசினாள். இவர் மறுபடியும் சுருக்கமாகப் பதில் கூறினார். அவள் தொடர்ந்து ஏதோ கேட்க 'உனக்கு கேட்கவில்லையா. எனக்கு அரபு மொழி தெரியாது' என்று உரத்து ஆங்கிலத்தில் சொன்னார். ஒரு குதிரை பக்கவாட்டில் நகர்வதுபோல அவள் நகர்ந்து சற்று எரிச்சலாகவே அந்த இடத்தை விட்டு அகன்றாள்.

எல்லோரும் இவரையே பார்த்தார்கள். இவர் ஒருவித பதற்றமும் இன்றி முன்புபோல அமைதியாக என் முடியை வெட்டிக்கொண்டிருந்தார். நான் முதன்முதலாக இவரிடம் பேச்சுக் கொடுத்தேன். இவர் ஈராக்கில் இருந்து போருக்கு முன்னர் சதாம் காலத்தில் கனடாவுக்குக் குடிபெயர்ந்தவர். அந்தப் பெண் தலைமுடியலங்காரம் செய்ய வந்திருக்கிறாள். அவளுக்கு ஆங்கிலம் தெரியாது. அவள் பேசும் அரபுவை மொழிபெயர்த்து ஆங்கிலத்தில் கூறுமாறு கேட்டிருக்கிறாள். இவர் தனக்குத் தெரியாது என்று சொல்லியிருக்கிறார். ஈராக்கில் இருந்து புலம்பெயர்ந்த ஒருவருக்கு அரபு மொழி தெரியாது என்பதை அவள் நம்பவில்லை. அதுதான் கோபமாகச் செல் கிறாள்.

எனக்கு ஆச்சரியம். நான் வாழ்நாளில் சந்திக்கும் முதல் ஈராக்கியர் இவர்தான். ஆதி காவியமான கில்காமேஷ் இலக் கியம் பிறந்த நாடு என்று எனக்கு ஈராக்கில் மதிப்பு உண்டு. நாலாயிரம் வருடங்களுக்கு முன்பு சுமேரிய எழுத்தில் எழுதிய அந்தக் காவியம் இன்றும் களிமண் தட்டைகளில் அங்கே பாதுக்காக்கப்படுகிறது.

நான் அவரிடம் கேட்டேன். 'எப்படி உங்களுக்கு அரபு மொழி தெரியாமல் போனது?'

நான் ஈராக்கில் பிறந்தாலும் அநேகமாக வெளிநாடுகளில் தான் வளர்ந்தேன். என்னுடைய தந்தையார் ஈரான், சிரியா போன்ற நாடுகளில் வேலைசெய்தார். நான் பொறியியல் படிப்பு படித்தவன். ஈராக்கில் தொடர்ந்து வாழமுடியாமல் தஞ்சம் கேட்டுக் கனடாவுக்கு வந்தோம். என் மகன் இப்போது வெளிநாட்டில் வேலை செய்கிறான். நான் இங்கே தனியாகத் தான் வாழ்கிறேன்.

பொறியியல் படித்துவிட்டு எப்படி இந்தத் தொழிலுக்கு வந்தீர்கள்?

நான் மாத்திரமில்லை. என்னைப்போல பலபேர் இங்கே வந்து முற்றிலும் வேறு வேலை செய்கிறார்கள். ஆங்கிலத்தில் இன்னொருமுறை பொறியியல் படிக்க என்னால் முடியவில்லை. ஆனால் எனக்கு இந்தத் தொழிலில் ஒரு மோகம் என்று சொல்லலாம். மூன்று மாதப் பயிற்சியில் முடிவெட்டப் பழகிவிட்டேன். இதுவும் பொறியியல்போலத்தான். மிகப் பெரிய கலை. ஒவ்வொருநாளும் நான் வீட்டுக்கு போகமுன்னர் ஒரு புது விசயம் கற்றுக்கொண்டு போவேன்.

என்னால் நம்பமுடியவில்லை. இந்த மனிதரை அதிசயத் தோடு பார்த்தேன். இனிய புன்னகை மாறாமல் தொழிலில் கவனமாக இருந்தார். 'நீங்கள் இன்னும் ஆரம்பக் கேள்விக்கு பதில் சொல்லவில்லை. நீங்கள் என்ன மொழி பேசுவீர்கள்?' என்றேன்.

'நான் படித்தது பாரசீக மொழி. அது தொழிலுக்காக. வீட்டு மொழி அராமிக்.'

'அராமிக்கா? கேள்விப்பட்டதில்லையே.'

'அப்படி ஒரு மொழி இருக்கிறது. என் மகனுக்கும் கொஞ்சம் தெரியும். என் மனைவியும் நானும் வீட்டிலே அதுதான் பேசுவோம். போனவருடம் என் மனைவி இறந்துவிட்டார். எனக்கு இங்கே என் மொழி பேசுவதற்கு ஒருவருமே இல்லை. கனடாவில் இந்த மொழி பேசுபவர்கள் சிலர் இருப்பதாகக் கேள்வி. ஆனால் அவர்களுடன் என்னால் தொடர்பு கொள்ள முடியவில்லை.'

'அராமிக் மொழி பேசும் நாடு என்று ஏதாவது உண்டா?'

'அப்படி இருந்தால் அது பெரிய வரம் அல்லவா? நான் *Syrian Othodox Church*ஐ சேர்ந்த கிறிஸ்தவன். சதாம் ஆட்சியில் நாங்கள் பட்ட கொடுமைகளைச் சொல்லி ஆற்ற முடியாது.

உலகத்தில் இன்று ஒரு மில்லியன் மக்கள் அராமிக் மொழியைப் பேசுகிறார்கள். ஆனால் துயரம் என்னவென்றால், அவர்கள் ஓர் இடத்தில் இல்லை. அவர்களுக்கு ஒரு நாடு இல்லை. சிதறிப்போய் ஈரான், ஈராக், இஸ்ரேல், லெபனான், சிரியா போன்ற பல நாடுகளில் சிறு சிறு குழுக்களாக வாழ்கிறார்கள். அவர்கள் எங்கே வாழ்ந்தாலும் அவர்கள் ஒடுக்கப்பட்ட மக்கள் தான். உலகத்துக்கு முதன்முதலாகச் சட்டத்தொகுப்பை வழங்கியவன் 3700 ஆண்டுகளுக்கு முன்னர் வாழ்ந்த எங்கள் மன்னன் ஹமுராபி. ஒடுக்கப்பட்டவர்களைக் காப்பதற்குத்தான் அவன் சட்டம் இயற்றினான். இன்று நாங்கள் ஒடுக்கப்பட்டு, துரத்தப் பட்டு, நாடு நாடாக அலைந்துகொண்டிருக்கிறோம்.'

'கனடா நீங்கள் தேர்ந்தெடுத்த நாடுதானே. இங்கே உங்களுக்கு முழுச் சுதந்திரம் உண்டல்லவா?'

'நண்பரே, இது சொர்க்கம். இதில் என்ன சந்தேகம். இங்கே வந்தபின் நான் நினைத்தேன்; ஒடுக்கப்பட்ட நாடுகளைச் சேர்ந்த மக்கள் ஒவ்வொருவரும் ஒரேயொரு நாள் என்றாலும் கனடாவில் வாழ்ந்து பார்க்கவேண்டும் என்று. அப்பொழுது தான் அவர்களுக்குச் சுதந்திரக் காற்று என்பது என்னவென்று தெரியவரும். நான் சொன்னது எங்கள் மொழியை. இன்று அது அழிந்துகொண்டு வருகிறது. எங்கே எங்கேயெல்லாம் எம் மக்கள் வாழ்கிறார்களோ அங்கேயெல்லாம் எங்கள் மொழி விழுங்கப்படுகிறது. 'ஆபத்தில் இருக்கும் மொழி' என்று எங்கள் மொழியை அறிவித்துவிட்டார்கள். இன்னும் சில வருடங் களில் அது அழிந்து போகக்கூடும்.'

'அப்படி நிச்சயமாகச் சொல்லமுடியுமா?'

'அப்படித்தான் அறிவித்திருக்கிறார்கள். நீங்கள் இரவு நேரத்தில் என் வீட்டுக்கு வந்தால் நான் அராமிக் புத்தகங் களைப் படித்துக்கொண்டிருப்பதைப் பார்ப்பீர்கள். சுவர்களுடன் அராமிக்கில் பேசுவேன். பழக்கம் விட்டுப்போய்விடுமே என்ற பயம். நான் பேசும் ஒவ்வொரு நிமிடமும் என் மொழி வாழ்ந்து கொண்டிருக்கிறது.'

இப்பொழுது அவர் முடிவெட்டுவதை நிறுத்திவிட்டார். சற்று எட்ட நின்று தலையை இரண்டு பக்கமும் சரித்து என் முடியை உன்னிப்பாகக் கவனித்தார். பின்னர் முகத்தைப் பார்த்தார். திடீரென்று 'ஷாம்பூ போடவா?' என்றார். நான் சம்பாஷணை தொடரவேண்டும் என்பதில் ஆவலாயிருந்தேன். சரி என்று தலையாட்டினேன்.

'நான் நிறையப் பேசிவிட்டேன். நீங்கள் எந்த நாடு, என்ன மொழி பேசுவீர்கள் என்று சொல்லவில்லையே?'.

நான் சொன்னேன். நானும் உங்களைப் போலத்தான். நான் பேசுவது தமிழ்மொழி. இலங்கைக்காரன். அங்கே எங்கள் மொழியை சிங்களம் விழுங்கிக்கொண்டிருக்கிறது.

உங்கள் மொழியைப் பற்றி கேள்விப்பட்டிருக்கிறேன். அது பழைய மொழி அல்லவா?

அது உண்மை. இரண்டாயிரம் ஆண்டுகள் தொன்மையான இலக்கியங்கள் எங்களிடம் இருக்கின்றன. கிறிஸ்து பிறப்பதற்கு 300 ஆண்டுகள் முன்னராகவே செதுக்கியத் தமிழ் பிராமிக் கல்வெட்டுகள் குகைகளில் அகப்பட்டிருக்கின்றன. இன்று உலகத்தில் பல நாடுகளில் 80 மில்லியன் மக்கள் தமிழ் பேசுகிறார்கள்.

எண்பது மில்லியனா? நம்பவே முடியவில்லை. எங்கள் மொழியிலும் பார்க்க 80 மடங்கு அதிகமான எண்ணிக்கை. அதிர்ஷ்டம் செய்த மொழி. ஆனால் உங்களுக்கென்று ஒரு நாடு உண்டா?

இல்லை.

உங்கள் மொழியில் தேசிய கீதம் உண்டா?

இல்லை.

அப்படியானால் உங்கள் மொழிக்கும் என் மொழிக்கும் பெரிய வித்தியாசமே இல்லை.

எப்படி அவ்வளவு நிச்சயமாகச் சொல்லமுடியும்?

நீங்கள் வரலாற்றைப் படித்தால் தெரிந்துவிடும். கிறிஸ்து பிறப்பதற்கு 1000 ஆண்டுகளுக்கு முன்னரே ஹீப்ரு மொழியும் அராமிக் மொழியும் செழித்து வளர்ந்தன. இரண்டுக்குமே சமவயது. இரண்டிலுமே எழுதப்பட்ட செல்வங்கள் இன்று வரை பாதுக்காக்கப்பட்டு வருகின்றன. நாளடைவில் இரண்டு மொழிகளுமே நலிந்தன. 100 வருடங்களுக்கு முன் ஹீப்ரு மொழி எழுத்தில் மட்டுமே வாழ்ந்தது. பேசுவதற்கு ஓர் ஆன்மா இல்லை. இன்று ஐந்து மில்லியன் மக்கள் ஹீப்ரு பேசுகிறார்கள். எழுதுகிறார்கள். பழைய இலக்கியங்களும் புதிய இலக்கியங்களும் படிக்கிறார்கள். அவர்களுக்கு ஒரு நாடு உண்டு. அதன் பெயர் இஸ்ரேல். அவர்களுடைய மொழி இனிமேல் அழியவே அழியாது.

நாடு இல்லாமல் ஒரு மொழி வாழமுடியாது என்று சொல்கிறீர்களா?

நான் ஒரு தலைமுடி திருத்துபவன். மொழியியல் அறிஞன் அல்ல. எனக்கு என்ன தெரியும்? நாடு இல்லாமல்தானே

என் மொழி சிதைந்தது. நாடு இருந்தபடியால்தானே இறந்து போன ஹீப்ரு மொழி மறுபடியும் உயிர்பெற்று நிலைத்து நிற்கிறது. உங்கள் மொழி – தமிழ் – நாடு இல்லாமல் வாழும் என்று நினைக்கிறீர்களா?

'ஆனால் இந்தியாவில் ஒரு தமிழ் மாநிலம் இருக்கிறதே.'

மாநிலம் வேறு. நாடு வேறு. இன்று உலகத்திலுள்ள ஒரு சின்னஞ்சிறிய நாட்டை எடுத்துக்கொள்ளுங்கள் – மால்ட்டா. அங்கே 400,000 மக்கள் வாழ்கிறார்கள். அவர்களுடைய மொழி மால்ட்டீஷ். அந்த மொழி அழியுமா? அழியாது. ஒரு மைல்கல் எப்போதும் உண்மை பேசுவதுபோல நான் பேசுகிறேன். அவர்களுடைய மொழி அழியவேண்டும் என்றால் முதலில் அந்த நாடு அழியவேண்டும். உங்கள் நாட்டுக்குச் சமீபத்தில் இருக்கும் மாலத்தீவு, அதை எடுத்துக் கொள்ளுங்கள். அதனுடைய சனத்தொகை 350,000. அவர்களுடைய மொழி திவேஹி. அது அழியுமா? எப்படி அழியும்? 300,000 மக்கள் வாழும் நாடு ஐஸ்லாண்ட். அவர்களுடைய மொழி ஐஸ்லாண்டிக். அது அழியுமா? இல்லை. இப்படி சொல்லிக்கொண்டே போகலாம்.

நம்புவதற்குக் கஷ்டமாக இருக்கிறது. பத்து மில்லியன் மக்கள் ஒரு மொழியைப் பேசினாலும் அவர்களுக்கு ஒரு நாடு இல்லாவிட்டால் அந்த மொழி அழிந்துவிடும் என்று சொல்கிறீர்கள்?

ஷாம்பூ போட்டு முடிந்ததும் அவர் முடி உலர்த்தியால் தலைமுடியைச் சீவி உலர்த்திக்கொண்டிருந்தார். அவர் வாய் மட்டுமே பேசியது, ஆனால் கைகள் வேறு யாருடையவோ கைகள்போலத் துரிதமாக வேலை செய்தன.

அப்படித்தான் என் சிற்றறிவுக்குப் படுகிறது. ஒரு மொழிக்கு பாதுகாப்பு வேண்டும். ஒரு நாடுதான் அதைக் கொடுக்க முடியும். உலகத்தில் 7000 மொழிகள் இருக்கின்றன என்று படித்திருக்கிறேன். அவற்றிலே 2000 மொழிகள் அழிவில் இருக்கின்றன. மீதியில், ஒரு நாடு பாதுகாப்புக் கொடுக்கமுடியாத மொழிகள் எல்லாம் ஒவ்வொன்றாக அழிவை நோக்கி நகர்கின்றன. அனைத்து மொழிகளையும் காப்பாற்ற முடியாவிட்டாலும் அவற்றைச் சேமிக்கவேண்டும். ஆவணப்படமாகவும் ஒலி வடிவமாகவும் கணிமைத் தொழில்நுட்பத்தில் பாதுகாக்கலாம். ஒரு மொழி அழிவது என்பது ஓர் இனம் அழிவதற்கு, ஒரு கலாச்சாரம் அழிவதற்குச் சமம். கீழே விழுந்த முடியைத் திரும்பவும் ஒட்டமுடியாது. மொழியும் அப்படித் தான். பூமியிலிருந்து ஒரேடியாக மறைந்துவிடும்.

அ. முத்துலிங்கம்

நான் பேசமுடியாமல் அவரையே பார்த்தேன்.

'ஒரு மொழியின் எதிர்காலத்தை அதைப் பேசும் மக்களின் எண்ணிக்கை தீர்மானிப்பதில்லை. அதுபோல அதன் வளர்ச்சிக்கும் எண்ணிக்கைக்கும் சம்பந்தமில்லை. ஒரு சின்னப் பரிசோதனை. உங்கள் நாட்டு சிங்கள மொழியின் கடந்த 50 வருட கால வளர்ச்சியுடன் தமிழ் மொழியின் ஐம்பது வருட வளர்ச்சியை ஒப்பிட்டுப் பாருங்கள். நான் சொல்வது உங்களுக்கே புரியும்.'

புதிய முடி அலங்காரத்தை நான் கண்ணாடியில் பார்த்தேன். திருப்தியாகவிருந்தது. காசாளரிடம் பணத்தைக் கட்டினேன். ஈராக்கிய நண்பரின் பெயரைக்கூட நான் அதுவரை தெரிந்திருக்கவில்லை. அது முக்கியமாகவும் படவில்லை.

எனக்கு கவியின் வரிகள் ஞாபகத்துக்கு வந்தன.

நான் சாக்கடையில்
விழுந்து கிடக்கிறேன்.
என் கண்கள்
நட்சத்திரங்களில்.

நான் என் மொழி மீது வைத்த நம்பிக்கையைத் துறக்கத் தயாராகவில்லை.

அவர் என்னை மூடியிருந்த போர்வையைக் கையிலே விரித்துப் பிடித்தபடி ஒரு மாட்டுச் சண்டைக்காரர் போல நின்றார். தத்தம் மொழிகளை இழந்துகொண்டுவரும் இருவரையும் ஒரு போர்வை பிரித்தாலும் அவர் வேதனையும் இழப்பும் துயரமும் என்னுடையது போலவே இருந்தது. எப்படி இவரிடம் விடைபெறுவது என்பது எனக்குத் தெரியவில்லை. ஒருவர் அந்தச் சமயத்தில் எதைச் சொல்லக்கூடாதோ அதைச் சொன்னேன்.

'நண்பரே, அழிவை நோக்கிப் பயணிக்கும் ஒரு மொழியை நிறுத்த தனிமனிதர் ஒன்றுமே செய்யமுடியாது. இன்றிரவு சுவருடன் உங்கள் உரையாடல் இனிமையாக அமையட்டும்.'

'என்ன, அப்படிச் சொல்லிவிட்டீர்கள். ஒரு மொழியை அழிய விட்டுவிடுவோமா? அது யேசு பேசிய மொழி அல்லவா?'

நான் திடுக்கிட்டேன். கடந்துபோன பிறகும் முடிவெட்டு நிலையக் கதவுகள் நெடுநேரம் ஆடின.

கொழுத்தாடு பிடிப்பேன்

மயான பராமரிப்பாளர்

உலகத்தைச் சுற்றி வரவேண்டும் என்று அவன் திட்டமெல்லாம் போட்டது கிடையாது. தற்செயலாக அது அமைந்தது. அவுஸ்திரேலியாவுக்குப் பயணிக்க வேண்டுமென்று அவன் சொன்னதும் பயண முகவர்தான் அந்த புத்தி மதியை வழங்கினார். முகவர் ஓர் ஆப்பிரிக்கர். பார்த்தால் முட்டாள்போலத் தோற்றமளிப்பார் ஆனால் அதி புத்திசாலி. எப்பொழுதும் வயிற்றின் மேலே பை வைத்த ஒரு நீண்ட அங்கியை அணிந்திருப்பார். அதற்குள் வலது கையையும் இடது கையையும் ஒரே சமயத்தில் நுழைக்கலாம். 'நீங்கள் உலகம் சுற்றும் டிக்கட் ஒன்று எடுங்கள். அதுதான் மலிவு' என்றார். வலது கையை வெளியே எடுத்து நீங்கள் வலது பக்கத்தால் உலகை வலம்வரலாம். இடது கையை வெளியே எடுத்து நீங்கள் இடது பக்கத்தாலும் சுற்றி வரலாம். இரண்டும் ஒன்றுதான்' என்றார்.

இரண்டும் ஒன்றல்ல என்பது அவனுக்குத் தெரியும். சிறுவயதில் '80 நாட்களில் உலகத்தைச் சுற்றி' என்ற ஆங்கிலப் புத்தகம் அவனுக்குப் பாட நூலாக இருந்தது. அதிலே கதாநாயகனாக வரும் ஃபிலியஸ் ஃபொக் என்பவர் 80 நாட்களில் உலகத்தைச் சுற்றி வரப்போவதாக பந்தயம் கட்டுவார். இங்கிலாந்திலிருந்து கிழக்கு நோக்கி இந்தியா, அமெரிக்கா என்று சுற்றி மறுபடியும் இங்கிலாந்துக்கு, அவர் கணக்குப்படி சரியாக 80 நாட்களில், திரும்பி வந்து சேருவார். உண்மையில் அவர் ஒரு நாள் முந்தி, 79 நாட்களில்

உலகத்தைச் சுற்றி முடித்திருப்பார். மேற்கு நோக்கி உலகத்தைச் சுற்ற புறப்பட்ட மகெல்லன், அவருடைய மொத்த பயண நாள் கணக்கில் ஒரு நாளை கூட்டவேண்டி நேர்ந்தது. சர்வதேச தேதிக்கோட்டைத் தாண்டும் போது ஏற்படும் குழப்பம்தான் இதற்கெல்லாம் காரணம் என்பது அவனுக்குத் தெரியும்.

லொஸ் ஏஞ்சல்ஸிலிருந்து புறப்படும் விமானம், இடையில் நிற்காமல் ஒரேயடியாகப் பறந்து அவுஸ்திரேலியாவின் சிட்னி நகரத்தை அடையும் என்று பயண முகவர் கூறியிருந்தார். அவன் புறப்பட்ட வெள்ளிக்கிழமை மாலை விமான நிலையம் பரபரப்பாக இயங்கியது. தரை தெரியாமல் பனி கொட்டியிருந்த படியால் நூற்றுக்கணக்கான பனி அகற்றும் மெசின்கள் பெரும் இரைச்சலுடன் வேலைசெய்தன. தங்கும் அறை சிட்னிக்குப் போகும் பயணிகளால் நிறைந்திருந்தது. அவர்கள் எல்லோருக்கும் ஒரு கஷ்டம் இருந்தது. லொஸ் ஏஞ்சல்ஸில் கடும் குளிர். ஆகவே பயணிகள் நீண்ட மேலங்கிகளும் தொப்பிகளும் கையுறைகளுமாகக் காட்சியளித்தனர். இதே பயணிகள் அவுஸ்திரேலியா போய் இறங்கியதும் அங்கே கோடைக்கால வெயில் வாட்டியெடுக்கும். ஆகவே, அங்கே அணிவதற்கு மெல்லிய பருத்தி ஆடைகள் தேவைப்படும். இரண்டு கால நிலைகளுக்கும் பொருத்த மான ஆடைகளால் அவர்கள் ஆடைப்பெட்டிகள் நிரம்பி வழிந்தன.

அவனுக்குப் பக்கத்தில் அமர்ந்திருந்தவருக்கு வயது *30 – 35* இருக்கும். முகம் அப்படிச் சொன்னது. ஆனால் அவருடைய உடல் பருமன் சும்மா உட்கார்ந்திருக்கும்போதே அவரை ஆசு ஆசுவென்று மூச்சு விடவைத்தது. மேல்க்கோட்டு அணிந்திருந்தாலும் அவருடைய சேர்ட் பித்தான்கள் இறுக்கிப் பூட்டப்பட்டு, இடையில் காணப்பட்ட பிளவில் உள்சதை தெரிந்தது. அவருடைய மேல் கோட்டின் வலது கைவழியாக பாம்பு ஒன்று எட்டிப் பார்த்தது. அப்படி உடம்பில் பச்சை குத்திவைத்திருந்தார். அவர் கையை அசைக்க அசைக்க பாம்பு வெளியே வருவதும் உள்ளே போவதுமாக இருந்தது. அவருக்குப் பக்கத்தில் ஐந்து வயது மதிக்கத்தக்க பெண் குழந்தை புதிய உடை, புதிய சப்பாத்து, புதிய மேலாடை, புதிய தொப்பி தரித்து உட்கார்ந்திருந்தது. பயிற்சி இல்லாத ஒருத்தர், பொருத்தமில்லாத ரிப்பனையும் நிறம் ஒத்துவராத காலுறையையும் அதற்கு அணிவித்து அலங்காரம் செய்திருந்தாலும் குழந்தையின் அழகு கொஞ்சம்கூடக் குறையவில்லை. சற்று நேரத்துக்கு முன்னர் குழந்தை அழுதிருக்கவேண்டும். கண் துடைத்து

பளபளவென்று மின்னியது. குழந்தை அந்த மனிதருடைய கையை விடாமல் இறுக்கிப் பிடித்திருந்தது வினோதமாகப் பட்டது. அவரும் அடிக்கடி குனிந்து குழந்தையிடம் ஏதோ சொன்னார். அது சரியென்று தலையாட்டியது. அவர் தன்னுடைய கன்னத்தைத் தொட்டுக் காட்ட அந்த இடத்தில் முத்த மிட்டது.

ஏதாவது பேசவேண்டுமே என்பதற்காக 'நீங்களும் சிட்னிக்கா பயணிக்கிறீர்கள்?' என்று கேட்டுவைத்தான். என்ன கேள்வி இது? இடையில் ஓர் இடத்திலும் நிற்காமல் நேராகப் பறக்கும் குவாண்டஸ் விமானம் அது. ஒரு சம்பாசணையின் ஆரம்பக் கேள்விதான்.

'சிட்னி பயணம் எனக்குப் பிடிக்கும். நீண்ட தூக்கம் போட வசதியானது' என்றார் அந்த தொக்கையான மனிதர்.

'நான் தூங்கப் போவதில்லை. விமானம் சர்வதேச தேதிக் கோட்டைக் கடக்கும்போது, ஒரு முழுநாள் மறைந்துவிடும் என்று சொன்னார்கள். ஆகவே முழித்திருப்பது என்ற தீர்மானத்தில் இருக்கிறேன்' என்றான்.

'ஓ, அப்படியா. நான் கிறீன்விச் நகரத்தில் மெரிடியன் கோடு கீறி வைத்திருக்கும் இடத்துக்குச் சென்றிருக்கிறேன். ஒவ்வொரு நாளும் சரியாக ஒரு மணிக்கு கறுப்பு பந்து ஒன்றை கோபுரத்தின் உச்சியிலிருந்து போடுவார்கள். அதை பார்ப்பதற்கு தினமும் நூற்றுக்கணக்கானோர் அங்கே கூடுவார்கள்' என்றார்.

'பசிபிக் சமுத்திரத்தில் இரண்டு தீவுகள் பக்கத்து பக்கத்தில் இருக்கின்றனவாம். ஒன்றின் பெயர் சமோவா, மற்றதின் பெயர் ரொங்கோ. அந்த தீவுகளைச் சர்வதேச தேதிக்கோடு பிரிக்கிறது. சமோவாவில் திங்கள் காலை ஆறு மணி என்றால் ரொங் கோவில் செவ்வாய் காலை ஆறுமணி. ஐந்து நிமிட தூரம் மட்டுமே ஆனால் 24 மணிநேர வித்தியாசம். ஒரு விசித்திரம் தான்' என்றான்.

'இது எல்லாம் மனித மூளையில் உதித்தக் கற்பனைதான். கற்பனைக் கோட்டை நாங்கள் எங்கேயும் கீறி வைக்கலாம். இன்னும் ஒரு வாரத்தில் புதுவருடம் பிறக்கிறது, அதை உலகமே கொண்டாடும். புதுவருட நாள்கூட ஒரு கற்பனைதானே' என்றவர், தன்னுடைய பைகளையும் சிறுமியையும் பார்த்துக் கொள்ளமுடியுமா, தான் பாத்ரூம் போகவேண்டும் என்று அவனைக் கேட்டார். அவன் தாராளமாக என்று சொன்னான். குழந்தை கைகள் இரண்டையும் முன்னே நீட்டி முறுக்கி

அ. முத்துலிங்கம்

கோர்த்துவைத்து அவனைப் பார்த்துச் சிரித்தது. அதனுடைய மணிக்கட்டுகள் மெலிந்து உடைந்து விழுந்துவிடும்போல இருந்தன. அவனுக்குத் தன் குழந்தையின் ஞாபகம் வந்தது.

என்ன பேர் அம்மா உனக்கு?

டிலன்.

என்ன படிக்கிறாய்?

முதலாம் வகுப்பு.

இதுதான் உன் முதல் விமானப் பயணமா?

இல்லையே. பறந்திருக்கிறேனே.

அவுஸ்திரேலியாவுக்குப் போயிருக்கிறாயா?

இல்லை. இப்போதுதான் அம்மாவிடம் போகிறேன். ஆனால் திரும்பி வரமாட்டன்.'

ஏன்? அப்ப அப்பா?

அவருடைய மயானம் இங்கேதானே இருக்கிறது.

அவனுக்குத் திக்கென்றது. சின்னக்குழந்தையிடம் துருவித் துருவிக் கேட்பதற்கும் கூச்சமாகவிருந்தது. குழந்தை தலையைக் குனிந்து கண்களை மட்டும் உயர்த்தி அவனையே பார்த்தது.

அந்த நேரம் பார்த்து தகப்பன் மூச்சிரைக்க வந்து சேர்ந்தார். அவரைக் கண்டதும் இரண்டு வருடங்களாகப் பிரிந்திருந்தது போல குழந்தை அவரை நோக்கி ஓடிப்போய் கட்டிப்பிடித்தது. அவர் கையிலே அழகான ஒரு குழந்தை பொம்மை இருந்தது. பொன்தலை முடியும் நீலக் கண்களும் குட்டிக் கால்களும். குழந்தை ஆவலுடன் பொம்மையை வாங்கித் தன் மடியிலே வைத்துக்கொண்டது.

'டாடி உங்களுக்கு எப்படித் தெரியும். நான் இந்தப் பொம்மையை வாங்கவேண்டுமென்று கனவு கூட கண்டிருக் கிறேன். என்னுடைய வகுப்பு சிநேகிதிகளிடம் இது இருக்கிறது. முதுகு பட்டனைத் தட்டிவிட்டால் இது பாடும்.' 'தாங்யூ டாடி, தாங்யூ' என்று எம்பி அவர் கன்னத்தில் குழந்தை முத்தமொன்று பதித்தது.

'என்ன பெயர் வைப்பாய்?' என்றார் தகப்பன்.

'தெரியாது, டாடி. நான் நிறைய யோசிக்கவேண்டும்.'

குழந்தையின் முகத்தில் பூரணமான சந்தோஷம். அது அந்த பொம்மையைத் தாலாட்டுவதும் அதனுடன் பேசுவதும்

கொழுத்தாடு பிடிப்பேன்

அதைத் தூங்கவைப்பதுமாக விளையாடியது. அவர் குழந்தை யிடம் ஏதோ சொல்ல அது பக்கென்று சிரித்தது. இரண்டு கைகளையும் நீட்டி குழந்தையைப் பரிவுடன் தடவிக் கொடுத்த படி அவன் பக்கம் திரும்பி 'இவளுடைய தாயார் அவுஸ்திரேலி யாவில் இருக்கிறார். அவரிடம் நான் இவளை ஒப்படைக்க வேண்டும். கோர்ட் உத்திரவு' என்றார்.

விமானத்தில் பயணிகள் ஏறவேண்டும் என்ற அறிவிப்பு ஒலித்தது. அந்தக் குழந்தை தன் பையையும் பொம்மையையும் தூக்கிக்கொண்டு தகப்பனுடன் புறப்பட்டது. விமானப் பணிப் பெண் அவர்களுக்குச் சரியான இருக்கைகளை அடையாளம் காட்டி உதவினாள். மிகப்பெரிய விமானம் அது. எங்கே முடி கிறது என்பதே தெரியவில்லை. அவனுக்குப் பக்கத்து இருக் கையில் மூதாட்டி ஒருவருக்கு இடம் கிடைத்தது. மறுபுறத்தில் குழந்தையின் தகப்பன். யன்னல் கரை இருக்கையில் குழந்தை உட்கார்ந்து அடுத்த நிமிடமே பொம்மையின் தலைமயிரை குலைத்து விதவிதமான அலங்காரம் செய்து விளையாடத் தொடங்கியது.

விமானத்தின் ஆரவாரம் அடங்கியதும் அவன் 'உங்களுக்குக் குழந்தையை விட்டு பிரிந்திருப்பது கஷ்டமாக இருக்குமே?' என்றான்.

'என்ன செய்வது? கடந்த ஒருவருடமாகக் குழந்தை என்னிடமே வளர்ந்தது' என்றார்

'அதற்கு முன்னர்?'

'மனைவியும் என்னுடன் இருந்தார். ஒரு ஞாயிற்றுக் கிழமை காலை வழக்கம்போல என் மனைவி நடைப்பயிற்சிக்கு புறப்பட்டு போனவர் திரும்பி வரவேயில்லை.'

'ஏன் அப்படிச் செய்தார்?'

'அதுதான் இன்றுவரை யாருக்கும் தெரியாது. நாங்கள் பொலீசுக்கு அறிவித்தோம். பகல் முழுக்க அவர் போன ரோட்டிலும் சுற்றியிருக்கும் பார்க்கிலும் காட்டிலும் ஆற்றிலும் கூடத் தேடினோம்.

'என்ன கண்டுபிடித்தீர்கள்?'

'அன்று இரவே எனக்குக் காரியம் துலங்கிவிட்டது. என்னுடைய மனைவி மற்றவருக்கு ஆச்சரியம் தருவதற்கென்றே பிறந்தவர். படுக்கையறையில் அவருடைய உடுப்புகளையும் காலணிகளையும் காணவில்லை; பாஸ்போர்ட்டும் மறைந்து

விட்டது. உடனேயே பொலீசாருக்குத் தகவல் கொடுத்தேன். ஆனால் உண்மையான அதிர்ச்சிக்கு நான் அடுத்தநாள் மத்தியானம் வரை காத்திருக்கவேண்டியிருந்தது.'

'என்ன நடந்தது?'

'வங்கி சேமிப்பில் இருந்த அத்தனை பணத்தையும் அவர் எடுத்துப் போயிருந்தார். 20,000 டொலர்களுக்கு மேலே.'

'திட்டமிட்டுச் செய்ததுபோல இருக்கிறதே!'

'திட்டமிடுவதற்கு என் மனைவியிலும் பார்க்கச் சிறந்தவர் இந்த உலகத்தில் கிடையாது. விலகுவதற்கு ஆறுமாதம் முன்பே அவர் திட்டமிட்டுவிட்டார். உடைகளையும் நகைகளையும் காலணிகளையும் கைப்பைகளையும் ஒவ்வொன்றாக வெளியேற்றி எங்கேயோ சேகரித்து முன்பே சூட்கேசில் அடைத்து வைத்திருந்தார். ஞாயிற்றுக்கிழமை காலை குழந்தையை அலங்கரித்து தயாராக இருக்கும்படி சொல்லிவிட்டுத்தான் நடைப் பயிற்சிக்குப் புறப்பட்டார். அவர் திரும்பியதும் அவளை பூங்காவுக்கு கூட்டிப்போவதாகச் சொல்லியிருந்தார். அது சும்மா எங்களை திசை திருப்புவதற்கு. மகளும் வெளிக்கிட்டு காத்துக்கொண்டு மாலைவரை வாசலில் நின்றாள். மனைவியோ அந்த நேரம் விமானத்தில் அவுஸ்திரேலியாவுக்குப் பறந்துகொண்டிருந்தார்.'

'மிகக் கொடூரமாக இருக்கிறது.'

'இன்னும் இருக்கிறது. அவரிடம் இருபதுக்கு மேற்பட்ட கடன் அட்டைகள் உண்டு. எல்லாமே என் பெயரில்தான். நான்தான் பணம் கட்டவேண்டும். அவர் போனபிறகும் பில்கள் வந்தபடி இருந்தன. அவற்றுக்குப் பணத்தைக் கட்டி அட்டை களையும் ரத்து செய்தேன். அவர் புது அட்டைகளை உண்டாக்கினார். அவற்றுககும பணம் கட்டினேன். மணவிலக்கு கிடைத்த பிறகுதான் கொஞ்ச நிம்மதி எனக்கு கிடைத்திருக்கிறது.'

'நீதி மன்றத்தில் முறையிடவில்லையா?'

நீதிமன்றம் எப்பவும் பெண்கள் பக்கம்தானே. உங்களுக்குத் தெரியுமா, அவருடைய வழக்கறிஞருக்கும் நான்தான் பணம் கட்டினேன்.'

'அநியாயமாக இருக்கிறதே! உங்கள் மனைவி வேலைக்குப் போவதில்லையா?'

'என்னிலும் உயர்ந்த படிப்பு அவருக்கு. ஆனால் வேலை செய்யப் பிடிக்காது. புருசனின் வேலை பெண்ணைப் பராமரிப்பது என்று அவர் நினைக்கிறார்.'

கொழுத்தாடு பிடிப்பேன்

'எதற்காக வீட்டை விட்டு ஓடினார் என்றாவது கூறினாரா?'

'நான் சம்பாதிப்பது அவருக்குப் போதவில்லை என்று நினைக்கிறேன். மயானங்களைச் சுத்தமாக வைத்திருக்கும் ஒப்பந்தம் எடுப்பது என் தொழில். 20 பேர் என்னிடம் வேலை செய்கிறார்கள். 12 மயானங்கள் வைத்திருக்கிறேன். வீட்டுக்கு வரும்போது, தினம் என்மேல் பிணவாடை அடிக்கிறது என்று குற்றம் சொல்வார். என் அருகே நிற்கும்போது பல தடவை அவர் மூச்சைப் பிடித்துக்கொண்டு நிற்பதை நான் அவதானித்திருக்கிறேன்.'

'நீங்கள் பொறுமையானவர்.'

'அது உண்மைதான். என் வாழ்க்கையிலேயே அதிமகிழ்ச்சியான நாட்களைக் கடந்த ஒரு வருடத்தில்தான் நான் அனுபவித்திருக்கிறேன். ஓடும் தண்ணீரில் முகம் பார்க்கமுடியாது. இப்போதுதான் எல்லாம் ஓய்ந்து நிம்மதியாக இருக்கிறேன்.'

'மனைவியிடம் உங்களுக்கு வருத்தம் இல்லையா?'

'என்ன வருத்தம்? இறப்பில் எல்லா மனிதரும் சமம். அடையாளம் இல்லாத புதைகுழிகள் பலதை நான் பார்த்திருக்கிறேன். அந்தப் புதைகுழிகளை நிரப்பியவர்கள் இறந்த போது அவர்களுக்குக் கூட்டம் இல்லை; பிரார்த்தனை இல்லை; மலர் வளையம் இல்லை. ஒரேயொரு சின்னப் பத்திரம்தான் அவர்கள் இந்தப் பூமியில் தரித்ததற்கான அடையாளம். அவர்கள் புதைகுழிகளை நான் அதே கவனத்துடன் பராமரிக்கிறேன். இறந்துபோனவர்கள் சமம் என்னும்போது இருப்பவர்களும் சமம்தானே. என் மனைவியை நான் இன்னமும் நேசிக்கிறேன் என்றுதான் நினைக்கிறேன்.'

'நேசிக்கிறீர்களா?'

'நேசிப்பதற்குக் காரணமே தேவையில்லை, நண்பரே.'

விமானம் உயரத்தில் பறந்து சமநிலையை அடைந்து விட்டிருந்தது. நீண்ட பயணம் என்பதால் மூன்று திரைப்படங்கள் திரையிடப்போவதாக அறிவித்திருந்தார்கள். பாடுவதுபோல இனிமையான குரலில் பேசிய பணிப்பெண்கள் சுறுசுறுப்பாக உணவு பரிமாறினார்கள். என் பக்கத்திலிருந்த மூதாட்டி உணவு வேண்டாம் என்றுவிட்டார். தகப்பனும் மகளும் தங்கள் தெரிவுகளைப் பணிப்பெண்ணிடம் சொன்னார்கள். உணவு உண்ணும் போதுகூட குழந்தை பொம்மையை விட்டுப் பிரியவில்லை. தகப்பன் விமானப் பணிப்பெண்ணிடம் தனக்கு வெள்ளை வைன் கொண்டுவரும்படி பணித்தார். பக்கத்தில் இருந்த மகளை போர்வையால் மூடி 'இனி போதும், படு கண்ணே'

அ. முத்துலிங்கம்

என்றார். நீண்டு வளைந்த கிளாஸில் அவர் ரசித்து வைன் குடிப்பதை அவன் பார்த்தபோது, அவருடைய மூக்கு மிகப் பெரிதாகிவிட்டதுபோலத் தோன்றியது. அவனுடைய பக்கம் திரும்பி 'நீங்கள் திரைப்படத்தைப் பாருங்கள். நான் தூங்கப் போகிறேன். நாளைக் காலை சந்திப்போம்' என்று கூறிவிட்டு இருக்கையைப் பின்னால் சாய்த்துக் கண்ணை மூடினார்.

ஹடாரி அவன் ஏற்கனவே பார்த்திருந்த திரைப்படம். அதன் ஆரம்ப காட்சிகள் திகைப்பூட்டின. காண்டாமிருகத்தைப் பலமுறை துரத்தித் தோல்வியடைந்து கடைசியில் பிடித்துவிடு கிறார்கள். யானைக்குட்டி ஒன்றை துரத்திக்கொண்டு கதாநாயகி ஓடுகிறாள். திடீரென்று யானைக்குட்டியை விட்டுவிட்டு அவன் முகத்துக்கு கிட்டவாக குனிகிறாள். பிடரியோடு வெட்டிய தலைமுடி. சிறுமி போன்ற தோற்றம். வசீகரமான கண்கள். என்ன சாப்பிடுகிறீர்கள் என்று கேட்கிறாள். உணவுத் தட்டில் உருண்டை ரொட்டி, முட்டைப்பொரியல், வேகவைத்த தக்காளி, பச்சைக் காளான், மஞ்சள் நிறமான தோடம்பழச் சாறு இருந்தது. அப்பொழுதுதான் அவனுக்கு நினைப்பு திரும்பியது. விடிந்துவிட்டது. யன்னல் வழியாக மஞ்சள் வெளிச்சம் பாய்ந்து வந்துகொண்டிருந்தது. வெள்ளி இரவு புறப்பட்ட விமானம் ஓர் இரவில் ஞாயிற்றுக்கிழமையை அடைந்துவிட்டது. ஒரு முழு சனிக்கிழமைக்கு என்ன ஆனது என்பது தெரியவில்லை.

அவனுக்கு உணவில் மனம் செல்லவில்லை. பக்கத்து இருக்கையில் தகப்பன் இரண்டு கைகளையும் பாவித்து உணவை வாய்க்குள் செலுத்திக் கொண்டிருந்தார். சிறுமி ஆழ்ந்த நித்திரை யிலிருந்தாள். அவளுடைய திறந்த வாயில் ஒரு மயிர்க்கற்றை விழுந்து கிடந்தது. பொம்மை அவள் நெஞ்சில் உறங்கியது. அவளுடைய உடம்பு மூன்று இடங்களில் தகப்பனைத் தொட்டுக் கொண்டிருந்தது. 'உங்கள் மகளின் கண்களில் இன்னும் துயரம் நிரம்பியிருக்கிறது. ஓர் ஐந்து வயதுப் பெண்ணின் கண்களில் நான் இவ்வளவு பாசத்தைக் கண்டதில்லை' என்றேன். அவர் குழந்தையின் தலையை அன்புடன் தடவிக் கொடுத்தார். 'இவள் தாய் இவளை நல்லாக வளர்ப்பாள்.'

'சர்வதேச தேதிக் கோட்டை விமானம் கடந்தபோது விமான ஓட்டி ஒலிபெருக்கியில் அதை அறிவித்தார். பயணிகள் கைதட்டி ஆரவாரித்தார்கள். சிலர் தங்கள் கைக்கடிகாரங் களை ஞாயிற்றுக்கிழமைக்கு மாற்றினார்கள்' என்றார்.

'அப்படியா' என்றான் அவன்.

'நீங்கள் அப்போது ஆழ்ந்த தூக்கத்தில் இருந்தீர்கள்.'

'பாருங்கள். ஆவலாகத் திட்டம்போட்டேன், எனக்குப் பார்க்க வாய்க்கவில்லை.'

'நீங்கள் துக்கப்படக்கூடாது. ஓர் அறிஞர் சொன்னார், இன்றைக்கு உலகம் அழியப் போகிறது என்று பயம் கொள்ளாதே. அவுஸ்திரேலியாவில் ஏற்கனவே 'நாளைக்கு' நடந்து கொண் டிருக்கிறது என்று. ஆகவே நானும் மகளை நினைத்து கவலைப் படப் போவதில்லை. தினம் சூரியனை நான் பார்க்கும் முன்பு என் மகள் அதைச் சிட்னியில் பார்த்துவிடுவாள். எந்த சர்வதேச தேதிக் கோட்டினாலும் எங்களைப் பிரிக்கமுடியாது.'

'மகளைப் பிரிந்து வாழ்வதற்கு உங்களைத் தயார் செய்து விட்டீர்கள் என்று நினைக்கிறேன்.'

அவர் உடனே பதில் சொல்லவில்லை. தன் உணவுத் தட்டத்திடம் ஆலோசனை கேட்பதுபோல அதையே உற்றுப் பார்த்தார்.

'எனக்கு இப்பொழுது வயது 33. யேசுவைச் சிலுவையில் அறைந்த வயது. என்னுடைய சிலுவை இந்தப் பிரிவுதான். இதை நான் என் எஞ்சிய வாழ்நாள் முழுவதும் காவுவேன்.'

ஒரே இடத்தில் இருந்துகொண்டு அனைத்தையும் உண்ணும் எருது என்று ஒரு பழைய பாடல் உண்டு. அது போல இருக்கை யில் அமர்ந்தபடி ஓர் அடி நகராமல் 400 பயணிகளும் இரவு உணவு, காலை உணவு, மதிய உணவு என்று சகலதையும் முடித்துக்கொண்டனர். பொம்மை பாடும் பாட்டைத் திருப்பி திருப்பிக் குழந்தை கேட்டது. இடைக்கிடை தகப்பன்மேல் பாய்ந்து கைகளைக் குவித்து ஏதோ ரகஸ்யம் பேசியது. விமானம் லயம் மாறி கீழே இறங்கத் தொடங்கியது. இன்னும் சில நிமிடங்களில் தரை தொட்டுவிடும் என்று விமானி அறிவித்தார். வாழ்நாள் முழுக்க அவனை நினைவில் வைக்க விரும்புவது போல அவன் கையை இறுக்கிப் பிடித்து விடை கொடுத்தார். எதிர்பாராத விதமாக குழந்தை தகப்பனிடம் மெல்ல ஏதோ சொல்லிச் சிணுங்க ஆரம்பித்தது. தகப்பன் அதற்கு ஆறுதல் வார்த்தை சொல்லிக் கொண்டிருந்தார்.

குடிவரவு, சுங்கம் கடவைகளைத் தாண்டி அவன் தன் பயணப்பெட்டிகளைத் தள்ளுவண்டியிலே வைத்து தள்ளிக் கொண்டு போனபோது, வரவேற்பாளர்களைச் சந்திக்கும் இடத்தில் மறுபடியும் அவர்களைக் கண்டான். தகப்பனுக்கும் மகளுக்கும் ஆரம்பித்த விவாதம் இன்னும் முடிவுக்கு வரவில்லை. மாறாக உச்சநிலையை நோக்கி நகர்ந்துகொண்டிருந்தது. குழந்தை இரண்டு கால்களையும் பரப்பி வைத்து அங்கேயே நெடுநாட்

களாகத் தங்க திட்டமிட்டது போல நின்றது. மயான பராமரிப்பாளர் தன் பெரிய உடம்பை வளைத்து, குனிந்து அவளுடைய மஞ்சள் தலைமுடியுடன் கெஞ்சுவதுபோலப் பேசினார்.

'ஹனி, இதுதான் நாங்கள் ஒன்றாயிருக்கும் கடைசி ஐந்து நிமிடம். நான் உனக்கு பொய் சொன்னேன் என்ற நினைப்போடு நீ போகக்கூடாது. அப்படிப் போனால் அதைச் சரி செய்ய எனக்கு சந்தர்ப்பமே கிட்டாது.'

'சனிக்கிழமை முழுக்க என்னுடன் இருக்கப்போவதாகச் சொன்னாய்?'

'இன்றைக்கு ஞாயிற்றுக்கிழமை.'

அந்த இரண்டு வார்த்தைகளையும் அப்பொழுதுதான் முதன்முதலாகக் கேட்பதுபோலக் குழந்தை குழப்பத்துடன் அவரைப் பார்த்தது.

'அந்தச் சனிக்கிழமை உனக்கு கிடைக்காது. அது போய் விட்டது. என்றென்றைக்குமாக.'

'நீ பொய் சொன்னாய்.'

'இல்லை. நீ பெரியவளானதும் ஒருநாள் புரிந்துகொள்வாய். இனி அம்மாதான் உனக்கு எல்லாம். அவர் வந்தவுடன் சிரித்துக் கொண்டு போகவேண்டும். சரியா. எங்கே சிரி.'

அந்தக் குழந்தை புறங்கையால் துடைக்க துடைக்க கண்களில் நீர் பெருகிக்கொண்டே வந்தது.

'டாடி, என்னுடைய பிறந்தநாள் உனக்கு ஞாபகம் இருக்குமா?'

'இருக்கும் கண்ணே, அதை மறப்பேனா?'

அப்பொழுது தூரத்தில், விளம்பரங்களில் வருவதுபோன்ற அழகான பெண், கூந்தல் பின்னுக்கு எழும்பி எழும்பி விழ, குதிக் காலணியில் டக்டக்கென்று கத்தரிக்கோல் போல நடந்து வந்தாள். மண்புழுவின் நிறத்தில் அவள் சருமம் இருந்தது. நடு வயிற்றைத் தொடும் நீளமான முத்துமாலை. மெல்லிய சாம்பல் ஆடையின் இரண்டு கழுத்து பித்தான்களையும் திறந்து விட்டிருந்தாள். பார்த்தவுடனேயே அவள்தான் தாயென்று தெரிந்தது. அவள் உடல் அசைவு, இனிய சுபாவத்துடன் ஒத்துப் போகாதது. மயானம் பராமரிக்கும் மனிதருக்கும் இந்தப் பெண்ணுக்கும் ஒருவித பொருத்தமும் இல்லையென்று அவனுக்குத் தோன்றியது. இருவரும் ஓரேயொரு சொல் பரிமாறிக் கொண்டார்கள்.

ஹலோ

ஹலோ

குழந்தையின் முதுகில் ஒரு விரலை வைத்து அம்மாவின் முன் தள்ளினார். அந்தக் குழந்தையின் உடம்பு சுருங்கியது. உயரம் சரி பாதியானது. தோள்மூட்டுகள் உயர்ந்து காதுகளை மறைத்தன. மயானம் பராமரிப்பவர் மறுபடியும் ஒருமுறை குழந்தையின் இரண்டு கன்னங்களிலும் கையை வைத்து அள்ள முயன்றார். முடியவில்லை. சாதாரண முத்தம் ஒன்றைக் குழந்தைக்கு கொடுத்துவிட்டு முகத்தைத் திருப்பிக்கொண்டார்.

ஒரு கையில் பொம்மையையும் மறுகையில் நீளமான கைப்பிடி வைத்த பையையும் பிடித்துக்கொண்டு, அது காலிலும் தரையிலும் இடற, குழந்தை அவசரமாகத் தாயைப் பின் தொடர்ந்தது. திடீரென்று நின்று, தானியத்தைக் கொத்துவதற்கு குருவி தயங்குவதுபோல யோசித்தது. தகப்பனிடம் திரும்பி வந்து பொம்மையைக் கொடுத்து, 'நீயே வைத்திரு' என்று சொன்னது.

'சரி, நான் பொம்மைக்கு உன் ஞாபகமாக நல்ல பெயர் சூட்டுகிறேன். *I will call her Saturday.*' (நான் அவளை சனிக்கிழமை என்று அழைப்பேன்.) வலது கையை தூக்கி அவர் ஆட்டியபோது பாம்பும் ஆடியது. குழந்தை பதில் பேசவில்லை. முகத்தைத் திருப்பி ஓர் அமெரிக்கக் குழந்தை ஆம் என்று சொல்வதற்கு எப்படி தலையசைக்குமோ அப்படி அசைத்தது.

அ. முத்துலிங்கம்

அமெரிக்கக்காரி

ஒரு நாள் அவளுக்கொரு காதலன் இருந்தான்; அடுத்த நாள் இல்லை. அவன் வேறு ஒரு பெண்ணைத் தேடிப்போய்விட்டான். இது அவளுடைய மூன்றாவது காதலன். இந்தக் காதலர்களை எப்படி இழுத்துத் தன்னிடம் வைத்திருப்பது என்று அவளுக்குத் தெரியவில்லை. அவர்கள் தேடும் ஏதோ ஒன்று அவளிடம் இல்லை. அல்லது இருந்தும் அவள் கொடுக்கத் தவறிவிட்டாள் என்பது தெரிந்தது.

பார்ப்பதற்கு அவள் அழகாகவே இருந்தாள். விசேஷமான அலங்காரங்களோ, முக ஒப்பனைகளோ அவள் செய்வதில்லை. செய்வதற்கு நேரமும் இருக்காது. மற்ற மாணவிகளைப் போலத்தான் அவளும் உடுத்துகிறாள்; நடக்கிறாள். ஆனால் அவர்களைப்போல பேசுகிறாள் என்று சொல்ல முடியாது. இலங்கை, யாழ்ப்பாணத்திலிருந்து அமெரிக்கப் பல்கலைக்கழக உதவிப் பணம் பெற்று நேராகப் படிக்க வந்தவள். ஆகவே, அவளுடைய உச்சரிப் பில் மூக்கால் உண்டாக்கும் ஒலிகள் குறைவாகவே இருக்கும். அமெரிக்க மாணவர்களுக்குப் புரியாத பல புதிய வார்த்தைகளும் இருந்தன. அவள் sweet என்பாள் அவர்கள் candy என்பார்கள்; அவள் lift என்பாள் அவர்கள் elevator என்பார்கள்; அவள் torch என்பாள் அவர்கள் flashlight என்பார்கள். அதுவெல்லாம் ஆரம்பத்திலேதான், ஆனால் வெகுவிரைவிலேயே அவள் தன்னைத் திருத்திக் கொண்டாள். அவளுடைய நுட்பமான அறிவை அவள் வேதியியல், கணிதம், இயற்பியல் போன்ற பாடங்களுக்கு மட்டும் பயன்படுத்துவதில்லை.

கொழுத்தாடு பிடிப்பேன்

கறுப்பு எறும்புகள் நிரையாக வருவதுபோலப் பையன்கள் அவளை நோக்கி வந்தார்கள். அவளுடைய கரிய கூந்தலும், கறுத்துச் சுழலும் விழிகளும் அவர்களை இழுத்தன. ஆனால் வந்த வேகத்திலேயே அவர்கள் திரும்பினார்கள் அல்லது அவளை விட்டுவிட்டு வேறு பெண்களிடம் ஓடினார்கள். முதலில் வந்தவன் கேட்ட முதல் கேள்வியை நினைத்து அவள் இன்றைக்கும் ஆச்சரியப்படுவாள். 'யாரோ தேசியகீதம் இசைப்பது போல நீ எதற்காக எப்போதும் தலைகுனிந்து நிற்கிறாய்?' அவள் எப்படிப் பதில் சொல்வாள்? 17 வருடங்கள் அவள் அப்படித்தான் நிலத்தைப் பார்த்தபடி பள்ளிக்கூடத்துக்குப் போனாள், வந்தாள். அதை திடீரென்று அவளால் மாற்ற முடியவில்லை. ஆனால் கேள்வி கேட்டவனை அவளுக்குப் பிடித்துக்கொண்டது. அவளுடைய வகுப்பில் அவனும் சில பாடங்களை எடுத்தான். நடக்கும்போது அவனுக்கு அவளுடன் ஒட்டிக்கொண்டு நடந்துதான் பழக்கம்.

அன்று நடந்த கூடைப்பந்து போட்டியைப் பார்க்க அவளை அழைத்தான். அவளுக்கு அந்த விளையாட்டைப் பற்றிய ஞானம் இல்லை, கூடைக்குள் பந்தைப் போடவேண்டும் என்பது மட்டுமே தெரியும். தொடை தெரியும் கட்டையான பாவாடைகளும் நீளமான சிவப்புக் காலுறைகளும் அணிந்த பெண்கள் உற்சாகமாகத் துள்ளி குதித்து ஆரவாரித்தார்கள்; சிலவேளைகளில் பந்தை கூடையில் போடாதபோதும்கூட கைதட்டினார்கள். இவளும் தட்டினாள். திரும்பும் வழியில் அவன் ஐஸ்கிரீம் வாங்கிக் கொடுத்தான். ஒரு துளி அவள் உதட்டிலே சிந்தியபோது அதை ஒரு விரலால் துடைத்து விட்டான். மூன்றாவது நாள் அவளுடன் சேர்ந்து படிக்க வேண்டும் என்று அழைத்தான். அவனுடைய அறிவுக்கூர்மை அவளை திகைப்படைய வைத்தது. அவளைப்போல அவன் ஒன்றுமே மனப்பாடம் செய்யவில்லை. தர்க்கமுறையில் சிந்தித்து மிகச் சிக்கலான வேதியியல் சாமாந்திரங்களை உடனுக்குடன் எழுதினான். மூன்றாவது நாள் அவன் அறை நண்பன் இல்லை யென்றும் அவளை அந்த இரவு தன் அறையில் வந்து தங்கும் படியும் கேட்டான். அவள் மறுத்த பிறகு அவனைக் காண வில்லை.

இரண்டாவதாக அவளைத் தேடி வந்தவன் துணிச்சல் காரன்; குறும்புகள் கூடியவன். அவளுக்கு பென்ஸீன் அணு அமைப்பு தெரியும், அவனுக்குத் தெரியாது. அப்படித்தான் அவர்கள் நட்பு உண்டானது. ஒருநாள் அவள் படித்துக் கொண் டிருந்தபோது திடீரென்று உண்டாகி அவள் முன்னால் நின்றான். அவனுடைய நிழல் அவள்மேல் பட்டு அவள் நிமிர்ந்து

பார்த்தபோது அவள் உட்கார்ந்திருந்த சுழல் கதிரையைச் சுழலவிட்டான். அது மூன்றுதரம் சுற்றிவிட்டு அவள் முன்னால் வந்து நின்றது. 'பார், எனக்குப் பிரைஸ் விழுந்திருக்கிறது. நீ என்னுடன் கோப்பி குடிக்க வரவேண்டும்' என்றான். அவளுக்குச் சிரிப்பு வந்தது, சம்மதித்தாள். கோப்பி குடிக்கும்போது 'நீ உங்கள் நாட்டு இளவரசியா?' என்றான். 'இல்லை. அங்கேயிருந்து துரத்தப்பட்டவள். இனிமேல்தான் நான் ஒரு நாட்டைத் தேடவேண்டும்' என்றாள். 'நீ அரசகுமாரி மாதிரி அழகாக இருக்கிறாய்' என்று சொன்னான் அந்த அவசரக்காரன். அன்றிரவே அவள் அறையில் தங்கமுடியுமா என்று கேட்டான். அதற்குப் பிறகு அவனும் மறைந்துபோனான்.

இவர்கள் அவளிடம் எதையோ தேடினார்கள். அவள் அமெரிக்காவில் வாழ்ந்தாலும் இன்னும் இலங்கைக்காரியாகவே இருந்தாள். அவள் அமெரிக்காவுக்கு வரமுன்னரே அவளுடைய கிராமத்தில் அவர்கள் அவளை 'அமெரிக்கக்காரி' என்று அழைத்தது இங்கே யாருக்கும் தெரியாது. அவளுடைய பெயரே அவளுக்கு மறந்துவிட்டது. வீட்டிலும், பள்ளிக்கூடத்திலும், வீதியிலும் அவளை 'அமெரிக்கக்காரி' என்றே அழைத்தார்கள். அவளுடைய இரு அண்ணன்மார்களிலும் பார்க்க அவள் புத்திசாலி என்று அம்மா சொல்வாள். அவளுக்கு நாலு வயது நடக்கும்போதே ஆங்கிலம் வாசிக்கக் கற்றுக்கொண்டாள். அவளுடைய அண்ணன்மார் கொண்டுவரும் அமெரிக்க கொமிக்ஸ் புத்தகங்கள் அனைத்தையும் படித்துவிட்டு அந்தக் கதைகளை தன் வகுப்பு தோழிகளுக்குச் சொல்வாள். ஆர்க்கி, சுப்பர்மான் பாத்திரங்களாக மாறித் தான் அமெரிக்காவில் வாழ்வதாகவே அவள் கற்பனை செய்வாள்.

சின்ன வயதிலேயே தாயாரிடம் கேட்பாள், 'நான் அமெரிக்கக்காரியா?' தாய் சொல்வார், 'இல்லை, நீ இலங்கைக் காரி.' 'அப்ப நான் எப்படி அமெரிக்கக்காரியாக முடியும்?' 'அது முடியாது.' 'நான் அமெரிக்காவுக்குப் போனால் ஆக முடியுமா?' 'இல்லை, அப்பவும் நீ இலங்கைக்காரிதான்.' 'நான் ஒரு அமெரிக்கனை மணமுடித்தால் என்னவாகும்?' 'நீ அமெரிக்கனை மணமுடித்த இலங்கைக்காரியாவாய். நீ என்ன செய்தாலும் அமெரிக்கக்காரியாக முடியாது.' அப்போது அவளுக்கு வயது பத்து. அவளுக்குப் பெரிய ஏமாற்றமாகப் போய்விடும்.

மூன்றாவதாக அவளைக் காதலித்தவன் கொஞ்சம் வசதி படைத்தவன். அவள் அப்போது இரண்டாவது வருட மாணவி. ஒரு வகுப்பு முடிந்து வெளியே வந்தபோது, அவன் வந்து தானாகவே தன்னை அறிமுகம் செய்துகொண்டான். உடனேயே

பல பெண்களின் கண்கள் அவளைப் பொறாமையோடு பார்த்தன. அவன் விடுதியில் தங்கிப் படித்துக்கொண்டிருப்பதாகச் சொன்னான். அவனுடைய பெற்றோர் போர்ட்லண்டில் வசித்தனர். அவனிடம் கார் இருந்தபடியால் ஒவ்வொரு வார முடிவிலும் அவர்களிடம் அவன் போய்வருவான்.

அவன் காரில் இருந்து இறங்குவது விசித்திரமாக இருக்கும். காரை நிறுத்திவிட்டு இரண்டு கால்களையும் ஒரே நேரத்தில் தரையில் ஊன்றி எழுந்து நடந்துவருவான். நேற்று வகுப்பில் என்ன பாடம் நடந்தது, இன்று என்ன நடக்கிறது, நாளை என்ன நடக்கும் என்ற கவலையே அவனிடம் கிடையாது. பல்கலைக்கழகம் ஒரு விளையாட்டு மைதானம் என்பது அவன் எண்ணம். அவள் பின்னாலேயே அவன் திரிந்தான். ஒருநாள் அவளைக் கண்ணை மூடச்சொன்னான். அவன் ஏதாவது பரிசுப் பொருள் தரும்போது அப்படித்தான் செய்வான். அவள் மூடினாள். வாயைத் திற என்றான். ஏதோ சொக்லட்டோ, இனிப்போ தரப்போகிறான் என்று நினைத்து வாயைத் திறந்தாள். அவளுடைய அம்மா மருந்து தரும்போதும் அப்படித்தான் திறப்பாள். அவன் குனிந்து அப்படியே திறந்த வாயில் முத்தம் கொடுத்துவிட்டான். அவளுக்கு அது பிடிக்கவில்லை. 'இது என்ன பெரிய விசயம். நான் உன் கையிலே முத்தம் கொடுத் திருக்கிறேன். உன் நெற்றியிலே முத்தம் தந்திருக்கிறேன். நெற்றியில் இருந்து இரண்டு அங்குலம் கீழே உன் வாய் இருக்கிறது. இது இரண்டு அங்குலத் தவறுதான்' என்றான்.

நன்றிகூறல் நாள் விருந்துக்குத் தன் வீட்டுக்கு வரும்படி அழைத்தான். கடந்த வருடம் அவள் தன் சிநேகிதி வீட்டுக்குப் போயிருந்தாள். நன்றிகூறல் நாளன்று விடுதியில் ஒருவருமே இருக்கமாட்டார்கள் என்பதால் அவள் சம்மதித்து, இரண்டு மணிநேரம் அவனுடன் காரில் பிரயாணம் செய்தாள். இதுதான் அமெரிக்காவில் அவளுடைய ஆக நீண்ட கார் பயணம்.

அவனுடைய பெற்றோர்கள் கண்ணியமானவர்கள். தகப்பன் நடுவயதாகத் தோன்றினாலும் தாயார் வயதுகூடித் தெரிந்தாள். மீன் வெட்டும் பலகைபோல அவள் முகத்தில் தாறுமாறாகக் கோடுகள். மகனின் சிநேகிதி இலங்கைக்காரி என்பதை எப்படியோ தெரிந்து வைத்துக்கொண்டு சமீபத்தில் பத்திரிகைகளில் வெளியான இலங்கைச் செய்தி துணுக்குகளை அவளுக்காக வெட்டி வைத்து அவளிடம் தந்தது அவள் மனதைத் தொட்டது. விருந்து மேசையிலே இலங்கைப் போரை பற்றியே பேச்சு நடந்தது. இந்திய ராணுவம் இலங்கையை ஆக்கிரமித்து இரண்டு வருடங்கள் அப்போது ஓடியிருந்தன. அவள் தன்னுடைய அம்மா மூன்று இடங்கள் மாறிவிட்டதால்

அடிக்கடி கடிதம் எழுதும் விலாசத்தைத் தான் மாற்றவேண்டி யிருக்கிறது என்று கூறினாள். தன்னுடைய அண்ணன்மார் இருவரும் ஒருவருடம் முன்பாகப் போரில் இறந்துபோனதை அவள் சொல்லவில்லை.

இரவானதும் சோபாவை இழுத்து கட்டிலாக்கி அதில் அவளைப் படுக்கச் சொல்லிவிட்டு அவன் மேலே போனான். அவள் அயர்ந்து தூங்கினாள். நடுச்சாமம் போல ஒரு மிருதுவான கை அவள் வாயை மெல்ல மூடியது. பார்த்தால் இவன் நிற்கிறான். அவளுக்குப் பயம் பிடித்தது. உடல் வெடவெட வென்று நடுங்கி இரவு உள்ளாடை வியர்வையில் நனைந்து விட்டது. அவனைத் துரத்திவிட்டாலும் மீதி இரவு அவள் தூங்கவில்லை. மறுநாள் அவனுடன் காரில் பிரயாணம் செய்த போது, இரண்டு மணி நேரத்தில் அவள் அவனுடன் இரண்டு வசனம் மட்டுமே பேசினாள்.

அவளுடைய பல்கலைக்கழக வாழ்வில் பெரும் மாற்றம் மூன்றாவது வருட முடிவில்தான் நிகழ்ந்தது. பல்கலாச்சார கலை நிகழ்வில் அவள் கலந்து கொள்ளாமல் இரண்டு வருடங் கள் கடத்திவிட்டாள். இம்முறை தப்ப முடியவில்லை. இலங்கை யிலிருந்து வந்து படிக்கும் மாணவி அவள் ஒருத்திதான். 'பாரம் பரிய நடனம்' என்று தன் பெயரைக் கொடுத்தாள். அவளிடம் ஒரு சேலை இல்லை, நல்ல நடன ஆடைகூடக் கிடையாது. ஒரு பஞ்சாபிப் பெண்ணின் உடையைக் கடன் வாங்கி இயன்றளவு ஒப்பனை செய்து தயாரானாள். அவள் பள்ளிக் கூடத்தில் ஆடிய 'என்ன தவம் செய்தனை' பாடலுக்கு அபிநயம் பிடிப்பது என்று தீர்மானித்தாள். பாடலை முதலில் பாடி நாடாவில் பதிவு செய்து வைத்துக்கொண்டாள். மேடையிலே அவள் நின்றதும் திரை இரண்டு பாதியாகப் பிளந்து நகர்ந்தது. மெல்லிய நடுக்கம் பிடித்தாலும் துணிச்சலுடன் பாடலை விளக்கி இரண்டு வரிகள் பேசிவிட்டு ஆடினாள். மாணவர்கள் எதிர்பாராத விதத்தில் கைதட்டி வரவேற்றார்கள்.

அவளுடைய நாட்டியத்துக்கு முன்பு நடந்த நிகழ்ச்சியில் ஒரு வியட்நாமிய மாணவன் கம்பி வாத்தியத்தை இசைத்தபடி பாடினான். இவள் ஒப்பனையைக் கலைத்துவிட்டு வெளியே வந்தபோது அந்த வியட்நாமிய மாணவன் இவளுடைய நடனத்தை வெகுவாகப் பாராட்டினான். இவளும் பேச்சுக்கு அவனுடைய வாத்தியம் அபூர்வமானதாக இருந்தது என்றாள். அவன் 16 கம்பிகள் கொண்ட அந்த பெண்கள் வாத்தியத்தை தன்னுடைய இறந்துபோன வியட்நாமிய அம்மாவிடம் கற்றுக் கொண்டதாகக் கூறினான். எப்போதாவது தாயார் ஞாபகமாகத் தான் அதை வாசிப்பதாகச் சொன்னான். ஆயிரம் கண்ணாடிகள்

வைத்து இழைத்த நீண்ட உடை தரித்து, தலையிலே வட்டமான தொப்பி அணிந்த அவனைப் பார்ப்பதற்கு வேடிக்கையாக இருந்தது. பேசும்போது அவளுடைய ஆயிரம் பிம்பங்கள் அவனில் தெரிந்தன. இறுதி ஆண்டில் ஆங்கில இலக்கியம் படிக்கும் அவனுடைய பெயர் லான்ஹங் என்றான்.

அடுத்தநாள் காலை லான்ஹங் 27,000 மாணவர்கள் படிக்கும் அந்தப் பல்கலைக் கழகத்தில் அவளை எப்படியோ தேடிக் கண்டுபிடித்துவிட்டான். 'உங்கள் பெயரை நீங்கள் நேற்று சொல்லவே இல்லை?' என்றான். அவள் மதி என்றாள். அவளுடைய குடும்பப் பெயர் என்னவென்று கேட்டான். இந்த மூன்று வருடங்களில் ஒருவர்கூட அவளிடம் குடும்பப் பெயர் கேட்டதில்லை. அவளுக்குச் சிரிப்பு வந்தது. 'என்னுடைய குடும்பப் பெயர் மிகவும் நீண்டது. அதை நீ மனனம் செய்வதற்கு அரை நாள் எடுக்கும்' என்றாள். 'அப்படியா, மதி என்றால் உங்கள் மொழியில் என்ன பொருள்?' அவள் 'புத்தி' 'சந்திரன்' என இரண்டு பொருள் இருப்பதாகச் சொன்னாள். 'வியட்நாமியருக்கு சந்திரன் பவித்திரமானது. அவர்கள் விழாக்களில் சந்திரனுக்கு முக்கிய பங்கு உண்டு' என்றவன் தொடர்ந்து 'நேற்று உங்கள் நடனம் மிக அழகாக இருந்தது. வியட்நாமிய நடன அசைவுகளுடன் ஒத்துப்போனது' என்றான். 'அப்படியா? நன்றி' என்றாள். 'தவழ்வதுபோல அபிநயம் பிடித்தீர்களே, அது என்ன?' இவன் பேசும் சந்தர்ப்பத்தை நீட்டுவதற்காக கேட்கிறானா அல்லது உண்மையான கேள்வியா என்பதில் அவளுக்குச் சந்தேகம் இருந்தது.

'கண்ணனை உரலில் கட்டி வாய் பொத்திக் கெஞ்ச வைத்தாயே' என்ற வரிகளை விளக்கிக் கூறினாள். அவன் அமெரிக்காவில் பிறந்து வளர்ந்தவன். இவள் அர்த்தம் சொன்னதும் அப்படியா என்று கேட்டுவிட்டு 'அந்தத் தாய் உண்மையில் அமெரிக்காவில் பிறக்காததால் அதிர்ஷ்டம் செய்தவள்தான். மூன்று வயது பாலகனை உரலில் கட்டி வைத்தால் அந்த தாயை சிசுவதை சட்டத்தின் கீழ் அமெரிக்காவில் கைதுசெய்து சிறையில் அடைத்து விடுவார்கள்' என்று சொல்லிவிட்டுப் பெரிய பற்களைக் காட்டிச் சிரித்தான். அவளும் நிறுத்தாமல் சிரித்தாள். அவள் கண்களை அவன் அதிசயமாக முதன்முறை பார்ப்பதுபோலப் பார்த்தான். அவள் வாய் சிரிக்க ஆரம்பிக்க முன்னரே அவள் கண் இமைகள் சிரித்ததை அன்று முழுவதும் அவனால் மறக்க முடியாமல் இருந்தது.

இப்படி அவர்கள் அடிக்கடி சந்தித்துக்கொண்டார்கள். மூன்றாவது, நாலாவது சந்திப்புக்குப் பின்னரும் அவன்

அவளுடைய அறையில் வந்து இரவு தங்கவேண்டும் என்று கேட்காதது அவளுக்கு ஆச்சரியமாக இருந்தது. அவளுக்கு அது பிடித்துக்கொண்டது. அவனுடன் இருக்கும்போது அவள் இயல்பாக உணர்ந்தது ஏனென்று தெரியவில்லை. அவனுடன் சேர்ந்து வெளியே நடக்கும்போதோ, உட்காரும்போதோ, பேசும்போதோ முயற்சி எடுக்கத் தேவையில்லை. அவனை மகிழ்ச்சிப்படுத்த அவள் வேறு எதுவித முயற்சியும் செய்யத் தேவையில்லை. ஏனோ அவள் இருதயம் அவன் அண்மையில் வித்தியாசமாகத் துடித்தது.

ஒவ்வொரு மாதமும் அவள் தாயாருக்குக் கடிதம் எழுதுவாள். தாயார் இருக்கும் இடத்தில் டெலிபோன் வசதி கிடையாது என்றபடியால் அவர் இரண்டு மூன்று மாதத்திற்கு ஒரு தடவை வெளிக்கிட்டு பட்டணத்துக்குப் போய் அங்கிருந்து அழைத்து மூன்று நிமிடம் மகளுடன் பேசுவார். சரியாக மாலை ஆறு மணிக்கு அந்த அழைப்பு வரும். தாயார் எழுதும் நீல நிற வான்கடிதங்களும் தவறாமல் வந்தன. ஒரு கடிதத்திலாவது அவர் தன் கஷ்டங்களைச் சொன்னதில்லை. அந்த மாதம் ராணுவம் கொக்கட்டி சோலையில் நிறையப் பேரைக் கொன்று குவித்திருந்தது. அவர் அதுபற்றி மூச்சுவிடவில்லை. மாதக் கடைசியில் தன் பதில் கடிதத்தை எழுதி மதி இப்படி முடித் திருந்தாள். ‘அம்மா நான் உன் மகளாய்ப் பிறந்து உனக்கு ஒன்றுமே செய்யவில்லை. உனக்கு பிடித்த ஒன்றைக்கூட வாங்கித் தரவில்லை. நேற்று குளிருக்கு ஒரு சப்பாத்து வாங்கினேன். அதன் விலை நாப்பது டொலர். அந்தக் காசை உனக்கு அனுப்பினால் அது உனக்கு மூன்று மாத குடும்பச் செலவுக்கு போதுமானதாக இருக்கும். நான் அங்கேதான் அமெரிக்கக் காரி, இங்கே வெறும் இலங்கைக்காரிதான். எனக்கு விநோத மான பெயர் கொண்ட நண்பன் ஒருவன் கிடைத்திருக்கிறான். லான்ஹங். டெலிபோன் புத்தகத்தில் அப்படி பெயர் ஒன்றே யொன்றுதான் உண்டு. மிக நல்லவன். நான் உன்னைத் திரும்பவும் பார்க்கவேண்டும். அதற்கிடையில் செத்துப்போகாதே.’

லான்ஹங் அடிக்கடி சொல்லும் வார்த்தை ‘என்னை ஆச்சரியப்படுத்து.’ இரவு நேரத்தில் இருவரும் உணவருந்த சேர்ந்து போவார்கள். இவள் என்ன ஓடர் கொடுக்கலாம் என்று கேட்பாள். அவன் ‘என்னை ஆச்சரியப்படுத்து’ என்பான். சினிமாவுக்குப் போவார்கள். ‘என்ன படம் பார்க்கலாம்?’ என்பாள் இவள். அவன் ‘என்னை ஆச்சரியப்படுத்து’ என்பான்.

ஒருமுறை, லான்ஹங் அவளைத் தேடி வந்தபோது அவள் பார்க்காததுபோல கம்ப்யூட்டரில் தட்டச்சு செய்துகொண்டிருந் தாள். அவன் அவள் தட்டச்சு செய்வதையே வெகு நேரம்

உற்றுப் பார்த்தான். அவளுடையவை மெலிந்த சிறிய விரல்கள். அவை வேகவேகமாக விசைப்பலகையில் விளையாடுவதைப் பார்த்தான். அவளுடைய விரல் ஒரு விசையைத் தொடும்போது, அந்த விசையில் மீதி இடம் நிறைய இருப்பதாகச் சொன்னான். அப்படிச் சொல்லியபடி ஒரு விரலை எடுத்து கையில் வைத்து தடவினான். இவளுக்கு என்ன தோன்றியதோ எழுந்து நின்று பற்கள் நிறைந்த அவன் வாயில் முத்தமிட்டாள்.

மழை பெய்து ஓய்ந்த மாலை நேரம் ஒரு பேர்ச் மரத்து நிழலில் அமர்ந்து அவள் தாயாரை நினைத்துக்கொண்டாள். தாயார் காலையில் பள்ளிக்கூடத்துக்கு படிப்பிக்கச் செல்லும் போது சேலையை வரிந்து உடுத்தி, கொண்டைபோட்டு, அதற்கு மேல் மயிர் வலை மாட்டி, குடையை எடுத்துக்கொண்டு போகும் காட்சி மனதில் வந்தது. இப்போது அங்கேயும் மழை பெய்திருக்குமா என்று எண்ணிக்கொண்டிருந்த சமயம் லான்ஹங் ஈரமான மண்ணில் சப்பாத்து உறிஞ்சி சப்த மெழுப்ப நடந்துவந்தான். குட்டையில் தேங்கிய தண்ணீரைக் கண்டதும் ஒரு பழங்காலத்துப் போர்வீரன் போலத் துள்ளிப் பாய்ந்து அவள் முன் வந்து குதித்தான். 'இந்தச் சின்னக் குட்டைக்கு இவ்வளவு பெரிய பாய்ச்சலா?' என்றாள் மதி. அவள், உடலை ஒட்டிப்பிடிக்கும் கண்ணாடித்தன்மையான ஆடையில் வசீகரமாக காட்சியளித்தாள். அவன் அவளை குனிந்து ஸ்பரிசித்துவிட்டு 'இன்றைக்கு உன் சருமம் இறகு போன்ற உன் ஆடையிலும் பார்க்க மிருதுவாக இருக்கிறது' என்றான். 'அது இருக்கட்டும். என்னால் இன்று உன்னை ஆச்சரியப்படுத்த முடியாது. ஒரு மாற்றத்துக்கு நீ என்னை ஆச்சரியப்படுத்து' என்றாள்.

'இன்று ஆங்கில இலக்கியத்தில் என்ன படித்தேன் தெரியுமா?'

'எனக்கு தெரியாது, நீ சொல்' என்றாள் அவள். 'ரஸ்ய எழுத்தாளர் ரோல்ஸ்ரோயுக்குப் பதின்மூன்று பிள்ளைகள். அது உனக்கு தெரியுமா?'

'இல்லை. இப்பொழுதுதான் தெரியும். மேலே சொல்.'

'பதின்மூன்றாவது பிள்ளை ஒரு பையன். அந்தச் சிறுவன் இறந்தபோது ரோல்ஸ்ரோய் என்ன செய்தார் தெரியுமா? சைக்கிள் விடப் பழகிக்கொண்டிருந்தார். அப்பொழுது அவருக்கு வயது அறுபது.'

'இதை ஏன் எனக்கு சொல்கிறாய்?'

அ. முத்துலிங்கம்

'நீ ஆச்சரியப்படுத்து என்று சொன்னாயே, அதுதான்.'

அவள் மெதுவாக முறுவலிக்க ஆயத்தமானாள்.

'பார், பார் உன் இமைகள் சிரிக்கத் தொடங்குகின்றன.'

அவள் முனைவர் படிப்பைத் தொடங்கியபோது, அவன் பட்டப் படிப்பை முடித்துவிட்டு ஆசிரிய வேலையை ஏற்றுக் கொண்டான். அவன் ஓர் அறை கொண்ட சின்ன வீட்டை வாடகைக்கு பிடித்தபோது அதிலே இருவரும் சேர்ந்து வாழ்வ தென்று தீர்மானித்தார்கள். அவள் தன்னிடம் இருந்த கட்டிலை யும் மேசையையும் மற்றும் உடமைகளையும் எடுத்துக்கொண்டு அவனுடைய வீட்டுக்கு மாறினாள். அவளுடைய கட்டிலை அவனுடைய கட்டிலுக்குப் பக்கத்தில் போட்டபோது அது உயரம் குறைவாக இருந்தது. 'ஆணின் இடம் எப்பவும் உயர்ந்தது என்பதை நினைவில் வைத்துக்கொள்' என்றான் அவன். முதலில் பதிவுத் திருமணம் செய்து, அதற்குப் பிறகு அவளுடைய அம்மா அனுப்பிய தாலியைச் சங்கிலியில் கோத்து அவளுடைய கழுத்தில் அவன் கட்டினான். 'வியட்நாமிய சடங்கு இல்லையா?' என்றாள் அவள். முழுச்சந்திரன் வெளிப்பட்ட ஓர் இரவில் சந்திரனில் தோன்றிய கிழவனைச் சாட்சியாக வைத்துக்கொண்டு அவன் இஞ்சியை உப்பிலே தோய்த்து கடித்துச் சாப்பிட்டான். மீதியை அவள் கடித்து சாப்பிட்டாள். அத்துடன் அவர்களுடைய திருமண வாழ்க்கை சந்திரக் கிழவனின் ஆசியுடன் சிறப்பாகத் தொடங்கியது.

மணமுடித்த நாளிலிருந்து அவள் தலையணை பாவிப் பதில்லை, சற்று உயரத்தில் படுத்திருக்கும் அவனுடைய ஒரு புஜத்தில் தலையை வைத்து படுக்க பழகிக்கொண்டாள். லான்ஹங் ஆசிரியத் தொழிலுடன் வீட்டு வேலைகளையும் கவனித்தான். அவன் ஓர் அருமையான கணவன். ஆனால் வீட்டைச் சுத்தமாக வைக்கத்தான் அவனால் எப்படி முயன்றும் முடியவில்லை. இப்படியும் ஒரு பெண் படிப்பாளா என்று ஆச்சரியப்படுவான். அவளுடைய ஆராய்ச்சி நூல்களும் நோட்டுப் புத்தகங்களும் குறிப்பெழுதும் காகிதங்களும் படுக்கையில் கிடக்கும், சமையலறையில் கிடக்கும், பாத்ரூமில் கிடக்கும், படிப்பு மேசையில் கிடக்கும். எப்படித்தான் இவளால் படிக்கமுடிகிறதென்று ஓயாமல் வியப்பான். இரண்டு மணி நேரமாக வீட்டைத் துப்புரவு செய்து, சாமான்களை ஒழுங்கு படுத்தி அவன் நிமிர்ந்த இரண்டு நிமிடத்திற்கிடையில் அவள் வீட்டை மறுபடியும் நிறைத்துவிடுவாள்.

முனைவர் படிப்புக்கு அவள் நீண்ட நேரம் பரிசோதனைக் கூடத்தில் கழிக்கவேண்டியிருந்தது. சிலநாட்களில் இருபது

மணிநேரம் தொடர்ந்து ஆராய்ச்சி செய்தாள். ஆனாலும் தாயாருக்கு மாதம் தவறாமல் கடிதம் எழுதுவாள். 'அம்மா உனக்கு ஒரு விசயம் தெரியுமா? நான் உன் வயிற்றில் கருவாக உதித்தபோது என் வயிற்றில் ஏற்கனவே கருக்கள் இருந்தன. அப்படி எனக்கு ஒரு குழந்தை பிறந்தால் அது உனக்குள்ளே இருந்து வந்ததுதான்.'

ஒரு சனிக்கிழமை மதியம் பரிசோதனைக்கூடத்துக்கு அவள் போகவில்லை. அவள் ஆராய்ச்சியை முடித்து ஆய்வுக் கட்டுரையைப் பூர்த்திசெய்யும் தறுவாயில் இருந்தாள். படுக்கை யறைக்கு வந்த லான்ஹங் அப்படியே அசைவற்று நின்றான். படுக்கையில் நாலு பக்கமும் நூல்கள் இறைந்து கிடந்தன. காலை உணவு எச்சில் பிளேட் அகற்றப்படவில்லை. பாதி குடித்த கோப்பி குவளையை மடியில் வைத்துக்கொண்டு அவள் குறிப்பேட்டில் குனிந்து எழுதிக்கொண்டிருந்தாள். லான்ஹங் புத்தகங்களைத் தள்ளி படுக்கையில் இடம் உண்டாக்கி அதிலே அமர்ந்து அவள் கைகளைப் பிடித்தான். 'இந்த உலகத்தில் ஆகச்சிறந்த மாணவி நீதான். அதில் சந்தேகமில்லை. எங்களுக்கு மணமாகி நாலு வருடங்களாகியும் பிள்ளை இல்லை. அதையும் நீ யோசிக்கவேண்டும். நாங்கள் ஒரு மருத்துவரைப் பார்க்கலாம்' என்றான். அவள் அவன் முகத்தை ஏறிட்டு பார்த்தாள். இதற்கு முன் அவள் பார்த்திராத அவனுடைய இரண்டு கன்ன எலும்புகளும் இப்பொழுது துல்லியமாகத் தள்ளிக்கொண்டு தெரிந்தன.

மருத்துவர் இருவரையும் நீண்ட பரிசோதனைகளுக்கு உட்படுத்தினார். அவர் கண்டடைந்த முடிவை அவர்கள் எதிர்பார்க்கவில்லை. 'என்னை ஆச்சரியப்படுத்து, என்னை ஆச்சரியப்படுத்து' என்று அடிக்கடி கூறும் அவள் கணவன் உச்சமான ஆச்சரியத்தைப் பரிசோதனை முடிவுகள் வெளியான அன்று அடைந்தான். மருத்துவர் பரிசோதனை முடிவுகளை எடுத்துவர உள்ளேபோனார். அவருடைய சப்பாத்து ஓசை குறையக் குறைய இவர்களுடைய இருதயம் அடிக்கும் ஒலி கூடிக்கொண்டுபோனது. குழந்தை உண்டாக வேண்டுமென்றால் ஓர் ஆணுக்கு மில்லிலிட்டர் ஒன்றுக்கு இரண்டு கோடி உயிரணுக் கள் உற்பத்தியாக்கும் தகுதி இருக்கவேண்டும். அவனுக்கு அதில் பாதிகூட இல்லை. அவளுக்கு அவன் மூலம் கருத்தரிக்கும் வாய்ப்பு இல்லை என்று மருத்துவர் கூறிவிட்டார்.

அவ்வளவு நாளும் ஒரு குழந்தை இருந்தால் நல்லா யிருக்கும் என்று நினைத்திருந்த இருவருக்கும் எப்படியும் ஒரு குழந்தையைப் பெற்றெடுக்கவேண்டும் என்ற வெறி

உண்டானது. மதியின் தயாருடைய கடிதங்கள் 'நீ கர்ப்பமாகி விட்டாயா' என்று கேட்டு வரத் தொடங்கியிருந்தன. வழக்கம் போல அவனுக்கு வலது பக்கத்தில் படுத்திருந்த அவளிடம், 'ஏ, இலங்கைக்காரி, நீ ஏன் என்னை மணமுடித்தாய்?' என்றான். 'பணக்காரி, பணக்காரனை முடிப்பாள். ஏழை ஏழையை முடிப்பாள். படித்தவள் படித்தவனை முடிப்பாள். ஒன்று மில்லாதவள் ஒன்றுமில்லாதவனை முடிப்பாள்.' அவள் வாய் சிரித்தாலும் முகத்தில் துக்கம் தாளமுடியாமல் இருந்தது. 'இங்கே என்னைப் பார். அஞ்சல் நிலையத்து சங்கிலியில் பேனாவை கட்டிவைப்பதுபோல நான் உன்னைக் கட்டி வைக்க வில்லை. நான் வேண்டுமானால் விலகிக்கொள்கிறேன். நீ யாரையாவது மணமுடித்து பிள்ளை பெற்றுக்கொள்' என்றான். அவள் ஒன்றுமே பேசாமல் அவனுடைய கட்டிலில் துள்ளி ஏறி அவனுடைய புஜத்தை இழுத்துவைத்து அதன்மேல் இன்னும் கூட தலையை அழுத்தி படுத்துக்கொண்டாள்.

அன்று காலையிலிருந்து தொலைக்காட்சியின் எந்த சானலைத் திருப்பினாலும் அதில் கிளிண்டன் – மோனிகா விவகாரமே விவாதிக்கப்பட்டது. ரேடியோவிலும் அதையே சொன்னார்கள். பத்திரிகைகளும் பக்கம் பக்கமாகப் புலம்பின. ஒன்றிலுமே அவளுக்கு மனது லயிக்கவில்லை. மாலையானதும் அவள் தன்னறையில் உட்கார்ந்து யன்னல் வழியாக ரோட்டைப் பார்த்துக்கொண்டிருந்தாள். ஆய்வுக்கட்டுரையை மூன்றுநாள் முன்னர் சமர்ப்பித்துவிட்டதால், கொடிக்கயிற்றில் மறந்துபோய் விட்ட கடைசி உடுப்புபோல அவள் மனம் ஆடிக்கொண் டிருந்தது. ஒரு பொலீஸ் கார் சைரன் சத்தம்போட வேகமாக கடந்து சென்றது. ஒரு நாளில் அவ்வளவு நேரத்தையும் வைத்துக் கொண்டு என்ன செய்வது என்று அவளுக்குத் தெரியவில்லை. திடீரென்று ரோட்டிலே காலடி ஓசைகள் கேட்கத்தொடங்கின. பாஸ்கட்போல் போட்டி முடிந்து மாணவர்களும், மாணவி களும் கூட்டம் கூட்டமாக நகர்ந்தனர். ஒரு பெண்ணை ஒருவன் தோளின்மேல் தூக்கிவைத்து நடந்தான். எல்லோருமே மகிழ்ச்சியாக காணப்பட்டார்கள். அதிலே யார் தோற்றவர், யார் வென்றவர் என்பதை அவளால் கண்டுபிடிக்க முடிய வில்லை. உள்ளே சமையலறையில் லான்ஹங் பாத்திரங்கள் சத்தம் எழுப்ப அவளுக்காக வியட்நாமிய சூப் தயாரித்துக் கொண்டிருந்தான். அதன் மணம் சமையலறையைக் கடந்து, இருக்கும் அறையைக் கடந்து அவளிடம் வந்தது. நீண்ட ஆடை யின் நுனியில் சூப் கோப்பையை வைத்து தூக்கிக்கொண்டு லான்ஹங் வந்தபோது அவள் நாற்காலியில் உட்கார்ந்தபடியே தூங்கிவிட்டாள்.

அடுத்த நாள் காலை இருவரும் சேர்ந்து ஒரு முடிவுக்கு வந்தார்கள். அவர்கள் வீடு வாங்குவதற்காக சேமித்து வைத்திருந்த அத்தனை பணத்தையும் கொடுத்து IVF கருத்தரிக்கும் முறையைப் பரிசோதிப்பது என தீர்மானித்தார்கள். அவனுடைய பள்ளிக்கூடத்தில் படிப்பித்த ஓர் ஆப்பிரிக்க ஆசிரியர் தன்னுடைய உயிரணுக்களைத் தானம் செய்ய முன்வந்தார். மருத்துவர்கள் பல பரிசோதனைகளை மேற்கொண்டார்கள். நிறைய சட்டதிட்டங்கள் இருந்ததால் மூவரும் பலவிதமான பாரங்களில் கையொப்பமிட வேண்டியிருந்தது. ஆறு மாத காலமாக அவளைத் தயார் செய்தார்கள். 28 ஹோர்மோன் ஊசிகள் நாளுக்கு ஒன்று என்ற முறையில் செலுத்தி, அவளுடைய மாத விலக்கு முடிந்த மூன்றாம் நாள் பரிசோதனைக் கூடத்தில் உருவாக்கிய கருவை அவள் உள்ளே செலுத்தினார்கள். பத்து நாள் கழித்து மருத்துவ மனையில் போய் சோதித்துப் பார்த்த போது அவள் கர்ப்பமாகியிருப்பது உறுதியானது. அன்றே தாயாருக்கு ஒரு கடிதம் எழுதிப் போட்டாள். 'நான் கர்ப்பமாயிருக்கிறேன். உனக்கு ஒரு பேரனோ பேத்தியோ பிறந்த செய்தி விரைவில் வரும். காத்திரு.'

அவளுக்குப் பல சந்தேகங்கள் இருந்தன. மருத்துவ பரிசோதனைகள் நடத்திய பெண்ணிடம் தன் பிரச்சினைகளைச் சொன்னாள். ஒருநாள் கேட்டாள், 'ஓர் இலங்கைப் பெண்ணுக்கும், வியட்நாமிய ஆணுக்குமிடையில் ஆப்பிரிக்க கொடையில் கிடைத்த உயிரணுக்களால் உண்டாகிய சிசு என்னவாகப் பிறக்கும்?' அதற்கு அந்தப் பெண் ஒரு வினாடிகூட தாமதிக்காமல் 'அமெரிக்கனாக இருக்கும்' என்றாள். சரியாக 280 நாட்களில் அவளுக்கு அழகான குழந்தை பிறந்தது. சுகமான மகப்பேறு. அவள் தன்னுடன் கொண்டுவந்திருந்த கைப்பையில் தயாராக வைத்திருந்த பேப்பரையும் பேனாவையும் எடுத்துத் தாயாருக்கு ஒரு கடிதம் எழுதினாள். 'எனக்கு ஒரு அமெரிக்கப் பிள்ளை பிறந்திருக்கு.' ஒரேயொரு வசனம்தான். அந்தக் கடிதத்தை உடனேயே அனுப்பிவிடும்படி கணவனிடம் கொடுத்தாள். வடகிழக்கு மூலையில் தபால்தலை ஒட்டிய அந்தக் கடிதம், வீதி பெயரில்லாத, வீட்டு நம்பர் இல்லாத அவளுடைய தாயாரிடம் எப்படியோ போய்ச் சேரும். அவள் தாயார் அந்தக் கடிதத்தை அமெரிக்க தபால்தலை தெரியக்கூடியதாக மற்றவர்கள் காணத் தூக்கிப் பிடித்துக்கொண்டு அன்று முழுக்க கிராமத்தில் அலைவாள்.

இருபது நாள் கழித்து மாலை சரியாக ஆறு மணிக்கு அவள் தாயாரிடமிருந்து ஒரு தொலைபேசி வந்தது. அது அவள் எதிர்பார்த்ததுதான். அந்த டெலிபோன் செய்வதற்காக

அவளுடைய அம்மா அதிகாலை ஐந்து மணிக்கு எழும்பியிருப் பாள். ஆறுமணிக்கு முதல் பஸ்சைப் பிடித்து பட்டணத்துக்கு போய் டெலிபோன் நிலையத்துக்கு முன் காத்திருந்து, கதவு திறந்தபோது முதல் ஆளாக உள்ளே நுழைந்திருப்பாள். அங்கே அப்போது காலை ஏழு மணியாக இருக்கும்.

இருபது நாள் வயதான குழந்தை அவள் மடியிலே கிடந்தது. அம்மாவின் குரல் கேட்டது. 'மகளே, என்ன குழந்தை, நீ அதை எழுதவில்லையே?'

'பொம்பிளைப் பிள்ளை, அம்மா, பொம்பிளைப் பிள்ளை.'

'அம்மா, அவள் அழுகிறாள், சத்தம் கேட்குதா?' குழந்தையைத் தூக்கி டெலிபோனுக்கு கிட்டப் பிடித்தாள். 'மகளே, குழந்தைக்கு என்ன பேர் வைத்தாய்?' அவளுக்கு அம்மாவின் குரல் கேட்க வில்லை, அவளுடைய சுவாசப்பை சத்தம்தான் கேட்டது.

'அம்மா, அவள் முழுக்க முழுக்க அமெரிக்கக்காரி. நீ அவளைப் பார்க்கவேணும். அதற்கிடையில் செத்துப்போகாதே.'

இருவரும் ஒரே சமயத்தில் பேசினார்கள். அவர்கள் குரல்கள் அட்லாண்டிக் சமுத்திரத்தின் மேல் முட்டி மோதிக் கொண்டன.

அவள் மடியிலே கிடந்த குழந்தையின் முகம் அவள் அம்மாவுடையதைப் போலவே இருந்தது. சின்னத் தலையில் முடி சுருண்டு சுருண்டு கிடந்தது. பெரிதாக வளர்ந்ததும் அவள் அம்மாவைப்போல கொண்டையை சுருட்டி வலை போட்டு மூடுவாள். தன் நண்பிகளுடன் கட்டை பாவாடை அணிந்து கூடைப்பந்து விளையாட்டு பார்க்கப் போவாள். சரியான தருணத்தில் எழுந்து நின்று கைதட்டி ஆரவாரிப்பாள்.

'என் அறையில் வந்து தூங்கு' என்று ஆண் நணபர்கள் யாராவது அழைத்தால் ஏதாவது சாட்டுச் சொல்லித் தப்பியோட முயலமாட்டாள்.

பல்கலைக்கழக கலாச்சார ஒன்று கூடலில் 'என்ன தவம் செய்தனை' பாடலுக்கு அபிநயம் பிடிப்பாள் அல்லது பதினாறு கம்பி இசைவாத்தியத்தை மீட்டுவாள். ஒவ்வொரு நன்றிகூறல் நாளிலும் புதுப்புது ஆண் நண்பர்களைக் கூட்டி வந்து பெற் றோருக்கு அறிமுகம் செய்துவைப்பாள். அவர்களின் உயிரணு எண்ணிக்கை மில்லி லிட்டருக்கு இரண்டு கோடி குறையாமல் இருக்கவேண்டுமென்பதை முன்கூட்டியே பார்த்துக்கொள்வாள்.

குதிரைக்காரன்

அவனுடைய பெயர் என்னவென்று யாராவது கேட்டால் அவன் மார்ட்டென் என்றே சொன்னான். அது ஒரு பிலிப்பினோ பெயர். ஆனால் அவர்கள் அழைக்கும்போது மார்ட்டின் என்றே அழைத்தார்கள். ஒன்றிரண்டு முறை தவறைச் சுட்டிக் காட்டினான். பின்னர் திருத்துவது அலுத்துப்போய் அவனும் தன் பெயரை மார்ட்டின் என்று சொல்லத் தொடங்கியிருந்தான். ஒரு வருடத்திற்கு முன்னர் பழைய சந்தையில் வாங்கிய கோட்டை அணிந்திருந்தான். வயது ஏறும்போது கோட்டும் வளரும் என்று எண்ணினானோ என்னவோ, அந்தக் கோட்டு அவன் உடம்பைத் தோல்போல இறுக்கிப் பிடித்துக்கொண்டது. விளிம்பு வைத்த வட்டத் தொப்பி ஒன்றைத் தலையிலே தரித்திருந்தான். முதுகுப் பை சாமான் கள் நிரம்பிப் பாரமாகத் தொங்கியது. லராமி ஆற்றை ஒட்டிய பாதையில் நடந்துபோனால் மார்க் ஓகொன்னருடைய பண்ணை வரும் என்று சொல்லியிருந்தார்கள். ஆனால் எத்தனை மணி நேரம் அப்படி நடக்க வேண்டும் என்பதை எவரும் சொல்லவில்லை. மரப் பாலங்கள் அடிக்கடி வந்தன. மிகவும் எச்சரிக்கையாக அவற்றைக் கடக்க வேண்டும். ஒன்றிரண்டு பலகைகள் உடைந்து தண்ணீர் மினுங்கிக்கொண்டு கீழே ஓடுவதை அவதானிக்கக் கூடியதாக இருந்தது.

பாதை இரண்டாகப் பிரியும் ஒவ்வொரு சமயமும் பிலிப்பைன் நாட்டில் இருக்கும் தன் தகப்பனை நினைத்துக்கொண்டான். அவருடைய

அறிவுரை பயனுள்ளதாகத் தோன்றியது. வழிதெரியாத புதுப் பிரதேசத்தில் நடக்கும்போது எப்போதும் பாதை பிரிந்தால் இடது பக்கத்தைத் தேர்ந்து எடுக்க வேண்டும். வழி தவறினால் திரும்பும் போது வலது திருப்பங்களை எடுத்துப் புறப்பட்ட இடத்துக்கு வந்து சேர்ந்துவிடலாம். இடம் வலம் என்று மாறி மாறி எடுத்தால் திரும்பும் வழி மறந்து தொலைந்துபோய் விட வேண்டியதுதான். எத்தனை நல்ல புத்திமதி. மான் கூட்டம் ஒன்று அவனைத் தாண்டிப் போனது. கொம்பு வைத்த ஆண் மான் பாதையின் நடுவில் நின்று ஒருவித அச்சமும் இல்லாமல் எதையோ தீர்மானிக்க முயல்வதுபோல அவனை உற்றுப் பார்த்தது. அது வெள்ளைவால் மான் என்பது அவனுக்கு பின்னாளில் தெரியவரும். கறுப்புவால் மான்கள் இன்னும் பெரிதாக இருக்கும். கீழே தூரத்தில் பைஸன்கள் பள்ளத் தாக்கிலே மேய்ந்துகொண்டிருந்தன. ஆனால் அவன் பயப் படுவது கரடிகளுக்குத்தான். அவை ஆபத்தானவை என்று கேள்விப்பட்டிருந்தான். ஓநாய்களும் அவனுக்கு அச்சம் ஊட்டுபவை.

பனிக்காலம் முடிந்துவிட்டாலும் இன்னும் சில இடங் களில் கடைசிப் பனி உருகாமல் தரையை ஒட்டிப் பிடித்திருந் தது. அமெரிக்காவில் ஜனாதிபதி ஐஸன்ஹோவர் தனது இரண்டாவது தவணை ஆட்சியைத் தொடங்கி நாலு மாதங்கள் ஆகிவிட்டன. அவனுடைய நாட்டு ஜனாதிபதி மகசெசெ விமான விபத்தில் இறந்துபோய் இரண்டு வாரம் ஆகிறது. பின்னாளில் உலகப் பிரபலமாகப் போகும் ஒசாமா பின்லாடன் பிறந்து ஒரு மாதம் ஆகியிருந்தது. இது ஒன்றும் அவனுக்குத் தெரியாது. அவன் கவனம் முதுகுப்பையில் பத்திரமாக அவன் காவிய மரக்கன்று பழுதாகக்கூடாது என்பதில் இருந்தது. பண்ணை எப்போது வரும் என அலுத்துப்போய்ச் சற்று நின்று வானத்தை நிமிர்ந்து பார்த்தபோது கண்களை அவனால் நம்பமுடியவில்லை. மஞ்சள் தலை கறுப்புக் குருவிகள் ஆயிரம் ஆயிரமாகத் தெற்கிலிருந்து வடக்கு நோக்கிப் பறந்துகொண் டிருந்தன. இவை என்ன பறவைகள் எனக் கண்டுபிடிக்க வேண்டும் என மனதுக்குள் நினைத்துக்கொண்டான். மீண்டும் பார்வையை நேராக்கியபோது ‘ஓகொன்னர் பண்ணை’ என்று எழுதிய பெயர்ப் பலகை அவன் கண்ணில் பட்டது..

ஓகொன்னர் நீண்ட பொன்முடி விழுந்து கண்களை மறைக்க, தட்டையான அகலமான நெஞ்சுடன் ஆறடி உயர மாகத் தோன்றினார். மாலை ஆறு மணி ஆகிவிட்டதால் தூரத்தில் தெரியும் இரண்டு மலை முகடுகளைப் பார்த்தபடி

ஓய்வெடுத்தார். சூரியனுடைய கடைசிக் கிரணங்கள் அவர் முகத்தைச் சிவப்பாக்கின. அவருக்கு முன் இருந்த இனிப்பு மேசையில் நுரை தள்ளும் பானம் இருந்தது. பியர் ஆக இருக்கலாம். மரநாற்காலிகள் நிறைய இருந்தும் அவர் அவனை உட்காரச் சொல்லவில்லை. மார்ட்டின் தொப்பி விளிம்பில் ஒரு விரலை வைத்து அது போதாதென்று நினைத்தோ என்னவோ இடுப்புவரைக் குனிந்து வணக்கம் சொன்னான். 'பண்ணையில் என்ன வேலை செய்யத் தெரியும்?' என்று அவனிடம் கேட்டார். மார்ட்டின் 'எல்லா வேலையும் தெரியும். கோழி வளர்ப்பு, பன்றிகள், ஆடுகள், மாடுகள் எல்லாம் பராமரிப்பேன். தச்சு வேலையும் கொஞ்சம் கற்றிருக்கிறேன்' என்றான். அவனுடைய தகப்பன் 'தச்சுவேலை உனக்கு உதவும். அது யேசுநாதருடைய தொழில்' என்று சொன்னது ஞாபகத்துக்கு வந்தது. 'குதிரை பராமரித்து உனக்கு ஏதாவது அனுபவம் உண்டா?' என்றார். 'இன்னும் இல்லை ஐயா. ஆனால் எதையும் சீக்கிரம் கற்றுக் கொள்வேன்' என்றான். 'அப்ப சரி. உனக்குத் தச்சு வேலை வரும் என்பதால் நீ வேலிகளைச் செப்பனிடலாம். குதிரை பராமரிப்பாளன் தொம்ஸனுக்கு உதவியாளாக இரு' என்றார்.

'நன்றி, ஐயா. ஒரு சின்ன விண்ணப்பம். ஒரு செடி கொண்டுவந்திருக்கிறேன். அதை நடுவதற்கு அனுமதி வேண்டும்' என்றான். 'செடியா? என்ன செடி?' என்றார் ஓகொன்னர். 'அஸ்பென் செடி ஐயா. அதிவேகமாக வளரும். தன் இனத்தைத் தானே பெருக்கிக்கொள்ளும். பண்ணைக்கு சுபிட்சத்தையும், மனிதர்களுக்கு அமைதியையும் கொடுக்கும்' என்றான். 'அப்படியா, மிக்க மகிழ்ச்சி. அஸ்பென் செடி ஒன்றை நானும் தேடிக்கொண்டிருந்தேன். நீ கொண்டுவந்துவிட்டாய், நன்றி. வராந்தாவுக்கு முன் நட்டுவிடு. நான் தினம் தினம் பார்க்கலாம்' என்றார். மார்ட்டின் 'ஆகட்டும்' என்றான்.

தொம்ஸன் ஒரு கறுப்பின அமெரிக்கன். அறுபது வயதில் சற்றுக் கூன் விழுந்து ஆறடி உயரமாக இருந்தான். யோசித்துப் பார்த்தபோது மார்ட்டின் அமெரிக்காவில் ஆறடிக்கு உயரம் குறைவானவர்களை இன்னும் சந்திக்கவில்லை. நேரம் இருட்டி விட்டதால் சமையல் அறை பூட்டுமுன்னர் தொம்ஸன் அவனுக்கு இரவு உணவு வாங்கிவந்து கொடுத்தான். வாட்டிய மாட்டிறைச்சி, பீன்ஸ், ரொட்டி. குதிரை லாயத்துக்குப் பக்கத்தில் இருந்த ஒரு சிறு அறையை அவனுக்கு ஒதுக்கி அங்கே படுத்துக்கொள்ளச் சொன்னான். மரக்கட்டிலின் மேல் பரப்பிய வைக்கோல் மெத்தை ஒன்று கிடந்தது. அதிலே கால்களை நீட்டிப் படுத்தபோதும் அவனுக்குத் தூக்கம் வரவில்லை.

அ. முத்துலிங்கம்

அவனுக்கு மேல் சரி நேரே பழுப்பு நிறத்தில் பெரிய வௌவால் ஒன்று தலைகீழாகத் தொங்கியது. அவன் அதை பார்த்துக் கொண்டிருந்தபோது அது கால்களை விடுவித்து நேரே விழுந்து பாதியில் செட்டையை அடித்து வெளியே பறந்துபோனது. அவன் நியூயோர்க்கில் ஒருவாரம் தங்கியிருந்தது நினைவுக்கு வந்தது. அமெரிக்காவில் காலடி வைத்த அந்த முதல் நாள் அவனுக்கு ஐந்தாவது மாடியில் தங்க இடம் கொடுத்தார்கள். எவ்வளவோ அவன் மறுத்தும் அவர்கள் சம்மதிக்கவில்லை. கழிப்பறை போவதற்கு ஐந்து மாடிகளும் இறங்கிக் கீழே வந்தான். மறுபடியும் மேலே ஏறினான். மூன்றாம் நாள்தான் கழிப்பறை ஐந்தாம் மாடியிலேயே இருப்பதை அறிந்து அதிர்ச்சி யடைந்தான். தரையில் கழிப்பறை இருப்பதை அவன் கண்டி ருக்கிறான். ஆனால் ஐந்தாவது மாடியில் ஒரு கழிப்பறையை உருவாக்க முடியும் என்பது அவனுக்குப் பெரும் புதிராகவே இருந்தது. எப்படி யோசித்தும் அதைக் கற்பனை செய்ய முடியவில்லை. அமெரிக்காவின் முதல் அதிசயமாக அது மனதில் பதிந்துபோய்க் கிடந்தது.

குதிரைகள் கால் மாறி நிற்பதும் அவற்றின் கனைப்புச் சத்தமும் அவனை மறுநாள் காலை எழுப்பியது. தொம்ஸன் அவனை அழைத்துச் சென்று குதிரைகளை அறிமுகப்படுத்தி னான். அவற்றின் பெயர்கள் எலிஸபெத், தண்டர்போல்ட், ஸ்கைஜம்பர், ரப்பிட்ஸ்டோர்ம் என்று பலவிதமாக இருந்தன. குதிரைகளைப் பார்த்தவுடனேயே அவனுக்கு அதீத பிரியம் ஏற்பட்டுவிட்டது. அவைகளைப் பராமரிப்பது பற்றித் தொம்ஸன் சொல்லித் தந்தான். மார்ட்டின் ஒவ்வொரு குதிரையையும் தொட்டு அதன் பெயரைச் சொல்லிச் சிநேகப்படுத்திக்கொண் டான். குதிரை வளர்ப்புப் பற்றி நிறையக் கேள்விகள் கேட்டான். ஓர் உயர்ஜாதிக் குதிரை மட்டும் கூடிய பாதுகாப்புடன் பிரத்தி யேகமாகப் பராமரிக்கப் பட்டது. பகலிலும் மின்சார பல்புகள் எரிந்தன. 'குதிரையின் கர்ப்பகாலம் 11 மாதம். கருத்தரிக்கக் கூடிய சிறந்தமாதம் மே அல்லது ஏப்ரல். அதிக வெளிச்சம் கருத்தரிக்கும் வாய்ப்பைக் கூட்டும். அதுதான் அப்படியான கவனம். அந்தக் குதிரை சீக்கிரத்தில் கர்ப்பமடையப்போகிறது' என்று தொம்ஸன் கூறினான்.

குதிரை வளர்ப்பைப் பற்றிய எல்லாக் கலைகளையும் பயின்றாலும் மார்ட்டினுக்குக் குதிரைச் சவாரி போவதில் அதிக விருப்பம் இருந்தது. அதையும் தொம்ஸனிடம் கற்றான். அவனை இயற்கையான குதிரை ஓட்டி எனத் தொம்ஸன் வர்ணித்தான். ஏறி உட்கார்ந்ததும் குதிரை ஆளை எடை

போட்டுவிடும். மார்ட்டினை ஒரு குதிரைகூட இடர் செய்ய வில்லை. வெகு சீக்கிரத்தில் நல்ல குதிரை ஓட்டக்காரனாகத் தேர்ந்துவிட்டான். 2000 ஏக்கர்கள் கொண்ட அவர்களுடைய பண்ணையை அவன் குதிரை மேல் அமர்ந்தபடியே சுற்றிப் பார்வையிட்டான். ஆரம்பத்தில் அவனுடைய பணி வேலி களைச் செப்பனிடுவது. காட்டு மிருகங்கள் அடிக்கடி வேலியை உடைத்து உள்ளே வந்துவிடும். அவற்றைத் துரத்துவதுதான் பெரிய தொல்லை. அவனுடைய அப்பா கற்றுக்கொள்ளச் சொல்லி வற்புறுத்திய தச்சு வேலை அவனுக்குக் கைகொடுத்தது.

ஒருநாள் மாலை நேரம் எசமான் அவனை அழைத்தார். அவர் படுக்கை அறைக்கு முன் இருந்த வராந்தாவில் சாய் மனைக் கதிரையில் அமர்ந்து பியர் குடித்தபடிச் சூரிய அஸ்தமனத்தை ரசித்துக்கொண்டிருந்தார். அவன் நட்ட அஸ்பென் மரம் கிடுகிடுவெனப் பத்தடி உயரத்துக்கு வளர்ந்து விட்டது. அந்த மரத்தை உற்றுப் பார்த்தார். ஒரு சோடா மூடி அளவான இலைகள் எந்த நேரம் பார்த்தாலும் துடித்த படி இருந்தன. கண்ணுக்குத் தெரியாத யாரோ ஒருவர் அதைப் பிடித்து ஆட்டுவதுபோல. மரத்தின் வெள்ளையான மரப் பட்டைகளில் குறுக்கு மறுக்காகக் கோடுகள் விழுந்திருந்தன. 'இது என்ன கோடுகள் தெரியுமா?' என்றார் எசமான். 'இதைக் கேட்கவா அவனைக் கூப்பிட்டார்' என மனதுக்குள் நினைத்த படி 'தெரியாது எசமான்' என்றான். 'பண்ணை வேலியில் நிறையப் பொத்தல்கள் உள்ளன. எப்படியோ மான்கள் உள்ளே நுழைந்துவிடுகின்றன. ஆண் மான்களுக்கு அஸ்பென் மரம் நிரம்பப் பிடிக்கும். அவை தங்கள் கொம்புகளைத் தீட்டுவது அஸ்பென் மரத்தில்தான். அவை வளைந்து கொடுப்பதால் மான்களுக்குச் சுகமாக இருக்கும். ஒரு காலத்தில் இங்கிலாந்தில் இந்த மரங்களை அம்புகள் செய்வதற்கு மட்டும் பாவித்தார் கள். யாராவது அஸ்பென் மரத்தை வெட்டி வேறு உபயோகத் திற்குப் பயன்படுத்தினால் அவர்களுக்கு மிகக் கடுமையானத் தண்டனையை அரசன் வழங்கினான். அது தெரியுமா?' என்றார். அவனுக்குத் தெரியவில்லை. 'அப்படியா?' என்றான். 'அதோ, இலைகள் துடிக்கின்றன, பார்த்தாயா?' என்றார். அப்பொழுது காற்று ஒரு சொட்டுக்கூட இல்லை. 'இந்த மரத்துக்கு நடுங்கும் அஸ்பென் என்று பெயர். அப்படி ஏன் பெயர் வந்தது தெரியுமா?' என்றார். அவர் கேட்ட ஒரு கேள்விக்குக்கூட அவனுக்கு விடை தெரியவில்லை. ஆனால் அவர் என்ன சொல்லப் போகிறார் என்பதை அறிய ஆவலாக இருந்தான். அதற்கிடையில் அவருடைய ஒரே மகள் அலிஸியா துள்ளிக்கொண்டு வந்தாள். அவளுக்கு 14 வயது தொடங்கி

யிருந்தது. மிகப் பெரிய அழகியாக வருவதற்குத் திட்டம் போட்டிருந்தாள். இரண்டு பக்கமும் கூரிய முனை கொண்ட நீலக் கண்கள். தகப்பனுடைய காதில் குனிந்து எதையோ சொல்லி அவருடைய கையைப் பிடித்து உள்ளே இழுத்துப் போனாள். அவள் வந்த தோரணையும் தகப்பனை அழைத்துப்போனதும் அவளை ஓர் எசமானி என்றே காட்டியது. மார்ட்டின் அதே இடத்தில் பல நிமிடங்கள் நின்றான். எசமான் திரும்பவில்லை. தன் அறைக்குப் போகாமல் தொம்ஸனைத் தேடிச் சென்று அவனிடம் அஸ்பென் மரம் ஏன் நடுங்குகிறது என்று கேட்டான். தொம்ஸனுக்கு ஒன்றுமே தெரியவில்லை. 'நடுங்குகிறதா?' என்று ஒருசொல்லை மட்டும் உதிர்த்தான்.

அடுத்த நாளும் அதே நேரத்துக்கு எசமான் அவனை அழைத்தார். முந்திய நாள் அவர் அழைத்தக் காரணம் என்னவென்று அப்போதுதான் தெரிந்தது. அஸ்பென் மரத்தைப் பற்றிய விடுகதையை அவர் மறந்துவிட்டார். 'குதிரைகளைப் பற்றி எல்லாம் படித்துவிட்டாயா?' என்றார். 'அப்படியே எசமான்' என்றான். 'பண்ணை வேலிகளைத் தினம் சோதிக்கிறாயா?' என்றார். 'சோதிக்கிறேன்' என்று பதில் கூறினான். 'துப்பாக்கிப் பிடித்துச் சுடுவாயா?' என்றார். 'இல்லையே, எசமான்.' 'தொம்ஸன் உனக்குச் சொல்லித் தரவில்லையா? ஒரு குதிரை பராமரிப்பாளனுக்குத் துப்பாக்கிப் பயிற்சி முக்கியமல்லவா?' என்றார். மார்ட்டினுக்கு ஒன்றுமே புரியவில்லை. ஆனால் அடுத்த நாள் தொம்ஸன் குதிரை ஓட்டம் சொல்லித் தந்தது போலத் துப்பாக்கிப் பயிற்சியும் கொடுத்தான். அது ஒன்றும் குறிபார்த்துச் சுடும் தந்திரம் அல்ல. எப்படித் துப்பாக்கியில் ரவை போடுவது, எப்படி விசையை இழுப்பது, எப்படிக் கழற்றிப் பூட்டுவது, அவ்வளவுதான். எசமானோ அல்லது தொம்ஸனோ அவனுடைய துப்பாக்கிச் சுடும் வல்லமையை ஒருநாள் சோதிக்கக் கூடும் என எதிர்பார்த்து அதற்குத் தயாராக இருந்தான். ஆனால் அவனுக்கான சோதனை வேறு உருவத்தில் வந்தது.

அவர்களிடம் தண்டர்போல்ட் என்று ஒரு குதிரை இருந்தது. உயர்ந்த ஜாதிக் குதிரை. ஒரு நல்ல ரேஸ் குதிரையாக அதற்குப் பயிற்சி கொடுக்கலாம் என்று எசமான் சொல்லியிருந்தார். அது ஒருநாள் பயிற்சியின்போது காலை உடைத்துக் கொண்டது. எசமான் குதிரையைக் கொன்றுவிடும்படி உத்தரவிட்டார். மார்ட்டின் வேலை பார்த்த அத்தனை வருடங்களிலும் அவர்கள் ஒரு குதிரையைக் கூடக் கொன்றதில்லை. சுடுவதற்குத் தொம்ஸன் மறுத்துவிட்டான். 'இரண்டு நிமிட வேலை அது. நீயே செய்' என்றான். கடந்த மூன்று வருடங்களாக மார்ட்டின்

கொழுத்தாடு பிடிப்பேன்

தான் இந்தக் குதிரையைப் பராமரித்தவன். தண்ணீர் காட்டியவன். அதன் உடம்பை மினுக்கியவன். எத்தனையோ தடவை அதன்மீது சவாரி போயிருக்கிறான். வேறு வழியில்லாமல் துப்பாக்கியை எடுத்துக்கொண்டு போய் அதன் முன்னால் நின்றான். ஒரு காலை நொண்டிக்கொண்டு குதிரை அவனையே பார்த்தது. வளைந்து அதன் நெற்றியில் ஒரு முத்தம் கொடுத்தான். குதிரைக்கு ஏதோ புரிந்தது போலிருந்தது. அதன் நெற்றிப் பொட்டில் துப்பாக்கிக் குழாயை வைத்து அதை அழுத்த முடியாமல் நீண்ட நேரம் நின்றான். பின்னர் விசையை அழுத்தினான். பெரிய சத்தம் எழுந்தது. ஆனால் குதிரை ஒன்றுமே செய்யாமல் நின்றபோது அவன் திகைத்துப் பின்வாங்கினான். ஓர் ஒலி எழுப்பாமல், காலை அசைக்காமல், வாலை ஆட்டாமல் அப்படியே பக்கவாட்டில் சரிந்து குதிரை விழுந்தது. அந்தக் காட்சி அவனுக்கு ஆயுளுக்கும் மறக்க முடியாததாகிவிட்டது. அவன் வாழ்நாளில் ஆக நீண்ட இரண்டு நிமிடம்.

தொம்ஸன் நீண்ட நோயில் படுத்ததும் குதிரைகளைத் தனியாகப் பராமரிக்கவேண்டிய கடமை மார்ட்டின்மேல் விழுந்தது. குதிரைகளுக்கு வைக்கோல், ஓட்ஸ், தண்ணீர் காட்ட வேண்டும். பயிற்சி கொடுக்க வேண்டும். அவற்றின் குளம்புகளை அடிக்கடிப் பரிசோதிப்பதற்குத் தவறக்கூடாது. இன்னொரு முக்கியமான கடமை தடுப்பூசி போடுவது. அத்துடன் லாயத்தில் குளவி கூடுகட்டி இருக்கிறதா என்பதைத் தினம் சோதிப்பான். குதிரைக்குப் பிரதான எதிரி குளவி. இத்தனைப் பிரச்சினைகள் போதாதென்பதுபோல இந்தச் சமயத்தில்தான் எசமானின் மகள் அலிஸியாவுக்கு மார்ட்டின்மேல் காதல் ஏற்பட்டது. நீலக்கண் அழகி அவள். மேல்நிலைப் பள்ளியில் படித்துக்கொண்டிருந்தாள். மிக நுட்பமான அறிவு அவளுக்கு என அவளுடைய ஆசிரியைகள் புகழ்ந்தார்கள். பெற்றோருக்கு ஒரே புத்திரி. மார்ட்டினோ பெரிய படிப்பு ஒன்றும் இல்லாமல் கூலிக்கு வேலை செய்பவன். அவனுக்கு வயது 21; அவளுக்கு 17. அதுதான் சங்கதி.

பெரிய காரியங்கள் எல்லாம் ஒரு சின்ன விசயத்தில்தான் ஆரம்பமாகும். மான்களில் அதி உயரமானதும் எடை கூடியதும் மூஸ் மான்தான். அது ஒருநாள் வேலியை உடைத்துப் பண்ணைக்குள்ளே வந்துவிட்டது. இந்தச் செய்தியைக் கொண்டுவந்தது அலிஸியா. மூஸ் மானைக் கண்டதும் மார்ட்டின் திகைத்துவிட்டான். அவன் சவாரிசெய்த குதிரையிலும் பார்க்க அது பெரியது; 1500 றாத்தல் எடையிருக்கும். காட்டுக்காளான்

போலப் பக்கவாட்டில் படர்ந்திருக்கும் கொம்புகள். இரண்டு மூன்று மணிநேரமாக அதைத் துரத்தித் துரத்திப் பண்ணைக்கு வெளியே கலைத்தான், வேலியைச் செப்பனிட்டுவிட்டு வியர்வை உடம்பில் வழிய லாயத்துக்குத் திரும்பினான். அவர்களிடம் அப்போது 40 குதிரைகள் இருந்தன. அலிஸியா குதிரைச் சவாரி உடுப்பு அணிந்து கம்பீரமாக அவளுடைய குதிரை மேலே ஆரோகணித்திருந்தாள். திடீரென்று முதல் நாள் இரவு ஏதோ அவளுக்கு நடந்துவிட்டதுபோல வித்தியாசமானப் பெண்ணாகத் தெரிந்தாள். இரண்டு கைகளாலும் உடம்போடு ஒட்டியிருந்த ஆடையைப் பிடித்து இழுத்து உடம்பிலிருந்து விடுவித்துக் கொண்டாள். அது அவனை என்னவோ செய்தது. 'ஏ பிலிப்பினோ, என்னோடு சவாரிப் போட்டிக்கு வா' என்றாள். அவனை அவள் பெயர் சொல்லி அழைத்ததே கிடையாது. அவளுடையது அதிவேகமான குதிரை. இவன் தரையைப் பார்த்தபடி பேசாமல் நின்றான். 'என்ன பயந்துபோய் விட்டாயா?' என்று சீண்டினாள். மார்ட்டின் வழக்கமாக ஏறும் குதிரை வேகத்துக்குப் பேர் போனது இல்லை, ஆனால் நாளுக்கு 100 மைல் தூரம் களைப்பில்லாமல் ஓடக்கூடியது. அதில் ஏறினான். அவள் தன் குதிரையை முடுக்கிவிட்டாள்.

மார்ட்டின் நிதானமாகப் பின்தொடர்ந்தான். அவளோ குதிரையின் முதுகோடு வளைந்து படுத்துக்கொண்டு அதன் ஓர் அங்கமாகவே மாறிக் குதிரையை வேகமாக ஓட்டினாள். நீண்ட நேரத்துக்குப் பின்னும் அவனுடைய குதிரை களைப்புத் தெரியாமல் ஒரே வேகத்துடன் ஓடியது. மிகச் சமீபமாக வந்துவிட்டான். இன்னும் சில நிமிடங்களில் அவளை முந்தி விடலாம். கடைசி நிமிடத்தில் குதிரையை இழுத்துப் பிடித்து வேகத்தைக் கட்டுப்படுத்தினான். அவனுக்கு என்ன பைத்தியமா எசமானின் மகளிடம் தன் திறமையைக் காண்பிப்பதற்கு? 'என்ன, பிலிப்பினோ, நீ எனக்கு விட்டுக் கொடுத்தாயா?' என்றாள். அவன் 'இல்லையே' என்றான். 'சரி சரி பேசாதே. நீ இரண்டாவதாக வந்ததற்கு உனக்கு ஒரு பரிசு தரவேண்டும்' என்று சொல்லியபடி அவனை அணுகி குதிரை மேல் அமர்ந்த படியே அவனுக்கு ஒரு முத்தம் தந்தாள். அன்று அவன் லாயத்துக்குத் திரும்பிய பின்னர் ஒன்றுமே செய்யவில்லை. சாப்பிடவில்லை. குதிரைகளைக் கவனிக்கவில்லை. நீண்ட நேரம் வைக்கோல் மெத்தையில் படுத்தபடி அவள் இரண்டு கைகளாலும் உடுப்பை இழுத்து உடம்பிலிருந்து விடுவித்ததைத் திருப்பி திருப்பி நினைவுக்குக் கொண்டுவந்தபடித் தூங்கிப் போனான்.

கொழுத்தாடு பிடிப்பேன்

அப்படித்தான் அவர்கள் காதல் ஆரம்பித்தது. தினம் தினம் சந்தித்துக்கொண்டார்கள். அவள் குதிரைச் சவாரி உடுப்பில் இருப்பாள். இவன் என்ன வேலை செய்துகொண் டிருந்தானோ அந்தக் கோலத்தில் புறப்படுவான். அவன் பயத் தில் நடுங்கிக்கொண்டே அவளிடம் வருவான். 'பிலிப்பினோ, பிலிப்பினோ' என அவனை அழைத்து ஆணை கொடுப்பாள். 'என்னை விட்டுவிடு. இது சரியாக வராது' என அவன் கெஞ்சு வான். 'ஏ பிலிப்பினோ, உனக்கு இரண்டு காதுகள் இருக்கின்றன. ஆனால் அந்தக் காதுகளுக்கு நடுவில் மண்டையில் உனக்கு ஒன்றுமே இல்லை' என்பாள். சம்பந்தா சம்பந்தம் இல்லாமல் 'எசமானிடம் குதிரை சுடும் துப்பாக்கி இருக்கிறது' என்பான். 'முட்டாள், உன்னைத் திருத்த முடியாது. அஸ்பென் மரம் போல நீ எப்பவும் நடுங்கிக்கொண்டிருக்கிறாய்' என்பாள்.

ஒருநாள் அவன் கேட்டான். 'எதற்காக அஸ்பென் மரம் நடுங்குகிறது?' அவள் சொன்னாள். 'யூதாஸ் இஸ்காரியத் யேசு வின் 12 சீடர்களில் ஒருவன். அவன் 30 வெள்ளிப் பணத்துக் காக ஒரு துரோகச் செயலைச் செய்கிறான். மதகுருமார்களுடன் யேசுவைத் தேடி படை வீரர்கள் வந்தபோது யேசுவின் கன்னத் தில் முத்தமிட்டு யூதாஸ் அவரை அடையாளம் காட்டிக் கொடுக்கிறான். யேசுவைப் படைவீரர்கள் பிடித்துக்கொண்டு போன உடனேயே தன் குற்றத்தை உணர்ந்து யூதாஸ் வெள்ளிப் பணத்தை மதகுருமார்களிடம் வீசி எறிந்துவிட்டு, துக்கம் தாளாமல் தூக்கு மாட்டித் தற்கொலை செய்துகொள்கிறான். யேசு சிலுவையில் அறையப்படுமுன்னர் அவன் இறந்துபோகி றான். யூதாஸ் தூக்கில் தொங்குவதற்குத் தேர்வு செய்தது அஸ்பென் மரம். அந்தக் கணத்திலிருந்துதான் அஸ்பென் மரம் நடுங்குகிறது என்பது பரம்பரைக் கதை.'

அலிஸியா அந்தக் கதையைச் சொல்லிவிட்டு தன் இரண்டு கைகளாலும் மார்ட்டினின் கன்னத்தைத் தொட்டு பிடித்துக் கொண்டு. 'மரம் நடுங்குவதற்குக் காரணம் இருக்கிறது. ஆனால் உனக்கு நான் இருக்கிறேன்' என்றாள். அவள் சொன்னதை நம்புவதற்கு அவனுக்குப் பெரிய ஆசை. அந்த வீட்டில் அவள் ஓர் இளவரசி போலத்தான் வாழ்ந்தாள். ஒரே செல்லப் பெண். சின்ன வயதில் இருந்து அவள் வைத்ததுதான் சட்டம். அவளை மீறி வீட்டிலே ஒன்றும் நடந்தது கிடையாது. மார்ட்டினை மணமுடிக்கப் போவதாகப் பிடிவாதமாகத் திட்டவட்டமாகச் சொல்லிவிட்டாள். தகப்பன் எவ்வளவோ முயன்று பார்த்தார். ஒருநாள் மனைவியிடம் சொன்னார். 'குதிரை வால் போல இவள் வளர வளர இவளுடைய புத்திக் கீழே போகிறதே.

இவளை என்ன செய்வது?' தாயாருக்கு மகளுடைய குணம் தெரியும். அவர் கணவரிடம் சொன்னார். 'இழு என்று எழுதி யிருக்கும் கதவைத் தள்ளித் திறக்கப் பார்க்கிறீர்கள். அவளை உங்களால் மாற்றமுடியாது. அவள் விருப்பத்துக்கு விடுங்கள்.' இறுதியில் ஒருநாள் பெற்றோர் சம்மதத்துடன் அவர்கள் திருமணம் நடந்து முடிந்தது. பல வருடங்கள் அவர்களுக்குப் பிள்ளையே பிறக்காமல் கடைசியில் ஒரு மகள் பிறந்தாள். அவளுக்கு 'ஹனிதா' என்று பெயர் சூட்டினார்கள்.

○

அந்த உணவகம் பிரதானச் சாலையிலிருந்து ஒதுங்கியிருந்தது. மங்கிய வெளிச்சமும் பழசாகிப்போன தரை விரிப்பும் அது வசதியானவர்கள் செல்லும் உணவகம் அல்ல என்பதை நினைவூட்டியது. மேசைகளும் நாற்காலிகளும் தரையிலே பூட்டப் பட்டிருந்தன. விவசாயிகளும் குடியானவர்களும் அங்கங்கே அமர்ந்து ஏதோ பானம் அருந்தினார்கள். சுவரிலே மாட்டி யிருந்த டிவி 18 நாள் தொடர் புரட்சிக்குப் பின்னர் பதவி பறிபோன எகிப்து அதிபர் முபாரக்கைத் திருப்பித் திருப்பிக் காட்டியது. டிவிக்கு முன் இருந்தாலும் அதை நிமிர்ந்து பார்க் காமல் அந்தப் பெண் உட்கார்ந்திருந்தார். அவர் உணவுக்கு ஆணை கொடுக்கவில்லை. யாருக்காகவோ காத்திருப்பது தெரிந் தது. 'நீங்கள் யார்?' என்று கேட்டேன். 'நான்தான் ஹனிதா' என்றார். அவருக்கு 31 வயது இருக்கும். 31 வயதில்தான் ஒரு பெண் அவருடைய அழகின் உச்சத்தில் இருக்கிறார் என்று ஆராய்ச்சி சொன்னது. அந்த ஆராய்ச்சி முடிவு சரியானது தான். கறுப்பு முடி. உடலை இறுக்கிய உடை. அதற்குமேல் குளிர்கால அங்கி அணிந்திருந்தார். முழங்கால் வரை உயர்ந்து நின்ற கறுப்புப் பூட்ஸ்கள், கழுத்தைச் சுற்றி மெல்லிய ஸ்கார்ஃப். ஒரு சிறிய நாட்டின் இளவரசி போன்ற அழகான தோற்றத் தோடு அவர் அந்த உணவகத்தில் சற்றும் பொருத்தமில்லாமல் அமர்ந்திருந்தார்.

'உங்களுடைய சிறுவயது ஞாபகம் என்ன?' என்று கேட் டேன். 'நான் பிறக்க முன்னரே என்னுடைய தாத்தாவும் பாட்டியும் இறந்துவிட்டார்கள். எனக்குத் தெரிந்தது என் அம்மா வும் அப்பாவும்தான். என் அம்மா சாதாரண குதிரைக்கார னான அப்பாவைப் பிடிவாதமாகக் காதலித்து மணந்துகொண் டார். அவர் சொல்லித்தான் எனக்கு அது தெரியும். ஆனால் அவர்கள் ஒருவர்மேல் ஒருவர் அன்பு செலுத்தியதை ஒரு நாளாவது நான் கண்டது கிடையாது. அம்மா என் அப்பாவை

கொழுத்தாடு பிடிப்பேன்

'ஏ பிலிப்பினோ' என்றுதான் இறுதிவரை அழைத்தார். என் தகப்பனும் கணவன் போல நடக்காமல் ஒரு கீழ்ப்படிதலான வேலைக்காரன் போலவே நடந்தார். வீட்டு நாயை அதட்டுவது போலவே அம்மா அப்பாவுடன் பேசுவார். அம்மாதான் பண்ணைக்கு முதலாளி. அப்பா ஒரு சேவகன். ஒரேயொரு மாற்றம் என்னவென்றால் மணமுடித்த பின்னர் அப்பா அம்மா வின் படுக்கையறையைப் பகிர்ந்துகொண்டதுதான்.

'உங்களுடைய அம்மா அவ்வளவு மோசமானவரா?'
'அப்படிக்கூடச் சொல்ல முடியாது. அவருடைய புத்திக் கூர்மையும் வியாபாரத் தந்திரங்களும் அதிசயிக்கவைப்பவை. பண்ணையை முற்றிலுமாக மாற்றி அமைத்தார். அவர் சிந்திப்பார், அப்பா அதற்குச் செயல்வடிவம் கொடுப்பார். மாடுகள் ஆடுகள் பன்றிகள் எல்லாவற்றையும் விற்றுவிட்டுக் குதிரையில் மட்டுமே முதலீடு செய்தார். இன்றைக்கு 200க்கு மேற்பட்ட உயர் ஜாதிக் குதிரைகள் இருக்கின்றன. உயர் ஜாதிக் குதிரை வேண்டுமானால் எங்களிடம்தான் வரவேண்டும். அப்படி ஒரு பெயர். இந்தப் பெரிய வெற்றிக்கு அம்மாவினுடைய அயராத உழைப்புத் தான் காரணம். இருபது வருடங்களாகப் பாடுபட்டு ஒரு புதுஜாதிக் குதிரையை அம்மா உருவாக்கியிருக்கிறார். சொக்கலட் நிறம். மணிக்கு 8 மைல் வேகத்தில் நீண்ட தூரம் நடக்கக் கூடியது. அமெரிக்காவின் குதிரை இனப்பெருக்கு வரலாற்றில் அம்மாவுக்கு இடம் உண்டு. அம்மா இறந்த பிறகு பண்ணை நிர்வாகம் என் கைக்கு வந்தது. பண்ணையை இன்னும் விரி வாக்கி, கோடை விடுமுறையில் சிறுவர் சிறுமியருக்குக் குதிரை யேற்றத்தில் பயிற்சி கொடுக்கும் திட்டத்தை அறிமுகம் செய் திருக்கிறேன். என்னுடைய சின்ன வயது ஆசை இப்போது தான் நிறைவேறியிருக்கிறது.'

'உங்கள் அப்பா பற்றிச் சொல்லவில்லையே?'

'ஏறக்குறைய 50 வருடங்களுக்கு முன்னர் அப்பா பண் ணைக்கு வந்த அன்று ஒரு அஸ்பென் மரத்தை நட்டார். அன்றிலிருந்து அந்த மரத்தில் அவருக்கு ஒரு பற்று. அஸ்பென் மரம் விதையிலிருந்து முளைப்பதில்லை. வாழைமரம்போலக் கிழங்கிலிருந்து தானாகவே முளைத்துப் பெருகும். அதை அழிக்க முடியாது. ஒருமுறை காட்டிலே தீப்பிடித்தபோது பல மரங்கள் அழிந்துவிட்டன. ஆனால் அஸ்பென் மரம் மறுபடியும் கிழங்கி லிருந்து முளைத்து எழுந்துவிட்டது. சங்கிலிபோல அதன் சந்ததி ஆயிரமாயிரம் வருடங்கள் தொடரும். இன்று எங்கள் பண்ணையில் 800க்கு மேற்பட்ட அஸ்பென் மரங்கள் நிறைந்து

கிடக்கின்றன. மாலை வந்துவிட்டால் அப்பா வராந்தாவில் சாய்மனைக் கதிரையில் அமர்ந்து இந்த மரங்களைப் பார்த்த படி தன் பொழுதைக் கழிப்பார்.

'நீங்கள் திருமணம் செய்யப் போவதில்லை என்று பேசு கிறார்களே. அது உண்மையா?'

'அப்படியெல்லாம் இல்லை. அப்பாவின் சந்ததி என்னுடன் முடிவுக்கு வராது. சங்கிலிபோல அது தொடரும். அதற்கு முன்னர் எனக்கு ஒரு கடமை இருக்கிறது. என்னிடம் இருக் கும் ஒவ்வொரு நிமிடத்தையும் அப்பாவுக்காக செலவழிப்பது என்று தீர்மானித்திருக்கிறேன். என் அப்பாவை நினைத்து நான் கலங்காத நாள் இல்லை. எங்கேயோ பிறந்து இங்கே வந்து வேலைக்காரனாகவே தன் வாழ்நாளைக் கழித்துவிட்டார். ஐம்பது வருடங்களாக அவர் பண்ணையை விட்டு வெளியே போனதில்லை. அவரிடம் அன்பு செலுத்துவதற்கு வீட்டிலே ஒருவர்கூடக் கிடையாது. அறியாத வயதில் நானும் அவரைக் கேவலமாக நடத்தினேன். தினம் பள்ளிக்கூடத்திலிருந்து வந்த தும் நான் என் சப்பாதுக்களை உதறிக் கழற்றி அப்படியே காலால் எற்றிவிடுவேன். அப்பா அவற்றை எடுத்து வைப்பார். ஒரு நாள்கூட என்னைக் கண்டித்தது கிடையாது. இப்போது நான் வெட்கப்படுகிறேன். அவருக்குப் பார்கின்ஸன் வியாதி. அவரால் தானாக ஒன்றும் செய்ய முடியாது. கைகளும் தலை யும் நடுங்கியபடி இருக்கும். அவருடைய கடைசிக் காலத்தை மகிழ்ச்சியாக ஆக்குவதுதான் என் ஒரே கடமை.'

'அவருக்கு உங்களை அடையாளம் தெரியுமா?'

'சில வேளைகளில் தெரியும். அடிக்கடிக் கண்கள் வெளியே பார்க்காமல் அவர் மண்டைக்குள் திரும்பிவிடும். அவர் வாய் ஓரங்களில் துப்பல் காய்ந்து வெள்ளையாகத் தெரியும். எப்போது சாப்பிட்டார் என்பது மறந்துபோகும். திடீரென்று பிலிப்பினோ மொழியில் எதுவோ சொல்வார். இத்தனை வருடங்களில் அவர் அந்த மொழி பேசியது கிடையாது. இரவு பகல் வித்தி யாசம் தெரியாது. இரவு இரண்டு மணிக்கு என்னை எழுப்பி வெளியே போவதற்குக் கையைக் காட்டுவார். அவரைச் சக்கர நாற்காலியில் உட்கார்த்தித் தள்ளி வராந்தாவில் விடுவேன். அவர் நட்ட அஸ்பென் மரம் பெரிதாக வளர்ந்து அங்கே நிற்கும். அதைச் சுற்றி இன்னும் நூற்றுக்கணக்கான மரங்கள். நடுங்கும் இலைகளைப் பார்த்தபடியே அவர் நெடுநேரம் இருப்பதை நான் சிறுமியாக இருந்தபோது அவதானித்திருக் கிறேன். ஆனால் இப்போது ஒரு வித்தியாசம். அஸ்பென்

இலைகள் நடுங்கும். அவருடைய கைகளும் தலையும் நடுங்கும். கூர்ந்து பார்க்கும்போது அங்கே பெரிய உரையாடல் நடை பெறுவது தெரியவரும்.'

சலசலவென ஓடிய ஆறு திடீரென்று உறைந்ததுபோல மௌனம் கூடியது. ஹனிதா குனிந்து, கலையழகுடன் கூர்மை யாக்கப்பட்ட அவருடைய கை நகங்களை நோக்கினார். பின் எழுந்து நின்றார். இரண்டு கைகளாலும் உடம்போடு ஒட்டி யிருந்த ஆடையை பிடித்து இழுத்து உடம்பிலிருந்து விடுவித்துக் கொண்டு நிமிர்ந்து கண்களைச் சுழற்றி அந்த மலிவான உண வகத்தைப் பார்த்தார். அவர் கண்கள் போய் நின்ற இடங்களில் அமர்ந்திருந்த ஏழை விவசாயிகள் எழுந்து எழுந்து கைகளை நெற்றியில் தொட்டு வணக்கம் சொன்னார்கள்.

மெய்க்காப்பாளன்

இது எல்லாம் நடந்தது ஒரு சாதாரண நாள் பின்னேரம் சரியாக நாலு மணிக்கு. எப்படித் தெரியுமென்றால் அந்தப் பஸ் தரிப்பு நிலையத்துக்குப் பின்னாலிருந்த மணிக்கூண்டு டங்கென்று சத்தமிட்டது. நான் ரோட்டுக்கு இந்தப் பக்கம் நின்றேன், பஸ் தரிப்பு எதிர்ப் பக்கம் இருந்தது. மணியை நிமிர்ந்து பார்த்த என் கண்கள் கீழே இறங்கின. இப்படித்தான் என் வாழ்நாளை மாற்றப் போகும் சம்பவம் தொடங்கியது.

பின்மதியம் மூன்று மணிக்கு மச்சாள் அந்தரிக்கத் தொடங்கிவிடுவார். அண்ணர் சரியாக ஐந்தரை மணிக்கு அலுவலகத்திலிருந்து வருவார். அவருடைய அலுவலகம் மூடுவது ஐந்து மணிக்கு. ஐந்து மணி அடிக்கும்போது அன்றைய கோப்புகளை மூடிவிட்டு, பேனையைத் திருகி சேர்ட் பக்கெட்டில் செருகிவிட்டு, லாச்சியைப் பூட்டிச் சாவியைப் பத்திரப்படுத்திவிட்டு அலுவலக வாசலில் நிற்பார் என்றுதான் நினைக்கிறேன். அல்லாவிட்டால் எப்படிச் சரியாக ஐந்தரை மணிக்கு அவரால் வீட்டுக்கு வரமுடியும்.

அண்ணர் வீட்டு வாசலை மிதிக்கும்போது அவித்த முட்டை ரெடியாக இருக்கவேண்டும். அதற்குத்தான் மச்சாள் இந்தப் பாடு. அப்படிச் செய்யாவிட்டால் இலங்கைப் பாராளுமன்றத்தை யாராவது தரைமட்ட மாக்கிவிடுவார்கள் என்பது போலக் காரியங்கள் நடக்கும். நாலு மணிக்கு பத்து நிமிடம் இருக்கும்போது மச்சாள் காசைத்

தந்து ஒரு முட்டை வாங்கிவரச் சொல்லுவார். அது சிவப்பு முட்டையாக இருக்கவேண்டும். அண்ணர் வெள்ளை முட்டை சாப்பிடமாட்டார். அரசாங்கத்தில் தலைமை லிகித ராக உத்தியோகம் பார்க்கும் ஒருவர் வெள்ளை முட்டையை எப்படிச் சாப்பிட முடியும்? அடுத்த நாளும் மச்சாள் ஒரு முட்டை வாங்குவார். அதற்கு அடுத்த நாளும். எத்தனையோ தடவை கேட்டுவிட்டேன், ஒரு பத்து முட்டையை ஒரே தரமாக வாங்கலாம்தானே என்று. மச்சாளுக்குக் கோபம் வரும். அவர் கண்கள் பெரிதாகி நான் தினம்தினம் வாங்கி வரும் சிவப்பு முட்டை சைசுக்கு வந்துவிடும். 'ஒரு கோழி எப்பவாவது ஒரு நாளைக்குப் பத்து முட்டை இடுமா? ஒரு நாளைக்கு ஒன்றுதான்' என்பார். நான் கேட்டதற்கும் இதற்கும் என்ன சம்பந்தம்? மச்சாள் சொன்னால் இரண்டாம் பேச்சு பேசக்கூடாது, இல்லாவிட்டால் அண்ணரிடம் சொல்லி விடுவார். நான் கிட்டத்தட்ட அடிமை என்ற விசயம் எனக்கு ஞாபகத்துக்கு வரும்.

இரண்டுதரம் நான் சோதனையில் பெயிலாகிவிட்டதால் எனக்கு வேறுகதி கிடையாது என்று என்னைப் பொலிடெக்னிக் கில் சேர்த்திருந்தார்கள். அண்ணர்தான் பணம் கட்டுகிறார். அவர்தான் சாப்பாடு போடுகிறார். அவர்தான் தங்க இடம் கொடுக்கிறார். வருடத்துக்கு ஒரு புது சேர்ட்டும் தான் போட்டு முடித்த ஒரு பழைய சேர்ட்டும் தருகிறார். எனக்கு 17 வயது தொடங்க இரண்டு மாதம் இருக்கிறது. சரியாக நாலு மணிக்கு ஒரு முட்டை வாங்கி கொடுத்துச் சொந்த அண்ணரைக் கொழுக்க வைப்பதில் என்ன பிழை இருக்கிறது. காசை எறிந்து எறிந்து ஏந்திக்கொண்டே முட்டை வாங்கக் கடைக்குள் நுழைந்தேன். அப்பொழுது அடித்த நாலு மணிக்குக் கீழ்தான் அவள் பஸ்சுக் காக நின்றுகொண்டிருந்தாள். பள்ளி மாணவி. வெள்ளைச் சீருடை. வெள்ளைச் சப்பாத்து. நீலமும் வெள்ளையும் கோடு போட்ட டை. இரட்டைப் பின்னல் பின்னி நீல ரிப்பனால் பூப்போட்டுச் சடையை முடிவுக்குக் கொண்டுவந்திருந்தாள். புத்தகங்களை, கைகளை மடித்து அதற்குமேல் வைத்துக் காவினாள். அவளைப் பார்த்துக்கொண்டு வந்த கண்கள் அவள் கழுத்துக்கு வந்ததும் நின்றன. நீளமான கழுத்து. ஒரு வாத்தின் கழுத்துப் போல நீள்வதும் சுருங்குவதுமாக வழுவழுவென்று இருந்தது. உடனேயே அவளுடைய கழுத்துக்கும் என்னுடைய இருதயத் துக்கும் ஒருவிதமான தொடர்பு ஏற்பட்டது. அவளுடைய கழுத்து நீண்டு தலை உயரும் ஒவ்வொரு முறையும் என் இருதயம் ஒரு துடிப்பைத் தவறவிட்டது.

இரண்டு நிமிடம் கழிந்தது. பார்த்தால் நான் அவளுக்குப் பக்கத்தில் நின்றேன். பஸ் வந்ததும் அவள் ஏறினாள். நானும்

ஏறினேன். அவள் எந்த இடத்துக்கு டிக்கட் எடுத்தாள் என்பது எனக்கு தெரியவில்லை. ஆகவே பஸ் கடைசியாகப் போய் நிற்கும் இடத்துக்கு முட்டைக் காசைக் கொடுத்து டிக்கட் எடுத்தேன். பஸ்சிலே நான் பின்னால் இருக்க அவள் நாலைந்து இருக்கைகள் தள்ளி முன்னாலே உட்கார்ந்தாள். அவளுடைய தலை, இரட்டைப் பின்னல், பாதிக் கழுத்து, தோள்மூட்டின் ஒரு பகுதி எனக்குத் தெரிந்துகொண்டிருந்தது. அரை மணி நேரம் கழித்து அவள் மணி அடிக்காமலே பஸ் நின்றது. அவள் திடீரென்று இறங்கிப் போனாள். நான் அடுத்தத் தரிப்பில் இறங்கிப் பஸ் பிடித்து வீட்டுக்கு வந்து சேர்ந்தேன்.

என் மச்சாளின் முகத்தைப்போல ஒரு முகத்தை ஒருவரும் கண்டிருக்கமாட்டார்கள். அவருடைய முகத்தோல் நல்லாய் பாவித்த செருப்புத் தோல்போலத் தடிப்பாக இருக்கும். சிரித் தாலும் கோபித்தாலும் முகத்தின் தசைகளில் மாற்றமிராது. ஆனாலும் குரலில் வித்தியாசம் தெரியும். கோபிக்கும்போது பொய்க்குரல் வந்துவிடும். 'எங்கே முட்டை?' என்றார். 'உடைஞ்சு போச்சுது' என்றேன். 'அதுக்கு இவ்வளவு நேரமா?' 'நான் எங்கை உடைஞ்சுது என்று பார்க்கத் திரும்பவும் தேடிக்கொண்டு போனன். அப்பிடியும் கண்டுபிடிக்க முடியேல்லை.'

'மிச்சக் காசு எங்கே?'

'அதுவும் துலைஞ்சு போச்சுது. எத்தனை தரம் ஒன்றையே திருப்பித் திருப்பிச் சொல்லுறது.' எனக்குக் கோபம் வந்ததுபோல மூச்சை பெரிசாக உள்ளேயும் வெளியேயும் விட்டேன். சில வேளைகளில் இந்தத் தந்திரம் வேலை செய்யும். அண்ணர் காத்திருந்து கடைசியில் முட்டை இல்லாமல் சாப்பிட்டுவிட்டு உள்ளுக்குள் என்னையே உற்றுப் பார்த்துக்கொண்டிருந்தார். அவருக்கும் எனக்கும் பதினைந்து வருட வித்தியாசம். அந்த நிமிடம் அவர் என்னை 'வெளியே போடா' என்று சொல் னால் நான் இரவு ரோட்டில்தான் படுக்க வேண்டும். ஆனால் அவர் சொல்லவில்லை. மச்சாள் 'பொலிடெக்னிக்கில் படிக்கிற இதுக்கு இவ்வளவு கெறுக்கு' என்று புறுபுறுத்தபடி உள்ளுக்குப் போனார்.

வழக்கமாக மச்சாளுக்குக் கோபம் புரளும் நாட்களில் அடியிலே சீனப்பூ வரைந்த சீனத் தட்டிலே சோறும் கறியும் பரிமாறி அதை இன்னொரு தட்டினால் மூடி மேசையிலே வைத்துவிடுவார். நான் சீனப்பூ தெரியுமட்டும் சோற்றை அள்ளித் தின்று தண்ணீர் குடித்துக் கோப்பையைக் கழுவிக் கவிழ்த்து வைத்துவிட்டுப் படுக்கப் போவேன். சத்தங்களில் இனிமையானது மேசையில் கோப்பை வைக்கும் சத்தம். அன்றைக்கு அந்தச் சத்தம் எழவில்லை; மச்சாள் கோப்பை

வைக்கவில்லை. இரண்டு மூன்று தடவை மேசைக்கு வந்து பார்த்து ஒன்றும் இல்லையென்று உறுதிப்படுத்திவிட்டு திரும்பப் போய்ப் படுத்துவிட்டேன். முட்டை இல்லாமல் ஒரு கோப்பை நிறைந்த சோற்றைச் சாப்பிடுவதற்கு ஒரு தலைமை லிகிதர் எவ்வளவு கஷ்டப்பட்டிருப்பார். இது என்ன கஷ்டம் என்று மனதைத் தேற்றிக்கொண்டு அன்றைக்குப் படுக்கச் சென்றேன். வெகு நேரத்துக்குப் பிறகு நித்திரை வந்தது.

இரண்டு நாள் கழிந்தபின் அண்ணர் முட்டை சாப்பிட்ட திருப்தியில் சுவரிலே கதிரையை சாத்திவைத்து அதிலே உட்கார்ந்து இரண்டு கால்களையும் தொங்கவிட்டுப் பேப்பரில் சிறுவர் பகுதியில் வந்த கார்ட்டூனைப் படித்து மகிழ்ந்துகொண் டிருந்த நேரத்தில் மெல்லப் பேசத் தொடங்கினேன். 'எனக்கு இந்தப் படிப்பு இறங்குதில்லை. பொலிடெக்னிக்கில் ஸ்பெசல் கிளாஸ் இருக்கு. அதுக்கு போகவேணும்.' அண்ணர் திடுக்கிட்டு விட்டார். அவருடைய வாய் குழறியது. நானாக வந்து படிப்பைப் பற்றிப் பேசியது அதுவே முதல் தடவை. 'எவ்வளவு காசு கட்ட வேணும்?' என்றார். 'காசு இல்லை. எல்லாம் இலவசம். பஸ் காசு மாத்திரம்தான்' என்றேன். அண்ணருக்கு நான் கட்டடக் கலை படிக்க வேண்டும் என்ற விருப்பம். பெரிய கட்டடங்களைச் சிறிய தாளிலே வரைவது. மச்சாளுக்கு நான் தாவரவியல் படிக்க வேண்டும். சின்னப் பூக்களை பெரிய தாளிலே வரைவது. எனக்கோ படம் வரையத் தேவை இல்லாத எந்தப் படிப்பும் சம்மதம். என் மூளையைத் திறமாக வேலைசெய்ய வைத்து ஒருமாதிரியாக இருவரையும் சமாளித்து, காலையிலேயே மச்சாளுக்கான முட்டையை வாங்கிக் கொடுத்து பின்னேரத்துக் கான நேரத்தை எனக்காக அபகரித்துக்கொண்டேன்.

பதினெட்டு பத்தொன்பது வயது தாண்டியவர்களுக்கு நான் சொல்வது ஒருக்காலும் விளங்காது. சரியாக நாலு மணிக்குப் பளபளவென்று மின்னும் வெள்ளைச் சீருடையில் அவள் பஸ் தரிப்புக்கு வருவாள். வரும்போதே ஒரு தென்றல் வீசும். நான் அவளையே பார்த்தாலும் அவள் என்னைப் பார்ப்பது கிடையாது. அப்படித் தவறி அவள் கண்பார்வை என் மீது விழுந்தாலும் அது என் உடலைக் கிழித்துக்கொண்டு மற்றப்பக்கம் போய்விடும். அந்தப் பார்வை என்னால் தாங்க முடியாததாக இருக்கும். இரண்டு பின்னலில் ஒன்று முன்னுக் கிருக்கும், ஒன்று பின்னுக்கிருக்கும். தன் அழகை முன்னுக்கும் பின்னுக்கும் சமமாகப் பிரித்துக்கொடுக்கும் எண்ணமாக இருக்கலாம். இரண்டு பின்னலையும் பின்னால் விட்டால் கூட அழகு குறையாது. பஸ்சுக்குக் காத்திருக்கும்போது முகத்திலே எரிச்சலோ பதற்றமோ இல்லாமல் கண்கள் சாந்தமாகவே

இருக்கும். தலை குனிந்து அவளுடைய வெள்ளைச் சப்பாத்தைப் பார்க்கும் அல்லது மார்போடு ஒட்டியிருக்கும் புத்தகங்களைப் பார்க்கும். அவை இயற்பியல், தாவரவியல் போன்ற புத்தகங் கள். அவள் கண்களில் தெரியும் புத்திக்கூர்மையை வைத்து அவள் மருத்துவப் படிப்புக்குத் திட்டமிடுகிறாள் என்பதை ஊகிக்கமுடியும். ஆனால் வாத்து செய்வதுபோலக் கழுத்தை நீட்டினால் உடனேயே செய்தி என் இருதயத்துக்குப் போய்த் துடிப்பு ஒன்று தவறிப்போகும்.

பஸ் வந்ததும் அவளை ஏறவிட்டுப் பின்னர்தான் நான் ஏறுவேன். அவள் வழக்கம்போல முன்னுக்கு உட்கார நான் பின்னுக்கு அவளைப் பார்க்கக்கூடிய தூரத்தில் உட்காருவேன். இறங்கவேண்டிய இடம் வந்ததும் அவள் இறங்கிச் செல்வாள். அவளைப் போகவிட்டுச் சிறிது நேரம் கழித்து நானும் தொடர் வேன். அவள் திரும்பிப் பார்க்காமல் நடப்பாள். ஒரு பெரிய கேட் வைத்த வீடு வரும்போது கேட்டைத் திறந்து உள்ளே போவாள். கேட்டின் நடுவிலே தகரம் வைத்து மறைப்புக்காக அடித்திருக்கும். அந்த வீதியின் கடைசி வீடுமட்டும் நான் ஏதோ வேலையிருப்பதுபோலப் போய்த் திரும்பி அடுத்த பஸ் பிடித்து வீடு வந்து சேருவேன். இது தினம் தினம் நடக்கும்.

ஒருநாள் நாலு மணிக்கு அவள் பஸ் தரிப்புக்கு வரவில்லை. எனக்கு மூச்சடைத்துவிடும்போல இருந்தது. ஆறு பஸ் வந்து போய்விட்டது. அவளுக்கு ஏதாவது உடல் சுகமில்லையோ என்று மனம் தவித்தது. சரியாக 5.15க்கு அவள் வந்தாள். அவள் கையிலே புத்தகங்களுடன் பாட்மிண்டன் விளையாடும் ராக்கெட் டும் இருந்தது. முகம் வியர்த்துத் துடைத்துப் பளிச்சென்று இருந்தது. ரத்தம் கூடியிருந்தது. புத்தகத்துடன் ராக்கெட்டை அணைத்துப் பிடித்து அவள் நடந்து வந்தபோது என் மகிழ்ச்சிக்கு அளவேயில்லை. அன்று பார்த்து பஸ் தரிப்பில் ஒருவருமே இல்லை. அவளுக்கும் எனக்கும் இடையில் இரண்டு அடி காற்று மட்டுமே. ஏதாவது பேசவேண்டுமென்றால் அதுதான் கடவுள் எனக்குத் தந்த சந்தர்ப்பம். 'நீங்கள் பாட்மிண்டன் விளையாடுவீர்களா?' இப்படி ஒரு சின்னக் கேள்வியைக் கேட்டிருக்கலாம். கேட்கவில்லை. அவள் உதடுகளைத் திறந்து பேசும்போது என்ன சத்தம் வரும் என்பதைத் தெரிந்திருக்க லாம். அன்று 20 நிமிடங்கள் வீணாயின. ஒரு சமயம் சற்றுக் குனிந்து சீருடைக்குக் கீழே, சொக்சுக்கு மேலே உள்ள சின்ன இடைவெளியில் கையிலே வைத்திருந்த ராக்கெட்டினால் சொறிந்தாள். அந்தச் செய்கைகூட எவ்வளவு அழகாக இருந்தது. அழகில்லாத ஒரு வேலைகூட இவளால் செய்யமுடியாதா என்று நான் அந்தத் தருணம் நினைத்தேன்.

வியாழக்கிழமை அவள் பாட்மிண்டன் விளையாடும் நாள். ஆனால் என் மனம் கேட்காது. மற்ற நாட்களைப்போல நாலு மணிக்கே போய்ப் பஸ் தரிப்பில் காத்திருப்பேன். அவள் நாலு மணிக்கு வராமல் 5.15க்கு அல்லது 5.20க்கு வருவாள். ஒரு மணிக்கு மேலே அங்கே காத்திருக்கும் என்னைச் சில நேரங்களில் கண்ணெறிந்து பார்ப்பதுபோலத் தோன்றும். ஆனால் ஒரு கண்ணாடியைப் பார்ப்பதுபோல அந்தப் பார்வை என்னைத் துளைத்துக்கொண்டு மறுபக்கத்துக்கு போய்விடும். நான் நிற்பது அவளுக்குத் தெரிவதில்லை. எனினும் நான் கடமை தவறாமல் அவளை வீட்டிலே சேர்த்துவிட்டுத் திரும்புவேன்.

அவள் படிக்கும் பள்ளிக்கூடம் எதுவென்று இன்னொரு நாள் கண்டுபிடித்தேன். அவள் கழுத்திலே கட்டித் தொங்கவிட்டிருக்கும் டை அதைச் சொல்லிக்கொடுக்கும். கொழும்பில் உள்ள அத்தனைப் பெண்கள் பள்ளிக்கூடங்களையும் ஒவ்வொன்றாக ஆராய்ந்து, தகவல்களைத் திரட்டித்தான் அதை என்னால் செய்ய முடிந்தது. என்னுடைய புத்திக்கூர்மை அடைவு எண் என்னுடைய செருப்பு சைசைத் தாண்டவில்லை என்று அண்ணர் என்னைப் பலமுறைத் திட்டியிருக்கிறார். அப்படியிருந்தும் என்னுடைய தொடர் விடாமுயற்சியால் அதைக் கண்டு பிடித்தேன். அவளுடைய வீட்டைக் கண்டுபிடித்தேன். அவர்கள் வீட்டில் எத்தனை பேர்கள் என்பதைக் கண்டுபிடித்தேன். அவள் எத்தனையாம் வகுப்புப் படிக்கிறாள், என்ன படிப்புப் படிக்கிறாள், என்ன விளையாட்டு விளையாடுகிறாள் போன்ற சகல விசயங்களும் எனக்குத் தெரிந்தன. அவளுடைய தகப்பன் பெயர்கூடத் தெரியும். அது கேட் பலகையில் எழுதியிருந்தது. அவளுடைய பெயர் மட்டும் தெரியவில்லை. ஒருநாள் அதையும் கண்டுபிடித்தேன்.

அவளுடைய பள்ளிக்கூடத்தில் கார்ணிவல் என்று பேப்பர்களில் விளம்பரம் வர ஆரம்பித்திருந்தது. அந்த நாளுக்காக நான் ஆவலுடன் காத்திருந்தேன். ஏனென்றால் பள்ளிக்கூடத்தில் நடக்கும் கார்ணிவலுக்கு அவள் கட்டாயம் வருவாள். தினம் சீருடையில் வரும் அவளை வேறு உடுப்பில் பார்க்கும் வாய்ப்புக் கிடைக்கும். அவள் கவுண் அணிந்து வரலாம், சேலையில் வரலாம், சுரிதாரில் வரலாம் என்றெல்லாம் கற்பனையில் சோடித்துப் பார்த்தேன். கார்ணிவல் அன்று வாசல் திறந்ததும் உள்ளே நுழைந்து அங்குலம் அங்குலமாக முழு நிலத்தையும் அளந்து தேடினேன். இரண்டு மணிநேரமாக இப்படித் தேடி அலைந்து களைத்த சமயத்தில் வாத்து கழுத்தில் வளையம் போடும் இடத்தில் சத்தம் வந்தது. அந்த விளையாட்டு நடத்துனர்களாக இரண்டு பெண்கள் இருந்தார்கள். அதிலே ஒன்று இவள். அந்த இடத்துக்கே இவளால் ஒளி கூடியிருந்தது.

அரைத் தாவணியில் அவள் இருந்தாள். நான் அதைக் கற்பனை செய்யவில்லை. அவள் உடல் லாவண்யம் அரைத் தாவணியில் வளைந்து நெளிந்து என்னை வேறு ஒன்றையும் பார்க்கவிடாமல் செய்தது. ஒருத்தி மேசையில் இருந்தாள். இவள் கீழே விழும் வளையங்களை மீட்டு மேசையில் வைக்கும் வேலையைச் செய்தாள். அவள் குனிந்து குனிந்து வளையங்களைப் பொறுக்கியபோது அவள் உடலில் தோன்றிய வளைவுகள் என் மனதில் அழியாதபடி பதிந்தன. 25 சதத்துக்கு ஐந்து வளையங்கள். நான் பஸ் காசை எடுத்துத் தனியாக வைத்துவிட்டு வளையங்களை வாங்கி எறிந்துகொண்டிருந்தேன். இவளுடைய கழுத்தைப் போலவே வாத்துக்கள் கழுத்தை நீட்டுவதும் சுருக்குவதுமாக இருந்தன. அவள் தொட்ட அதே வளையங் களை அதே இடத்தில் நானும் தொட்டேன். காசு முடியுமட்டும் விளையாடினேன். வாத்துக் கழுத்தைப் பார்த்ததிலும் பார்க்க அவள் கழுத்தையே அதிகம் பார்த்தேன். ஒருமுறை வாத்தின் கழுத்தில் விழுந்த வளையம் கீழே இறங்க முன்னர் வாத்து அதைக் கழற்றிவிட்டது. அப்பொழுது அவள் கல்லென்று மெல்லிய ஓசையில் சிரித்தாள். ஒருமுறைதானும் அவள் என்னை நிமிர்ந்து பார்க்கவில்லை. மேசையில் இருந்த பெண் 'ஸ்வேதா' என்று அவளை அழைத்தாள். அப்படித்தான் அவள் பெயரை இரண்டு ரூபா செலவழித்துக் கண்டுபிடித்தேன்.

என் அண்ணர் தேவையில்லாமல் வாய் திறக்க மாட்டார். நல்லாய் அவித்த முட்டையை உண்பதற்கும், என்னைத் திட்டு வதற்கும் மட்டுமே திறப்பார். ஒருநாள் அவர் மச்சாளிடம் சொன்னது கேட்டது. 'இவனில நல்ல மாற்றம் தெரியுது. இப்படிக் கிரமமாக அவன் ஸ்பெசல் கிளாசுக்கு போவான் என்று நான் நினைக்கவில்லை.' அதற்கு மச்சாள் 'அது பெரிசா ஏதோ பிளான் போடுது. இப்போதைக்கு உங்களுக்கு விளங்காது' என்றார். என்னை எத்தனைச் சரியாக அவர் கணக்குப் போட் டிருந்தார் என்பதை நினைக்கத் திகைப்பாயிருந்தது. அன்றைக்கு ஒரு மணி நேரமாக மண்டையைச் சுவரில் உடைப்பதா, மேசை யில் உடைப்பதா என்று தீர்மானிக்க முடியாமல் தவித்தேன். சிவப்பு நிற எண்ணங்கள் மனதை நிறைத்தன. கிட்டத்தட்ட ஒருவருட காலம் நான் அவளை ஒருநாள் தவறாமல் வீடு வரைக்கும் பக்குவமாகக் கூட்டிச்சென்று விட்டுவிட்டு வந்தேன். நான் அவளுக்குப் பக்கத்தில் நிற்கவோ இருக்கவோ முயற்சிக்க வில்லை. பார்த்துச் சிரிக்கவில்லை. பேசவில்லை. கடிதம் கொடுக்க வில்லை. நாளுக்கு ஓர் அணுவாக எங்களிடையே வளர்ந்த காதல் முடிவுக்கு வந்தவிதம்தான் மிகவும் பரிதாபகரமானது.

ஆரம்பத்திலிருந்து ஒரு நாள் நல்லாய்ப் போய்க்கொண் டிருந்தால் அன்றைய நாள் பிழையான திசையில் சென்று

கொண்டிருக்கிறது என்பது அர்த்தம். காலையில் அண்ணர் எழும்பி இரண்டு நிமிடமாகியும் என்னிடம் சத்தம் போட வில்லை. பாணில் ஒருவரும் சாப்பிட முடியாத முரட்டுப் பகுதியைச் சாப்பிடுவதற்கு மச்சாள் சுடவைச்சக் குழம்பை ஊற்றினார். உதட்டில் கொஞ்சம் சிரித்தது போலவும் கிடந்தது. அன்பொழுக, மெசினில் மா அரைத்துக்கொண்டு வரச் சொன்னார். திரும்பி வந்தபோது நண்பன் ஒருவன் வீட்டிலே காத்துக்கொண்டிருந்தான். என்னைத் தேடி வீட்டுக்கு யாரும் வருவது மச்சாளுக்குப் பிடிக்காது. எம்.ஜி.ஆர். நடித்த மர்மயோகி படத்தை நாலுதரம் பார்த்திருந்தேன். அவர் அப்போது கோல்ஃபேஸ் ஹொட்டலில் வந்து தங்கியிருந்தார். 'அவர் ஹொட்டல் மாடிக்கு வருவார், வா பார்க்கலாம்' என்று நண்பன் அழைத்தபோது நான் நாலு மணிக்கு வேலை இருக்கிற தென்று மறுத்துவிட்டேன். அவன் என்னை ஒருமாதிரி பார்த்த படித் திரும்பினான். இப்படி ஒருவனா என்று அவன் திகைத்துப் போனது தெரிந்தது.

மூக்கில் ரத்தம் ஒழுகுவதுபோல மச்சாள் முகத்தைத் தூக்கி வைத்துக்கொண்டு முன் விறாந்தையில் உலாத்தினார். அன்று மச்சாள் உதடுகள் அசையாமல் கதைக்கும் நாள். இரண்டு கைகளையும் தன் இடுப்பில் வைத்துக்கொண்டு சாரியை அயர்ன் பண்ணித் தந்துவிட்டுப் போகும்படிக் கேட்டார். கைகள் இடுப் பிலே வேலையாக இருந்ததுதான் காரணம் என்று நினைக்கிறேன். எந்தச் சாரி என்று கேட்டேன். மைசூர் சில்க் என்றார். இதை விடக் கொடிய தண்டனையை ஒருவர் உண்டாக்க முடியாது. இன்னும் அவர் குரலை உயர்த்தவில்லை. அதற்கு அரை நிமிடம் இருந்தது. உரஞ்ச உரஞ்ச நழுவிப் போகும் சாரி அது. சாரிக்கு கீழே மச்சாள் இருக்கிறார் என்று கற்பனை செய்ததில் ஒருவாறு அழுத்தித் தேய்க்கக்கூடியதாக இருந்தது. வேறு ஒரு வேலையை மச்சாள் உண்டாக்க முன்னர் ஓடியோடி பஸ் தரிப்புக்கு வந்தால் பஸ் புறப்பட்டு விட்டது. எப்படியோ ஓடிப்பிடித்து அதில் தொத்தி ஏறிக் கொண்டேன்.

அவளுடைய பின்னலையும் ரிப்பனையும் பார்த்தபடி பின்னால் இருந்தேன். ஸ் என்று தொடங்கும் அவளுடைய பெயரை உச்சரித்தால் அது எப்படிக் கேட்கும் என்று நான் சோதித்துக்கூடப் பார்த்தது கிடையாது. மனதுக்குள் அடிக்கடி சொல்லிப் பார்ப்பேன். ஸ் எழுத்தே ஒரு ரகஸ்யமான எழுத்து தான். அந்த வருடம்தான் என் வாழ்நாளில் ஆகத்திறமான வருடம். பஸ் நிறுத்தத்தில் அவள் இறங்கியதும் நானும் இறங்கி னேன். என்றுமில்லாத மாதிரி அவளுடைய பிறங்கை என் னுடைய பிறங்கையில் மெல்லிசாக உரசியது. அவளைக் கொஞ்ச

தூரம் நடக்கவிட்டுப் பின்னால் நானும் நடந்தேன். அவள் என்னை கடைக்கண்ணால் திரும்பிப் பார்த்தாள். நான் நம்ப வில்லை. அந்த ஒரு வருடகாலத்தில் அவள் அப்படிச் செய்தது கிடையாது.

அன்று எனக்கு என்ன தோன்றியதோ அவளை மனனம் செய்தேன். அவளுடைய உயரம், பருமன், நிறம், பின்னல், ரிப்பன், கழுத்து, உடல் வளைவு, கால்கள் சகலதையும் மனப் பாடம் பண்ணினேன். வழக்கத்திலும் பார்க்க வேகமாக நடந்தாள். ஏதோ பொது மலசலக்கூடத்தைக் கடப்பதுபோல. நானும் நடந்தேன். அவளுடைய வீடு வந்ததும் பாதி மறைத் திருக்கும் கேட்டைத் திறந்து உள்ளே போனாள். நான் என்பாட்டுக்கு வீதியின் நுனிக்குபோய் மறுபடியும் வந்த வழியால் திரும்பினேன். அவளுடைய வீட்டுக் கேட்டைத் தாண்டும்போது திரும்பிப் பார்த்த நான் திடுக்கிட்டேன். அவளுடைய அப்பாவும் அம்மாவும் நின்றார்கள். அவர் களுடைய மார்பும் தலையும் தடுப்புக்கு மேலால் தெரிந்தன. அவளுடைய பாட்டியும் அவளும் அவளுடைய தங்கச்சியும் கூட அங்கே நின்றது தெரிந்தது. தங்கச்சி கேட்டின் அடியில் குனிந்து என்னைப் பார்த்தாள். முழுக்குடும்பமும் நின்று என்னை வேடிக்கை பார்த்தது. என் நெஞ்சு படக் படக் என்று அடித்தது. அவர்கள் வாய் திறந்து ஒன்றுமே கேட்கவில்லை, பார்வை மட்டும்தான். எப்படிக் கேட்டைக் கடந்து பஸ் பிடித்து வீடு வந்து சேர்ந்தேனோ தெரியாது. வீட்டுக்கு வந்தபிறகும் இருதயம் விலா எலும்பில் விட்டுவிட்டுக் குத்தியது. முகத்தைப் பார்த்த அண்ணர் திடுக்கிட்டு ‘என்னடா’ என்றார். நான் ஒன்றுமில்லை என்று கத்தினேன். அந்தச் சத்தம் மச்சாளுக்குக் கேட்டது. வெள்ளவத்தைக்குக் கேட்டது. எம்ஜிஆருக்குக் கேட்டது.

‘அப்பா, எறும்பு நைஜீரியாவைக் கடந்துவிட்டது’ என்றான் மகன்.

‘சரி, நீ அதை ஒன்றும் செய்யாதே.’

மேசையின் ஒரு விளிம்பிலிருந்து மறு எல்லைவரை உலகப்படம் கண்ணாடியில் வரையப்பட்டுக் கிடந்தது. ஆங்கிலேயரின் ஆட்சி உச்சத்தில் இருந்தபோது உண்டாக்கிய வரைபடம் என்பதால் இப்போது இருக்கும் நாடுகள் சில அப்போது இல்லை. அப்போதிருந்த நாடுகள் சில ஒன்றாகச் சேர்ந்துவிட்டன. எறும்பு வரைபடத்தில் ஓடிக்கொண்டிருந்தது. என் மகனின் விரல் அதன் பின்னால் ஊர்ந்தது.

‘எறும்பு இத்தாலிக்குப் போய்விட்டது.’

'சரி.'

கிட்டத்தட்ட ஒருவருட காலம் அவள் போன பஸ்சில் நான் அவளைப் பின்தொடர்ந்தேன். யாராவது கணக்குப் போட்டு பார்த்தால் 1600 மைல்கள், 290 மணித்தியாலங்கள். எனக்கு அவள்மேல் பெரிய கோபம் இருந்தது. இப்பொழுது யோசித்துப் பார்க்கும்போது அந்தப் பெண் வேறு என்ன செய்திருக்கமுடியும் என்று தோன்றுகிறது. நான் சிரித்தால் முகத்தை வேறுபக்கம் திருப்பியிருக்கலாம். பேசினால் தனக்கு அது பிடிக்கவில்லை என்று சொல்லியிருக்கலாம். கடிதம் கொடுத்தால் அதை வாங்கி என் முன்னால் கிழித்துப்போட்டுத் தன் கோபத்தைக் காட்டியிருக்கலாம். நான் மௌனமாகத் தொடர்ந்தேன். அவள் மௌனமாகத் தன் எதிர்ப்பைக் காட்டினாள். அவள் நல்லவளாகத்தான் இருப்பாள்.

'அப்பா, நீங்கள் பயணம் போயிருக்கிறீர்களா?'

'போனது மாதிரித்தான்.'

'எங்கே?'

'ஏதோ இடத்துக்கு.'

'அது எவ்வளவு தூரம் அப்பா?'

'1600 மைல்கள்.'

வார்த்தைகளைக் கண்டுபிடிக்க முன்னர்தான் மனிதன் உண்மையாக இருந்தான். வார்த்தைகள் மனதைச் சொல்லப் பயன்படுவதில்லை; மனதை மறைக்கவே பயன்பட்டிருக் கின்றன.

'எப்ப போனனீங்கள்?'

'எனக்கு 17 வயது நடந்தபோது.'

'பயணத்துக்கு எவ்வளவு நேரம் பிடித்தது?'

'290 மணித்தியாலங்கள். அதாவது 12 நாட்கள்.'

'12 நாட்களா?'

'ஓர் உண்மையைக் கண்டுபிடிக்க 12 நாட்கள் என்பது சிறிய கால அவகாசம்தான்.'

எங்கள் சம்பாசணையில் கலந்துகொள்ளாமல் எறும்பு ஒருவர் உதவியுமின்றித் தனியாக அட்லாண்டிக் சமுத்திரத் தைக் கடந்துகொண்டிருந்தது.

ஐந்து கால் மனிதன்

நான் அமர்ந்திருந்தேன். சுப்பர் மார்க்கெட்டின் வெளியே காணப்பட்ட பல இருக்கைகளில் ஒன்றில். அந்தப் பெண் வந்து பொத்தென்று பக்கத்து ஆசனத்தில் அமர்ந்தார். சீருடை அணிந்திருந்தார். கையிலே பேப்பர் குவளையில் கோப்பி. தான் செய்த வேலையைப் பாதியில் நிறுத்திவிட்டு வந்திருக்கிறார் என்பதும், அவர் துப்புரவுப் பணிப் பெண் என்பதும் பார்த்தவுடன் தெரிந்தது. வயது 50க்கு மேலே இருக்கும். கறுப்பு முடி, நீலக் கண்கள். வெண்மையான சருமம். கிழக்கு ஐரோப்பியப் பெண்ணாக இருக்கலாம். ஒருவேளை ரஸ்யப் பெண்ணாகவும் இருக்கலாம். கோப்பியைச் சத்தம் எழுப்பாமல் உறிஞ்சிக் குடித்தபடி யோசனையை எங்கோ தூரத்தில் செலுத்திவிட்டு அமைதியாக உட்கார்ந்திருந்தார். அந்தக் கண்களில் வெளிப்பட்டத் துயரம்போல ஒன்றை நான் முன்னர் கண்டதில்லை. அதுவே அவருடன் என்னைப் பேசத் தூண்டியது.

'இன்றைய வேலையை முடித்துவிட்டீர்களா?' என்று கேட்டேன். 'இல்லை, இன்னும் பாதி வேலை இருக்கிறது. ஓய்வெடுக்கிறேன்' என்றார். அவருடைய அலங்காரம், பேச்சு, நடக்கும் தோரணை, ஆங்கில உச்சரிப்பு இவற்றை வைத்துப் பார்த்தபோது அவர் நீண்ட காலமாக ரொறொன்ரோவில் வசிக்கிறார் என்பதை உணர முடிந்தது. துப்புரவுப் பணியில் அநேகமாகப் புதிதாக குடிவந்தவர்கள் அல்லது அகதிக் கோரிக்கை யாளர்கள் தாம் வேலை செய்வது வழக்கம். நீண்ட

காலம் வசிப்ப வர்கள் சீக்கிரத்தில் வேறு தொழிலுக்கு மாறி விடுவார்கள். ஆகவே இந்தப் பெண் துப்புரவுப் பணியில் ஈடுபட்டிருந்தது எனக்கு ஆச்சரியத்தைக் கொடுத்தது.

'நீங்கள் கனடாவுக்கு எப்பொழுது குடிபெயர்ந்தீர்கள்?' என்று கேட்டேன். அவர் கிரீஸ் நாட்டைச் சேர்ந்தவர். அவருக்கு 13 வயது நடந்தபோது தனியாகக் கனடாவுக்கு வந்தார். அவருடைய தகப்பன் அவருக்கு ஹெலென் என்று பெயர் சூட்டினார். ஹோமருடைய இதிகாசத்தில் வரும் பேரழகி ஹெலென். பிறந்தபோது அவர் அத்தனை அழகாக இருந்தாராம். புராணத்தில் வரும் ஹெலெனைப் பாரிஸ் என்ற வீரன் கடல் கடந்து அபகரித்துப் போனான். ஹெலென் என்ற பெயரைக்கொண்ட இந்தப் பெண்ணும் ஏறக்குறைய அம்மாதிரித்தான் கடத்தப்பட்டார். அவரே தன் மீதிக் கதையைக் கூறினார்.

'எங்கள் குடும்பத்தில் நாங்கள் ஏழு பிள்ளைகள். நான் ஆறாவது. என் அப்பாவுக்கு ஒரு கால் கிடையாது. அவர் எப்பொழுதும் குதிரையில் ஆரோகணித்திருப்பார். படுக்கும் நேரம் போக மீதி நேரம் எல்லாம் அப்பாவைக் குதிரையின் மேல்தான் காணலாம். அவருடைய வேலை பிரபுக்களை வேட்டைக்கு அழைத்துப் போவது. அவரும் நன்றாக வேட்டையாடக் கூடியவர். குறிதவறாமல் சுடுவார். எங்கே எந்த நேரம் எந்த எடத்தில் என்ன பறவைகள் கிடைக்கும், என்ன மிருகங்கள் அகப்படும் என அவர் ஒருவருக்கே தெரியும். ஆகவே அப்பாவைத் தேடிப் பிரபுக்கள் வருவார்கள். அதிக வேட்டை கிடைத்தால் அப்பாவுக்கு அதிகப் பணம் கிடைக்கும். நான் பிறந்த பிறகு பிரபுக்கள் வேட்டையில் பெரிதாக முன்னர் போல ஆர்வம் காட்டவில்லை. படிப்படியாக அப்பாவின் வருமானம் குறைந்தது. அப்பாவுக்கு வேறு வேலை தெரியாது. அவராகவே ஆள் சேர்த்துக்கொண்டு வேட்டைக்குப் போவார். அவரை எங்கள் கிராமத்தில் 'ஐந்து கால் மனிதன்' என்றே அழைப்பார்கள். எனக்கு 11, 12 வயது நடந்தபோது நிலைமை மோசமானது. வீட்டிலே நாங்கள் அடிக்கடிப் பட்டினி கிடக்க நேரிட்டது. அப்பா தொடர்ந்து குடும்பத்தைப் பராமரிப்பதற்குப் பெரும் சிரமப்பட்டார்.

நான் படிப்பில் கெட்டிக்காரியாக இருந்தேன். தொடர்ந்து படிக்க வேண்டும் என்ற ஆசை எனக்கு. கிரேக்கக் காவியங்களும் என்னைக் கவர்ந்திருந்தன. பண்டைய கிரேக்க மொழியைப் படிக்க வேண்டும் என்ற ஆர்வத்தையும் என்னால் அடக்க முடியவில்லை. நவீன கிரேக்கம் வேறு, பண்டைய கிரேக்கம் வேறு. எழுத்துக்கள் ஒன்றாக இருந்தாலும் உச்சரிப்பு வேறு. பொருளும் வேறு. பண்டைய இலக்கியங்களை என்னால் வாசிக்க முடியும். ஆனால் பொருள் விளங்காது.

என் அம்மாவின் தங்கை கனடாவில் வசதியாக வாழ்ந்தார். அவர் என்னை அழைத்தார். கனடாவில் என்ன வேண்டுமென் றாலும் படிக்கலாம் என்று ஆசை காட்டினார். ஏனோ நான் மகிழ்ச்சியில் குதித்தேன். அந்த வறுமையிலும் என் அம்மா வுக்கு நான் புறப்படுவதில் சம்மதம் இல்லை. ஆனால் என் அப்பாவுக்குப் பெருமை பிடிபடவில்லை. நான் கனடாவுக்குப் படிக்கப் போகிறேன் என்பதை நாலு தடவை ஊர் முழுக்கக் குதிரையில் சுற்றியபடி அறிவித்தார். 1969ஆம் ஆண்டு டிசம்பர் மாதக் குளிரில் நான் மொன்றியல் வந்து சேர்ந்தேன். என் னுடைய சின்னம்மாவுக்கு இரண்டு பிள்ளைகள். நான் வந்த அன்றே என்னை அவர்கள் அறையில் தூங்க அனுமதித்தார். அவர்கள் கட்டிலில் படுத்தார்கள். நான் தரையில் படுத்தேன். அடுத்த நாள் காலையிலேயே எனக்கு உண்மை புரிந்துவிட்டது. நான் வேலைக்காரியாகத்தான் வந்திருந்தேன்.

கிரேக்கப் புராணத்தில் ஒரு கதையுண்டு. திரோய் அரசன் தன் நகரத்தைச் சுற்றிப் பிரம்மாண்டமான சுவர் எழுப்பத் திட்டம் போட்டான். அதற்காக அதிவீரன் அப்பொல்லோவையும் கடல் கடவுளான போஸிடோனையும் நியமித்தான். சுவரைக் கட்டி முடித்தபிறகு அவர்களுக்குத் தகுந்த சன்மானம் தருவதாக வாக்குக் கொடுத்தான். ஆனால் அவர்கள் சுவரைக் கட்டி முடித்த பிறகு அவர்கள் சம்பளத்தைக் கொடுக்காமல் அரசன் ஏமாற்றினான். கிரேக்கப் புராணம் சொல்லும் ஏமாற்றுக்காரர் களில் இவனே அதிகம் சிறப்புவாய்ந்த ஏமாற்றுக்காரன். என் சின்னம்மாவும் அப்படித்தான். சிறு பெண்ணான என்னைத் திட்டமிட்டு ஏமாற்றினார். காலையில் அவர் வேலைக்குப் போய்விடுவார். நான் இரண்டு பிள்ளைகளையும் பார்ப்பேன்; சமைப்பேன்; துவைப்பேன்; தரையைக் கூட்டிச் சுத்தம் செய்வேன். பள்ளிக்கூடம் போகவேண்டும் என்று நான் கேட்டபோது பனிக்காலம் முடியட்டும் என்று சொன்னார். பனிக்காலம் முடிந்தபோது செப்டம்பரில்தான் பள்ளியில் புது ஆட்களைச் சேர்ப்பார்கள் என்றார். இப்படியே புதுப்புது விதமான சாட்டு களை உருவாக்கினார். என்னைக் கடைசிவரை அவர் பள்ளிக்கு அனுப்பவில்லை.

நான் வீட்டுக்கு எழுதும் கடிதங்களைப் படித்துக் கிழித்து விட்டுத் திரும்பவும் எழுதச் சொல்வார். அவரே என் கடிதத்தை உறையிலிட்டுத் தபால்தலை ஒட்டி அனுப்புவார். நான் கண்டது காலை, மதியம், மாலை, இரவு, அவ்வளவுதான். என்னை வெளியே கூட்டிப் போனது கிடையாது. எனக்குப் பிரெஞ்சு மொழியும் தெரியாது. நான் ஓர் அடிமை வாழ்க்கை வாழ்ந்தேன். ஆனால் என் அப்பா நான் பெரிய படிப்பு படிக்கிறேன் என்ற ஆனந்தத்தில் மிதந்தார். என்னுடைய சின்னம்மா கடிதத்

தில் என்ன எழுதுவாரோ தெரியாது. ஆனால் அப்பா எனக்கு எழுதும் கடிதங்களில் 'நல்லாகப் படி. அடுத்தச் சோதனையிலும் முதல் ஆளாக நீ வரவேண்டும்' என்று எழுதியிருப்பார்.

சின்னம்மாவுக்கு இன்னொரு குழந்தை பிறந்தது. என்னுடைய பல பிறந்த தினங்கள் வந்து போயின. அது என் ஒருத்திக்கு மட்டுமே தெரியும். யாரும் எனக்குப் பிறந்த நாள் வாழ்த்துப் பாடவில்லை. ஒருநாள் இரவு எல்லோரும் உறங்கிய பின்னர் நான் கண்ணாடிக்கு முன் நின்று என்னைப் பார்த்தேன். நான் இளம் குமரியாக நின்றது எனக்கே ஆச்சரியமாகப் பட்டது. என்னையே பார்த்துக்கொண்டு நெடுநேரம் நின்றேன். அன்று மாலை சின்னம்மா அடித்ததில் கைவிரல்கள் பதிந்த அடையாளம் கண்ணாடியில் என் கன்னத்தின் பிழையான பக்கம் தெரிந்தது. அந்த வீட்டுத் தரைவிரிப்பைப் பாதி சுருட்டிய படி விட்டிருந்தேன். அதை மறுபடியும் விரிக்க மறந்துவிட்டேன். அதற்கானத் தண்டனைதான் என் கன்னத்தில் பதிந்து கிடந்தது. என் நிலையை எண்ணியபோது எனக்கே மிகவும் பரிதாபமாகப் பட்டது.

சின்னம்மாவிடம் விலை மதிக்க முடியாத பொருள் ஒன்று இருந்தது. படிகக்கண்ணாடியால் செய்த ஏழு காம்புகள் கொண்ட மெழுகுத்திரித் தண்டு. அதை நான் துடைத்துக்கொண்டிருந்தபோது அது கை தவறிக் கீழே விழுந்து உடைந்துவிட்டது. என்னுடைய சின்னம்மா எங்கிருந்தோ சத்தம் கேட்டு 'உடைத்துவிட்டாயா?' என்று கத்திக்கொண்டு கையை ஓங்கியபடி ஓடி வந்தார். அன்று எனக்கு என்ன நடந்தது என்று தெரியாது. நான் 18 வயது யுவதி. கைகளை இடுப்பில் வைத்துக்கொண்டு அவரை நேருக்கு நேர் பார்த்து 'அதற்கு என்ன இப்போ?' என்று கேட்டேன். அவர் அப்படியே நின்றார். முகத்தில் முதல் தடவையாக ஒருவித அச்சத்தைக் கண்டேன். புகைப் படம் எடுக்க மெதுவாகப் பின்னுக்கு நகர்வதுபோல நகர்ந்தார். தரையில் இருந்து விளையாடிய கைக்குழந்தையைச் சட்டென்று தூக்கி இடுப்பில் வைத்துக்கொண்டு அந்த இடத்தைவிட்டு அகன்றார். அன்றைக்கு உடைந்த கண்ணாடிச் சில்லுகளை நான் கூட்டி அள்ளவில்லை. அப்படியே போய்ப் படுத்துவிட்டேன். என் வாழ்நாளில் அதுவே நீண்ட இரவு. அடுத்த நாள் அதிகாலை பஸ் கட்டணத்துக்கு வேண்டிய பணத்தைத் திருடிக் கொண்டு ரொறொன்ரோவுக்குப் பஸ் பிடித்தேன்.'

'ரொறொன்ரோவில் சந்தோஷமாக இருந்தீர்களா?'

'ரொறொன்ரோ வந்து இறங்கிய அன்றுதான் வசந்தம் தொடங்கியிருந்தது. வானம் தொடக்கூடிய தூரத்தில் தெரிந்தது.

மரங்கள் துளிர்த்துப் புது ஆரம்பத்தை நினைவூட்டின. மனம் மகிழ்ச்சியில் திளைத்தது. ஒரு தொழிற்சாலையில் உடைகளில் பொத்தான் தைக்கும் வேலை கிடைத்தது. மிகவும் சுதந்திரமாக இருந்தேன். அங்கே வேலை செய்த ஒருவரை மணமுடித்தேன். ஒரு மகன் பிறந்தான். எல்லாம் நல்லாகவே போனது. திடீரென்று ஒரு நாள் என் கணவர் உணவகம் ஒன்று திறக்கலாம் என்று யோசனை சொன்னார். சேமிப்பில் வைத்திருந்த அவ்வளவு பணத்தையும் போட்டுக் கிரேக்க உணவகம் ஒன்றைத் தொடங்கி னோம். சில வருடங்களுக்குப் பின்னர் அது லாபத்தில் ஓடியது. ஆனால் என் கணவர் இறந்தபோது நான் அதை நட்டத்திற்கு விற்க நேர்ந்தது.'

'நீங்கள் உங்கள் சின்னம்மாவைப் பிறகு சந்திக்கவே இல்லையா?'

'நான் மொன்ரியலில் போய் இறங்கிய அன்று சின்னம்மா என் நாடியைப் பிடித்து இங்கும் அங்கும் திருப்பி ஒவ்வொரு கோணத்திலும் என்னை உற்றுப் பார்த்தார். நான் நினைத் தேன் சின்னம்மா என்மீது அன்பு காட்டுகிறார் என்று. அது அப்படியில்லை. அவர் என் விலையைத் தீர்மானித்தார் என இப்போது தோன்றுகிறது. என்னிடமிருந்து எவ்வளவு வேலை வாங்கலாம் என்றுதான் அவர் கவலைப்பட்டார். எத்தனைக் கொடூரமாக என்னை அவர் நடத்தியிருந்தாலும் அவர் சொன்ன ஒரு வாசகத்தை மாத்திரம் இன்றைக்கும் என்னால் மறக்க முடியாது. 'நீ எதற்காகப் படிக்க வேண்டும், படிக்க வேண்டும் என்று அலைகிறாய். துடைப்பக்கட்டையோடு நிற்கும்போது நீ நல்ல அழகாய்த்தானே தெரிகிறாய்.' இதுதான் சின்னம்மா. இறக்கும் வரைக்கும் என் அப்பாவுக்கு நான் ஏமாற்றப்பட்டது தெரியாது. ரொறொன்ரோ வந்த பின்னர் நான் எழுதித்தான் அம்மாவுக்குத் தெரியும். அவர் சின்னம்மாவை மன்னிக்கவே இல்லை. நான் மன்னித்துவிட்டேன், ஆனால் அந்தக் காயம் இன்னும் ஆறாமலே கிடக்கிறது.

எங்கள் நாட்டில் ஒரு பழமொழி உண்டு. 'சப்பாத்து விற்பனைக்காரன் முழங்காலில் உட்கார்ந்து ஆகவேண்டும்.' வேலைக்காரியாக என்னைச் சின்னம்மா ஆக்கிய பின்னர் நான் அவரிட்ட கட்டளையை நிறைவேற்றாமல் இருக்க முடியுமா? சின்னம்மா தன்னைப் பெரிய அழகியாக நினைத் திருந்தார். அப்படியல்ல, அவர் தண்ணீரில் ஊறவைத்தது போல ஊதிப்போய் இருப்பார். ஆனால் திறமையான எசமானி. அவர் கண்கள் பூச்சியின் கண்கள்போலச் சுழன்றபடி இருக்கும். என்னுடைய வேலைகளில் குறைகண்டபடி இருப்பது அவர் பொழுதுபோக்கு. தவறுசெய்தால் வசவு கிடைக்கும். என்

னிடம் சாதாரணமாகக் கிரேக்க மொழியில் பேசுவார். ஆனால் திட்டும்போது ஆங்கிலத்துக்கு மாறிவிடுவார். நான் ஆங்கிலம் கற்றுக்கொண்டது அப்படித்தான்.'

'உங்களுக்கு மகன் இருக்கிறான் அல்லவா?' என்றேன்.

'நான் படிக்க முடியாத பெரிய படிப்பை என் மகன் படிப்பான் என நினைத்தேன். ஆனால் அவன் பள்ளிக்கூட படிப்பைக்கூட முடிக்கவில்லை. பத்து நாள் பழக்கமான ஒரு பெண்ணை எனக்குத் தெரியாமல் மணமுடித்தான். அந்தப் பெண் சிரிக்கும்போது சிகரெட் புகை வெளியே வரும். அவளைக் கூட்டிக்கொண்டு அமெரிக்காவின் ஐடஹோ மாநிலத்துக்குப் போய்விட்டான். ஏன் அங்கே போனான் என்ற காரணத்தை யாராவது கேட்டால் சிரிப்பார்கள். அங்கே தான் வாத்து சுடலாம் என்கிறான். ஏர்னெஸ்ட் ஹெமிங்வே என்ற எழுத்தாளர் வாத்து சுட்ட மாநிலமாம். நான் ஒரு வாத்திலும் கீழாகிவிட்டேன். தாயை விட்டு ஒரு மகன் பிரிவதற்கு இது நல்ல காரணமா? என்னோடு ஒருவிதத் தொடர்பும் அவனுக்குக் கிடையாது. எனக்கு ஒருவருமே இல்லை, நான் தனியாகத்தான் வாழ்கிறேன். அடிக்கடி என் அப்பாவை நினைத்துக்கொள்வேன். அவர் இறக்கும்வரை உழைப்பதை நிறுத்தியதே இல்லை. ஊரிலே 'ஐந்து கால் மனிதன்' என்று அவரைப் பழித்தபோது அவர் அதைப் பொருட்படுத்தவில்லை. சோர்ந்து போனதும் கிடையாது. ஒருநாள் குதிரையில் அமர்ந்த படியே இறந்துபோனார். ஒரு கால் மட்டுமே இருந்தாலும் அவர் அயராமல் உழைத்தார். ஆனால் எனக்கு இரண்டு கால்கள் இருக்கின்றனவே' என்று சொல்லி மெல்லச் சிரித்தார்.

ஹெலென் என்று அருமையாகப் பெயர் சூட்டப்பட்ட கிரேக்கப் பெண் சட்டென்று எழுந்து நின்று தன் ஆடையைத் தட்டிச் சரி செய்தார். ஒரு காலத்தில் அவர் பேரழகியாய் இருந்திருப்பார் என்றுதான் தோன்றியது. கடுதாசிக் கோப்பிக் குவளையை, சற்றுமுன் அவர் சுத்தமாக்கிய குப்பைத் தொட்டி யில் எறிந்தார். துடைப்பக்கட்டை, தண்ணீர்க் கலம், சோப் வாளி, கிருமி நாசினி ஆகியவை நிறைந்த வண்டிலைத் தள்ளிக் கொண்டு புறப்பட்டார். புறப்படும் முன்னர் அவர் கடைசி யாகச் சொன்ன வாசகம் ஒரு சிறுகதையின் முடிவுக்குரிய லட்சணத்தோடு வெளிவந்தது. 'நான் 13 வயதில் துடைப்பத்தைக் கையிலெடுத்துச் சுத்தம் செய்தேன். இன்று 55 வயதிலும் அதையே செய்கிறேன், இன்னும் மோசமாக.' கொஞ்சம் நின்று யோசித் தார். 'துடைப்பக்கட்டையோடு நிற்கும்போது நான் அழகாகத் தான் இருக்கிறேன், இல்லையா?'

புளிக்கவைத்த அப்பம்

இப்படித்தான் நடந்தது. யூதப் பெண்மணி ஒருவர் எங்களை மாலை விருந்துக்கு அழைத்திருந் தார். இதிலே என்ன அதிசயம். நான் பலவித மானக் கொண்டாட்டங்களுக்கு அழைக்கப்பட்டுச் சென்றிருக்கிறேன். விருந்துகளும் அனுபவித்திருக் கிறேன். இந்துக்கள், இஸ்லாமியர், புத்தர்கள், கிறிஸ்துவர்களின் சகலப் பண்டிகைகளிலும் விருந்து களிலும் பங்கேற்றிருக்கிறேன். யூத வீட்டுக்கு மட்டும் போனது கிடையாது. பெரும் எதிர்பார்ப் பில் நானும் மனைவியும் விருந்து நாளுக்காகக் காத்திருந்தோம்.

விருந்துக்கு அழைத்தப் பெண்மணியின் கணவர் ஓர் எழுத்தாளர். அவர் எழுதிய பெரிய நாவலின் எழுத்து நன்றாக இல்லையென்றாலும் கதை சுவாரஸ்யமானது. சினிமாவாக எடுத்தால் வெற்றிபெறும். முழுக் கதையும் சைபீரியாவில் ஒரு ரயில் வண்டியில் நடைபெறுகிறது. அதை எடுப்பதற்கு ரொறொன்ரோவிலுள்ள பல தயாரிப் பாளர்களை அவர் அணுகியிருந்தாலும் ஒருவரும் துணிந்து முன்வரவில்லை.

விருந்துக்குப் போன அன்று ஓரா (அதுதான் அவர் பெயர்) தன் கணவர் ஊரில் இல்லை யென்றார். வீட்டிலே அவரும் அவர் தாயார் மட்டுமே இருந்தனர். அதுவும் நல்லதுதான். இலக்கியம் கதைக்கும் சங்கடத்திலிருந்து விடுதலை கிடைத்திருந்தது. ஓரா எங்களை அமரச் செய்து, தாயார் சமையல் அறையில் வேலையாக இருப்ப

தாகவும், விரைவில் எங்களுடன் வந்து சேர்ந்துகொள்வார் என்றும் சொன்னார். நாங்கள் பார்க்கக்கூடிய தூரத்தில் உணவு மேசை இருந்தது. அதிலே பலவிதமான உணவு வகைகள் பளிச்சென மின்னும் பாத்திரங்களில் அலங்காரமாக அடுக்கிவைக்கப்பட்டிருந்தன. அவற்றைப் பார்த்ததும் அன்று குறைந்தது இருபது விருந்தாளிகளாவது வருவார்கள் என நினைத்தோம். ஆனால் ஓரா நாங்கள் மட்டுமே விருந்தாளிகள் என்று சொன்னபோது நானும் மனைவியும் ஒருவரை ஒருவர் பார்த்தோம். இரண்டு பேருக்கு இத்தனை உணவா என்று திகைப்பை அடக்க நாங்கள் தனித்தனியாகச் சிரமப்பட்டுக் கொண்டிருந்தோம்.

ஓரா கிளைக்குக் கிளை தாவி உட்காரும் குருவிபோலச் சுறுசுறுப்பாக இருந்தார். அவருடைய தாயார் சமையலறை யில் இருந்து வெளிப்பட்டார். கூழாங்கற்களை வாய்க்குள் நிறைத்துக்கொண்டு 'குலேபகாவல்லி' என்று சொன்னால் ஒரு சத்தம் உண்டாகுமே அதுதான் அவர் பெயர். அது என் வாயில் நுழையாது; எழுத்திலும் எழுதமுடியாது. ஆகவே வசதிக்காக அவர் பெயரைச் சாரா எனச் சுருக்கியிருக்கிறேன். அவருக்கு வயது எண்பதுக்கு மேலே இருக்கும். சாந்தமான முகம். ஆனால் எதையோ ஞாபக மறதியாக வைத்துவிட்டது போன்ற கண்கள். இரண்டு கைகளிலும் இரண்டு பாத்திரங் களில் மேலும் புதிய பதார்த்த வகைகள். அவற்றை மேசையில் வைத்துவிட்டு எங்களுக்கு வணக்கம் சொல்லி வரவேற்றார். 'நான் இப்பொழுது கொண்டுவந்த பதார்த்தம் அபூர்வமானது. புது விருந்தாளிகளுக்குப் புளிக்க வைத்த மாவில் தயாரிப்பது யூத கலச்சாரத்தில் முக்கியமானது. இதன் பெயர் அரணிகலுஸ்கா. கறுவா போட்டுத் தயாரித்த இழுபடும் கேக். இப்பொழுதுதான் சூட்டடுப்பில் இருந்து இறக்கினேன். இது சுடச்சுட உண்ண வேண்டியது. வாருங்கள், வாருங்கள்' என்று எங்களை மேசைக்கு அழைத்தார். மஞ்சள் கோடு போட்டுச் சரி பாதியாக வீதியை பிளப்பதுபோலக் கேக்கின் நடுவில் கோடு வரைந்திருந்தது. 'இது என்ன?' என்று பீதியுடன் கேட்டேன். 'உங்களுக்கு ஒரு பாதி, மீதி மனைவிக்கு' என்றார். நாங்கள் முந்திப் பிந்திப் பார்த்திராத உணவு வகைகள். ஒரு கிராமமே உண்டு பசியாறக் கூடிய அந்தப் பதார்த்தங்களின் பெயர்களைக் கேட்டோம். எப்படிச் சமைப்பது, எப்படி அவற்றை உண்பது என வினவிய படியே உண்டோம். 'தாராளமாகக் கூச்சப்படாமல் சாப்பிடுங் கள், இன்னும் உள்ளே இருக்கிறது' என்றார் சாரா.

சாராவுக்கு விதம் விதமான உணவு வகைகளில் ஒருவித மான மோகம். அவர் உண்ணவே தேவையில்லை, உணவின்

மணத்தை வைத்தே தரத்தைச் சொல்லிவிடுவார். மகளுக்கு வேலை சந்தையிலிருந்து சாமான்களை வாங்கி வந்து போட்டுக் கொண்டேயிருப்பதுதான். சாரா தினமும் சமைப்பார். ஏதாவது புதிதாக யோசித்தால் உடனே அவருக்கு அதைச் சமைத்துப் பார்க்க வேண்டும். சில சமயம் நடு இரவு ஏதாவது யோசனை தோன்றினால் அடுத்த நாள் காலைவரைக் காத்திருக்கும் பொறுமை கிடையாது. அந்தக் கணமே சமைக்கத் தொடங்கி விடுவார். அவர் சமைக்கும் அனைத்துமே ருசியாகத்தான் இருக்கும். ஆனால் சமைக்கும்போது ஆராவது குறுக்கிட்டால் அவர் மனம் வெதும்பிவிடுவார். ஆகவே அவர் விசயத்தில் எல்லோரும் எச்சரிக்கையாக இருப்பார்கள் என மகள் சொன்னார்.

சாராவுக்குக் கிரேக்கம், இத்தாலியன், ரஷ்யன், ஸ்பானிஷ், பிரெஞ்சு, ஹீப்ரு மற்றும் ஆங்கில மொழிகள் தெரியும். அவர் எந்த மொழியிலும் எங்களுடன் பேசத் தயாராக இருந்தார். எங்களுக்கு ஆங்கிலம் மட்டுமே தெரியும் என்பதால் எங் களிடம் ஆங்கிலத்திலும், மகளிடம் ஹீப்ருவிலும் பேசினார். அவர் பிறந்து வளர்ந்தது கிரீஸ் நாட்டில் சலோனிக்கா என்ற நகரத்தில். அவர் சிறுமியாக இருந்தபோது இரண்டாம் உலக யுத்தம் வந்தது. ஜேர்மன் படைகள் சலோனிக்காவுக்குள் நுழைந்துவிட்ட நாளிலிருந்து யூதர்களின் வாழ்க்கை நரகமாக மாறியது. சாராவின் தகப்பன் அவர்களிடமிருந்த பணம், நகை எல்லாவற்றையும் மதகுரு மூலம் ஜேர்மன் படையின ரிடம் ஒப்படைத்தார். அப்படித்தான் ஜேர்மன் ராணுவத்திட மிருந்து கட்டளை வந்திருந்தது. அங்கே வசித்த 60,000 யூதக் குடும்பங்களும் அப்படியே செய்தன. பணம் கொடுத்ததால் பாதுகாப்புக் கிடைக்கும் என நம்பினார்கள். ஆனால் நிலைமை நாளுக்கு நாள் மோசமானது.

நான் சாராவைப் பார்த்து 'அப்போது உங்களுக்குச் சின்ன வயதாக இருந்திருக்கும். உங்களுடைய ஆகப் பழைய ஞாபகம் என்ன?' என்றேன். சாரா சொன்னார். 'என்னுடைய தகப்பன் ஒரு மருந்தகத்தில் வேலை பார்த்தார். போர் தொடங்கிய நாள் எனக்கு நன்றாக நினைவிருக்கிறது. அது 1941, ஏப்ரல் மாதம். அம்மா முழங்காலில் உட்கார்ந்து அக்கா அணிந்திருந்த பாவாடை மடிப்பை அவிழ்த்து நீளமாக்கினார். எங்கள் சம்பிரதாயத்தில் ஒருவர் அணிந்திருக்கும் உடையில் தையல் வேலை செய்யக்கூடாது. பிணத்தைச் சுற்றும் துணியை மட்டும் தான் அப்படித் தைக்கலாம். பறந்து கொண்டிருக்கும் மரண தேவதை, யாராவது ஒருவர் உடை அணிந்திருக்கும்போதே அதைத் தைப்பதைக் கண்டால் அந்த ஆள் இறந்துபோக

கொழுத்தாடு பிடிப்பேன்

வேண்டியவர் என நினைத்து உயிரை எடுத்துவிடும். ஆகவே அம்மா அக்காவிடம் ஒரு அப்பிளைக் கொடுத்து அதை வாயை ஆட்டிச் சாப்பிடச் சொன்னார். வாயை ஆட்டினால் மரண தேவதைக்கு அந்த ஆள் உயிரோடு இருப்பது தெரிந்து ஒன்றும் செய்யாமல் விட்டுவிடும். நானும் ஓர் அப்பிள் கேட்டு அம்மாவிடம் சண்டை பிடித்தேன். அந்த நேரம் அப்பா வாசல் கதவை உடைப்பதுபோலத் திறந்து உள்ளே ஓடி வந்து 'அவர்கள் வந்துவிட்டார்கள்' என்று கத்தினார். அவர்கள் என்று சொன்னது ஜேர்மன் ராணுவத்தை. அன்றிலிருந்து நாங்கள் வேளியே போவதைக் கணிசமாகக் குறைத்து, மறைந்து வாழப் பழகிக்கொண்டோம். அது உலகச் சண்டை என்பது எனக்குத் தெரியாது; ஆனால் பயப்பட வேண்டும் என்பது தெரிந்திருந்தது.

யூதர்கள் வெளியே போகும்போது ஒரு மஞ்சள் நட்சத் திரத்தை நெஞ்சிலே குத்திக்கொண்டுப் போகவேண்டும் என்பது புதுச் சட்டம். ஒரு நாள் அம்மா வெளியே புறப்பட்டபோது மஞ்சள் நட்சத்திரத்தை மறந்துவிட்டார். நான் வீதியில் உருண்டு புரண்டு அழுதேன். அம்மா வீட்டுக்குப் போய் மறுபடியும் நட்சத்திரத்தை அணிந்து புறப்பட்டார். ஏன் அப்படி அன்று செய்தேன் என்பது எனக்குப் புரியவில்லை. பல வருடங்கள் கழித்து நான் அமெரிக்க எழுத்தாளர் நதானியல் ஹாவ்தோர்ன் எழுதிய *The Scarlet Letter* நாவலைப் படித்தேன். அதிலே வரும் கதாநாயகிக்குத் தவறான முறையில் குழந்தை ஒன்று பிறக்கிறது. ஊர் அவரைத் தள்ளி வைத்ததும் அல்லாமல் அவர் வெளியே புறப்படும்போது ஊதா நிறத்தில் A எழுதிய துணிப்பட்டையை நெஞ்சிலே அணிந்து செல்லவேண்டும் என்றும் தண்டனை பிறப்பிக்கிறது. ஒருநாள் அவர் துணிப் பட்டையை அணியவில்லை. அவருடைய மகள் தாயார் பட்டையை அணியவேண்டும் என்று அழுது முரண்டு பிடிப் பாள். அதைப் படித்தபோது எனக்குக் கண்ணில் நீர் நிறைந்தது. என்னுடைய தாயாரின் மனம் எவ்வளவு புண்பட்டிருக்கும் என்பதைப் பல வருடங்கள் கழித்து உணர்ந்தேன். அந்தச் சம்பவம் நடந்த சில மாதங்களிலேயே என் தாயாரை விட்டு நான் பிரிய நேர்ந்தது. பின்னர் அவரை நான் காணவே இல்லை.'

'யுத்தம் முடிவுக்கு வரும்வரை சலோனிக்காவில்தான் இருந்தீர்களா?'

'ஒவ்வொரு நாளும் நிலைமை மோசமாகிக்கொண்டு வந்தது. உணவுக்குப் பெரும் தட்டுப்பாடு என்றபடியால் ரேசன் நடைமுறைக்கு வந்துவிட்டது. என் அப்பா நீண்ட நேரம்

வரிசையில் நின்று ரொட்டி வாங்கி வருவார். ஒருநாள் அப்பா என்னையும் தன்னுடன் கூட்டிப் போனார். அவர் அப்படி என்னை வெளியே அழைத்துப் போவதே கிடையாது. ஆனால் முதல் தடவையாக அன்று அப்படிச் செய்தார். ஏன் அப்படிச் செய்தாரோ நானறியேன். நானும் அப்பாவுடன் வரிசையில் நின்றேன். திடீரென்று ஜேர்மன் ராணுவத்தின் நீண்ட ட்ரக் வண்டி வந்து நிமிடத்தில் அங்கே வரிசையில் நின்ற யூதர்களை எல்லாம் சுற்றிவளைத்துப் பிடித்து வண்டியில் ஏற்றிக்கொண்டு புறப்பட்டது. நான் திகைத்துப்போய் நின்றதில் ஓவென்று கத்தி அழுவதற்குக்கூட மறந்துவிட்டேன். அந்தக் கூட்ட நெரிசலிலும் அப்பா வண்டியின் கம்பித் தடுப்பு வழியாக இரண்டு விரல்களை நீட்டி என்னை ஓடிவிடச்சொல்லி சைகை காட்டினார். அந்த முகத்தை என்னால் மறக்க முடியாது. அதுதான் நான் என் அப்பாவைக் கடைசியாகப் பார்த்தது. இப்பொழுது கனவு காணும்போதும் அந்த முகம்தான் வரும். அந்தச் சம்பவம் நடந்து 70 வருடங்கள் ஆகிவிட்டன. இன்றும் என்னால் வரிசையில் நிற்க முடியாது, மயக்கம் வந்து விழுந்து விடுவேன். நான் வரிசையில் நின்றது அன்றுதான் கடைசி.

'அம்மாவும் அண்ணாவும் அக்காவும் நானும் ஒரு கிரேக்கக் குடும்பத்தினர் வீட்டில் போய் ரகஸ்யமாகத் தங்கினோம். அவர்கள் அப்பாவின் நண்பர்கள், அப்பாவுக்கு விசுவாசமாக இருந்தவர்கள். எங்கள் முக்கியப் பிரச்சினை உணவுதான். கிடைக்கும் உணவு அவர்களுக்கே பற்றவில்லை. அதை எங்களுடன் அவர்கள் பகிர்ந்துண்ணும் கட்டாயத்தில் இருந்தார்கள். அண்ணரோ அம்மாவோ வீட்டைவிட்டுப் புறப்பட மாட்டார்கள். நானும் அக்காவும் வெளியே சென்று ஏதாவது உணவு கிடைக்கிறதா என்று தேடி வருவோம். ஒருநாள் அப்படிப் போய்த் திரும்பியபோது எங்கள் வீதியை நிறைத்து சனங்கள் நின்றார்கள். அம்மாவையும் அண்ணாவையும் ஜேர்மன் ராணுவம் கைது செய்து போனதாகப் பேசிக்கொண்டார்கள். நாங்கள் அந்த வீட்டுக்குத் திரும்பவும் போகவில்லை. என்னுடைய அக்கா அந்த வீட்டுக்காரர்தான் ராணுவத்துக்குத் தகவல் கொடுத்திருக்கிறார் என நம்பினாள். முதல் தடவையாக அன்று இரவு நாங்கள் வீதியிலே படுத்து உறங்கினோம்.

'இப்படிப் பல மாதங்களைக் கழித்தோம். பகலிலே காட்டுக்குள் போய் ஒளிந்து கொள்வோம். இரவானதும் வெளியே வந்து பணக்காரக் குடியிருப்புகளுக்குச் சென்று குப்பைத் தொட்டிகளில் தேடுவோம். சில நாட்கள் திருடுவோம். அந்தக் காலங்கள் மிகவும் கொடுமையானவை. ஏழை விவசாயிகள் உருளைக் கிழங்கு பயிர் செய்வார்கள். நாங்கள் விதைகளைக் கிண்டி

யெடுத்துப் பச்சையாக உண்டுவிடுவோம். எங்கள் சப்பாத்துகள் கிழிந்து போனதால் இடது காலுக்கு ஒரு சப்பாத்தை அக்காவும், வலது கால் சப்பாத்தை நானும் அணிந்துகொண்டோம். மற்றக் காலுக்கு இலை தழைகளைச் சுற்றிக் கட்டிவிடுவோம். இரவு பகலாக எங்களை விரட்டியது பசிதான். இந்த நாட்களில் ஒரு மறக்க முடியாத சம்பவம் நடந்தது. நாங்கள் ஒளித்து வாழ்ந்தக் காட்டில் ஒரு தேன்சிட்டும் வசித்தது. சாம்பல் வண்ணத்தில், மென்சிவப்புத் தொண்டை கொண்டது. அதன் அலகு அதன் உடம்பிலும் நீளமாக இருக்கும். எந்நேரமும் வேகமாகச் சிறகசைத்துப் பறந்து தேன் குடிக்கும். ஒரு நாளைக்கு அதன் எடையளவு தேனை உண்டே ஆகவேண்டும். அல்லது உயிர் தரிக்காது. ஒரு நிமிடம்கூட ஓய்வெடுக்காமல் அது பறந்து தேடுவதைப் பார்க்க எனக்குத் திகிலாக இருக்கும். அதன் நிலையும் என் நிலைபோலத்தான் இருந்தது. உயிர் வாழ்வதற்காக ஒவ்வொரு கணமும் பாடுபட்டது. எங்களில் யார் முதல் இறக்கக்கூடும் என நினைப்பேன். ஒவ்வொரு நாள் காலையிலும் எழுந்தவுடன் அது உயிருடன் இருக்கிறதா என்று பார்ப்பேன். நான் முதலில் இறந்து அது என் உடலைப் பார்ப்பதாகச் சில நாள் கற்பனை செய்வேன்.

'அந்த நாட்களில் எங்கள் உடம்பில் இருந்த அத்தனை உறுப்புகளிலும் நாங்கள் ஒரு கணமும் விடாமல் நினைத்த உறுப்பு வயிறுதான். பட்டினியால் நாங்கள் இறந்துபோயிருக்க வேண்டும். எப்படியோ சாகாமல் போனதற்கு ஒரு காரணம் இருந்தது. ஜேர்மனிக்கு எதிராகப் போரிடும் ரகஸ்யக் குழு ஒன்றுடன் நாங்கள் இணைந்துகொண்டோம். அவர்களுக்கு உதவி செய்தோம். தகவல் கொண்டு போவது, அவர்கள் பொருட்களைக் காவுவது, கண்காணிப்பது, வேவு பார்ப்பது போன்ற வேலைகள். அணிவதற்குப் பழைய கோட்டும் சப்பாத்துகளும் கிடைத்தன. அதுவும் சில மாதங்கள்தான்.

'ஒரு பணக்காரக் கிரேக்க வீட்டில் வேலையாட்களாகச் சேரும் வாய்ப்புக் கிடைத்தது. இரண்டு நேரம் சாப்பிடக் கிடைத்ததில் சொல்லிக் கொள்ளமுடியாத மகிழ்ச்சி அடைந்தோம். வீட்டைத் துப்புரவாக வைத்திருப்பது, துணி துவைப்பது, பிள்ளைகளைப் பார்ப்பது, இப்படி வேலை. ஆனால் ஒரு பிரச்சனை இருந்தது. காலையில் எழும்பியதுமே வீட்டுக்கார அம்மா மாடியிலிருந்து இறங்கிவந்து, இரட்டைச் சோபாவின் நடுவே உட்கார்ந்து அதை நிறைப்பார். எல்லாக் கட்டளைகளையும் உட்கார்ந்தபடியே பிறப்பிப்பார். நாங்கள் அவற்றை நிறைவேற்றுவோம். அவர் கைப்பையை மேசைமேலே வைத்திருப்பார். நாங்கள் அறைக்குள் நுழைந்ததும் அதை எடுத்துத்

தன் மடிமீது வைத்துக் கொள்வார். தினமும் துடைப்பத்தால் வீட்டைக் கூட்டிக் குப்பையை அவர் கண்களுக்கு முன்னால் காட்டிவிட்டுத்தான் வீசுவோம். வீசுவதற்கு அனுமதி கேட்டோமா அல்லது குப்பையின் அளவை அங்கீகரிக்கும்படி வேண்டினோமா என்பது எனக்குத் தெரியவில்லை. ஒரு குளிர் நாள் அதிகாலை அங்கேயிருந்து வெளியேற்றப்பட்டோம். என்னுடைய அக்காவைப் பொலீஸ் கைதுசெய்து கொண்டு போனது. அவர் ஒரு நகையைத் திருடிவிட்டார் என்ற குற்றச் சாட்டு. நகையைத் திருடி என்ன செய்வது. உணவைத் திருடினார் என்றால் நம்பமுடிந்திருக்கும். பொலீஸ் நிலையத்தில் அக்காவைக் கொடுமைப்படுத்தினார்கள். அவர் எழுந்து நின்ற போது அவர் கால்களைச் சுற்றி ரத்தம் தேங்கிக் கிடந்தது. இப்பொழுது நான் நினைக்கிறேன் அவரைப் பலாத்காரம் செய்திருக்கிறார்கள் என்று. ஆனால் அக்கா அதுபற்றி என்னிடம் மூச்சுவிடவில்லை. சில நாட்களில் ஜேர்மனி தோற்று இரண்டாம் உலகப் போர் முடிவுக்கு வந்தது.'

பழைய கதைகளைச் சொல்லிக்கொண்டு தாயும் மகளும் எங்களை உபசரித்தபடியே இருந்தார்கள். நாங்கள் சாப்பிட்டது மாலை உணவுக்கும், இரவு உணவுக்கும், அடுத்தநாள் காலை உணவுக்கும் போதுமானதாக இருந்தது. மூன்று விதமான பிஸ்கட், இரண்டு விதமான கேக். மாமலிகா என ஒன்று. பார்ப்பதற்குப் பாயசம்போலவும் இருந்தது, பால்கஞ்சிபோலவும் இருந்தது. ஆனால் ருசி இரண்டுமே அல்ல. விவரிக்க முடியாத ஒரு புதிய ருசி. உலர்ந்த பழங்களில் தேனை ஊற்றிச் சூடாக்கிய ஓர் உணவு வகை. என்றுமே அனுபவித்திராத அந்த இனிப்புச் சுவையில் என்னுடைய சொண்டுகள் ஒட்டிக் கொண்டதால் உடனே அடுத்தக் கேள்வியைக் கேட்க முடியவில்லை.

ஏதாவது கேள்வி கேட்டால் சாரா அதை முதலில் தலைக்குள் உள்வாங்கி, பரிசுச்சீட்டு குலுக்குவதுபோலத் தலையைக் குலுக்கி, பின்பு பதில் இறுப்பதுதான் வழக்கம் என்பதை அவதானித்திருந்தேன். 'அதன் பின்னர் என்ன செய்தீர்கள்?' என்றேன். தலையை ஆட்டிவிட்டு அவர் பதில் சொல்லத் தொடங்கினார். 'நானும் அக்காவும் தினமும் ரயில் நிலையத்தில் போய்க் காத்திருக்கத் தொடங்கினோம். எங்களைப்போன்ற இன்னும் சிலரும் வந்து அங்கே நெடுநேரம் நின்றார்கள். வதை முகாம்களுக்குக் கொண்டு செல்லப்பட்ட யூதர்கள் சிலர் திரும்பி வந்தார்கள். அண்ணன், அம்மா, அப்பா இவர்களில் யாராவது வருவார்கள் என்ற நம்பிக்கை. ஒருநாள் எலும்புக்கு மேல் பெரிய தலை நிற்கும் ஓர் உருவம் வந்து

இறங்கியது. எங்கள் அண்ணன்தான். நாங்கள் அவரைக் கட்டிக் கொண்டு அழுதோம். அவர்தான் எங்களை முதலில் அடை யாளம் கண்டார். அவரை நாங்கள் அடையாளம் கண்டிருக்கவே முடியாது. அவர் முன்னங் கையிலே அவர் கைதியாக வதை முகாமில் இருந்ததற்கான ஆதாரமாக ஓர் எண் பச்சைக் குத்தப்பட்டிருந்தது.

'எங்கே அவரைக் கொண்டுபோனார்கள்? அவர் மட்டும் தப்பி எப்படித் திரும்பினார்?'

'என் அம்மாவையும் அண்ணாவையும் அழைத்துப்போனது போலந்தில் புதிதாக உருவாக்கிய பேர்க்கனோ ஆஸ்விட்ஷ் இரண்டாவது வதை முகாமுக்கு. அங்கேதான் என் அப்பாவை யும் வைத்திருந்தார்கள். அப்பா ஆரோக்கியமாக இருந்ததால் அவரை வேலைக்குப் பயன்படுத்தினார்கள். அவருடைய வேலை விஷ வாயுக் கூடத்துக்குள் யூதர்களை அனுப்பும்போது அவர்கள் களையும் ஆடைகளைப் பத்திரப்படுத்துவது. கூடத்துக் குள் போகும் அத்தனை பேரும் இறந்துபோவார்கள். அப்பா வுடைய வேலை அந்த உடுப்புகளை ஆராய்ந்து ஏதாவது மதிப்புள்ள பொருள்கள் இருந்தால் அவற்றை ஜேர்மன் அதிகாரி களிடம் ஒப்படைப்பது. என் அம்மா வதை முகாமுக்குப் போய்ச் சேர்ந்தபோது ஜேர்மன் அதிகாரிகளிடம் கெஞ்சிப் பேசி அவருக்கும் ஒரு வேலை கொடுக்கவைத்தார் அப்பா. அது நீடிக்கவில்லை. ஒவ்வொரு நாள் காலையிலும் எல்லோ ரும் வரிசையாக நிற்கவேண்டும். என் அம்மா ஊசியால் விரலில் குத்தி ரத்தத்தை எடுத்து முகத்தில் பூசிக் கன்னத்தைக் கொஞ்சம் சிவப்பாக்கி உசாராக நிற்பார். ஜேர்மன் அதிகாரி ஒரு தடியினால் தொட்டுக்கொண்டே போவார். அப்படித் தொடப்பட்டவர்கள் விஷவாயுக் கூடத்துக்கு அனுப்பப் படுவார்கள். என் அம்மாவையும் அவர் தொட்டுவிட்டதால் வதைமுகாமுக்குச் சென்ற ஒரு வார காலத்திலேயே அம்மா விஷவாயுக் கூடத்தில் கொல்லப்பட்டார். அவர் செய்த ஒரே குற்றம் அவர் யூதராகப் பிறந்ததுதான்.

'என்னுடைய அண்ணனுக்குப் பிணங்களை எரிக்கும் இடத் தில் வேலை. அண்ணனும் அப்பாவும் அடிக்கடி ரகஸ்யமாகச் சந்தித்துக் கொண்டார்கள். அப்பாவுக்குப் போதிய உணவு இல்லாததால் நாளுக்கு நாள் மெலிந்து பலகீனமாக இருந்தார். காலையில் வரிசையில் பார்வைக்காக நிற்கும்போது நல்ல வலுவான உடம்பு இருப்பதுபோல நிமிர்ந்து நின்று நடிப்பார். ஆனால் போர் முடிவதற்குச் சரியாக ஒரு வாரம் இருந்தபோது என் அப்பாவை ஜேர்மன் அதிகாரி தடியினால் தொட்டு விட்டான். அவரையும் விஷவாயுக் கூடத்துக்குள் கொண்டு

சென்றார்கள். அவருடைய ஆடைகளை இன்னொரு இளம் யூதன் சோதித்துப் பிடுங்கிக்கொண்டான். ஒரு வாரம் கடந்திருந்தால் அப்பா தப்பியிருப்பார். அவர் உடலையும் என் அண்ணன்தான் எரித்தார்.'

'நீங்கள் எப்போது ஹீப்ரு படித்தீர்கள்?'

'நான் எங்கே பள்ளிக்கூடத்திற்குப் போனேன். எல்லா மொழிகளையும் நானாகவே கற்றுக்கொண்டேன். போர் முடிந்த பின்னர் யூதர்கள் ஒவ்வொருவராகப் புறப்பட்டு வெளிநாடுகளுக்குக் குடிபெயர்ந்தார்கள். அநேகம் பேர் அமெரிக்காவுக்குப் போயினர். எனக்கு ஒருவரும் அங்கே இல்லை. அத்துடன் இளவயது வேறு. ஒரு முதியவருடன் சென்றால்தான் ஒரு நாடு என்னை ஏற்றுக்கொள்ளும். அண்ணரும் அக்காவும் அங்கேயே தங்குவதாக முடிவு செய்துவிட்டார்கள். ஒரு மீன்பிடிப் படகில் சிலர் பாலஸ்தீனத்துக்குக் கள்ளமாகப் போய்க் குடியேறுவதற்குப் புறப்பட்டார்கள். பல யூதர்கள் அப்படி ஏற்கனவே போயிருந்தார்கள். அப்பொழுது இஸ்ரேல் என்ற நாடு பிரகடனம் செய்யப்படவில்லை. எனக்கு எப்படியாவது கிரீஸ் நாட்டை விட்டுத் தப்பிப் போய்விட வேண்டும் என்று பட்டது. என்னுடன் அந்தப் படகில் *500* பேர் நெருக்கியடித்துக்கொண்டு பயணம் செய்தார்கள். புறப்பட்ட பதினோராவது நாள் பிரிட்டிஷ் காவல் படை எங்களைத் தடுத்து விசாரித்துக் குடியேற அனுமதி தந்தது.

'நான் பாலஸ்தீனத்தில் போய் இறங்கியது 1947ஆம் வருடம் யூன் மாதம். அங்கே ஆயிரக்கணக்கானோர் ஏற்கனவே வந்து குவிந்தபடி இருந்தனர். எல்லோரும் தனித்தனிக் குழுக்களாக இயங்கினர். அது ஒரு புதிய வாழ்வு முறை. அதை கிப்புட்ஸ் ***(kibbutz)*** என்று அழைத்தார்கள். நான் ஒரு குழுவைத் தேர்ந்தெடுத்தேன். அந்தக் குழுவில் 63 பேர் இருந்தோம். அந்தக் குழு பெரிய கூட்டுக் குடும்பம்போல இயங்கியது. எங்களுக்கு ஒரு தலைவர் இருந்தார். நாங்கள் எல்லோரும் காலையில் எழுந்ததும் எங்களுக்குக் கொடுக்கப்பட்ட வேலையைச் செய்ய வேண்டும். அங்கே ஒரு பொருளும் ஒருவருக்கும் சொந்தமானதில்லை. ஆனால் எல்லாப் பொருள்களும் எல்லோருக்கும் சொந்தம். வேலைக்குச் சம்பளமில்லை. படுக்க இடமும், சாப்பிட போதிய உணவும் கிடைக்கும்; அணிவதற்கு உடை கிடைக்கும். மருத்துவ வசதி உண்டு. எல்லாத் தேவைகளையும் குழு கவனித்துக் கொண்டது. நான் அங்கு வாழ்ந்த காலங்களில் மிகவும் மகிழ்ச்சியாக இருந்தேன்.

ஒரு வருடம் முடிவதற்கிடையில் இஸ்ரேல் என்ற நாடு பிரகடனம் செய்யப்பட்டது. அப்பொழுதுதான் நான் ஹீப்ரு

படிக்க ஆரம்பித்தது. ஹீப்ரு மொழி வலது பக்கத்தில் தொடங்கி இடது பக்கத்தில் எழுதப்படுவது. உயிர் எழுத்து இல்லை. உச்சரிப்புக்காக மேலும் கீழும் புள்ளிகளும் கோடுகளும் இடுவார்கள். ஆறுமாதத்திலேயே நன்று பேசவும் எழுதவும் கற்றுக்கொண்டு விட்டேன். அங்கேயே ஒருவரைக் காதலித்து மணம் முடித்தேன். எல்லாத் தாய்மாரும் வேலைக்குப் போன படியால் குழந்தைகளுக்கான பொதுக் காப்பகம் ஒன்று இயங்கி யது. ஒன்றிரண்டு தாய்மார் காப்பகத்துக்குப் பொறுப்பாக இருந்தார்கள். எல்லாப் பிள்ளைகளுக்கும் எல்லாத் தாய்மாரும் பால் கொடுப்பர். நான் ஆரம்பத்தில் வயலில் வேலை செய்தேன். பின்னர் என்னைக் குழந்தைகள் காப்பகத்துக்கு மாற்றினார்கள். அப்பொழுது எந்தப் பிள்ளை பசித்து அழுகிறதோ அதற்குப் பால் கொடுப்பேன். ஓரா முழுக்க முழுக்கப் பொது காப்பகத்தில் தான் வளர்ந்தாள்.'

நான் ஓராவிடம் 'உங்களுக்குக் குழந்தையாகக் கிபுட்ஸில் வளர்ந்தது ஞாபகத்தில் இருக்கிறதா? அந்த வாழ்க்கை எப்படி இருந்தது?' என்று கேட்டேன்.

'மிகச் சந்தோசமான நாட்கள். விளையாடுவதற்கு நிறைய பிள்ளைகள் இருந்தார்கள். என்னுடைய அம்மா உன்னுடைய அம்மா என்ற வித்தியாசம் தெரியாமல் வளர்ந்தோம். பணக்காரர் ஏழை என்பது கிடையாது. எல்லோரிடமும் எல்லாம் இருந்தது. என்னுடைய அம்மாவும் காப்பகத்திலே வேலை பார்த்ததால் நான் ஒருவித வித்தியாசமும் உணரவில்லை. ஆனால் பின்னர் அம்மாவைச் சமையல்கூடத்துக்கு மாற்றிவிட்டார்கள்.'

'சமையலறை உங்களுக்குப் பிடித்ததா?'

'சொர்க்கம் பிடிக்குமா என்று யாராவது கேட்பார்களா? சமையலறை என் வாழ்க்கையை முற்றிலும் மாற்றியது. நான் அப்பொழுதுதான் முதல் முறையாக ஒரு சமையல் அறையைப் பார்க்கிறேன். என் வாழ்நாளில் நான் சமைத்தது கிடையாது. உணவை இரந்து அல்லது திருடி அல்லது பணம் கொடுத்து வாங்கிச் சாப்பிட்டுத்தான் பழக்கம். சமையல் அறையில் சொந்த மாகச் சமைக்கத் தொடங்கிய அந்த நாளை மறக்க முடியாது. இனந்தெரியாத ஆனந்தத்தில் மிதந்தேன். இந்தப் பூமியில் நான் பிறந்தது இதற்காகத்தான் என்ற உணர்வு எனக்குள் எழுந்தது. எப்பொழுது பார்த்தாலும் ஏதாவது சமைத்தபடி இருப்பேன். அல்லது புதிதாக எதையாவது உண்டாக்குவேன். தலைமைச் சமையல்காரர் என்னைப் பல தடவைக் கண்டித்திருக்கிறார்.

'அங்கே பல நாடுகளில் இருந்து யூதர்கள் வந்திருந்தார்கள். பிரான்ஸ், ஜேர்மனி, இத்தாலி, அமெரிக்கா, கிரீஸ், ஸ்பெய்ன்,

எதியோப்பியா எனப் பல நாடுகள். அந்த நாட்டுச் சமையல் பதார்த்தங்களை எல்லாம் சமைக்கப் பழகினேன். என் சிறு வயதில் நான் இழந்த அனைத்தையும் மீட்டுவிட வேண்டும் என்பதுபோலச் சமையல் கலையில் ஆர்வமாக ஈடுபட்டேன். அங்கிருந்த எல்லோரும் என் சமையலை ஆவலோடு எதிர் பார்த்து ருசித்துச் சாப்பிட்டார்கள்.'

இப்பொழுது ஓரா பேசினார். 'என்னுடைய அம்மாவுக்கு இன்றைக்கும் சமையல் என்றால் ஒருவிதப் பற்றுத்தான். சமையல் அறைக்குள் நுழைந்தால் அவரை இலகுவில் வெளியே கிளப்ப முடியாது. சின்ன வயதில் குப்பைத்தொட்டி உணவைப் பொறுக்கியபோது என்ன உணவு என்று அவர் பார்க்கவில்லை. 'உண்ணக் கூடியதா?' என்றுதான் பார்த்தார். அந்த இழப்பை ஈடுசெய்யத்தான் இப்படி ஒரு வெறியோடு சமைக்கிறார் என்று நினைக்கிறேன். நான் அவரைத் தடுப்பதில்லை. சமையலுக்கு என்ன கேட்டாலும் வாங்கிக் கொடுக்கிறேன். நீங்கள் வருவதைச் சொன்னதும் மூன்றுநாள் முன்னரே திட்டமிடத் துவங்கி விட்டார். என்னென்ன விசேஷமாகச் சமைக்கலாம் என்பதை அவரே தீர்மானித்தார். யூதர்களின் புளிக்கவைத்த உணவான அரணிகலுஸ்கா செய்யவேண்டும் என்று பிடிவாதம் பிடித்தார். அதற்கானக் கூட்டுப்பொருள்களை வாங்குவதற்காக நான் இரண்டு நாள் அலைந்தேன். அது இல்லாமல் அவர் விருந்து படைக்கவே மாட்டார்.'

இவ்வளவு நேரமும் சரியாகத்தான் போனது. என் மனைவி வாயைத் திறந்தபோது எல்லாமே மாறியது. 'எங்களுடைய தோசை சாப்பிட்டிருக்கிறீர்களா? அதுவும் புளித்த மாவில் செய்வது. வட்டமாக இருக்கும். அதற்காகத் தயார் செய்யும் ஒரு வகை *medley* சாம்பாருடன் சேர்த்து உண்ணும்போது மிகவும் சுவையாக இருக்கும்.'

'அப்படியா? அப்படியா? அதை எப்படிச் செய்வது?' என்றார் சாரா. அவர் கண்கள் மின்னின. என் மனைவி தோசை செய்வதற்கு வேண்டிய கூட்டுப்பொருள்களை ஒவ் வொன்றாகக் கைவிரல்களை மடித்து மடித்துக் கூறினார். என் னுடைய மனைவியின் தோசை சுடும் திறன் பற்றி நான் நீண்ட காலமாக அறிவேன். அதன் வடிவம் சதுரமாகவும், முக்கோணமாகவும் சில சமயம் வட்டமாகக்கூட வருவதுண்டு. முதலில் தோசைக் கல்லை விட்டுக் கிளப்பின பிறகுதான் வடிவம் என்னவென்று பிடிபடும். பிடிவாதமாக என்னை ஒரு கண்ணால் பார்த்தபடி எப்படி உளுந்தை ஊறவைப்பது, அரைப்பது, புளிக்க வைப்பது என்றெல்லாம் விளக்கினார்.

ரோஜர் ஃபெடரருக்கு எப்படி டென்னிஸ் மட்டையைப் பிடிப்பது என்று சொல்லிக்கொடுத்ததுபோல ஆகிவிட்டது. சாரா உடனேயே பிடித்துக்கொண்டார். சிறந்த இசைக் கலைஞரின் மூளையில் இசைக்குறிப்புகளைப் படிக்கும்போதே இசை ஓடும் என்று சொல்வார்கள். அப்படியே சாராவின் மூளையில் தோசை எப்படி உருவாகும், அதன் ருசி எப்படி யிருக்கும் என்பதெல்லாம் வெளிச்சமாகிவிட்டது. சாரா 'உங்கள் தோசையை இப்படியும் செய்யலாமே. தோசைக் கல்லில் வேகும் போது முட்டை மஞ்சள் கருவை பரப்பி, வால்நட் துகள் களையும் கோவா இலையையும் பொடிசெய்து அதன் மேல் தூவி சுருட்டிக் கொடுத்தால் அது அலாதியான ருசியாக இருக்கும். அல்லது கல்லிலே இருந்து எடுத்த பிறகு மேப்பிள் சிரப்பைத் தடவிச் சாப்பிடலாம். அதுவும் சொல்லப்பட்ட பக்குவமாக வரும். ஆனால் இதைக் கேளுங்கள். கோழி இறைச்சியின் எலும்பை நீக்கி, நீராவியில் வேகவைத்துச் சின்னச் சின்னதாக வெட்டி, கறுப்பு பீன்ஸ், தக்காளி, கொத்தமல்லிக் கீரையுடன் சேர்த்துத் தோசைமேல் பரப்பி, பாதி சூட்டில் உருட்டிச் சாப்பிட்டால் அது இன்னும் ருசியாக இருக்குமே' என்றார். மனைவி என்னைப் பார்த்தார். அவர் நினைப்பது என்னவென்று எனக்குத் தெரிந்தது. அத்தனையும் குறுஞ் செய்திகளாக நேரே என் மூளைக்கு வந்துகொண்டிருந்தன.

'அடுத்த சனிக்கிழமை நீங்கள் தோசை விருந்துக்கு வர முடியுமா?' என்றார் மனைவி. அது சூரியன் எட்டிப் பார்க்கத் தொடங்கிய ஓர் ஏப்ரல் மாதம். சாரா தன் மகளைப் பார்க்க, அவர் உள்ளே சென்று யூதக் காலண்டரை எடுத்து வந்தார். அதைப் பார்த்துவிட்டு சாரா 'நாங்கள் வரமுடியாதே, பாஸோவர்' என்றார். என் மனைவி 'அது என்ன பாஸோவர்?' என்று கேட்க ஓரா சொன்னார், 'யூதர்கள் ஒரு காலத்தில், அதாவது 3400 வருடங்களுக்கு முன்னர், எகிப்திலே பார்வோன் அரசன் ஆட்சிக்காலத்தில் அடிமைகளாக இருந்து கஷ்டப் பட்டனர். அவர்களின் தலைவன் மோசே அவர்களை அடிமைத் தளையிலிருந்து விடுவிக்கப் போராடினான். ஒருநாள் அரசன் வெறுத்துபோய் 'சரி போய்விடுங்கள், உடனே உடனே' என்று ஆணையிட்டான். அடிமைகள் அவசர அவசரமாகப் புறப்பட்ட போது அப்பத்துக்காகப் புளிக்க வைத்த மா புளிக்கவில்லை. வேறு வழியின்றிப் புளிக்காத அப்பத்தைச் சுட்டுத் தின்றபடியே வெளியேறினர். அந்தக் கொடுமையையும், அந்த நாளையும் அவர்கள் மறக்கவில்லை. எகிப்தைவிட்டு வெளியேற எடுத்துக் கொண்ட ஏழு நாட்களும் அவர்கள் புளிக்காத உணவை உண்டனர். இன்றைக்கும் அந்தச் சம்பவத்தின் நினைவாக ஏழு நாட்கள் புளிக்கவைத்த உணவை யூதர்கள் உண்பதில்லை.

தோசை புளிக்கவைத்த உணவு. அது பாஸோவரில் தடுக்கப் பட்டது' என்றார்.

மகள் தாயாரைப் பார்த்தார். சாரா சொன்னார். 'இந்த நாள் எனக்கு முக்கியமானது. நான் சலோனிக்காவில் பட்டினி யாக அலைந்தபோது ஒருநாள் பாஸோவர் தினத்தில் புளிக்க வைத்த அப்பம் கிடைத்தது, ஆனால் நான் உண்ண மறுத்து விட்டேன். *3400* வருடங்களுக்கு முன்னர் விரட்டப்பட்ட மக்களை அந்த ஏழு நாட்களிலும் நினைக்கிறேன். அன்று துடங்கிய ஓட்டம் சலோனிக்கா வரைக்கும் என்னைத் துரத்தி யது. உலகமெங்கும் அலைந்துழன்று மடிந்தவர்களை நினைக் கிறேன். விஷவாயுக் கூடத்தில் இறந்தவர்களை நினைக்கிறேன். எல்லாம் மாறக்கூடியது. ஆனால் நேற்று நடந்தது மாறக்கூடியது அல்லவே? நான் உலகத்து நேற்றைய துயரங்களுக்காகவும், நாளைய நம்பிக்கைகளுக்காகவும் விரதம் காக்கிறேன்' என்றார். அவர் உணர்ச்சிவசப்பட்டு மேசையை நோக்கி வளைந்து போய் இருந்தார். சமைத்த அத்தனை உணவும் மேசையில் அவருக்கு முன் இருந்தன. மகள் மெதுவாகத் தாலாட்டுவது போல அவர் முதுகில் தட்டினார்.

இதுவெல்லாம் நடந்து ஒரு மாதம் ஆகிவிட்டது. பாஸோவர் முடிந்து வரும் முதல் சனிக்கிழமை இன்று. சமையலறையில் காலையில் இருந்து பலவிதமானச் சத்தங்கள் கிளம்பிய வண்ணம் இருக்கின்றன. மனைவிதான் அவற்றை எழுப்புகிறார். இன்று தான் அவர்கள் எங்கள் வீட்டு விருந்துக்கு வரும் நாள்.

எங்கள் வீட்டு நீதிவான்

ஐயாவுக்குப் பெரும் எதிர்பார்ப்பு இருந்தது. அதனால் பிள்ளைகள் பிறந்ததும் அவர்கள் சாதகத்தை எங்களூரில் பிரபலமான சாத்திரியாரைக் கொண்டு எழுதுவித்தார். நாங்கள் ஏழு பிள்ளைகள். எங்கள் ஒவ்வொருவருக்கும் ஒவ்வொரு கொப்பியில் முழுச் சாதகமும் எழுதப்பட்டிருந்தது. அந்தச் சாதகங்களை ஐயா ஒரு கட்டாகக் கட்டிப் பெட்டகத்துக்குள் வைத்துப் பூட்டிவிடுவார். அவற்றைப் பார்ப்பதற்கோ ஆராய்வதற்கோ எங்களுக்கு அனுமதியில்லை.

அம்மா எங்கள் எல்லோரையும் வீட்டிலே பெற்றார். சொல்லி வைத்தாற்போல நாங்கள் இரவிலேயே பிறந்தோம். அனைத்துப் பிரசவத்தையும் மருத்துவச்சிதான் பார்த்தாள். பின்னேரம் ஆனதும் அம்மா சாடையாக வயிற்றுக்குள் குத்துகிறது என்பார். ஐயா உடனே மூன்று காரியங்கள் செய்வார். எங்கள் கிராமத்தில் ஒரேயொரு வீட்டில் சாவிகொடுத்தால் ஓடும் கடிகாரம் இருந்தது. பிள்ளை பிறக்கும் சரியான நேரம் தெரியவேண்டும் என்பதால் ஐயா அந்த மணிக்கூட்டை இரவல் வாங்கி வருவார். மாட்டுக் கொட்டிலில் ஓர் இரும்புக் கட்டில் மடித்து வைக்கப்பட்டிருக்கும். ஐயா அதை எடுத்து விரித்து அதற்குமேல் தும்பு மெத்தை ஒன்றைப் போட்டு அதன் மேல் அம்மாவைப் படுக்க வைப்பார். குறுக்காக ஓடும் சங்கிலிகளின் மேல் மெத்தையை விரித்தால் அது நடுவிலே தொய்ந்து போய் இருக்கும். அம்மாவால் தானாகப்

பள்ளத்தில் படுக்க இயலும். எழும்ப வேண்டும் என்றால், இரண்டு பேர் அவரைப் பிடித்து இழுத்தால்தான் முடியும். ஐயா வீட்டுப் பரம்பரைச் சொத்து அந்தக் கட்டில். அவர் அந்தக் கட்டிலில்தான் பிறந்தார். ஆகவே அது அதிர்ஷ்டமானது என்று நம்பினார்கள். நாங்கள் உயிர் பிழைத்தது எங்களின் கெட்டித்தனமோ, அம்மாவின் கெட்டித்தனமோ, மருத்துவச்சி யின் கெட்டித்தனமோ அல்ல; கட்டிலின் கெட்டித்தனம்.

மூன்றாவதாக ஐயா செய்யும் வேலை மருத்துவச்சிக்கு ஆள் அனுப்புவது. அந்த மருத்துவச்சி பார்க்கும் பிரசவம் பழுதாகாது. ஆண்பிள்ளை என்றால் ஐம்பது காசு. பெண் பிள்ளை என்றால் அதற்கும் குறைவு. ஒரு தட்டியால் மறைப்புச் செய்து உருவாக்கிய அறைக்குள்தான் பிரசவம் நடக்கும். அங்கே எரியும் விளக்கு வேப்பெண்ணையில் வெளிச்சம் கொடுப்பதால் ஒருவிதமான நெடி அறையில் சூழ்ந்திருக்கும். மருத்துவச்சி உள்ளே இருக்கும்போது ஐயா வெளியே இருப்பார். நடு இரவிலோ அதைத் தாண்டியோ பிள்ளை பிறந்ததும் அது அழும் சத்தம் கேட்கும். அந்த நேரத்தை மணிக்கூட்டில் பார்த்து, ஒரு பென்சிலால் நாக்கைத் தொட்டு ஐயா கொப்பி யில் எழுதி வைப்பார். சாதகம் கணிப்பதற்கு அந்த நேரத்தைத் தான் சாத்திரக்காரர் பயன்படுத்துவார்.

இதுவெல்லாம் எனக்குப் பிறர் சொல்லித்தான் தெரிந்தது. அப்பொழுது நான் மிகச் சின்னவன். ஒரு வாழைப்பழத்தை முழுதாகக் கடிக்கத் தெரியாது. பக்கவாட்டில் கடித்து உண்ணத் தான் தெரியும். நான் கண்ணால் பார்த்த பிரசவம் என் தங்கச்சி பிறந்தபோதுதான் நடந்தது. அவள்தான் ஏழாவது, கடைசி. அதற்குப் பிறகு எங்கள் வீட்டில் ஒரு குழந்தையுமே பிறக்கவில்லை. இது எங்கள் ஊர்க்காரர்களுக்கு ஆச்சரியம். பத்துப் பன்னிரண்டு பிள்ளைகள் குடும்பத்தில் பிறப்பதுதான் வழக்கம். அடுத்தடுத்து ஆண் பிள்ளைகள் பிறந்து கடைசியில் ஒரு பெண்பிள்ளை பிறந்ததும் போதும் என்று முடிவு செய்து விட்டார்கள் என்றே பலரும் நினைத்தார்கள். அப்படியான எண்ணம் ஐயாவுக்கோ அம்மாவுக்கோ கிடையாது. ஒரு சாத்திரக் காரரின் கூற்றுத்தான் அப்படியான முடிவுக்குக் காரணம் என்பது பின்னாலே தெரியவரும்.

அப்பொழுதெல்லாம் வழக்கம் பிரசவம் ஆனதும் தேசிக் காயை உருட்டிவிடுவதுதான். மருத்துவம் பார்க்கும் மருத்துவச்சி ஒரு தேசிக்காயைக் கையிலே வைத்திருப்பாள். சிசு பிரசவமான தும் தேசிக்காயை வெளியே உருட்டி விடுவாள். அறையைத் தாண்டி தேசிக்காய் உருண்டு வரும்போது அந்த நேரத்தைக் குறித்து அதன்படி சாதகத்தைக் கணிப்பார்கள். ஐயாவுக்குத்

தேசிக்காய் உருட்டுவதில் நம்பிக்கை இல்லை. குழந்தை பிறந்ததும் அழவேண்டும், அந்தச் சத்தம் நேரத்தைக் குறிப்பதற்குப் போதுமானது என்று வாதாடுவார். அம்மாவோ தேசிக்காய் கட்சி. நான் பிறந்தபோது ஏற்பட்ட விபத்தினால் ஐயா தன் பிடிவாதத்தைப் பின்னர் மாற்றவேண்டி நேர்ந்தது.

பிற்பகல் நாலு மணிக்கு அம்மா வயிற்றுக்குள் குத்துகிறதென்று உள்ளே போய் இரும்புக்கட்டிலில் படுத்துக்கொண்டார். ஐயா வெளியிலே கொப்பியுடனும் பென்சிலுடனும் நாக்குடனும் காத்திருந்தார். எங்கள் வீட்டு நாய் வீமன் தாடையைத் தரையில் வைத்துக் கண்களால் மேலே பார்த்துக்கொண்டு ஐயாவுக்குப் பக்கத்தில் கிடந்தது. மருத்துவச்சி அம்மாவுக்குப் பக்கத்தில் நின்றார். அம்மா துடிதுடியென்று துடித்துக் கத்திக் குளறினார். ஆனால் பிள்ளை பிறந்த பாடில்லை. மருத்துவச்சி தனக்குத் தெரிந்த வித்தையெல்லாம் செய்து பார்த்தார். இருள் வடிய ஆரம்பித்திருந்தது. திடீரென்று ஒரு சிவந்த கால் வெளியே தள்ளியது. மற்றக்கால் வெளியே வர இன்னும் சில நிமிடங்கள் பிடித்தன. பகலை ஆரம்பிக்கச்சொல்லி பறவைகள் சத்தமிடத் தொடங்கிவிட்டன. மருத்துவச்சி வந்தால் வரட்டும் என்று காலைப் பிடித்து இழுத்து வெளியே போட்டு நான் பிறந்தேன். வழக்கமாகக் குழந்தைகள் பிறக்கும்போது நீந்துவதுபோல முகம் பூமியைப் பார்த்துப் பிறக்கும். நான் வானத்தைப் பார்த்துப் பிறந்தேன். ஏதாவது புதுவிதமாகச் செய்யவேண்டும் என்ற ஆர்வம் எனக்கு அப்போதே இருந்தது. என்னுடைய முகம் சவ்வினால் சுற்றிக்கிடந்தது. மூச்சு விடுவதில்லை என்ற முடிவோடு நான் இருந்ததால் மருத்துவச்சி என்னைப் பிடித்துத் தலைகீழாகக் குலுக்கினார். முதுகிலே தட்டினார். வழக்கமான தந்திரங்கள் ஒன்றும் வேலை செய்யவில்லை. பழுக்கக் காய்ச்சிய ஊசியை நெற்றியிலும் மார்பிலும் கீறினபோதுதான் நான் சத்தம் போட்டு அழுதேன். இதுவொன்றும் தெரியாமல் வெளியே குந்தியிருந்த ஐயா அப்போதுதான் நான் பிறந்ததாக நினைத்து நேரத்தைக் குறித்துக்கொண்டார்.

எனக்குப் பத்து பன்னிரெண்டு வயது வரும்வரை நான் என் நெற்றிக் கீறலையும் மார்புக் கீறலையும் என்னுடன் படிக்கும் மாணவர்களுக்குப் பெருமையாகக் காட்டியதுண்டு. அதற்குப் பின்னர் அந்தக் கீறல் மெல்ல மெல்ல மறைந்துபோனது. ஐயா குறித்த நேரத்தை வைத்துச் சாத்திரக்காரன் சாதகம் எழுதினான். நான் வானத்தைப் பார்த்துக்கொண்டு பிறந்ததால் என் பிறப்பு அபூர்வமானது, எனக்கு வான்புகழ் கிட்டும் என்று அவன் சொன்னான். ஒரு கணம் வீட்டிலே அதை நம்பி என் மதிப்பும் உயர்ந்தது. ஆனால் சீக்கிரத்தில் என்

சாதகம் பிழையானது என்பதைக் கண்டுபிடித்துவிட்டார்கள். மருத்துவச்சி மூடத்தனமாக நான் பிறந்த சரியான நேரத்தைச் சொல்லாமல் எனக்கு உயிர் கொடுப்பதில் நேரத்தை வீணடித்த தால் என்னுடைய சாதகத்தை முறையாகக் கணிக்க முடியாமல் போனது. நானும் பிற்காலத்தில் நான் என்னவாய் வருவேன் என்ற அறிவு பெறாமல் உத்வேகம் குறைந்த வாழ்க்கையை ஓட்டினேன்.

எனக்குப் பின்னர் தம்பியும் தங்கச்சியும் பிறந்தபோது தேசிக்காய் முறைதான் பின்பற்றப்பட்டது. மருத்துவச்சியிடம் தேசிக்காயைக் கொடுத்து அதை உருட்டிவிடச் சொன்னார்கள். ஆனால் இந்த முறையிலும் சில பிரச்சனைகள் இருந்தன. அவள் உருட்டுவதற்கு மறந்துபோகலாம். கண்களுக்குப் படாமல் வேகமாக உருட்டிவிடலாம். ஆனால் எப்படியோ ஒரு விபத்தும் இல்லாமல் ஐயா சரியான நேரத்தைக் குறித்து அவர்களுக்கு முறையானச் சாதகங்கள் எழுதப்பட்டன. அந்தச் சாதகங்களை எல்லாம் ஐயா ஒன்றுக்கு மேல் ஒன்றாக அடுக்கி வைத்து ஒரு கயிற்றினால் கட்டிப் பெட்டகத்தில் பூட்டிப் பாதுகாத்தார்.

அம்மாவும் ஐயாவும் அடிக்கடி மகிமைப்படுத்துவதும், தங்களுக்குள் பேசிப் பெருமைப்படுத்துவதும் பெரியண்ண ருடைய சாதகத்தைப் பற்றித்தான். சாத்திரக்காரர் அண்ணர் பெரிய நீதிவானாக வருவார் என்று சொல்லியிருந்தது அவர் களுக்கு அளவில்லாத மகிழ்ச்சியைக் கொடுத்தது. அயலவர் களிடமும் நண்பர்களிடமும் உறவினர்களிடமும் அண்ணரின் சாதகத்தை மெச்சி அவர்கள் பேசுவதை நான் கேட்டிருக்கிறேன். அவர்கள் மட்டில் அண்ணர் ஒரு நீதிவானாக ஏற்கனவே பதவியேற்றிருந்தார். அப்போது அவர் எட்டாம் வகுப்பில் இரண்டாவது தடவை படித்துக்கொண்டிருந்தார்.

என் ஐயாவுக்கும் அம்மாவுக்கும் கல்யாணம் நடந்தது நல்ல சாதகப் பொருத்தம் இருந்தபடியால் என்று நினைப்பவர் கள் இருந்தார்கள். ஆனால் அந்த உண்மை எனக்கு மட்டும் தான் தெரியும். நான் ஒருநாள் இரவு வெளிவிறாந்தையில் பாய் விரித்துப் படுத்திருந்தேன். அம்மா அப்படிப் படுக்க என்னை விடுவதில்லை. ஆனால் அன்று எப்படியோ சம்மதம் பெற்றிருந்தேன். காலையில் எழும்பும்போது உடம்பில் ஒட்டியபடி செத்த நுளம்பும் ரத்தமும் இருக்கும். அந்த ரத்தம் என்னுடைய ரத்தமா நுளம்பின் ரத்தமா என்பதைக் கண்டுபிடிக்கவே முடியாது. தூரத்திலிருந்து வந்திருந்த சொந்தக்காரர் ஒருவருடன் ஐயா பேசும்போது நான் தூங்குவதுபோலக் கிடந்தேன். என்னுடைய ஐயா அம்மாவை முடித்ததற்குக் காரணம் ஒரு பல்லி என்பது எனக்கு அன்றைக்குத்தான் புலப்பட்டது. ஐயா இரண்டாம்

தாரமாக அம்மாவை முடிப்பதா விடுவதா என்று முடிவெடுக்க முடியாமல் அவதிப்பட்டார். அதிகாலையில் ஒரு கோயில் சுவரில் ஏறிக் குந்திக்கொண்டு சாமி சம்மதம் கொடுத்தால்தான் கீழே இறங்குவேன் என்று அவர் பிடிவாதமாகச் சூளுரைத்து விட்டார். காலை மத்தியானமாகி, மத்தியானம் மாலையாகிய போது ஒரு பல்லி கத்தியது. அதையே கடவுள் கொடுத்த சமிக்ஞையாக எடுத்துக்கொண்டு ஐயா சுவரிலிருந்து குதித்து விவாகத்துக்குச் சம்மதம் சொன்னார். அன்று அந்தப் பல்லி பசியெடுத்துக் கத்தியிராவிட்டால் அம்மாவுக்குக் கல்யாணம் நடந்திராது. நாங்களும் பிறந்திருக்கமாட்டோம். ஐயாவுக்கும் ஒரு கட்டு சாதகம் எழுதிப் பெட்டகத்தில் வைத்துப் பூட்டும் அதிர்ஷ்டம் கிட்டியிருக்காது.

மணிக்கூடு வருவதற்கு முன்னர் ஐயாவின் காலத்தில் எப்படிச் சாதகம் கணித்தார்கள் என்று அவரிடம் நான் ஒரு சமயம் கேட்டிருக்கிறேன். இப்படிக் கேள்விகள் கேட்க ஐயாவை அணுகுவதற்கு நாங்கள் யோசிக்க வேண்டும். ஆனால் சில வேளைகளில் அவர் தொடையில் தட்டிப் பாட ஆரம்பிக்கும் போது அவரிடம் கேள்விகள் கேட்கலாம். அவர் சந்தோசத் தில் இருக்கிறார். பகலில் பிள்ளை பிறந்தால் ஒருவர் தன் நிழலைக் காலால் அளந்து சரியாக நேரம் கூறமுடியும். நான் சிறுவனாக இருந்தபோது அப்படி ஒருவர் தன் நிழலை அளந்து சரியாக மணி சொன்னதைக் கண்டிருக்கிறேன். இரவு நேரமாக இருந்தால் நட்சத்திரங்களின் நிலையை வைத்து நேரம் சொல் பவர்கள் கிராமங்களில் இருந்திருக்கிறார்கள். அவர்கள் கணித்துக் கொடுத்த நேரத்தை வைத்துச் சாதகம் எழுதிவிடுவார்கள். இதுதவிர இன்னொரு முறையும் இருந்தது. பகலோ இரவோ குழந்தை பிறந்ததும் ஒரு வாழை மரத்தைக் குறுக்காக வெட்டி விடுவார்கள். அந்தக் காலத்தில் எல்லா வீடுகளிலும் வாழை மரம் இருந்தது. அடுத்த நாளோ அதற்கு அடுத்த நாளோ சாத்திரக்காரர் வந்து குருத்து எவ்வளவு நீளம் வளர்ந்திருக் கிறது என்பதை அளந்து குழந்தை பிறந்த நேரத்தைச் சரியாகக் கணித்து அப்படியே அந்த நேரத்துக்குச் சாதகத்தை எழுதுவார்.

எங்கள் வீட்டில் பிள்ளை பிறந்த அடுத்த நாள் மணிக்கூடு போய்விடும். மூன்றாவது நாள் இரும்புக் கட்டிலை மடித்து மாட்டுக்கொட்டிலுக்குள் ஐயா வைப்பார். அம்மா எழும்பி மெல்ல மெல்ல வீட்டு வேலைகளைச் செய்ய ஆரம்பிப்பார். புதிதாக ஓர் ஏணை தொங்கும். வீட்டிலே இரண்டு ஏணைகள் ஒரே சமயத்தில் தொங்குவது சர்வசாதாரணம். பிள்ளைகள் எல்லோரும் அடுத்தடுத்துப் பிறந்தார்கள். ஒரு வருடம் அல்லது ஒன்றரை வருட இடைவெளிதான். வேப்பெண்ணெய் விளக்கின்

நெடி வீட்டை நிறைக்கும். 31ஆம் நாள் துடக்குக் கழிப்பார்கள். அதன் பிறகு அடுத்தக் குழந்தைக்கான ஆயத்தங்கள் தொடங்கி விடும்.

எந்தச் சாத்திரக்காரன் எங்கள் ஊரைத் தாண்டிப்போனா லும் எங்கள் வீட்டுக்கு வரத் தவறமாட்டான். பெட்டகத்துக் குள் கட்டி வைத்திருக்கும் சாதகக் கட்டைக் கொண்டுவந்து ஐயா அவனிடம் கொடுப்பார். அவன் சாதகங்களை அலசிக் கேட்பவர்களுக்குத் திருப்தியீனம் வராமல் பலன் கூறுவான். எல்லாம் சொல்லி முடிந்த பிறகு அம்மா ஐயாவின் முகத்தைப் பார்ப்பார். ஐயா சொல்வார் 'மூத்தவனின் சாதகத்தை வடிவாய் பாருங்கோ. அவன் நீதிவானாக வருவானோ?' என்று நேரடி யாகவே கேட்பார். சாத்திரக்காரன் மறுபடியும் சாதகத்தைப் புரட்டிக் கொப்பியின் பின் ஒற்றையில் சில கணக்குகள் போடு வான். 'என்ரை கண்ணிலே இது முதலில் தட்டுப்படாமல் போட்டுது. நான் பார்த்த சாதகங்களில் இப்படிப் புதன் உச்சமடைந்த சாதகத்தைக் காணவில்லை. புதன் கல்விக்கு அதிபதி. நிச்சயம் உங்கள் மகன் நீதிவான் ஆவான்' என்பான். அன்று சாத்திரக்காரனுக்கு ஆசார உபசாரங்களுடன் பெரிய விருந்து கிடைக்கும்.

இப்படிப் பல சாத்திரக்காரர்கள் வந்துபோனார்கள். எல்லோருக்கும் வாக்கு வல்லபம் இருந்தது. ஒருவராவது முந்திச் சொன்ன சாத்திரக்காரரின் பலனை வெட்டிச் சொல் லாமல் ஒட்டியே சொன்னார்கள். இது அவர்களுக்குள் ஓர் ஒப்பந்தம் என்றே இன்று நினைக்கிறேன். ஒருமுறைப் பாதி ராத்திரியில் நான் கண் விழித்தபோது கண்ட காட்சி என்னைத் திடுக்கிடவைத்தது. பெரிய குங்குமப் பொட்டு வைத்து, சடை விரித்த இளம் சாத்திரக்காரன் ஒருத்தன் குத்துவிளக்குக்கு முன்னால் உட்கார்ந்து சாதகக் கட்டுகளை ஆராய்ந்துகொண் டிருந்தான். ஐயாவின் வழுக்கை விழுந்த முன்னந்தலை கரப்பான் பூச்சி முதுகுபோல மினுங்கியது. அம்மா பாக்குத்தூளை முன் பல்லால் மென்றுகொண்டிருந்தார். வாடிய பூப்போல அவ ருடைய தலை குனிந்திருந்தது. கை விரல்கள் வளைந்துபோய் அவர் கன்னத்தைத் தொட்டுக்கொண்டு இருந்தன. இருவரும் கிட்டத்தில் இருந்தாலும் பெரும் யோசனையில் தூரத்தில் இருந்தார்கள்.

'ராட்சதர்கள் பலம் பெறுவது இரவில். இரவு பிறக்கும் பிள்ளைகளில் ராட்சதக் குணம் கொஞ்சம் கூடுதலாக இருக்கும். கண்ணன் பிறந்தது இரவில். கண்ணனிடம் ராட்சத அம்சம் இருந்தபடியால்தான் அவனால் கம்சனைக் கொல்ல முடிந்தது. அது ஒன்றும் பெரிய குற்றம் இல்லை. ஆனால் உங்கள் வீட்டில்

ஏழு பிள்ளைகள் அடுத்தடுத்து இரவில் பிறந்திருக்கிறார்கள். வீட்டில் அளவுக்கதிகமாக ராட்சத அம்சம் கனத்துப்போய்க் கிடக்கிறது.' பாட்டும் வசனமும் கலந்த மெல்லிய குரலில் இப்படிச் சொல்லிவிட்டு வலது கையைத் தூக்கி ஒரு பறவையை விடுதலை செய்வதுபோல விரித்தான்.

ஐயாவும் அம்மாவும் இதைக்கேட்டு இடிந்துபோய் விட்டார்கள். 'ஏதாவது பரிகாரம் உண்டா?' என நடுங்கியபடி ஐயா கேட்டார். 'பரிகாரம் பிறகு செய்யலாம். ஆனால் இன்னொரு குழந்தை இந்த வீட்டில் இரவு பிறக்கக்கூடாது. வீடு தாங்காது' என்று கட்டளையிடுவதுபோலச் சொன்னான். 'வேறு என்ன செய்யலாம்?' 'உங்கள் பிள்ளைகளில் ஒன்றிரண்டு பேர் வெளியே தங்கிப் படித்தால் நல்லது. அதனால் பெரிய நன்மை உண்டாகும்' என்றான். அப்படித்தான் என்னுடைய இரண்டாவது அண்ணர் மாமி வீட்டிலிருந்து படிக்கப் போனார். என்னைப் போர்டிங்கில் சேர்ப்பதாகச் சொன்னார்கள். நான் புறப்படுவதற்கு முதல்நாள் சமையலறைக்குள் போனபோது அம்மா விளக்குக்கு முன்னால் தனியாக உட்கார்ந்து அழுதுகொண்டிருந்தார். என்ன என்னவென்று கேட்க அவர் பதில் பேசாமல் முந்தானையால் துடைத்தார். துடைக்கத் துடைக்கக் கண்ணீர் பெருகியது, ஆனால் சத்தமே வரவில்லை. எங்கள் குடும்பம் ஒன்றாயிருந்தது அதுவே கடைசி.

சாத்திரி சொன்னதுபோல ராட்சதர்கள் வீட்டுக்குள் இருந்து வரவில்லை. வெளியே இருந்துதான் வந்தார்கள். அவர்கள் கால்கள் தடிப்பானத் தோல் பூட்சுகளுக்குள் இருந்தன. தோள்களில் துவக்குகள் தொங்கின. வீடுகளும், வீதிகளும், விளையாட்டு மைதானங்களும் அமைதியிழந்தன. வானமும் பூமியும் மாறின. ஒருநாள் வீட்டிலிருந்து ஓடிய வீமன் திரும்பவில்லை. என்னுடைய அண்ணர் என்னவானார் என்பதைப் பார்க்க ஐயாவும் அம்மாவும் உயிருடன் இருக்கவில்லை. இரவு நேரம் சைக்கிளில் விளக்கு வைக்காமல் ஓடிப் பொலீசில் பிடிபட்டு அண்ணர் இரண்டு தடவைக் கோர்ட்டுக்குப் போகவேண்டி நேர்ந்தது. நீதிவானாகி வாழ்க்கைப்படிகளில் ஏறுவார் என்று சாத்திரக்காரரால் ஆருடம் சொல்லப்பட்ட அண்ணர் கோர்ட் வாசல் படிகளில் குற்றம் சாட்டப்பட்டுத்தான் ஏறினார்.

நான் ரொறொன்ரோவில் இருந்து இரவு நேரம் இதை எழுதிக்கொண்டிருக்கிறேன். இராக்காலம் மனிதர்களுக்கு உகந்ததில்லை, ராட்சதர்களுக்கு உகந்தது, அதனால் கெடுதல் உண்டு என ஐயாவும் அம்மாவும் பலதடவை சொல்லியிருக்கிறார்கள். எங்கே இரவு தொடங்குகிறது எங்கே முடிகிறது

என்பதை எப்படி நான் கண்டுபிடிப்பது. இங்கே எனக்கு நடு இரவு. கலிஃபோர்னியாவில் முன்னிரவு. இங்கிலாந்தில் பின்னிரவு. இலங்கையில் நாளையாகிவிட்டது.

ஐயா பத்திரமாகக் கட்டிப் பாதுகாத்த சாதகக் கட்டு ஞாபகத்துக்கு வருகிறது. எங்களுடைய சாதகங்கள் இரவல் மணிக்கூடு காட்டிய நேரப்படிக் கணித்து எழுதப்பட்டவை. சாதகத்தின் சொந்தக்காரர்கள் அவற்றைத் தொட்டது கிடையாது. அதை ஒருமுறையாவது பார்த்திருக்கலாம் என்று இப்போது எனக்குத் தோன்றுகிறது. இரவு நேரத்தில் ஒரே தாயின் வயிற்றில், ஒரே மருத்துவச்சியால் பிரசவம் பார்க்கப்பட்டு, ஒரே இரும்புக் கட்டிலில் நாங்கள் எல்லோரும் பிறந்திருந்தோம். திசைக்கு ஒருவராகச் சிதறி ஓடியபோது ஐயா பத்திரப்படுத்திய சாதகக் கட்டுக்கு என்ன நடந்ததென்பது தெரியவில்லை. இன்று நாங்கள் வெவ்வேறு நாடுகளில், வெவ்வேறு சூழல்களில், வெவ்வேறு துயரங்களுடன் வசிக்கிறோம். சில தேசிக்காய்கள் வேகம் பிடித்து எல்லைக்கு அப்பால் ஓடின. சில உரிய இடத்தில் வந்து நின்றன. சில கதவைத் தாண்டவே இல்லை.

தீர்வு

அடகு வைப்பதற்கு வீட்டிலே ஒன்றும் இல்லாவிட்டால், எல்லாப் பெறுமதியான பொருள்களும் முடிந்துவிட்ட நிலையில், குறுக்கு மூளை அப்பா அவனை அடகு வைப்பார். அவன் பெயர் உக்கோ. ஏப்ரல் மாதம் வரும்போது அவன் தயாராகிவிடுவான். ஆப்பிரிக்காவில் ஏப்ரல் மாதக் கடைசியில்தான் மழைக்காலம் ஆரம்பமாகும். அடகு வைத்தால் மூன்று நான்கு மாதம் கழித்துத்தான் அவன் மீட்கப்படுவான். ஒரு பிளாஸ்டிக் பையை எடுத்து தன் உடுப்புகளை அதற்குள் அடைத்தான். உடுப்புகள் என்பது அவன் பள்ளிக்கு அணியும் ஒரு கால் சட்டையும் ஒரு சேர்ட்டும் தான். மீதி இடத்தில் அவன் புத்தகங்களை நிரப்பினான். என்ன நடந்தாலும் அவன் படிப்பைக் கைவிடக் கூடாது என்பதில் உறுதியாக இருந்தான்.

உக்கோ பள்ளிக்கூடத்துக்கு வருகிறானோ இல்லையோ, வகுப்பில் அவன்தான் எப்பொழுதும் முதல். தலைமையாசிரியருக்கு அவன் பள்ளிக் கூடத்திற்கு வராவிட்டால் அவனை அடகு வைத்து விட்டார்கள் என்பது தெரியும். அவனிடம் அவர் நிறைய அன்பு வைத்திருந்தார். அவனுக்குப் பதினொரு வயது நடந்தபோது அந்தப் பிராந்தியத் தில் நடந்த பரீட்சையில் அவன் முதலாவதாக வந்தான். தலைமையாசிரியர் தன் சொந்தக் காசில் அவனுக்கு ஒரு கைக்கடிகாரம் வாங்கிப் பரிசளித்தார். முள்கள் சுழன்று ஓடும் கடிகாரம். வாழ்க்கையில் அது வரைக்கும் அவன் கட்டியது விளையாட்டுக் கடிகாரம் தான். முதலில் நேரத்தைப் பார்த்து

அ. முத்துலிங்கம்

விட்டுப் பின்னர் முள்ளைத் திருப்பி வைக்க வேண்டும். ஆனால் இதில் சின்ன முள்ளும் பெரிய முள்ளும் தானாகவே ஒன்றை ஒன்று துரத்தின. அவன் தனது இடது கையில் ஒரேயொரு நாள் அதைக் கட்டினான். அடுத்த நாள் அவனுடைய அப்பா அதை எடுத்துப்போய் சந்தையில் விற்றுவிட்டார். அம்மா அவரை 'குறுக்குமூளை மனுசன்' என்று திட்டினார். அந்தப் பெயர் பின்னர் நிலைத்துவிட்டது.

உக்கோவுக்கு மூன்று அம்மாக்கள், நாலு பாட்டிகள், ஒரு அப்பா. அப்பாவுக்கு அவனுடைய அம்மா இரண்டாவது மனைவி. அப்பாவின் மூன்று மனைவிகளுக்கும் பிள்ளைகள் இருந்தார்கள். ஆனால் அடகு வைப்பது என்று வரும்போது உக்கோவையே அப்பா தெரிவு செய்வார். ஒருநாள் அப்பாவிடம் அம்மா கேட்டுவிட்டார். அதற்கு அவர் சொன்ன பதில்தான் ஆச்சரியமானது. 'எனக்குத் தெரியும், நீ பேசாமல் இரு. எத்தனை நாள் அடகு வைத்தாலும் இவன் படிப்பை விடமாட்டான். முதலாவதாக வந்துவிடுவான்.' அதைக்கேட்டதும் உக்கோவுக்குக் கொஞ்சம் பெருமையாக இருந்தது. தாயாரிடம் பலமுறைக் கெஞ்சியிருக்கிறான். 'அப்பா குடித்துவிட்டு ரோட்டில் சண்டை போடுவது எனக்கு அவமானமாயிருக்கு. நண்பர்கள் பரிகசிக்கிறார்கள். நீ ஏன் அவரைத் திருத்தக் கூடாது?' அம்மா சிரிப்பார். 'கோழிக் குஞ்சின் பிரார்த்தனை பருந்தை ஒன்றும் செய்யாது. நீ சின்னப்பிள்ளை' என்பார்.

முதல் முறை அவனை அடகு வைத்தபோது அவனுக்கு வயது 11. அப்பா அவனை லெபனிஸ் வியாபாரிகளிடம்தான் அடகு வைப்பார். லெபனானில் யுத்தம் தொடங்கிய பின்னர் நிறைய கிறிஸ்தவர்களும் முஸ்லிம்களும் ஆப்பிரிக்காவுக்கு வந்து சேர்ந்தார்கள். ஏதாவது வியாபாரத்தைத் துவங்கி அதை லாபகரமாக நடத்தினார்கள். பெரிய வீடுகளில் ஆறு ஏழு வேலைக்காரர்களை வைத்துக்கொண்டு வசதியாக வாழ்ந்தார்கள். அவன் பின்வாசல் கதவு வழியாகத்தான் உள்ளே நுழைவான். காலையில் எசமானின் சப்பாத்துகளை மினுக்கி வைப்பது அவனுடைய முதல் வேலை. அறைகளைத் துப்புரவாக்க வேண்டும், ஆனால் துடைப்பத்தால் கூட்டமுடியாது. சிறுபையன் கூட்டினால் வீட்டிலே பேய் பிடித்துவிடும் என்றார்கள். ஆகவே கைகளினால் பொறுக்குவான். எசமானுக்கு நல்ல நாள் என்றால் அவனுக்கும் நல்ல நாள். அவருக்குக் கெட்ட நாள் என்றால் அவனுக்கு ஆகக் கெட்ட நாள். எசமானின் அறையில் ஒரு படம் மாட்டியிருந்தது. துப்பாக்கியை வலது கையில் தூக்கிப் பிடித்துக்கொண்டு அவர் நின்றார். இடது கால் இறந்துபோன மானின் முதுகில் இருந்தது. அதன்

கண்கள் திறந்தபடியே இருந்தன. எசமானின் கண்களும் திறந்த படி இருந்தன. அவர் காலைத் தூக்கினால் மான் எழும்பி ஓடிவிடும் என்பதுபோல அவனுக்குத் தோன்றும். சாப்பாடு மூன்று நேரமும் அலுமினியத் தட்டில் கிடைக்கும். அதனால் அவனுக்கு மகிழ்ச்சி. ஆனால் இரவு நேரங்களில் அம்மாவை நினைத்து அழுவதை அவனால் நிறுத்தமுடியவில்லை.

அடுத்த தடவை குறுக்குமூளை அப்பா அவனை அடகு வைத்தது ஒரு லெபனிஸ்காரருடைய மருந்துக்கடையில். அங்கே தினம் பத்து மணிநேரம் வேலை. முதலாளி உயரமாக பெரிய வயிறு முன்னுக்குத் தள்ள நீண்ட டிஸ்டாஸா அங்கி அணிந் திருப்பார். தையல்காரனிடம் சொல்லி அவர் அங்கியை முன் னுக்கு நீளமாகவும் பின்னுக்குக் கட்டையாகவும் தைப்பிப்ப தாகப் பேசிக்கொள்வார்கள். ஒருவாரம் முடிவதற்கிடையில் அவன் மருந்தின் பெயர், என்ன வியாதிக்கான மருந்து, அதன் பக்க விளைவுகள், விற்பனை விலை இன்ன பிற விவரங்களை மனனம் செய்துவிட்டான். வாங்குபவருக்குப் பொறுமையாக மருந்தைச் சாப்பிடும் முறைபற்றி விளக்கிச் சொல்வான். முக்கிய மாக மருந்தைத் 'திருப்பிக் கொண்டுவரவேண்டாம்' என்று நினைவூட்ட வேண்டும். அது முதலாளியின் கட்டளை. அவன் கட்டளைகளைச் சரிவர நிறைவேற்றியபடியால் முதலாளிக்கு அவன்மீது பிடிப்பு வந்துவிட்டது. அவனுக்குச் சம்பளம் கிடை யாது. தங்க இடமும் சாப்பாடும்தான். உக்கோவுடைய ஒப்பந்தம் முடிந்து வீட்டுக்குப் போகும்போது அவனுக்குச் சம்பளம் தருவதாகக் கூறியிருந்தார். ஆனால் அவன் செய்த ஒரு முட்டாள் தனம் எல்லாத்தையும் கெடுத்துவிட்டது.

அங்கே ஒரு வழக்கம் இருந்தது. ஆறு மாதத்திற்கொரு முறை காலாவதியான மருந்துகளை ஒரு பெட்டியில் அடுக்கிச் சுகாதார மந்திரியின் அலுவலகத்துக்கு எடுத்துச் செல்வார்கள். மந்திரி மருந்துகளின் ஆயுளை மேலும் ஒரு வருடத்துக்கு நீட்டிக் கடிதம் கொடுப்பார். கணிசமான பணத்தைக் கொடுத்துத் தான் அந்தக் கடிதத்தைப் பெறமுடியும். காலாவதியான மருந்து களை விற்பதில் உக்கோவுக்குச் சம்மதமில்லை. ஒரு நாள் மூச்சுத் திணறியபடி நோயாளி ஒருவர் கேட்டு வந்த மருந்து காலாவதி யாகிவிட்டது. விற்க மறுத்தால் முதலாளிக்குக் கோபம் வரும். விற்றாலோ நோயாளிக்குப் பலன் கிடையாது. இப்படியான இக்கட்டான சமயங்களைக் கடந்துபோக உக்கோவிடம் ஒரு யுக்தி இருந்தது. இருபது மட்டும் ஒவ்வொன்றாக எண்ணு வான். அதற்குள் யாராவது புது வாடிக்கையாளர் கதவைத் திறந்து வந்தால் மருந்தை விற்கலாம். வராவிட்டால் கொடுக்கக் கூடாது. வேகமாக எண்ணினான். ஒருவருமே வரவில்லை.

அ. முத்துலிங்கம்

மருந்து இல்லையென்று நோயாளியை அனுப்பிவிட்டான். இந்த விசயம் எப்படியோ முதலாளிக்குத் தெரிய வந்து அவனைத் தாறுமாறாக வைதார். தகப்பன் அவனை மீட்க வந்தபோது உக்கோவினால் பெரும் நட்டப்பட்டதாக முறையிட்டு, ஏதோ மருந்து விற்பதுபோல அவனை 'திருப்பிக் கொண்டுவரவேண் டாம்' என்று கடுமையாகச் சொல்லித் துரத்திவிட்டார்.

அவனுக்கு 15 வயதானபோதுதான் அவனுடைய குறுக்கு மூளை அப்பா அவனைப் பால்தாஸர் வீட்டில் அடகு வைத்தார். அவர் பெரிய வைர வியாபாரி. மிக நல்ல மனிதர். இலையான் கள் செய்வதுபோலக் கைகளை ஒன்றுடன் ஒன்று உரசிக்கொண்டு தான் பேசுவார். ஒருநாள் முழுக்க அவர் பக்கத்தில் நின்றாலும் நாலு ஐந்து வார்த்தைகளுக்குமேல் பேசமாட்டார். உக்கோ அவன் வாழ்நாளில் அத்தனைப் பெரிய வீட்டைக் கண்டதில்லை. வீட்டைச் சுற்றி உதை பந்தாட்ட மைதானம்போலப் பெரிய புல் வெளியும் தோட்டமும். தோட்டத்திலே இரண்டு கருப்பு வெள்ளை நாரைகள், சிவந்த அலகுடன் உலவிக்கொண்டிருக் கும். முதலாளி நல்ல மனிதர். அவனுக்குப் புதிய உடையும் காலுக்கு அணிவதற்குச் செருப்பும் கிடைத்தன. எந்த நேரமும் தோய்த்து மடித்த சீரான உடையில்தான் வீட்டுக்குள் நடமாட வேண்டும் என்பது கட்டளை. காலை எட்டு மணியிலிருந்து வியாபாரிகள் வந்த வண்ணமே இருப்பார்கள். அவர்களுக்குச் சின்னச் சின்ன கிண்ணங்களில் காபியும், மெஸ்ஸே, ஹாமுஸ், லாப்னே என்று சிற்றுண்டி வகைகளும் தந்து உபசரிக்க வேண்டும். மாலையானதும் மதுபானம்தான். அந்த வீட்டில் இருந்ததோ மூன்று பேர்தான். அவர்களைப் பராமரிக்க 17 வேலைக்காரர் கள் உழைத்தார்கள். அவர்களிலே உக்கோவும் ஒருத்தன்.

எசமானின் மகள் பெயர் ஜூலியானா. அவளைக் கண்ட முதல் நாள் அவன் திகைத்துப்போய் நின்றான். அவன் வேலை செய்த வீடுகளில் பல அழகிகளைக் கண்டிருக்கிறான். ஆனால் இப்படியும் இந்த உலகத்தில் அழகிருக்கலாம் என்பதை அவன் அறியவில்லை. இன்னொருவர் முந்த முடியாத அழகு. கூந்தலை எதிர்ப்பக்கமாக வாரி உருட்டி அலங்கரிப்பதால் உயரமாகத் தெரிவாள். அந்தப் பெரிய வீட்டில் உள்ள 20 அறைகளில் அவள் எங்கோ வசித்தாள். அபூர்வமாகக் கண்ணில் தென்படு வாள். சமையலறைக்கும் வரவேற்பறைக்கும் இடையில் ஓடிக் கொண்டிருக்கும்போது. ஒரு நாள் காலை நேரம் அவளை நேருக்கு நேர் கண்டபோது நடுங்கிவிட்டான். நிமிர்ந்து பார்க்க முடியாமல் கண்கள் கூசின. அழகுகூட ஒருவருக்கு அச்சத்தை ஏற்படுத்தும் என்பதை அன்றுதான் உணர்ந்தான். 'உக்கோ' என்றாள். அவளுக்கு அவன் பெயர் தெரிந்திருந்தது மட்டுமில்

லாமல் அது ஞாபகத்திலும் இருந்ததை அவனால் நம்ப முடிய வில்லை; பெருமையாகவிருந்தது. வேலையில் சேர்ந்த அன்றே அவனுக்கு ஒரு கட்டளை பிறப்பிக்கப்பட்டிருந்தது. எசமானை அவன் 'மாஸ்டர்' என்றும் எசமானியை 'மாடம்' என்றும் மகளை 'ஸ்மோல் மாடம்' எனவும் அழைக்கவேண்டும்.

'எஸ், ஸ்மோல் மாடம்' என்றான். அவன் தலை குனிந் திருந்தது. அவள் மாட்டியிருந்த வெள்ளிச் சருகை வேலைப்பாடு செய்த சப்பாத்துகளையே அவன் கண்கள் கண்டன. அவன் அணிந்திருந்த இறுக்கமான உடை பாதி நனைந்துவிட்டது. 'நீ படிக்கிறாயாமே. என்ன படிக்கிறாய்?' என்று கேட்டாள். அவன் மூளை படபடவென்று வேலை செய்தது. சில நாட் களுக்கு முன்னர் அவள் மேசையிலே கிடந்த புத்தகங்களைப் பார்த்திருக்கிறான். அவளுக்கு அவனிலும் பார்க்க இரண்டு வயது கூட இருக்கும். ஆனால் ஒரு வகுப்பு கீழே படிக்கிறாள். இடுப்பிலே கையை வைத்துக்கொண்டு பதிலுக்காக நின்றாள். இந்தச் சின்னக் கேள்விக்கு இவ்வளவு தாமதமான பதிலா என்று அவள் யோசித்திருக்கலாம். வெள்ளை கொலர் வைத்த மெல்லிய பச்சைக் கவுண் அணிந்திருந்தாள். அதே வெள்ளைக் கலரில் அகலமான பெல்ட் அவள் இடுப்பைச் சுற்றி இறுக்கி யிருந்தது. அவன் புத்தியாக அவளிலும் பார்க்க ஒரு வகுப்பைக் குறைத்துச் சொன்னான். 'சரி போ' என்றாள். அப்படிச் சொன்ன போது அவளுடைய தலை 40 பாகை தோள் பக்கம் சரிந்தது. விடுதலை பெற்றவன்போல அந்த இடத்தை விட்டு அகன்றான். அகன்றதும் ஏதோ பெரும் இழப்பு வந்து அவனை மூடிக் கொண்டது. மீதி நாள் முழுக்க அவனுக்கு நரகமாகவே கழிந்தது.

அவனுடைய குறுக்குமூளை அப்பா அந்தத் தடவை அவனை அடகுவைக்க வந்தபோது அவனுடைய அம்மா எதிர்த்துப் போராடினார். அவர் படுத்த படுக்கையாகக் கிடந்தார். அவரை பார்த்துக்கொண்டது மூன்றாவது அம்மா. வேறு ஒருவரும் எட்டிப் பார்ப்பதில்லை. மருத்துவர்கள் கைவிட்டுவிட்டார் கள். வலியில் அம்மா துடித்தபடியே 'உச்சரிக்கமுடியாத வியாதி வந்துவிட்டதே' என்று புலம்புவார். 'உக்கோ உக்கோ' என்று நிமிடத்துக்கு நாலு தடவை அழைப்பார். அவன் ஒன்றுமே செய்யத் தேவையில்லை. அம்மாவின் பக்கத்தில் உட்கார்ந்தாலே போதும். இலையான்களின் தொல்லைதான் தாங்கமுடியா மல் இருந்தது. அம்மாவின் கண்களை அவை விடாமல் தாக்கின. எசமான் வீட்டிலே இலையான்களே இல்லை. அவைகளுக்கு எப்படி ஏழை வீடு, பணக்கார வீடு தெரிகிறது என்பது அவனுக் குப் புரியவில்லை. தன்னால் ஒன்றுமே செய்யமுடியவில் லையே என்று நினைத்தபோது அவனுக்கு வாழ்க்கையில்

முதல் தடவையாக வெறுப்பு வந்தது. எப்பொழுது அவனுடைய குறுக்குமூளை அப்பா வந்து தன்னை மீட்பார் என்று தினமும் எதிர்பார்த்துக்கொண்டிருந்தான். ஆனால் இப்போது அவர் வந்துவிடுவாரோ என்ற அச்சம் ஏற்பட்டது. அதை நினைக்க அவனுக்கு வெட்கமாயிருந்தது.

இந்த உலகத்தில் அவனிடம் உண்மையான அன்பு காட்டுப வர்கள் இரண்டே இரண்டு பேர்தான். ஒன்று அம்மா. மற்றது அவனுடைய தலைமையாசிரியர். 'நீ நல்லாய்ப் படி. உனக்கு அபூர்வமான மூளை. நீ வெளிநாடு போய் பெரிய படிப்பெல்லாம் படிக்க வேண்டும்' என்று இங்கிலாந்து மாப்பை விரிப்பார். அவன் உடனேயே விம்மத் தொடங்குவான். 'ஒரு வரைபடத்தைப் பார்த்து அழுவது இந்த உலகத்தில் நீ ஒருவன் மட்டுமே' என்று எரிச்சலுடன் சொல்லிவிட்டு மாப்பை மறுபடி யும் சுருட்டி வைப்பார். அவனால் வரைபடங்களைப் பார்க்க முடிவதில்லை. 'வெளிநாடு போகமாட்டேன் சேர்' என்பான் அவன். 'உன் மூளை பெண்டுலம்போல வேலை செய்கிறது. கூர்த்த மதி கொண்டவனாய் ஒரு கணம் தெரிகிறாய். அடுத்த கணம் முழு மூடனாகிவிடுகிறாய். கிளையிலேயே உட்கார்ந் திருக்கும் பறவைக்குச் சோளம் எங்கே இருக்கிறது என்பது தெரியாது. தேனி பூப்பூவாய்ப் போய்த் தேனை திரட்டுவது போல நீ அறிவைத் திரட்டவேண்டும்' என்பார். உக்கோவின் தலை குனிந்திருக்கும்.

ஒருநாள் கதவு மணி அடித்தது. அந்த ஒலி அதிர்வு அடங்குவதற்கிடையில் மறுபடியும் ஒலித்தது. உக்கோ ஓடிச்சென்று கதவைத் திறந்தான். இரண்டு இளம் பெண்கள், அவர்களைத் தோளோடு தோள் ஒட்டிவிட்டதுபோல, நெருக்கமாக நின்றார்கள். உக்கோ சிரித்தான். ஆனால் அவர்கள் திருப்பிச் சிரிக்கவில்லை. அவனைத் தள்ளி விழுத்துவதுபோல உள்ளே நுழைந்தனர். ஜூலியானாவுடன் படிப்பவர்கள் என்பது உடனே புரிந்தது. படபடவென்று காரியங்கள் துவங்கின. ஒருத்தி கரண்டி ஒன்றை வாய்க்கு முன் பிடித்துக் கொண்டு (அதுதான் ஒலிவாங்கி) பாடினாள். அந்தப் பாட்டுக்கு மற்றவள் நடுக்கூடத்தில் நடனம் ஆடினாள். அது அரேபியர்கள் நடனம் என்பது அவனுக்குப் பின்னர் தெரிந்தது. அவள் முறையாக அரேபிய நடனம் கற்றவள் போலிருந்தாள். பின்னர் ஜூலியானாவின் முறை வந்தது. இடுப்பிலே நீலம் சிவப்பு என ரிப்பன்களை இறுக்கி கட்டி இன்னும் இடையைச் சிறிதாக்கிக்கொண்டு ஆடினாள். நடனத் தின் முக்கியமான பகுதி இடையை ஆட்டுவதுதான். ஒரு கால் நேராக நிற்க மற்றக் காலைச் சாய்த்து வைத்து, ஒரு

கையை இடுப்பிலே ஊன்றிக்கொண்டு நின்ற நிலையிலேயே இடையை மட்டும் தூக்கித் தூக்கி எறிந்தாள். அது மேலும் கீழும் ஆடியது. அவன் அவர்களுக்கு மெஸ்ஸே பரிமாற வந்த போது பாடிய பெண் கரண்டியைப் பின்னுக்கு ஒளித்தாள். வாயை ஒன்றும் செய்யமுடியவில்லை. அவன் திரும்பியபோது ஜூலியானா என்னவோ மெல்லச் சொல்ல இருவரும் ஒரே நேரத்தில் திரும்பி அவனைப் பார்த்தார்கள். அவனுக்கு என்னவோபோல ஆகிவிட்டது. சமையலறைக்கு ஓடி வந்த பின்னரும் அவனுடைய தொடைகள் ஆடின. அவள் என்ன சொல்லியிருப்பாள் என்று அன்று இரவு முழுக்க தூங்க முடியாமல் மண்டையைப் போட்டு அவன் உடைக்க வேண்டியிருந்தது.

அவளிடம் எண்ணிக் கணக்கு வைக்க முடியாத ஆடைகள் இருந்தன. இரவு ஆடை, வீட்டு ஆடை, பள்ளி ஆடை, விளையாட்டு ஆடை, குளிக்கும் ஆடை, வெளி ஆடை, விருந்து ஆடை என்று பல வகை. ஒருமுறை அணிந்ததை இன்னொரு தடவை அணிவதை அவன் பார்த்தது கிடையாது. சிலசமயம் விருந்து ஆடையை வீட்டுக்கு உடுத்தி அலங்காரம் செய்து கண்ணாடியில் தன்னையே நெடுநேரம் பார்ப்பாள். பின்னுக்கு இழுபடும் மெல்லிய நீல நிற உடையில் இளவரசிபோல, உயர்ந்த கால்செருப்பு சத்தமிட, உலவுவாள். ஒருநாளைக்குப் பலமுறை உடைமாற்றுவாள். கழற்றிய உடை கழற்றிய இடத்திலேயே வட்டமாகக் கிடக்கும். அவற்றைப் பொறுக்கிக் கூடையில் உக்கோ பலதடவை போட்டிருக்கிறான். அந்த உடைகளின் மிருதுத்தன்மை விரல்களில்படும். சில கணங்கள் அவன் மனதில் பல மணிநேரம் தங்கும். அவளைத் தொடுவதுபோல மிகவும் மரியாதையுடன்தான் அவற்றைத் தொட்டிருக்கிறான்.

எசமான் வீட்டில் இரண்டு தோட்டக்காரர்கள் புல் வெட்டுவார்கள். உருளையான மெசினைத் தள்ளிக்கொண்டு போக அது பெரும் சத்தம் எழுப்பியபடிப் புல்லை வெட்டிச் சேகரிக்கும். புல் வெட்டும் நாட்களில் ஜூலியானா அழைத்தால் கேட்காது. அந்த வீட்டில் உள்ள 20 அறைகளில் எந்த அறையில் இருந்தும் அவள் கூப்பிடுவாள். அந்தச் சத்தம் சுவர்களில் எதிரொலித்து எதிரொலித்து அவனிடம் வந்து சேரும்போது பாதி பலம் இழந்துவிடும். அவன் ஒவ்வொரு அறையாக அவளைத் தேடிக்கொண்டு அலைவான். அன்று அவள் தீவிரமாக ஏதோ படித்துக்கொண்டிருந்தாள். வீட்டுப் பாடம் செய்கிறாள் என்று பட்டது. எட்டிப் பார்த்தான். பாஸ்கல் முக்கோணத்தில் ஒரு கணக்கு. 'எஸ் ஸ்மோல் மாடம்' என்றான். தேநீர் கொண்டுவரச் சொன்னாள். மாடிப்படிகளில் இறங்கிச் சமையலறைக்குச் சென்று எடுத்து வந்து பூச்

செண்டு கொடுப்பதுபோல எட்ட நின்று நீட்டினான். அவள் கோப்பையை வாங்கிய பின்னரும் அவன் கைகள் நீண்ட படியே இருந்தன. ஆறிவிட்டது என்றாள். அவன் மறுபடியும் சமையல் அறைக்கு ஓடி இன்னொன்று எடுத்து வந்தான். அதுவும் சரியில்லை. மூன்றாவது தடவை இரண்டு இரண்டு படியாகத் தாவி ஏறிக் குதிரைபோல மூச்சுவிட்டுக்கொண்டு ஓடிவந்தான். அவள் ம்ம்ம் ஆறிவிட்டது என்றாள். தேநீர் கோப்பையைத் தொட்டுக்கூடப் பார்க்கவில்லை. 'ஸ்மோல் மாடம். நீங்கள் என்மீது ஏதோ கோபமாயிருக்கிறீர்கள்' என்றான். 'கோபமா? உன்மீதா? போ போ' என்று கையை நீட்டி விரட்டி னாள். அவன் தடுமாறிப் பின்பக்கமாக விழுந்து தன் மீது தேநீரைக் கொட்டிக்கொண்டான். இதை அவள் எதிர்பார்க்க வில்லை. பதைபதைத்தபடி வந்து 'ஓ என்னை மன்னித்துவிடு' என்று அவன் கையைப் பிடித்துத் தூக்கிவிட்டாள். அந்த மிருது வான விரல்கள் அவனைத் தொட்டது ஒரு கணம்தான். சிப்பி யின் உள்பக்கம் போல பளபளவென்ற வெள்ளை நகங்கள். அவள் விரல்களை விடுவித்த பின்னும் அந்தச் சிலிர்ப்பு விட வில்லை. யன்னலைத் துளைத்துக்கொண்டு புதிய சூரிய வெளிச்சம் திடீரென்று உள்ளே பாய்ந்தது. புல்வெட்டும் சத்தம் பெரிதாகி அவர்களைச் சூழ்ந்துகொண்டது. அவ னுடைய மீதி வாழ்நாள் முழுக்கப் புல்வெட்டும் சத்தம் கேட்கும் போதெல்லாம் அவனுக்கு அவள் ஞாபகம் வரும்.

அவன் மனதில் கள்ளம் புகுந்துவிட்டது. அன்று முழுக்க அவள் கண்களில் படுகிறமாதிரி உலவினான். கால்களிலே புதிய சுறுசுறுப்பு வந்தது. என்றுமில்லாத விதமாக அவள் அம்மாவின் கழுத்தைப் பாம்பு சுற்றுவதுபோலக் கைகளால் சுற்றிப் பிடித்துக்கொண்டு ஏதோ அரேபிய மொழியில் சொன் னாள். பின்னர் அவனைத் திரும்பிப் பார்த்ததுபோல இருந்தது வழிப்பறிக் கொள்ளைக்காரன்போல திடீரென்று அவள் பாதையில் குறுக்கிடச் சொன்னது அவன் மனம். எங்கே அவள் நின்றாலும் அவளைப் பார்க்கவேண்டும் என்று தோன்றி யது. கண்ணை வெட்டினால் அவள் மறைந்துவிடுவாள் என்று பயந்தான். அடுத்த நாள் அவள் பள்ளிக்கு போகும்போது அவன் வாசலில் ஏதோ வேலை உண்டாக்கி நின்றான். காரில் ஏறப் போகும் முன்னர் திரும்பிப் பார்த்தாளா என்பதை அவனால் நிச்சயிக்க முடியவில்லை. அவள் பள்ளியிலிருந்து திரும்ப வரும் நேரத்தைக் கணித்து அதே இடத்தில் காத்திருந்தான். அன்று அவனைத் திகைக்கவைத்த சம்பவம் நிகழ்ந்தது. குறுக்கு மூளை அப்பா வந்து அவனை மீட்டுக்கொண்டு போய்விட்டார்.

அந்த வருடம் சோதனையில் அவன் நாட்டில் முதலாவ தாக வந்திருந்தான். பிரிட்டிஷ் கவுன்சில் இங்கிலாந்தில் மேல் படிப்புப் படிப்பதற்கு அவனுக்கு உதவித்தொகை அறிவித்திருப்ப தாகத் தலைமையாசிரியர் சொன்னார். 'எனக்கா?' என்று மட்டும் கேட்டான். அவனால் வேறு ஒன்றுமே பேசமுடியவில்லை. கண்ணீர் ஒழுகத் தொடங்கியிருந்தது. வீட்டுக்கு ஓடிவந்து மூச்சு வாங்க அம்மாவிடம் செய்தியைச் சொன்னான். சொன்ன தும் தன் தவறை உணர்ந்துகொண்டான். ஆறுமாதமாக அவர் படுக்கையைவிட்டு எழுந்திருக்கவில்லை. வலியில் முனகிக் கொண்டு அவன் தலையைத் தடவி 'நீ என்னை விட்டுவிட்டு போகப்போகிறாயா?' என்றுமட்டும் கேட்டார். அதன்பிறகு அவனுடன் பேசவில்லை. அம்மாவுக்கு மூன்று மொழிகள் தெரியும். அவருடைய கிராமத்து ஃபுலானி மொழி. குறுக்கு மூளை அப்பாவிடம் பேசும் ரிம்னி மற்றும் கிரியோல். அம்மா மூன்று மொழியிலும் அவனிடம் மௌனம் சாதித்தார்.

சந்தை பஸ் நிலையத்துக்குப் போய் இரண்டாவது பாட்டியை அழைத்துவரும்படிக் குறுக்குமூளை அப்பா கட்டளை இட்டிருந்தார். பாட்டி வந்தால் அம்மா உற்சாகமாகிவிடுவாள். ஹமட்டான் காற்று வீசும் காலை நேரம். சகாரா பாலை வனத்துக் குளிரை அப்படியே அள்ளிக் கொண்டுவந்திருந்தது காற்று. அவன் மூச்சு விடும்போது அவனுடைய சுவாசப்பை அளவு உருண்டையான புகை மேகங்கள் அவனுக்கு முன்னால் போயின. எந்த நேரம் என்ன பஸ்ஸில் பாட்டி வருவார் என்ற தகவல் அவனுக்குச் சொல்லப்படவில்லை. ஒவ்வொரு பஸ்ஸாக அவன் தேடிக்கொண்டு வந்தான். அவனுக்கு முன் னால் ஒரு பெண்ணும் யாரையோ தேடினாள். முதுகிலே ஒரு குழந்தையைக் கட்டியிருந்தாள். அதே அளவு இன்னொரு குழந்தையை வாளியிலே காவினாள். பஸ்கள் வந்து வந்து போய்க்கொண்டிருந்தன. பஸ் வாசகங்களைப் படித்தபடி அவன் பாட்டிக்காகக் காத்து நின்றான்.

'மடியில் உட்காராவிட்டால் முழு டிக்கட்.'

'கடவுள் மேலே இருக்கிறார். அவசரமாகச் சந்திக்க வேண்டு மென்றால் அடுத்த பஸ்ஸில் ஏறுங்கள்.'

'பிணங்களை ஏற்றிப்போவது சட்டவிரோதம்.'

கடைக்கண்ணில் ஒளிபட்டதுபோல அதிர்ச்சி. ஒரு மூச்சுத் தவறியது. அதற்குப் பின்னர்தான் கண்டான். ஜூலியானா. அவனுடைய சிரிப்பைத் திருப்பிக் கொடுக்காத இரண்டு சிநேகிதி களுடன் வந்திருந்தாள். வீதியின் மறு பக்கத்தில் அவள் நடந்த

போது அவளுடைய ஆடை நடைக்கு ஏற்பச் சுழன்றது. உக்கோ தன் உடையைக் குனிந்து பார்த்தான். இறுக்கமான காக்கிக் கால்சட்டை, ஒருவாரம் முழுக்கப் போட்டு ஊத்தையான பழுப்பு மேல் சட்டை. கினிக்கோழிப் புதருக்குள் பதுங்குவது போல மெல்ல பின்பக்கமாக நகர்ந்து பஸ்ஸின் பக்கவாட்டில் மறைந்துகொண்டான். அவளோ ஒரு கவலையும் இல்லாமல் கைகளை ஆட்டிச் சிரித்துப் பேசிக்கொண்டு போனாள். அவள் உருவம் மறைந்த பின்னர் அவளை மறுபடியும் பார்க்க மனம் அவாவியது. பிரபஞ்சத்தை அவள்தான் இயக்குகிறாள் என்பது போன்ற நடை. என்ன ஒய்யாரம். சிநேகிதிகள் பக்கம் திரும்பி, கழுத்தைச் சாய்த்து ஏதோ சொன்னாள். வந்ததுபோலவே திடீரென்று மறைந்தும் போனார்கள். பின்னர் அவளை அவன் வாழ்நாளில் காணவில்லை.

தலைமையாசிரியர் அவனைத் தேடி வீட்டுக்கு வந்து விட்டார். அவர் கோபமாக இருந்தார். 'உண்மைதானா? நீ போகப்போறதில்லையா? எத்தனைப் பெரிய அதிர்ஷடம். இந்தக் கிராமத்துக்கே உன்னால் பெருமை கிடைத்திருக்கிறது.' உக்கோ நிலத்தைப் பார்த்தபடி சொன்னான். 'அம்மாவுக்கு விருப்பமில்லை, சேர்.' 'என்ன பேசுகிறாய்? நான் சந்திரனைச் சுட்டிக் காட்டுகிறேன். நீ என் விரல் நுனியைப் பார்க்கிறாய். உன் அம்மாவைப் பார்த்துக்கொள்ள பாட்டி இருக்கிறார்.' அன்று தலைமையாசிரியர் அவனுடன் நீண்ட நேரம் பேசினார். 'எல்லா ஏற்பாடுகளும் முடிந்துவிட்டன. நீ தலைநகரத்துக்குப் புறப்படவேண்டியது மட்டும்தான்' என்றார். 'என்னால் முடியாது சேர்' என்றான் அவன். 'கதவு திறந்திருக்கிறது. நீ சாவித்துவாரம் வழியாகப் பார்க்கிறாய்' என்று கோபமாகச் சொல்லிவிட்டு எழுந்து போய்விட்டார். அவர் அப்படிக் கோபித்து அவன் கண்டதில்லை. தாயார் அவனையே வெறித்துப் பார்த்தார். 'நான் விரைவில் செத்துப் போய்விடுவேன்' என்றார். 'நான் உன்னைவிட்டுப் போகமாட்டேன் அம்மா' என்று உக்கோ அவரைக் கட்டிப்பிடித்தான். பழுதாகிப்போன சருமத்தின் மணம் வந்தது.

மூன்று நாட்களாக அவனால் தூங்க முடியவில்லை. நடுச்சாமம் சாடையாகக் கண்ணயர்ந்தபோது நெற்றியை யாரோ தடவினார்கள். கண்விழித்தபோது பக்கத்தில் அம்மா இருந்தார். கிண்டி எடுத்த இஞ்சிக் கிழங்குபோல விரல்கள் அவன் நெற்றியை வருடின. உதடுகள் வெள்ளையாகக் காட்சி யளித்தன. இவரா ஒரு காலத்தில் அவனுக்குப் பால் ஊட்டி வளர்த்தார். அவருடைய தோளில் அவன் தொட்டபோது கத்திபோலக் கூராகவிருந்தது. அம்மாவின் வாயில் காணப்

பட்ட அத்தனைப் பற்களும் பெரிதாகி எண்ணெய் விளக்கு ஒளியில் அவனைப் பயமுறுத்தின. 'ஏன் அம்மா நித்திரை வரவில்லையா?' என்றான். 'நான் தூங்கினால் நீ போய் விடுவாய், எனக்குத் தெரியும்' என்றார். 'நான் போகமாட்டேன், அம்மா' என்று அவன் உறுதிகூறித் தூக்க மருந்தை எடுத்துக் கொடுத்தான். அவர் அதைச் சாப்பிட்டுவிட்டு அமைதியாகத் தூங்கினார்.

காலை ஐந்து மணிக்கு அவன் வீட்டை விட்டு புறப்பட்ட போது தாயார் ஆழ்ந்த தூக்கத்தில் கிடந்தார். பையைத் தூக்கிக்கொண்டான். இத்தனைப் பொய்களை அவன் தாயாரிடத்தில் சொன்னது கிடையாது. அவன் போனது தெரிந்ததும் அவர் மனம் என்ன பாடுபடும் என்பதை அவனால் நினைத்துக்கூடப் பார்க்கமுடியவில்லை. பஸ் தரிப்பில் ஒருவருமே இல்லை. ஒரு நாய் மாத்திரம் படுத்திருந்தது. வீட்டுக்குத் திரும்புவோமா என மனம் தடுமாறியது. தலைமையாசிரியர் கோபித்துக்கொண்டுச் சட்டென்று எழுந்துபோனதை எண்ணி வருந்தினான். அவனுக்கு இருப்பது ஒரு அம்மா மட்டுமே. படிப்பு தடைபட்டால் நாளை இன்னொரு படிப்பு கிடைக்கும். ஆனால் அம்மாவுக்கு அவன் எங்கே போவான். இனி மேல் அவரைப் பார்க்கவே முடியாது என்று எண்ணியபோது மனம் நடுங்கியது. அந்த எண்ணத்தைத் தள்ளிக்கொண்டு வேறொரு நினைப்பு வந்தது. சிப்பியின் உள்பக்கம் போலப் பளபளக்கும் நகங்களுடன் கழுத்தைச் சரித்து மெல்லச் சிரிக்கிறாள் ஜூலியானா. அந்த நினைப்பு அவனைப் பதைபதைக்க வைத்தது.

நாயைப் பார்த்தான். அதுவும் அவனை மேல் கண்ணால் பார்த்தது. இன்னும் சில நிமிடங்களில் பஸ் வந்துவிடும். அதற்கு முன்னர் நாய் எழுந்துபோனால் அவன் வீட்டுக்குத் திரும்புவான். போகாவிட்டால் அவன் பஸ் ஏறுவான். மூன்று மாதங்களாக அவனை வாட்டியெடுத்தப் பிரச்சினைக்கு ஒரு தீர்வு கிடைத்தது இப்படித்தான்.

அ. முத்துலிங்கம்

எல்லாம் வெல்லும்

பிரிகேடியர் துர்க்கா பூமியில் வாழப்போகும் கடைசி நாளன்று திடுக்கிட்டு விழித்தபோது காலை ஐந்து மணி. அவர் மூன்றாவது நாளாகப் பதுங்கு குழியில் இரவைக் கழித்திருந்தார். வழக்க மாகத் தோய்த்து அயர்ன் பண்ணி விறைப்பாக நிற்கும் அவருடைய சீருடை சேற்று நிறமாக மாறிவிட்டது. சப்பாத்துகளைக் கழற்றி மண்ணை உதறி மறுபடியும் அணிந்துகொண்டார். சுவரில் சாத்திவைத்த S-97 துப்பாக்கியின் மேல் வண்டு அளவிலான இலையான் ஒன்று உட்கார்ந்திருந் தது. அதை அடிக்கக் கை ஓங்கியவர் மனதை மாற்றி ஆயுத உறையைக் கையிலெடுத்துத் திசை காட்டியும் சங்கேத வார்த்தைத் தாளும் இருப்பதை உறுதி செய்தபின்னர் இடுப்பிலே கட்டினார். நிரையாக நீண்டுகிடந்த பங்கர்களைப் பார்த்தார். ஆள் நடமாட்டமே இல்லை. வெளியே வந்து அவசர அவசரமாகக் காலைக் கடன்களை முடித்தார். முந்தைய நாள் போரில் மிஞ்சிய புகைமணம் காற்றிலே நிறைந்து கிடந்தது. இரண்டு வாரங் களுக்கு முன் அவர் முள்ளிவாய்க்காலில் இருந் ததை நினைத்துப் பார்த்தார். இத்தனை அழிவு இவ்வளவு சீக்கிரத்தில் வந்துவிட்டதை அவரால் நினைத்துக்கூடப் பார்க்கமுடியாததாக இருந்தது.

முள்ளிவாய்க்காலில் காலையில் எழும்பியதும் துர்க்காவின் கண்ணில் படுவது அகிலா என்ற சிறுமி தான். வழக்கம்போல அரைமணி நேரம் யோகாசனம் செய்தபின்னர் மேஜர் சோதியாவின் படத்துக்கு மெழுகுத் திரி கொளுத்தி வணங்குவார்.

கொழுத்தாடு பிடிப்பேன்

ஒரு சுற்று நடந்து கூடாரங்களைப் பார்வையிடுவார். சிலர் இன்னமும் தூக்கத்தில் இருப்பார்கள். சிலர் எழுந்து தேநீர் தயாரிப்பார்கள். அகிலாவுக்குக் குண்டு விழுந்து ஒரு கை போய் விட்டது. அதிலே கட்டுப்போட்டிருந்தார்கள். அவள் ஒருவிதக் கவலையு மில்லாமல் குனிந்து புற்களுக்கிடையில் ஏதோ ஒரு பூச்சியைத் துரத்திக்கொண்டிருந்தாள். துர்க்காவைக் கண்டதும் விறைப் பாக நின்று 'துர்க்காக்கா' என்று மகிழ்ச்சி பொங்கக் கத்தி மிஞ்சியிருந்த இடது கையால் ஒரு சல்யூட் அடித்தாள். 'இங்கே நிற்கக்கூடாது, ஓடு ஓடு' என்றார். 'எல்லாம் வெல்லும், அக்கா.' 'எல்லாம் வெல்லும்' என்று துர்க்காவும் ஒரு சல்யூட் வைத்தார்.

அகிலா, நித்தியா, அபிராமி, சுகன்யா, கன்னிகா, குழலி எல்லோரும் காயம் பட்டவர்கள். கை இல்லாமலும், கால் இல்லாமலும், கண் போயும் கட்டுக்களோடு வாழப் பழகிய சிறுமியர். அவர்கள் போர்முனையில் தங்கக்கூடாது. மாற்று ஏற்பாடுகள் செய்யும்வரை அங்கே இருக்க அனுமதி கொடுக்கப் பட்டிருந்தது. குண்டுவீச்சில் பெற்றோரை இழந்து, உறவு என்று சொல்ல ஒருவருமே இல்லை அவர்களுக்கு. நித்தியாவுக்கு இரண்டு கண்களிலும் கட்டுப்போட்டிருந்தது. குண்டு வீச்சும், எறிகணையும், துப்பாக்கிச் சூடும் ஆறு மணித்தியாலங்கள் தொடர்ந்து நடந்து அப்போதுதான் ஓய்வுக்கு வந்திருந்தது. தினம் இரண்டு மணிநேரம் ஜெனரேட்டர் போடப்பட்டு அந்த நேரம் சனங்கள் அத்தியாவசியமான காரியங்களைச் செய்யப் பழகிக்கொண்டார்கள். சிலவேளைகளில் துர்க்கா நினைப்பதுண்டு குண்டுகள் விழும்போது நேராகப் பதுங்கு குழிகள் மேல் விழுந்தால் நல்லாயிருக்கும் என்று. ஒரு பிரச் சினையுமின்றி இறந்துபோகலாம். அந்தப் பதுங்கு குழியைச் சிறுமியர்தான் நிறைத்திருந்தனர். இரண்டு கை போன மேனகா வும் அங்கேதான் இருந்தாள். ஒருமுறை கிபீர் இரைந்து கொண்டு தாழப்பறந்து வந்தது. மூன்றுவயதுக் குழந்தைகூட அது கிபீர் விமானம் என்று சத்தத்தை வைத்தே சொல்லிவிடும். அத னுடைய வேகம் ஒலியின் வேகத்தைப்போல இரண்டு மடங்கு. விமானம் போனபின்னரே அதன் ஒலிவந்து சேரும். விமானத் தின் பேரிரைச்சலில் கத்திப் பேசினாலும் கேட்காது. சிறுமிகள் பதுங்கு குழிகளுக்குள் நீச்சல் குளத்துக்குள் குதிப்பதுபோலப் பாய்ந்துவிட்டார்கள். பக்கத்தில் குண்டு விழுந்து மண் எல்லாம் சரிந்து மூடிவிட்டது. ஆழமான குழி அது. நாலுபேர் அவசர அவசரமாகக் கிண்டியதில் உயிர்களைக் காப்பாற்ற முடிந்தது. அப்படியும் சுவர்ணலதா மூச்சுத்திணறி இறந்துவிட்டாள். எப்பவும் திருநீறு பூசி, பொட்டு வைத்து, இரட்டைப் பின்ன

லுடன் சிரித்தபடி இருக்கும் சிறுமி அவள். காலையில் எழுந்த வுடனேயே சீப்பைத் தூக்கிக்கொண்டு 'அக்கா, அக்கா' என்று யாராவது பெரிய பெண்ணைத் தேடித்திரிவாள், தலையை இழுத்துவிடச் சொல்லி.

தினம் மின்சாரம் வேலை செய்யும் இரண்டு மணி நேரத்தில் முக்கியமானச் செய்திகளை மக்களுக்காக ஒலி பரப்பினார்கள். வெளிநாடுகளுக்குச் செய்திகளும், தகவல்களும், படங்களும் அனுப்பப்பட்டன. பதுங்கு குழியில் காயம்பட்டு வேதனையோடு முனகிக்கொண்டிருந்த குழந்தைகள் விஜய் நடித்து வெளிவந்த 'சிவகாசி' படத்தை டிவியில் பார்த்தார்கள். பசியையும் வேதனையையும் மறந்து அவர்கள் படத்தில் ஆழ்ந்து போய் இருந்ததைப் பார்த்தபோது துர்க்காவுக்கு மனதைப் பிசைந்தது. எந்தத் தாய்மார் பெற்ற பிள்ளைகளோ. அவர்களுக்கே தாயின் முகம் மறந்துவிட்டது. அடுத்த நேர உணவு என்னவென்று தெரியாது. அது எங்கேயிருந்து கிடைக்கும் என்பதும் தெரியாது. குண்டு எங்கே விழும், அப்போது யார் யார் மிஞ்சுவார்கள் என்பதும் தெரியாது. இரண்டு கையும் போய் மெலிந்து, இழுத்து இழுத்து மூச்சு விட்டுக்கொண்டிருக்கும் கன்னிகா சொல்கிறாள்: 'அக்கா, தள்ளி நில்லுங்கோ, படத்தை மறைக்காமல்.'

துர்க்கா வானத்தை நிமிர்ந்து பார்த்தார். சூரியன் அன்றைய நாளைத் தயக்கத்துடன் துவங்கினான். மரங்கள் புகைமூட்டமாகத் தெரிந்தன. காலநிலை பகல் மப்பாகவும் பின்னேரம் மழையாகவும் இருக்கும் என்று அவருக்குப் பட்டது. முழங்காலை மடித்துச் சப்பாத்துக் கயிறை இழுத்துக் கட்டினார். இடைப்பட்டியை மூன்றாவது ஓட்டைமட்டும் இறுக்கிய பின்னர் தொப்பியை தலைமேல் அணிந்தார். கைத்துப்பாக்கியை உறையினுள் செருகினார். 'ரெடியாக இரு' என்று சொல்வது போல செகண்டுக்கு 700 மீட்டர் வேகத்தில் சுடக்கூடிய S-97 யப்பான் துப்பாக்கியை ஆதரவாகத் தொட்டு தன் இருப்பை உணர்த்தினார். குறிசூட்டுத் திறனில் அவர் பல முறை பரிசுபெற்றவர். தீச்சுவாலை நடவடிக்கையின்போது வயிற்றிலே குண்டு பட்ட பிறகும் அந்தத் துப்பாக்கி அவரைக் கைவிடவில்லை. அந்த நிலையிலும் 1500 மீட்டர் தூரத்தில் அவருடைய துப்பாக்கி பலதடவை குறி தப்பாமல் சுட்டிருக்கிறது. இரண்டு வார காலமாக அரிசிக் கஞ்சியை மாத்திரம் சாப்பிட்டு வந்ததில் அவர் உடல் மெலிந்துபோய் இருந்தது, ஆனால் வலிமை குன்றவில்லை. அண்ணாந்து பார்த்தபோது ஒரு பறவையைக்கூடக் காணமுடியவில்லை. ஒரு பறவையின் சத்தமாவது கேட்கிறதா என்று காது கூர்ந்து கேட்டார். போர்

தொடங்குவதற்கு முன்னால் அந்த நேரம் எத்தனைப் பறவை களின் ஒலி வானத்தை நிரப்பியிருக்கும். எல்லாமே இடம் பெயர்ந்துவிட்டன என எண்ணினார். முதலில் இடம்பெயர்வது பறவைகள், பின்னர் மிருகங்கள். கடைசியில்தான் மனிதர்.

அவரிடமிருந்த நைக்கொன் காமிராவினால் துர்க்கா நூற்றுக்கு மேற்பட்ட பறவைகளைப் படம் பிடித்திருந்தார். தன்னுடைய மடிக் கணினியில் படங்களைச் சேமித்து வைத்த தும் அல்லாமல் அவற்றைப் பற்றிய விவரமான குறிப்புகளை யும் எழுதியிருந்தார். பறவைகளின் நிறங்கள், செய்யும் ஒலி, பழக்கவழக்கங்கள், உணவு என அவர் அவதானித்த அத்தனைத் தகவல்களையும் எழுதிப் பாதுகாத்தார். இந்தத் தகவல்களையும் படங்களையும் ஒலிகளையும் ஒரு நாளைக்கு காணொளித் தகடாக வெளியிடவேண்டும் என்பது அவருடைய திட்டம். அவ்வப்போது கம்ப்யூட்டரில் பதிந்து வைத்தவைகளை வெளி நாட்டுக்குப் பாதுகாப்புக்காக அனுப்பவும் அவர் தவறவில்லை.

அருள்மதி போராளியாக விருப்பப்பட்டு ஒருநாள் தானாக வந்து அவர்களுடன் சேர்ந்திருந்தாள். அவளைப் பார்த்தபோது துர்க்காவுக்குச் சிரிப்பாக வந்தது. இருபது வயதிருக்கும், உருண்டை யாக இருந்தாள். உடம்பில் எந்தப் பாகத்தை எவ்வளவு ஆழ மாகக் கிள்ளினாலும் அவள் எலும்பைத் தொடமுடியாது. மூன்று மாதக் கடும் பயிற்சியில் தசைகள் கரைந்து உடம்பு முறுகிவிட்டது. அவளைப் போர்க்களத்துக்குத் துர்க்கா அனுப்பிய தில்லை. அருள்மதியின் அம்மா ஆங்கில ஆசிரியை. ஆங்கிலம் தமிழ் இரண்டிலும் அருள்மதிக்கு நல்ல புலமை. கணினியில் பயிற்சி இருந்ததால் அவளைத் தகவல் தொழில் நுட்பத்தில் துர்க்கா பயன்படுத்தினார். கணினி மூடியில் தன் தாயிடமிருந்து வந்த கடிதத்தின் ஒரு வசனத்தை வெட்டி ஒட்டியிருப்பாள் அருள்மதி. தாய்க்கு அவள் ஒரே ஆசை மகள். *Please come home. There is only one you.* கணினியைத் திறக்கும் போதெல்லாம் தாயின் ஞாபகம் வரும். தாயைப் பிரிந்த கடைசி நாள் தாயின் வயிற்றில் குறுக்காகத் தலைவைத்துப் படுத்திருந்ததை நினைப் பாள். தாய் அவளைக் கொஞ்சுவதில்லை. கழுத்தை ஆழமாக முகர்ந்து பார்ப்பதோடு சரி. போர்ச் செய்திகளைத் தினமும் கணினிமூலம் வெளிநாடுகளுக்கு அனுப்புகையில் தாயின் நினைவு வந்துவிடும். அத்துடன் வெளிநாடுகளில் என்ன நடக் கிறது என்ற விவரங்களை அன்றாடம் திரட்டித் தருவது அவள் பொறுப்பு. ஒரு வாரத்திலேயே காட்டு வாழ்க்கைக்கு பழகி விட்டாள். நடக்கும்போது ஒரு சருகு அசையாது; சுள்ளி முறியாது. துர்க்கா ஓய்வாக இருக்கும் சமயங்களில் முக்கிய மான மொழிபெயர்ப்புகளை அருள்மதி எடுத்து வருவதுண்டு.

பின்னர் அதுபற்றிப் பேசுவார்கள். முடிந்ததும் பாம்பு சுருள் அவிழ்ப்பதுபோல ஓசையின்றி எழுந்து அருள்மதி செல்வாள்.

சிறுவயதிலேயே துர்க்காவுக்கு மரங்கள், செடிகள், விலங்குகள், பறவைகள் என்று இயற்கையில் ஓர் ஈர்ப்பு. தாவரவியல் பாடங்களை முதலிலேயே படித்து ஆசிரியையிடம் வகுப்பில் கேள்விகளாகக் கேட்டபடி இருப்பாள். பறவைகளில் அவளுக்கு இருந்த ஆர்வம் அப்பொழுதே தொடங்கிவிட்டது. மருத்துவம் படிப்பது என்று தீர்மானித்தாள். ஒருநாள் பள்ளிக்கூடத்தில் இருந்து திரும்பும்போது பஸ்ஸிலிருந்து இறங்கியவள் வீட்டுக்கு வரவில்லை. எல்லோரும் தேடினார்கள். அடுத்த நாள் என்ன பாடம் என்று ஆசிரியையிடம் கேட்டு அதைப் படிப்பதற்கான புத்தகங்களுடன் பள்ளியிலிருந்து புறப்பட்டவள் என்னவானாள் என்பது தெரியவில்லை. பிறகுதான் செய்தி பரவியது, அவள் இயக்கத்தில் சேர்ந்துவிட்டாள் என்று. யாரோ அவளிடம் கேட்டபோது அவள் சொன்ன பதில் ‘எல்லோரும் பந்தியில் உட்கார்ந்தால் பரிமாறுவதற்கு யாராவது வேண்டாமா?’

கிளிநொச்சி விழுந்த அன்று துர்க்கா அருள்மதிக்குச் சொன்னது நினைவுக்கு வந்தது. ‘நீ ஆயுதத்தைத் தொடக்கூடாது. வரலாற்றைச் சொல்வதற்கு எங்களுக்கு ஒருவர் வேண்டும்.’ அருள்மதி ‘இதற்குத்தானா இவ்வளவு பயிற்சி எடுத்தேன்?’ என்றாள். ஒரு பாறையிலிருந்து இன்னொரு ஆபத்தான பாறையின் மேல் பாய்வதற்கு முன்னர் ஆயத்தம் செய்வதுபோலத் துர்க்கா தயங்கினார். ‘நான் போரில் இறந்தால் என் உடல் அவர்களுக்கும் கிடைக்கக்கூடாது. உயிருடன் என்னைப் பிடித்தால் என்னை எப்படிப் பாதுகாப்பது என்று எனக்குத் தெரியும். ஆனால் என்னுடைய இறந்த உடல் அவர்கள் கையில் அகப்பட்டால் அதற்கு என்ன நடக்கும் என்று உனக்குத் தெரியும். என் உடலின்மேல் அவர்கள் கைகள் ஊர்வதை என்னால் நினைத்துக்கூடப் பார்க்க முடியாது. நீ எப்படியாவது என்னைப் புதைத்துவிடு. அல்லது எரித்துவிடு. எது அந்த நேரத்துக்குச் சுலபமோ அதைச் செய்.’

போரிலே பங்குபற்றக்கூடாது என்று துர்க்கா சொன்னது அருள்மதிக்குப் பெரிய ஏமாற்றத்தைத் தந்தது. ‘சரி, ஆனந்தபுரம் போர்த்திட்டத்தையாவது சொல்லுங்கள். விவரம் எனக்குத் தெரியவேண்டாமா?’ என்றாள் அருள்மதி. ‘உரிய நேரம் வரும்போது நீயாகவே தெரிந்து கொள்வாய். அவசரப்படாதே.’ ‘கிழக்குப் பக்கம் என்று கூறுகிறீர்கள். எவ்வளவு தூரம் கிழக்குப் பக்கமாக முன்னேறவேண்டும்?’ என்று கேட்டாள் அருள்மதி. ‘கிழக்குப் பக்கம் முடியுமட்டும். அல்லது அவர்கள் எங்களை நிறுத்துமட்டும்.’ அந்த நேரம் பார்த்து கைரேடியோ சடசட

வென ஒலித்தது. சங்கேத வார்த்தைகள். அருள்மதிக்கு ஒன்றும் புரியவில்லை, துர்க்கா கோபமானது மட்டும் தெரிந்தது. பின்பக்கத்தைக் காட்டிக்கொண்டு துர்க்கா விடைபெறாமல் நடந்தார். அதுவே கடைசிச் சந்திப்பு.

ஜெயதீசனைத் துர்க்காவால் மறக்கமுடியாது. அவரைப் பார்த்தவுடனேயே சிரிப்பு வரும். காலையில் முதல் வேலை யாக ஒருகையால் கீழே நழுவும் கால்சட்டையைப் பிடித்தபடி, மறுகையில் பனம்பழங்கள். எங்கேயோ போய்ப் பொறுக்கிக் கொண்டு வந்திருப்பார். அவை சிறுமிகளுக்கு. ஜெயதீசனுடன் யாருமே கோபிக்கமுடியாது. எங்கேயெல்லாம் போகக்கூடாதோ அங்கேயெல்லாம் போவார். அவருடைய நாடு அவுஸ்திரேலியா. தன்னுடைய நாட்டைவிட்டு வந்து அநாதைக் குழந்தைகளுக் காக அவர்களுடன் வாழ்ந்தார். எல்லோரும் கழித்துவிட்ட ஒரு பழைய காரில் மாற்றங்கள் செய்து அதை ஆமணக்கு விதை எண்ணெயில் ஓடுகிறமாதிரித் தயாரித்திருந்தார். அதற் காகவே இரண்டு ஏக்கர் நிலத்தில் ஆமணக்குச் செடிகளைப் பயிரிட்டு வளர்த்தார். அவர் பெரிய விஞ்ஞானி, சேவையாளர், பரோபகாரி. குழந்தைகளுக்கு மகிழ்ச்சிநேரம் ஒதுக்கி ஆடல் பாடல் என்று அவர்களைச் சந்தோசப்படுத்தினார். கடந்த இரண்டு வாரங்களாக அவரைப் பற்றிய ஒரு தகவலும் இல்லை. குழந்தைகளையும் அழைத்துக்கொண்டு முள்ளிவாய்க்காலை விட்டு நகர்ந்தாரா என்பது தெரியவில்லை.

நாலு வருடங்களுக்கு முன்னர் தலைவருடைய 51ஆவது பிறந்த நாள் வந்தபோது துர்க்கா ஆச்சரியமான ஒரு பரிசு தந்தார். 16 வருடங்களாகக் காடுகளில் அலைந்து திரிந்து எடுத்த நூறுவிதமான பறவைகளின் படங்களை அச்சடித்துத் தட்டியில் ஒட்டி அதன் கீழே பறவைகளின் பெயர்களை எழுதி, 'ஈழத்துப் பறவைகள்' என்று தலைப்பிட்டுத் தலைவரிடம் நேரே கொடுத்தார். அந்தத் தடவை தலைவர் துர்க்காவையும், விசேடப் பயிற்சியில் இருந்த சில பெண் போராளிகளையும் சந்திப்புக்கு அழைத்திருந்தார். பயிற்சியில் இருந்த ஓர் இளம் பெண் – அவளுடைய பெயர் மாலதியோ என்னவோ – வெகு வான கூச்சத்துடன் அமர்ந்திருந்தாள். ஒரு பூனை வந்து அவ்வளவு பேர் இருக்க மாலதியின் மடியில் ஏறி உட்கார்ந் தது. மாலதி பயத்தில் நெளிந்துகொண்டிருந்தார். தலைவர் பார்த்துச் சிரித்துவிட்டு 'புலி பூனைக்குப் பயப்பிடுவதா?' என்று சொன்னார். பின்னர் பூனையை வாங்கி, கூட்டம் முடிவுக்கு வரும்வரை தன் மடியில் வைத்துத் தடவியபடியே இருந்தார்.

துர்க்கா கொடுத்த பரிசைத் திறந்து பார்த்ததும் திடுக்கிட் டார். 'நன்றி! நன்றி! இத்தனைப் பறவைகளா? எனக்குத் தெரிய

வில்லையே?' என்று தலைவர் வியந்தார். ஒவ்வொரு பறவையின் பெயரையும் உரத்துச் சொன்னார். மைனா, வாலாட்டி, வானம்பாடி, தையல்காரி, பிலாக்கொட்டை, சிட்டுக்குருவி, தகைவிலான், புளினி, வானம்பாடி, புறா, குயில், மரங்கொத்தி, கரிக்குருவி, குக்குறுப்பான், செண்பகம், நாகணவாய் என்று சொல்லிக்கொண்டே அவர் வர எல்லோரும் அதிசயமாகப் பார்த்தார்கள். 'நூறு பறவைகளை மாத்திரம்தான் நான் படம் பிடித்திருக்கிறேன். ஆனால் 240 பறவை வகைகள் இருக்கின்றன' என்றார் துர்க்கா. தலைவர் 'இவையெல்லாம் எங்கள் பறவைகள். சுதந்திரமானவை. தடையின்றி அவை எங்கேயும் பறக்கலாம்' என்று பெருமையோடு சொன்னார். சிரிதேவி குறுக்கிட்டு ஒரு பறவையைச் சுட்டிக்காட்டி 'இது என்ன பறவை? புதிசாக இருக்கிறதே' என்றாள். துர்க்கா பதில் சொல்வதற்குள் தலைவர் சிரிதேவியைப் பார்த்து சிரித்துக்கொண்டு, 'இது தெரியாதா? ஆறுமணிக் குருவி, காலை ஆறு மணிக்குச் சத்தம் போடும்' என்றார். எல்லோர் கண்களும் தலைவர் பக்கம் திரும்பின. 'சிரிதேவி காலை ஆறுமணிக்கு எழும்பினால்தானே தெரியும்' என்று அவர் சொன்னதும் எல்லோரும் சிரித்து அந்த இடம் கலகலப்பானது. எத்தனையோ சந்திப்புகள், ஆனால் அந்தச் சம்பவத்தை மாத்திரம் துர்க்காவால் மறக்க முடியவில்லை.

ரேடியோவில் அறிவிப்பாளராகச் செயல்பட்டவர் இறைவன். தினம் அவருக்குக் கிடைக்கும் இரண்டு மணி நேரத்தில் செய்தி வாசிப்பதோடு சுவையான தகவல்களையும் கூறி அந்த ரேடியோ நேரத்தை உபயோகமுள்ளதாக மாற்றி விடுவார். அவருக்கு இஸ்ரேல் நாட்டு முன்னாள் போர்த் தளபதி மோசே தயான் மீது அளவற்ற பற்று. அவரைப்பற்றிய ஏதாவது கதை ஒன்றைச் சொன்ன பிற்பாடுதான் இறைவன் அன்றைய நிகழ்ச்சியை முடிவுக்குக் கொண்டுவருவார். மோசே தயான் இளைஞனாகப் பிரிட்டிஷ் ராணுவத்தின் விசேடப் பிரிவில் பணியாற்றியபோது ஒரு கண்ணை இழந்தவர். ஒரு நாள், விதிக்கப்பட்ட வேகத்துக்கு மேலாகக் கார் ஓட்டிக் கொண்டு போனபோது பொலீஸ் அவரைப் பிடித்துவிட்டது. அவர் சொன்ன பதில்: 'எனக்கு ஒரு கண்தான் இருக்கிறது. நான் எதைப் பார்ப்பது. ரோட்டையா அல்லது வேகம் காட்டும் கருவியையா?' பொலீஸ் அவரை ஒன்றும் செய்யாமல் விட்டு விட்டது. இப்படிச் சின்னச் சின்னத் தகவல்களைத் தருவார்.

சில போராளிகள் இறைவனைப் பரிகசிப்பார்கள். 'இஸ்ரேல் தளபதி பற்றிப் புகழ் பாடுகிறீர்கள். இஸ்ரேலின் கிபீர் விமானம் தான் இரண்டு மடங்கு ஒலிவேகத்தில் பறந்து குண்டுகளைப் போட்டு எங்கள் மக்களைக் கொல்கிறது. கிபீர் என்றால்

பொருள் இளம் சிங்கம். சிங்கக்கொடி ராணுவம் இளஞ் சிங்கங்களை எங்கள் மீது ஏவி விடுகிறது. நீங்கள் அவரைப் போற்றுகிறீர்கள்.' அதற்கு இறைவன் சொல்லுவார். 'உங்கள் கேள்விக்கு பதிலும் மோசே தயான் சொன்னதுதான். ஒரு ராட்சதக் கோலியாத்தை வெல்ல சிறு பையன் தாவீது போதும்.'

பல நாட்கள் முன்பு முள்ளிவாய்க்காலில் மறுபடியும் அகிலாவைப் பார்த்ததும் துர்க்கா திடுக்கிட்டார். அவள் சொல் வழி கேட்காதவள். எவ்வளவு சொல்லியும் அவள் கூடாரத்துக் குத் திரும்பிப் போகவில்லை. 'அக்கா, ஆறுமணிக் குருவியை பார்த்தேன்' என்றாள். 'பொய் சொல்லாதே. அது வலசை போற குருவி. இந்த மாதம் அது இங்கே இருக்க முடியாது.'

'இல்லை அக்கா. எனக்குத் தெரியும் வாருங்கோ' என்று கூட்டிப்போனாள். அவள் சொன்னது உண்மைதான். கட்டை யான நீல வால் குருவி. மேலுக்கு பச்சை, கீழுக்கு சிவப்பு உடம்பு. வெள்ளை கழுத்து. சப்பாத்து லேஸ் துளைபோல சின்னக் கண்கள். அத்தனை அழகான குருவியை மரத்திலே கண்டதுதான், நிலத்திலே அவ்வளவு சமீபத்தில் துர்க்கா பார்த்ததில்லை. அது இலைகளைத் தள்ளி புழுக்களைக் கொத்தித் தின்றுகொண்டிருந்தது.

'ஏன் அக்கா திகைச்சுப்போய் நிற்கிறீங்கள்?'

'பாவம் இது. தவறிப்போய்விட்டது. இதன் ஆங்கிலப் பெயர் *Indian Pitta*. ஒவ்வொரு வருடமும் இமயமலைக்குப் பறந்து முட்டையிட்டுக் குஞ்சு பொரித்து, பின்னர் அங்கே பனிக்காலம் ஆரம்பிக்கும்போது இங்கே பறந்து வந்துவிடும். இந்த வருடம் எப்படியோ அது தனித்துவிட்டது.'

'கூட்டத்தோடு பறக்கவில்லையா? அப்ப என்ன நடக்கும்?'

'இந்த நிலத்தில் அப்படி ஒரு பற்று ஆக்கும். பார், எங்களை விட்டுப் போக விருப்பமில்லை. ஓடிப்போய் என்னுடைய காமிராவை எடுத்து வாறியா.' துர்க்கா பேசி முடிக்கமுன்னர் அகிலா எடுத்தாள் ஓட்டம். அவள் திரும்பி வந்தபோது குருவி பறந்துவிட்டது.

'எங்கே அக்கா குருவி?'

'இங்கேதான் எங்கேயோ, அது தனிய மாட்டிவிட்டது. இந்த வெய்யில் சூட்டில் அது நிச்சயம் செத்துப்போகும், ஐயோ பாவம்' என்றார். இரண்டு இமைகளும் சந்திக்கும் இடம் ஈரமாகியது.

‘அது தப்பிவிடும் அக்கா, பயப்பிடாதையுங்கோ’ என்றாள் அகிலா, ஏதோ பெரிய ஆள்போல.

ஒவ்வொருவராகத் தன் அணியிலிருந்தவர்களைத் துர்க்கா இழந்துகொண்டு வந்தார். ஒரு கணினி செய்யவேண்டியதை அகல்மதி செய்வாள். கழுத்து எலும்பு தெரியும் ஒல்லியான தேகம். அதிவேகமாக ஓடக்கூடியவள். சொற்களைக் கையினால் மறைத்துக்கொண்டுதான் பேசுவாள். அந்தக் காலத்து விதூஷகன் போல துர்க்காவுக்குச் சிரிப்பு மூட்டுவதுதான் அவள் வேலை. அவள் சிரித்தால் போதும், விடிவதைப்போல அந்த இடத்தில் ஒளியுண்டாகும். திட்டத்தைத் துர்க்கா விளக்கியதும் போராளிகள் தங்கள் தங்கள் கடிகாரங்களைச் சரிபார்த்துக்கொண்டார்கள். ஒரு ரகஸ்யப் பொறியை நோக்கி ராணுவ கவசவாகனங்களைத் திருப்பிவிடுவதுதான் உத்தி. பீரங்கிக் குண்டுகள் வந்து விழும் திசையையும், அவற்றின் இரைச்சலையும், வேகத்தையும் வைத்து எவ்வளவு தூரத்தில் ராணுவம் நகருகிறது, எந்தத் திசை நோக்கிச் செல்கிறது, இலக்கையடைய எவ்வளவு நேரம் எடுக்கும் போன்ற விவரங்களைக் கணிப்பதில் அகல்மதி தேர்ச்சி பெற்றவள். அன்று இரண்டு கவசவாகனங்களை அழித்திருந்தார்கள். எந்த நேரமும் உற்சாகமாக இருப்பவள் அன்று என்னவோ மாதிரி இருந்தாள். ‘அக்கா, வெற்றி கிட்டுமா?’ என்றாள். தொண்டையில் நிறைய சொற்கள் சேர்ந்துவிட்டதால் அது அடைத்துப்போய் கிடந்தது. துர்க்கா அவளை உற்றுப் பார்த்து அடிக்கடித் தலைமைப் பீடம் சொல்லும் வாசகத்தைச் சொன்னார். ‘வெற்றி முக்கியமில்லை. அவர்கள் தோல்விதான் முக்கியம்.’ துர்க்கா வாய் திறந்து பேசி முடிந்ததும் கிபீர் விமானத்திலிருந்து குண்டு வெளிச்சமாக வந்து விழுந்தது. ஒரு கணத்துக்கு முன்னர் அகல்மதி கையில் ஏகே 47 துப்பாக்கியுடனும், தூரக்கண்ணாடியுடனும் நின்றாள். அடுத்த கணம் பெரும் குழிதான் கிடந்தது. அவள் இருந்த சுவடு முற்றாக அழிக்கப்பட்டுவிட்டது. சூழ்ந்த புகைமூட்டத்தில் சதை எரியும் மணம் ஒன்றே துர்க்காவுக்கு மிஞ்சியது.

அடுத்தப் பெரிய இழப்பு செவ்வானம். அவளும் மற்றவர்களைப்போல வெளிநாட்டுக்குப் போயிருந்தால் இன்றைக்கு ஒரு புகழ்பெற்ற மருத்துவராகி நிறையப் பணம் சம்பாதித்துக் கொண்டு இருந்திருப்பாள். எத்தனையோ வாய்ப்புகள் வந்தும் போக மறுத்துப் போரிலே காயம் பட்டவர்களுக்கு வைத்தியம் பார்ப்பதற்காகத் தங்கிவிட்டாள். அவளுக்கு மிஞ்சிப்போனால் 27 வயதுதான் இருக்கும். கெக்கரிக்காய்போன்ற நேரான உடம்பு, ஒரு வளைவுகளும் இல்லை. காதிலே ஓட்டை உண்டு, தோடு கிடையாது. மூக்கிலே துளை உண்டு, மூக்குத்தி கிடை

யாது. விரலிலே நகம் உண்டு, பூச்சு பூசமாட்டாள். ஒரு நாளில் 18 மணித்தியாலத்துக்குக் குறையாமல் வேலை செய்தாள். நோர்வேயில் இருந்த அவளுடைய தம்பி அவளுக்கு ஒரு மடிக்கணினி அனுப்பியிருந்தான். ஒரு குழந்தையைத் தூக்குவது போல அதைத் தூக்கிக்கொண்டு இரண்டு நாட்களாக அலைந் தாள். எப்படித் திறப்பது என்றுகூட அவளுக்குத் தெரியவில்லை. ஒருநாள் அருள்மதியிடம் இரவு பத்து மணிக்குக் கம்ப்யூட்டர் கற்றுக்கொள்ள வந்தாள். எல்லா விசயங்களையும் ஒரே நாளில் கற்றுவிட வேண்டும் என்ற அவா. கம்ப்யூட்டரில் அவள் எழுதிய முதல் கடிதத்திற்கு இணையத்தொடர்பு கிடைக்க வில்லை. ஜெனரேட்டர் நேரம் முடிந்துவிட்டபடியால் கடிதத்தை அடுத்தநாள் அனுப்பலாம் என்று மூடிவைத்தாள். அவள் அடித்த கடிதம் கம்ப்யூட்டரில் கிடந்தது. அதிகாலை ஆஸ்பத்திரிக்கு உடுத்திப் போனாள். போன சிறிது நேரத்திலேயே கொத்துக் குண்டு ஒன்று ஆஸ்பத்திரியின் மேலே விழுந்து 40 பேர் பலி யானார்கள். அதில் செவ்வானமும் ஒருத்தி. ஒரு மரக்கொப்பு முறிந்ததுபோல நடுவிலே முறிந்துபோய்க் கிடந்தவளைப் பார்க்க முடியவில்லை. இறந்தவர்களில் 20 பேர் குண்டு விழாவிட் டாலும் இறந்து போயிருப்பார்கள் என்று பேசிக்கொண்டார் கள். செவ்வானம் இறந்த செய்தியைத் தொலைபேசியில் நோர்வேயிலிருந்த அவளுடைய தம்பிக்கு அறிவித்தார்கள். இரண்டு நாள் கழித்து அவள் எழுதிக் கம்ப்யூட்டரில் சேமித்து வைத்த கடிதத்தை மின்னஞ்சலில் அவனுக்கு அனுப்பிவைத் தாள் அருள்மதி.

பிரிட்டிஷ் ராணுவத்தின் விசேடப்பிரிவில் பணியாற்றி அதி உயர் விருதுகளைப் பெற்றவர் ஆண்டி மக்நாப். அவருடைய இரண்டு புத்தகங்களை மொழிபெயர்ப்பில் தலைமைப்பீடம் படித்திருந்தது. ஒன்று *Bravo Two Zero* அடுத்தது *Immediate Action.* துர்க்காவும் இயன்றமட்டும் அவற்றை இரவிரவாகப் படித்து முடித்துவிடுவார். ஆண்டி மக்நாபில் பற்று அப்படித் தான் ஏற்பட்டது. அருள்மதி பகுதி பகுதியாக மொழிபெயர்த் தது *Col. James Mrazek* என்ற அமெரிக்கர் எழுதிய *The Art of Winning Wars* என்ற புத்தகத்தைத்தான். அதன் 5ஆவது அதிகாரத்தை மொழிபெயர்க்கச் சொல்லி அவசர கட்டளை ஒரு நடு இரவில் வந்தது. அருள்மதி இரவிரவாக மொழிபெயர்த்துக் கையினால் எழுதி அதை கம்ப்யூட்டரில் அச்சடிக்கக்கூட நேரமின்றி அப் படியே சுரேஷ் மாஸ்ரரிடம் கொடுத்து அனுப்பினாள். அந்த மொழிபெயர்ப்பில் சொல்லப்பட்ட ஒரு வசனம் துர்க்கா வினால் மறக்கமுடியாதது. 'போர்கள் ஆயுத பலத்தினால் அல்ல, புத்தியினால் வெல்லப்படுகின்றன.'

இருபது வருட போர் வாழ்க்கையில் துர்க்கா பல போராளிகளைப் பார்த்திருக்கிறார். ஆனால் லெப்.கேர்ணல் மொழியரசி போன்ற ஒரு போராளியைக் கண்டது கிடையாது. அபூர்வமானவர். அழகான தோற்றம் கொண்ட அவருக்கு ஒரு கால் கிடையாது. பதிலுக்குக் கரடுமுரடான ஒரு மரக்கால் பொருத்தியிருந்தது. போர்க்களத்திலோ, தனிப்பட்ட வாழ்க்கையிலோ தான் எந்தவிதத்திலும் குறைவுபட்டதாக அவர் உணர்ந்ததில்லை. குளிக்கப் போனால் ஒரு மணித்தியாலம் மற்றவர்கள் அவருக்காக ஒதுக்குவது வழக்கமாகிவிட்டது. ஒட்டி வெட்டி மிச்சமாயிருந்த கூந்தலை எண்ணெய் வைத்து ஊறவிட்டுச் சீயக்காயுடன் செவ்வரத்தம் பூக்களையும் அரைத்துப் பூசி ஒரு பாட்டம் முழுகிவிட்டு பின்னர் வாசனை சோப் போட்டு மீண்டும் ஒருதடவை குளிப்பார். விருந்துக்குப் புறப்பட்டதுபோல முகத்தை ஒப்பனை செய்வார். 'சாம்பிராணிப் புகை வேண்டுமா, அக்கா' என்று யாராவது இளம் பெண் சீண்டினால் மரக்காலைக் காட்டுவார். மற்றவர்கள் ஞாபகப் படுத்தினால் ஒழிய அவருக்கு தான் போராளி என்பது மறந்துபோகும். விடிந்து, அன்றைய நாள் தொடங்கிய பிறகு ஒரு தடவையாவது தன் அம்மாவின் றால் குழம்பைப் பற்றி பேசாமல் அவரால் இருக்க முடியாது. ஒருநாள் துர்க்கா கேட்டார், 'மொழி, என்ன அலங்காரம் உச்சமாயிருக்கிறது. உம்முடைய எதிரிகளைத் துப்பாக்கியால் விழுத்தப் போகிறீரா அல்லது இமை வெட்டினால் சரிக்கப் போகிறீரா?' 'பாவம். என் அழகைப் பார்ப்பதற்கு அவர்களுக்கு வாய்ப்பே கிடைக்காது. என்னுடைய பிகே துப்பாக்கி 1500 மீட்டர் தூரத்திலேயே அவர்களைக் கண்டுபிடித்துக் கொன்றுவிடும்.' 'அப்படியானால் இவ்வளவு செவ்வரத்தம் பூக்களை ஏன் வீணாக்குகிறீர்?' 'எனக்குத்தான். என் தலைக்காகத்தான் அவை பூக்கின்றன.'

போர் என்றதும் அங்கே ஏதோ றால் குழம்பு பரிமாறுகிறார்கள் என்ற நினைப்புத்தான். பாதி துள்ளுவார். மற்றவர்களைத் தள்ளிவிட்டு முன்னுக்கு நிற்பது மொழியரசிதான். போர் முடிவதற்கு முன்னர் இரவு தொடங்கிவிடக்கூடும் என்பது போலச் செயலாற்றுவார். துப்பாக்கியைத் தூக்கிச் சுடும் அந்த நேரத்திலும் விரலால் துப்பலைத் தொட்டுப் புருவத்தை நேராக்க மறக்கமாட்டார். எதையாவது அவசரமாகச் செய்துவிட்டுத்தான் மூளையைப் பாவிப்பார். 'மொழி, எதற்காக இவ்வளவு ரிஸ்க் எடுக்கிறீர்?' என்று துர்க்கா கோபிப்பார். 'எதுக்குப் பயப்படவேணும். கடவுளுக்குத்தான் என்னை கூப்பிட வேண்டிய நேரம் தெரியும்.' 'அது சரி. நீர் ஏன் கடவுளுக்கு உதவி செய்கிறீர்?' என்று துர்க்கா கடிந்து கொள்வார்.

'எல்லாம் வெல்லும், அக்கா.'

‘எல்லாம் வெல்லும்.’

லெப். கேர்ணல் மொழியரசி டக்டக்கென்று மரக்காலை நிலத்திலே உதைத்து நடந்துபோவார். அவர் இறந்து ஒரு வருடமாகிவிட்டது.

ஆனந்தபுரம் போர் யுத்தியை இரண்டு வாரகாலமாகத் திட்டமிட்டார்கள். ஆயிரம் போராளிகள் பங்குபற்றிய இந்த நகர்வில் இடப்புற அணியின் பொறுப்பைப் பிரிகேடியர் துர்க்கா ஏற்றிருந்தார். அவருக்குத் துணையாக வாகை ஒன்று, வாகை இரண்டு போரணிகள் இருந்தன. இணைப்படையாக அவருக்குப் பின்னால் பிரிகேடியர் விதூஷாவின் படை நின்றது. வலப் பக்கத்து நுனியில் பிரிகேடியர் மணிவண்ணனும், பிரிகேடியர் தீபனும் இருந்தனர். நடுவில் பொறுப்பாக நின்றது கேர்ணல் அமுதாவும் கேர்ணல் தமிழ்ச்செல்வியும். போர் தொடங்கிய சிறிது நேரத்தில் கேர்ணல் அமுதாவும் கேர்ணல் தமிழ்ச்செல்வி யும் உள்வாங்கும் அதே சமயம் இடம் வல அணிகள் மடிந்து எதிரியை வளைத்துப் பிடித்துவிடவேண்டும். 2200 வருடங் களுக்கு முன்னர் ஹனிபால் பயன்படுத்திய அதே யுத்தி. போர்த் தளவாடங்கள், 50 கலிபர்கள், உந்து கணை செலுத்திகள், ஆர்ட்டிலறிகள், மோர்ட்டார்கள், யந்திரத் துப்பாக்கிகள் என சகலதும் தயார் நிலையில் இருந்தன.

துர்க்கா இடப்புறத்து முனையில் முன்னேறினார். அவ ருடைய துணைப்படைகள் அவரை ஒட்டியபடி நகர்ந்து பாரிய தாக்குதல் நடத்துவதற்கான உத்தரவுக்காகக் காத்து நின்றபோது ராணுவத்தின் தாக்குதல்கள் தொடங்கின. ஆகாயத் திலிருந்து குண்டுகள் விழுந்து அணியைச் சிதறடிக்க முயன்றன. அவற்றையெல்லாம் சட்டைசெய்யாமல் துர்க்கா முன்னேறிக் கொண்டிருந்தார். திடீரென்று சடசடவென இடப்புறமிருந்து குண்டுகள் பாய்ந்து வந்தபோது துர்க்கா துணுக்குற்றார். அவர் அதை எதிர்பார்க்கவில்லை. லெப். கேர்ணல் மோகனா இடது புறத்தில் நின்றார். உடம்பின் ஓர் அங்கம் போலாகிவிட்ட மோகனாவின் துப்பாக்கி இலக்கில் அசையாமல் நேராக நின்றது. துர்க்கா திரும்பிப் பார்த்தபோது மோகனாவின் பாதித் தலையைக் காணவில்லை. இலங்கை ராணுவமும் பெரிய போர்த்திட்டத்தை வகுத்திருந்தது. இரவிரவாக நகர்ந்து இரண்டு கிலோமீட்டர் தூரத்துக்கு அது பெட்டியடித்திருந்தது. போராளி களின் படை அதற்குள் சிறைபட்டிருப்பது அப்போதுதான் துர்க்காவுக்குத் தெரியவந்தது.

அருள்மதி பத்து நாட்களுக்கு முன்னர் மொழிபெயர்த்துக் கையினால் எழுதி அனுப்பிய அமெரிக்க கேர்ணல் ரசேக்கின்

ஐந்தாவது அதிகாரத்தைத் தலைமைப்பீடத்திடம் சுரேஷ் மாஸ்ரர் கொடுத்தாரா என்பது தெரியவில்லை. அது முக்கியமான மொழிபெயர்ப்பு. மோகனாவின் சிவப்பு ரத்தம் ஊர்ந்து வந்து துர்க்காவின் சப்பாத்தை நனைத்ததும் திடுக்கிட்டு நிமிர்ந்து நேரத்தைப் பார்த்தார். திசைகாட்டி பொருத்தப்பட்ட அந்தக் கஸியோ கைக்கடிகாரம் தலைமைப்பீடம் அவருக்கு பரிசாகக் கொடுத்தது. இனியும் தாமதிக்க முடியாது. அவர்கள் தீர்மானித்த நேரம் நெருங்கிக்கொண்டிருந்தது. அந்தத் திடல் நூறு அடி உயரம்தான் இருக்கும். இரண்டே நிமிடத்தில் அதன்மீது ஏறிவிடலாம். இருபது வருடப் பயிற்சி இந்த தருணத்திற்காகத் தான். ஒரேயொரு கட்டளைதான் தேவை. எல்லோரும் பின்வாங்கி இன்னொரு சமருக்குத் தயார் செய்யலாம். அல்லது நினைத்துப் பார்க்க முடியாத அளவுக்கு அழிவை எதிரிகளுக்கு உண்டாக்கலாம்.

கைரேடியோவில் அவ்வளவு நேரமாக எதிர்பார்த்திருந்த கட்டளை கடைசியில் வந்தது. மூன்றே மூன்று சங்கேத வார்த்தைகள்தான். 'அதிகம் இழந்தவர்கள் தோற்றவர்கள்.' சுருக்கமான தெளிவான உத்திரவு. துர்க்காவின் உடலில் இதற்கு முன்னர் ஒருமுறையும் அனுபவித்திராத மாற்றம் நிகழ்ந்தது. அளவுக் கதிகமான அட்ரனலீன் அவர் உடம்பில் பாய்ந்து சுவாசவேகம் கூடி அந்தரத்தில் மிதப்பதுபோல ஆனார். அவர் காதுக்குள் இருதயம் அடித்தது. ஆயிரம் யானை பலம் உண்டானது போன்ற உணர்வு. முன்னே கால் வைத்தால் போதும். ஒரு போதும் திரும்ப முடியாத ஒரு கட்டத்துக்குள் அவர் நுழைந்து விடுவார். அவருடைய இருதயத்தின் இரண்டு துடிப்புகளுக்கு இடைப்பட்ட நேரத்தில் பாய்ந்து அவருடைய ஆயுளையும், 1000 போராளிகளின் ஆயுளையும், ஒரு தேசத்தின் ஆயுளையும் தீர்மானிக்கப்போகும் அந்த ஓர் அடியைத் துர்க்கா வைத்தார்.

எதிரிகளின் நாலு டாங்கிகளும் எட்டுக் கவச வாகனங்களும் புள்ளிகளாகத் தெரிந்தன. தனித்தனியாக ஆடிய கைவிரல் களால் துர்க்கா S–97 துப்பாக்கியைத் தொட்டுத் தூக்கினார். சற்று நிதானித்து நேராக்கிக் குறிபார்த்து விசையை அமுக்கி னார். எதிரிகள் விழுந்துகொண்டே இருந்தார்கள். இனி அவர் நிறுத்தப்போவதில்லை. யாராவது அவரை நிறுத்தினால் ஒழிய. ராணுவத்தின் வலப் பக்க முனையும் இடப்பக்க முனையும் நகர்ந்து இடைவெளியைக் குறுக்கி வந்தபோது இலங்கை ராணுவத் தினர் தங்கள் படையில் ஒருவரை ஒருவர் சுட்டுத் தள்ள ஆரம்பித்தார்கள். இப்படி ஒரு மூடத்தனமான நகர்வு ஒருவரும் எதிர்பார்க்காதது. இதைச் சாதகமாக்காமல் விடுவது அதனிலும் கூடிய மூடத்தனம். ராணுவம், தங்கள் படையைக் கொல்லும்

அதே வேகத்தில் போராளிகளையும் கொன்றது. எங்கேயோவிருந்து இலக்கு வைத்துச் சுடப்பட்ட குண்டு ஒன்று துர்க்காவைத் தாக்கியது அவருக்குத் தெரியவில்லை. உதிரம் நெற்றியிலே வழிந்து, கழுத்திலே இறங்கி, நெஞ்சை நனைத்தபோது குனிந்து பார்த்தார்.

அன்றைய நாள் 2009 ஏப்ரல் 4ஆம் தேதி. போர் முடிவுக்கு வந்தபோது போராளிகளில் 700 பேர் கொல்லப்பட்டுவிட்டனர். இலங்கை ராணுவத்தின் இழப்பு 3000 பேருக்கு மேலாக இருந்தது. அந்த விவரம் துர்க்காவுக்கு என்றென்றைக்குமே தெரியப்போவதில்லை. அவர் துப்பாக்கியைக் கையிலே இறுக்கிப் பிடித்தவண்ணம் புரண்டு ஆகாயத்தைப் பார்த்தபடிக் கிடந்தார். அது சொல்லமுடியாத தூய வெண் நிறத்தில் காணப்பட்டது. ஓர் அபூர்வமான நறுமணம் மூக்கைத் துளைத்தது. மேஜர் சோதியாவும், லெப்.கேர்ணல் செல்வியும் கண்களுக்குத் தெரிந்தனர். அருள்மதிக்கு விடைசொல்லாமல் புறப்பட்டது ஞாபகத்துக்கு வந்தது. வெகுதூரத்தில் பூட்ஸ் ஒலிகளும் மனிதக் குரல்களும் கேட்டன. பிரிகேடியர் துர்க்கா மரணத்தைத் தழுவ முன்னர் கடைசியாகப் பார்த்தது ஆகாயத்தை மறைத்து நூறு பறவைகள் சிறகடித்துப் பறந்த காட்சியை. அவருடைய கண்கள் அந்தக் கூட்டத்தில் ஆறுமணிக் குருவியைத் தேடின.

'எல்லாம் வெல்லும்' : போராளிகள் சந்திக்கும்போது சொல்லும் முகமன் வார்த்தை.

மூளையால் யோசி

இன்றைக்கு அவர்கள் வகுப்புக்கு வரும் போது ஒட்டிக்கொண்டு வந்தார்கள். சமந்தாவும் ஒலேக்கும் காதலர்கள் என்ற விசயம் எனக்குப் பல நாட்களாகத் தெரியும். எப்பொழுது அவர்கள் பிரிவார்கள் என்று காத்துக்கொண்டிருந்த பெண் களில் நானும் ஒருத்தி. ஏனென்றால் ஒலேக் அத்தனை அழகாக இருப்பான். அவன் உக்கிரேய்ன் நாட்டுக்காரன். உயரமாக நீலக் கண்களுடன் முடி நெற்றியில் விழுந்து புரள புத்தகப் பையை ஒரு தோளில் தொங்கவிட்டபடி, அப்பொழுது தான் தூங்கி எழுந்ததுபோல ஆடி அசைந்து வருவான். எங்கள் வகுப்பில் வெவ்வேறு நாடுகளைச் சேர்ந்தவர்கள் படித்தார்கள். பலர் அகதிகளாகக் கனடாவுக்கு வந்தவர் கள். ஆனால் சமந்தா கனடியப் பெண். அவள் யாரையும் காதலிக்கலாம். ஒலேக் இந்த நாட்டுக்கு அகதியாக வந்தவன் என்றபடியால் அவனை எங்களுக்கு விட்டுத் தந்திருக்கலாம். ஆனால் அவர்கள் காதல் இப்போதைக்கு முறிவதாகத் தெரியவில்லை. சமந்தாவுக்கு இது மூன்றாவது காதல். ஒலேக்குக்கு எத்தனையாவதோ தெரியாது. அவன் வந்து ஒரு வருடம்தான் ஆகிறது.

○

கனடாவின் பகல் ஒளி சேமிப்பு நேரம் என்னைக் குழப்பிவிடும். இன்று இரவு முடிய முன்னரே காலை தொடங்கிவிட்டது. அம்மா நித்திரை கலையாமல் எழும்பியபோதே ஆரம்பித்து

விட்டார். அவரிடம் நேற்று முடிக்காத புத்திமதி நிறைய மிச்சம் இருந்தது. 'மூளையால் யோசி' என்றார். ஒரு பெண்ணுக்குக் காரியம் ஆக வேண்டுமானால் இரண்டு வழிகள் உள்ளன. ஒன்று மூளையைப் பாவித்துப் பெறுவது; மற்றது அவள் உடலில் வேறு ஒன்றை உபயோகித்துக் காரியத்தை முடிப்பது. அந்த வேறு அங்கம் எதுவென்று அம்மா சொன்னது கிடையாது. 'நேற்றையப்போல இன்றைக்கும் பிந்தி வராதே. நான் வர முன்னர் வீட்டைத் துப்புரவாக்கு. பிளேட்டுகளைக் கழுவி வை. நான் வேலையால் வந்ததும் சமைப்பேன். நீ வீட்டுப் பாடத்தைச் செய்யலாம்' என்றார்.

அம்மாவைப் பார்க்கச் சில வேளை எனக்குப் பாவமாய் இருக்கும். அம்மா கனடாவுக்குக் குடிபெயர்ந்த ஒரு வருடத்தில் நான் பிறந்துவிட்டேன். எனக்கு ஐந்து வயது நடந்தபோது அம்மா விவாகரத்துப் பெற்றார். அப்பா சம்பாதித்து வாங்கிய இரண்டு அறை வீடு அம்மாவுக்குக் கிடைத்தது. அப்பாவின் பேச்சை நான் எப்ப எடுத்தாலும் அம்மாவுக்குக் கோபம் வந்துவிடும். அப்பா இன்னொரு பொம்பிளையுடன் போனது தான் காரணம்.

அப்பாவை எனக்கு ஞாபகம் இருக்கிறது. என்னைத் தூக்கித் தூக்கி எறிந்து பிடிப்பார். அவர் படுத்திருக்க அவர் நெஞ்சில் இருந்து விளையாடுவேன். ஒருநாள் பார்க்கில் ஊஞ்சல் நெற்றியில் இடித்துத் துளி ரத்தம் சொட்ட, அப்பா என்னைத் தூக்கிக் கொண்டு ஓடினார். அந்தக் காட்சியும் என் மனதில் நிற்கிறது. அடுத்த நினைவு சாப்பாட்டு மேசையில் நாங்கள் சாப்பிட்டுக் கொண்டிருந்தது. அப்பாவுக்கும் அம்மாவுக்கும் இடையில் சண்டை மூண்டுவிட்டது. அப்பா அம்மாவின் தலைமயிரைப் பிடித்து இழுத்தபடிக் கத்தினார். நான் பயந்து அழுதேன். பக்கத்து வீட்டுக்காரர் தொலைபேசியில் பொலீஸை அழைக்க அவர்கள் வந்து அப்பாவைக் கூட்டிச் சென்றார்கள். அதன் பின்னர் அப்பா வரவில்லை. அம்மா வீட்டிலே இருந்த அப்பாவின் படங்களையெல்லாம் அகற்றிவிட்டார். நான் டயரி அட்டையில் அவருடைய படத்தை ஒட்டி வைத்திருக்கிறேன். அது அம்மாவுக்குத் தெரியாது. அப்பா வீட்டை விட்டுப்போய் பத்து வருடம் கழிந்தாலும் அவர் முகத்தை அப்படித்தான் நினைவு வைத்திருக்கிறேன்.

○

இத்தனை மாதங்களில் இன்றுதான் முதல் முறை ஓலேக் என்னுடன் பேசினான். மற்ற மாணவிகள் பொறாமையோடு திரும்பிப் பார்த்தார்கள். 'ஆன்' என்று கூப்பிட்டான். (என்

னுடைய பெயர் அனசூயா. நம்பமுடிகிறதா? அம்மா இந்தப் பெயரை எங்கே கிண்டி எடுத்தாரோ தெரியாது. வகுப்பில் என்னை 'ஆன்' என்றே அழைத்தார்கள்.) நான் முதலில் சமந்தா வைப் பார்த்தேன். அவள் கண்கள் எரிந்துகொண்டு இருந்தன. 'ஓ, உன்னுடைய பெயர் ஒலேக் அல்லவா? நீ எங்கள் வகுப்பில் தானே படிக்கிறாய்?' என்றேன். 'என்னைக் கேலி செய்கிறாய். ஆன், நீதான் எங்கள் வகுப்பில் கெட்டிக்காரி. எனக்கு எப் பொழுது isotope பற்றிச் சொல்லிக்கொடுக்கப் போகிறாய்?' என்றான். 'நீ எனக்கு என்ன தருவாய் என்பதைப் பொறுத்தது' என்றேன். இன்னும் கொஞ்சநேரம் அவனுடன் பேசியிருக்க லாம். வகுப்பு மணி அடித்துவிட்டது.

○

இன்று காலை அம்மா கவலை தோய்ந்த முகத்துடன் காணப்பட்டார். என்ன என்று கேட்கக்கூடாது. கேட்டால் புலம்பலை ஆரம்பித்துவிடுவார். அவராகவே சொல்லத் தொடங்கி னார். 'எங்கள் பழைய மனேஜர் போய்விட்டான். இப்பப் புதிதாய் ஒருத்தன் வந்திருக்கிறான். இவன் வந்த நாளிலிருந்து என்னை வேலையிலிருந்து நீக்கப் போவதாகப் பயமுட்டுகிறான். இவனுடைய தொல்லை தாங்க முடியாமல் இருக்கிறது. எனக்கு வேலைக்குப் போக விருப்பமில்லை. போகாவிட்டால் இரண்டு பேரும் ரோட்டில்தான் நிற்கவேணும்.' பள்ளிக்கூடம் புறப்பட்ட போது எனக்கு என்ன தோன்றியதோ நான் விருந்துகளுக்கு மட்டுமே அணியும் குதி உயர்ந்த திறம் தோல் பூட்ஸை அம்மாவுக்குக் கடன் கொடுத்தேன். அம்மா அதில் ஏறி நின்ற போது உயரமாகவும் அழகாகவும் தெரிந்தார். அப்படியே அன்று அலுவலகத்துக்கு போகப்போவதாகச் சொன்னார். திடீரென்று என்னைக் கட்டிப்பிடித்து ஒரு முத்தம் தந்தார். நினைத்துப் பார்த்தபோது பல வருடங்களுக்குப் பிறகு அம்மா எனக்கு முத்தம் கொடுத்தது நினைவுக்கு வந்தது. திரும்பிப் பாராமல் பள்ளிக்கு ஓடினேன்.

பள்ளிக்கூடத்தில் எனக்கு நல்ல நாளா கெட்ட நாளா என்பது தீர்மானமாகத் தெரியவில்லை. வகுப்பில் என்னுடைய சிநேகிதிகள் என்னைக் கண்டதும் பேச்சை நிறுத்தினார்கள். அது என்னை அமைதியில்லாமல் ஆக்கியது. ராணுவ வீரர்கள் அணிவகுப்பின்போது தலையைத் திருப்பி ஒரே திசையில் பார்ப்பதுபோல ஒலேக் என்னைப் பார்த்துக்கொண்டே வரிசை யில் நடந்தான். நாள் முடிவுக்கு வரும்வரைக்கும் அவன் பார்த்தது என்னை உற்சாகப்பட வைத்தது.

○

இன்றைக்குப் பள்ளிக்கூடத்தில் நடந்ததைச் சொன்னால் யாரும் நம்ப மாட்டார்கள். ஒலேக் கறுப்புக் கண்ணாடி அணிந்து வந்திருந்தான். என்னுடைய இரண்டு உருவங்கள் கண்ணாடியில் தெரிந்தன. அவன் அருகில் நெருங்கும்போது என்னை நானே அணுகுவதுபோலப் பட்டது. 'கண்ணாடியைக் கழற்று' என்றேன். மறுத்துவிட்டான். அவன் சொன்னான்: பழைய காலத்தில் சீனாவில் போர்வீரர்கள் நெஞ்சிலே கண்ணாடியைக் கட்டியிருப்பார்களாம். போரின்போது வாளால் வெட்ட வரும் எதிரி தன் முகத்தைக் கண்ணாடியில் பார்த்ததும் வெட்டாமல் மனதை மாற்றிக்கொள்வானாம். 'நான் உன்னைக் கொல்லப் போகிறேன் என்று நினைக் கிறாயா?' என்றேன். 'நீ அதைத்தானே தினம் தினம் செய்கிறாய்' என்றான் அவன்.

இடைவேளையின்போது பள்ளிக்கூட விளையாட்டு மைதானத்தைப் பார்த்த நாங்கள் திகைத்துப்போய் நின்றோம். 300–400 கனடிய வாத்துக்கள் 'ங்காஅக், ங்காஅக்' என்று சத்தமிட்டபடி மைதானத்தை நிறைத்து நின்றன. செப்டம்பர் மாதம் பிறந்துவிட்டதால் தெற்கு நோக்கிப் புலம் பெயர்ந்தவை மைதானத்தில் இறங்கி ஓய்வெடுத்தன. புற்களைத் தின்பதும் பூச்சிகளைப் பிடிப்பதுமாக ஒரே கவனத்தில் இருந்த அவற்றி னூடே நடந்தபோது வழிவிட்டனவே ஒழியப் பறக்கவில்லை. நான் நடுவில் போய் நின்றதும் என்னை வாத்துகள் சூழ்ந்து விட்டன. ஒலேக் என்னையும் வாத்துகளையும் செல்போனில் படம்பிடித்தான். தன்னிடம் கனடிய வாத்து பதித்த ஒரு டொலர் நாணயம் இருப்பதாகச் சொன்னதை நான் நம்பவில்லை. கனடாவின் 100வது ஆண்டின்போது விசேடமாக வெளி யிட்ட நாணயத்தை அடுத்தநாள் எனக்கு கொண்டுவந்து காட்டுவதாகச் சொன்னான். செய்தாலும் செய்வான்.

○

இன்றைக்கு என் வாழ்க்கையில் துக்கமான நாள். நான் பஸ் நிலையத்தில் காத்துக் கொண்டிருந்தபோது ரோட்டின் எதிர்ப் பக்கத்தைப் பார்த்துத் திடுக்கிட்டேன். என்னுடைய அப்பாவைப் பல வருடங்களுக்குப் பின்னர் பார்த்தேன். ஒரு கிழிந்த கோட்டை அணிந்துகொண்டு ஏதோ காசைத் தேடுவது போலக் குனிந்து தரையைப் பார்த்தபடி நடந்தார். பார்ப்பதற்குப் பிச்சைக்காரனைப்போலவே இருந்த அவருடைய தோற்றம் என்னை என்னவோ செய்தது. அவருக்கு வேலை போய் விட்டது என்று அம்மா சொன்னது நினைவுக்கு வந்தது. அப்பா உழைத்துக் கட்டிய வீட்டில்தான் நாங்கள் வசதியாக

வசித்தோம். என்னிடம் பத்து டொலர் இருந்தது. ரோட்டைக் கடந்து அந்தப் பக்கம் போய் அப்பாவிடம் அதைக் கொடுத்து வர எண்ணினேன். எதிர்பாராத சமயத்தில் கட்டிப்பிடித்து ஒரு முத்தமும் கொடுக்கலாம். அப்போது அவர் முகம் எப்படி யிருக்கும்? ஆனால் தயக்கமாக இருந்தது. அந்த நேரம் பஸ் வர அதில் ஏறி விட்டேன். வீடு வந்த பின்னர் அப்பாவின் படத்தை வெகுநேரம் பார்த்தேன். அம்மாவிடம் சொல்லவில்லை.

○

இன்றைக்கு வகுப்பில் ஒரே கொண்டாட்டம். எங்கள் எங்கள் நாட்டுத் தேசிய கீதங்களைப் பாடச்சொன்னார் ஆசிரியர். நான் இங்கே பிறந்தவள், ஆனால் பலர் வேறு வேறு நாட்டில் பிறந்தவர்கள். கனடியர்கள் அவர்கள் கீதத்தை ஒன்றாகப் பாடினார்கள். யப்பானிய மாணவன் அவர்கள் கீதத்தைப் பாடினான். நாங்கள் நிமிர்ந்து உட்கார்ந்து கேட்க ஆரம்பித்த போது முடிந்துவிட்டது. உலகத்திலேயே சிறியது யப்பான் தேசிய கீதம்தான். நல்ல காலமாக வகுப்பில் உருகே நாட்டி லிருந்து ஒருவரும் இல்லை. உலகத்திலேயே ஆக நீளமானது அவர்களுடைய கீதம்தான். அதி இனிமையானது உக்கிரேனியன் தேசிய கீதம். ஒலேக் ராகம்போட்டுப் பாடினான். அவன் பாடாமல் சும்மா வாயை ஆட்டினாலும் அது அழகாகத் தானிருக்கும். இலங்கை தேசிய கீதத்தை நானும் சாவித்திரியும் சேர்ந்து பாடுவதாகத் திட்டமிட்டு 'மன்மதராசா, மன்மத ராசா' என்று முதல் இரண்டு வரிகளைப் பாடினோம். நிறைய அகதிகளை ஏற்றுமதி செய்யும் ஒரு நாட்டின் தேசியகீதம் போலவே அது ஒலித்தது. ஒருவருமே கண்டுபிடிக்கவில்லை. ஆனால் கைதட்டினார்கள்.

○

இன்று காலை அம்மா என்னைக் கையும் களவுமாகப் பிடித்துவிட்டார். நான் ஒப்பனை செய்ததையும், காது மயிரைச் சுருட்டி விட்டதையும் உதட்டுச் சாயத்தை ஒளித்துப் புத்தகப் பையில் வைத்ததையும் எப்படித்தான் ஊகித்தாரோ தெரியாது. 'வரவர உன் சோடிப்பு சரியாயில்லை. நீ படிக்கப் போகிறாயா அல்லது வேறு எதற்கோ திட்டம் போடுகிறாயா? மூளையால் யோசி. அதை மறக்காதே' என்றார். என்னை வியப்படைய வைப்பதே அம்மாவின் வேலையாகிவிட்டது.

சமந்தா விழுவதுபோல வேகமாக நடந்து வந்தாள். நான் பக்கத்தில் நின்ற சாவித்திரியைத் தோளால் இடித்துச் சொன் னேன். 'இப்ப பார் சமந்தா புத்தகத்தைக் கீழே போடுவாள்' என்று. அப்படியே போட்டாள். குனிந்து கீழே கைகள் புத்தகத்தைத்

தேடி அலைந்தபோது கோடுபோட்ட அவளுடைய ஸ்கேர்ட் மேலே போனது. பெண்களையே பொறாமைப்படவைக்கும் உருண்டையான அவளுடைய பின்பக்கம் ஒலேக் நின்ற திசையில் நீண்டது. புத்தகத்தைத் தடவி எடுத்தபோது கடைக் கண்ணால் ஒலேக்கைத் தேடினாள். பிறகு என்னைப் பார்த் தாள். அவளுடைய அதே கண்களால் எப்படி ஒரே சமயத்தில் இத்தனைப் பிரியத்தையும் பகையையும் காட்டமுடிகிறது என்பது தெரியவில்லை.

○

இன்று நடந்த சம்பவத்தை என்னால் இருபது வருடம் சென்றாலும் மறக்க முடியாது. பள்ளிக்கூடத்திலிருந்து பாதியில் புறப்பட்டதும் என் வீட்டுக்கு வரவேண்டும் என்று சொன் னான் ஒலேக். ஐஸரோப் பற்றி விளக்கமாகப் படிக்கவேண்டு மாம். வீட்டுக்கு வந்து நான் திறப்பைப் போட்டுக் கதவைத் திறந்ததும் 'இது என்ன மணம்?' என்றான். எனக்கு வெட்க மாய்ப் போய்விட்டது. மூன்று நாட்களுக்கு முன்னர் அம்மா சமைத்த கறியின் மணம். இவனை நேரே நிலவறைக்குக் கூட்டிச் சென்று குழல் விளக்கைப் போட்டேன். அது ஒரு நிமிடம் கழித்து எரிந்தது. புத்தகப்பையை எறிந்துவிட்டுச் சோபாவில் கால்களை நீட்டிப் படுத்துக்கொண்டு ஏதாவது குடிப்பதற்குக் கேட்டான். வந்து ஒரு நிமிடம்தான் ஆகிறது, முழுவீடும் அவனுக்குச் சொந்தமாகிவிட்டது. நான் மேலே போய்க் கடவுளை வேண்டிக்கொண்டு குளிர்பெட்டியைத் திறந்து பார்த்தேன். நல்லகாலமாகப் பாதி கடித்த ஆப்பிளுக்குப் பின்னால் ஒரு கோக் டின் இருந்தது. அதை எடுத்து வந்து அடக்கமான மனைவிபோல நீட்டினேன். அவன் ஒற்றை விரலால் திறந்து விலை உயர்ந்த மதுவகையைக் குடிப்பதுபோல மிடறு மிடறாகக் குடித்தான். அந்த நேரம் நான் அம்மா சாரி உடுத்துப் பொட்டு வைத்து நிற்கும் படங்களை எல்லாம் அவசரமாக அகற்றினேன்.

'புத்தகத்தை எடு' என்றேன். அவன் நீலக் கண்கள் என் உடம்பிலே அசையாமல் குத்திக்கொண்டு நின்றன. அவன் கண்கள் தேடிய அங்கம்தான் அம்மா குறிப்பாகச் சொன்ன தாக இருக்குமோ என்று பட்டது. மருத்துவருடைய அறையில் பேப்பர் கவுன் அணிந்து நிற்பதுபோல எனக்குக் கூச்சமாக விருந்தது. அதைக் காட்டாமல் 28ஆம் பக்கத்தைத் திறந்து 'ஐஸரோப் என்றால் ஒரே தனிமம், ஒரே குணாதிசயம். ஆனால் வெவ்வேறு எடை' என்று ஆரம்பித்தேன். அவன் என் தோள்மூட்டில் முகத்தை வைத்து மணக்கத் தொடங்கி னான். நான் ஒரு கையால் புத்தகத்தைப் பிடித்துக்கொண்டு மறுகையால் அவனைத் தள்ளினேன். அவன் செல்போனை

எடுத்து கறுப்பு வெள்ளை வாத்துகளுக்கு நடுவில் நானும் கறுப்பு வெள்ளைப் பள்ளிக்கூடச் சீருடையில் நிற்கும் படத்தைக் காட்டினான். 'நீ கொழுத்த வாத்துபோலத் தெரிகிறாய்' என்று சிரித்தான். செல்போனைப் பக்கவாட்டில் திருப்பப் படமும் திரும்பியது. நான் அழகாகத்தான் இருந்தேன்.

சோபாவில் நிறைய இடம் இருந்தது. அவன் இடமில்லாததுபோல என்னை நெருக்கிக்கொண்டு உட்கார்ந்திருந்தான். பக்கெட்டில் கையைவிட்டு 'நான் மறக்கவில்லை, பார். உனக்குக் காட்டக் கொண்டுவந்தேன்' என்று கனடிய வாத்துப் பதித்த ஒரு டொலர் நாணயத்தை வெளியே எடுத்தான். அபூர்வமான நாணயம் அது; விலைமதிப்பானது என்று எனக்குத் தெரியும். மறு பக்கத்தைத் திருப்பி பார்த்தேன். எலிஸபெத் மகாராணி. 'உன்னுடையதா?' என்றேன். 'நாணயம் சேகரிப்பது எனக்குப் பிடிக்கும்' என்றான். 'வேறு என்ன பிடிக்கும்?' 'உன் கல்லுத் தொங்கட்டான் பிடிக்கும்.' அவன் வாய் என் காதை நெருங்கியது. சாப்பிடப்போவதுபோல தொங்கட்டானை வாயினால் கவ்வினான். 'என்ன செய்கிறாய்? என்ன செய்கிறாய்?' அவன் என் தோள்மூட்டுகளைத் திருக ஆரம்பித்தான். பயத்துடன் 'நீ என்னைத் திறக்கப் போகிறாயா?' என்றேன்.

எந்த நேரத்தில் அந்த வார்த்தையைச் சொன்னேனோ தெரியாது. யாரோ சாவித் துவாரத்தில் திறப்பை நுழைத்து கதவைத் திறக்கும் சத்தம். அம்மா வருவதற்கு இன்னும் மூன்று மணி நேரம் இருந்தது. திருடனாக இருக்கலாம். இருதயம் காதுக்குள் அடித்தது. நான் மெதுவாக இரண்டு படி ஏறி எட்டிப்பார்த்தேன். அது அம்மாதான். ஓர் ஆண் உருவம் சத்தமில்லாமல் படிகளில் ஏறி மேலே சென்றது. 'யார்' என்று ஒலேக் ரகஸ்யக் குரலில் கேட்டான். 'மடையா அது அம்மா. நீ புறப்படு, புறப்படு. நிலவறை யன்னல் வழியாகப் போ' என்று மன்றாடினேன்.

முதலில் புத்தகப் பையை எடுத்து யன்னல் வழியாக எறிந்தான். அம்மா மேலே சிரிக்கும் சத்தம் கேட்டது. 'ஏன் உன் அம்மா சிரிக்கிறார்?' என்றான். 'நீ போ. அவர் அப்படித்தான். என்னுடன் சிரிப்பதே இல்லை. தனியாக இருக்கும்போது பழக்கம் விட்டுப் போகாமல் இருக்க அப்படிப் பயிற்சி செய்வார்.' தலையையும் கால்களையும் ஒரே சமயத்தில் நுழைத்து யன்னல் வழியாகக் குதித்தான். பின்னர் 'கோக், கோக்' என்று கத்தினான். பாதி குடித்த கோக்கை யன்னல் வழியாக நீட்டினேன். புத்தகப்பையை ஒரு தோளில் தொங்கவிட்டபடி, கோக்கை உறிஞ்சிக்கொண்டு 'போபஸன்யா' என்று கைகாட்டிவிட்டுச் சோம்பலாக நடந்துபோனான். உக்கிரேய்ன்

மொழியில் 'போய் வருகிறேன்' என்று அர்த்தம். எனக்கென் னவோ அவன் திரும்பி என்னிடம் வருவான் என்று தோன்ற வில்லை.

என்னுடைய கம்ப்யூட்டரின் கடவு வார்த்தை அவன் பெயர் என்பதுகூட அவனுக்குத் தெரியாது. உலகத்தின் முடிவு என் நெஞ்சில் தொடங்கிவிட்டதுபோல உணர்ந்தேன். என் தலைக்கு மேலே இரண்டு விதமான காலடி ஓசைகள் வந்தன. அம்மாவின் சிரிப்பு மீண்டும் கேட்டது. இது வேறுவிதமான சிரிப்பு. திடீரென்று ஒரு கெட்ட எண்ணம் வந்தது. அம்மாவும் நானும் ஒரு தனிமத்தின் இரண்டு ஐஸரோப்கள். ஒரே குணாதி சயம். வெவ்வேறு எடை. சற்றுமுன் ஒலேக் சோபாவில் எங்கே படுத்திருந்தானோ அதே இடத்தில் அவன் மாதிரிப் படுத்துக் கொண்டு முகட்டைப் பார்த்தேன். நான் மூளையால் யோசிக்க வேண்டிய நேரம் நெருங்கிவிட்டது.

சூனியக்காரியின் தங்கச்சி

'அந்தப் புதன் கிழமை என் வாழ்க்கையில் மறக்க முடியாத நாள். அன்று ஒருவரும் சாக வில்லை. ஏறக்குறைய ஆறுமாதத்தில் ஆக அதிர்ஷ்டம் கூடிய நாள் அதுதான். வழக்கமாக நாளுக்கு ஒன்று, இரண்டு, ஐந்து, பத்துப்பேர் என செத்துக்கொண்டு இருந்தோம். அப்போது தான் தீர்மானித்தேன். எப்படியாவது நாட்டை விட்டு வெளியேறிவிட வேண்டும் என்று.' அகதி ஒரு நாற்காலியில் கைப்பிடிகளில் முட்டாமல் நடுவே ஒடுங்கி உட்கார்ந்திருந்தான். அமண்டா ஒரு சோபாவில் காலை நீட்டியபடி அவன் சொல்வதைக் கேட்டுக்கொண்டிருந்தாள்.

றொறொன்ரோவின் லொப்லோஸ் சுப்பர் மார்க்கெட்டுக்கு முன்னே அவனை அமண்டா சந்தித்தாள். அவனுக்கு 25 வயது இருக்கும். ஒரு விளம்பரத் துண்டை அவளிடம் நீட்டினான். அசிரத்தையாக அதைப் படித்தபோது அதில் இப்படி எழுதியிருந்தது. 'நான் ஓர் அகதி. உங்கள் வீட்டு பராமரிப்பு வேலை, தோட்ட வேலை, கார்ப்பாதை பழுதுபார்க்கும் வேலை சகலதையும் மலிவு விலைக்கு என்னால் செய்யமுடியும்.' அமண்டா வீட்டில் திருத்த வேலைகள் நிறைய இருந்தன. அகதியிடம் வீட்டு முகவரியைக் கொடுத்து அடுத்தநாள் வரச்சொன்னாள். சுவர் களுக்கு வர்ணம் பூசவேண்டும். குறித்த நேரத்துக்கு அவன் வந்தான். அவன் கையிலே வேலைக்கான உபகரணங்களும் வாயிலே வினோதமான கதை களும் இருந்தன. அவளுக்கு அவனைப் பிடித்துக் கொண்டது.

பல நாட்கள் அகதி அமண்டா வீட்டில் வேலை செய்தான். தனக்குள் பேசிக்கொண்டு அடிக்கடி சிரிப்பான். அவன் சிரிக்கும்போது கண்கள் மறைந்துவிடும். கார்ப் பாதையைச் செப்பனிட்டான். தோட்ட வேலை செய்தான். ஒருநாள் அமண்டா புத்தக அலமாரி வேண்டும் என்றாள். அந்த வீட்டில் புத்தக அலமாரிகள் பல இருந்தாலும் எல்லாமே நிறைந்துவிட்டதால் புத்தகங்கள் நிலத்திலே குவிந்து கிடந்தன. அவள் நிறையப் படித்தாள். அலுவலகமே போவதில்லை. மீதிநேரம் கணினியில் தட்டச்சு செய்தாள். மரங்கொத்திகள் கொத்துவதுபோல 102 விசைகளில் அவள் விரல்கள் வேகமாக ஓடின. இடைக்கிடை அவன் வேலை செய்வதைப் பார்வை யிட்டாள். அளவெடுத்துப் பலகைகள் வாங்கிச் செய்த அலமாரி அவளுக்குப் பிடித்துக்கொண்டது. இப்படி வாரத்தில் மூன்று நாலு நாட்கள் அகதி தொடர்ந்து வேலை செய்தான்.

ஒரு நாள் அகதி 'மாம், ஓர் உதவி செய்யமுடியுமா?' என்று கேட்டான். அவளுக்கு ஆச்சரியமாகவிருந்தது. அவன் கேள்வி கேட்பதில்லை; பதில் கூறித்தான் பழக்கம். 'என்ன?' என்றாள். அவனுக்கு ஒரு கடன் அட்டை தேவை. வங்கி அவனுடைய விண்ணப்பத்தை நிராகரித்துவிட்டது. அவள் உத்திரவாதம் கொடுத்தால் அவனுக்குக் கடன் அட்டை கிடைக்கக்கூடும். அமண்டா அவனுடன் சென்று வங்கி மனேஜரைச் சந்தித்து வைப்பு நிதியாக 500 டொலர் அவன் பெயரில் கட்டினாள். வங்கிக் கடன் அட்டை கொடுத்தபோது அவன் அடைந்த மகிழ்ச்சியை வர்ணிக்க முடியாது. 'மாம், இந்த நாளை நாம் கொண்டாடவேண்டும். ஒரு கோப்பி என்னுடன் சாப்பிட முடியுமா?' என்றான். அவளும் சம்மதித் தாள். கோப்பிக் காசை கடன் அட்டைமூலம் தீர்த்தான். அவன் முகத்தில் தோன்றிய பெருமை அவளை அதிசயிக்க வைத்தது.

'நீ எப்படி அகதியாக இங்கே வந்து சேர்ந்தாய்?' என்று அமண்டா கேட்டாள். 'என் நாட்டில் பல வருடங்களாகப் போர் நடக்கிறது. நான் ஆறு வருடங்கள் போரில் சண்டை பிடித்தேன். நாளுக்குக் குறைந்தது ஒரு சாவு நிச்சயம். ஒரு கட்டத்தில் துணிந்து கள்ள பாஸ்போர்ட் எடுத்து நல்ல எதிர்காலம் தேடிக் கனடாவுக்கு வந்தேன். என் அகதிக் கோரிக்கை நிராகரிக்கப்பட்டுவிட்டது. இப்போ வழக்கறிஞர் அப்பீல் செய்திருக்கிறார்.'

அமண்டா அவன் முகத்தை புது பிரமிப்புடன் பார்த்தாள். அதில் திருத்துவதற்கு ஒன்றுமே இல்லை. அத்தனை லட்சண மாக இருந்தது. அவள் பார்வையைத் தாங்கமுடியாமல் அவன் மெல்லச் சிரித்து தலை குனிந்தான். ஓட்டவெட்டிய

தலை மயிர். கைகளை அசைக்கும்போது தானாகவே உருண்டு திரளும் புஜங்கள். ஒடுங்கிய வயிறு. அவன் அணிந்திருந்த ஜீன்சும், வர்ணம் உதிர்ந்த ரீசேர்ட்டும் உடலுடன் உச்சமாகப் பொருந்தியிருந்தன. அவன் ஒரு போர்வீரன்தான் என்பதில் அவளுக்கு ஒருவிதச் சந்தேகமும் இல்லை.

'நீங்கள் யார், மாம்?'

'சூனியக்காரியின் தங்கச்சி.'

'வேடிக்கை வேண்டாம், மாம். நீங்கள் என்ன செய்கிறீர்கள்? கம்ப்யூட்டர் முன்னே எப்பவும் உட்கார்ந்திருக்கிறீர்களே. அதுதான் உங்கள் வேலையா?'

'நான் ஒரு பதிப்பகத்தில் வேலை செய்கிறேன். அவர் களுக்கு எழுத்தாளர்கள் அனுப்பும் அச்சுப் பிரதிகளை படித்து அபிப்பிராயம் சொல்வது என் வேலை. நான் நல்லது என்று சொன்னால் மட்டுமே அவர்கள் பிரசுரிப்பார்கள். மீதி நிராகரிக்கப்படும்.'

'அப்படியா? உங்கள் வேலை சுவாரஸ்யமானதுதான். நல்ல நல்ல நாவல்களை இலவசமாகப் படிக்கலாம். அதற்கு சம்பளம் தருவார்கள். இதுவல்லவோ வேலை.' என்றான்

'அப்படிச் சொல்லமுடியாது. சில நாவல்களைப் படிக்க முடியாது. அவ்வளவு மோசமாயிருக்கும். படித்து முடிப்பது எனக்கு பெரிய தண்டனை. ஆனால் இந்த எழுத்தாளர்கள் இருக்கிறார்களே அவர்கள் எல்லோருமே தாங்கள் பெரிய படைப்பைச் செய்துவிட்டதாகவே நினைக்கிறார்கள்.'

'சமீபத்தில் ஏதாவது நல்ல நாவல் படித்தீர்களா, மாம்?'

'நேற்று ஒரு நாவல் வந்தது. அதைப் படித்தபோது உன்னை நினைத்தேன். ஓர் அகதியைப் பற்றிய கதை அது.'

'அப்படியா? சொல்லமுடியுமா, மாம்.'

'லாட்வியா நாட்டிலிருந்து ஓர் அகதி அமெரிக்காவுக்கு வருகிறான். அவனுக்கு ஒரு தொழிலும் தெரியாது. எந்த வேலைக்குப் போனாலும் அவனால் இரண்டு நாட்களுக்கு மேல்தாக்குப்பிடிக்க முடியாது. ரோட்டு வேலை. சமையல் உதவி வேலை. பெரிய பெரிய அங்காடிகளில் பெட்டிகள் அடுக்கும் வேலை. ஒன்றுமே சரிவரவில்லை. மாதத்தில் பத்து நாட்கள் வேலை செய்து ஒருவாறு பிழைத்துக் கொள்கிறான். ஒருநாள் பெரிய பெட்டி ஒன்றை முதலாளி ஒரு செல்வந்தர் வீட்டுக்குச் சென்று கொடுத்துவரச் சொல்கிறார். அப்போது இரவு மணி 12 ஆகிவிடுகிறது. ஆனால் அவர் இப்போதே அதைக் கொடுக்கவேண்டும் எனப் பிடிவாதம் பிடிக்கிறார்.

கொழுத்தாடு பிடிப்பேன்

அவன் பெட்டியுடன் அந்த வீட்டுக்குப் போகிறான். செல்வந்தர் மிகப் பெரிய மாளிகை ஒன்றில் தனியாக வசிக் கிறார். மெல்லிய வெளிச்சத்தில் ஒரு கிளாசில் பொன்னிற வைன் அருந்திக்கொண்டிருந்தார். பெட்டியை வாங்கினாரே ஒழிய திறந்து பார்க்கவில்லை. அதி உற்சாகமாக இருக்கிறார். ஒரு கிளாஸ் வைன் குடிக்கும்படி கேட்கிறார். இவன் சம்மதித்து உட்காருகிறான். ஒரு மிடறு பருகிவிட்டு 'ஆ, அமரோனே ரிப்பஸ்ஸா' என்று வைனின் பெயரைச் சொல் கிறான். செல்வந்தர் ஆச்சரியப்படுகிறார். உனக்கு வைனைப் பற்றித் தெரியுமா என்கிறார். ஏதோ கொஞ்சம் தெரியும் என்று பதில் சொல்கிறான். செல்வந்தர் தன் வீட்டின் குளிர் கிடங்குக்குள் போய் இன்னொரு விலையுயர்ந்த வைனைக் கொண்டு வருகிறார். அதில் ஒரு வாய் குடித்துச் சிறிது யோசித்துவிட்டு 'போர்டியோ, சவல் ப்ளாங் – 1998' என்கிறான். செல்வந்தரால் நம்பமுடியவில்லை. ஆனந்தத்தில் அவனை அப்படியே கட்டிக்கொள்கிறார். அன்றே அவனுக்கு அவருடைய தொழிற்சாலையில் வேலை கிடைக்கிறது.

அவன் வேலையில் படிப்படியாக உயர்ந்து ஒருநாள் முதலாளியின் கம்பனியில் பங்குதாரர் ஆகிறான். அத்துடன் நிற்காமல் முதலாளியின் மனைவியை அவருக்குத் தெரியாமல் காதலித்து மணமுடிக்கிறான். அத்துடன் கதை முடிகிறது. வாழ்நாள் முழுக்க அவனுடைய துரோகம் அவனை வாட்டு கிறது. அவனால் மகிழ்ச்சியாக இருக்க முடியவில்லை. திருப்பித் திருப்பி அவனைச் சுற்றி ஒரு கேள்வி எழும். அந்த நடு இரவு செல்வந்தரை அவன் சந்தித்திருக்காவிட்டால் அவன் வாழ்க்கை என்னவாகியிருக்கும்? அவனால் விடையைக் கண்டுபிடிக்க முடியவில்லை.

'துயரமான கதை' என்றான் அகதி. அவள் சொன்னாள். 'துயரமானது அல்ல. துரோகமான கதை'. எல்லோருடைய வாழ்விலும் ஒரு துரோகமாவது இருக்கும். துரோகம் செய்தவன் மறக்கவேண்டும். செய்யப்பட்டவன் மன்னிக்கவேண்டும்.'

அகதி தயங்கியபடிக் கேட்டான். 'மாம், உங்கள் வாழ்க்கை யில் ஏதாவது துரோகம் இருக்கிறதா? நீங்கள் ஏன் மணமுடிக்க வில்லை?'

'நானும் மணம் முடித்தவள்தான். என் கணவர் முதல் மனைவியை விலக்கிவிட்டு என்னை மணமுடித்தார். பத்து வருடம் ஒன்றாக வாழ்ந்தோம். கூடப் பிறந்த என் அக்கா ஒருநாள் என்னைப் பார்க்க வந்தாள். சில நாட்கள்தான். என் கணவர் என்னை விட்டுவிட்டு அவளை இழுத்துக் கொண்டு போனார். இப்பொழுது அவர்கள் மணம் செய்து

கொண்டுவிட்டார்கள். திருமணம் நல்ல விசயம்தான். ஆனால் அதுவே பழக்கமாகக்கூடாது.'

அவன் பதில் சொல்லவில்லை. அதற்கு அவள் பதில் பேசவில்லை. அவனும் பதில் சொல்லவில்லை. அவளும் பதில் பேசவில்லை.

சமையல் அறையில் மார்பிள் கற்கள் பதிக்கவேண்டும் என அவள் திட்டமிட்டாள். உண்மையில் அது அவசியமாக இருக்கவில்லை. செய்தால் அழகாயிருக்கும் என நினைத்தாள். அத்துடன் அவனுக்கு ஏதாவது வேலை கொடுத்தால்தானே அவனால் வீட்டுக்கு வரமுடியும். வீட்டில் இருந்த எல்லா வேலையும் முடிந்துவிட்டது. அவன் பக்கத்தில் இருந்து பழகி விட்டது. அவனைப் பார்க்கவேண்டும் போலத் தோன்றியது. ஆனால் பிரச்சனை என்னவென்றால் அவனிடம் கைபேசி இல்லை. அவள் அழைக்க முடியாது. அவனாகக் கூப்பிட்டால் தான் உண்டு. ஒவ்வொரு நிமிடமும் அவனிடமிருந்து வரும் தொலைபேசிக்காகக் காத்திருந்தாள்.

கடைசியில் அவனுடைய தொலைபேசி வந்தபோது அவளுக்கு அடக்க முடியாத கோபம் அவன்மேல் இருந்தது. 'உடனே வா, வேலை இருக்கிறது' என்றாள். 'என்ன வேலை, மாம்?' 'சமையலறையில் மார்பிள் கல் பதிக்கவேண்டும்.' 'எனக்கு அந்த வேலை தெரியாது, மாம்.' 'எனக்கும் தெரியாது, உடனே வா' என்றாள். அவன் வந்து அவளைப் பார்த்து திடுக்கிட்டான். ஒரு விருந்துக்குப் போவதுபோல அலங்காரம் செய்திருந்தாள். நட்சத்திரம்போல கண்கள் மின்னின. முகத் துக்கு ஒப்பனை செய்து உதட்டுக்குச் சாயம் பூசி, தலை முடியைச் செப்பனிட்டு பார்க்கக் கவர்ச்சிகரமாகத் தெரிந்தாள். அவனைக் கண்டதும் பெரிதாகச் சிரித்து 'ஆ வந்துவிட்டாயா? நான் மார்பிள் கல் பதிப்பதைப் பார்த்திருக்கிறேன். இதில் ஒன்றும் பெரிய நுட்பம் கிடையாது. நான் உதவி செய்கிறேன்' என்றாள். அவளைப் பார்த்த பிரமிப்பில் இருந்து அவன் விடுபட முயன்றுகொண்டிருந்தான்.

அமண்டா ஒவ்வொரு கல்லாக எடுத்துக் கொடுத்தாள். அவளுடைய வழுவழுப்பான முழங்காலில் உட்கார்ந்திருந்தாள். அவள் சொல்லிக்கொடுத்தபடி அவன் பதித்துக்கொண்டே வந்தான். இடது கையால் வாங்கி இடது கையால் பதித்தான். 'நீ இடது கைக்காரனா?' என்றாள். தலையாட்டினான். அவன் ஏதாவது தவறு செய்தால் அவன் முதுகிலே செல்லமாகத் தட்டினாள். அவனுக்கு அது பிடித்திருந்தது. ஒன்றிரண்டு தவறுகளை வேண்டுமென்றே செய்தான். நடுப்பகுதிக்கு வந்தபோது அழகான பூ வேலைப்பாடு செய்த கல்லைத் தந்தாள். அவன் பதித்துவிட்டு நிமிர்ந்து நின்று தன்னுடைய

வேலையின் அழகை இடப்பக்கமாகவும் வலப்பக்கமாகவும் தலையைச் சரித்துப் பார்த்தான். அவள் ஆனந்தத்தில் பூரித்தாள். 'நீ நல்ல வேலைக்காரன்' என்று சொல்லிக் கன்னத்திலே முத்தம் ஒன்று கொடுத்தாள். அன்று வேலை பாதியிலேயே நிறுத்தப்பட்டது.

படுக்கையறையில் அவளுக்கு இன்னொரு ஆச்சரியம் கிடைத்தது. அவன் தோள்மூட்டில் அதன் உறுதியான அழகைக் கெடுப்பது போல ஒரு பெரிய காயத்தை மோசமாக தைத்த வடு. 'அது என்ன வடு?' என்றாள். 'போரின்போது எதிரியின் குண்டு தோள்மூட்டைத் துளைத்துப் போனது. அது ஆழத்தில் இன்னமும் கிடக்கிறது. மருத்துவர் அதை எடுப்பது ஆபத் தானது, அங்கேயே இருக்கட்டும் என்று சொன்னார். அப்படியே அங்கே தங்கிவிட்டது.' அமண்டா வடுவில் முத்தமிட்டாள். அன்றிரவு அவனை அங்கேயே தங்கிவிடும்படி வேண்டினாள். 'இல்லை, மாம். நான் உங்கள் வேலைக்காரன்' என்றான். 'மாம், என்று சொல்லாதே. அமண்டா என்று கூப்பிடு.' 'சரி மாம்' என்றான். அவள் தலையைப் பின்னே சரித்து சிகரெட் புகையை ஊதுவதுபோல அவன் கழுத்து பள்ளத்தில் ஊதினாள். அவன் கூச்சத்தில் நெளிந்தான்.

அகதி பகலில் வந்தான்; சில நாட்கள் இரவில் வந்து தன் நாட்டுச் சமையலைச் செய்தான். பின்னர் இருவரும் சாப்பிட்டார்கள். அடிக்கடி சிரித்தபடி இருப்பவன் அன்று சிரிக்கவே இல்லை. ஏதோ துக்கமாக இருந்தான். அவள் என்னவென்று கேட்க அவன் மழுப்பினான். அமண்டா விடவில்லை. அவன் சொன்னான். 'கனடாவின் ஜூன் 2012 புதிய சட்டம் நடைமுறைக்கு வந்துவிட்டது. அது அகதி களுக்கு எதிரானது. ஒரு வழக்கு அப்பீலில் இருக்கும்போதே அரசாங்கம் சம்பந்தப்பட்ட அகதியை நாடு கடத்தலாம். வழக்கறிஞர் எனக்கு அச்சமூட்டுகிறார்.' அவள் சொன்னாள். 'கனடாவின் சட்டங்கள் ஆமை வேகத்தில் நகரும். உன்னுடைய இலக்கம் வரமுன்னர் நீ கனடாவின் குடிமகனாகிவிடுவாய்.' முழு வாயைத் திறந்து நம்பிக்கையாக 'அப்படியா?' என்றான். அவன் மகிழ்ச்சியில் சிரித்தபோது கண்கள் மறைந்துவிட்டன. அவளும் சிரித்தாள். மறுபடியும் அவன் சிரித்தான். அங்கே ஏதோ சிரிப்பு போட்டி நடைபெறுவதுபோல இருவரும் மாறி மாறி சிரித்தார்கள்.

அவளுடைய ஐந்து சிநேகிதிகள் இரவு விருந்துக்கு வந் திருந்தார்கள். அமண்டா அடிக்கடி விருந்து கொடுக்கும் பெண் அல்ல. ஆனால் அன்று அவள் மனம் மிதந்தபடி இருந்தது. தன் மகிழ்ச்சியை சிநேகிதிகளுடன் பகிர்ந்து கொள்ள வேண்டும் என நினைத்தாள். அன்று காலையிலிருந்து சமைய

லறையில் அவதானமாகச் சமைத்தாள். அன்றைய உணவில் மீன் கறி இருந்தது. அவளுடைய அகதிக் காதலன் சொல்லிக் கொடுத்த மாதிரியே செய்தாள். முதன்முதலாகக் கறியில் பழப்புளி பாவித்திருந்தாள். அப்படி ஒன்று இருப்பதே அவளுக்குத் தெரியாது. ருசி பார்த்தபோது அற்புதமான சுவையாக இருந்தது. மேசையில் ஆறு பிளேட்டுகளையும், நாப்கின்களையும் அலங்காரமாக வைத்தாள். பின்னர் கத்தி கரண்டிகளையும் ஒழுங்காக அடுக்கினாள். மேசையில் மின்னூட்டத்தில் கிடந்த செல்பேசியை எடுத்துப் பார்த்தபோது நாலு குரல் அஞ்சல்கள் கிடந்தன. 'இன்றுதான் நாள் என்று வழக்கறிஞர் கூறுகிறார். உங்கள் குரலைக் கடைசித் தடவை யாக கேட்கலாம் என ஆசையாகவிருந்தது. அதுகூட நிறைவேற வில்லை. தபால் பெட்டியைப் பாருங்கள். போய் வருகிறேன்' அவன் குரல் கேவியது போலப்பட்டது.

அவள் தபால்பெட்டியைத் திறந்து பார்த்தாள். ஒரு கடித உறையில் 500 டொலரும் ஒரு துண்டுக் கடிதமும் இருந்தன. தப்பான ஆங்கிலத்தில் இப்படி எழுதியிருந்தான். 'இன்றைக்கு என்னை அவர்கள் கைது செய்ய வரக்கூடும். ஏழுமணி விமானத்தில் என்னை நாடு கடத்துவார்கள். நீங்கள் கொடுத்த 500 டொலரைத் திருப்பியிருக்கிறேன். என் நாட்டில் எனக்கு என்ன நடக்குமோ தெரியாது. என்னை அவர்கள் சிறையில் அடைக்கலாம். சித்திரவதை செய்யலாம். ராணுவத்தை விட்டுவிட்டு கள்ளமாகத் தப்பி ஓடிய துரோகி என்றே பட்டம் சூட்டுவார்கள். எங்கே இருந்தாலும் நான் வாழ் நாளின் மீதி ஒவ்வொரு நிமிடத்தையும் உங்கள் நினைவாகவே கழிப்பேன்.

பிரியமான,

அர்ஜுன ரணதுங்க.

அந்தப் பெயரை உதடுகளை அசைத்து வாய்க்குள் சொல்லிப் பார்த்தாள். ஸ்ரீலங்கா நாட்டின் புகழ்பெற்ற இடதுகை கிரிக்கெட் விளையாட்டுக்காரர் ஒருவரின் ஞாபக மாகச் சூட்டிய பெயர் அது. அப்படி அவன் சொல்லியிருந்தான். கைப்பையை மறந்து வைத்துவிட்டது போலத் தலையை இங்கும் அங்கும் அசைத்து எதையோ தேடினாள். சுற்றி யிருந்தக் காற்றை நெஞ்சு ஏற்கவில்லை. தற்செயலாக அவள் உருவம் யன்னல் கண்ணாடியில் மங்கலாகத் தெரிந்தது. முகமும் கழுத்தும் ஒரு நிறம், மீதி உடல் வேறு நிறம். மூச்சு ஒன்றை ஒன்று தள்ளிக்கொண்டு வேகமாக வெளியேறியது. விருந்தை நிறுத்திவிடலாம் என தீர்மானித்து கைநடுக்கம் நிற்கும்வரைக்கும் அசையாது நின்றாள். ஆனால் விருந்தாளிகள் ஒவ்வொருவராக வரத் துவங்கிவிட்டார்கள்.

கொழுத்தாடு பிடிப்பேன்

விருந்து முடிந்தது. கத்தியையும் கரண்டியையும் கடிகார முள் 8.20 காட்டுவதுபோல வைத்தாள். சிநேகிதிகள் மீன் கறியைப் புகழ்ந்தார்கள். எப்படிச் செய்தாய் என்று கேள்வி கேட்டுத் துளைத்தார்கள். சமையல் குறிப்பை மின்னஞ்சல் மூலம் அவர்களுக்கு அனுப்புவதாக வாக்களித்தாள். பழப்புளி எங்கே வாங்குவது என்று கேட்டார்கள். அதற்கும் பதில் சொன்னாள். தன்னுடைய அகதிக் காதலன் பற்றி சிநேகிதி களிடம் அப்போது சொல்லவேண்டும் என நினைத்தாள். அந்த தருணம் தவறிப் போனது.

சமையலறைக்குள் வந்த சிநேகிதிகள் அவள் புதிதாகச் செய்த பளிங்குத் தரையைப் பார்த்து பிரமித்து நின்றார்கள். 'ஆஹா' என்று நம்பமுடியாமல் வியந்தார்கள். நடுவிலே பூப்போட்ட பளிங்குக் கல் மிக நேர்த்தியாக இருப்பதாகவும் அழகை உச்சத்துக்கு எடுத்துச் செல்வதாகவும் உண்மையாகவே பாராட்டினார்கள். அப்பொழுது அவனைப் பற்றிச் சொல்ல லாம் என நினைத்தாள். அந்தத் தருணமும் தாண்டிப் போனது.

இரவு உடை மாற்றி படுக்கைக்குத் தயாரானபோது மறுபடியும் அவன் நினைவு வந்தது. விலங்கு மாட்டி ஒரு கொலைகாரனைப்போல நடத்திக்கொண்டு போய் இரண்டு ஆயுதம் தாங்கிய கனடா எல்லைக்காவல் படைவீரர்கள் அவனை விமானத்தில் ஏற்றியிருப்பார்கள். அவன் இடது கையால் அவள் இடுப்பைச் சுற்றி வளைத்தது நினைவில் ஓடியது. சுத்தியலை இடது கையால் பிடித்து அடித்தான். இடது கையால் மீன் வெட்டினான். அவன் சொன்னான் 'நான் சம்பளத்துக்காக அரச படையில் சேர்ந்து போர் புரிந்தேன். என் எதிராளி ஓர் இலட்சியத்துக்காகப் போராடி னான். அவனுக்கு உயிர் ஒரு பொருட்டில்லை. நானோ கேவலமாக இன்னொரு நாட்டில் தஞ்சம் புகுந்திருக்கிறேன்.'

நெடுநேரமாக அமண்டாவுக்குத் தூக்கம் வரவில்லை. அவனுடன் விமானத்தில் அவளும் அட்லாண்டிக் சமுத்திரத் தின் மேல் பறந்தாள். பின்னர் உரத்துச் சொன்னாள். 'ஓ, என் சிநேகிதிகளே! நான் உண்மையான சூனியக்காரியின் தங்கச்சி. எனக்கு ஓர் அகதியைத் தெரியும். என் வீட்டு சமையலறைக் கற்களை இடது கையால் பதித்தவன். மீன் குழம்பு சமையலுக்குச் சொந்தக்காரன். என் ரகஸ்யக் காதலன். ஓர் இனத்தின் விடிவுக்காகப் போராடிய எதிரியின் துப்பாக்கிக் குண்டைத் தோள்மூட்டில் என்றென்றைக்கும் காவியபடி திரிபவன்.'

பின்னர் அவள் நிம்மதியாகப் படுத்துத் தூங்கினாள்.

நிலம் எனும் நல்லாள்

சைமன் கனடா வந்து நாலாவது நாளே தாயிடம் கேட்டான். 'அம்மா, உங்களிடம் துவக்கு இருக்கிறதா?'

'இல்லையே, இது என்ன கேள்வி?'

'அமெரிக்காவின் சனத்தொகையிலும் பார்க்க அங்கே துப்பாக்கிகளின் எண்ணிக்கை அதிகமாமே.'

'இது அமெரிக்கா அல்ல மகனே, கனடா.'

'பக்கத்து வீட்டுக்காரர்களிடம் துப்பாக்கி இருக்குமா?'

'ஏணி கடன் கேட்பதுபோல பக்கத்து வீட்டில் போய் இரவல் கேட்கப்போகிறாயா? யேசுவே, என்ன நடக்கிறது இங்கே?'

'இல்லை அம்மா, ஒரு பாதுகாப்புக்குத்தான்.'

'இங்கே உனக்கு எதிரிகள் இல்லை. நீ சுதந்திரமாக உலாவலாம். இது சமாதானமான நாடு.'

'அம்மா நான் இருபது வருடங்களுக்கு மேலாக கையிலேயோ இடுப்பிலேயோ ஒரு துப்பாக்கியைக் காவியபடி அலைந்திருக்கிறேன். ஏதோ போல இருக்கிறது.'

'அது வேண்டாம் மகனே. அந்த நினைப்பையே விடு. கையிலே சுத்தியல் இருந்தால் எல்லாப் பிரச்சினையும் ஆணிபோலவே தெரியும்.

அன்றும் அவர்கள் பேச்சு திருப்தியில்லாமல் நின்றது. எப்பொழுது மகனுடன் பேசத் துடங்கினா

லும் அந்தச் சம்பாசணை அசாதாரணமானதாக உருவெடுத்து வேறு திசையில் சென்று எதிர்பாராத முடிவுக்கு வருவதே வழக்கம்.

சைமன் இளவயதில் நன்றாகப் படித்தான். ஒருநாள் காலை பள்ளிக்கூடத்துக்குப் புறப்பட்டவன் பின்னர் திரும்பவே இல்லை. இயக்கத்தில் சேர்ந்துவிட்டான் என்று சொன்னார்கள். மகன் திரும்பி வருவான் என்று காத்திருந்து நம்பிக்கை போனபின்னர் அவனுடைய பெற்றோர்கள் கனடாவுக்குக் குடிபெயர்ந்தார்கள். அங்கே பிளாஸ்டிக் உதிரிப்பாகம் செய்யும் தொழிலை அவனுடைய அப்பா தொடங்கி வெற்றிபெற்றார். இலங்கைப் போர் முடிவுக்கு வந்தபோது நிறையப் பணம் செலவழித்து மகனைத் தேடிக் கண்டுபிடித்து அவனைத் தாய்லாந்து வழியாக கனடாவுக்கு எடுப்பித்து விட்டார்.

சைமன் கனடாவுக்கு வந்த அன்று அவன் பெற்றோர்கள் வசித்த வீட்டைப் பார்த்து திகைத்துவிட்டான். அரை ஏக்கர் நிலத்தில் கட்டப்பட்ட மாளிகை என்று சொல்லலாம். பளிங்குத் தரை. மரவேலைப்பாடுகள். சுழன்று ஏறும் படிக்கட்டுகள். சுவிட்ச்போட்டுத் திறந்து மூடும் திரைச் சீலைகள். தொலைக் காட்சியைப் பார்ப்பவர்கள் இருக்கும் தூரத்திலும் பார்க்க அகலமான டிவி. அவனால் அத்தனை படாடோபத்தைத் தாங்கமுடியவில்லை. 'இத்தனை பெரிய வீடா?' என்று வாய் விட்டுச் சொன்னான். அவன் யாருக்காகப் போர் புரிந்தான். அவர்களுக்காகவும்தானே. ஆனால் அவர்களோ நாட்டை மறந்துவிட்டார்கள். போரை மறந்துவிட்டார்கள். 'நீங்கள் என்னை மறந்துவிட்டீர்கள்' என்றான்.

'மகனே, உன்னை நினைக்காத நாள் ஏது? உனக்காகவே நாங்கள் இந்த வாழ்க்கையைத் தேர்ந்தெடுத்தோம். உனக்கென்று ஒரு நல்ல வாழ்க்கையை நீ இங்கே அமைக்கவேண்டும்.' 'எப்படி அம்மா அது முடியும்? என்னால் பழைய நினைவுகளி லிருந்து விடுபட முடியவில்லையே.' 'இந்த வீட்டுக்கு நாங்கள் குடிபெயர்ந்து 5 வருடங்களாகின்றன. இன்றைக்கும் இடைக் கிடை பழைய வீட்டுக்காரருக்குக் கடிதம் வருகிறது. அப்படித்தான் பழைய ஞாபகங்கள் தேடி வரும். பொருட்படுத்தக்கூடாது. புதிய வாழ்க்கைக்கு நீ தயாராகவேண்டும்.'

'தயாராவதா? நான் எவ்வளவு இழந்துவிட்டேன். நான் போர் செய்துகொண்டு இருந்தபோது கொசோவோ என்று ஒரு புதிய நாடு உண்டாகிவிட்டது. அது எனக்குத் தெரியாது. யாராவது 23.20 மணி என்று சொன்னால் அது புரியாது. இங்கே நாலு மணி என்றால் உலகத்தில் வேறு எங்கே

எங்கே நாலு மணி, அதுவும் தெரியாது. 'வண்ணத்துப்பூச்சி காலிலே ஒரு காட்டை காவுகிறது' என்று ஓர் அருமையான கவிதை வரி நேற்று சொன்னீர்கள். நான் காலிலே எந்தக் காட்டைச் சுமக்கிறேனோ? 20 வருடத்துக்கு மேலாக ஒரு நிலத்துக்காகப் போராடிய பின்னர் என்னிடம் மிஞ்சியது பழைய இரண்டு உடுப்புகள், ஒரு சோடி பழைய சப்பாத்து, ஓடாத பழைய கடிகாரம். புதிய எதிரிகள்.' 'இங்கே உனக்கு எதிரிகள் கிடையாது. உன்னுடைய அப்பாவின் தொழிற்சாலையில் 200 பேர் வேலைசெய்கிறார்கள். நீ அப்பாவிடம் வேலை பழகு. உனக்கு ஒரு நல்ல பொம்பிளை பார்ப்போம்' என்றார் அம்மா.

நேற்றையைப்போலவும் நாளையைப்போலவும் இருக்கப் போகும் அந்தநாள் விடிந்தது. அம்மா றால் பொரியலும் கருவாட்டுக் குழம்பும் மஞ்சள் சோறும் செய்தார். சாப்பிடும் போது அவனுக்குக் கண்ணீர் வந்தது. 20 வருடத்திற்குப் பின்னரும் அம்மாவின் கைருசி மாறவில்லை. ஒருமுறை சிங்கள ராணுவம் ஹெலியில் பறந்து தங்கள் பக்கம் வீசிய உணவுப் பொதியொன்று காற்றுக்கு ஆடி ஆடி தவறுதலாக அவர்கள் பக்கம் வந்து விழுந்தது. மஞ்சள் நெய்ச்சோறும் இறைச்சி பக்கட்டுகளும். போராளிகளுக்கு எப்பவும் பசி. அவனும் நண்பர்களும் அடித்துப் பிடித்து சாப்பிட்டார்கள். அந்த நண்பர்களை ஒவ்வொருவராக பெயர் சொல்லி நினைத்துப் பார்த்தான். இப்போது ஒருவர்கூட இல்லை.

அன்றிரவு யன்னலில் வாயினால் ஊதி 'மஞ்சுளா' என்று விரலால் எழுதினான். அப்படி எழுதி முடித்ததும் அது தானாக அழியத் தொடங்கியது. அவன் வாழ்வில் கிடைத்த சதா பிரமிப்பூட்டும் பெண். அவளைச் சந்தித்தபோது அவள் இறப்பதற்கு 1 வருடம், 2 மாதம் 14 நாட்கள் இருந்தன. அவளுடன் அவன் பேசிய எல்லா வார்த்தைகளின் கூட்டுத் தொகை நூறைத் தாண்டாது. அவள் அதிகம் கதைத்தது அவளுடைய அகலக் கண்களால்தான். அவளுக்குப் பயிற்சி கொடுத்த பிரதீப் மாஸ்டர் சொல்வார் அவளைப்போல ஒரு போராளியை அதற்குமுன்னர் அவர் காணவில்லையென்று. மெலிந்துபோய் இருப்பாள், ஆனால் முதுகிலே 50 கிலோவை காவிக்கொண்டு இரண்டு மைல் தூரம் நடப்பாள். சைமனுடைய துப்பாக்கிச் சுடும் திறனைக் கேலிசெய்வது அவளுடைய முழுநேரத் தொழில். 'நீ முதலில் சுட்டுவிட்டுப் பின்னர் இலக்கு பார்க்கிறாய்.'

இயக்கத்தின் சங்கேத வார்த்தைகள் அவளுக்கு மனப் பாடம். 'தேங்காய்' என்றால் போரில் மரணம். 'இளநீர்''

என்றால் போரில் காயம். 'எறியல்' என்றால் சாப்பாடு. இவளும் சில சங்கேத வார்த்தைகளை அவனுக்காக உண்டாக்கி வைத்திருந்தாள். 'நுங்கு' என்றால் உன்னை காதலிக்கிறேன். 'பாளை' உன் பிரிவு தாங்கமுடியவில்லை. 'ஓலை' உடனே வா. இப்படி காதலித்தவள் இவனுக்குச் சொல்லாமல் ஒருநாள் தற்கொலைப் படையில் சேர்ந்துவிட்டாள். தாக்குதலுக்குப் புறப்பட்டபோது தன் கைக்கடிகாரத்தைக் கழற்றி அவனிடம் கொடுத்தாள். அது ஓடாத கடிகாரம், அதைத் திருத்தக் கொடுக்கிறாள் என்று எண்ணினான். முதல்நாள் 'நீ பழகப் பழக புதுசாக இருக்கிறாய். உன் கடைசிப் பக்கத்தை என்னால் எட்டவே முடியாது.' என்று சைமன் சொன்னான். 'கடைசிப் பக்கமா? அதை நான் நாளைக்குத்தான் எழுதப்போகிறேன்' என்றாள் அவள். அப்போதும் அவனுக்குப் புரியவில்லை. கடிகாரத்தை அவளின் ஞாபகார்த்தமாகக் கொடுத்தாள் என்பது பின்னர் தெரிந்தது. அதைத்தான் கனடாவுக்கு கொண்டுவந்திருந்தான்.

முள்ளிவாய்க்கால் சுற்றிவளைப்பில் அவனைப் பிடித்து விட்டார்கள். செட்டிக்குளத்தில் அருணாச்சலம் திறந்த வெளிச் சிறையில் 50,000 பேருடன் அவனையும் அடைத்து வைத்தார்கள். உயரமான முள்ளுக் கம்பி வேலிகளும் இரண்டு அடுக்கு ராணுவக் காவலும். தப்புவது என்பதை நினைத்தே பார்க்க முடியாது. ஒவ்வொரு நாளும் கண் விழிக்கும்போது 'அட, நான் இன்னும் சாகவில்லை' என்ற நினைப்பு வரும். தினம் அவனை அதிகாரியிடம் விசாரணைக்கு இழுத்துச் செல்வார் கள். பிலாத்து கைகழுவி சைகை காட்டியதும் யேசுவைச் சிலுவையில் அறைந்ததுபோல இந்த அதிகாரியின் தலையசைப் பில் அவன் நெஞ்சில் எந்த நேரமும் குண்டு பாயும் அபாயம் இருந்தது. விசாரிப்பவர் குறிப்பு எழுதுவதில்லை. ஒலிப்பதிவு செய்வதில்லை. ஒரு விளையாட்டு போலத்தான். ஒவ்வொரு தடவையும் ஒரு புது அதிகாரி விசாரிப்பார். இடைக்கிடை முகத்திலே குத்துவார் அல்லது பொல்லால் அடிப்பார். கேள்விகள் அதே கேள்விகள். பதில்கள் அதே பதில்கள். ஒவ்வொருநாளும் அதிகாரி புதிது. அடியும் புதிது.

அதிகாரி தனது வாயைத் திறந்துவிட்டார் என்பதை அவன் கண்டுபிடித்துத் தயாராகும்போது நாலு கேள்விகள் கேட்டு முடித்துவிடுவார். 'நீதானே சைமன்.'

'ஓம் சேர்.'

'இயக்கத்திலே உன்னுடைய பெயர் செல்வகுமார்?'

'நான் இயக்கத்திலே இல்லை சேர்?'

'படத்திலே சின்னத்தாடி வைத்து சின்ன மீசை வைத்து நிற்பது நீதானே?'

'அது இன்னொரு சைமன் சேர்.'

'இந்த நாலு பேரில் கறுப்புக் கண்ணாடியணிந்து இங்கே நிற்பது யார்?'

'அது இன்னொரு சைமன்.'

'மாங்குளம் போரிலே குண்டு எறிந்து பங்கர் பிடித்தது நீதானே? உன்னுடைய பெயரெல்லாம் பேப்பரில் வந்தது.'

'அது இன்னொரு சைமன்.'

அப்பொழுதுதான் உதை விழுந்தது. கதிரையுடன் சேர்ந்து நாலடி தூரம் போய் விழுந்தான். அறிவு மயங்கிவிட்டது. கண் விழித்தது ஆஸ்பத்திரியில்தான்.

மாங்குளம் அவனுடைய முதல் சமர். மூன்று மாதம் உடல் பயிற்சியும், மூன்று மாதம் ஜெகன் மாஸ்டரிடம் ஆயுதப் பயிற்சியும் பெற்று, முதன்முதலாக வரியுடுப்பு அணிந்து பங்குபற்றிய போர். அவனுடைய குழுவில் 15 பேர் இருந்தார்கள். குழு இலக்கை அடைந்த போது நிலத்துக்கு அடியிலிருந்த பங்கர் ஒன்றிலிருந்து குண்டுகள் சரம் சரமாகப் பாய்ந்தன. இதை ஒருவரும் எதிர்பார்க்கவிலை. அவனுடன் வந்த 14 பேரும் போர் தொடங்கி 10 செகண்டுக்குள் இறந்துவிட்டனர். இவன் மட்டும் பள்ளத்தில் விழுந்து கிடந்தான். காயமில்லை. நெஞ்சு வேகமாக அடித்தது. கையிலே கிடந்த குண்டை வீசினான். அது குருட்டுவாக்கில் நேராகப் போய் பங்கருக்குள் விழுந்தது. பின்னர் அங்கிருந்து குண்டுகள் வரவில்லை. பங்கருக்குள் பாய்ந்து பதுங்கிக்கொண்டான். வெளியே சண்டை மும்முரமாக நடந்தது. 24 மணிநேரம் இரண்டு பிணங்களுடன் கழித்தான். மாங்குளம் போர் சரித்திரத்தில் அவனுக்கு ஓர் இடம் கிடைத்தது.

அம்மா அடிக்கடி அவனிடம் ஒரு பெண்ணைப்பற்றி பேசினார். இந்த வயதில் அவனுக்கு ஒரு கல்யாணமா? அவன் மனது சம்மதிக்கவில்லை. அந்தப் பெண் வந்தபோது அம்மா அறிமுகம் செய்து வைத்தார். ஒரு வேலைக்காரனுக்குக் கொடுக்கும் புன்னகை அவளிடமிருந்து வெளியே வந்தது. வெள்ளை வெளேர் என்ற மெழுகுபோன்ற கால்களுக்கு மேல் உடம்பிலிருந்து எதிர்ப்பக்கமாக விரிந்த ஆடை அணிந்து, குதிக்கால் சப்பாத்தில் இடறி இடறி நடந்தாள். ஒரு கத்தி போலப் பற்கள் பளிச்சிட்டன. நல்ல உணவாலும் தேகப்

பயிற்சியாலும் அடுத்த வேளை உணவு எங்கேயிருந்து வரும் என்ற கவலை இல்லாததாலும் தோலுக்கு அடியிலே ரத்தம் வேகமாகப் பாய்ந்து அவள் சருமம் வர்ணிக்க முடியாதபடிக்கு ஒரு மினுமினுப்பை அடைந்திருந்தது. அவளுக்கு அவன் முன்னாள் போராளி என்பது தெரியாது. ஆனால் அவனிடம் கணக்கு இருந்தது. 17 கொலைகள். இரண்டு சிறைவாசம். 4 பயிற்சி முகாம்கள். மூன்று பெரிய போர்கள். 6 சிறிய போர்கள். 7 போர் வடுக்கள். ஒரு பங்கர் கைப்பற்றல். ஒரு காதல். 15 நிமிடத்துக்கு ஒரு முறை சரிபார்த்து திருத்தப்பட்ட கூந்தல், 30 நிமிடத்துக்கு ஒரு முறை பூசப்பட்ட உதடுகள், 10 நிமிடத்துக்கு ஒருமுறை நேர்த்தியாக்கப்பட்ட புருவம். இந்தப் பெண்ணுடன் அவனால் வாழமுடியுமா?

முகம் கழுவ முன்னரும், முகம் கழுவியப் பின்னரும். உணவு உண்ண முன்னரும் உணவு உண்டப் பின்னரும், துப்பாக்கி கழற்றி பூட்ட முன்னரும், பூட்டியப் பின்னரும் ஒரே சிந்தனைதான். ஒருநாட்டை எப்படி உண்டாக்குவது? ஒரு நிலத்தை எப்படிச் சொந்தமாக்குவது? 20 வருடங்கள் அப்படி வாழ்ந்தான். அம்மா சொல்கிறார். ‘நீ எங்கே இருக்கிறாயோ, அதுதான் உன் நாடு. எங்கே சமஉரிமை கிடைக்கிறதோ அதுவே உன் நிலம். அது உனக்குள்ளேதான் இருக்கிறது. ஒருவரும் பறிக்கமுடியாது. நீ நல்லவன். உன் குணத்தை நீ கொன்றவர்களின் எண்ணிக்கையை வைத்து தீர்மானிக்க முடியாது. நீ கொல்லாதவர்களுடன் எப்படி பழகினாய் என்பதை வைத்துத்தான் தீர்மானிக்கவேண்டும்.’

அவனுடைய குழுவில் இருந்த ஒருவன் ஆயுதம் பறிப்பதில் வல்லவன். பால்ராஜ் அண்ணர் பொறுப்பாளராயிருந்த ஆனையிறவு சமரில் தனஞ்செயன் 11 ஆயுதங்கள் பறித்து ஒரு சாதனையை நிலைநாட்டினான். மகாபாரதப் போரிலே உத்தரகுமாரன் கௌரவ சேனையை எதிர்த்துப் போருக்குக் கிளம்பிய போது அவன் சகோதரி உத்தரையும், சேடிகளும் அவனிடம் இன்ன பட்டு உத்தரீயங்கள், இன்ன ஆபரணங்கள், இன்ன கிரீடங்கள் எதிரிகளை வென்று கொண்டுவரச் சொன்னார்களாம். அப்படி தினமும் தனஞ்செயனிடம் ‘அண்ணை எனக்கு ஒரு எம் 70 கொண்டு வாருங்கள்’, ‘அண்ணை எனக்கொரு ஏகே 47’, ‘அண்ணை எனக்கொரு ரி–56’ என்று போராளிகள் தொந்தரவு கொடுப்பார்கள். பேராசைக்காரர் ஏகேஎல்எம்ஜி கூட கேட்டதுண்டு. சகல விதமான ஆயுதங்களையும் எதிரிகளிடமிருந்து லாவகமாகக் கைப்பற்றிவிடுவான். அன்றும் அப்படித்தான். எதிராளி குண்டுபட்டு சரியத் தொடங்கியதும் தனஞ்செயன் ஓடத்

தொடங்கினான். ஆயுதத்தைக் கைப்பற்றி பாதி தூரம் கடந்தபோது குண்டு முதுகைத் துளைத்து குப்புற விழுந்தான், ஆனால் பறித்த துப்பாக்கி பிடியை அவன் விடவில்லை. சைமன் விழுந்த நண்பனை முதுகிலே காவிக்கொண்டு ஓட்டமும் நடையுமாக விரைந்தான். துப்பாக்கிக் குண்டுகள் பக்கத்து பக்கத்தில் சீறின. சுற்றிலும் தீச்சுவாலைகள். நெஞ்சிலே வழிந்த ரத்தம் சைமன் முதுகை நனைத்து காலிலே சொட்டியது. 'சைமன், என்னைக் கைவிடாதே, காப்பாற்று' என்று அவனுடைய உற்ற நண்பன் மன்றாடினான். நண்பன் இறந்தது தெரியாமல் சைமன் உடலைக் காவிக்கொண்டு ஒரு மைல் தூரம் அன்று ஓடியிருந்தான்.

அவனைக் கனடாவுக்கு எடுப்பித்ததோடு தன்னுடைய கடமை முடிந்துவிட்டது என அப்பா நினைத்தார். உணவகத்துச் சேவகன்போலப் பின்பக்கமாக ஒரு கையைக் கட்டிக்கொண்டு அவன் கண்படும் விதமாக உலாத்துவார். தொழிற்சாலைக்கு வந்து தனக்கு உதவ வேண்டும் என எதிர்பார்த்தார். ஆனால் அவன் அவருடன் பேசுவதற்கு அகப்படுவதில்லை. அடிக்கடி கதவைத் திறந்துபோட்டு வெளியே போய்விடுவான். ஒருநாள் அம்மா அவனைத் தேடிக்கொண்டு தோட்டத்தில் வந்து பார்த்தபோது ஒரு மரத்தின் அடியில் உட்கார்ந்து ஆகாயத்தைப் பார்த்தபடி இருந்தான். 'மகனே, என்ன பார்க்கிறாய்?' 'அம்மா, ஏப்ரல் மாதத்தைக் காது கொடுத்துக் கேட்டுக்கொண்டிருக்கிறேன், பாருங்கள், மிகவும் வித்தியாசமாகக் கேட்கிறது.'

'ஓ, யேசுவே! ஏப்ரல் மாதம் சத்தம் போடுமா? உள்ளே வா மகனே. குளிரடிக்கிறது.'

'அப்ப இது ஏப்ரல் மாதம் இல்லையா?'

'முட்டாள்போலப் பேசாதே.'

'உலகிலே ஒன்றிரண்டு முட்டாள்கள் கூடுவதால் பெரிய மாற்றம் ஒன்றும் ஏற்படப் போவதில்லை.'

'ஓய்வு நாளில் என்ன செய்வீர்கள்? என்று அம்மா ஒருநாள் கேட்டார். அந்தக் கேள்வியை அவனால் தாங்க முடியவில்லை. ஒரு போராளிக்கு ஓய்வுநாள் கிடையாது என்பது அவனுடைய சொந்த அம்மாவுக்குக்கூட தெரியவில்லை. அவனுடைய குழு பத்து நாட்கள் காட்டிலே ஒளித்திருந்து திடீர் தாக்குதல் நடத்தவேண்டியிருந்தது. காவிக்கொண்டுவந்த உணவும் தண்ணீரும் தீர்ந்துவிட்டது. இரண்டு முழு நாட்கள் உணவோ தண்ணீரோ இல்லாமல் பொறுத்திருந்து சமயம் பார்த்துத் தாக்குதலை நடத்திவிட்டுத்

திரும்பினார்கள். அந்தச் சூழலிலும் ஒருவர்கூட 'பசிக்குது' என்றோ 'தண்ணீர்த்தாகம்' என்றோ 'திரும்புவோம்' என்றோ ஒரு வார்த்தை சொல்லவில்லை. அப்படி அர்ப்பணிப்போடு ஒரு நாட்டை உருவாக்குவதற்கு அவர்கள் போராடினார்கள். அதே நேரம் அம்மா சமையலறைக்கு என்ன வர்ணம் பூசலாம் என்று மூளையைச் செலவழித்திருப்பார். அல்லது இரவு விருந்துக்கு இறைச்சியை வதக்குவதா பொரிப்பதா என்று சமையல்காரிக்கு உத்தரவு கொடுத்திருப்பார். அவனுக்கு அவமானமாக இருந்தது. அங்கே தங்கும் ஒவ்வொரு நிமிடமும் நரகமாகவேபட்டது.

இரவு படுக்கப் போகுமுன்னர் அவன் தாய் வெளிக் கதவைப் பூட்டித் திறப்பை வழக்கம்போல ஒளித்து வைத்தார். காலையில் பார்த்தால், முதல்நாள் சலவை செய்து ஸ்திரி போட்டு, ஒரு சுருக்கம்கூட இல்லாமல் இழுத்து செருகப்பட்ட தூய வெள்ளை மெத்தை விரிப்பில் படுத்திருந்த மகனைக் காணவில்லை. ஆனால் ஒரு யன்னல் திறந்து கிடந்தது. வெளியே பனி தூறியது. இரவு எந்த நேரம் புறப்பட்டுப் போனானோ தெரியவில்லை. அவன் அடிக்கடி பாதைகள் பழக்கமில்லாததால் தவறிப் போகிறவன். காலநிலை அறிவிப்பாளர் அன்று நாலு அங்குலம் பனிப் பொழிவு இருக்குமென்று அறிவித்துக்கொண்டிருந்தார். உடனேயே பொலீசுக்குத் தெரிவித்ததுடன் பேப்பர்களிலும் தொலைக்காட்சியிலும் அறிவித்தல்கள் கொடுத்தார்கள். ஒருவாரம் கழித்துதான் உடல் கிடைத்தது. சைமனுடைய முகம் பனிமூடி சிதையாமல் புன்னகையுடன் இருந்தது போலத் தோன்றியது.

சைமனுடைய அப்பா இரண்டு வருடத்துக்கு முன்னரே சவ அடக்கத்துக்கான மூன்று நிலத்துண்டுகளை ரெஸ்தாவன் நினைவுத் தோட்டத்தில் அதிக விலை கொடுத்து வாங்கியிருந்தார். அவை மூன்றும் அருகருகாக இருந்தன. அந்தப் பனிக்குளிரிலும் சவ அடக்கத்துக்கு 12 பேர் வந்திருந்தனர். பாதிரியார் ஜெபம் செய்தார். 'எங்கள் தேவனாகிய கர்த்தாவே, வேலைக்காரரின் கண்கள் எஜமான்களின் கையை நோக்கி இருக்குமாப்போல, தேவன் எங்களுக்கு இரக்கம் செய்யும்வரைக்கும் எங்கள் கண்கள் உம்மை மெய்யாகவே நோக்கியிருக்கும். நீர் படைத்த ஜீவன் உம்மிடத்தில் வரும் நாளில் தீவிரமாய் உத்தரவு அருளிச் செய்யும். ஆமென்' யாழ்ப்பாணம் மயிலிட்டியில் பிறந்து, முள்ளிவாய்க்காலில் தப்பி, தாய்லாந்தில் உத்தரித்து, ரொறொன்ரோ வந்துசேர்ந்த சைமனின் பனிமூடிய உடல் ஸ்காபரோவில் அடக்கம் செய்யப்பட்டது. இனி அந்த நிலம் அவனுக்குத்தான் சொந்தம். யாருமே பறிக்க முடியாது.

ரயில் பெண்

கனடாவில் அவனுக்கிருந்த முதல் பிரச்சனை அங்கே பனிக்காலம் ஒவ்வொரு வருடமும் வருவதுதான். அவன் மலிவான கோட்டும், மலிவான உள்ளங்கியும், மலிவான சப்பாத்தும் அணிந்திருந்தான். பாதாள ரயிலில் பிரயாணம் செய்தபோதும் அவன் உடம்பு நடுங்கியது. அவனுடைய அகதிக்கோரிக்கை வழக்கை வாதாடும் வழக்கறிஞரிடம் அவன் மூன்றாம் தடவையாகப் போகிறான். அவன் அவரிடம் எழுதிக் கொடுத்தது உண்மைக் கதை. அதை அவரால் நம்பமுடியவில்லை என்றார். அவனுடைய கதையைக் கிழித் தெறிந்துவிட்டு வழக்கறிஞரே ஒரு புதுக்கதை எழுதினார். அவருக்கு ஆதாரங்கள் தேவையாம். ஆகவே முன்கூட்டியே ஆதாரங்களைச் சேகரித்து வைத்துக்கொண்டு தன் கற்பனையை விரித்து அதற்கேற்ற மாதிரி புதுக்கதை தயாரித்தார். அதைத்தான் கோர்ட்டு நிராகரித்துவிட்டது.

அவன் இறங்கவேண்டிய ஸ்டேசன் வருவதற்கு 20 நிமிடம் இருந்தபோது அந்தப் பெண் ஏறினாள். அவளைக் கண்டதும் அவன் கால்கள் உதறத் தொடங்கின. அவன் இருதயம் ரயில் சத்தத்தையும் மீறி அவன் காதுக்குக் கிட்டவாக அடித்தது. குளிரில் கால்கள் நடுங்குகின்றன என முதலில் நினைத்தான். அவள், அவனைப் போலவே பொது நிறம் உள்ளவள். மிருதுவான தோலங்கியும், எந்தப் பனியையும் சமாளிக்கக் கூடிய பூட்சும் அணிந்திருந்தாள். ஒரு முறை கண்களை எறிந்து அவனைப் பார்த்தாள். பின்னர்

கொழுத்தாடு பிடிப்பேன்

தன் பையிலிருந்த ஒரு புத்தகத்தைக் கையிலே எடுத்து படிக்க ஆரம்பித்தாள். அது பாடப் புத்தகம் போல இருந்தது. அடுத்து வந்த ஸ்டேசனில் ரயில் நிற்க அவள் இறங்கினாள். அவனுடைய நெஞ்சு நிற்கவில்லை, தொடர்ந்து படபட வென்று அடித்தது. அப்பொழுது தீர்மானம் செய்துகொண் டான். கனடாவில் தற்கொலை செய்வதென்றால் அது அவள் பயணிக்கும் பாதாள ரயிலுக்குக் கீழேதான்.

தற்கொலை எண்ணம் வரும்போதெல்லாம் கூடவே சோமாலியின் நினைப்பும் வந்தது. இத்தாலியில் மிலானோ ஸ்டேசனில் அவனைப் பட்டினியால் சாகாமல் காப்பாற்றியது சோமாலிதான். அவன் எல்லா நாடுகளுக்கும் பயணித்திருந்த தால் ஒவ்வொரு நாட்டுக்கு ஒவ்வொரு தற்கொலை முறை என ஆராய்ச்சிசெய்து வைத்திருந்தான். பெல்ஜியம் போதை மருந்து; இத்தாலியில் துப்பாக்கிச் சூடு. பாரிஸ் என்றால் வேறு என்ன, ஈபல் கோபுரம்தான். வெனிஸில் எப்படிச் சாகலாம் என்று கேட்டதற்கு 'நீ முயற்சி செய்யவே வேண்டாம். வெனிஸ் தண்ணீரில் மூழ்கிக்கொண்டிருக்கிறது' என்றான். சோமாலிக்கு என்ன ஆனது என்பது அவனுக்குக் கடைசி வரை தெரியவே இல்லை.

அவன் கொழும்பில் விமானம் ஏறி தனியாக ரோம் வந்து சேர்ந்தபோது எந்த நேரத்திலும் பனிக்காலம் தொடங் கலாம் என்றிருந்தது. அந்த வருடத்தை அவனால் மறக்க முடியாது. அந்த வருடம்தான் ஜனாதிபதி பிரேமதாசா கொலை செய்யப்பட்டிருந்தார். அவனுடைய பெயரை அடிக்கடி மறந்துவிடும் மாமா எப்படியோ காசு சேர்த்து அவனை அனுப்பிவைத்தார். ஏஜண்ட் சொல்லியதுபோல நேரே கிரீசுக்குச் சென்று அங்கே கப்பலில் சேர்வதுதான் திட்டம். அது கேட்க மிகவும் சுலபமானதாகத்தான் தோன்றியது. கிரீசுக்கு கள்ள விசா அவனிடம் இருந்ததால் பிரச்சனை இல்லாமல் கப்பலில் சேர்ந்துவிடலாம் என்றுதான் எண்ணி னான். ஆனால் ஐரோப்பாவை விட்டு வெளியேற மூன்று வருடம் பிடிக்கும் என்பது அவனுக்கு அப்போது தெரியாது.

கிரீஸ் எல்லையிலே அவனைப் பிடித்த அதிகாரி வெள்ளைச் சீருடை தரித்தவன். கம்புபோல மெலிந்து உயரமாக இருந்தான். கடவுச்சீட்டை விரித்ததும் அவனுடைய முகம் மாறியது. காட்டிலே பிடித்து வந்த எச்சில் ஒழுகும் விலங்கு ஒன்றைப் பார்ப்பதுபோலப் பார்த்தான். அவனுடைய உடம்பிலும் பார்க்க பத்து மடங்கு பெரிதான ஒரு சத்தம் எழுப்பினான். அதிகாரி கத்திய கத்தலில் அவனுடைய கொடுப்பு பல் ஒன்று ஆடியது. 'கிரேக்க மொழிபோல

இருந்தது' என்றொரு பழமொழி உண்டு. அதேதான். அதிகாரியின் வசை ஒன்றுமே புரியவில்லை. வெனிஸுக்குப் போகும் ரயிலில் ஏற்றிவிட்டார்கள். பாதி வழியில் டிக்கட் பரிசோதகர் பிடித்தபோது ஒவ்வொரு தமிழ் வார்த்தையையும் ஆங்கிலமாக மாற்றி மன்றாடினான். மனிதர் அசரவில்லை. 50 டொலர், அந்தக் காலத்தில் நினைத்துக்கூடப் பார்க்க முடியாத தொகை, அபராதம் கட்டினான். அப்பொழுதுதான் அவன் எண்ணினான். இன்னொருவருக்குப் புரிந்தால்தான் ஒரு மொழியினால் பிரயோசனம் உண்டு. புரியாவிட்டால் அதைத் தெரிந்திருப்பதும் ஒன்றுதான். தெரியாமல் இருப்பதும் ஒன்றுதான்.

வெனிஸ் ஸ்டேசனில் இறங்கியதும் அந்தத் துயரத்திலும் ஒரு சின்னக் குதூகலம் தோன்றியதை நினைக்க ஆச்சரியமாக இருந்தது. சேக்ஸ்பியருடைய வெனிஸ் வணிகனைத் தமிழிலே படித்திருந்தான். அந்த நகரத்தை வியந்து வியந்து பார்த்தான். அவன் மனக்கண்ணிலே 3000 தங்கக் காசுகளுக்கு உத்தரவாதம் தந்த உயிர் நண்பன் அண்டொனியோ, பஸானியோ, அவனுடைய காதலி போர்ஸியா எல்லோரும் வந்து போனார்கள். சைலொக்கை நினைத்ததும் வீதியிலுள்ள கடை எப்படி இருக்கும் எனப் பார்க்க ஆசைப்பட்டு ஒரு கதவைத் திறந்தான். கதவு டங் என்று சத்தமிட்டுத் திறந்தது. ஒரு பெண் வெளியே ஓடி வந்து போ போ என கைகளை வீசித் துரத்தினாள். அவன் கதவுப் பிடியை விட்டுவிட்டு வெளியே வந்தபோது கதவு மறுபடியும் டங் என்ற சத்தத்துடன் மூடிக்கொண்டது. சைலொக் அந்த வீதிகளில் எத்தனை இழிவு வார்த்தைகளைக் கேட்டிருப்பான். அவனுக்கு பிடித்தது சைலொக்கின் வாசகங்கள்தான். 'நான் ஒரு யூதன். என்னைக் குத்தினால் எனக்கு ரத்தம் ஒழுகாதா? எனக்கு நஞ்சு ஊட்டினால் சாவு வராதா? எனக்குச் சிரிப்பு மூட்டினால் நான் சிரிக்க மாட்டேனா?' அழகு மிகு வெனிஸ் நகரத்து மக்களுக்கு வேற்று மனிதரில் எத்தனை வெறுப்பு? அந்த நகரம் சேக்ஸ்பியர் வர்ணித்தது போலவே மாற்றம் எதுவும் இல்லாமல் அப்படியே இருந்ததுபோலப்பட்டது. திரும்பவும் சான்ரா லூசியா ஸ்டேசனுக்குச் சென்று ஓர் இருக்கையில் அமர்ந்தான். அப்பொழுது சருகுக் கூட்டம் நகர்வதுபோல மெல்ல அசைந்து வந்து பக்கத்திலே உட்கார்ந்து 'அகதியா? உங்கள் பெயர் என்ன?' என்றான் சோமாலி. அவன் 'மகேஸ்' என்றான். அப்படித்தான் அவர்களின் முதல் சந்திப்பு நடந்தது.

மகேஸுக்கு தொழிற்சாலையில் பலகைகள் அறுக்கும் வேலை. காலையில் அன்றைய வேலை ஆணை வந்துவிடும்.

எத்தனை பலகைகள், எத்தனை நீளம், எத்தனை அகலம், எத்தனை தடிப்பு என்ற விவரங்கள் இருக்கும். தூசிக் கவசத்தை யும், கையுறைகளையும் மாட்டிக்கொண்டு காலையில் தொடங்கினால் மாலை வரை அறுப்பதுதான் வேலை. அந்த நேரம் முழுக்க அவளையே நினைப்பான். ஒரேயொருமுறை ரயிலில் பார்த்தப் பெண்ணை அப்படி நினைப்பதால் என்ன பிரயோசனம். அவளை நினைக்கவேண்டும் என்று அவனுக்குத் தோன்றியது. ஒரு பாட்டைக் கேட்டுக்கொண்டு வேலை செய்வதுபோல அவளை நினைத்துக்கொண்டு மரம் அறுத்த தால் களைப்பே அவனுக்குத் தெரிவதில்லை.

அடுத்த வாரம் முழுக்க அவளைக் காணவில்லை. சரியாக அந்த நேரம் அதே ரயிலைப் பிடித்து அவன் தினமும் வேலைக் குச் செல்கிறான். திடீரென்று மீண்டும் ஒருநாள் அவளை ரயிலிலே கண்டான். எப்பொழுது எங்கே எப்படி வருவாள் என்பது தெரியாது. அன்று அவளுக்கு இருக்க இடமில்லை. மேலே கம்பியைப் பிடித்தவாறு அசைந்துகொண்டு நின்றாள். ஏதோ கேட்காததை அவளிடம் கேட்டதுபோலத் திடுக்கிடும் கண்கள். இந்தியா, இலங்கை, கயானா என அவள் எந்த நாட்டுக்காரியாகவும் இருக்கலாம். சற்று முன் தள்ளிய உதடு களில் ஒளி விழுந்து கவர்ச்சியைக் கூட்டியது. அவள் இறங்கும் இடம் வந்தபோது திடீரென்று நகர்ந்தாள். சிறிது நேரத்தில் அவளுடைய உடை சுழன்று விடுவித்துக்கொண்டு அவளுடன் போனது. ஒருமுறை திரும்பிப் பார்த்திருந்தால் பெரிய ஆறுதலாக இருந்திருக்கும்.

கனடா வந்த பின்னர் அவனுக்குத் தற்கொலை நினைப்பு தோன்றியது இரண்டு முறைதான். பாதாள ரயிலின் கீழ் விழுவது என்பதை எப்போதோ தீர்மானித்திருந்தாலும், எந்த ரயில் எந்த ஸ்டேசன் என்பதையெல்லாம் அவளைப் பார்த்த பின்னர் முடிவு செய்தாகிவிட்டது. அகதிக் கோரிக்கை நிராகரித்த அன்று அதைச் செய்ய யோசித்தான். ஆனால் வழக்கறிஞர் அப்பீலில் வென்றுவிடலாம் என்று ஆசை காட்டினார். அவன் மரம் அறுப்பது வழக்கறிஞர் உயிர் வாழ்வதற்குத்தான். அவனுடைய ஏழாவது வேலை நேர்காணல் தோல்வியானபோதும் தற்கொலை எண்ணம் வந்தது. அவனுடைய முதல் நேர்காணல் வேடிக்கையானது. அதிகாரி உயரமான நாற்காலியில் உட்கார்ந்து கேள்விகள் கேட்டார். 'இந்தப் பாரத்தை நீங்கள்தான் நிரப்பினீர்களா?'

'ஆமாம். நான்தான். நான்தான்.'

'நீங்கள் அணிந்திருக்கும் உடை உங்களுடையதா?

அட, எப்படியோ கண்டுபிடித்துவிட்டார். அது இரவல் உடுப்புதான்.

'இந்த உடுப்புக்குச் சொந்தக்காரன் நான்தான்.'

இந்த விண்ணப்பத்தில் இருக்கும் புகைப்படம் உங்களுடையதா?

'ஆமாம், அது நான்தான்.'

சிறிது நேரம் அதிகாரி ஒன்றும் கேட்கவில்லை. அடுத்த கேள்வியை மூளையிலே தயாரித்துக்கொண்டிருந்தார். அந்த இடைவெளியை வீணாக்காமல் அவன் தானாகவே சொன்னான். 'இன்று காலை முகச்சவரம் செய்தது நான்தான். தலைவாரியதும் நான்தான். நான்தான்.'

என்ன காரணமோ அவனுக்கு வேலை கிடைக்கவில்லை. ஏழு வேலை அடுத்தடுத்து தவறி எட்டாவதாகக் கிடைத்தது தான் மரம் அறுக்கும் வேலை.

ரயில் பெண் மர்மமானவளாக இருந்தாள். இந்த ரயிலில் இந்த நேரம் வருவாள் என்று முன்கூட்டியே ஊகிக்க முடியாது. ஒவ்வொரு நாளும் ரயில் ஏறுமுன்னர் மனதிலே உறுதி எடுப்பான். ஓர் ஆரம்ப வசனத்தை மனப்பாடம் செய்து தயாராக வைத்திருந்தான். அதை அவளிடம் சொல்லும் சந்தர்ப்பம்தான் கிடைக்கவில்லை. எதிர்பாராமல் ஏதாவது நடந்து அவன் வாழ்க்கையே மாறக்கூடும். வெனிஸ் ஸ்டேசனில் அப்படித்தான் நடந்தது.

சோமாலியும் அவனும் ஓர் இருக்கையில் அமர்ந்து எதிர்காலத்தைப் பற்றி கவலைப்பட்டுக்கொண்டு இருந்தபோது கடவுள் அனுப்பிய தூதுவர் போலத் தோற்றமளித்த ஒருவர் வந்தார். ஆடம்பரமாக ஆடை அணிந்திருந்தார். கையிலே உத்தியோகத்தர்கள் காவும் பை. அவர்கள் மனதுக்குள் ஓடுவதைப் படித்தவர்போல ஆங்கிலத்தில் 'உங்களுக்கு கப்பலில் சேர விருப்பமா?' என்றார். 'ஐயா அதற்குத்தான் நாட்டைவிட்டு வெளியேறி அலைந்துகொண்டிருக்கிறோம்.' அந்த மனிதர் பையைத் திறந்து சில பாரங்களை எடுத்து அவர்கள் மொழியில் நிரப்பி அவர்களைக் கையொப்பமிடச் சொன்னார். பின்னர் ஆளுக்கு 500 டொலர் கட்டவேண்டும் என்றார். அவர்களிடம் இருந்தது மொத்தம் 840 டொலர்தான். மீதி பணத்தை ஒரு மாதத்தில் தருவதாக எழுதிக் கையொப்பம் பெற்றுக்கொண்டார். 'இங்கேயே இருங்கள். கப்பல் ஏஜண்டை அழைத்து வருகிறேன்' என்று சொல்லிப் புறப்பட்டவர்

பின்னர் திரும்பவே இல்லை. மகேஸ் அன்று ஒரு பாடம் கற்றான். வெள்ளைக்காரர்கள்கூட ஏமாற்றுவார்கள்.

'இத்தாலியில் மிகப் பெரிய ஸ்டேசன் மிலானோ. அங்கே போகலாம், ஏதாவது வழி தோன்றும்' என்று சோமாலி சொன்னான். டிக்கட் இல்லாமல் ரயில் ஏறி மிலானோ ஸ்டேசன் வந்து சேர்ந்தார்கள். அவ்வளவு பிரம்மாண்டமான ஒரு ஸ்டேசனை மகேஸ் வாழ்நாளில் பார்த்தது கிடையாது. பெருமழை கொட்டுவதுபோல ஓர் இரைச்சல் எந்நேரமும் இருக்கும். அங்கேயிருந்து ஐரோப்பாவின் எந்த ஒரு நாட்டுக்கும் பயணிக்கலாம். பார்சிலோனா, ஜெனிவா, சூரிச், பிராங்ஃபர்ட், என ரயில்கள் வருவதும் போவதுமாக ஒரே திருவிழாக் கோலம்தான். ஓர் இருக்கையில் அமர்ந்து இருவரும் எதிர் காலத்தைத் திட்டமிட்டார்கள். கையிலே காசு இல்லை. மொழி தெரியாது. மகேஸ் நிமிர்ந்து பார்த்தான். மேலே சுவற்றிலே 12 ராசிகளின் உருவங்களையும் கல்லிலே செதுக்கி வைத்திருந்தார்கள். என்ன வேலைப்பாடு? யாரோ சிற்பி எப்பவோ எவருக்காகவோ எழுப்பிய சிலைகள். அவனுடையது துலா ராசி. தராசு நேராக நின்றது. அது அவனுடைய எதிர்காலம் பற்றி என்ன சொல்கிறது என ஆராய்ந்தபோது ஒல்லிப் பிச்சான் சோமாலி 'நான் சாகப் போகிறேன்' என அலறினான்.

சோமாலி சின்னச் சின்ன ஆங்கிலம் பேசினான். கிரீஸ் நாட்டு குடிவரவு அதிகாரிபோல நிறைய கேள்விகள் கேட்டான். மூன்று நாட்களாக இருவரும் பட்டினி. கையிலே ஒரு காசும் இல்லை. தண்ணீரை மட்டுமே குடித்து உயிர் தரித்தார்கள். பேசும்போது அடிக்கடி வயிற்றைப் பிடித்துகொண்டு சோமாலி சுருண்டு விழுவான். சந்திப்பவர்களையெல்லாம் துரத்தி துரத்தி கேள்விகள் வீசுவான். அப்படி ஒருநாள் அருமையான தகவலைச் சேகரித்து வந்தான். ஆறு மைல் தூரத்தில் ஒரு மாதாகோயிலில் காலண்டரில் நாள் குறித்து உணவு தருகிறார்கள். இன்ன நாளைக்கு இன்ன உணவு.

தினமும் இருவரும் இரண்டு மணிநேரம் நடப்பார்கள். அங்கே பாதிரியார் ஓட்டை வழியாக உணவு வழங்குவார். முதலில் வெள்ளைக்கார அகதிகள், அதற்குப் பின்னரே கறுப்பர்கள். இரந்து சாப்பிடும்போதுகூட வெள்ளைக்காரர்கள் உயர்வானவர்கள் என்பதை அன்று கற்றுக்கொண்டான். மறுபடியும் இரண்டு மணிநேரம் நடந்து ஸ்டேசனுக்கு வந்து சேர்ந்ததும் சோமாலி வயிற்றைப் பிடித்துக்கொண்டு 'பசிக்குது, பசிக்குது' என அலறுவான். 'நாளைக்கு செத்துப்போவேன்' என அவன் கத்தும்போது மகேசுக்குக் கிலி பிடித்துவிடும்.

திடீரென்று எழுந்து ஓடி ஒரு பயணியை பிடித்து இந்த ரயில் எங்கே போகிறது. எத்தனை மணி நேரம் எடுக்கும் என்று அலுப்பு கொடுப்பான். அவனிடம் நிறைய கேள்விகள் இருந்தன. வீடு எரியும்போது யாராவது ஹெலிகொப்டரில் வந்து கயிற்றை இறக்கினால் நாலு கேள்விகள் கேட்காமல் கயிற்றை பிடிக்கமாட்டான்.

மாதாகோயில் உணவைக் கண்ணீர் விட்டுக்கொண்டு சாப்பிடுவான். 'நான் படிக்கவில்லை. எங்கள் வீட்டில் உள்ள மொத்தப் புத்தகங்களின் எண்ணிக்கையிலும் பார்க்க பிள்ளைகள்தான் அதிகம்' என்பான். அவன் இறுதியாகப் பேசிய வசனம், 'நீ ஊருக்குப் போ. அல்லது செத்துப்போவாய்...' அடுத்தநாள் காலை மாயமாக மறைந்துவிட்டான். அவன் தற்கொலை செய்தானா அல்லது இன்னொரு நாட்டுக்குப் பயணம் செய்தானா தெரியவில்லை. தோள்மூட்டெலும்புகள் அசைய சோமாலி பயணிகள் பின்னால் ஓடுவதுதான் அவன் மனதில் என்றென்றைக்கும் அழியாது நிற்கும் கடைசி பிம்பம். ஆறுமாதம் ஓடிய பின்னர் ஒரு விசயம் அவனுக்குப் புரிந்தது. இந்த உலகத்தில் பட்டினி கிடந்து ஒருவராலும் சாக முடியாது. எப்படியோ கடைசி நேரத்தில் எங்கிருந்தோ உதவி வந்துவிடும். ஒருநாள் எதேச்சையாக கண்ணாடியில் ஓர் உருவத்தைக் கண்டு திடுக்கிட்டான். அது அவன்தான். தடி போன்ற உடம்பில் உடைகள் தொங்கின. 24 மேடைகளில் நாளுக்கு 500 ரயில்களும் 400,000 பயணிகளும் வந்துபோகும் மிலானோ ஸ்டேசனில் அவன் ஒருநாள் அசந்து தூங்கிய சமயம் முதன் முதல் தமிழ்ச் சொல் ஒன்று ஒலித்தது. அவன் கண் திறந்தபோது தடிப்பான மஞ்சள் ஸ்கார்ஃப்பைத் தலையில் சுற்றிக்கொண்டு ஓர் இளம் தமிழ்ப் பெண் நின்றாள்.

மரம் அறுக்கும் நேரம் தவிர மீதி நேரத்தில் மகேஸ் ரயில் பெண்ணைத் தேடினான். அவளைக் கடைசியாக சந்தித்த நாளை நினைத்துப் பார்த்தான். அன்று அத்தனை சனம் இல்லை. அவன் ஏறியபோது அவள் ஏற்கனவே பெட்டியில் ஓர் ஆசனத்தில் அமர்ந்திருந்தாள். வழக்கம்போல பாடப் புத்தகத்தைத் திறந்து வைத்து படித்த அதே சமயம் காதிலே ஒரு கருவியை மாட்டி ஏதோ பாட்டை கேட்டுக்கொண்டிருந்தாள். கண்களும் காதுகளும் வேலையாய் இருக்க கைகள் அடிக்கடி ஒற்றைகளைத் திருப்பின. இன்னும் நாலைந்து ஸ்டேசன்கள் கழித்து அவள் இறங்கிச் சென்றுவிடுவாள். எந்த நிமிடமும் ஓர் எதிர்பாராத சம்பவம் நடக்கலாம்.

அடுத்த ஸ்டேசனில் ரயில் நின்றதும் பார்வையில்லாத ஒருவர் நாயுடன் ரயிலில் ஏறினார். நாய் அவரை அழைத்துக்

கொண்டு வெற்றிடம் தேடி நகர்ந்தது. இந்தப் பெண் அவர்களுக்கு இடம் விட்டு அடுத்த ஆசனத்துக்கு நகர்ந்தாள். அப்போது அவளுடைய செல்பேசி கீழே விழுந்து உருண்டு அவனிடம் வந்தது. அவன் அதைப் பாய்ந்து எடுத்து அவளிடம் நீட்டினான். முன்னுக்குத் தள்ளிக்கொண்டு நிற்கும் உதடுகளை ஆகக் குறைவாகத் திறந்து 'தாங்க்ஸ்' என்றாள். எலியின் மூச்சுக்காற்றுபோல மிக மெல்லிய ஒலி அது. அந்த வார்த்தை அவனை நோக்கி வந்தபோது பாதியிலேயே மடிந்துவிட்டது. ஒரு கணம் அவள் கண்கள் அவனை நேருக்கு நேர் பார்த்தன. அதிலே சிரிப்பு இருந்தது. அதை நினைத்தபடியே அவன் ஒரு முழு வாரத்தை ஓட்டிவிட்டான்.

மிலானோ ஸ்டேசனில் அவனுக்கு முன் நின்றவள் இலங்கைப் பெண்தான். 'அண்ணை இந்த டிக்கட்டை பாருங்கோ. என்னட்டை விசா இருக்கு. நான் பாரிஸ் போக வேணும். அங்கே என்னுடைய அக்கா குடும்பம் காத்துக் கொண்டு நிற்கும். என்னைச் சரியான ரயிலில் ஏற்றி விடுங்கோ.' அவளுடைய கடவுச்சீட்டு, விசா, டிக்கட் எல்லாம் சரியாகவே இருந்தன. நல்லாய்ச் சாப்பிட்டு வளர்ந்த முகம். அவனைப் போல பட்டினி கிடந்த முகமில்லை. 'ஒரு பன் வாங்கித் தாருங்கோ தங்கச்சி' என்றான். வாங்கித் தந்து அவளும் சாப்பிட்டாள். 'நீங்கள் யார்?' என்று கேட்டான். அவள் சொன்ன பதில் அதிர்ச்சி தருவதாக இருந்தது. அவன் வாழ்நாளில் அப்படி ஒரு பதிலைக் கேட்டதில்லை. 'எங்கள் ஊரை ராணுவம் பிடிச்சிட்டுது. நான் வெளியேதான் தமிழ். உள்ளுக்கு ஒரு சிங்களப்பிள்ளை வளருது.' அதன் பின்னர் இருவரும் ஒன்றுமே பேசவில்லை. சரியான ரயிலில் அவளை ஏற்றிவிட்டான். போய்ச் சேர்ந்தாளோ என்னவோ?

வடக்கே போன பறவைகள் எல்லாம் ஒருநாள் திரும்ப வும் தெற்கே பறந்துவிட்டன. மிகமோசமான பனிக்காலம் வந்தது. மூடிய உடம்பு, மூடாத உடம்பு இரண்டையும் குளிர் சரிசமமாகத் தின்றது. அன்று அவனுக்கு மதிய உணவு கிடையாது. காலையில் ஆரம்பித்த பனி மாலையும் கொட்டியது. காலையில் புதன் கிழமை. மாலையும் அதே புதன் கிழமைதான். மேலே மேஷத்திலிருந்து மீனம் வரைக்கும் ராசிகள் அவனைப் பார்த்தன. துலா ராசி அவனுக்கு நல்ல செய்தி ஒன்று சொல்வதுபோலப் பட்டது. ஓர் இளம் பெண்ணைச் சக்கர நாற்காலியில் தள்ளிக்கொண்டு ஒரு முதிய பெண் அவனைக் கடந்து போனாள். அந்த இளம் பெண் பார்க்க மிக அழகாக இருந்தாள். ஒரு நடிகையாகக்கூட இருக்கலாம். அத்தனை பேரழகு. அவளுடைய கால்களைப்

பார்த்தான். அதி விலை உயர்ந்த மிருதுவான சிவப்பு தோல் சப்பாத்துகள். நடக்கவே முடியாத பெண்ணுக்கு இத்தனை உயர்ந்த காலணியா என மனதில் எண்ணினான். அவன் மனதைப் படித்ததுபோல அந்த நாற்காலி திரும்பவும் அவனை நோக்கி வந்தது. இளம்பெண் கைப்பையை திறந்து 1,000 லீரா நோட்டு ஒன்றை எடுத்துத் தந்தாள். அது ஒரு டொலருக் குச் சமம், இரண்டு தேநீர் குடிக்கலாம். இவன் தயங்காமல் பெற்றுக்கொண்டான். கடந்த ஆறுமாத காலமாக கைநீட்டிய தில் அது பழகிவிட்டது. அந்தப் பெண் அவனைப் பிச்சைக் காரன் என நினைத்துவிட்டாள். அன்று இரவு முழுக்க தன் நிலையை எண்ணி அழுதான். அடுத்த நாள் தற்கொலை செய்வதென்று தீர்மானித்தான்.

சோமாலி முழங்கால்களுக்குக் கீழ் தலையைக் குனிந்து உட்கார்ந்திருப்பது நினைவுக்கு வந்தது. அடிக்கடி அவன் கேட்பான். 'நேற்றைக்கு வந்ததே ஒன்று. பசி. அது இன்றைக்கும் வருமா?' எந்த நேரமும் பசியினால் துடித்தான். அவன் இன்று இருந்திருந்தால் ஆலோசனை தந்திருப்பான். நாய் இறப்பதற்கு ஓர் இடம் தேடி திரிவதுபோல அவன் நல்ல ஓர் இடம் தேடி அலைந்தான். ஒரு சர்க்கஸ் கூடாரத்தைத் தாண்டியபோது உள்ளே இருந்து ஒருவன் அவசரமாக வெளியே வந்து இவனைப் பார்த்து 'வேலை இருக்கிறது, செய்வாயா?' என்று கேட்டான். இவன் மறுமொழி கூறாமல் 'சாப்பாடு தருவாயா?' என்றான். இரண்டு வருடம் அங்கே வேலைபார்த்தான். அந்தக் காசில் ஒரு கள்ள பாஸ்போர்ட் வாங்கி, எங்கே போகலாம் என பாஸ்போர்ட் விற்றவனிடமே கேட்டான். அவன் 'கனடா' என்று சொன்னான். அப்படித் தான் கனடா வந்து சேர்ந்தான்.

அவனைப் படிப்பித்த ஆசிரியர் அடிக்கடி சொல்வார், 'நீ தோற்கவில்லை, வெற்றியைத் தள்ளிப்போட்டிருக்கிறாய்.' அன்று அவனுக்கு இரண்டு வெற்றிகள் கிடைத்த தினம். கனடிய குடிமகனாக சத்தியப் பிரமாணம் செய்வதற்காக, ஸ்காபரோவின் குடிவரவு மண்டபத்தில் 200 பேர்களுடன் அவன் காத்திருந்தான். தூய வெள்ளை சேர்ட்டும், அள வெடுத்து தைத்த சாம்பல் நிற ஜாக்கட்டும், மினுங்கும் சப்பாத்தும் அணிந்திருந்தான். குடிவரவு நீதிபதி அவர்களை வரவேற்றார். 'நீங்கள் இன்று இங்கே வரும்போது உங்களுக்கு ஒரு நாடு இல்லை. இங்கேயிருந்து திரும்பும்போது ஒரு நாடு கிடைத்துவிடும். அது கனடா. வாழ்த்துக்கள். வளைந்த ஆணி உதவாது. நிமிர்ந்து நின்று, வலது கையைத் தூக்கிப் பிடித்து சத்தியப்பிரமாணம் செய்யுங்கள்' என்றார்.

கொழுத்தாடு பிடிப்பேன்

'கனகசபாபதி மகேஸ்வரன் ஆகிய நான் கனடாவின் ராணியாகிய மேன்மை தங்கிய இரண்டாம் எலிஸபெத்துக்கும் அவரது வாரிசுகளுக்கும் அவருக்குப் பின் வருபவர்களுக்கும் சட்டத்திற்கு அடக்கமானவனாகவும் விசுவாசமானவனாகவும் தேசபக்தி நிறைந்தவனாகவும் இருப்பேன் என்று இதனால் சத்தியப்பிரமாணம் செய்கிறேன்.'

'ஓ கனடா' தேசிய கீதம் இசைத்தபோது அவளைக் கண்டான். ரயில் பெண். முழுத்தொண்டையைத் திறந்து பாடினாள். கண்ணாடிபோல மெல்லிய சேலையால் அவளைச் சுற்றியிருந்தாள். அதே முன்தள்ளிய வசீகரமான உதடுகள். பக்கத்திலே பெற்றோர். தம்பி போல தோற்றமளித்த ஒரு சிறுவன் கனடியக் கொடியை கையிலே ஏந்தியிருந்தான். அவளைப் பார்த்தான். அவளும் பார்த்தாள். அவனுடைய கால்கள் இப்போது நடுங்கவில்லை. அவனுடைய உதடுகளில் இருந்து ஒரு கனடியச் சிரிப்பு வெளியே வந்தது. அவளும் சிரித்தாள். உலகத்து எல்லா நாடுகளிலும், எல்லா மக்களிடையிலும், எல்லா மொழிகளிலும் எல்லா படுக்கை அறைகளிலும் ஒருமுறையேனும் பேசப்படும் வாக்கியம் ஒன்று இருந்தது. அதை உதட்டிலே தயாராக வைத்துக்கொண்டான்.

நான் அவளை நோக்கி நடந்தேன்.

அ. முத்துலிங்கம்

ஓணானுக்குப் பிறந்தவன்

அவனைப் பிடித்துவிட்டார்கள். கிரேக்க தேசத்தின் பாட்ரா எல்லையில் இரவு இரண்டு மணிக்கு. அவன் நின்ற இடம் இதற்கு முன்னர் லட்சக்கணக்கான பயணிகள் நின்று நின்று பள்ளம் விழுந்து தேய்ந்து கிடந்தது. அவன் உயரம்கூட ஓர் அங்குலம் குறைந்தே காணப்பட்டது. வெவ் வேறு நாடுகளில் வெவ்வேறு சந்தர்ப்பங்களில் வெவ்வேறு வருடங்களில் பல தடவை பிடிபட் டிருக்கிறான். அன்று பிடிபடுவோம் என்று நினைக்கவில்லை. அவனுடைய கடவுச்சீட்டும், விசாவும் அத்தனை உறுதியாக இருந்தன. நீண்ட மேலங்கியைத் துளைத்து குளிர் அவன் உடம்பை நடுங்கவைத்தது. எல்லை பொலீஸ்காரர் பழைய காலத்துச் செப்பேட்டை ஆராய்வதுபோல குனிந்து கண்களைச் சுருக்கி கூர்ந்து படித்தார். கடவுச்சீட்டில் 18 பக்கங்கள் இருக்கவேண்டும், அவனுடையதில் 46 பக்கங்கள் மட்டுமே இருந்தன. அவனுக்கே அது தெரியாது. அவர்கள் கண்டு பிடித்துவிட்டார்க்கள்.

ஒரு சின்ன அறைக்குள் நுழைந்தபோது மின்தூக்கியில் ஏறியிருப்பதாக அவன் நினைத்தான். அதுதான் விசாரணை அறை. அதிகாரி மேசை யின் முன் உட்கார்ந்து 'சொல்லுங்கள்' என்றார். அவன் இன்னொரு நாற்காலியில் உட்கார்த்தி வைக்கப்பட்டான். 'என்ன?' என்றான், ஒன்றுமே புரியாமல். 'உங்கள் கதையை. ஆரம்பத்திலிருந்து' என்றான். அவனுக்கு கிரேக்க மொழி தெரியும்

ஆனால் தெரியாதது போல பாசாங்கு செய்தான். மெல்ல மெல்ல ஆங்கிலத்தில் சொல்லத் தொடங்கினான்.

'இதே கிரீஸில்தான் மூன்று வருடங்களுக்கு முன்னர், 1983ஆம் ஆண்டு, கப்பலில் சேர்ந்தேன். அதன் பெயர் ஆர்கோ. என்னுடைய முதல் பயணம் பிரேசில் நாட்டுக்கு. அதற்குப் பின்னர் பலப்பல நாடுகளுக்கு பயணித்தேன். உலகம் முழுக்கச் சுற்றினேன். இறுதியில் ஒருநாள் துருக்கி பாண்டிர்மா துறைமுகத்தில் கப்பலை விற்றுவிட்டார்கள். வேலை போய்விட்டது. என்ன செய்வது என்று தெரியாமல் திகைத்து நின்றபோது மூன்று பாகிஸ்தானிகள் எனக்கு உதவினார்கள். என் வாழ்க்கை மாறியது. 'துருக்கியில் பொஸ்ஃபோரஸ் என்ற இடத்தில் தங்கினோம். கிழக்கும் மேற்கும் சந்திக்கும் அற்புதமான இடம். எங்கள் விடுதியில் நின்று பார்த்தால் நீல மசூதி தெரியும். துருக்கியில் இயங்கும் மாஃபியா கும்பலுக்கு வேலை செய்வது என்று முடிவெடுத்தோம். அங்கே மாஃபியா ஓர் அரசாங்கம் போல பலத்துடன் செயல்பட்டது. அவர்கள் ஆதரவு இருந்தால் எந்த பிரச்சனையையும் கடந்துபோகலாம் என்றார்கள். நான் புதிதானபடியால் பாகிஸ்தானியர்கள் எனக்கு வேலை கற்றுத் தந்தார்கள்.

துருக்கியில் 1980களில் கார்கள் இறக்குமதி கிடையாது. கள்ளச் சந்தையில் அவற்றின் விலை எக்கச்சக்கமாக இருக்கும். எங்கேயாவது கார் ஒன்று விபத்தில் சிக்கினால் மாஃபியா கும்பல் லைசென்ஸ் தகடுகளை உடனே பிடுங்கிவிடும். அதே மாதிரியான ஒரு புதுக்காரை சுவிட்சர்லாந்தில் இருந்து வருவித்து லைசென்ஸ் தகட்டை மாற்றி விற்றுவிடுவார்கள். ஒரு கார் 40,000, 50,000 டொலர்கள் என்று விலைபோகும். எங்கள் வேலை சுவிட்சர்லாந்துக்கு விமானத்தில் போய் அங்கே அவர்கள் சொன்ன வகைக் காரை வாங்கி ஓட்டிக் கொண்டு வந்து துருக்கியில் கொடுப்பது. மிகச் சுலபமான வேலைதான். சூரிச்சில் தொடங்கி இத்தாலி, யூகோஸ்லாவியா, புல்கேரியா நாடுகளைக் கடந்து துருக்கிக்கு ஓட்டவேண்டும். கூலியாக 5000 டொலர்கள் தருவார்கள். ஒரே வாரத்தில் இரண்டு கார்களைக்கூட கடத்தியிருக்கிறேன். கையிலே அத்தனை பணத்தை வைத்துக்கொண்டு என்ன செய்வது என்று தெரியாமல் விரயம் செய்த நாட்கள் அவை.

சுவிட்சர்லாந்தில் ஒருநாள் பளிங்குத் தரையில் ஒரு பெண்ணின் பிம்பத்தைக் கண்டு மோகித்தேன். அவள் அந்த நாட்டு நீச்சல் வீராங்கனை, பெயர் ஸிமோனா. மெய்யான நீலக்கண்கள். உற்றுப் பார்த்தால் ஒரு கடலுக்குள் மூழ்கி விட்டதுபோல இருக்கும். சுவிட்சர்லாந்தில் நிற்கும் நாட்களில்

அவளுடனேயே தங்குவேன். கவலை இல்லாத நாட்கள் அவை. ஸிமோனா நான் ஒரு பணக்கார விற்பனை அதிகாரி என்று நினைத்திருந்தாள். ஒருநாள் அவளிடம் உண்மையைச் சொன்னபோது ஒரு துள்ளுத்துள்ளி எழுந்து நின்றாள். தாங்க முடியாத உவகை அவளுக்கு. துணிச்சல்காரி; சாகாசத்துக்கு அலைபவள். 'என்னையும் உன்னுடன் அழைத்துப்போ' என்றாள். மாஃபியாவுக்கு அது பிடிக்காது எனினும் அவள் பக்கத்தில் இருக்க புதுக்காரை 2500 கி.மீட்டர்கள் ஓட்டினேன்.

துருக்கி எல்லைக்குள் நுழைந்ததும் முதலில் எதிர்ப்பட்ட உணவகத்தில் காரை நிறுத்தினேன். வாசலில் ஒருவன் இரண்டு கைகளாலும் தூக்கி ஒரு வாத்தியத்தை வாயிலே வைத்து ஊதினான். அதன் நீளம் வாசிக்கும்போது சிலசமயம் கூடியது; சிலசமயம் குறைந்தது. நான் அவனுக்கு 100 லீரா காசு போட்டேன். ஸிமோனா என் பையிலிருந்து பிடுங்கி இன்னொரு 100 லீரா போட்டாள். அவள் மகிழ்ச்சியில் இருந்தாள். நாங்கள் உணவருந்திவிட்டுத் திரும்பியபோது எங்கள் காருக்கு முன்னால் இன்னொரு கார் நின்றது. காரிலே ஒருவரும் இல்லை ஆனால் உள்ளுக்கிருந்து கடாமுடாவென்று சத்தம் வந்தது. ஸிமோனா என்னிடம் ஆலோசனை கேட்கவில்லை. கனமான ஸ்பானரை எடுத்து ஓர் அடியில் கார் டிக்கி கதவைத் திறந்துவிட்டாள். அதற்குள் கைகால்கள் கட்டப்பட்டு ஒரு பெரிய உருவம் கிடந்தது. அத்தனை பெரிய உருவத்தை எப்படி சுருட்டி உள்ளே வைத்தார்களோ தெரியவில்லை. அவன் வாயை அவிழ்த்ததும் தன்னைக் காப்பாற்றச்சொல்லி மன்றாடினான். யோசிப்பதற்கு நேரம் இல்லாததால் அவனைக் காரிலே ஏற்றிக்கொண்டு வேகமாகப் பறந்தோம். ஸிமோனா இரண்டு வால் கிடைத்த நாய்போல மகிழ்ச்சியில் தத்தளித்தாள். அவளுக்குச் சாகசம் பிடிக்கும்.

அவனுடைய பெயர் மெஃமெட். அவன் வேறு மாஃபியா கும்பலைச் சேர்ந்தவன். எதிரிகள் அவனைப் பிடித்து கொல்வதற்காக கொண்டு போயிருக்கிறார்கள். 20 மைல் தள்ளி அவனை இறக்கிவிட்டபோது கண்கள் கலங்க 'எனக்கு உயிர் தந்த உங்களை மறக்கமாட்டேன். நன்றி' என்றான். நான் ஓட்டிவந்த காரை மாஃபியாவிடம் ஒப்படைத்துவிட்டு, பணத்தைப் பெற்றுக்கொண்டு நான்கு நாட்கள் ஸிமோனாவுடன் உல்லாசமாகச் சுற்றினேன். அதி விலை உயர்ந்த ஹொட்டல்களில் தங்கினோம். அயாசோஃபியா கட்டடத்தை 100 தடவை படம்பிடித்தாள். அது 1500 வருடம் பழமை வாய்ந்த கட்டிடம். முதலில் தேவாலயமாக இருந்து பின்னர் மசூதியாக மாற்றப்பட்டு அதற்கும் பிறகு அருங்காட்சியமாக

வடிவமைக்கப்பட்டது. அதன் முன்னால் என்னை நிற்கச் சொன்னாள். 'நான் துப்பாக்கி வைத்திருக்கிறேனா. அல்லது பல் வைத்தியரா. அல்லது வருமானவரி அதிகாரியா. சிரி' என்றாள். 'யார் வருமானவரி அதிகாரி?' என்றேன். அப்படி ஒருவர் இருப்பதும், உழைக்கும் காசுக்கு வரி செலுத்தவேண்டும் என்பதும்கூட எனக்குத் தெரியாது.

அன்றிரவை மறக்க முடியாது. ஒரு காலணியை மற்றக் காலால் அகற்றினாள். எனக்கும் சுவருக்கும் இடையில் அவள் படுத்தபோது வேடிக்கையாக இருந்தது. முதலைபோல இரண்டு கால்களையும் மடித்தபடிதான் படுப்பாள். அன்று மியூசியத்தில் பலவித ஓவியங்களைப் பார்த்திருந்ததால் அவள் ஒரு கேள்வி கேட்டாள். 'அது எப்படி ஆதாமும் ஏவாளும் வரும் ஓவியங்களில் எல்லாம் சரியாக ஒரு செடியின் இலைகள் அந்தந்த இடங்களை மறைக்கின்றன' என்றாள். அதன் காரணத்தை அவள் வாய்க்குள் சொன்னேன். அவள் கண்மை மீன் செதிள்போல இரவிலே பளபளத்தது. அவள் பிடரியிலே மயிர் நிறம் மாறும் இடத்தில் முத்தமிட்டேன். அவள் மூச்சு எனக்கு கேட்டது. பின்னர் என் மூச்சு எனக்குக் கேட்கத் தொடங்கியது. அன்று இரவு நாங்கள் தூங்கவே இல்லை. அதன் பின்னர் நான் அவளைச் சந்திக்கவில்லை. அதுதான் கடைசி இரவு என்பது அவளுக்கும் தெரியாது, எனக்கும் தெரியாது.

விமான நிலையத்தில் தடுப்புக்கு அப்பாலிருந்து சத்தியப் பிரமாணம் செய்வதுபோல வலது கையை உயர்த்தி விடை பெற்றாள். மின்படிகள் மடிந்து மடிந்து கீழே போக அவள் பின்தலையும் மெல்ல மெல்ல மறைந்தது. நான் திரும்பியபோது இருவர் என்னைத் தொடர்ந்தார்கள். துருக்கி பொலீஸார். கடவுச்சீட்டை காட்டச் சொன்னார்கள். எனக்கு உடனே விசயம் விளங்கிவிட்டது. துருக்கிக்குள் நுழையும்போது கடவுச் சீட்டில் ஒரு காரின் படமுத்திரையைக் குத்துவார்கள். காருடன் நாட்டைவிட்டு போகும்போது அந்த முத்திரையை நீக்கிவிடுவார்கள். பொலீஸ்காரர் 'எங்கே கார்?' என்றார். நான் பேசாது நின்றேன். சிறையிலே என்னை அடைத்தார்கள். நாற்பது பேர்களால் நிறைந்திருந்த சிறை. மூன்று நாள் அந்த நரகத்தில் இருந்தபின்னர் மாஃபியா வந்து என்னை மீட்டது. என்மேல் பொலீசாருக்குச் சந்தேகம் விழுந்துவிட்டதால் மாஃபியாவுக்கு என்னால் பிரயோசனமில்லை. ஆனாலும் நல்லவர்கள். கட்டாருக்கு டிக்கட் தந்து அங்கே ஒரு கப்பல் வேலைக்கும் ஏற்பாடு செய்தார்கள்.

கட்டாரில் என்னொடு சேர்த்து 19 பேர் கப்பலில் வேலைக்கு ஏறினோம். ஒருவரோடு ஒருவர் அறிமுகம் செய்து கொண்டோம். என் பெயரைச் சொன்னபோது ஒருவரும் சிரிக்கவில்லை. எனக்கு ஆறுதலாக இருந்தது. அந்தக் கப்பல் மிகப் பழையது. பேய்பிடித்ததுபோல இருந்தது. கப்பலில் அதிகாரிகள் ஒருவருமே இல்லை. என்ன செய்வது என்று தெரியாத குழப்பத்தில் நாள் முழுவதையும் கழித்தோம். இரவு 11 மணி அளவில் காப்டனும் இரண்டு அதிகாரிகளும் தடதடவென்று வந்து ஏறினர். கப்பலில் சாமான்கள் இல்லை. போதிய உணவு இல்லை. எங்கே போகிறது என்று ஒருவருக்குமே தெரியாது. நாங்கள் ஒருவருடன் ஒருவர் ரகஸ்யமாகப் பேசிக் கொண்டு, உள்ளுக்குள் பயந்தபடியே இருந்தோம். ஏதோ பெரிய அசம்பாவிதம் நடக்கப்போகிறது என்பதை மட்டும் உணரமுடிந்தது.

நாலாவது நாள் கப்பல் டிஜிபுட்டி போய் ஒருநாள் நின்றது. ஒருசாமானும் ஏற்றவில்லை. சிலநாட்களில் ஏடன் துறைமுகத்தைத் தாண்டியபோது இன்னும்கூட பயம் பிடித்தது. என்னுடன் வேலை செய்த கிறிஸ்தவ பையன் அழத் தொடங் கினான். நான் சொன்னேன் ‘அழுவதற்கு ஒரு திறமையும் தேவை இல்லை. குழந்தைகூட அழும். நீ ஒரு மாலுமியாகச் செயல்படும் நேரம் இது’ என்றேன். நடுங்கிக்கொண்டு சிலுவைக் குறியிட்டான். என்னவென்று கேட்டேன். பூமியில் முதலில் இறந்த மனிதனின் சமாதி அங்கே இருக்கிறது என்று சுட்டிக் காட்டினான். ‘ஆதாமின் சமாதியா?’ அவன் ‘இல்லை, இல்லை. முதலில் உண்டான மனிதன்தான் ஆதாம். முதலில் இறந்தவன் ஆபேல், ஆதாமின் இரண்டாவது மகன். அவன் கொலைபட் டல்லவோ இறந்தான். நீ சிலுவைக் குறியிடு, உனக்கு நன்மை கிடைக்கும்’ என்றான். எதற்கும் இருக்கட்டும் என்று நானும் சிலுவைக்குறி போட்டேன்.

இரண்டு நாட்களுக்கு முன்னர் உணவு முடிந்துவிட்டது. நேற்றோடு தண்ணீரும் இல்லை. இரவு பத்துமணியிருக்கும். திடீரென்று கப்பல் பேய் வேகம் எடுத்து பயங்கரமாக ஆட ஆரம்பித்தது. கப்பல் இந்த வேகத்தைத் தாங்க முடியாது என்பது எனக்குத் தெரியும். நான் எழுந்து உட்காரமுயன்றேன். இதனிலும் மோசமான ஒன்று நடக்கமுடியாது என்று நான் நினைத்தபோது அது நடந்தது. கப்பல் பெருஞ்சப்தத்துடன் பாறையில் மோதி சரிந்தது. சுவரில் ஒரு கிரேக்க அழகியின் காலண்டர் மாட்டியிருந்தது. அடிபட்ட வேகத்தில் காலண்டர் திரும்பி பின்பக்கமாக ஒரு கோணத்தில் தொங்கியது. பின் அட்டையிலே குழந்தையின் கையெழுத்தில் ஒரு வாசகம் எழுதியிருந்தது.

'ஆபத்து. இந்தக் கப்பலை உடைத்து காப்புறுதி பணம் வாங்கத் திட்டமிட்டிருக்கிறார்கள். உடனே தப்பி ஓடவும்.'

நான் மேல் தளத்துக்குப் பாய்ந்து வந்தபோது உயிர்காப்பு படகுகளில் ஆட்கள் ஏறி தப்பிக்கொண்டிருந்தார்கள். நானும் குதித்தேன். எகிப்தின் தலைநகரமான கெய்ரோவுக்கு எங்களை அழைத்துச் சென்று, அவசர அவசரமாக அவரவர் நாடுகளுக்கு டிக்கட்டையும், சம்பளத்தையும் கொடுத்து போகச் சொன்னார்கள். என்னுடன் வந்த 18 பேரும் வாய் திறக்காமல் அவர்கள் கொடுத்ததை வாங்கிக்கொண்டு சென்றார்கள்.

எனக்குப் புரிந்துவிட்டது. கப்பலை உடைத்து அவர்கள் மில்லியன் கணக்கில் சம்பாதிப்பார்கள். எங்கள் உபயோகம் முடிந்துவிட்டது. என் முறை வந்தபோது கையில் டிக்கட்டைத் தந்தார்கள். '14ஆம் தேதி டிக்கட் போடப்பட்டிருந்தது. விபத்து நடந்தது 17ஆம் தேதி. எப்படி சாத்தியம்? இது மிகமோசமான மோசடி. நான் விடப்போவதில்லை. லோயிட்ஸ் காப்புறுதி நிறுவனத்திற்கு அறிவிக்கப்போகிறேன். எங்கள் எல்லோருக்கும் தகுந்த இழப்பீடு தரவேண்டும்' என்றேன். அவர்கள் 'உங்களை மேலதிகாரியிடம் அழைத்துச் செல்கிறோம்' என்றார்கள்.

இரண்டு நாள் கழிந்தது. கெய்ரோவின் மிக ஒடுக்கமான பாதைகளில் அலையவைத்து, ஒரு பழைய வீட்டுக்குக் கீழே உள்ள பாதாள அறைக்கு என்னை கூட்டிச் சென்றார்கள். அது ஆடம்பரமாக பளிச்சென்று இருந்தது. இரண்டு காவலாளிகள் துப்பாக்கிகளைக் கட்டிப்பிடித்துக்கொண்டு நின்றார்கள். அவர்கள் தலைவன் சிங்காசனம் போன்ற ஒன்றில் பாதி உடல் வெளியே தள்ள சரிந்து கிடந்தான். கீழே லுங்கி; மேலே சட்டை இல்லை. அவன் வயிறு மடிந்து மடிந்து அவன் வயிற்றின் மேலேயே கிடந்தது. முகத்தைத் திருப்பினான். என்னையறியாமலே நான் கத்திவிட்டேன். 'மெஃமெட்.' துருக்கியில் காருக்குள் மடித்துவைக்கப்பட்ட அதே மனிதன். 'நண்பா' என்று கத்தியபடி சிரமத்துடன் எழுந்து வந்து என்னைக் கட்டிப்பிடித்தான். நான் மறைந்துபோனேன். அவன் சொன்னான். 'உன்னைக் கொல்லச்சொல்லி எனக்கு உத்தரவு வந்திருக்கிறது. ஒருமுறை நீ என்னைக் காப்பாற்றினாய். இம்முறை நான் காப்பாற்றுகிறேன். கணக்கு தீர்ந்தது. அடுத்தமுறை நீ பிடிபட்டால் நான் கொன்றுவிடுவேன்' என்றான். பின்னர் 'உனக்கு என்ன வேண்டுமோ கேள். எதைக் கேட்டாலும் தருவேன்' என்றான்.

'நான் அமெரிக்க விசா கேட்டிருக்கலாம். பிரெஞ்ச் விசா கேட்டிருக்கலாம். ஸிமோனாவின் நாட்டுக்கு விசா கேட்டிருக்

கலாம். ஆனால் நான் கிரீஸ் போகவேண்டும் என்று சொன்னேன். போதிய பணம் கையிலே தந்து அவன்தான் என்னை இங்கே அனுப்பினான்' என்றான்.

இரண்டு எல்லை பொலீஸ்காரர்களும் நம்ப முடியாமல் அவனையே உற்று நோக்கினர். ஒருவன் கேட்டான். 'மறுபடியும் எதற்கு இங்கே வந்தாய்?'

'இங்கேதானே நான் ஆரம்பித்தேன்' என்றான். இப்போது மூன்றாவதாக ஒருத்தன் வந்து சேர்ந்தான். நூதனமான பிராணியைப் பார்ப்பதுபோல அவனைப் பார்த்தான். 'ஓணானுக்கு பிறந்தவன் என்ன சொல்கிறான்?' என்று கேட்டான். அவர்கள் சொன்னார்கள், 'கதை அளக்கிறான்.' பின்னர் மூவரும் கலந்து ஆலோசித்தார்கள். உரத்த குரலில் சண்டையிட்டார்கள். அவர்கள் அவனைச் சிறையில் அடைக்கலாம். அதனால் அவர்களுக்குத்தான் நட்டம். திருப்பி அனுப்ப வேண்டும் என்றால் டிக்கட் காசை அரசாங்கம் கொடுக்க வேண்டும். அது இன்னும் கூடிய நட்டம். புதிதாக வந்த அதிகாரி 46 பக்க கடவுச்சீட்டை கையிலே வைத்து ஆட்டிக் கொண்டு கிரேக்க மொழியில் 'இவனிடம் நிறையப் பணம் இருக்கவேண்டும். இவனைக் கொன்றுவிட்டால் என்ன?' என்றான்.

பைதகரஸ், பிளெட்டோ, ஆர்க்கிமெடிஸ் போன்ற அதி உன்னத கிரேக்க மூளைகளின் வழிவந்தவர்கள் தங்களிடமிருக்கும் சின்ன மூளைகளைப் பாவித்து சிந்தித்தார்கள். வாக்குவாதப்பட்டார்கள். அவனுக்குச் சிரிப்பாக வந்தது. இலங்கையை விட்டு அவன் வெளியேறி சரியாக 3 வருடம், 4 மாதம் 8 நாட்கள். இவர்கள் கொடுக்கப் போகும் எந்த தண்டனையும் அவன் ஏற்கனவே அனுபவித்ததற்குக் கிட்டவும் வரமுடியாது. இறுதியில் அவர்கள் எந்த முடிவுக்கு வந்தாலும் அவனுக்குச் சரிதான். இவர்களுக்கு பாவம் ஒரு நாடுதான் இருக்கிறது. அவனுக்கு உலகம் முழுக்க நாடுகள்.

எலி மூஞ்சி

புதுச் சட்டம் வந்தபோது எல்லோரும் கூடிக்கூடி அது பற்றியே பேசினார்கள். 'மனித அடிப்படை உரிமை இது. அரசு எப்படி அதில் தலையிடலாம். வேற்று நாடுகளில் இப்படியான புதுச் சட்டம் கிடையாதே. அமெரிக்கா மற்ற நாடுகளுக்கு முன்னோடியாக இருந்த காலம் போய்விட்டது. இப்போது பின்னோக்கிச் செல்கிறது. நாங்கள் போராடவேண்டும்' என்றாள். ஒரு மாணவி அவளுக்கு வயது 10. 'நான் என் னுடைய வலைப்பூவில் எழுதுவேன்' என்றான் ஒரு பையன். 'ஆஹா! உன் பெயரைத் தெருவுக்குச் சூட்டுவார்கள்.' எல்லோரும் சிரித்தார்கள். இறுதி யில் நனோபேசி மூலம் இந்த அநியாயத்தை உலகம் முழுவதும் பரப்புவது, பேசுவது, அறிக்கை விடுவது என்று முடிவானது. அமெரிக்க அரசு நிச்சயம் பணிந்துவிடும்.

சமந்தா இது பற்றி அவ்வளவு கவலைப்பட வில்லை. 2029ஆம் ஆண்டின் கடைசி நாளுக்கு இன்னும் ஐந்தே நாட்கள் இருந்தன. அன்று அவளுக்கு 12 வயது தொடங்குகிறது. அவள் வாழ்க்கையில் பெரும் மாற்றம் ஏற்படப்போகும் நாள். இந்தச் சட்டம் அவளை ஒன்றும் செய்யாது. பார்க்கப்போனால் இது மோசமான சட்டம் என்றும் சொல்லமுடியாது. ஒருவர் அவர் வாழ் நாளில் மூன்று தடவைக்கு மேல் பால் மாறக் கூடாது. அவ்வளவுதான். சமந்தாவுக்கு இரண்டு அம்மாமார். அதிலே அவளைப் பெறாத அம்மா முன்பு ஆணாக இருந்தவர். அப்பொழுதுதான்

சமந்தா பிறந்தாள். அதன் பின்னர் பெண்ணாக மாறிவிட்டார். அவளுக்கு இரண்டு அம்மா கிடைத்தது அப்படித்தான். 2029 கடைசி நாள் அன்று அவளைப் பெற்ற அம்மா ஆணாக மாறிவிடுவதாக அவளுக்கு வாக்கு கொடுத்திருந்தார். இரண்டு அம்மாவைச் சமாளித்து அவளுக்கு அலுத்துவிட்டது. 2030 பிறக்கும்போது அவளுக்கு ஒரு அப்பா, ஒரு அம்மா கிடைத்து விடும். அப்பா அப்பா அப்பா என்று பலமுறை வாய்க்குள் சொல்லிப் பார்த்துக்கொண்டாள்.

இதற்குக் காரணம் அவளுடைய உயிர்ச் சிநேகிதி மார்ட்டி தான். வகுப்பிலே அவளுக்குப் பக்கத்தில்தான் சமந்தா உட்கார்ந்திருப்பாள். தூங்கும் நேரம் தவிர மீதி நேரமெல்லாம் அவளுடன் நனோபேசியில் தொடர்பில் இருப்பதுதான் வேலை. மார்ட்டி மிக அழகாக இருப்பாள். காலை, மதியம், மாலை தானாக நிறம் மாறும் ஆடைகளையே அணிவாள். சமந்தா மார்ட்டிபோல அழகில்லை. அவளுடைய முகம் கொஞ்சம் முன்னுக்கு நீண்டு போயிருக்கும். ஓர் அறையினுள் நுழையும்போது அவள் முகம்தான் முதலில் நுழையும். மார்ட்டியுடைய அப்பா அம்மாவின் படம் அவளுடைய நனோபேசி முகப்பை அலங்கரிக்கும். மார்ட்டியின் அப்பா மணமுடிக்க முன்னர் ஆணாக இருந்தவர். அவருக்கு ஒரு மகவைப் பெற வேண்டும், அந்த இன்பத்தை அனுபவிக்க வேண்டும் என்று ஆசை. ஆகவே பெண்ணாக மாறி, இலவச விந்தணு திட்டத்தில் கருவாகி, மார்ட்டியைப் பெற்றுவிட்டு மறுபடியும் ஆணாக மாறிவிட்டார். மார்ட்டியின் அம்மா பேருக்குத்தான் அம்மா. அவருக்கு கர்ப்பமாவதிலேயோ குழந்தை பெறுவதிலேயோ எந்த ஆர்வமும் கிடையாது.

சமந்தாவின் ஆசிரியருடைய பெயர் ரொபர்ட்டோ. அவருக்கு ஒருகாலத்தில் எந்திரன் காதலி இருந்ததாகப் பேச்சு அடிபட்டது. அவர் சொல்லுவார் இந்த உலகத்தில் பிறக்கும் ஆணோ பெண்ணோ ஒரு முறையாவது எதிர்பாலுக்கு மாற வேண்டும் என்று. அப்போதுதான் எதிர்பால் பற்றிய உண்மை யான அறிவு உண்டாகும். இருவரின் உணர்வுகளும் எதிர் எதிரானவை. உலக இயல்பை முற்றிலும் உணரவேண்டுமானால் பால் மாறினாலே முடியும் என்பார். அவர் சொன்னமாதிரி ஒருநாள் திடீரென்று பெண்ணாக மாறி வகுப்புக்கு வந்தார். அவர் நடந்தபோது அவருடைய நீல நிற ஆடை, அதுவும் தனியாக உயிர் பெற்றதுபோல அசைந்தது. அவர் பெயர் ரிபெக்கா என்றார். என்ன அழகு? அவருடைய ஒடுங்கிய இடுப்பும், முடியும், விரிந்த தோளும், கண்வெட்டும் மாணவி களைப் பொறாமைப்பட வைத்தது. வகுப்பிலே வாக்கெடுப்பு

நடத்தியபோது 30 மாணவ மாணவிகளில் 26 பேர் அவர் பெண்ணாகவே தொடரவேண்டும் என வாக்களித்தனர்.

சமந்தாவுக்கு வாரத்தில் ஐந்து நாட்களும் பள்ளிக்கூடம் நடைபெற்றால் மகிழ்ச்சிதான். அவள் அம்மா காலத்தில் அப்படித்தான் இருந்ததாம். ஆனால் வாரத்தில் மூன்று நாட்கள்தான் பள்ளிக்கூடம். இரண்டு நாட்கள் வீட்டில் இருந்தபடியே படிக்கலாம். கணினிமூலம் ஆசிரியை பாடம் நடத்துவார். கேள்விகள் கேட்பார். பரீட்சை வைப்பார். அதிலே அவளுக்கு ஆர்வம் கிடையாது. ஆசிரியைக்கு குறுஞ் செய்தி அனுப்புவாள். என்ன மதிப்பெண்? என்ன மதிப்பெண்? பதில் வரும். பேச்சு முடிந்த பின்னர்தான் கைதட்டல் எதிர்பார்க்க வேண்டும்.

அம்மா இன்னொன்றும் சொன்னார். அவர் காலத்தில் காரோட்டும் லைசென்சுக்கு 16 வயது மட்டும் காத்திருக்க வேண்டும். இப்பொழுது 12 வயதிலேயே கிடைத்துவிடும். காரை ஓட்டவே தேவை இல்லை. போகவேண்டிய முகவரியைச் சொன்னால் அது தானாகவே கொண்டுபோய்ச் சேர்த்துவிடும். 2030 முதல்நாள் அவளுக்குச் சூரியக் கார் கிடைக்கும். அவளுடைய வகுப்பில் பலரிடம் சூரியக்கார் இருந்தது. எரிபொருள் பிரச்சினை இல்லை. சுற்றுச்சூழல் மாசும் கிடையாது. சமந்தா பள்ளி தொடங்கும் நாளை எதிர்பார்த் திருந்தாள். ஆனால் அதற்கிடையில் இடிபோல ஒரு செய்தி நனோபேசியில் உலகம் எங்கும் பரவிக்கொண்டிருந்தது. தற்செயலாக அன்று காலை அதைப் பார்த்து சமந்தா திடுக்கிட்டுப்போனாள்.

அவளுடைய வகுப்பில் அவளுக்கு ஓர் எதிரி இருந்தான். அவனுக்கு இரண்டு அம்மாக்களும் ஒரு அப்பாவும். அதில் வேறு பெருமை அவனுக்கு. அவன் பெயர் நோவா. ஜலப் பிரளயம் வந்தபோது உயிர்களைக் கப்பலில் ஏற்றி காப்பாற்றி யவன் என்று பைபிளில் ஒரு பெயர் வருமே, அதுதான். ஆனால் இவனுக்கு உயிர்களை வதைப்பதுதான் பொழுது போக்கு. கணிதத்தில் அவன் எப்பொழுதும் முதலாவதாகத்தான் வந்தான். பிராந்திய அளவில் நடந்த போட்டியில் சமந்தாவும் எழுதினாள். பெண்டுலத்தின் நீளத்தைக் குறைத்தால் நேரத்துக்கு என்ன ஆகும் என அவளுக்குத் தெரிந்தது. அவனுக்குத் தெரியவில்லை. அவ்வளவுதான். அவளே திகைக்கும் அளவுக்கு முதலாவதாய் வெற்றி பெற்றிருந்தாள். அவன் இரண்டாவது. அவளுடைய நீண்ட முகத்தைப் பற்றி பையன்கள் பின்னால் கேலி செய்வது அவளுக்குச் சாடைமாடையாகத் தெரியும். நனோபேசியில் நோவா அனுப்பிய செய்தி இதுதான்.

'எலிப்பந்தயத்தில் முதலாவதாக வந்தாலும் எலி எலிதான்.' அவளுக்கு எலும்பெல்லாம் எரிந்தது. மார்ட்டியைக் கட்டிப் பிடித்து அழவேண்டும் போலத் தோன்றியது.

2030ஆம் ஆண்டு தொடங்குமுன்னர் தலைமையாசிரியர் தன் உரையை நனோபேசி மூலம் அனுப்பியிருந்தார். அவருடைய உரையில் பாதி அவளுக்குப் பிடித்திருந்தது. 'பைசிக்கிளில் ஏறி உட்கார்ந்தால் நீங்கள் நகரவேண்டும், அல்லது விழுந்துவிடுவீர்கள். உங்கள் வேலை நகர்ந்துகொண்டே இருப்பது. அறிவைத்தேடி. பூமி கிழக்குப் பக்கம் சுழல்கிறது. இது அறிவு அல்ல, ஒரு சிறு உண்மை. இதைத் தெரிந்து பிரயோசனமில்லை. பூமி மேற்கு பக்கம் சுழன்றால் என்ன நடக்கும்? அப்படி சிந்திப்பதுதான் அறிவின் நகர்வு. உங்கள் பைசிக்கிள் ஓடிக் கொண்டேயிருக்கட்டும்.'

இது வரைக்கும் அந்தப் பேச்சு சமந்தாவுக்குப் பிடித்துக் கொண்டது. ஆனால் பிடிக்காதது 'ஒரு கதவு பூட்டினால் இன்னொரு கதவு திறக்கும்' என்று அவர் கூறியது. இதைத்தான் 18ஆம் நூற்றாண்டில் இருந்து சொல்லிக்கொண்டு வருகிறார்கள். அந்த இன்னொரு கதவு 37ஆம் மாடியில் இருப்பதை ஒருவரும் சொல்வதில்லை. அந்த மாடிக்குப் போகும் மின்தூக்கி பழுதுபட்டுவிட்டது என்ற தகவலையும் மறந்துவிடுகிறார்கள். அம்மா சொல்கிறார் புத்தி மட்டும் இருந்தால் பிழைக்க முடியாது. கடின உழைப்பும் அதே அளவுக்குத் தேவை. மண் புழுவும் கடினமாகத்தான் உழைக்கிறது, கோழியின் வாய்க்குள் போவதற்கு.

நேற்றிரவு அம்மாவுக்குப் பிடித்த டைட்டானிக் திரைப் படத்தை வீட்டுத் திரையில் அம்மாவுடன் அவளும் பார்த்தாள். எத்தனை குழந்தைத் தனமான படம். கேட் வின்ஸ்லெட் அணிந்த பிரபலமான சிவப்பு ஆடையைப் பார்த்ததும் சிரிப்பு சிரிப்பாக வந்தது. தையல்கார குருவிகூட இன்னும் திறமாக ஆடை தைத்திருக்கும். படத்திலே உண்மையான ஆண்களும் பெண்களும் நடித்தார்கள். ஓர் ஆறு வயது பிள்ளை எழுதக்கூடிய திரைக்கதை. இப்போது வெளியாகும் திரைப் படங்களின் கதைகளை ஊகிக்கவே முடியாது. எப்படித் துவங்கும் எப்படி முடியும் என்பது புதிராகவே இருக்கும். இரண்டாவது தடவை பார்க்கும்போது கதை மாறிவிடும். மறுபடியும் புதுவிதமான முடிவு கிடைக்கும். நடிக நடிகைகள் கிடையாது. அனைத்துத் திரைப்படங்களும் எண் தொழில் நுட்பத்தில் ஒரு சின்ன அறையில் இருந்து சொற்ப காசுக்கு தயாரிக்கப்பட்டிருக்கும்.

வகுப்பிலே அவளுக்குப் பிடித்த இன்னொரு சிநேகிதி அனெட். அழுதபடியே இருப்பாள். ஆனால் கையிலே பாதி கடித்த சாண்ட்விச்சும் இருக்கும். அவள் டச்சுக்காரி. அவளுக்கு ஒரு சொல் ஆங்கிலம் தெரியாது. டச்சு மொழியிலேயே படித்தாள். அதிலேயே பதில் கூறினாள். பரீட்சை எழுதினாள். நனோபேசி எல்லாவற்றையுமே ஆங்கிலத்தில் மாற்றிவிடும். ஐஸ்லாண்டிலிருந்து வந்த பெண்ணுக்கு எல்லாமே ஆச்சர்யம். சூரியனைக்கூட தினமும் அதிசயமாகப் பார்த்தாள். போர்ச்சுக்கல் மாணவன் ஒருநாள் தன் தாயின் பெயரையே மறந்துவிட்டான். பல மொழி மாணவர்களும் படித்தார்கள். புது மொழி படிக்கவேண்டும் என்ற அவசியமே இல்லாமல் செய்துவிட்டது நனோபேசி. இதனால் பிரெஞ்சு, ஸ்பானிஷ், லத்தீன், கிரேக்கம் படிப்பிக்கும் ஆசிரியர்களுக்கெல்லாம் வேலை போய்விட்டது.

வாக்கு கொடுத்தபடியே 2030ஆம் வருடம் பிறந்த அன்று அவளுக்குப் புது அப்பா கிடைத்தார். ஒரு மீசைகூட வளர்ந்திருந்தது. கட்டிப்பிடித்து முத்தம் கொடுத்தாள். அப்பாவும் அம்மாவும் ஒன்றாயிருக்கும் படத்தை நனோபேசியின் முகப்பில் பதிந்திருந்தாள். பள்ளிக்குப் புறப்பட்டபோது அவள் கையிலே புத்தகப் பை, பென்சில், பேனா, பேப்பர், புத்தகம் ஒன்றுமே கிடையாது. கையிலே இருந்ததெல்லாம் நனோபேசிதான். வாசலிலே இரண்டு இருக்கை கொண்ட சூரியக் கார் அவளுக்காகக் காத்திருந்தது. அவள் அணுகியதும் கதவு திறந்தது. ஏறி உட்கார்ந்ததும் பூட்டியது. இரவு பனி தூவியிருந்தாலும் கார் சரியான வெப்பத்தில் இருந்தது. ’பள்ளிக்கூடம்’ என்று மட்டுமே சொன்னாள். அது ஓடத் தொடங்கியது. ரோட்டில் ஆயிரக்கணக்கான கார்கள் ஒன்றையொன்று துரத்தின. இரண்டு இருக்கை கார்கள், நாலு இருக்கை கார்கள், ஆறு இருக்கை கார்கள். எல்லாமே சூரிய ஒளியில் இயங்குபவைதான். வேகக்கட்டுப்பாடு கிடையாது. விபத்துகள் கிடையாது. ஆகவே இருக்கைப் பட்டி கிடையாது, காற்றுப் பை கிடையாது. சந்தி விளக்குகள்கூடக் கிடையாது. ஆனால் அவ்வப்போது கார்கள் சொல்லிவைத்ததுபோல திடீரென்று நின்று மற்றக் கார்களுக்கு வழிவிட்டன.

பாதிப் பயணத்திலே மனதை மாற்றி ’மடேரா கோப்பிக் கூடம்’ என்றாள் சமந்தா. எந்தக் கோப்பிக் கூடம் என்று சொல்லவில்லை. கார் மிக அண்மையில் உள்ள ஓர் கோப்பிக் கூடத்தைத் தேர்வுசெய்து அதற்குள் நுழைந்து நின்றது. மடேரா கோப்பி மூளையைக் கூர்மைப்படுத்தும் என்று ஆராய்ச்சி சொன்னது. எத்தியோப்பியன் ஆடு மேய்க்கும் சிறுவன் 500

ஆண்டுகளுக்கு முன்னர் ஒரு செடியில் உள்ள காய்களை ஆடுகள் தின்று துள்ளிவிளையாடுவதை கண்டான். அவற்றைப் பறித்து வேகவைத்து நீரைக் குடித்த அவனும் மகிழ்ச்சியில் துள்ளினான். அதே செய்முறையில் தயாரித்த கோப்பிதான் மடேரா கோப்பி. இது உற்சாகம் தரக்கூடியது என மருத்துவக் குழு சான்று வழங்கியிருந்தது.

முதலாவது யன்னலில் 'யூனியர் கோப்பி சுப்பீரியர்' என்றாள். அடுத்த யன்னலில் கடுதாசி குவளையில் கோப்பியைப் பெற்றுக்கொண்டு நன்றி என்று மட்டுமே சொன்னாள். அவள் குரல் ரேகையை வைத்து அவள் கணக்கில் இருந்து பணம் அவர்கள் கணக்குக்கு மாறிவிடும். கடன் அட்டை என்பது அம்மாவின் காலத்திலேயே ஒழிந்துவிட்டது. காசுத்தாள் எப்போவோ வழக்கொழிந்து போனது. மார்ட்டி பாதுகாத்து வைத்திருக்கும் அண்ட்ரூ ஜாக்ஸன் படம் போட்ட 20 டொலர் தாள் ஒன்றை அவள் பார்த்திருக்கிறாள். நனோபேசியில் சமந்தாவின் கைரேகை, கண்ரேகை, குரல் ரேகை, டி என் ஏ இரட்டைச் சங்கிலி எல்லாமே பதிவாகி யிருந்தன. அதை வேறு எவரும் பாவிக்க முடியாது. அவள் குரலோ கைரேகையோ கண்ரேகையோதான் அதை இயக்க முடியும்.

பள்ளிக்கூடத்துக்குள் நுழைந்ததும் கார் குறிப்பிட்ட இடத்தில் நின்றது. கதவு திறந்து அவள் இறங்கியதும் தானாகவே மூடியது. 'தரிக்கும் இடத்துக்குப் போ' எனக் கட்டளை யிட்டாள். அது நகர்ந்து தரிக்கும் இடத்துக்குபோய் தன்னை நிறுத்திக்கொண்டது. வகுப்பை நோக்கி நடந்தாள். எதிரே தலைமையாசிரியர் ஜோன்ஸ் நீளக் கறுப்பு மேலங்கியில் தென்பட்டார். வணக்கம் என்றாள். அவரும் சொன்னார். அருமையான ஆரம்ப உரை என்றாள். அவர் நன்றி என்று கூறிவிட்டுச் சிவப்பு தலைமுடி துள்ள அகன்றார். போன வருடம் பச்சை தலைமுடி இருந்தது.. இன்னும் இரண்டு மாதத்தில் அவருக்கு 75 வயதாகிறது. ஓய்வுபெறவேண்டும். நல்ல மனிதர். தான் ஓய்வு பெறும்போது பெண்ணாக மாறப் போவதாகச் சொல்லியிருந்தார். ஏன் பெண் என்று பலபேர் கேட்டிருந்தார்கள். தனிமையையும் முதுமையையும் ஒரு பெண்ணால்தான் சாதுர்யமாகக் கடக்கமுடியும். ஆணுக்கு அந்தத் திறமையும் கிடையாது. பொறுமையும் இல்லை. ஆனால் பாவம் அவரால் பால் மாறமுடியாது. அவர் ஏற்கனவே மூன்றுதடவை பால் மாறிவிட்டார். புதுச் சட்டத்தின் பிரகாரம் மீதி நாட்களை ஆணாகவே வாழ்ந்து தொலைக்க வேண்டியது தான்.

வகுப்பை நோக்கித் தயங்கி தயங்கி நடந்தபோது கொஞ்சம் பயமும் அதே அளவுக்கு ஆர்வமும் இருந்தது. வயிறு உள்ளுக்கு இழுத்துக் கொண்டுவிட்டது. எலி மூஞ்சி என்று செய்தி பரப்பியவன் அங்கே இருப்பான். ஓர் அருமையான முதல் நாளை இத்தனை மோசமானதாக்கிவிட்டான். வகுப்பின் கதவுக்கு கிட்ட நின்றாள். வகுப்பு தொடங்குவதற்குச் சரியாக ஒரு நிமிடம் இருப்பதைக் கதவு மணி காட்டியது. அவளுடைய மோசமான ஆரம்பத்தை மேலும் மோசமாக்கும் ஒரு சம்பவம் உள்ளே காத்திருப்பது அவளுக்குத் தெரியாது. கதவு அவளுடைய கண் ரேகையைப் படித்து திறந்து அவளை உள்ளே விட்டது. மறுபடியும் மூடிக்கொண்டது.

வகுப்பிலே எல்லா ஆசனங்களும் நிரம்பிவிட்டன. தன்னுடைய இருக்கையை நோக்கி நகர்ந்தவள் திடுக்கிட்டு நின்றாள். அமர்வதற்கு முன்னரே 'நீ யார்? எதற்காக இங்கே உட்கார்ந்திருக்கிறாய். இது மார்ட்டியின் இருக்கை?' என்றாள்.

வகுப்பு முழுக்க வாய்விட்டு ஒரே குரலில் ஆவென்று சிரித்தது. அவள் முகம் சிவந்து நீண்டு எலியின் மூஞ்சிபோலவே ஆகிவிட்டிருந்தது. அந்தப் பையன் 'என்னை மார்ட்டி என்று கூப்பிடாதே. நான் இப்போது மார்ட்டின்' என்றான். 'துரோகி. இத்தனை நட்பாக இருந்தும் சொல்லவே இல்லை. உனக்கு காட்டவென்று என் பெற்றோரைப் படம் பிடித்து வந்தேன். நான் முட்டாள். நான் முட்டாள்' என்று கத்தியபடியே தன் நனோபேசியைச் சுவற்றை நோக்கி வேகமாக வீசினாள். அது சுவற்றிலே பட்டுத் தெறித்து சுக்கு நூறாக உடைந்து சிதறியது. பின்னர் அந்த துண்டுகள் தாமாகவே ஒவ்வொன்றாக ஒட்டிக்கொண்டன. அவள் பார்த்துக் கொண்டிருக்க அது மெல்ல மெல்ல அவளை நோக்கி நகர்ந்து வந்தது.

அ. முத்துலிங்கம்

ஆசிரியரின் பிற நூல்கள்

- ❖ அக்கா (1964)
- ❖ திகடசக்கரம் (1995)
- ❖ வம்சவிருத்தி (1996)
- ❖ வடக்கு வீதி (1998)
- ❖ மகாராஜாவின் ரயில் வண்டி (2001)
- ❖ அ. முத்துலிங்கம் கதைகள் (2004)
- ❖ அங்கே இப்ப என்ன நேரம்? (2005)
- ❖ வியத்தலும் இலமே (2006)
- ❖ கடிகாரம் அமைதியாக எண்ணிக்கொண்டிருக்கிறது (2006)
- ❖ பூமியின் பாதி வயது (2007)
- ❖ உண்மை கலந்த நாட்குறிப்புகள் (2008)
- ❖ அ. முத்துலிங்கம் சிறுகதைகள் – ஒலிப்புத்தகம் (2008)
- ❖ Inauspicious Times (2008)
- ❖ அமெரிக்கக்காரி (2009)
- ❖ அமெரிக்க உளவாளி (2010)
- ❖ ஒன்றுக்கும் உதவாதவன் (2011)
- ❖ குதிரைக்காரன் (2012)
- ❖ தமிழ் மொழிக்கு ஒரு நாடில்லை (2013)
- ❖ பிள்ளை கடத்தல்காரன் (2015)
- ❖ புவியீர்ப்புக் கட்டணம் (2022)
- ❖ கடவுளுக்கு வேலை செய்பவர் (2022)